असं घडलं सहस्रक

निरंजन घाटे
डॉ. प्रमोद जोगळेकर

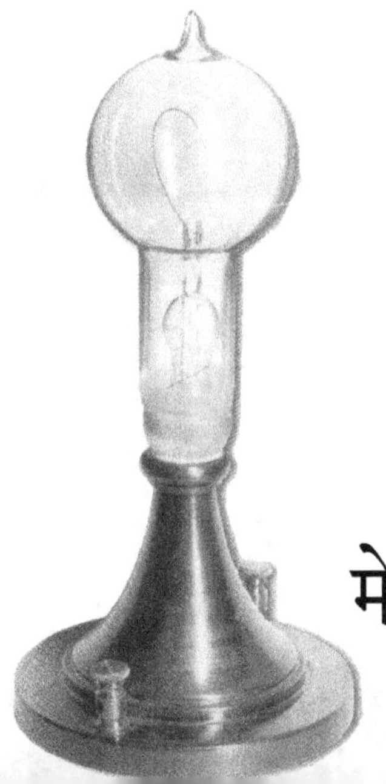

मेहता पब्लिशिंग हाऊस

असे घडले सहस्रक
माहितीकोश

निरंजन घाटे व डॉ. प्रमोद जोगळेकर

© सर्व हक्क सुरक्षित

प्रकाशक
सुनील अनिल मेहता,
मेहता पब्लिशिंग हाऊस,
१९४१, माडीवाले कॉलनी,
सदाशिव पेठ, पुणे - ४११०३०.
☎ ०२०-२४४७६९२४
E-mail : author@mehtapublishinghouse.com
Website : www.mehtapublishinghouse.com

प्रथमावृत्ती : जुलै, २००६
द्वितीयावृत्ती : एप्रिल, २००८
तृतीयावृत्ती : सप्टेंबर, २०१६

मुखपृष्ठ : चंद्रमोहन कुलकर्णी

P Book ISBN 9788177667035
E Book ISBN 9788184989342
E Books available on :
play.google.com/store/books
www.amazon.in
https://books.apple.com

मानवी संस्कृतीचा इतिहास हा गेल्या काही हजार वर्षांचा इतिहास आहे. मानवानं सुमारे ८००० वर्षांपूर्वी भटके जीवन सोडून स्थायिक व्हायला सुरूवात केली. आज ज्याला आपण संस्कृती म्हणतो त्या संस्कृतीची सुरूवात किंवा पहाट मेसो-पोटेमियात झाली. तिथून मग मानवी संस्कृती जगभर पसरली. ती तशी पसरणारच होती; कारण आधुनिक मानव आफ्रिकेत अवतरण्याआधीच अनेक आदिमानव पृथ्वीवरच्या काना-कोपऱ्यात पसरलेले होते. त्यांनी त्या त्या भौगोलिक परिसरात पर्यावरणाशी मिळते जुळते घेत त्यांचे रीतीरिवाज निर्माण केलेले होते. पुढं ह्या मानवी वस्त्या भटक्या मानवाला सुरक्षित वाटू लागल्या आणि त्यांना नागरी स्वरूप प्राप्त झालं. हळूहळू ह्या संस्कृतींमध्ये लेखनकला जन्माला आली. व्यापार सुरु झाला. महाकाव्ये रचली गेली. नगरराज्ये स्थापन झाली. साम्राज्य, देश ह्या कल्पना अस्तित्वात आल्या. प्रमाणित चलनाची निर्मिती झाली. धर्म, तत्त्वज्ञान, विज्ञान, तंत्रज्ञान आणि विविध कला वाढल्या. सामाजिक रीतीरिवाज जन्माला आले. समाजात कुणी कुणाशी कसं वागावं ह्याचे नियम तयार झाले. त्या परंपरांना नीति असं म्हणण्यात येऊ लागलं. हळूहळू सामाजिक रीतीरिवाजांची गुंतागुंत वाढू लागली. काही जमातींनी ही गुंतागुंत टाळण्यासाठी जंगलांचा आश्रय घेतला तर काहींनी वाळवंटांचा. उंच पर्वतराजीत राहून काही जमातींनी स्वतःचं वेगळेपण अबाधित राखलं होतं.

मानव सुरूवातीला दगडाची अवजारं आणि हत्यारं वापरत असे. ह्याला अश्मयुग म्हणतात. त्यावेळी तो माकडांप्रमाणेच

जे मिळेल ते खात असे. कीटक, अंडी, मेलेल्या प्राण्यांपासून झाडांच्या मुळांपर्यंत जे काही खाण्यायोग्य असेल ते खायचं, अशी त्याची धारणा होती. पुढं तो दगडांबरोबर लाकडं आणि प्राण्यांच्या हाडांचा उपयोग करून शिकार करू लागला. मग त्याला धनुष्यबाणाची कल्पना सुचली. दरम्यान कधीतरी त्याला अग्नीचा वापर करता येतो आणि त्यातून आपले जीवनमान सुधारता येते हा शोध लागला. भाजून ठेवलेले मांस कच्च्या मांसापेक्षा बरे लागतेच पण अधिक काळ टिकते, अंधाऱ्या गुहेत अग्नीच्या साहाय्यानं उजेड आणि ऊब मिळते हे आदिमानवाच्या लक्षात आलं.

हळूहळू मानवी समूहांच्या हालचाली वाढू लागल्या. आपापल्या गुहांमधून ते वेगवेगळी चित्रं काढू लागले. काही विद्वानांच्या मते ही संदेश देण्याची पद्धत होती. तर इतर काही जणांच्या मते ही शिकारीच्या जागांवर शिकार मिळावी म्हणून केलेली मांत्रिक व्यवस्था होती. ही आधुनिक धर्माची सुरूवात मानली जाते. साधारणपणे ३० ते ३२ हजार वर्षांपूर्वी ह्या मांत्रिक रूढी अस्तित्वात होत्या. भारतात भीमबेटका, युरोपात लास्को अशा ठिकाणी ह्या प्रकारची चित्रं आढळतात. काही विद्वानांच्या मते मात्र ही कलेसाठी कला असून त्यातून आपल्या पूर्वजांची सर्जनशीलता प्रकट होते. साधारणपणे बारा हजार वर्षांपूर्वी मानव अमेरिकेत पोहोचला. तो कुठून कसा पोहोचला हा एक वादाचा मुद्दा आहे; पण हा काळ मानवी इतिहासात महत्त्वाचा मानला जातो. ह्याचं कारण ह्याच सुमारास पृथ्वीवर पद्धतशीर शेती सुरू झाल्याचे पुरावे मिळतात. ह्या काळाला नव अश्मयुग म्हटलं जातं. शेती सुरू झाल्यानंतर भटकंती कमी करून मानव स्थिरावू लागला. बऱ्याच तज्ज्ञांच्या मते शेतीचा शोध हा स्त्रियांनी लावलेला असावा. ह्याचं कारण आदिमानव काळात पुरूष हे प्रामुख्यानं शिकारी होते तर स्त्रिया अन्न वेचायचं काम करीत असत. त्यामुळे अन्न धान्य कसं नि कुठे उगवतं ह्याची त्यांना पुरेपूर कल्पना असे. पूर्वी गोळा केलेलं अन्न एखाद्या ओलसर जागी पडलं तर तिथं वनस्पती उगवतात ह्याची त्यांना कल्पना आली असावी, त्यातूनच शेतीची सुरुवात झाली असावी, असं म्हटलं जातं.

शेतीबरोबरच माणूस गुरं आणि इतर प्राणी पाळायला शिकला. गाई, म्हशी, शेळ्या मेंढ्या, गाढवं, घोडे, कुत्री, मांजर, कोंबड्या हे मानवाचे सहचर असल्याचे अनेक पुरावे सुमारे ८००० वर्षांपूर्वीच्या वस्त्यांमधून आढळत आलेले आहेत. शेती करायला सुरूवात केल्यावर बांध घालणे, ताली बांधणे, नांगरटीची अवजारे तयार करणे असे तंत्रज्ञान मानवाने आत्मसात करायला सुरुवात केली. ह्याच सुमारास मातीची भांडी करून ती भाजली तर ती टिकाऊ बनतात, हेही मानवाच्या लक्षात आले.

हळूहळू मानव वेगवेगळे धातू वापरू लागलाच पण नगरंही वसवू लागला. ही मानवी संस्कृतीची सुरूवात मानली जाते. इ.स.पू. ४५०० ते ३५०० च्या दरम्यान कधीतरी मानवी संस्कृतीचं पहिलं पाऊल पडलं. युफ्रेटीस आणि ग्रीस नद्यांच्या दुआबात ही घटना घडली असावी. त्यानंतर नाईल नदीचं खोरं, गंगा-सिंधूचं खोरं आणि चीनमधेही त्या त्या भागात विशिष्ट संस्कृती उदयास आल्या. ह्यातून पुढं सत्ता स्थानं निर्माण झाली.

इ.स.पू. पहिल्या सहस्रकात म्हणजे इ.स.पू. १००० ते इ.स.पू. १ पर्यंत जगाची परिस्थिती कशी होती, हे पाहण्यापूर्वी त्या आधी जगात कुठं काय चाललं होतं ह्यावर आपण एक दृष्टिक्षेप टाकणार आहोत. माणूस शिडाची जहाजं वापरू लागला होता. कपडे विणायची कला त्याला अवगत होतीच. वनस्पतींचे औषधी उपयोग, मोडलेली हाडं बसवून त्यावर मातीचे लेप देणे असे उपचार तो करत होता. अमेरिकन भूखंडात वसाहती होऊ लागल्या होत्या. इ.स.पू. ३००० नंतर हळूहळू कालवे काढणं, पिरॅमिड बांधणं सुरू झालं होतं. हिशोब ठेवण्यासाठी चिन्हं वापरली जात होती. चित्रलिपीची सुरूवात झालेली होती.

कुंभाराचं चाक आणि आवा ह्यांच्या साहाय्यानं मातीची भांडी भाजून त्यांचा द्रव पदार्थ साठविण्यासाठी उपयोग होत होता. चीनमध्ये रेशमाची पैदास होत होती. मिश्रधातूंचा वापरही सुरू होता. पॅपिरसवर चित्रलिपीत मजकूर लिहिला जात होता. साम्राज्य स्थापना सुरू झाल्या होत्या. आर्य मध्य आशियातून भारतात आणि युरोपात विखुरले. घोड्यांचा उपयोग युद्धासाठी होऊ लागला होता.

इ. स. १००० मध्ये पृथ्वीवर बऱ्याच भूभागात अजूनही अश्मयुग संपलेलं नव्हतं, पण बऱ्याच ठिकाणी लोहयुग सुरू झालं होतं. दरम्यान कास्ययुगही आलं होतं पण लोखंड कसं मिळवावं हे लक्षात आल्यावर सर्वत्र आढळणाऱ्या लोखंडानं कास्ययुग मोडीत काढलं होतं. कासं महागही होतं आणि लोखंडाइतकं टणक आणि टिकाऊही नव्हतं. मध्यपूर्वेत असिरियन साम्राज्य भरभराटीस आलेलं होतं. इजिप्तमध्ये फाराहोंचं सामर्थ्य उतरणीस लागलं होतं, मध्य अमेरिकेत ओल्मेक साम्राज्याची सुरुवात झाली होती. युरोपात आपल्याला आश्चर्य वाटावं अशी एक प्रथा सुरू झाली होती ती म्हणजे प्रेतं पुरण्याचं थांबवून प्रेतं जाळायला सुरुवात झाली होती. ह्या प्रेतांची राख भांड्यातून साठवली जात असे. त्या राखेबरोबर दागिने, शस्त्रं आणि घोड्यांसह रथ पुरले जात होते.

भारतात आर्यांचं राज्य सुरू होत होतं. वेदांची रचना चालू झाली होती. इ.स.पू. एक हजार ते इसवी सनाच्या सुरूवातीपर्यंत भारतात बौद्ध आणि जैन धर्म व त्यांचे संप्रदाय सुरू झाले होते. चीनमध्ये झौ साम्राज्य विस्तारलं होतं तर ग्रीसमध्ये होमरचं इलियड आणि नंतर सॉक्रेटीस, प्लेटो आणि भूमध्य सागराच्या परिसरात आर्किमिडीजसारख्या विद्वानांनी नव्या विचारांचे आणि विज्ञानाचे प्रवाह सुरू केले होते. सिकंदर भारतात येऊन गेला. रोमन साम्राज्याची सुरुवात झाली. रोमन साम्राज्याचा भारताशी व्यापार सुरू होता आणि त्याच वेळी पहिल्या — आता जगभर पसरलेल्या कालगणनेच्या पहिल्या सहस्रकाची सुरूवात झाली.

इ. स. ०००१ ते १०००

मध्यपूर्वेत येशू ख्रिस्तानं नवा धर्म स्थापन केला. रोमच्या साम्राज्याला आव्हान दिल्याबद्दल त्याला कुसावर लटकवून मारण्यात आलं. ह्या सहस्रकाच्या सुरुवातीस ऑगस्टस नावाचा सम्राट रोमन साम्राज्याचा सर्वेसर्वा होता. इंग्लंड, पश्चिम युरोप आणि उत्तर आफ्रिकेपर्यंत त्याचं साम्राज्य पसरलं होतं. चीनमध्ये हान साम्राज्य होतं तर भारतात मौर्य साम्राज्य लयास गेलं होतं. अनेक छोटे छोटे राजे आपापसात लढून नाहीसे होत होते. नवे राजे निर्माण होत होते. हडप्पा संस्कृतीनं जी नगररचनेची पद्धत घालून दिली होती, त्याचे आता केवळ अवशेषच उरले होते. मात्र बैलगाडी, लाकडी फाळाचे नांगर ह्या हडप्पा संस्कृतीच्या वारशाला अजून पर्याय मिळाला नव्हता. घोडे, रथ, हत्ती हे युद्धात वापरले जात होते. लोखंड, तांबे, सोने, चांदी आणि पारा ह्यांचा सर्रास वापर होत होता. चंदन आणि मसाल्यांचे पदार्थ, नीळ आणि लाख तसंच रेशीम आणि मोर हे रोमला निर्यात केलं जात होतं. त्याबदली रोममधून चांदी, स्त्रिया आणि गुलाम भारतात येत असत. दक्षिणेत हळूहळू साम्राज्यांची बांधणी सुरू होऊ लागली होती. पुढच्या हजार वर्षांत चोल, पांड्या, विजयनगर ही दक्षिणी तर गुप्तांचं साम्राज्य उत्तरेत अवतरणार होतं. अरबस्थानात मुस्लीम धर्माची स्थापना झाली. भारतात शक आणि कुशाण आले आणि सामावले गेले. मध्य आशियातले हूण-मंगोल लुटालूट करत युरोपपर्यंत पोहोचलेच पण भारतातही घुसले आणि रोमन साम्राज्य पूर्णपणे लयास गेले. इ. स. १००० उजाडले तेव्हा मुस्लीम धर्म मध्य आशियात स्थिरावला होता. युरोपात अंधारयुग होतं, पण तिथं ख्रिश्चन धर्म फोफावत होता. रोममधून पोपचे अनुयायी पश्चिम युरोपमधे कॅथॉलिक धर्म पसरवीत होते तर इस्तंबूल

(कॉन्स्टँटिनोपल) इथले धर्मगुरू पूर्व युरोपात ग्रीक ऑर्थोडॉक्स ख्रिश्चन पंथाचा प्रचार करीत होते. युरोप शेतीप्रधान होता. जमिनदार, संस्थानिक छोटे, मोठे राजे जरा उंचावरच्या ठिकाणी गढी बांधून राहात असत तर जनसामान्य त्या गढी-भोवती गलिच्छ झोपड्यांमधून गुराढोरांसमवेत राहत होते. रोगाच्या साथी आल्या की फार मोठ्या प्रमाणावर माणसं मरत. ह्या रोगाच्या साथीत प्लेग, कॉलरा आणि विषमज्वर हे प्रमुख रोग होते. ह्या साथी राव आणि रंक असा भेद करीत नसत.

इ. स. १००० नंतर

इसवीसनाच्या बाराव्यातेराव्या शतकात ही परिस्थिती पालटू लागली. शहरं वाढीस लागली. अरब पूर्वेकडून नवनवं ज्ञान घेऊन येऊ लागले. युरोपात साम्राज्ये निर्माण होऊ लागली. साम्राज्यवाढीसाठी पैसा लागतो. पूर्वेकडे भारत नावाच्या देशात हिंदू लोकांकडे अमाप संपत्ती आहे, अशी माहिती युरोपात पसरली होती. चीनमधल्या संपत्तीबद्दलही अनेक दंतकथा प्रसृत होत होत्या. त्यामुळं त्या संपत्तीचा वाटा कसा मिळवता येईल, हे विचार युरोपी साहसवीरांना सतावू लागले होते. मात्र जमिनी-वरून जायचं तर अरबांशी संघर्ष करणं भाग होतं. मसाल्याचे पदार्थ अरबांमार्फत युरोपमध्ये येत. अरब अडते मनाला येईल त्या भावानं युरोपमध्ये चिनी आणि हिंदुस्थानी पदार्थांची विक्री करत. त्यामुळं भारताकडे जाण्याचा सागरी मार्ग शोधायचा विचार त्या काळातल्या युरोपी महासत्तांच्या मनात डोकावू लागला होता. ह्या पार्श्वभूमीवर दुसऱ्या सहस्रकातील विविध क्षेत्रांतील प्रगती आपण पाहणार आहोत.

जमिनीवरचा मैल आणि सागरी मैल ह्यात फरक पडायचा. एक नॉट (सागरी मैल) म्हणजे १.१५ जमिनीवरचे मैल (किंवा १.८५ कि. मी.) असं हे गणित नंतर सिद्ध झालं.

इ. स. १७३० मधे हेन्री पिटो ह्या फ्रेंच अभियंत्यानं पिटो-मीटरची निर्मिती केली. जहाजाच्या तळामधून बाहेर डोकावणारं हे यंत्र जहाजाच्या पुढच्या भागावर पडणारा दाब, बाजूंवर पडणारा दाब मोजायचं काम करतं. १९ व्या शतकात ते अचूक बनविण्यात आलं तरी त्याला 'पिटोमीटर' हेच नाव कायम ठेवण्यात आलं कारण पिटोची मूळ कल्पनाच ह्या सुधारित यंत्रात वापरलेली होती. सागर किनारा हा कधीच स्थिर नसतो. नवनवे वाळूचे दांडे तयार होत असतात. जुने दांडे धुपले जातात त्यांची जागा नवे दांडे घेतात. तसंच प्रवाळ द्वीपांच्या तटांबाबतही घडतं. अशा ठिकाणी दीपगृहं फसवी ठरू शकतात. ह्यावर उपाय म्हणून १७३२ मध्ये थेम्सच्या मुखाशी 'दीपनौका' ठेवण्यात आली. ह्या पहिल्या दीपनौकेचं नाव 'नोरे' असं होतं. इ. स. १७५९ मधे एडिस्टोन दीपगृहाची निर्मिती प्लीमथ खाडीच्या तोंडाशी करण्यात आली. ह्यात प्रथमच अन्वस्ती (हायपरबोलिक) आरसे वापरले गेले होते. रॉबर्ट स्टिव्हन्सनने उघडझाप करणारे आणि खूप दूरवरून ज्यांचा झोत दिसेल अशा दीपगृहांची निर्मिती केली. ह्या उघड-झापीमुळं त्या दीपगृहाची ओळख पटणं सोपं झालं.

कुठल्याही जहाजावरच्या चुंबकीय होकायंत्राची सुई दर-वेळेस जहाज प्रवासाला निघालं की नीट करावी लागत असे. खऱ्या चुंबकीय उत्तर ध्रुवाच्या दिशेत आणि जहाजावरील होकायंत्रानं दाखविलेल्या दिशेत थोडा फरक पडतो. तो किती आहे हे ठरवून त्याप्रमाणे प्रत्येक वेळी केलेल्या निरीक्षणात दुरूस्ती करावी लागत असे. जहाजाच्या घडणीत आणि मालात असलेल्या लोखंडी वस्तूं-मुळे तरीही अशी निरीक्षणं बरेचदा चुकीची ठरत असत. मॅथ्यूफ्लाइंडर्स ह्या इंग्रज दर्यावर्दीनं ह्यासाठी 'फ्लाइंडर्सबार' नावाची एक युक्ती शोधून काढली. होकायंत्राच्या पेटीत तो एक लोखंडी छोटी सळी ठेवत असे. ती सळी जहाजातील लोखंडी सामानाच्यामुळं ज्या दिशेनं चुंबकसूची झुकत असे त्याच्याविरूद्ध बाजूस ठेवली जात असे. त्यामुळं हा फरक नाहीसा होत असे.

इ. स. १८६२ मधे ब्रिटिश नाविक मंत्रालयानं सागरात होणाऱ्या जहाजांच्या टकरी टाळण्यासाठी जहाज वाहतूक विषयींचे नियम बनवले. झेंडे आणि दिव्यांच्या साहाय्यानं दाखविण्याचे संकेतही निश्चित केले. १८६९ मधे इतर सर्व देशांनी हे नियम मान्य केल्यानं त्यांना आंतरराष्ट्रीय दर्जा मिळाला. सागरतळ किती खोलीवर आहे हे मोजण्यासाठी प्रतिध्वनीचा वापर करणारे 'एको साऊंडर' अस्तित्वात आल्यानंतर आधीच्या यांत्रिक पद्धती मोडीत निघाल्या. अलेक्झांडर बेहमनं हे यंत्र शोधून १९१२ मधे नौकानयनास आधुनिक रूप दिले. जहाजातून सोडलेल्या ध्वनिलहरी सागरतळावर आपटून परत यायला किती वेळ लागतो, ह्याचा वापर करून सागरतळ किती खोलीवर आहे, हे जसं ह्या तंत्रानं कळतं त्याचप्रमाणे सागर तळाचे नकाशे करणंही त्यामुळे शक्य होतं.

विसाव्या शतकात मानवाने विज्ञान, तंत्रज्ञान आणि कलेच्या क्षेत्रात झपाट्यानं प्रगती केली. सागरतळी खोल जाणाऱ्या पाणबुड्या तयार केल्या; आकाशात विहार करणारी विमानं बनवली. अवकाशात भ्रमंती करीत चंद्रावर पाऊल ठेवलं. औषधांच्या क्षेत्रातही झपाट्यानं प्रगती केली. नवनवे सूक्ष्म जीव ओळखण्यासाठी इलेक्ट्रॉन सूक्ष्मदर्शी तयार केली. प्लॅस्टिकचा मोठ्या प्रमाणावर वापर सुरू केला. बोलपट, दूरचित्रवाणी, दळणवळण क्षेत्रातली क्रांती याबरोबर भयंकर घातक अस्त्रांमुळे आणि वेगवेगळ्या युद्धांमुळे विसावं शतक गाठलं. (हा इतिहास 'विज्ञानाचे शतक' या मेहता प्रकाशनाच्या पुस्तकात वाचायला मिळतो.) ह्याशिवाय एव्हरेस्टवर पदार्पण, ऑलिंपिक स्पर्धांतले विक्रम आणि आता सूक्ष्म तंत्रज्ञान असा प्रगतीचा टप्पा अश्मयुगातून प्रगतीला सुरुवात करणाऱ्या माणसानं गाठला.

ह्या ग्रंथात पिरॅमिड ते इ.स.२००० असा साधारण पाच हजार वर्षांचा मानवी प्रगतीचा पट आपल्यापुढं उलगडला जातो. साधारण पाच हजार वर्षे म्हणायचं, कारण त्या आधीचीही प्रगती थोड्याफार प्रमाणात इथं पाहावयास मिळते. माणसानं इतक्या अल्पकाळात घेतलेली ही झेप थक्क करणारी आहे. ती इथं एकत्रित बघायला मिळेल. पायी चालणारा आणि कंदमुळे व किडेमकोडे वेचून खाणारा माणूस इतक्या अल्पकाळात कृत्रिम अन्न खात अवकाशात जातो. गुहेत वावरणारा हा पृथ्वीवरचा एकमेव द्विपाद प्राणी आज गगनचुंबी इमारती बांधतो. झाडांची खोडं कोरून नदी पार करणारा हा चिंपांझीचा भाऊ भव्य विमानातून भूखंड ओलांडतो. ही प्रगती आश्चर्यकारक आहे आणि मानवी युद्धांचा इतिहास मन सुन्न करणारा आहे. हे सर्व एकत्रित वाचलं की आपण कोण होतो, काय झालो आणि कसे वागतो, ह्याचा चित्रमय इतिहासच आपल्या डोळ्यांसमोर उभा राहील, यात संशय नाही.

	७ लक्ष ते ४ लक्ष वर्षांपूर्वी	४ लक्ष ते २।। लक्ष वर्षे	२।। लक्ष ते १लक्ष वर्षे	९० ते ९५ हजार वर्षे
जीवन, दिनक्रम दळणवळण, खेळ		आधुनिक मानवाच्या पूर्वजांनी पाषाणांची शस्त्रे कार्यानुरूप बनवायला सुरुवात केली.	युरोपमधे निअँडर्थल मानव वावरत होता. १ लक्ष वर्षांपूर्वी आपल्या पूर्वजांनी शिकारीत हत्यारं कौशल्याने केली.	प्राणीजन्य चरबीचा वापर करून दगडी दिव्यांचा उपयोग गुहांमध्ये उजेडासाठी करणे.
स्थापत्य कला करमणूक	-	३ लक्ष ८० हजार वर्षांपूर्वी लंबवर्तुळाकार झोपड्यांचे पुरावे फ्रान्समध्ये सापडले. २ लक्ष ४५ वर्षांपूर्वी हस्त परशूवर नक्षीकाम, कलेचा आद्य पुरावा	१ लक्ष वर्षांपूर्वी दागिने अस्तित्वात आले. हंगेरीत पुरावा मिळाला.	
विज्ञान तंत्रज्ञान वैद्यक	-	अॅमेझॉन खोऱ्यातील आदिवासी आजही वनस्पतींचा पाला चावून तो चोथा सर्प दंशावर आणि जखमांवर लावतात. हा आदिमानवाचा वारसा मानला जातो.	-	-
राजकारण शासन युद्धतंत्र	-	-	१ लक्ष वर्षांच्याही काही काळ आधी मानवी टोळ्या एकत्रित जगू लागल्या.	सहकारी पद्धतीनं मोठ्या प्राण्यांची शिकार
भाषा आणि लिपी	सुमारे ६ लक्ष २० हजार वर्षांपूर्वी बहुदा भाषा अस्तित्वात आली. इथिओपियातील एका कवटीवर पारंपरिक विधी दर्शविणाऱ्या खुणा सापडल्या.	-	-	-

मानवी इतिहासावर दृष्टिक्षेप (आजपासून हजारो वर्षांपूर्वी)

	७० ते ४० सहस्र २५ हजार	इ. स. पू. ३५ ते हजार	इ. स. पू. २५-१५ हजार	इ. स. पू. १५ ते ८ वर्षांपूर्वी
जीवन, दिनक्रम दळणवळण खेळ, शेती	६० हजार वर्षांपूर्वी मानवाचे ऑस्ट्रेलियात आगमन. ४५ सहस्र वर्षांपूर्वी उत्तर आफ्रिकेत धनुष्यबाणाचा पहिला वापर.	इ. स. पू. ३० हजार निअँडर्थल अज्ञात कारणानं पृथ्वीवरून गायब झाले.	हाडांच्या सुयांचा वापर इ.स.पू. ५२४ हजार मधे इ. स. पू. १५ हजारच्या सुमारास आशियातून माणूस अमेरिकेत.	इ.स.पू.१०हजारच्या सुमारास कुत्रे माणसाळले. मेसोपोटेमिया.इ.स.पू. ८००० बटाट्याची पेरूमध्ये लागवड
स्थापत्य, कला करमणूक	४५ हजार वर्षांपूर्वी ऑस्ट्रेलियाच्या नॉर्दन टेरिटरीज ह्या भागात खडकांवरील चित्रकलेची सुरूवात. मानवी रुपातील प्राणी.	इ. स. पू. २९००० झेक रिपब्लिक मधल्या डोल्नी व्हेस्टोनाईस इथं सिरॅमिकची भांडी सापडली त्यावर व्हीनसचं चित्र	इ.स.पू. १५००० लास्को इथल्या गुहांमध्ये शिकार न धार्मिक विधींची चित्रे	इ. स. पू. ११ हजार आशिया मायनरमधे तांब्याचे दागिने. इ.स.पू. ८७०० भिंतीवर पुतळे कोरले.
विज्ञान, तंत्रज्ञान वैद्यक	६० हजार वर्षांपूर्वी मेसोपोटोमियात पोटीस आणि औषधी वनस्पतींचा वापर हिशोब. हस्तीदंत आणि खड्यांनी मोजणी.	इ.स.पू. ३०००० पुराशमयुगीन मानव हिशोब ठेवत असल्याचे पुरावे. लांडग्याच्या हाडांवर ५५ खुणा	इ.स.पू. २० हजार मध्यपूर्वेत चंद्रावर आधारित कालगणनेची सुरुवात. त्यासाठी हाडांवर खुणा करणे.	
राजकारण, शासन युद्धतंत्र	-	-	-	इ. स. पू. ८५०० मध्यपूर्वेत वसाहतींची सुरूवात
भाषा आणि लिपी	इ. स. पू. ४०००० भाषा बोलली जात होती. ती जागतिक असावी, असा अंदाज		इ. स. पू. १५ हजार पहिला ज्ञात नकाशा स्वरूप स्थानिक. सध्याच्या युक्रेन देशात मेझिरिक इथं सापडला.	

मानवी इतिहासावर दृष्टिक्षेप इ. स. पू. ८००० ते २०००

	इ.स.पू. ८०००-७०००	इ.स.पू. ७०००-५०००	इ. पू. ५०००-३५००	इ.स.पू. ३५००-२०००
जीवन, दिनक्रम दळणवळण, खेळ, शेती	इ. स. पू. ७५०० च्या आसपास इजिप्त आणि आशियात (काही भागात) नदीच्या पूर पातळीचा शेतीसाठी वापर. पूर्व आशियात वराहपालनाची सुरूवात इ. स. पू. ७००० चे सुमारास	इ. स. ६५०० ॲनाटोलियात गुरं पाळण्याची सुरूवात इ. स. पू. ५००० पर्शियन आखातात शिडांच्या जहाजांचा वापर.		इ.स.पू. ३५०० मधे चाकाच्या गाड्यांचा वापर सुमेरिया आणि पोलंड. इ.स.पू. २७०० चीनमध्ये रेशीम किड्यांच्या पालनाचे पुरावे.
स्थापत्य, कला करमणूक		इ. स. पू. ६५०० लव्हाळ्याचे पेड घालून सतरंज्यांची निर्मिती.		इ. स. पू. ३५०० कुंभाराचे चाक मेसोपोटोमियात वापरात आले. इ. स. पू. २६५० पायऱ्यांच्या पिरॅमिडची शक्कर इथं (इजिप्त) निर्मिती
विज्ञान, तंत्रज्ञान आणि वैद्यक		इ. स. पू. ६००० चे सुमारास भूमध्य सागराचे परिसरात कवट्यांना छिद्रे पाडून उपचार.		इ. स. पू. २७०० सुमेरियात गंधक आणि कार्बन एकत्र करून तांब्याचा मिश्रधातू बनविण्यासाठी वापर. पहिले रासायनिक प्रयोग. हडप्पा संस्कृतीची सुरूवात इ. स. पू. २३७१, मेसोपोटामियाचा राजा पहिला सरगोन ह्यानं पृथ्वीवरचं पहिलं साम्राज्य स्थापलं. कर बसवले आणि त्यासाठी नकाशांची निर्मिती केली.
राजकारण, शासन युद्धतंत्र	जेरिको इथं पहिल्या तटबंदीची उभारणी			
भाषा आणि लिपी		इ. स. पू. ४५०० आजच्या चीन मधील झिआन जवळ बान-पो इथं सर्वात जुन्या आकड्यांचा लेखी पुरावा उपलब्ध.	इजिप्तमधे पॅपिरसवर लेखनाची पद्धत इ. स. पू. ३५०० मधे सुरू झाली. हडप्पा संस्कृतीत चित्रलिपीचा वापर.	

	इ. स. पू. २०००-१२००	इ. स. पू. १२००-६५०	इ. स. ६०० ते ४००	इ. स. पू. ३५० ते इ. स. १
जीवन, दिनक्रम दळणवळण, खेळ, शेती	इजिप्तमध्ये संततिनियमन साधनांचा वापर. इ. स. पू. २००० इ. स. पू. १५०० नाईल नदी ते तांबडा समुद्र दरम्यान कालवा, हडप्पाची शेतीप्रधान संस्कृती इ. स. पू. १५०० भारतात आर्यांचे आगमन, वेदांची रचना, गोपालन	इ. स. पू. ७७६ पेलोपोनीस इथं पहिल्या ऑलिंपिक क्रीडा स्पर्धा. ह्या काळात युद्धबंदीचा अंमल.	इ. स. पू. ५६३ गौतम बुद्धाचा जन्म. इ. स. पू. ४२० अथेन्समध्ये गुरू-कुलाची सुरुवात.	इ. स. पू. ३३५ ऑरिस्टॉटलचा काळ इ. स. पू. २६४ पहिली ग्लॅडिएटर लढत इ. स. पू. ११० घोड्यांच्या मानेभोवती पट्टे लावून जू खेचायला सुरुवात चीनमध्ये.
स्थापत्य कला, करमणूक	इ. स. पू. १३३८ तुत-अंख आमुनला अमाप संपत्तीसह पुरण्यात आले. इ.स.पू. २००० हडप्पा संस्कृतीत चाकांची खेळणी. इ.स.पू.१५००. हडप्पा संस्कृतीची अखेर	इ. स. पू. ८५० इलियड आणि ओडेसी ह्या महाकाव्यांची रचना इ. स. पू. ७५० मेक्सिकोत ओल्मेकांचे पिरॅमिडांचे बांधकाम.		इ. स. पू. ३०४ ऱ्होड्सचा पुतळा इ. स. पू. १०० चिनी संगीत शास्त्रात स्वरांचे प्रमाणीकरण मौर्यांचे साम्राज्य इ. स. पू. ३२१ मध्ये स्थापन इ. स. पू. तिसरे शतक-अशोक.
विज्ञान तंत्रज्ञान वैद्यक	इ. स. पू. १९०० पहिले प्राणी संग्रहालय, चीनमध्ये.	इ. स. पू. ८७६ भारतात शून्य ही कल्पना वापरता आली	इ. स. पू. ५२० क्रोटॉनच्या अल्कम-लॉननं शवविच्छेदन करून दृष्टीच्या चेता-वाहिनीचा शोध लावला. इ.स.पू. ४०० सुश्रुतानं मोती-बिंदूची शस्त्रक्रिया, प्लॅस्टिक सर्जरीनं नाक जोडणे, ह्या विद्या सुरू केल्या. मधुमेहाची माहिती दिली. इ.स.पू. ४३० डॉक्टरांसाठी नैतिक नियम हिप्पोक्रॅटिसने बनवले	इ. स. पू. ८७ दातेरी चक्रांचं गणन यंत्र निर्मिती.

बारा	इ. स. पू. २०००-१२००	इ. स. पू. १२००-६५०	इ. स. ६०० ते ४००	इ. स. पू. ३५० ते इ. स. १
राजकारण, शासन युद्धतंत्र खेळ, शेती	इ.स.पू. १३८० हिट्टाइटांनी लोखंडी हत्याराने शेजारच्या भूप्रदेशावर हल्ले चढविले. लोखंडी शस्त्रांचा युद्धात पहिला वापर.	इ. स. पू. ७३५ आख्यायिकांनुसार रोमचा पाया घातला गेला. इ.स.पू. ६७५ ग्रीसमध्ये सक्तीच लष्कर भरती सुरू.	इ. स. पू. ४९० मॅरेथॉनच्या लढाईत ग्रीकांनी पर्शियाचा पराभव केला. इ.स.पू.४५० रोममध्ये कायदा लिखीत स्वरूपात	इ.स.पू.७३ स्पार्टाकासच्या नेतृत्वाखाली गुलामांचे बंड इ.स.पू.२७ ऑक्टेव्हिसयनं स्वत:ला रोमन सम्राट म्हणून घोषित केलं.
भाषा आणि लिपी	फिनिशियात २२ अक्षरी लिपीचा वापर	इ. स. पू. ११०० चीन मध्ये पहिल्या शब्दकोशाची निर्मिती	इ. स. पू. ४३० युसिडायडीसनं अथेन्स आणि स्पार्टाच्या युद्धाचं वर्णन केलं. युद्ध प्रसंगी उपस्थित राहून युद्ध वार्ताहर म्हणून आद्य भूमिका.	

रामायण आणि महाभारताचा काळ ह्याबाबत तज्ज्ञांमधे खूप मतभेद आहेत. इ. स. पू. १५०० ते ५०० दरम्यान ही दोन्ही महाकाव्ये जन्माला आली असावीत.

अनुक्रम

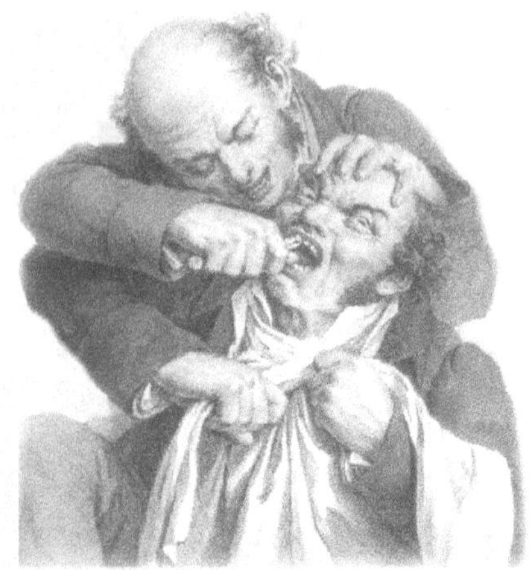

मानवी खाद्यपदार्थ, पेये आणि स्वयंपाकाची साधने

मांस भाजून खाण्याची सुरुवात युरोपमध्ये सुमारे ५० हजार वर्षांपूर्वी झाली.

माणूस अग्नीचा वापर सुमारे १५ लक्ष वर्षांपूर्वी करू लागला असावा, असे पुरावे उपलब्ध आहेत. सैबेरियातील देरिंग-युर्याख या ठिकाणी १९८४ मध्ये केलेल्या उत्खननातून तसंच द. आफ्रिकेतील ट्रान्सव्हाल प्रांतातल्या श्वार्झक्रान्स इथल्या उत्खननातूनही असे पुरावे मिळाले आहेत. मात्र तंदूर किंवा तव्यावर पदार्थ भाजण्याची कला ही इ.स. पू ३६००च्या आसपास मानवानं अवगत केली असावी. त्याआधी काडीच्या किंवा धातूच्या सळीच्या टोकाला लटकवून पिठाचे गोळे किंवा मांसाचे तुकडे भाजले जात असत. खडकाच्या तुकड्यांवर धान्य वाटून वाटून खळगे तयार झाले की त्यात चरबी ठेवून ती तापवायची आणि त्यात पदार्थ तळायचे ही विद्या फार जुनी होती. पण माती भाजून खोलगट भांडी तयार होऊ लागल्यावर सुमारे

बारा ते चौदा हजार वर्षांपासून माणूस झटपट तळलेले पदार्थ खाऊ लागला.

पदार्थ कसे तयार करावेत, असा गृहिणींना सल्ला देणाऱ्या पुस्तकांची आज रेलचेल असली तरी फार पूर्वीपासून असे रूचिरा ग्रंथ लिहिले जात आहेत. इ.स. पू. १७०० मध्ये भौमितिक लिपीत एका भाजक्या विटेवर 'तारूरू' नावाचा पक्षी कांदा, लसूण, दूध आणि सामिदू नावाच्या मसाल्याच्या पदार्थांबरोबर शिजवावा' असं लिहिलेलं असून एकूण वेगवेगळ्या २५ खाद्यपदार्थांच्या पाककृती दिलेल्या आहेत. हा तारूरू पक्षी आणि सामिदू मसाला नक्की कोणते हे सांगणं अवघड असलं तरी त्या काळात पाककृती करण्यासाठी लेखी मार्गदर्शन उपलब्ध होते हे स्पष्ट होते. इ. स. पू. ७००० मध्ये प्रथम भट्ट्या वापरात आल्या. ह्यामुळं अधिक रूचकर पदार्थ बनवणं शक्य होऊ लागलं. ह्या मोठ्या पण बंद चुलींची जागा पुढं तंदूर भट्ट्यांनी घेतली.

भारतात वैलचुली आणि धातूचे तवे हे गेली कित्येक शतकं वापरात असले तरी कामशास्त्राचे ग्रंथ आणि वनस्पतींचे औषधी उपयोग लिहून ठेवणाऱ्या भारतीय पंडितांनी पाकशास्त्रावर फारसं लेखन केल्याचं आढळत नाही. इंग्लंडमध्ये मात्र दुसऱ्या रिचर्डच्या स्वयंपाक्यानं चौदाव्या शतकात एक कुक-बुक लिहिलं होतं. लंडनमध्येच पहिला प्रेशर कुकर इ. स. १६७९ मध्ये वापरात आला. फादर डेनिस पापीन (१६४७-१७१२) ह्यांनी तो तयार केला. इ. स. १६८२ मध्ये रॉयल सोसायटीच्या भोजनप्रसंगी हा कुकर वापरून स्वयंपाक केला गेला होता. स्वयंपाकासाठी इंधनवायू वापरायची सुरुवात १८०२ मध्ये ऑस्ट्रियात झाली. झाकहॉस ऑड्रिअस वुंझलर ह्यानं स्वयंपाकासाठी गॅस तयार करण्याची पद्धत शोधून काढली. इ. स. १८२४ मध्ये एटना आयर्नवर्क्स ह्या लिव्हरपूलजवळच्या कारखान्यात गॅसवर मांस भाजणारी पहिली ग्रिल तयार करण्यात आली.

आज आपण ज्या गॅसच्या शेगड्या वापरतो, त्यात गोल जाळीतून गॅस बाहेर पडतो. ह्यांना इंग्रजीत 'गॅस रिंग' असं म्हणतात. ह्या गॅस रिंगची प्रथम निर्मिती करण्याचा मान

बर्मिंग-हॅमच्या 'जॉन राईट आणि कंपनी' कडे जातो. बुन्सेन बर्नरमध्ये थोडा फेरबदल करून ही पहिली गॅस रिंग तयार करण्यात आली होती. ह्यानंतर काही काळातच पाश्चात्य देशात स्वयंपाकघरांचा ताबा विद्युत ऊर्जेनं घेतला. सेंट जॉर्ज लेन फॉक्स (१८१६-१८९६) ह्यानं १८७९ मध्ये पहिली विजेची शेगडी बनवली. त्यावेळी ही शेगडी बिडाची होती. त्यात वीजवाहक तारा उघड्याच होत्या.

इ. स. १८८६ मध्ये हँडल फिरवून बशा धुणारा डिशवॉशर अस्तित्वात आला. जोसेफाइन कोक्रान नावाच्या अमेरिकन स्त्रीनं ही सुविधा खास स्त्रियांसाठी म्हणून बनवली होती. इ.स. १८९२ मध्ये बाष्पशक्तीवर चालणारा डिश-वॉशर तयार

१९४७ मध्ये तयार झालेला फूड प्रोसेसर

करण्यात आला होता. नोकरांकडून काचेच्या भांड्यांचं होणारं नुकसान टाळण्यासाठी उच्चभ्रू स्त्रियांसाठी खास सोय, असं ह्याचं वर्णन करण्यात आलं होतं. ह्यात एक बाहेर काढता येईल अशी तारेची टोपली आणि पाण्याचा फवारा भांड्यांवर उडवणारी यंत्रणा होती.

इ.स.१९११ मध्ये पहिली विद्युत किटली बाजारात आली तर १९१५ मध्ये पायरेक्स म्हणजे तापवता येणारी काच तयार केली गेली. त्यानंतर तापनियंत्रक म्हणजे थर्मोस्टॅट १९२३ मध्ये अस्तित्वात आले. आणि स्वयंपाक-घराच्या यांत्रिकीकरणाला खऱ्या अर्थानं सुरूवात झाली.

पहिला मायक्रोवेव्ह ओव्हन १९५३ मध्ये तयार झाला. १९६७ मधील मॉडेलचे चित्र.

१९१६ मध्ये पहिलं निर्मलक (डिटर्जंट) तयार झालं. १९२२ मध्ये कार्ल मुंटर्स (स्वीडन)ला

रेफ्रीजरेटरचं पेटंट मिळालं ते बाल्ट्झर फॉन प्लाटेन ह्या स्विडीश संशोधकासह. त्या दोघांच्या पेटंट बरहुकूम १९२४ मध्ये पहिला फ्रिज् बाजारात आला. टेफ्लॉनचा शोध जरी डॉ. रॉय प्लंकेट यानं १९३८ मध्ये लावला तरी टेफ्लॉनचं आवरण चढवलेली भांडी १९५६ मध्ये मार्क ग्रेगॉर ह्या फ्रेंच उद्योजकानं बाजारात आणली. दुसऱ्या महायुद्धानंतर अमेरिकन लष्करासाठी रडार यंत्रणा बनविणाऱ्या प्रकल्पात काम करणाऱ्या पर्सी स्पेन्सर ह्या शास्त्रज्ञानं मायक्रोवेव्ह ओव्हनचा शोध अपघातानंच लावला. रडार यंत्रणेची तपासणी करण्याच्या स्पेन्सरच्या खिशातलं चॉकलेट एक दिवस वितळलं. ते कशामुळं वितळलं ह्याचा शोध घेताना मायक्रोवेव्हची ही किमया असल्याचं स्पेन्सरच्या लक्षात आलं. त्यातून मायक्रोवेव्ह ओव्हन जन्माला आला. पुढं ट्रॉंझिस्टरचा सर्वत्र वापर सुरू झाल्यावर तो आकारानं लहान आला/बनला आणि घराघरातून शिरला.

मद्य

मद्य निर्मितीची प्रक्रिया मानवास बहुधा योगायोगानंच अवगत झाली असावी. फळं, मध आणि फळांचे रस अपघातानं उन्हात उघडे राहून आंबले असावेत. त्यांच्यात हवेतून आलेले यीस्ट गेले असावे आणि त्यांचे मद्य तयार झाले असावे, असा अंदाज करता येतो. रानद्राक्षांपासून सुरा (वाईन) ही इ.स.पू.९००० पासून बनविण्यात येत होती. ह्यासाठी चामड्याच्या खोळी वापरण्यात येत असत. हाजी फिरूझटेपे ह्या इराण येथील उत्खननामधे इ. स. पू. ४०००

सुरा निर्मितीसाठी द्राक्षे वापरली जातात.

मधील एका घरात बूच लावून घट्ट बंद केलेल्या मडक्यात द्राक्षाचा रस आढळून आला. चीनमधील झिनयांग इथं इ.स.पू. १३००च्या सुमारास बनविलेल्या सुरेच्या दोन बाटल्या

सापडल्या. पद्धतशीरपणे दारू गाळण्याचे संघटित प्रयत्न इ. स. पू. ४००० मध्ये इजिप्तमध्ये सुरू झाले. इ. स. पू. १६०० मध्ये ग्रीस हे सुरेसाठी तत्कालीन जगात प्रसिद्ध होतं. रामायण, महाभारत आणि पुराणांमधले उल्लेख वाचले तर भारतही ह्या बाबत मागं नसावा. ग्रीसमधून सुरेची निर्यातही त्या काळात होत होती. ७५ लिटरचा एक एक घडा (अँफोरा) भरून हे मद्य जहाजातून भूमध्य सागराच्या किनाऱ्यावरील विविध नगर-राज्यांमध्ये पाठवले जात असे. इटलीपासून ते गॉलपर्यंत (आताचा फ्रान्स) ही निर्यात चाले.

रोमचं साम्राज्य जसजसं वाढू लागलं तसतसा मद्याचा प्रसार झाला. रोमनांनी अँफोरांच्या जागी लाकडी पिंपं वापरायला सुरूवात केली. सुरा निर्मितीची कला संपूर्ण रोमन राज्यात पसरली. त्यांनी इंग्लंडपासून आफ्रिकेपर्यंत सर्वत्र मद्यनिर्मिती-साठी द्राक्षांचे मळे निर्माण केले. इ. स. २५० च्या सुमारास बोर्डो, बर्गुंडी आणि लुआर खोऱ्यातील सुरा

तळघरात ठेवलेली दारुची पिंपे

निर्मिती भरभराटीस आली. त्या काळापासून आजपर्यंत ही सुरानिर्मितीची केंद्रे 'वाईन सेंटर्स' म्हणूनच प्रसिद्ध आहेत. जर्मनीतील मोसेल आणि ऱ्हाइनलंड ही सुरानिर्मिती केंद्रेही रोमन साम्राज्यात भरभराटीस आली होती.

इ. स. ५० च्या सुमारास द्राक्षा-पासून सुरे ऐवजी मद्य निर्माण करण्याची कला अस्तित्वात आली. ह्या मद्याला त्या काळी 'जळकी सुरा' असं म्हणत. 'ब्रांडविन' (बर्न्ट वाईन) चं पुढं ब्रँडीमध्ये शाब्दिक रूपांतर झालं. फालेर्नियन ह्या ठिकाणी पहिली ब्रँडी गाळली गेली. इ. स. १०० मध्ये व्हर्माउथ किंवा व्हार्मुथ हे मद्य अस्तित्वात होतं. 'व्हर्मुट' ह्या मूळ शब्दाचं 'व्हर्मथ' हे इंग्रजीतील अप-भ्रष्टरूप आहे. सुरेमध्ये सुगंधी वनस्पतींचा अर्क आणि क्विनीन मिसळून हे पाचक मिश्रण जेवणापूर्वी घेतलं जात असे. त्यालाच

'व्हर्मुट' हे नाव मिळालं होतं.

हळूहळू सुरा निर्मितीसाठी द्राक्षे लावणाऱ्या शेतकऱ्यांनी वेगवेगळ्या प्रकारच्या द्राक्षांपासून वेगवेगळ्या सुरांची निर्मिती सुरू केली. प्रथम ही सुरा इंग्लंडकडे निर्यात होऊ लागली. इ. स. १४०० च्या सुमारास बोर्डा भागातील रेड वाइनला इंग्रज क्लॅरेट म्हणू लागले.

स्पेनच्या जहाजांमधून द्राक्षवेली मेक्सिकोत पोहोचल्या. १५२५ पर्यंत मेक्सिकोत द्राक्षे मोठ्या प्रमाणावर पिकू लागली. चिलीमध्ये १५५५ मध्ये द्राक्षं पोहोचली. फ्रान्सिस्कन मिशनऱ्यांनी कॅलिफोर्नियात १७६९ मध्ये 'वायनरी' सुरू केली. बेनेडिक्टाईन नावाच्या ब्रँडीच्या अर्कात २५ वेगवेगळ्या वनस्पतींचे मसाले मिसळलेले असतात. इ. स. १५१० मध्ये बेनेडिक्टाईन पंथाच्या भिक्षुनं डॉम बर्नार्डो विंचेली ह्यानं हे मद्य सर्वप्रथम तयार केलं. १७९० मध्ये हे मद्य तयार करायची कृती हरवली होती ती १८६३ मध्ये पुन्हा शोधून काढण्यात आली.

डॉम पियेर पेरिन्याँ (पेरिग्नॉन) ह्यानं शँपेन सर्वप्रथम तयार केली असं मानण्यात येतं. शँपेन ही बुडबुडेयुक्त सुरा बाटलीत भरल्यानंतर आंबवणक्रिया चालू राहील अशा पद्धतीनं बाटलीत भरली जाते. फ्रान्समधील शँपेन परगण्यातील द्राक्षांपासूनच ती बनवली जाते. मद्य आणि सुरा यांच्यातला फरक म्हणजे सुरा ही फळ आंबवून तयार केली जाते तर मद्य धान्य किंवा फळांच्या रसांच्या ऊर्ध्वपतन प्रक्रियेनं बनवलं जातं.

इ. स. १८७५ ते १८८७ दरम्यान अमेरिकेतून आलेल्या जंतूंनी युरोपातील द्राक्ष बागायत संपण्याची भीती निर्माण झाली होती. पुढं अमेरिकेतून ह्या जंतूंना दाद न देणाऱ्या द्राक्षवेली युरोपात आणून त्यांच्यावर युरोपी वेलींचं कलम करून युरोपातली द्राक्ष बागायत टिकवण्यात आली. फायलोक्सेरा व्हीटीफोलिया हे जंतू द्राक्ष-वेलींची मुळं नष्ट करीत असत. अमेरिकेतल्या वेलींच्या मुळांमध्ये त्यांचा प्रतिकार करण्याची नैसर्गिक शक्ती होती.

उजेडाची साधनं

आदिमानव चरबीचे दिवे जाळत असे. पुढं मेण, तेल अशा इंधनांनी चरबीची जागा घेतली. पणत्या, समया ह्या घरात, तर पलिते मोठ्या जागी आणि प्रवासात वापरले जात

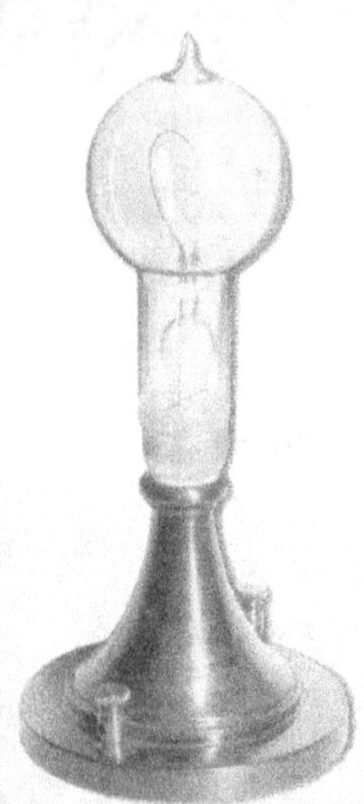

१९व्या शतकाच्या अखेरच्या काळात थॉमस एडिसनने निर्माण केलेला दिवा.

होते. मात्र रस्त्यावर दिवे लावावेत, ही कल्पना चौथ्या शतकातील रोममध्ये अंमलात आणण्यात आली होती. काचेचं ओतकाम सुरू झाल्या-नंतर हळूहळू चिमण्या, कंदील, सरकणाऱ्या वातींचे दिवे अस्तित्वात आले. इ. स. १००० च्या सुमारास दिव्यांच्या बाबतीत ही अशी परिस्थिती होती. उत्तर युरोपात काही ठिकाणी एका क्रूर पद्धतीनं उजेड मिळवला जात असे. कॉर्मोरंट म्हणजे पाणकावळे. हे भरपूर मासे खातात. त्या पाणकावळ्यांच्या चोचीतून त्यांच्या पोटापर्यंत वाती सरकवल्या जात असत. ह्या पक्ष्यांच्या शरीरात मासे खाऊन साठलेल्या स्निग्ध पदार्थावर ह्या वाती बरेच तास जळत राहात. मग त्या पक्ष्याचं तेल विरहित झालेलं आणि भाजून निघालेलं मांस खाल्लं जात असे.

मार्कोपोलोनं त्याच्या चीनच्या सफरीच्या वृत्तांतात पेटणाऱ्या काड्यांचं वर्णन केलं आहे. युरोपमध्ये १७ व्या शतकात हेनिंग ब्रँट्नं फॉस्फरसचा शोध लावला. इ. स. १६६९ ते ७५ ह्या काळात कधीतरी फॉस्फरसचा शोध लागला. त्यानंतर अमेरिकेत आणि इंग्लंडमध्ये अठराव्या शतकाच्या पूर्वार्धात पेटणाऱ्या काड्या अस्तित्वात आल्या.

लंडनचे रस्ते दिव्यांनी उजळले तो सतराव्या शतकाचा मध्य उजाडला होता. रेव्हरंड स्टीफन हेल्स (Hales) ह्यांनी १७२७ मध्ये कोळशापासून इंधन वायू तयार करायला सुरूवात केली. तर इ. स. १७३० मध्ये कालॉईल स्पेडिंगनं त्याच्या ऑफिसात मिथेन वायूवर जळणारे दिवे लावून एका नव्या युगाची सुरूवात केली. मात्र त्यानं जेव्हा व्हाईट हॅवनच्या रस्त्यांवरही असे दिवे लावायचा प्रस्ताव सादर केला तेव्हा व्हाईट हॅवनच्या प्रशासक मॅजिस्ट्रेटनं त्यामुळ गावाला आगीचा धोका असल्याचं सांगत परवानगी नाकारून अकलेचे दिवे पाजळले.

लंडन १८०४ मध्ये अशा दिव्यांनी प्रकाशमान बनलं. मँचेस्टरमध्ये १८१७ मध्ये संपूर्ण गावाला इंधनवायू पुरविण्या-साठी पहिलं 'गॅसवर्क' उभारण्यात आलं.

१८१८ मध्ये 'गॅसो-मीटर'चं पेटंट सॅम्युएल क्लेगला मिळालं. ह्याच काळात गॅसला एक स्वस्त आणि सोपा उपाय युरोपमध्ये फार मोठ्या प्रमाणावर वापरण्यात येऊ लागला होता. तो म्हणजे देवमाशांपासून मिळणारं तेल. देवमाशापासून मांसासह इतर अनेक गोष्टी व्यापारासाठी मिळत असल्यामुळं त्यांची फार मोठ्या प्रमाणावर शिकार होऊ लागली होती. देवमाशांपासून मिळणाऱ्या तेलाला विचित्र वास यायचा आणि त्याचा खूप धूर व्हायचा; त्यामुळं ते श्रीमंत घरात क्वचितच वापरलं जात होतं पण गरीबांची त्याच्यामुळं सोय होत होती.

दरम्यानच्या काळात अठराव्या शतकाच्या मध्यासच विजेच्या दिव्यांच्या निर्मितीचे प्रयत्न सुरू झाले होते. इंग्लंडमध्ये १८३४ च्या सुमारास जेम्स बौमन लिंडसे ह्यांनं व्होल्टाचे घट वापरून उजेड पाडणारा दिवा तयार करायचा प्रयत्न केला होता. एका निर्वात नळीत वीज प्रवाह सोडून प्रकाश मिळवायचे त्याचे हे प्रयत्न फारसे यशस्वी झाले नव्हते. इ. स. १८४० मध्ये वॉरिन द लारू ह्या संशोधकानं प्लॅटिनमची तार वापरून निर्वात नळीतून विजेच्या साहाय्यानं उजेड मिळवण्याचा प्रयत्न केला होता. फ्रान्समध्ये एल. जे. दलुईल आणि डॉ. हेन्री आर्चेरॉ यांनी १८४१ मध्ये 'आर्क लाईट' चे यशस्वी प्रयोग केले होते. त्यानंतर विजेच्या दिव्यातील प्रकाश दीप्ती देणारी तार - फिलॅमेंट - जास्त काळ कसं टिकवून ठेवता येईल ह्या संबंधीचे प्रयोग सुरू झाले. जोसेफ विल्सन स्वान आणि थॉमस अल्वा एडिसन ह्यांनी ह्या प्रयत्नात आघाडी मिळवली होती.

स्वान आणि स्टर्न ह्यांनी इंग्लंडमध्ये पहिला विजेरी दिवा १८७७मध्ये बनवला. ह्यात कार्बनचं फिलॅमेंट आणि प्लॅटिनमच्या तारा वापरण्यात आल्या होत्या. इ. स. १८७९ मध्ये स्वाननं ह्या दिव्याचं पहिलं सार्वजनिक प्रदर्शन केलं. एडिसननं इ. स. १८७८ मध्ये एडिसन इलेक्ट्रिक लाईट कंपनीची स्थापना केली होती. मात्र त्याला तेव्हा विजेचा दिवा तयार करणयात अजून यश प्राप्त झालेलं नव्हतं. स्वान आणि एडिसन हे दोघंही दीर्घ काळ टिकणारं फिलॅमेंट तयार करायचा प्रयत्न करित होतेच पण दिव्याच्या काचेवर काजळी धरणार नाही अशा तऱ्हेनं उजेड पाडणारं

फिलमेंट त्यांना तयार करायचं होतं. स्वाननं १८८१ मध्ये असं फिलमेंट बनवून त्याचं पेटंट मिळवलं. इ. स. १८८१ मध्ये इंग्लंडमधल्या गेट्सहेड इथला टाऊन हॉल अशा दिव्यांनी उजळून निघाला. विजेच्या दिव्यांचा वापर करणारी ती पहिली सार्वजनिक इमारत ठरली. इंग्लंडमध्येच पहिलं वीज पुरवठा करणारं स्थानक उभारण्यात आलं. सरे परगण्यातील गोडाल्मिंग इथं ह्या स्थानकाची उभारणी केली गेली.

तिकडे अमेरिकेत एडिसननं 'एडिसन इलेक्ट्रिक इल्यु-मिनेटिंग कंपनी'ची स्थापना केली होती. शहरी विद्युत वाटप यंत्रणेची एक प्रणाली निर्माण करण्याचे त्याचे प्रयत्न चालू होते. त्यांं बाष्पशक्तीवर चालणारं एक जनित्र न्यूयॉर्कमधील त्याच्या ऊर्जनिर्मिती केंद्रात बसवलं होतं. तसंच वीज वाहक तारांचं जाळं वगैरे तयार करण्याचं कामही त्यांं सुरू केलं होतं. असं असलं तरी त्या काळात कोळशापासून तयार होणारा इंधन वायू फार स्वस्त होता आणि विजेचे दिवे सरासरी दर पन्नास दिवसांनी निकामी होत होते.

इ. स. १८८५ मध्ये काऊंट कार्ल ऑवर फॉन वेल्सबाख ह्या ऑस्ट्रेलियन संशोधकानं अॅस्बेसटॉसचं दीप्तीमान गॅस मँटल बनवलं. ह्या गॅस मँटलमध्ये ९९ टक्के थोरियम ऑक्साईड आणि १ टक्का सेरियम ऑक्साईड असे. ह्यामुळं ह्यापासून मिळणारा प्रकाश एक सारखा सातत्यानं मिळत राहात असे. इ. स. १९०१ मध्ये पीटर कूपर-हेविट ह्या अमेरिकन संशोधकानं पहिला कमी दाबाचा मर्क्युरी डिस्चार्ज दिवा बनवला. आजच्या दीप्तीमान नळीचा हा पहिला पूर्वज मानण्यात येतो. ह्यातून निळसर छटेचा प्रकाश मिळत होता. ह्यामुळं सार्वजनिक आणि घरगुती वापरात हा दिवा व्यवहार्य ठरला नव्हता.

विल्यम कूलिज ह्या अमेरिकन संशोधकानं इ. स. १९०९ मध्ये टंगस्टन फिलॅमेंट असलेला दिवा बनवला. कार्बनी फिलॅमेंट वापरणाऱ्या दिव्याच्या मानानं ह्या दिव्याला एक तृतीयांश ऊर्जा पुरवठा पुरा पडत असे. ह्यामुळं प्रथमच गॅसच्या दिव्यांपेक्षा विजेच्या दिव्यांचा खर्च कमी झाला.

इ. स. १९१० मध्ये फ्रेंच संशोधक जॉर्जेस क्लॉडनं पॅरिस मोटर शोच्या दरम्यान ३५ मीटर लांबीची तांबड्या प्रकाशानं झगमगणारी निऑनची प्रकाशनलिका उपस्थितांसमोर पेश केली. तरी निऑन नलिका वापरात यायला १९२२ साल उजाडलं. ह्या नळ्या १९३३ पासून अमेरिकेत महामार्गांवर वापरण्यात येऊ लागल्या. अमेरिकेत वेस्टिंगहाऊस ह्या कंपनीनं तसंच जीईसीनं घरगुती वापराच्या नळ्या बाजारात आणल्या. त्या सात रंगात उपलब्ध होत्या.

विसाव्या शतकाच्या अखेरीस विद्युत दिव्यांचे आणि नळ्यांचे आयुष्य आणि कार्यक्षमता वाढविण्याचे अनेक यशस्वी प्रयोग करण्यात आले. फिलिप्स एस-एल दिवे साध्या दिव्यांपेक्षा पाचपट अधिक काळ जगतात; आणि पूर्वीच्या दिव्यांच्या मानानं २५% च ऊर्जेचा वापर करतात. इ. स. १९९० मध्ये नेल्सन वॉटरबरी ह्या अमेरिकन कंपनीस डबल फिलॅमेंट बल्बसाठी एक पेटंट मिळाले. ह्या दिव्यात ऊपारूण ऊर्जेचं पुनर्चक्रीकरण होऊन अधिक प्रकाश मिळतो. इ. स. १९९२ मध्ये १४ वर्षे टिकणारं उच्च तंत्रज्ञान वापरून तयार केलेला विजेचा दिवा डॉन होलिस्टर आणि डॉन पेलाझ्झो ह्यांनी तयार केला. ह्यात उच्च कंपनाच्या रेडिओ लहरी वापरून पाण्याच्या वाफेचा दिवा प्रकाशित केला जातो.

इसवीसन १ पूर्वी : प्रारंभीची पिके

प्रारंभीच्या काळात मानव अन्न गोळा करून आणि शिकार करून राहत असे. धान्ये आणि फळे यांची मुद्दाम लागवड करण्याची सुरुवात आणि गाईगुरे व शेळ्यांना पाळीव करणे हे दोन्ही एकाच वेळी सुरू झाले असण्याची शक्यता आहे. भटक्या जमाती आपले पाळीव पशू घेऊन इतस्तत: जात असत, तर अधिक स्थिर झालेल्या टोळ्यांनी पिकांची लागवड करायला प्रारंभ केला.

सुरुवातीच्या काळात कोणत्या वनस्पतींचे संवर्धन केले गेले हा विषय पुरातत्त्वशास्त्रज्ञांमध्ये अद्याप अत्यंत वादग्रस्त आहे. पापुआ न्यूगिनी येथे मिळालेल्या दगडी अवजारांवरील खुणा या टारो आणि यॅम या वनस्पतींच्या स्टार्च कणांच्या वाटतात. ह्या दोन वनस्पतींचे तेथे

इसवीसनपूर्व २८००० मध्ये संवर्धन केले असण्याची शक्यता आहे. उत्तर व्हिएतनाममधील कर्सत या भागात असणाऱ्या 'स्पिरिट केव्ह' या ठिकाणी मिळालेल्या अवशेषांवरून असे दिसते की, तेथे वॉटर चेस्टनट, दुधी भोपळे, वाटाण्याची कोणतीतरी प्रजात आणि घेवड्यांसारख्या वनस्पतींची लागवड इसवीसनपूर्व ११००० ते ७५०० या दरम्यान केली जात असावी.

या संशोधनाला काही तज्ज्ञांनी आक्षेप घेतलेला आहे.

चीनमध्ये भाताच्या मळणीसाठी वापरले जाणारे रोटरी फॅन. या अवजाराचा शोध लागल्यापासून दोन हजार वर्षांनंतरचा हा फोटो आहे.

तथापि चीनमध्ये मिळालेल्या पुराव्यांवरून हे दिसते की, गुआंग-डोंग, गुआंगत्सी, आणि हेबेई या प्रांतांमध्ये इसवीसनपूर्व १०००० ते ८००० या काळात शेती केली जात होती.

पिकांना मुद्दाम पाणी देण्याचे तंत्र इसवीसनपूर्व ५५०० ते ४७५० या दरम्यान विकसित झाले. मध्य इराकमधील छोया-मामी या ठिकाणी पिकांना पाणी पुरवण्यासाठी कालवे खणले असल्याचे आढळून आले आहे. चीनमधील शेनसी भागात बान-पो येथे इसवीसनपूर्व ४८०० मध्ये धान्य साठविण्यासाठी जमिनीखाली कणग्या केल्या असल्याचा पुरावा मिळाला आहे. सुमेर (इराक/इराण) येथील इसवीसनपूर्व २६५० मधील सीलवर बैलांनी ओढलेल्या पेरणीच्या अवजाराचे चित्र दाखवलेले दिसते.

शेतीसाठी लागणारी अवजारे सुरुवातीच्या काळात हातानेच वापरायची असत. त्यामधे पेरणीअगोदर जमीन खणणे आणि तण काढून टाकण्यासाठी लागणाऱ्या अवजारांचा समावेश होता. जास्त वजनाची अवजारे ओढण्यासाठी बैलांचा आणि नंतरच्या काळात घोड्यांचा वापर केला जाई. सुरुवातीला अशी अवजारे माणसे देखील ओढत असत.

इसवीसनपूर्व ३५००च्या सुमारास 'आर्ड' (ard) हे अवजार वापरात आले. हा नांगरासारखाच प्रकार होता आणि त्यामुळे जमिनीची मशागत करणे अधिक चांगले झाले. आर्ड हे अवजार हरिणशिंगे किंवा कठीण लाकडापासून बनवलेले होते. त्यामुळे नांगराप्रमाणे माती चांगली वरखाली होत नसे, पण जमिनीमध्ये चाऱ्या मात्र पडत असत.

नांगराचा शोध चीनमध्ये लागला. परंतु इसवीसन ५० पूर्वीच्या नांगरांची चित्रे मात्र उपलब्ध नाहीत. मेसोपोटेमियातील लोकांनी प्रथम नांगर ओढण्यासाठी बैलांचा वापर केलेला दिसतो.

नांगराला बसवलेले लोखंडी फाळ सर्वप्रथम पॅलेस्टाईनमध्ये इसवीसनपूर्व १९७५ या काळात वापरले जाऊ लागले. ओतीव लोखंडाचे फाळ चीनमध्ये इसवीसनपूर्व ४०० या काळातील आहेत. घोड्यांना जुंपून त्यांचा उपयोग चीनमधे इसवीसनपूर्व १२०च्या सुमारास सुरू झाला. इसवीसनपूर्व ५०च्या सुमारास चीनमधे 'रोटरी फॅन' हे शेतकी अवजार वापरले जात होते. त्याला 'शान थुई' असे नाव होते. कोंड्यापासून धान्य वेगळे करण्यासाठी हे अवजार उपयोगी पडत असे. याच कालखंडामध्ये चाके लावलेल्या नांगराचा पुरावा स्विझर्लंडमध्ये मिळाला आहे.

इसवीसन १ : सुधारित अवजारे

चीनमध्ये इसवीसन १च्या सुमारास भातशेतीमध्ये लोखंडा-पासून तयार केलेली दांताळी (छू न्यू), हातोड्यासारखे अवजार (maul) आणि अनेक दात असणारा नांगराचा फाळ (थिच था) वापरले जात होते. त्याच काळात युरोपमध्ये रोमन लोकांनी दांताळी हे अवजार

लोकप्रिय केले होते. त्याला ते 'रास्ट्रम' म्हणत. नंतर इसवीसन २५०च्या सुमारास धान्य पेरायला दोन चाके बसवलेले 'ड्रिल' हे अवजार तयार झाले. त्याला लॅटिनमध्ये 'व्हेलस' असा शब्द आहे. तसेच ढेकूळ फोडण्यासाठी उपयोगी 'शिआयो' नावाचे एक अवजार चीनमध्ये क्वांगटुंग भागात इसवीसन ३१०च्या सुमारास वापरले जात होते. या अवजारामुळे ढेकळे चांगली फुटून बी पेरणीसाठी माती उत्तम प्रकारे तयार होते.

चीनमधील प्रसिद्ध असे धान्याचे कोठार हान्शिया या ठिकाणी होते. त्याची क्षमता ९० लक्ष बुशेल एवढी होती. चीनमधील नैऋत्य भागात थुंग राजघराण्याच्या काळात, इसवीसन ९०० च्या सुमारास त्याची निर्मिती झाली होती.

बागकाम शास्त्रामधील काही अमर नावे		
प्रजातीचे नाव	कोणामुळे नाव मिळाले	कालखंड
ऑब्रेशिया	क्लॉड ऑब्रे (फ्रेंच)	१६६५-१७४२
बेगोनिया	मायकेल बेगोन (फ्रेंच)	१६३८-१७१०
बोगनव्हिलिया	लुईस डी बोगनव्हिले (फ्रेंच)	१७२९-१८११
काट्रेलिया	विल्यम काट्रेली (इंग्लिश)	१७८८-१८३५
क्लार्किया	विल्यम क्लार्क (अमेरिका)	१७७०-१८३८
डालिया	ॲन्डर्स डाल (स्वीडन)	१७५१-१७८९
डग्लस फिर	डेव्हिड डग्लस (स्कॉटलंड)	१७९८-१८३४
फॉर्सिथिया	विल्यम फॉर्सिथ (स्कॉटलंड)	१७३७-१८०४
फ्रीसिया	एफ.एच.ट.फ्रीस (जर्मन)	मृत्यू १८७६
फुक्सचिया	लिओनार्ड फुक्स (जर्मन)	१५०१-१५६६
ग्रीनगाग	सर विल्यम गाग (इंग्लंड)	१६५६-१७२७
जेन्शियन	जेण्ट्स, इलिरियाचा राजा	अंदाजे राज्यकाळ - इसवीसनपूर्व १८०-१६८
गुन्नेरा	बिशप योहान गुन्नर (नॉर्वे)	१७१८-१७७३
लोबेलिया	माथियस डी ल ओबेल (फ्लेम)	१५३८-१६१६
मॅकडॅमिया (नटस्)	जॉन मॅकअॅडम (अमेरिका)— मॅग्नोलिया बर्नार्ड मॅग्नोल (आयरिश/अमेरिकन)	१७७५-१८१६
निकोटिआना	जीन निकोट (फ्रेंच)	१५३०-१६००
पेओनी	ग्रीक देवता पेओनिया—	
पॉईनसेटीया	जोएल पॉइनसेट्टे (अमेरिकन)	१७७९-१८५१
सेक्वोया (वृक्ष)	चेरोकी अमेरिकन जमातीचा एक टोळीप्रमुख सेक्युया	१७७०-१८४३ (अंदाजे)
विस्टेरिया	प्रा. कास्पर विस्टेर (अमेरिकन)	१७६१-१८१८
झिन्निया	योहान झिन्न (जर्मन)	१७२७-१७५९

इसवीसन १००० : उघडी शेते आणि पहिली शेतकी यंत्रे

हाताने चालवण्याची ढकलगाडी चीनमध्ये यांगेत्सी खोऱ्यात इसवीसन १३५० च्या सुमारास वापरात आली. या ढकलगाडीला 'यीन थांग' म्हणत असत.

मध्य युगात युरोपमध्ये शेती व्यवसाय करणारा निराळा वर्ग होता. त्यांना 'व्हिलेईन्स' (Villeins) म्हणत असत. हे लोक 'मनोर' (Manor) मधील आपल्या मालकांची शेती कसत असत. प्रत्येक व्हिलेइनला आपल्या कुटुंबाच्या उदरनिर्वाहासाठी शेतीचा निराळा तुकडा दिलेला असे. जमिनीची व्यवस्था उघडी अथवा खुल्या पद्धतीची असे. प्रत्येक जमिनदाराकडे खुली आणि मोठ-मोठी शेते असत. या शेतीच्या पट्ट्यांमध्ये सर्वजण एकत्रितपणे शेती करत असत. काही शेते आळीपाळीने तशीच- काहीही न पेरता ठेवली जात.

मोठमोठ्या मठांकडे प्रचंड जमिनी असत. पुष्कळदा मठ-वासी लोक शेतीच्या बाबतीत चांगलेच उत्साही असायचे. इंग्लंड-मधील यॉर्कशायर परगण्यातील सिस्टर्सियन अॅबेमधील लोक तर टनावारी लोकरीचे उत्पादन करत असत आणि त्यातील बरीचशी लोकर इटलीमध्ये विकली जाई.

१४व्या शतकात 'ब्लॅक डेथ' म्हणून कुप्रसिद्ध असणाऱ्या ब्युबॉनिक प्लेगच्या साथींमध्ये युरोप आणि इंग्लंडमधील १/३ लोक मरण पावले होते. त्यामुळे शेतीसाठी उपलब्ध मजुरांच्या संख्येवर मोठाच अनिष्ट परिणाम झाला होता. या परिस्थितीवर मात करण्यासाठी वैज्ञानिक आणि तांत्रिक प्रगतीचा उपयोग शेतीमध्ये करायला सुरुवात झाली. त्यामध्ये शेतीमधील यांत्रिकीकरण आणि प्रजननाची वैज्ञानिक पद्धती या दोन्हींचा समावेश होता. इसवीसन १७०० मध्ये जमीन सपाट करणे आणि जमिनीत हवा खेळवणे या कामांसाठी दातेरी रोलर यंत्रे इंग्लंडमधील इसेक्स प्रांतात तयार झाली.

जेश्रो टूल (१६७४-१७४१) या ब्रिटीश माणसाने १७३१ मध्ये 'Horse hoeing husbandry' हे पुस्तक प्रसिद्ध केले. त्याने इंग्लंडमधील वॉलिंगफर्डजवळच्या हावलेरी फार्ममध्ये घोड्याने ओढण्याच्या बी पेरणी यंत्राचा शोध लावला. पण त्याने त्याचे पेटंट घेतले नव्हते. त्याचे हे यंत्र १७०१ मध्ये तयार झाले होते. तर नंतर त्याने हंगरफर्ड जवळील प्रॉस्परस फार्मवर संशोधन करून 'सीड बॉक्स' ही बिया साठवण्याची पेटी आणि बी खाली फेकण्याच्या उपकरणाचा शोध लावला. त्याच्या शोधांमुळे बिया वेगाने पेरणे शक्य झाले होते आणि बिया एकसारख्या पेरल्या जाऊ लागल्या. तसेच यामुळे बियाणाचे होणारे नुकसान कमी झाले. कामेल्लो टोरेल्लो या इटालियन माणसाने १५६६ मध्ये अशाच प्रकारच्या एका यंत्राचे पेटंट व्हेनिसमध्ये मिळवले होते. पण त्याच्या यंत्रामध्ये फिरत्या भागाचा समावेश होता की नाही याबद्दल माहिती उपलब्ध नाही.

मायकेल मेंझीस या ब्रिटीश संशोधकाने मळणी करण्यासाठी 'श्रेशर'हे यंत्र तयार केले. पाणचक्रावर चालणाऱ्या या यंत्रामध्ये धान्य आणि कडबा, तुसे वगैरे भाग सहज वेगळे होत असत. ह्या यंत्राचा शोध१७३२मधील होता. त्यानंतर रॉबर्ट रॅन्सम (१७५३-१८३०) या ब्रिटीश संशोधकाने आपोआप धार होणाऱ्या नांगरांचा शोध लावला की ज्यामध्ये या नांगरांचे भाग बदलण्याची अथवा एकमेकांना बसवण्याची सोय होती.

सन १७९४ मध्ये जेम्स कोक याने कडबा कापण्याचे आणि त्याचे छोटे तुकडे करण्याचे यंत्र तयार केले. सन १७९९ मध्ये जोसेफ बॉइस याने घोड्याने ओढण्याच्या 'कापणी' यंत्राचा शोध लावला. त्यापूर्वी लोक हातात विळे घेऊन एका रांगेत कापणी करत असत. त्यामध्ये या यंत्रामुळे खूपच वेग आला.

फ्रान्झ कार्ल आर्चर्ड (१७५३-१८२१) या स्विस संशोधकाने सन १८०१ मध्ये बिटापासून

सन १७९३ मध्ये जॉर्जियात एली व्हिटनी (१७६५-१८२५)या अमेरिकन माणसाने 'कॉटन जीन' तयार केले. जीन हे इंजिन शब्दाचे लघुरूप होते.

साखर काढण्याचा जगातला पहिला कारखाना सायलेशियात उभारला. त्या अगोदर सन १७४७ मध्ये आन्द्रेआस मार्गाफ (१७०९-१७८२) या जर्मन शास्त्रज्ञाने बिटापासून (Beta vulgaris) साखर तयार करता येते हे दाखवले होते.

रॉबर्ट सालमन (१७६३-१८२१) याने बेडफर्डशायरमधील वूबर्न या ठिकाणी सन १८१४ मध्ये चारा बनवण्याचे यंत्र तयार केले. रेव्हरंड पॅट्रिक बेल (१७९९-१८६९) याने स्कॉट-लंडमधील फोरफारशायर परगण्यातील फार्मवर दोन घोडे जोडलेल्या कापणी यंत्राची निर्मिती केली. या यंत्रामध्ये सायरस मॅकॉर्मिक (१८०८-१८८४) याने सुधारणा करून १८३१ मध्ये सुधारित कापणी यंत्र तयार केले. त्यामध्ये कापणीसाठी एक दांडा होता, आणि हे यंत्र ओढले की कापणीचे काम होत असे.

आता शेतीसाठी लागणाऱ्या यंत्रांसाठी वाफेचा उपयोग करण्याची कल्पना पुढे आली होती. जॉन हिथकोट (१७८३-१८६१) आणि जोसिहा पार्कस (१७९३-१८७१) या दोघांनी ब्रिटनमधे सन १८३३ मध्ये वाफेवर चालणारा पहिला नांगर – 'केबल प्लाऊ' विकसित केला. तर त्याच वर्षी वाफेवर चालणाऱ्या अशा नांगरणी यंत्राला लागणाऱ्या केबल तंत्रज्ञानाचे पेटंट दक्षिण कॅरोलिना राज्यात इ. सी. बेलिंगर याने मिळवले.

सन १८३६ मध्ये पहिल्या 'कंबाइंड हार्वेस्टर' यंत्राचा शोध लागला. हे यंत्र कापणी आणि मळणी अशा दोन्ही गोष्टी करू शकत होते. अशा यंत्राची पहिली नोंद अमेरिकेत झाली होती. पण त्याचे प्रात्यक्षिक १८५४ पर्यंत झाले नव्हते. हॅरिस मूर आणि जे. हास्काल यांनी १८५४ मध्ये अशा तऱ्हेच्या यंत्राचे प्रात्यक्षिक शिकागोमध्ये प्रथम दाखवले.

प्राण्यांची काळजी घेण्याची कल्पना सर्वप्रथम पोल्ट्रीमध्ये वापरण्यात आली. न्यूयॉर्कमध्ये नेपोलियन गुएरिन याने १८४३ मध्ये वाफेचा वापर करून अंडी उबवण्याच्या तंत्राचे पेटंट घेतले. पोल्ट्री व्यावसायिकांनी १८७० नंतर अंडी उबवण्यासाठी अशा प्रकारच्या यंत्रांचा वापर सुरू केला.

दरम्यान अमेरिकेच्या पश्चिम भागामध्ये मोठमोठ्या 'रॅन्च' तयार झाल्या होत्या. रॅन्चचे आकार एवढे प्रचंड होते की पुरेशा लाकडांअभावी त्यांना कुंपण घालणे अशक्य होते. ओहायोच्या ल्युसिएन.बी स्मिथ याने १८६७ मध्ये ही समस्या सोडवण्यासाठी काटेरी तारेचा शोध लावला. तथापि त्याने बनवलेल्या सुरुवातीच्या तारांचा नमुना आपल्याला आज उपलब्ध नाही. वळसे घातलेल्या दोन काटेरी तारांच्या रचनेचे पेटंट अमेरिकन एम. केली याने १८६८ मध्ये मिळवले.

'डिस्क हॅरो' या यंत्राचा शोध लागल्यानंतर सुरुवातीच्या नांगरणीनंतर माती आणखी सुटी करणे सोपे झाले. विल्यम क्रॉसकिल याने आपल्या यंत्राला 'क्लॉड-क्रशर' असे नाव दिले होते. तीन घोडे ओढत असलेल्या या यंत्रामध्ये एका मध्यवर्ती अक्षावर दातेरी तबकड्या फिरण्याची व्यवस्था होती. पोलादी तबकड्या वापरलेल्या अशा यंत्रांची निर्मिती अमेरिकेत १८५६ मध्ये सुरू झाली.

सर जॉन बेनेट लॉवेस (१८१४-१९००) या इंग्लिश माणसाने सन १८४३ मध्ये सर्वप्रथम कृत्रिम खताची निर्मिती केली. त्याचा कारखाना लंडन भागात डेप्टफर्ड क्रीक येथे होता. जुलै १८४३ पासून त्याचे सुपरफॉस्फेट हे खत ४ शिलिंग, ६ पेन्सला एक बुशेल या दराने बाजारात विकले जाऊ लागले.

मोठमोठ्या औद्योगिक शहरांमध्ये दुधाची गरज वाढत चालली असल्याने गुरांचे कळप मोठे होणे स्वाभाविक होते. आय. ओ. कॉल्विहन या अमेरिकन संशोधकाने पहिल्या दूध काढणी यंत्राचा शोध लावला. त्याचे उत्पादन न्यूयॉर्कमधील ऑबर्न येथे सुरू झाले.

स्वयंचलित कंबाइंड हार्वेस्टर यंत्र तयार करण्याचा प्रयत्न डॅनियल बेस्ट (१८३८-१९२३) याने १८८८ मध्ये केला. पण तो यशस्वी झाला नाही. पण शिकागोच्या चार्टर इंजिन कंपनीने १८८९ मधील शोधाने शेतीचे तंत्र आमूलाग्र बदलून टाकले. या कंपनीने पेट्रोल इंजिन असणारा पहिला ट्रॅक्टर तयार केला.

वासरू जेव्हा गाईच्या आचळातून दूध पिते तेव्हा होणारी विशिष्ट हालचाल कृत्रिमरित्या करणाऱ्या 'पल्सेटर'

दूध काढणी यंत्राचा शोध डॉ. अलेक्झांडर शील्डस् या ब्रिटीश संशोधकाने १८९५ मध्ये लावला. नायट्रोजनचा समावेश असणारी नत्रयुक्त खते वापरावीत असे प्रतिपादन प्रा. फ्रिटझ् हाबर (१८६८-१९३४) या जर्मन वैज्ञानिकाने केले.

टेक्सासमधील जॉन डी. रस्ट आणि मॅक डी. रस्ट या दोघांनी सन १९२८ मध्ये त्यांच्या कापूसवेचणी यंत्रासाठी पेटंट मिळवले. या यंत्राचा वापर एवढा वाढला की, १९६९ मध्ये अमेरिकेतील अवघी ४% कापूस वेचणी हाताने होत होती. यामुळे बेकार झालेल्या अनेक शेतमजुरांनी उत्तरेकडील राज्यांमध्ये स्थलांतर केले.

१९२० नंतर पोल्ट्री व्यवसायामध्ये कोंबड्यांना व्हिटॅमिन-युक्त अन्न देण्याची पद्धत सुरू झाली. पशुपालन व्यवसायात १९४६ मध्ये प्रथम लसी आणि प्रतिजैविकांचा वापर केला गेला. कृत्रिम रेतनाचे तंत्र विकसित झाल्याने प्राण्यांच्या प्रजननात चांगलीच प्रगती झाली. अगोदर गोळा केलेल्या बैलांच्या आणि डुकरांच्या वीर्याचा वापर त्या त्या प्राण्यांच्या माद्यांमध्ये कृत्रिम-रित्या गर्भधारणेसाठी केला जातो. यामुळे उत्तम आनुवंशिक गुण असलेल्या प्राण्यांचे वीर्य शीतगृहात साठवून ठेवता येते आणि पाहिजे त्या ठिकाणी उत्तम पैदास करण्यासाठी ते वापरता येते.

१९३० नंतर उत्तर-मध्य अमेरिकेत पडलेल्या

जमिनीमधील कस पुन्हा निर्माण करावा लागतो. हे तत्त्व पारंपरिक पद्धतीने शेती करणाऱ्या संस्कृतीचे लोक विसरत नाहीत. या फोटोमधे जमिनीचा कस वाढवण्यासाठी मुद्दाम लावलेल्या आगीवर अन्हेम लँड, ऑस्ट्रेलिया येथील एक आदिवासी लक्ष ठेवून उभा असलेला दिसत आहे.

दुष्काळांमुळे जमिनीची फार मोठी धूप झाली. त्यातून तयार झालेल्या नापीक भागाला 'डस्ट बौल' ही संज्ञा वापरली जाते. या भागात जास्त प्रमाणात जमीन शेतीसाठी वापरली गेली होती आणि जमिनीचा सुपीकपणा फार वेगाने कमी झाला होता.

शिकागोमध्ये १८३७ मध्ये अमेरिकन संशोधक जॉन डीरी (१८०४-१८८६) याने त्याच्या एकत्रित मोल्ड बोर्ड' आणि 'स्टील प्लाऊशेअर' यांचे पेटंट घेतले. या यंत्रातील फाळ पोलादाचा असल्याने तो साध्या ओतीव लोखंडी फाळापेक्षा जास्त टिकत असे आणि मोल्ड बोर्ड या रचनेमुळे पडणाऱ्या खाचा चांगल्या राहत असत.

अमेरिकेत १९४१ मध्ये शुगर बीट हार्वेस्टर हे यंत्र तयार झाले. बीट यांत्रिक पद्धतीने गोळा करता येत असल्याने माणसांची गरज एकदम कमी झाली. सन १९४९ मध्ये कोलोरॅडोच्या फ्रँक झायबाख याने स्वयंचलित फवारणी यंत्राचा शोध लावला. या मध्यवर्ती आसावर काम करणाऱ्या यंत्रामुळे ५३ हेक्टर क्षेत्राला पाणी पुरवणे शक्य झाले.

इंटरनॅशनल हार्वेस्टर कंपनीने १९७५ मध्ये 'अॅक्सियल फ्लो' नावाचे सुधारित मळणीयंत्र बाजारात आणले. तर १९८० मध्ये ऑलिस चाल्मर्स इनकॉर्पोरेटेड या कंपनीने पहिले 'राऊंड बेलिंग' यंत्र बाजारात आणले आणि ते यशस्वी ठरले. त्यामुळे काहीही नुकसान न होता गासड्या शेतातच साठवून ठेवणे शक्य झाले आणि त्यामुळे खेड्यातील निसर्गावर परिणाम होणे टळले.

गॉर्डन हन्ना या अमेरिकन शास्त्रज्ञाने १९६४ मध्ये टोमॅटोची एक सुधारित जात विकसित केली. या टोमॅटोची पिकण्याची वेळ अशी विशिष्ट होती की, यांत्रिक पद्धतीने टोमॅटोची काढणी करणे सोपे झाले. अवघे बारा मजूर तासाला १२ टन टोमॅटोंची काढणी करू शकत होते.

इसवीसन २००० : अनिश्चित भवितव्य

इलेक्ट्रॉनिक्स क्षेत्रातील प्रगतीचा उपयोग आता शेती-कामांसाठीही केला जात आहे. १९८० मध्ये अमेरिकेत संगणकावर आधारित शेती व्यवसाय सुरू झाला. मातीचे

विश्लेषण आणि खतांचे योग्य प्रमाण वगैरे गोष्टींसाठी संगणकाचा वापर केलेली सल्ला केंद्रे सुरू झाली. सन १९९३ मध्ये आसेन या नेदरलँडस् मधील ठिकाणी दूध काढणाऱ्या पहिल्या रोबोचे प्रात्यक्षिक दाखवण्यात आले.

खतांच्या उपलब्धतेमुळे 'हरित क्रांती' घडून आली. पाश्चिमात्य देशांच्या वसाहती असणाऱ्या तिसऱ्या जगातील देशांमध्ये एकपीक पद्धती (monoculture) वापरली गेली होती. ह्या पिकांची सोय त्या देशांमधून होणाऱ्या निर्यातीसाठी केलेली होती. उदाहरणार्थ, १५८०पासून ब्राझीलची अर्थव्यवस्था सर्वस्वी साखरेवर अवलंबून होती. साखरेची जागा १६९० नंतर कॉफीने घेतली. ही व्यवस्था १९४० पर्यंत तशीच चालू होती. पण एकपीक पध्दतीत खतांचा अमर्याद वापर झाल्याने, तेच ते पीक पुन्हा पुन्हा घेतल्याने आणि कीडनाशकांच्या बेसुमार वापराने विनाशाची बीजे रोवली गेली. यामध्ये जमीन अधिकाधिक नापीक होत गेली.

अमेरिकेत शेती व्यवसायाचा एकूण उलाढालीतील वाटा सन १८२० मध्ये ७२% होता. हे प्रमाण सन १९०० मध्ये ३६% वर आले. नंतर १९५० मध्ये हे प्रमाण १२% झाले आणि १९७९ मध्ये शेतीचा एकूण उलाढालीतील वाटा अवघा ३.३% होता.

इंग्लंडमध्ये शेतकऱ्यांनी शेती सोडून पर्यटन आणि जमिनीचे गोल्फ-मैदानांमध्ये रूपांतर करणे अशा उद्योगांकडे लक्ष वळवले. तसेच अनेक लोकांच्या मागणीनुसार नवीन वाणाच्या प्राण्यांची पैदास करणे याला सुरुवात केली. काहींचा हेतू स्पर्धा टाळणे हा होता. उदाहरणार्थ, न्यूझीलंड लॅम्ब आणि डॅनिश बेकन या नव्या गोष्टी नव्याने बाजारात आल्या. १९९० नंतर शहामृग, लामा आणि हरिणांचे पालन करणारी व्यावसायिक केंद्रे युरोपमध्ये दिसू लागली आहेत.

उत्पादन वाढवण्यासाठी म्हणून शेतीच्या अनेक वैज्ञानिक पद्धती तयार झाल्या खऱ्या. पण त्यांचा उलटा फटका बसला आहे असे दिसते. कृत्रिम खते आणि कीडनाशकांचे विषारी अंश अन्न-पदार्थामध्ये राहतात. पाणी आणि अन्नात हे विषारी पदार्थ येऊ नयेत म्हणून काही

शेतकरी आता सेंद्रिय शेतीकडे वळले आहेत. आता सेंद्रिय खते वापरली जात आहेत आणि कीड-नियंत्रणासाठी जैविक पद्धती वापरल्या जात आहेत.

पोल्ट्रीमध्ये पक्ष्यांना वाढवण्यासाठी 'बॅटरी' पद्धत वापरली जात होती. पण इंग्लंडमध्ये १९९८ मध्ये त्यात होणाऱ्या क्रौर्याचा विचार करून टीका होऊ लागली. आनुवंशिक गुणांत बदल केलेल्या पिकांचा (GMC) पर्यावरणावर काय परिणाम होईल याविषयी चिंता व्यक्त होऊ लागली आहे. उदाहरणार्थ, सोयाबीन हे पीक असे आहे. तसेच अशा पिकांचा खाणाऱ्यांच्या प्रकृतीवर विपरीत परिणाम होईल अशी शंका घेतली जात आहे.

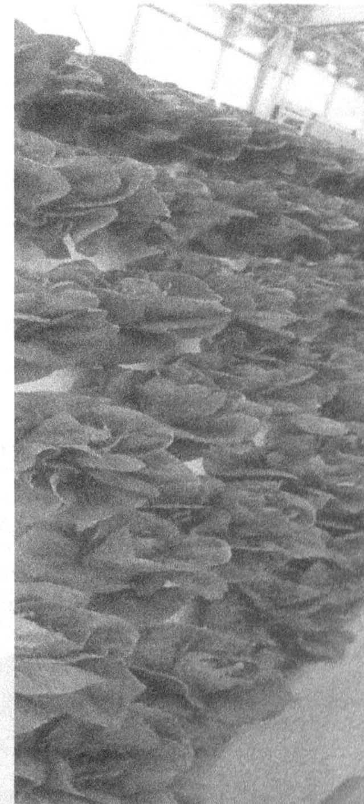

शेतीचे भवितव्य? हायड्रोपॉनिक या तंत्रामध्ये वनस्पतींना मातीत वाढवण्याऐवजी पाण्यातूनच सर्व आवश्यक अन्नघटक पुरवले जातात. फोटोत दाखवलेली लेट्यूस ही वनस्पती विशाल हरितगृहात वाढताना दिसत आहे.

क्लोनिंग (संवृत्तीकरण) हे तंत्र सर्वसामान्यांना १९९७ मध्ये कळले. डॉली या मेंढीचा क्लोनिंग तंत्राने १९९७ मध्ये जन्म झाला. ह्या तंत्राविषयीदेखील त्याच्या नैतिक पैलूंवर वाद-विवादाच्या फैरी झडत आहेत. पण या तंत्राचा भविष्यकाळातील शेतीवर प्रचंड परिणाम होईल असे दिसत आहे.

इसवीसन १ पूर्वी : नैसर्गिक घटकांचा वापर

अगदी सुरवातीच्या काळात माणसे प्राण्यांच्या कातडीपासून सैलसर अंगरखे तयार करत असत. त्यामुळे त्यांचे वारा आणि पाऊस यापासून रक्षण होई. प्राचीन काळी पशुपालन करणाऱ्यांना नक्कीच त्यांच्या शेळ्या-मेंढ्यांच्या अंगावर असणाऱ्या जाड लोकरी आवरणाचे महत्त्व समजले असणार. त्यांनी या प्राण्यांच्या अंगावरची लोकर काढण्याचे

प्रयोग केले असणे स्वाभाविक आहे. लोकरीचे धागे पिळून त्यापासून एकसंध पेड बनवण्यासाठी इसवीसनपूर्व ३५०० मध्ये हाडे किंवा मृद्-भांड्यांच्या तुकड्यांचा उपयोग केला जात असे.

इजिप्तमधील पाचव्या राजघराण्याच्या कालखंडातील (इसवीसनपूर्व २४००) कापडांच्या अवशेषांमध्ये नीळ (Indigo-fera tinctoria) या वनस्पतीच्या रंगाचे अवशेष मिळाले आहेत. पण त्यापूर्वींच्या सुमेरियन संस्कृतीत (इराक) इसवीसनापूर्वी तिसऱ्या सहस्त्रकात नीळ वापरली जात होती असे समजते. ही नीळ मूळ भारतातून तिकडे गेली होती. इसवीसनपूर्व १५०० मधील जांभळा रंग (Tyrian purple) आढळून आला आहे. पुरपुरा (purpura) या जातीच्या शंखापासून हा जांभळा रंग मिळवला जात असे. हे शंख आणि म्यूरेक्स (Murex) या आणखी एका मृदुकाय कवची प्राण्यापासून रंग मिळत असे. हे मृदुकाय कवची प्राणी हैफा (वायव्य इस्राायल) आणि हायर (लेबानन) यांच्यामधील भूमध्य समुद्राच्या किनाऱ्यावर सापडतात.

प्राचीन क्रीटमधील मायसेनियन संस्कृतीतील (इसवीसनपूर्व १६००-१४००) नोंदींवरून असे दिसते की त्या काळी कपड्यांचा मोठा उद्योग होता आणि हजारो मेंढ्या त्यासाठी पाळल्या जात होत्या.

इसवीसन १ : पुरुष टोगा तर स्त्रिया ब्रा वापरणे सुरू करतात

रोमन संस्कृतीमधील (इसवीसनपूर्व ८००- इसवीसन ४१०) पुरुष आपले अंग झाकण्यासाठी एकच वस्त्र गुंडाळत. त्याला 'टोगा' (Toga) म्हणत. उजवा हात मात्र उघडाच राखण्याची प्रथा होती. जिम्नॉशियम हा खेळ खेळणाऱ्या स्त्रिया स्तनांना आधार देण्यासाठी एक लांब स्कार्फ बांधत. त्याला स्ट्रोफियम म्हणत. हा आधुनिक काळातील ब्रेसियरचा (ब्रा) पूर्ववतार होता. इतर स्त्रिया या ऐवजी हातरूमालांचा वापर करत असत. इसवीसन ३५० मधील एका चित्रामध्ये असे दिसते की, स्ट्रोफियमपासूनच स्तनांना आधार देण्यासाठी विशिष्ट कपड्याची कल्पना विकसित झाली.

१६ व्या शतकामध्ये शहरातील रस्त्यांवरून चालणाऱ्यांना चोरांपासून फार खबरदारी घ्यावी लागत असे. पर्स आणि खिसे दोन्ही कमरेच्या पट्ट्याला बाहेरच्या बाजूने अडकवले जात. साहजिकच ते कापणे किंवा ओढून काढणे चोरांना सहज शक्य होते. डच चित्रकार पीटर ब्रूघेल द एल्डर (इसवीसन १५२५-१५६९) याच्या कोणातरी शिष्याने काढलेल्या या चित्रात मौजमजा करणारे लोक दिसत आहेत.

इसवीसन १००० : हातपाय झाकणे

विणण्यासाठी वापरल्या जाणाऱ्या सुयांचा सर्वांत प्राचीन पुरावा इजिप्तमधील असून तो इसवीसन १९५० मधील आहे. या काळामधे पुरूष लोखंडी किंवा कातडी हातमोजे वापरत असत. या हातमोज्यांना मोठ्या बाह्या असत. ससाणे पाळताना त्यांना हातावर ठेवताना आणि लढाईच्या प्रसंगी असे हातमोजे वापरले जात होते. बोटे मोकळी असणाऱ्या हातमोज्यांचा सर्वांत प्राचीन पुरावा इसवीसन १३८६ मधील आहे.

इसवीसन १५५० पर्यंत खिसे विजारीपेक्षा वेगळे असत. ते बाहेरच्या बाजूस बांधण्याची पद्धत होती. खिसे किंवा पिशवीसाठी विजारीलाच छोटी फट ठेवण्याची पद्धत १५८५ मध्ये सुरू झाली. या काळापर्यंत 'वॉर्डरोब' (wardrobe) हा शब्द कपडे ठेवण्याच्या खोलीसाठी वापरला जाई. सन १७९४ नंतर मात्र त्या शब्दाचा अर्थ फर्निचर असा झाला.

अतिशय दणकट अशा सुती कापडाचा सुप्रसिद्ध प्रकार 'डेनिम' सन १६९५ मध्ये प्रथम वापरला जाऊ लागला. हा शब्द 'serge de Nimes' या फ्रेंच शब्दाचे लघुरूप आहे. दक्षिण फ्रान्समधील नेमीस गावामधे 'ट्विल' (Twill) हा कापडाचा प्रकार होता. त्यालाच डेनिम असे नाव पडले.

या जाडजाड सूटांचा वापर केल्यामुळे दुसऱ्या महायुद्धाच्या काळात रॉयल नेव्हीच्या नौसैनिकांचे प्राण वाचले. आगीला दाद न देणाऱ्या ॲसबेसस्टॉसपासून असे सूट सर्वप्रथम १८३६ मध्ये तयार केले.

१८ व्या शतकात आणि १९ व्या शतकाच्या सुरुवातीपर्यंत सार्वजनिक स्नानगृहांमध्ये जाणाऱ्या पुरुषांसाठी फ्लॅनेलचा घोळदार गाऊन हा पोशाख शिष्टसंमत होता. इसवीसन १८६५ पासून स्त्रिया समुद्रस्नानाच्या वेळी घोट्यापर्यंत येणारे सैल गाऊन वापरत असत.

या काळापर्यंत कपडे तयार करण्यासाठी लोकर, कापूस, रेशीम, ताग या धाग्यांचा वापर केला जात असे. परंतु १९व्या शतकात नवीन वस्तूंचा विकास झाला. सन १८३० मध्ये पॅरिसमधील मेसर्स राटिए ए गुईबल ऑफ सेंट डेनिस या कंपनीने रबराचे धागे वापरून 'इलॅस्टिक' हा नवीन प्रकार तयार केला.

सन १८४६ मध्ये वायव्य सरहद्दीवर लेफ्टनंट असताना, नंतर लेफ्टनंट जनरल पदावर गेलेला ब्रिटीश अधिकारी सर हेन्री लम्सडेन (१८२१-१८९६) खैबर खिंडीजवळ कामावर होता. त्या ठिकाणी त्याने कापडाचा खाकी हा प्रकार प्रचलित केला.

सन १८७६ मध्ये सारा बर्नहार्ड या फ्रेंच अभिनेत्रीने स्त्रियांसाठी फॅशनेबल विजार-शर्ट आणि कोट यांपासून एक सूट तयार केला. प्रशियन स्टेट रेल्वेने हा सूट आपल्या गाड्यां-मधील स्त्री कंडक्टरसाठी १९१६ मध्ये युनिफॉर्म म्हणून स्वीकारला.

झोपताना घालायचे सूट किंवा पायजमे यांची सुरुवात भारतात झाली. युरोपात पायजमे वापरणे १९व्या शतकातच सर्वमान्य झाले होते. नंतर नाईट शर्ट ऐवजी रेशमी किंवा लोकरी जॅकेट आणि विजारी वापरण्याची सुरुवात झाली. पायजमा हा शब्द पर्शियन 'पाय' म्हणजे पाय आणि हिंदुस्तानी शब्द 'जमा' म्हणजे कापड यापासून बनलेला आहे.

संपूर्णपणे कृत्रिम असा पहिला धागा 'नायलॉन' याची निर्मिती १९३७ मध्ये रसायनशास्त्रज्ञ वॉलेस एच. कॅरोथियर्स (१८९६-१९३७) याने डू पॉण्ट अँड कंपनीमध्ये केली. टेरिलीन या पॉलिएस्टर धाग्याचा शोध १९४१ मध्ये ब्रिटनमध्ये लागला. इसवीसन १९८९ पर्यंत जगात उत्पादन होणाऱ्या कृत्रिम धाग्यांपैकी निम्म्यापेक्षा जास्त उत्पादन या कृत्रिम धाग्याचे होते.

कपड्यांचा सर्वांत प्राचीन उपलब्ध पुरावा

तक्त्यामध्ये दिलेल्या माहितीवरून हे समजते की कापड, प्राण्यांची कातडी आणि फर या गोष्टी फारच क्वचित टिकून राहतात. त्यामुळे प्राचीन काळातील कपडे आणि शिवणकाम याविषयी सगळी माहिती आपल्याला कळणे अवघड जाते. नेढे असणाऱ्या हाडांच्या सुया इसवीसन पूर्व २०००० एवढ्या जुन्या आहेत. त्याचा अर्थ असा की प्रत्यक्ष ज्यांचे अवशेष मिळाले आहेत त्यांच्यापेक्षा किमान ७००० वर्षे अगोदर कातड्याचे किंवा फरचे कपडे शिवले जात असावेत.

दागदागिने

बहुधा सर्वांत प्राचीन काळातील अलंकार म्हणजे सुशोभित केलेली शंखशिंपल्यांची कवचे होती. प्रवाळ आणि छोटे गोटेदेखील अलंकारांप्रमाणे वापरले जात. शोभेच्या वस्तू म्हणून मॅमथ या आता नष्ट झालेल्या हत्तींचे दात आणि इतर प्राण्यांचे दात वापरले जात. तसेच या वस्तू ताईताप्रमाणे उपयोगात असाव्यात आणि त्यांचा कालखंड इसवीसनपूर्व ३०००० एवढा प्राचीन आहे. त्या वस्तू युरेशियन दफनांमध्ये ठेवलेल्या आढळल्या आहेत. दक्षिण रशियामध्ये मेझीन येथे मॅमथच्या हाडापासून बनवलेले

प्रकार	स्थान	पुराव्याचे स्वरूप	संस्कृती	कालखंड (इ.स. पूर्व)
पट्टा, विजार	लॉसेल, फ्रान्स	शिकाऱ्याचे फलकचित्र	ऑरिग्नाशियन (स्टेज २)	२८०००
विजार	सनगीर, क्लाएझ्मा ओका, रशिया	दफनातील वस्तू	ग्राव्हेशियन	२३०००
बटणे आणि गुंड्या	ग्रोटे दू कव्हिलॉन इटली	पुरुषाचे दफन	ग्राव्हेशियन	२००००
विणलेले स्कर्ट	लेस्प्यून, फ्रान्स	क्वीनसचा पुतळा	सोल्युट्रियन	१८०००
विजारीसह सूट	माल्टा, सैबेरिया, रशिया	छिद्रे असणाऱ्या लघुमूर्ती	उत्तर पुराश्मयुग	१३०००
हूड असलेला, वाऱ्यापासून संरक्षण देणारा सूट	ब्युरेट, अनागारा नदी, रशिया	हाडाची लघुमूर्ती	उत्तर पुराश्मयुग	१३०००
बटण लावलेले वस्त्र	मोंटास्ट्राक, डोर्डोन, फ्रान्स	कोरीव काम असलेले हाड	उत्तर मॅग्डेलियन	११०००
फरचे स्कर्ट	कोगल, लेरीडा, स्पेन	गुहेतील चित्रे	मध्याश्मयुग	८०००
विणलेले कपडे	शतअल हुयूक (VI B स्तर)	ताग आणि लोकर	नवाश्मयुग	६६१०-६५४०
विणलेले तागाचे तुकडे	नहाल हेमेर, जुडेयन वाळवंट	कॅचे (catche)	नवाश्मयुग	६५००
कापसाची वस्त्रे	मेयरगढ, पाकिस्तान	वस्त्रे	नवाश्मयुग	४५००
रेशमी वस्त्रे	त्सि-इन-त्सूयून दक्षिण शांसी, चीन	पाळीव रेशीम किडे	नवाश्मयुग	३०००

उत्कृष्ट कोरीव कंगन (ब्रेसलेट) आढळले असून ते इसवीसन २०००० या काळातील आहे.

इसवीसनपूर्व ५५०० मध्ये मेसोपोटामियात दगड आणि खनिज खडे यांच्यापासून मणी तयार होऊ लागले होते. आत्ताचा इराक, इराण आणि सिरिया या देशांमध्ये संस्कृती भरभराटीस आली होती. ऑब्सिडियन या चकचकीत काळ्या रंगाच्या ज्वालामुखीजन्य दगडाचा वापर मण्यांसाठी केला जात होता.

सन १९७१ मध्ये डॉ. इव्हान इव्हानॉव्ह या बल्गेरियन पुरातत्त्वज्ञाला बल्गेरियातील व्हर्ना येथे केलेल्या उत्खननात इसवीसनपूर्व ४२०० मधील दफनभूमी सापडली. यामध्ये शैलीबध्द अशा लघुमूर्ती मिळाल्या. या मूर्तींच्या कानात धातूच्या रिंग्ज होत्या. तसेच स्थानिक सोन्यापासून बनवलेले मुखवटे, कार्नेलियनचे व ऑब्सिडियनचे मणी आढळले.

मौल्यवान मणी बनवण्यासाठी अफगाणिस्तानमधील बदक-शान प्रांतामध्ये इसवीसनपूर्व ४००० पासून लापिस लाझुली या उपरत्नांच्या खाणी सुरू झाल्या. ही उपरत्ने इसवीसन ३००० पासून इजिप्तकडे रवाना झालेली दिसतात.

सोन्याचे छोटे छोटे गोळे एखाद्या पृष्ठभागावर दाबून घट्ट बसवणे आणि मग ते त्यात पक्के बसवण्यासाठी कॉपर

हायड्रॉक्साईडबरोबर तापवणे याला 'ग्रॅन्युलेशन' म्हणतात. या क्रियेचा सर्वात प्राचीन पुरावा इसवीसनपूर्व २५०० मधील आहे. सर लिओनार्ड वूली (१८८०-१९६०) या ब्रिटीश पुरातत्त्वज्ञाला सुमेरियन नगरराज्य ऊर या पुरातत्त्वीय स्थळावर १९२६ मध्ये दफन खड्डे आढळले. एका मूर्तीच्या अंगावर, ॲगेट, कार्नेलियन, लापिस लाझुली, चाल्सिडोनी, सोने आणि चांदीचे मणी होते. तसेच नक्षीकाम केलेला सोन्याची पाने असणारा मुकुट मिळाला. ही मूर्ती राणीची असावी असे मानले जाते.

इजिप्तमध्ये प्राचीन काळात मौल्यवान खड्यांच्या ऐवजी हारात वापरण्यासाठी काचेच्या मण्यांचा उपयोग करण्याचे प्रयत्न झाले. मौल्यवान खडे फार कमी उपलब्ध असल्याने असा विचार केला गेला असावा. नेफ्राईट किंवा 'खरा पाचू' हा कॅल्शियम आणि मॅग्नेशियमच्या सिलिकेट क्षारांपासून बनलेला असतो. इसवीसनपूर्व २५०० मध्ये मध्य आशियातील खोतान आणि यारकंद भागातून हे अत्यंत मौल्यवान खडे चीनमध्ये आयात केले जात होते.

हिरवे बेरील अथवा एमराल्ड या मौल्यवान खड्यांचे उत्पादन इसवी-सनपूर्व १७०० मध्ये इजिप्तमध्ये सुरू झाले. हा शब्द ग्रीक 'smarag-dos' म्हणजे हिरवा यापासून बनला आहे. १९६९ साली एक मोठा ७०२५ कॅरटचा स्फटिक कोलंबि-यात गचाला येथे क्रूसेस खाणीत मिळाला. १९३० मध्ये सर्वप्रथम एमराल्ड कृत्रिम रीतीने बनवले गेले.

इसवीसनपूर्व १४०० मध्ये निळ्या काचद्रवा-

राजपदाची प्रतिष्ठा अमूल्य रत्नांमुळे वाढत असते. लापिस लाझुली आणि नेफ्राईट बसवलेला हा गळ्यातला हार इजिप्तमधील युवराजा तुतनखामेन (इसवीसनपूर्व १४ वे शतक) याच्या थडग्यात मिळाला. यामध्ये आकाशाचा देव होरस याचा डोळा दाखवलेला आहे. ससाणा हे या देवाचे प्रतीक आहे.

पासून लापिस लाझुली प्रमाणे दिसणारा कृत्रिम खडा तयार करण्यात आला. या निळ्या रंगाच्या 'नकली' लापिस लाझुलीला 'इजिप्शियन ब्ल्यू' (Egyptian Blue) म्हणतात. त्यापासून रोजच्या वापरासाठी दागदागिने तयार केले जाऊ लागले.

सफायर (Sapphires) या मौल्यवान खड्यांची पहिली नोंद इसवीसनपूर्व ८००मधील आहे. हा शब्द ग्रीक शब्द 'sappheiros' पासून बनला असून सुरुवातीला तो लापिस लाझुलीसाठी वापरला जाई. आता माणिक (ruby) सोडून सर्व प्रकारच्या अर्धपारदर्शक मौल्यवान खड्यांसाठी ह्या शब्दाचा उपयोग केला जातो. ॲस्टेरिया अथवा 'स्टार सफायर' या प्रकारचा सर्वात मोठा खडा 'लोनस्टार' नावाचा असून तो ९७१९.५० कॅरटचा होता. नोव्हेंबर १९८९ मध्ये लंडन शहरात या खड्याला पैलू पाडण्यात आले.

सत्ताधारी असण्याचा दिमाख दाखवणारा पर्शियन सम्राट दुसरा अर्टझेरेक्सस (राज्यकाल इसवीसनपूर्व ४०४-३८५) हा विशेष प्रसंगी १२००० टॅलंट किंमतीचे सोन्याचे अलंकार परिधान करत असे. इसवीसन २००० च्या बाजारभावाने त्याची किंमत अंदाजे ६५ लाख डॉलर झाली असती.

रेल्वेसाठी एका बिल्डिंगचे काम सुरू असताना १९३६ मध्ये बगदादजवळ (इराक) पार्थियन काळातील (इसपूर्व ५०-इसवी-सन ५०) एक थडगे अपघातानेच सापडले. त्यामध्ये एक १७ सेंटीमीटर उंचीचे मातीचे भांडे मिळाले. त्यामध्ये एक तांब्याचे नळकांडे आणि लोखंडी सळी डांबर वापरून सील केलेली होती. या रचनेचा उपयोग फक्त त्यात ॲसिड ठेवून बॅटरीसेल बनवणे हा असणार. अशाच प्रकारच्या रचना असणारे अनेक अवशेष जवळच्या टेसिफॉन (Ctesiphon) या पार्थियन शहराच्या ठिकाणी मिळाले आहेत. ही भांडी जर एकमेकांना साखळी पद्धतीने जोडली तर त्यातून निर्माण होणाऱ्या विद्युतप्रवाहाचा उपयोग इलेक्ट्रोप्लेटिंगसाठी केला जात असावा. यातील प्रत्येक भांडे १८ दिवसांपर्यंत अर्धा व्होल्ट वीज निर्माण करू शकते.

इंग्रजीतील डायमंड (हिरा) हा शब्द ग्रीक शब्द

चांगला मोठ्या गोट्यासारखा दिसणारा हा 'कलिनन' नावाचा हिरा दक्षिण आफ्रिकेतील मापुमालांगा या खाणीत सापडला. यापासून काढलेले खडे दुसऱ्या एलिझाबेथ राणीच्या मुकुटात विराजमान आहेत.

'adamas' पासून बनलेला आहे. त्याचा अर्थ अजिंक्य असा आहे. या शब्दाचा पहिला वापर रोमन ज्योतिषी आणि कवी मार्कस् मनिलियस याने इसवी सन १६ मध्ये केला. तथापि विद्वानांचे असे मत आहे की इसवी-सनापूर्वी ३०० मधील बिहार (पूर्व भारत) प्रांतातील उल्लेख हा हिऱ्यांचा असावा. सन १७९६ मध्ये हिरा म्हणजे शुद्ध कार्बनचे स्फटिक हे सर्वप्रथम लक्षात आले.

इसवीसन १००० पर्यंत मोठ्या हिऱ्यां-बद्दल फारशा नोंदी मिळत नाहीत. मोठ्या हिऱ्यांना प्रचंड मागणी असते आणि अशा अनेक मोठ्या हिऱ्यां-भोवती अनेक गूढ कथा प्रसिद्ध आहेत. सुलतान अल्लाउद्दिन खिलजी याने माळव्याच्या राजाकडून १३०४ मध्ये कोहिनूर (तेजाचा पर्वत) हा प्रसिद्ध १९१ कॅरटचा हिरा मिळवला. सन १८६२ मध्ये ब्रिटिश ईस्ट इंडिया कंपनीने तो ब्रिटनची महाराणी व्हिक्टोरियाला नजर केला. त्याला पुन्हा पैलू पाडून १९३७ मध्ये १०८ कॅरटचा कोहिनूर ब्रिटिश राजमुकुटात विराजमान झाला.

ओलॉफ (Orloff) नावाने प्रसिद्ध असणारा १९९.६ कॅरट वजनाचा हिरा त्रिचनापल्ली येथील मंदिरातून चोरण्यात आला. सन १७४४ मध्ये राजपुत्र ग्रिगरीने तो ॲम्स्टरडॅममध्ये विकत घेतला. त्याने तो रशियन राणी कॅथरीन द ग्रेट (१७२९-१७९६) हिला भेट म्हणून दिला आणि हा हिरा रोमानोव्ह घराण्याचे मुख्य भूषण होऊन बसला. सध्या तो रशियाच्या तिजोरीत आहे.

सन १६६० पासून इंग्लंडमधील घोड्यांच्या शर्यतींच्या वेळी जॉकी डोक्यावर वेल्वेटच्या टोप्या घालत असत. त्यांचे रंग आपल्या घोड्याच्या मालकांच्या पसंतीनुसार वेगवेगळे असत. सन १८५० पासून या टोप्या रेशमी झाल्या.

उंच हॅटचा वापर लंडनमधील छोटेमोठे कपडे विकणाऱ्या जॉन हिथरींग्टन याने १७९७ मध्ये सुरू केला. सन १८४९ मध्ये विल्यम आणि थॉमस बौलर यांनी 'बौलर हॅट' तयार केली. त्यांचे दुकान लंडनमध्ये साऊथवार्क ब्रिज रस्त्यावर होते. ही टोपी त्यांनी विल्यम कोक (नंतरच्या काळात लीस्टरचा सेकंड अर्ल) याच्यासाठी तयार केली होती. खाली आलेल्या फांद्यांपासून आपल्या शिकारी सेवकांचे आणि इस्टेटवर काम करणाऱ्या नोकरांचे रक्षण व्हावे म्हणून ही हॅट त्याने मुद्दाम तयार करून घेतली होती. सुरुवातीला या हॅटला 'कोकस्' हॅट म्हणत. पण नंतर मात्र त्यांना बौलर हॅट हे नाव पडले.

इंग्लंडमधे १८८१ पासून अशा विशिष्ट हॅट बौलर या निर्मात्यांच्या नावाने ओळखल्या जाऊ लागल्या. तथापि १८८८ पासून अमेरिकेत मात्र त्यांना 'डर्बी' म्हणत असत. हे नाव डर्बीचा बारावा अर्ल (१७५२-१८३४) याच्या नावाने पडले होते. या अर्लने १७८० मध्ये एप्सम डाऊन्स, सरे येथे घोड्याच्या शर्यतीची सुरुवात केली होती.

'हॉम्बुर्ग' हॅटची फॅशन सातवा एडवर्ड म्हणून राजा झालेल्या प्रिन्स ऑफ वेल्सने (१८४१-१९१०) सुरू केली. तो नेहमी जर्मनीतील हॉम्बुर्ग या आरोग्यधामात विश्रांतीसाठी जात असे.

सन १८९५ मध्ये स्टेटसन (stetson) ही मऊ आणि रुंद काठाची हॅट अमेरिकन जे. बी. स्टेटसन (१८३०-१९०६) याने तयार केली. सन १८९५ नंतर 'ट्रिलबी' (Trilby) ही हॅट वापरात आली. ती हॉम्बुर्ग प्रकारची मऊ फेल्ट हॅट असून तिचे काठ अरुंद होते. तसेच डोक्यावरचा भाग आत गेलेला होता.

बूट आणि स्टॉकिंग्ज्

पादत्राणांचा सर्वात प्राचीन प्रकार इसवीसनपूर्व १६०,००० वर्षांपूर्वी वापरला जात होता. कातडी पिशवी काट्यांना बांधलेल्या दोऱ्यांनी घोट्याशी बांधली जात असे. या प्रकारच्या पादत्राणांना मोनोडर्मन्स (monodermons) म्हणतात. ती बनवण्यासाठी तत्कालीन तंत्रज्ञान अगदी साधे असून लोकांनी तासण्या (scrapers) आणि टोचे (borers) अशी साधी अवजारे वापरली होती. ही अवजारे खूप अगोदरपासून उपयोगात आणली जात होती. पुराश्मयुगात ऑब्सिडियनपासून बनवलेल्या अवजारांचा उपयोग करून पाय झाकण्यासाठी काहीतरी व्यवस्था केली असणार हे नक्की. विशेषत: अत्यंत थंड ठिकाणी आणि तापलेल्या वाळूच्या ठिकाणी त्यांची गरज पडली असणे साहजिकच आहे. कारण पायी दरमजल करण्याची सुरुवात मानवाने १९ लक्ष वर्षांपूर्वी केली, तेव्हापासून अशा पादत्राणांची गरज निर्माण झाली असावी.

इजिप्तमध्ये इसवीसनपूर्व ३४००च्या अगोदर शूज (shoes) बनवले जात होते. ते पॅपिरस व वनस्पतीजन्य वस्तूचे असत. फ्रान्समधील युरे येथील एका वस्तुसंग्रहालयात त्याचे एक उदाहरण उपलब्ध आहे. मेसोपोटामियातील सुमेरियन लोकांचे शेजारी असलेल्या अक्कादियन लोकांनी शूजचे अनेक प्रकार चित्रित केलेले आहेत. त्यांचा काळ इसवीसनपूर्व २६०० एवढा प्राचीन आहे. वेताच्या छड्यांपासून (reed) तयार केलेले सॅन्डल्स् इजिप्तमधील थडग्यांमध्ये आढळले असून त्यांचा काळ अंदाजे इसवीसनपूर्व १५८० आहे. कातड्यापासूनही साधारण त्याच सुमारास सँडल्स् तयार करायला सुरुवात झाली.

पाहिजे तसे व योग्य मापाचे शूज तयार करण्याची सुरुवात इसवीसनपूर्व ५५० मध्ये ग्रीसमध्ये, आणि कदाचित त्याच्या अगोदर इसवीसनपूर्व ६५० मध्ये इट्रूस्कन लोकांनी केली असावी. उंच तळवे असणारे (७.५ सेंटीमीटर जाड) शूज ग्रीस-मध्ये प्रथम तयार झाले असे मानले जाते. जाड तळव्यांच्या या शूजना नंतर 'बस्किन्स्' (Buskins) म्हटले जाऊ लागले. अशा प्रकारच्या शूजचा वापर ग्रीक नाटककार अशीलस (इसवीसनपूर्व ५२५-४५५) याने नाटकामध्ये केला असे मानले जाते.

रोमन कापडापासून बनवलेला पायमोज्यासारखा एक प्रकार सिरीयामध्ये ड्युरा-युरोपोस या ठिकाणी मिळाला असून त्याचा काळ इसवीसन पूर्व २५६ असा आहे. होज किंवा स्टॉक या पर्यायी नावाने ओळखला जाणारा पायात चढवण्याचा स्टॉकिंग हा प्रकार प्रथम इसवीसन ७५० च्या सुमारास काढलेल्या चित्रांमध्ये दिसतो.

इसवीसन १२५० च्या आसपास इंग्लंडमध्ये खूपच लांब आणि बोटांच्या भागापासून वरच्या दिशेने वळलेले टोकदार शूज वापरले जाऊ लागले. त्यांना 'पाऊलेन्स' (poulaines) म्हणतात. त्याच सुमारास दक्षिण अमेरिकेतील इंडियन लोक रबरी पादत्राणे वापरत होते. अत्यंत खराब हवामानामध्ये वापरता येतील असे लाकडी शूज किंवा सँडल्स् (गॅलोश-galoshe) इसवीसन १३७०च्या आसपास वापरले जाऊ लागले.

मऊ तळवे असणारे टेनिस शूज टेनिस खेळताना वापरण्याची सुरुवात इसवीसन १५२० च्या सुमारास झाली. लॉन टेनिससाठी इंडिया रबराचे तळवे बसवलेले शूज १८७८ मध्ये तयार झाले.

सन १५८९ मध्ये 'शू-हॉर्न' हे अवजार तयार झाले. हे चमच्यासारखे दिसणारे अवजार वाकडे असून ते शिंग किंवा धातूपासून बनवलेले असे.

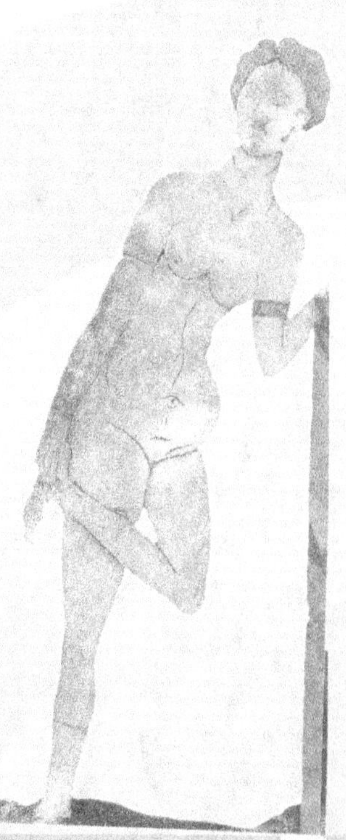

व्हीनस या रोमन प्रेमदेवतेला कपड्यांची गरज नसली तरी तिला पायांचे संरक्षण करण्याची आवश्यकता भासत होती. इसवीसनापूर्वी पहिल्या किंवा इसवीसनानंतरच्या पहिल्या शतकामधील या चित्रात व्हीनस देवता सँडल बांधताना दिसत आहे.

अत्यंत घट्ट बसणारे शूज किंवा बूट पायात घालण्यासाठी त्याचा उपयोग केला जाई.

वेलिंग्टन बूट म्हणून ओळखले जाणारे बूट सर्वप्रथम १८१७ मध्ये तयार करण्यात आले. कातड्यापासून बनवलेल्या या बुटांचे नाम-करण वेलिंग्टनचा पहिला ड्यूक (१७६९-१८५२) याच्या नावाने करण्यात आले होते. या प्रकारचे रबरी शूज स्कॉटलंडमधील नॉर्थ ब्रिटिश रबर कंपनीने १८६७ मध्ये बाजारात आणले. रबरापासून तयार केलेल्या गॅलोशची जाहिरात प्रथम १८२४ मध्ये बोस्टनच्या जे. डब्ल्यू. गुडरिच कंपनीने केली.

घोट्याचे संरक्षण व्हावे म्हणून १८७५पासून ४ मीटर लांबीच्या आणि १० सेंटीमीटर रूंदीच्या पट्ट्या पायदळाचे सैनिक गुंडाळत असत. त्यांना 'पट्टीज' (puttees) असा इंग्रजी शब्द आहे. तो हिंदीमधील पट्टी यापासूनच तयार झाला आहे. रबरी तळवे असणारे आरामदायक स्पोर्ट्स् शूज १९०७ मध्ये तयार झाले. त्यांचे नाव पार्लमेंट सदस्य सॅम्युअल पी. प्लिमसॉल (१८२४-१८९८) याच्याशी जोडले जाते.

ड्यू पॉण्ट या कंपनीने १५ मे १९४० रोजी अमेरिकेतील न्यू इंग्लंडमध्ये सर्वप्रथम नायलॉन स्टॉकिंग्ज् बाजारात आणली. डेलावरमध्ये डब्ल्यू. एच. कॅरोथर्स नायलॉनवर संशोधन करत असताना हा प्रकार उप-उत्पादन (by-product) म्हणून तयार करण्यात आला होता. ही स्टॉकिंग्ज युरोपमध्ये सर्वप्रथम १९४१ मध्ये कॉव्हेन्ट्री येथील ब्रिटिश नायलॉन स्पिनर्स या कंपनीने तयार केली.

खिळे नसलेले मऊ शूज-ट्रेनर्स शूज १९४० नंतर तयार झाले. खेळाचे प्रशिक्षण देताना ते वापरले जात म्हणून त्यांना हे विशिष्ट नाव पडले.

विवाह आणि नातेसंबंध

इसवीसन १ पूर्वी : भटक्या टोळ्या
पहिल्या वसाहती स्थापतात
मानवाची उत्क्रांती लक्षावधी वर्षांच्या कालावधीमध्ये झाली. आफ्रिकेत दगडाची अवजारे वापरणारी संस्कृती २७ लक्ष वर्षांपूर्वी होती. तिथपासून ते शेतीला इसवीसनपूर्व १००००च्या सुमारास प्रारंभ (बहुधा चीनमध्ये) होईपर्यंत मानवसमूह अन्न गोळा करत आणि शिकार करत असत. या काळात साधारणत: ३० लोकांची छोटी टोळी (band) असे.

शेतीमुळे स्थिर जीवनाला सुरुवात झाल्यावर जीवनाच्या अनेक नवीन संधी उपलब्ध झाल्या. यानंतर छोट्या नगरांचा विकास व्हायला सुरुवात झाली. तसा सर्वात प्राचीन पुरातत्त्वीय पुरावा जॉर्डन देशात मृत समुद्राच्या उत्तरेस जेरिको येथे (सध्या तेल एस-सुलतान) आढळला आहे. या ठिकाणी ब्रिटीश पुरातत्त्वज्ञ डेम कॅथलीन केन्यन (१९०६-१९७८) यांनी सर्वात खालच्या थरांचा (इसपूर्व १०८००) अभ्यास करून हा पुरावा पुढे आणला आहे. जेरिकोची वाढ झाली तेव्हा, म्हणजे इसवीसनपूर्व ७८०० मध्ये जेरिकोमध्ये किमान ३००० लोक राहत असावेत. हे लोक मोठ्या लंबवर्तुळाकार घरांमध्ये राहत असत. ही घरे अर्धी जमिनीखाली होती. लोक आपली उपजीविका पिके आणि शिकारीवर करत असत.

टोळ्यांमध्ये राहण्याची पद्धत काही लोकांसाठी तरी मागे पडली होती. तथापि लेखनकलेचा जन्म होण्यासाठी अद्याप काही हजार वर्षे उलटायची बाकी होती. त्यामुळे या सुरुवातीच्या काळातील शहरांमध्ये राहणाऱ्या लोकांच्या समाजरचनेविषयी आपण फक्त अंदाज बांधू शकतो.

लग्नसंस्था आणि सामाजिक संबंध यांच्याविषयीचा पहिला लिखित पुरावा सुमेरियन लोकांच्या क्यूनीफॉर्म टॅब्लेटच्या स्वरूपात आणि इजिप्तमधील हायरोग्लिफच्या स्वरूपात उपलब्ध आहे. आपल्याला हे पक्के माहिती आहे की मेसोपोटामियातील लागाशचा अधिपती उरूकागिना याने इसवीसनपूर्व २३५० मध्ये बनवलेल्या कायद्यांमध्ये विधवा आणि बेवारस मुलांच्या संरक्षणासाठी काही कायदे होते.

प्राचीन ग्रीसमध्ये एकपत्नी प्रकारची विवाहसंस्था होती. लग्न करण्यासाठी स्त्री विकत घ्यायची प्रथा असल्याने वधूच्या संमतीचा प्रश्नच उद्भवत नसे.

बॅबिलोनच्या संस्कृतीत इसवी-सनपूर्व १४३० च्या सुमारास लग्नाला योग्य स्त्रियांचा जाहीर लिलाव होत असे. रोममध्ये लग्नाच्या संदर्भात दोन स्तर मानले गेले होते. एकामध्ये औपचारिक लग्नाचा समावेश होता, आणि याला एक काहीसा अनौपचारिक पर्यायही उपलब्ध होता. त्याला 'semi-matrimonium' म्हणजे अर्ध-विवाह किंवा 'concubinage' म्हणत असत. पुरुषांना एकतर पत्नी करणे किंवा रखेली ठेवणे हे दोन पर्याय उपलब्ध होते. पण दोन्ही मात्र चालत नसत. ते बेकायदेशीर मानले जाई.

घटस्फोटाला इसवीसनपूर्व २३४ मध्ये कायदेशीर मान्यता मिळाली होती.घटस्फोटाचेही दोन प्रकार होते. एका प्रकारात संपूर्णपणे विवाह संपुष्टात येई. तर दुसऱ्या प्रकारात पती-पत्नींमधील शरीरसंबंध आणि एकत्र राहणे संपुष्टात येत असे.

इसवीसन १ : धार्मिक प्रतिबंध

इसवीसन २३५ मधील एका धर्माज्ञेनुसार ख्रिश्चन समाजातील धर्मगुरुंना विवाह करण्यास बंदी घालण्यात आली. तसेच ‘ॲश वेन्सडे’ आणि ईस्टर दरम्यानचा काही कालखंड (४० दिवस) अत्यंत कसोशीने पाळला जाई. त्याला ‘लेण्ट’ असे म्हणतात. या काळात लग्नविधी करता येत नसत.

इसवीसन १००० : राजाचे फर्मान

इसवीसन १०७३ मध्ये ख्रिश्चन धर्मगुरुंना ब्रह्मचर्य पाळण्याची शपथ घ्यावी लागे. इंग्लंडमधील सहाव्या हेन्रीचा कालखंड (राज्यकाल १५०९-१५४७) हा धर्माच्या दृष्टीने फार निर्णायक ठरला. ॲनी बोल्यिन हिच्याशी लग्न करण्यासाठी या राजाला आपली पत्नी कॅथरीन ऑफ अरगॉन हिला घटस्फोट द्यायची इच्छा होती. पोपने याला परवानगी नाकारल्यावर हेन्रीने आपण स्वतःच इंग्लिश चर्चचा प्रमुख असल्याची घोषणा केली. अशा तऱ्हेने सन १५३३ मध्ये इंग्लंड हे प्रोटेस्टंट राज्य बनले. त्याने ठरल्याप्रमाणे कॅथरीन राणीला घटस्फोट दिला आणि ॲनी बोल्यिनशी लग्न केले. पुढे त्याने

आपल्या चौथ्या बायकोला, ॲनी ऑफ क्लिव्ह्ज् हिलाही घटस्फोट दिला.

इसवीसन १५३३ मध्येच विवाहाविषयी एक महत्त्वाचा कायदा करण्यात आला. त्यानुसार काही विशिष्ट अशा जवळच्या नातेवाइकांमध्ये विवाह करण्यास बंदी घालण्यात आली. त्यामुळे अशा विवाहांना बेकायदेशीर मानले जाऊ लागले.

इंग्लंडमध्ये १६४९-१६६० दरम्यान प्रजासत्ताक राज्य होते. त्याला ‘कॉमनवेल्थ’ म्हणतात. या कालखंडात ‘सनदी विवाहाला’ (civil marriage) मान्यता मिळाली. स्थानिक मॅजिस्ट्रेट वधूवरांना शपथ देत असत.

सन १६९५ मध्ये लग्नावर कर द्यावा लागत असे. कराची रक्कम निरनिराळी असे. उमराव घराण्यातल्या लग्नापायी ५० पौंड तर सामान्य माणसांना २ शिलिंग आणि ६ पेन्स कर भरावा लागे.

रजिस्ट्रारने कोणताही धार्मिक विधी न करता विवाह नोंदणी करण्याला इंग्लंडमध्ये सर्वप्रथम १८३६ मध्ये कायदेशीर मान्यता मिळाली.

समाज किंवा समाजधुरीणांना ज्या गोष्टी उपयुक्त वाटल्या त्या गोष्टींना अनुसरूनच विवाहविषयक कायदे तयार होत गेले. चर्चने बहुतेक वेळा बदलांना मान्यता दिली. जेव्हा चर्चने विरोध केला त्या प्रसंगी चर्चला माघार घ्यावी लागली. सन १८७२ मध्ये मृत पत्नीच्या बहिणीशी लग्न करण्यास ऑस्ट्रेलियात मान्यता मिळाली. न्यूझीलंड आणि कॅनडामध्ये हे अनुक्रमे सन १८८० आणि १८८२ मध्ये घडून आले. ही पद्धत वसाहतींमध्ये लोकांना मान्य होती कारण बहुधा वसाहतींमध्ये त्यावेळी स्त्रियांची संख्या कमी असे.

इसवीसन २००० : बदलणारी विचारसरणी

सन १७९३ मध्ये फ्रेंच प्रजासत्ताकाने घटस्फोटाला कायदेशीर ठरवण्याचा निर्णय घेतला. हा स्वातंत्र्याच्या विचारांचा परिणाम होता. इंग्लंडमध्ये १८५७ पर्यंत पार्लमेंटच्या कायद्याखेरीज घटस्फोट मान्य होत नसत. इंग्लंडमध्ये १८७८ पर्यंत फक्त पुरूषांनाच घटस्फोट

फोटोमध्ये घरातील आई वाढताना आणि बहीण चहा-कॉफी देताना दिसत आहे. न्यू मेक्सिको, अमेरिकेतील हा घरातील रात्रीच्या जेवणाचा फोटो १९५६ मध्ये घेतलेला आहे. १९व्या आणि २०व्या शतकाच्या मध्यापर्यंत लोक मोठ्या कुटुंबात राहत असत. एकाच कुटुंबात अनेक जोडपी आणि जास्त पिढ्यांचे-लोक राहणे ही सर्वसामान्य गोष्ट होती. आता मात्र विकसित जगामध्ये कुटुंबाचा आकार कमीकमी होत चालला आहे. या बदलामुळे स्त्रियांना त्यांच्या घरातील पारंपरिक भूमिकेपासून सुटका मिळाली आहे.

मिळवण्याचा अगर विभक्त राहण्याची मागणी करण्याचा हक्क होता. त्यानंतर मात्र पती जर हिंसक बनला असेल तर पत्नीला अर्ज करून पतीपासून घटस्फोट देण्याचा अधिकार इंग्लिश मॅजिस्ट्रेट्सना देण्यात आला.

विवाहाच्या संदर्भात काही ठिकाणी रंग आणि वंश या गोष्टींना खूपच महत्त्व दिले गेल्याचे आढळते. अमेरिकेतील दक्षिणेकडच्या काही राज्यांमध्ये १९६७ पूर्वी काळ्या आणि गोऱ्या लोकांमध्ये विवाहास बंदी होती. तसेच १९८५ पर्यंत 'युरोपियन' आणि इतर वंशाच्या लोकांना एकमेकांशी लग्न करण्यास परवानगी नव्हती.

लग्नसंस्थेमध्ये बऱ्याचदा स्त्रियांचे अधिकार फारच मर्यादित स्वरूपाचे आहेत. सन १८८२ पर्यंत विवाहित स्त्रियांना इंग्लंड-मध्ये मालमत्ता बाळगण्याचा अधिकार नव्हता. पोर्तुगालमध्ये १९६५ पर्यंत विवाहित स्त्रियांना पासपोर्ट मिळवण्यासाठी किंवा बँकेत खाते काढण्यासाठी नवऱ्याची लेखी परवानगी लागत असे. विसाव्या शतकाच्या अखेरीस प्रगत जगामधील स्त्रिया आपल्याला उशिरा मुले व्हावीत असा विचार करू लागल्या आहेत. आता कुटुंबांचा आकार पूर्वीपेक्षा कमी होऊ लागला आहे. तसेच एकच पालक असणारी कुटुंबे ही सर्वसामान्य बाब झाली आहे.

अमेरिकेच्या ४० पेक्षा जास्त राज्यांमध्ये नवराबायको यांच्यापैकी कोणाकडेही दोष नसतानाही घटस्फोट मिळू शकतो. रोमन कॅथॉलिक चर्च अजूनही घटस्फोट मान्य करत नाही. परंतु विवाह रद्द करण्याचा अधिकार पोपकडे असतो. पारंपरिक मुस्लीम समाजात स्त्रियांना घटस्फोट घेता येत नाही पण पुरूष मात्र तसे करू शकतो.

निरनिराळ्या समाजांमध्ये लग्नासाठी योग्य वय कोणते याची कल्पना वेगवेगळी आहे. अमेरिकेतील अलाबामा, टेक्सास, मॅसॅच्युसेटस्, न्यू हॅम्पशायर, उटाह आणि व्हेरमाँट या राज्यांमध्ये पुरूषांसाठी १४ हे वय विवाहयोग्य

लग्नाची वेळ आली की परंपरेचे बंध अधिक प्रभावशाली ठरतात. लग्नप्रसंगी जोडपी औपचारिक पोशाख करतात आणि आपल्या अनेक नातेवाइकांना बोलावतात. हा फोटो जपानमधील योकोहामा शहरातील १९९२ मधील एका विवाहसोहळ्याचा आहे.

मानले जाते. पण त्यासाठी आईवडिलांची परवानगी लागते. तर मॅसॅच्युसेट्समधे मुली १२ वर्षांच्या झाल्या की पालकांच्या संमतीने लग्न करू शकतात. प्युएर्टो रिकोमध्ये मात्र विवाहासाठी दोघांचेही वय कमीतकमी २१ असावे लागते.

इसवीसन १ पूर्वी : लेखनाची सुरुवात

जगातील सर्वात प्राचीन अशा सुमेरियन संस्कृतीत (आता दक्षिण इराक) शिक्षणाची संकल्पना होती. इसवीसनपूर्व ३३०० च्या सुमारास चित्रलिपीचे शिक्षण देण्यासाठी अनेक शाळा सुरू झालेल्या होत्या.

उच्च शिक्षणाची जगातील पहिली संस्था ग्रीक तत्त्वज्ञ प्लेटो (इसपूर्व ४२८-३४७) याने स्थापन केली होती. ती अथेन्सच्या पश्चिम तटबंदीच्या बाहेर एका राईमध्ये होती. त्याला प्लेटोची अॅकॅडमी असे म्हणत असत. ह्या ठिकाणी राजकारणात काही काम करण्याची इच्छा असणाऱ्या विद्यार्थ्यांना शिक्षण दिले जाई. त्याच्या प्रवेशद्वारावर 'गणिताचे ज्ञान नसलेल्या कोणालाही प्रवेश नाही' असा स्पष्ट इशारा लिहिलेला होता. प्लेटोची ही अॅकॅडमी सुमारे ९०० वर्षांहून जास्त टिकून होती. पूर्वेकडील रोमन साम्राज्याचा अधिपती जस्टिनियन (इसवीसन ४८२-५६५) याने इसवीसन ५२९ मध्ये ही अॅकॅडमी बंद केली.

ग्रीसमध्ये प्राथमिक शिक्षणाच्या तीन मुख्य शाखा होत्या: 'poidatribes' म्हणजे जिम्नॅस्टिक्स, खेळ वगैरे; मुलींसाठी 'kitharistes' म्हणजे गाणे, कविता, नाचणे वगैरे; आणि 'grammatistes' म्हणजे लेखन-वाचन, गणित आणि कवितांचा आस्वाद.

या प्रकारचे शिक्षण सक्तीचे नव्हते आणि अजिबात स्पर्धात्मक नव्हते. छडीचा वापर करून वर्गामध्ये शिस्त राखली जात असे. वयाने वाढलेल्या मुलांना जर कायदा, वैद्यकी, तत्त्वज्ञान किंवा वक्तृत्वशैली शिकण्याची इच्छा असेल तर त्यांना तसे शिक्षण घेता येत असे.

इसवीसनपूर्व ३३५ मध्ये प्लेटोचा एक शिष्य अॅरिस्टॉटल (इसवीसनपूर्व ३८४-३२२) याने एक पाठशाळा सुरू केली. ती अथेन्समधील ग्रीक देवता अपोलोच्या मंदिराजवळच्या लायसेयम नावाच्या बागेत होती. या ठिकाणी खगोलशास्त्र, जीवशास्त्र, नीतिशास्त्र, साहित्य, गणित, हवामानशास्त्र, पदार्थविज्ञान, राज्यशास्त्र आणि तत्त्वमीमांसा (metaphysics) या विषयांचे शिक्षण दिले जाई.

प्राचीन चीनमध्ये इसवीसनपूर्व १६५ मध्ये सनदी सेवेसाठी एक सार्वजनिक परीक्षा घेण्याची सुरुवात झाली. ज्यांना सनदी सेवेत नोकरी हवी असेल त्यांना अभिजात चिनी ग्रंथांचा अभ्यास करावा लागत असे.

इसवीसन १ : मठामधील शिक्षण

रोमन साम्राज्याचे विघटन झाल्यानंतर शिक्षण हा विषय चर्चच्या अखत्यारीत आला. बहुतेक शाळा या ख्रिश्चन मठांकडून (monasteries) चालवल्या जात.

पवित्र रोमन सम्राट चार्लमान (७४२-८१४) हा स्वत: काही लिहायला-वाचायला शिकला नव्हता. पण त्याने नॉर्थउंब्रियन मंक (Monk) अलक्विन याला मठांमध्ये शाळा सुरू करण्यासाठी मदत करायला मुद्दाम निमंत्रण दिले. त्याच्या अभ्यासक्रमात व्याकरण, तर्कशास्त्र, वक्तृत्व, गणित, भूमिती, संगीत आणि खगोलशास्त्र या विषयांचा समावेश होता.

इसवीसन १००० : सुरुवातीची विद्यापीठे

युरोपमधील पहिले विद्यापीठ इटलीमध्ये सालेर्नो येथे ९व्या शतकात स्थापन झाले. ऑक्सफर्ड विद्यापीठातील सर्वात जुने असे युनिव्हर्सिटी कॉलेज सन १२४९ मध्ये स्थापन झाले. पॅरिसमधील सुप्रसिद्ध सोर्बोन विद्यापीठाची स्थापना सन १२५३ मध्ये रॉबर्ट डी सोर्बोन याने केली. हा माणूस अकराव्या लुईचा चॅप्लेन (chaplain) होता.

इंग्लंडचा राजा आठवा हेनरी (राज्यकाळ १५०९-

१५४७) याने ज्या धर्मगुरुंचे उत्पन्न वर्षला १००
पौंडांपेक्षा जास्त आहे, त्यांनी विद्यापीठ किंवा शाळेतील
व्याकरण शिकणाऱ्या एका विद्यार्थ्यांचा खर्च करावा असा
हुकूम काढला होता.

व्याकरणाचे शिक्षण देणाऱ्या शाळांची स्थापना
सर्वप्रथम इसवीसन १५५० च्या सुमारास झाली.
कोणत्याही व्यवसायात शिरण्यासाठी लॅटिन भाषेचे ज्ञान
आवश्यक असल्याने या शाळांमधे लॅटिन व्याकरणावर
मुख्य भर दिला जात असे. पहिली एलिझाबेथ राणी तरुण
असताना तिला शिकवणाऱ्या रॉजर अशॉम याने सन
१५७० मध्ये 'scholemaster' हे पुस्तक लिहिले.
इंग्रजीमधला शिक्षण या विषयावरचा तो पहिला ग्रंथ आहे.

अगदी १९व्या शतकापर्यंत मुलींना शिकवणे हा
पैशाचा अपव्यय आहे असे मानले जाई. सन १६४० मध्ये
लंडन शहरातील ८०टक्के स्त्रिया निरक्षर होत्या असा
अंदाज व्यक्त करण्यात आला आहे.

इसवीसन १६६० मध्ये एटन कॉलेजमध्ये धूम्रपान न
करण्याबद्दल एका मुलाला मार पडला होता. तंबाखूच्या
धुरामुळे प्लेगला प्रतिबंध होतो अशी समजूत होती.
आधुनिक वैद्यकशास्त्र आणि साफसफाईच्या सोई उपलब्ध
होईपर्यंत अनेक लहान मुलांची जगण्याची शक्यता फारच
कमी होती.

इंग्लंडची राणी ॲनी (१६६५-१७१४) हिला १७
मुले होती. त्यातील फक्त एक मूल बाळपण संपवून
आणखी जगू शकले. पण त्यालाही वयाच्या १२व्या वर्षी
मृत्यूने गाठलेच. जर कुटुंब श्रीमंत असेल तर संपत्तीचा
वारस मिळवण्यासाठी कुटुंबाचा आकार मोठा असे. गरीब
कुटुंबातही खूप पोरे होत असत कारण मग शेतीवाडीवर
काम करायला अधिकजण उपलब्ध होत असत. सन
१७७८ मध्ये एमिली लेनॉक्स (१७३१-१८१४) या
बाईला वयाच्या ४६व्या वर्षी २२वे मूल झाले. पण
त्यातली अवघी निम्मी मोठी होईपर्यंत जगली.

फ्रेंच तत्त्वज्ञ जीन-जॅक रूसो (१७१२-१७७८) याने
'एमिली' ही कादंबरी १७६२ मध्ये प्रसिद्ध केली. त्यामध्ये
मुलांना कसे वाढवावे याचे वर्णन केलेले आहे. या
कादंबरीतील पात्र एमिलीला वेगळ्या पद्धतीने – नैसर्गिक
पद्धतीने वाढवले जाते. या पुस्तकामुळे स्वीस शिक्षणतज्ज्ञ
योहान हाईनरिच पेस्टालोझ्झी (१७४६-१८२७) याला
प्रेरणा मिळाली. त्याच्या एव्हरडून येथील शाळेत युरोपातून
सगळीकडून शिक्षक
आकर्षित झाले होते.

भरपूर चित्रे असणारे
मुलांसाठीचे इंग्रजीतील
पहिले पुस्तक 'गुडी टू
शूज' हे सन १७६५ मध्ये
प्रकाशित झाले. ते बहुधा
आयरिश नाटककार
ऑलिव्हर गोल्डस्मिथ
(१७२८-१७७४) याने
लिहिले होते.

१८व्या शतकाच्या
मध्याला प्राथमिक शिक्षण
देणे ही कायदेशीर आव-
श्यकता मानली जाऊ
लागली. हा बदल
प्रशियामध्ये झाला होता.
फ्रान्समध्ये १८३३ मध्ये
ग्युईझो (Guizot) कायदा
पास झाला. त्या-नुसार सर्व
वसाहतींमध्ये प्राथमिक
शाळा स्थापन करण्यात
आल्या.

सन १८४२ मध्ये
एडविन चॅडविक (१८००
-१८९०) याचे 'An

मारिया माँटेसरी या इटालियन डॉक्टरने शिक्षण
क्षेत्रात प्रचंड क्रांती घडवली. सुरुवातीला तिने
मतिमंद मुलांमध्ये काम केले. नंतर तिने रोममधील
कामगार वर्गाच्या मुलांमध्ये काम करताना (१९०७)
शिक्षणाची नवीन पद्धत विकसित केली. या पद्धतीत
मुलांना पाहिजे ते करण्याचे स्वातंत्र्य होते.
त्यांना खेळण्यासाठी अनेक नवीन साधनांची मुद्दाम
निर्मिती करण्यात आली होती. माँटेसरी शाळा आता
सगळ्या जगात सुरू झालेल्या आहेत.
त्यामध्ये युरोप आणि उत्तर अमेरिका यांचा
विशेष उल्लेख करावा लागेल.

enquiry into the sanitary con-ditions of the labouring population of Great Bri-tain' हे इंग्लिश पुस्तक प्रकाशित झाले. त्यामध्ये अशी माहिती होती की मॅंचेस्टरमधील कामगारांची ५७% मुले वयाच्या पाचव्या वर्षाच्या आतच मरण पावतात.

इसवीसन १८६५ मध्ये इलिझाबेथ गॅरेट अँडरसन (१८३६-१९१७) ही पहिली इंग्लिश स्त्री डॉक्टर झाली. त्या काळात कोणीही तिला वैद्यकीय शिक्षणासाठी प्रवेश दिला नाही. तिने मग सोसायटी ऑफ अपोथेकरीज यांच्यासाठी तपासणी करण्याचे काम स्वीकारले. तिला पॅरिस विद्यापीठाने डॉक्टर ऑफ मेडिसीन (एम.डी.) ही पदवी दिली. ती नंतर ब्रिटनमधली पहिली महिला मेयर झाली.

लेविस कॅरोल उर्फ चार्ल्स् लुटविज डॉजसन (१८३२-१८९८) या इंग्लिश लेखकाचे 'ॲलिसची नवलविश्वातील धाडसी सफर' म्हणजेच "Alice's adventures in wonderland" हे पुस्तक प्रकाशित झाले. मुलांसाठी म्हणून खास लिहिलेले आणि तरीही उपदेशाचा डोस न पाजणारे हे पहिलेच पुस्तक होते.

सन १८६७ मध्ये थॉमस जॉन बर्नार्डो (१८४५-१९०५) या आयरिश समाजसुधारकाने लंडनच्या स्टेपनी भागात बेवारस मुलांसाठी पहिले आश्रयस्थान स्थापन केले.

इसवीसन २००० : सर्वांना शिक्षण

सन १८७० मध्ये ब्रिटनमध्ये दहा वर्षांखालील मुलांना सक्तीने शाळेत उपस्थित राहावे लागण्याची सुरुवात झाली. लहान मुलांवरील अत्याचार थांबवण्यासाठी असलेल्या राष्ट्रीय संस्थेची (NSPCC) स्थापना इंग्लंडमध्ये १८८९ मध्ये करण्यात आली.

जर्मनीतील स्टुटगार्टमध्ये १८९१ मध्ये ऑस्ट्रियन तत्त्वज्ञ आणि शिक्षणतज्ज्ञ रूडाल्फ स्टाईनर (१८६१-१९२५) याने शिक्षणाची एक नवीन पद्धत सुरू केली. स्टाईनरला पौर्वात्य तत्त्वज्ञानात आणि गूढवादी विचारसरणीत रस होता. शिक्षणाने बालकांची सर्वांगीण प्रगती झाली पाहिजे असे त्याचे मत होते. स्टाईनरच्या

बाराव्या शतकात अनौपचारिकपणे शिक्षक आणि विद्यार्थी एकत्र येऊन ब्रिटन-मधील सर्वांत प्राचीन ऑक्सफर्ड विद्यापीठाची स्थापना झाली. या विद्यापीठाच्या उत्तम इमारती आणि घुमट फोटोत दिसत आहेत. गेल्या सहस्रकाच्या शेवटच्या काही वर्षांतल्या कठोर आर्थिक वास्तवापासून या विद्यापीठाची अत्युत्तम शिक्षणाची कीर्तीदेखील विद्यापीठाला वाचवू शकलेली नाही.

पद्धतीची ब्रिटनमधील पहिली शाळा सन १९२५ मध्ये, साऊथवेस्ट लंडनमध्ये सुरू झाली.

सन १९१८ मध्ये शाळेतून बाहेर पडण्याचे वय १४ करण्याचा कायदा इंग्लंडमध्ये संमत करण्यात आला. पहिल्या महायुद्धाच्या काळात भर-भराटीस आलेल्या उद्योगधंद्यांमध्ये अल्पवयीन मुलांनी कामे केल्यामुळे त्यांची काही वर्षे वाया गेली असा अहवाल ही या कायद्याची पार्श्वभूमी होती.

संतती नियमनाच्या कल्पनेची जनक मेरी स्टोप्स (१८८०-१९५८) या स्कॉटिश महिलेने आपले पहिले क्लिनिक लंडनमध्ये १९२१ मध्ये सुरू केले. मेरी स्टोपचे 'मॅरीड लव्ह' हे पुस्तक

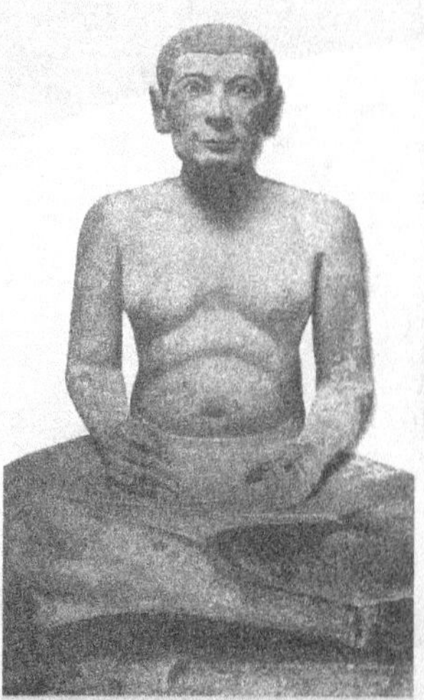

प्राचीन इजिप्तमधील एक लेखक संदेश नमूद करण्याच्या तयारीत आहे. इसवीसनपूर्व ३०००च्या सुमारास समाजाच्या उच्च वर्गातल्या लोकांना लेखक होता येई. शिक्षणाची पद्धत घोकंपट्टी ही होती आणि स्मरणशक्तीला फार महत्त्व असे. तसेच शिस्त फार कठोर होती. समाजातील बहुतांश लोक मात्र निरक्षर असत.

१९१६ मध्ये प्रकाशित झाले. या पुस्तकात स्त्रीने विवाहाच्या चौकटीत राहूनच सेक्सचा आनंद उपभोगावा असे प्रतिपादन करण्यात आले होते. या पुस्तकावर अमेरिकेत बंदी घालण्यात आली होती.

ब्रिटनमध्ये निव्वळ व्याकरणाचे शिक्षण देणाऱ्या शाळांच्या जागी सर्व विषयांचे सर्वांगीण शिक्षण देणाऱ्या शाळा १९६० नंतर सुरू झाल्या. त्यांना 'कॉंप्रिहेन्सिव स्कूल' (comprehensive school) असे म्हणतात. तसेच नवीन प्रकारची माध्यमिक शाळा पद्धती १९७० नंतर सुरू झाली. सर्व प्रकारची क्षमता असणाऱ्या विद्यार्थ्यांना एकत्रितपणे शिक्षण देणे ही या शाळांची संकल्पना आहे.

प्रौढ व्यक्तींना पत्राद्वारे अभ्यासाची साधने पाठवून, उन्हाळ्यात वर्गात हजर राहून किंवा रेडिओ-टी.व्ही द्वारा अभ्यासाचे कार्यक्रम प्रसारित करून शिकण्याची संधी देणे ही मुक्त विद्यापीठाची (Open University) संकल्पना १९६९ मध्ये प्रत्यक्षात आली.

कुटुंब नियोजनाच्या साधनांमुळे आता लोकांना आपल्या कुटुंबाचा आकार कमी करणे शक्य झाले आहे. तथापि २०व्या शतकाच्या अखेरीसही ही साधने अजून फक्त विकसित देशांच्याच आवाक्यात आहेत. १९९५ मध्ये ब्रिटनमध्ये जन्मदर दर वर्षी दर हजारी १० होता. तर हेच प्रमाण बांगलादेशमधे २८ आणि नायजेरियात ३४ होते.

श्रद्धा, कर्मकांडे आणि धर्म

जगातला सर्वांत जुना धर्म शॉमनिझम (Shamanism) आहे. शॉमन अथवा धर्मगुरूंच्या माध्यमातून देवतांशी संपर्क साधता येतो, अशा प्रकारची ही धर्मकल्पना होती. फ्रांको-आयबेरिया येथील उत्तर पुराश्मयुगीन गुंफाचित्रांमध्ये आणि आफ्रिकेच्या दक्षिण भागातील कलहारी प्रदेशात प्राचीन काळातल्या अनेक खुणा आढळतात. टिंबे, डोंगरासारखी त्रिकोनी खूण, चौकोन, सर्पिलाकार वगैरे अनेक खुणांचा अर्थ नीट कळत नव्हता. १९८८ मधे जे. डेव्हिड लेवीस-विल्यम (दक्षिण आफ्रिका) आणि थॉमस ए. डॉसन

(झांबिया) या दोघांनी आपला सिद्धांत प्रसिद्ध केला. त्यांचा सिद्धांत असा आहे की शॉमनच्या अंगात 'वारे' आले असताना केलेल्या त्या काही प्रकारच्या खुणा आहेत. त्या अवस्थेत गेल्यावर डोळ्यामधल्या अंतर्गत कार्यामुळे शॉमनच्या मेंदूमध्ये प्रतिमा तयार होतात. पण या प्रतिमा आतल्याआत (entopic) तयार झालेल्या असतात. त्यानंतर या काल्पनिक अनुभवामध्ये आणखी खोलवर गेल्यानंतर शॉमनला मनातल्या प्रतिमांमध्ये विलक्षण असे महाभयंकर राक्षसी आकार दिसू लागत. त्यामध्ये थेरीऑंथ्रोपस (Therianthropes) हे प्राणी असत. हे अर्धमानवी आणि अर्धपशू मानले जात. हा शब्द therion (छोटे वन्य प्राणी) आणि anthropos (माणूस) या दोन ग्रीक शब्दांमधून बनलेला आहे.

गुहांमधील सर्वांत प्राचीन चित्रे इसवीसनपूर्व ३०००० एवढी जुनी आहेत. त्या काळापासून गुहांमध्ये अशी अनेक चित्रे मानवाने काढलेली दिसतात की त्यांच्यात असे महाभयंकर पशू आहेत.

इसवीसनपूर्व १५००० मधील घुबडाच्या तोंडाचे आणि शिंगे असणाऱ्या चेटक्याचे (sorcerer) चित्र प्रसिद्ध आहे. हे चित्र फ्रान्समध्ये ट्रॉय फ्रेरे या गुहेत (अरेज) १९१४ मध्ये सापडले. हा देखील थेरीऑंथ्रोपसचाच एक प्रकार आहे. मनामध्ये तयार होणाऱ्या काल्पनिक प्रतिमांमुळे जगभर सर्वत्र महाभयानक अशा ड्रॅगन-सदृश प्राण्यांनी माणसाला भीतीने ग्रासून टाकलेले असण्याची शक्यता आहे.

जगातले सर्वांत प्राचीन धार्मिक पूजास्थान (shrine) उत्तर स्पेनमधील एल जुयो या गुहेत

नायजेरियातील एक शॉमन खडखड आवाज करून आणि मंत्र उच्चारून आत्म्यांच्या जगाशी संपर्क साधताना दिसत आहे. शॉमन हा शब्द मूळ स्लाव्ह भाषेतील आहे. पण या नावाचा धर्म-शॉमनिझम हा जगातला सर्वांत प्राचीन धर्म आहे. मानवी आयुष्यावर नियंत्रण करणाऱ्या चांगल्या आणि वाईट शक्तींना मंतरलेल्या (trance) अवस्थेत असताना शॉमन आपल्या काबूत करू शकतो अशी कल्पना होती.
शॉमन हा धर्मगुरू आणि चेटक्या-वैद्य असतो.

आढळले आहे. तिथे एक चेहरा कोरलेला असून तो अर्धा व्याघ्रकुळीतल्या प्राण्याचा (feline) आणि अर्धा कपिवर्गातल्या प्राण्याचा (primate) आहे. त्याचा काळ इसवीसनापूर्वी सुमारे १२००० असा आहे. त्याचा शोध शिकागो विद्यापीठातील लेस्ली फ्रीमन यांनी १९७८-७९ मध्ये लावला.

मोकळ्यावर स्वतंत्रपणे उभी असलेली जगातली सर्वात प्राचीन पूजास्थाने म्हणजे वायव्य पोर्तुगालमधील सुप्रसिद्ध मेनहिर (Menhirs) आहेत. हा शब्द 'सह' म्हणजे दगड आणि 'hir' (लांब) या अर्थाच्या दोन ब्रेटन शब्दांपासून बनला आहे. या मेनहिरचा काळ इसवीसनपूर्व ४८०० असा मानला जातो. ब्रिटनी, फ्रान्समध्ये लॉकमारिक्वे येथील मेनहिर खरोखरच फार भव्य मानले जातात.त्यांच्यामधला एक दगड २०.३ मीटर उंच होता आणि त्याचे वजन २ लाख ५८ हजार किलो होते. लोक किती पोटतिडकीने ही धार्मिक परंपरा पाळत असत याचेच हे मुख्य उदाहरण आहे. ब्रिटनमधील विल्टशायर येथील सुप्रसिद्ध स्टोनहींज (stonehenge) ह्यामध्ये मोठमोठे दगड वर्तुळात बसवलेले आहेत. त्यांची निर्मिती इजिप्तमध्ये झोसरचा सुप्रसिद्ध पिरॅमिड बांधण्याच्या अगोदर (इसवीसनपूर्व २९००) झाली होती. इसवीसनपूर्व १८४० मध्ये उन्हाळ्याच्या मध्यावर सूर्य जिथे उगवत असे त्या क्षितिजावरील बिंदूच्या दिशेत या स्टोनहींजचा अक्ष आहे.

सर्व प्राचीन संस्कृतींमध्ये धर्माला फार महत्त्वाचे स्थान असे. सुमेरिया (इराक/इराण) येथे तर इसवीसन ३६०० पासून धर्मगुरू प्रत्यक्ष सत्ताधारीच बनले होते. त्यांच्यामधील मुख्य दैवतांना 'दिनगीर' (Dingir) म्हणत. त्यामध्ये इन्की (पाणी), की (पृथ्वी), आन (स्वर्ग) आणि इन्लील (हवा) या प्रमुख देवता होत्या. त्यांच्या दैवी कायद्यांना 'मी' (स) असे म्हणत आणि त्यांना कोणीही आव्हान देऊ शकत नव्हते. तसेच या कायद्यांमध्ये बदलही होऊ शकत नसत. प्रत्येक सुमेरियन माणसाला स्वतःचा असा खास देव किंवा देवदूत असे.

इजिप्त : प्राणी-दैवते

इसवीसनपूर्व ५००० पासून प्राचीन इजिप्शियन लोक प्राण्यांचा आपल्या कुळाचे चिन्ह म्हणून उपयोग करत असत. या प्राण्यांनाच पुढे देवत्व मिळाले. 'रा' हा निर्माता देव ससाण्याच्या रूपात आहे. तर 'हाथोर' ही काळजी घेणारी मातृदेवता दाखवण्यासाठी गाईचे शिर उपयोगात आणलेले दिसते. सर्वात प्राचीन इजिप्शियन देव 'मिन' (Min) हा होता. त्याचे पूजन इसवीसनपूर्व ३४००च्या आधीपासून चालू होते.

हिंदू धर्म : एकाच देवाची अनेक रूपे

जगातल्या अत्यंत प्राचीन आणि अत्यंत विस्मयजनक धर्मांपैकी एक हिंदू धर्म आहे. त्याचा उगम सिंधू आणि गंगा नद्यांच्या खोऱ्यात इसवीसनपूर्व २५०० च्या सुमारास झाला. हिंदू धर्मामध्ये मुख्य दैवी शक्तीला ब्रह्म म्हणतात आणि इतर सर्व देवदेवता ही तिचीच रूपे आहेत. त्यामध्ये विष्णू, शिव, कृष्ण आणि शक्ती यांचा समावेश होतो. विष्णू हे जीवनाचे तर शिव हे विनाशाचे प्रतीक मानले जाते.

हिंदू धर्मातील सर्व पवित्र ग्रंथ संस्कृत भाषेत लिहिलेले आहेत. त्यातील ऋग्वेद सर्वात प्राचीन असून त्याचा काळ अंदाजे इसवीसनपूर्व १७०० असा आहे. ऋग्वेदामध्ये अनेक ऋचा संकलित केलेल्या आहेत. इसवीसनपूर्व ८००

वाराणसीमध्ये गंगा नदीत स्नानविधी करणारी हिंदू महिला या फोटोत दिसत आहे. जगभरात ६६ कोटींपेक्षा जास्त हिंदू आहेत. ख्रिश्चन, इस्लाम आणि बौद्ध धर्माच्या पाठोपाठ हिंदू धर्म चौथ्या क्रमांकाचा धर्म आहे.

ते ४०० च्या दरम्यान लिहिण्यात आलेल्या उपनिषदांमध्ये ब्रह्म या संकल्पनेविषयी चिंतन आहे. इसवीसनपूर्व ५०० च्या काळातील भगवद्गीता ह्या महत्त्वाच्या ग्रंथामध्ये महाभारतातील युद्धाच्या पार्श्वभूमीवर कृष्ण आणि अर्जुन यांच्यामधील संवाद आहे.

हिंदू धर्माच्या मुळाशी कर्म सिद्धांत आणि पुनर्जन्म या मुख्य कल्पना आहेत. आपण केलेल्या सर्व कृत्यांचा एकत्रित परिणाम म्हणजे कर्म, आणि या कर्मानुसार प्रत्येकाला उच्च अथवा नीच योनीमध्ये जन्म मिळतो अशी ही कल्पना आहे.

ज्यू धर्म - जुन्या कराराचा धर्म

मेसोपोटामियातून (इराक/इराण) पश्चिमेकडे कनान (पॅले-स्टाईन) मध्ये स्थलांतरित झालेल्या हिब्रू लोकांनी इसवीसनपूर्व २०००च्या सुमारास ज्यू धर्माची स्थापना केली. त्यांचा नेता अब्राहम याने देवाबरोबर एक करार केला. देवाने ज्यू धर्मीयांचे रक्षण करण्याचे वचन दिले आणि त्या बदल्यात ज्यू लोकांनी त्यालाच खरा देव मानावा असे ठरले.

मोझेसने या कराराचे पुनरुज्जीवन केले. त्याने इसवी-सनपूर्व तेराव्या शतकात इजिप्तमध्ये बंदिवासात पडलेल्या ज्यू लोकांची सुटका केली. मोझेसने त्यांना त्यांच्या 'आश्वासित भूमीकडे' (promised land) नेले. या ठिकाणीच त्याला दहा आज्ञा (Ten commandments) प्राप्त झाल्या.

बायबलच्या पहिल्या पाच ग्रंथांना मिळून टोरा (Torah) म्हणतात. त्यामध्ये ज्यू लोकांचा इतिहास आणि कायदेकानून आहेत. हे ग्रंथ हिब्रू भाषेत असून फार प्राचीन आहेत. हे ग्रंथ मोझेसने लिहिले आहेत असे मानले जातात. तालमूड (इसवीसन २०० अंदाजे) आणि मिद्राश (इसवीसन ४००-१२००) यामध्ये या प्राचीन ग्रंथावर केलेली टीका टिप्पणी आहे.

येहुदी (Yehudi) हा हिब्रू शब्द ज्युडा (Judah) याच्या वंशजांना उद्देशून वापरला जातो. बारा मुख्य जमातींपैकी

सर्वात मोठ्या जमातीचा तो संस्थापक मानला जातो. डेव्हिड (राज्यकाळ इसवी-सनपूर्व १०००-९६२) या इस्त्रायलच्या दुसऱ्या राजाने जेरूसलेम ही आपली राजधानी बनवली. शहरातील माऊंट झिऑन या सर्वात उंच टेकडीवर त्याने आपला राजवाडा बांधला होता.

बॅबिलोनियन लोकांनी इसवीसनपूर्व ५८६ मध्ये पॅले-स्टाईनवर स्वारी केली. त्यानंतर इसवीसन ७० मध्ये रोमन लोकांनी आणि इसवीसनानंतर सातव्या शतकात इस्लाम धर्माच्या पाठीराख्यांनी पॅले-स्टाईनवर आक्रमणे केली.

जेरूसलेम या पवित्र शहरात एक ज्यू मुलगा पवित्र 'टोरा' घेऊन जात आहे. टोरा हे बायबलमधील पहिले पाच ग्रंथ आहेत. वयाच्या तेराव्या वर्षी प्रौढपण प्रवेश करताना मुलांना बार मिट्झवाह (Bar Mitzvah) हा विधी करावा लागतो.

यानंतर ज्यू लोक जगातल्या अनेक देशांमध्ये विखुरले. त्याला 'डायस्पोरा' (Diaspora) असे म्हणतात. विखुरल्यानंतर ज्यू धर्मामध्ये वेगवेगळ्या प्रथा पडल्या. मध्य युरोपमधील ज्यू अश्कनझी म्हणून ओळखले जाऊ लागले. तर भूमध्य समुद्रापाशी असणाऱ्या ज्यू लोकांना सेफार्डिक म्हणतात. १९व्या आणि २०व्या शतकात ज्यू लोकांना जुन्या कर्मठ धर्माचा किंवा नवीन सुधारित ज्यू धर्माचा स्वीकार करणे हे दोन पर्याय उपलब्ध होते. सध्या जगभरामध्ये ज्यू धर्माचे सुमारे १ कोटी ८० लाख लोक आहेत.

स्वित्झर्लंडमधील बसेल येथे ऑगस्ट १८९७ मध्ये पवित्र भूमीत ज्यू स्थलांतरितांसाठी नवीन राज्याची निर्मिती करण्याचे उद्दिष्ट असणारी झिऑनिस्ट काँग्रेस (Zionist Congress) भरली होती. इस्त्रायलच्या राज्याची स्थापना झाल्याची घोषणा १४ मे १९४८ मध्ये करण्यात आली.

इस्लाम : प्रेषितांची शिकवण

इस्लामची स्थापना मुहम्मद पैगंबरांनी (इसवीसन ५७०-६३२) केली. त्यांचा जन्म मक्केला झाला. त्यांनी स्वतःला प्रेषित घोषित केले आणि असे सांगितले की ईश्वराने पवित्र कुराणातील गोष्टी त्यांना सांगितल्या आहेत. छळाचा त्रास टाळण्यासाठी ते इसवीसन ६२२ मध्ये मदिनेला गेले. याला हिजीरा (Hegira) म्हणतात. ही

मुस्लीम लोक वाकून प्रार्थना करताना आपले तोंड सौदी अरेबियातील मक्केकडे ठेवतात. या ठिकाणी इस्लामचे संस्थापक मुहम्मद पैगंबर यांचा जन्म झाला. दर वर्षी जगातल्या दीड अब्ज मुसलमानांपैकी सुमारे २० लाख लोक मक्केची यात्रा करतात.

इस्लाम धर्माची सुरुवात होती.

इस्लाम आक्रमक आणि मिशनरी धर्म म्हणून पसरला. मुहम्मद हेच प्रेषित असल्याचे मान्य झाल्यावर त्यांनी इसवीसन ६३० मध्ये मक्केत विजयी पुनरागमन केले. इसवीसन ७११ ते १४९२ दरम्यान इस्लामचा संपूर्ण उत्तर आफ्रिका, मध्यपूर्व आशिया आणि आयबेरिन द्वीपकल्पात प्रसार झाला. दहाव्या शतकापासून १३व्या शतकापर्यंत इस्लामच्या विरोधात सतत धर्मयुद्धे ख्रिश्चन लोकांनी केली. त्यांना 'क्रूसेड' म्हणतात. विशेषतः ख्रिश्चन धर्माच्या दृष्टीने पवित्र स्थळे पुन्हा मिळवण्या-साठी भीषण लढाया झाल्या. जेरूसलेम पहिल्या क्रूसेडमध्ये ख्रिश्चनांच्या ताब्यात १०९९ मध्ये आले. पण इसवीसन ११८७ मध्ये ते पुन्हा सलादीनने जिंकून घेतले.

चौदा ते सोळा शतकांच्या दरम्यान इस्लाम उत्तर भारतात पसरला आणि आज तो भारत-पाकिस्तानातील एक प्रमुख धर्म आहे. इस्लामचा मुख्य भाग पुढील वचनातून स्पष्ट होतो. अल्ला खेरीज इतर कोणताही देव नाही आणि मुहम्मद हे त्याचे प्रेषित आहेत.

या धर्माच्या उपासकांना पाच मुख्य धर्मकर्तव्ये पाळावी लागतात. सर्व प्रौढ पुरुषांना दिवसात पाच वेळा प्रार्थना (नमाज) करण्याचे बंधन आहे. रमझानच्या महिन्यात सूर्योदयापासून सूर्यास्तापर्यंत उपास करणे आणि आयुष्यात एकदा तरी मक्केला जाणे ही इतर धर्मकर्तव्ये आहेत.

बौद्ध धर्म – दुःखापासून मुक्तीसाठी ज्ञानाचा मार्ग

बौद्ध धर्माची स्थापना वाराणसीजवळ इसवीसन पूर्व ५२४ मध्ये एक राजपुत्र सिद्धार्थ याने (इसवीसनपूर्व ५६३-४८३) केली. सिद्धार्थने चिंतन केल्यानंतर त्याला आत्मज्ञान झाले आणि हाच क्षण गौतम बुद्ध बनण्याचा होता. चिंतन करताना ४९ दिवसांनंतर सर्व वासनांचा नाश करून गौतम बुद्ध निर्वाण अवस्थेत पोहोचले. त्यांना मानवी दुखा:ची जाणीव झाली आणि त्यांनी त्यापासून मुक्ती मिळवण्या-साठी एका आठसूत्री उपासनेचा मार्ग सांगितला. यामधे योग्य वागणे, योग्य प्रयत्न, योग्य उद्देश, योग्य जीवन-पद्धती, योग्य चिंतन, योग्य मनः-स्थिती, योग्य भाषण आणि योग्य दृष्टिकोन यांचा समावेश होतो.

तिबेटमधील एक बौद्ध उपासक हातातील प्रार्थनेचे चक्र फिरवताना दिसत आहे. या चक्रामध्ये पवित्र ग्रंथाचा भाग असून प्रत्येक वेळी फिरताना त्यातून एक प्रार्थना बाहेर पडते अशी श्रद्धा आहे. तिबेटी लोकांच्या प्रखर विरोधाला न जुमानता त्याच्यावर चीनने ताबा ठेवला आहे. अशा या तिबेटमध्ये बौद्ध धर्माचा एक अगदी वेगळा प्रकार अस्तित्वात आहे.

बौद्ध धर्मामध्ये देव नसतात, पण आत्मज्ञान झालेली माणसेच असतात.

पण तिबेट, चीन, श्रीलंका आणि म्यानमार अशा अनेक देशांमध्ये बौद्ध धर्माचा प्रसार होताना त्यामध्ये अनेक बदल होत गेले. उदाहरणार्थ, जपान-मध्ये बौद्ध धर्माचा प्रसार चीन-मधून १२व्या शतकात झाला आणि तेथे झेन बौद्धधर्म हा प्रकार प्रचलित झाला.

बौद्धांचे पवित्र ग्रंथ दोन प्रकारचे आहेत. श्रीलंकेतील बौद्ध ग्रंथ पाली भाषेत, तर इतर काही संस्कृत भाषेत आहेत. तथापि या सर्वांची शिकवण मुळात एकच आहे. जगामध्ये आज ३३ कोटी लोक बौद्ध धर्माचे उपासक आहेत.

खिश्चन धर्म : येशूचे शिष्य

खिश्चन धर्माचा प्रारंभ जीझस (येशू) पासून झाला. इसवीसनपूर्व ५ मध्ये नाझरेथ येथे जन्म झालेल्या येशूनी आपण देवाचा पुत्र अथवा मसीहा असल्याचे सांगितले. येशूच्या भोवती अनेक शिष्य जमा झाले. पण त्या वेळी पॅलेस्टाईनवर राज्य करणाऱ्या रोमन लोकांनी येशूला क्रुसावर चढवले.

येशूच्या शिकवणुकीचा प्रसार करण्यासाठी नेमलेल्या बारा शिक्षकांनी अथवा अपोस्टल (apostle) यांनी येशूच्या शिकवणुकीचा प्रचार सुरू केला. बायबलच्या न्यू टेस्टामेंटमध्ये (नवा करार) पहिल्या चार ग्रंथांमध्ये या काळातील खिश्चन धर्माचा इतिहास आणि येशूच्या जीवनाविषयी माहिती वाचायला मिळते. पुढच्या ग्रंथाला 'ॲक्ट्स ऑफ अपोस्टल्स' म्हणतात. त्यामध्ये पहिल्या पाच वर्षांतील मिशनरी कार्याची माहिती आहे. सिरियॅक-अरेमिकमध्ये लिहिलेली न्यू टेस्टामेंटची सर्वांत प्राचीन प्रत इसवीसन ३६७ मधील आहे.

खिश्चन धर्माचा प्रसार नंतर रोममध्ये झाला आणि इसवीसन ३८० मध्ये तो रोमन साम्राज्याचा अधिकृत राजधर्म बनला. रोममध्ये चर्चची स्थापना पीटर याने केली. पुढे पीटर हा रोमचा पहिला बिशप असे मानले जाऊ लागले. त्याच्या वारसदारांना पोप असे म्हणतात. कॅथॉलिक खिश्चन धर्माचे पोप हे सर्वोच्च प्रमुखपद आहे.

तथापि सोळाव्या शतकात जर्मन धर्मगुरू मार्टिन ल्यूथर (१४८३-१५४६) याने खिश्चन धर्मामध्ये सुधारणेचा (re-formation) प्रारंभ केला. ल्यूथरने १५१७ मध्ये चर्चमधील भ्रष्टाचाराविरूद्ध आवाज उठवला. त्याच्या पाठोपाठ जिनिव्हा येथील जॉन केल्व्हिन (१५४१) आणि स्कॉटलंडमधील जॉन नॉक्स (१५५९) यांनी धर्मसुधारणेसाठी प्रयत्न केले. या सर्वांनी पोपच्या सत्तेला आव्हान दिले आणि त्यातूनच प्रोटेस्टंट पंथाचा उदय झाला.

१९९८ साली जगामधील खिश्चन धर्मीयांची संख्या २०० कोटींपेक्षा जास्त होती.

तत्त्वज्ञान

ज्ञानाची साधना

आपण ज्याला तत्त्वज्ञान म्हणतो त्याचा प्रारंभ इसवीसनपूर्व पाचव्या शतकात ग्रीसमध्ये झाला. सॉक्रेटिसने (इसवीसनपूर्व ४६९-३९९) आपल्या शिष्यांना प्रत्येक गोष्टीबद्दल प्रश्न विचारण्याची नवीन पद्धत शिकवली. ही 'सॉक्रेटिसची पद्धत' म्हणून ओळखली जाते. तो आपल्या शिष्यांना याच पद्धतीने ज्ञान देत असे. सॉक्रेटिसच्या विचारांची ओळख आपल्याला त्याचा सर्वांत प्रसिद्ध शिष्य प्लेटो (इसवीसनपूर्व ४२८-३४७) याच्या मार्फत होते. प्लेटोने आपल्या 'symposium' आणि 'phaedo' या ग्रंथांमध्ये आपले सिद्धांत मांडले आहेत. त्याचे म्हणणे असे होते की पृथ्वीवर आढळणाऱ्या सर्व वस्तू या त्या वस्तूच्या आदर्श रूपापेक्षा अपरिपूर्ण अवस्थेत असतात. त्याच्या 'रिपब्लिक' या सुप्रसिद्ध ग्रंथामध्ये त्याने एका तत्त्वज्ञानी राजाची आणि आदर्श राज्याची संकल्पना मांडली आहे.

अथेन्समधील प्लेटोच्या ॲकॅडमीमध्ये इसवीसनपूर्व ३६७ मध्ये ॲरिस्टॉटल हा एक शिष्य होता. नंतर तो तरूण ॲले-क्झांडरचा शिक्षक म्हणून काम पाहू लागला. ॲरिस्टॉटलला नैसर्गिक विज्ञानाचा जनक मानले जाते. त्याने जीवशास्त्रा-बरोबरच प्राणिशास्त्र (zoology),

नीतिशास्त्र (ethics) आणि राज्यशास्त्र (politics) यावर लेखन केले होते.

सुरुवातीच्या काळातील ख्रिश्चन विचारवंतांवर ग्रीक तत्त्वज्ञानाचा मोठा प्रभाव नव-प्लेटॉनिस्ट (Neo-platonist) विचारवंतांच्यामुळे पडला होता. प्लोटिनस (इसवीसन २०५-२७०) हा विद्वान रोममध्ये शिकवत असे. तेथे त्याचे लेखन त्याचा शिष्य पोरफायरी याने 'Enneads' या ग्रंथात संकलित केले आहे.

युरोपात पुनरूज्जीवनाला (Renaissance) सुरुवात होण्या-अगोदर ख्रिश्चन जगतामध्ये तत्त्वज्ञानाचे क्षेत्र देवाचे स्वरूप शोधणे यापुरतेच मर्यादित होते. देव आणि माणूस यांच्यातील संबंध हा त्यांच्या चर्चेचा मुख्य गाभा असे. ट्युनिशियात जन्म झालेला सेंट ऑगस्टाईन ऑफ हिप्पो (इसवीसन ३५४-४३०) याने 'सिटी ऑफ गॉड' हे पुस्तक लिहिले. त्यामध्ये आध्यात्मिक आणि व्यावहारिक जगातील मूल्यांमधल्या संघर्षाविषयी चर्चा आहे. सेंट थॉमस ऑक्विनस (१२२५-१२७४) या इटालियन माणसाने 'Summa Theologiae' हा अत्यंत महत्त्वाचा ग्रंथ लिहिला आहे. त्यामध्ये त्याने ॲरिस्टॉटलच्या नीतिमत्ते-विषयीच्या कल्पना आणि ख्रिश्चन धर्मातील मुख्य विचारसरणी यांचा मेळ घालण्याचा प्रयत्न केला आहे.

त्याचबरोबर अरब जगतात अनेक अरबी विचारवंत उदयास आले. त्यांच्यावरही ग्रीक तत्त्वज्ञानाचा प्रभाव होता. त्यांनी स्पेनच्या मार्फत पुन्हा एकदा पाश्चात्य विचारवंतांना ग्रीक तत्त्वज्ञानाची ओळख करून दिली. अविसेना (९८०-१०३७) या अरब विचारवंताने (जन्म इराण) अरबी जगाला ॲरिस्टॉटलचे विचार उलगडून दाखवले. तो एक विख्यात वैद्यही होता. अव्हेरोस (११२६-११९८) हा स्पेनमधील विचारवंतदेखील एक नामांकित वैद्य होता.

युरोपात पुनरूज्जीवन काळात (Renaissance) लोकांना विज्ञान आणि अभिजात विचारांची ओळख झाली. ग्रीक आणि रोमनांचे वाङ्मय लोकांपर्यंत जाऊ नये म्हणून ते चर्चने शतकानुशतके दाबून ठेवले होते. डेसिडेरियस इरॅस्मस (१४६६-१५३६) या डच विचारवंताने अनेकविध विषयांवर लेखन केले आहे. त्यामध्ये त्याने कॅथॉलिक चर्चच्या संकुचित विचार-सरणीवर टीका केलेली होती.

राजकारण आणि सत्तेचा गाडा यांचा अभ्यास हे अनेक विद्वानांच्या आस्थेचे विषय होते. इटालियन राजकारणपटू निकोलो मॅकिआवेली (१४६९-१५२७) याने 'द प्रिन्स' नावाचा ग्रंथ लिहिला. स्वत:चा फायदा पाहिल्याने राजकारणात यश कसे मिळवता येईल याविषयी त्याने या ग्रंथात आपले अनुभवसिद्ध विचार मांडले आहेत. फ्लोरेन्समधील सत्ताधारी मेडिची घराणे आणि सिझारे बोर्गिया यांच्या अनुभवातून त्याने हा ग्रंथ लिहिला. चर्च आणि राज्य (state) यांचे उद्देश वेगळे आहेत याचा पहिला उच्चार त्यानेच केला. इंग्लंडचा राजा सहावा हेन्री याने हा प्रश्न उभा केला होता. त्यातूनच अधिक क-ल्पनारम्य तत्त्वज्ञानांचा जन्म झाला. थॉमस हॉब्ज् (१५८८-१६७९) या ब्रिटीश विचारवंताचे असे मत होते की माणूस हा संपूर्णपणे स्वार्थी असतो. पण प्रबोधन होऊन लोक स्वत:च्या उद्दिष्टांचाच वापर करून सार्वभौम राज्ये काम करू शकतात.

रेने देकार्ते (१५-९६-१६५०) या फ्रेंच तत्त्वज्ञाने विचारप्रक्रि-

सेंट थॉमस ऑक्विनस हा धर्माचा अभ्यासक आणि तत्त्वज्ञानी होता. त्याची अशी कल्पना होती की विश्वनिर्मितीमागे काहीतरी कारण हे असणारच आणि त्यामुळे देवाचे अस्तित्व युक्तिवाद करून सिद्ध करता येईल. व्हेनिसमधील चित्रकार कार्लो क्रेव्हेल्ली (१४३०/५ ते १४९५) याने काढलेल्या एका वेदीवरील चित्रामधून आपल्याला तो कसा दिसत असावा ते कळते.

येच्या मुळांकडेच लक्ष वळवले. आपल्याला कोणत्याही गोष्टीचे ज्ञान कसे होते याविषयी त्याने प्रश्न उभे केले.

ज्ञानाचे स्वरूप कसे असते याचा अभ्यास (epistemology) हा तत्त्व-ज्ञानातील चर्चेचा मुख्य भाग बनला होता. सर्व ज्ञान हे अनुभव-जन्य (empiricism) असते हे मानणारे दोन प्रमुख ब्रिटिश तत्त्वज्ञ होते, जॉन लॉक (१६३२-१७०४) आणि डेव्हिड ह्यूम (१७११-१७७६).

यानंतर तत्त्वज्ञाना-मध्ये निरनिराळ्या देशांमध्ये वेगवेगळे प्रवाह सुरू झाले. तत्त्व-ज्ञानामध्ये अद्यापही मुख्य भाग राजकारणाची चर्चा हा होता. जीन जॅक रूसो (१७१२-१७७८) या स्वीस/ फ्रेंच विचारवंताची अशी धारणा होती की माणूस हा नैसर्गिकदृष्ट्या मुळात चांगला असतो आणि समाज त्याला भ्रष्ट करतो. रूसोचा 'द सोशल कॉट्रॅक्ट' हा ग्रंथ प्रसिद्ध आहे. त्यात त्याने म्हटले आहे की माणूस मुळात स्वतंत्र असतो पण तरीही तो तऱ्हेतऱ्हेच्या शृंखलांनी बांधला जातो. फ्रेंच राज्यक्रांतीला रूसोच्या विचारांनी मोठीच प्रेरणा दिली होती.

जर्मनीत मात्र तत्त्व-ज्ञानाने अधिक अमूर्त क्षेत्रात प्रगती केली. आपण कोण आहोत यानुसार आपण काय पाहतो किंवा काय विचार करतो हे जाणवणारा पहिला विचारवंत म्हणजे इमॅन्युअल कांट (१७२४-१८०४) होता. जॉर्ज विल्ह्येम फ्रेडरिक हेगेल (१७७०-१८३१) ह्या विचारवंताचा प्रयत्न तर्कशास्त्रीय प्रणाली निर्माण करणे हा होता. तर आर्थर शोपेन हॉयर (१७८८-१८६०) याने पुन्हा एकदा कांटच्या विचारसरणीचा पुनरूच्चार केला.

आपल्या युगातील सर्वात प्रभावशाली राजकीय तत्त्वज्ञान जर्मन विचारवंत कार्ल मार्क्स (१८१८-१८८३) याने मांडले. त्याने १८४८ मध्ये फ्रेडरिक एंगल्सबरोबर 'द कम्युनिस्ट मॅनिफेस्टो' हे पुस्तक लिहिले. हा क्रांती घडवण्याच्या कार्य-क्रमाचा आराखडा होता. त्यामध्ये दबलेल्या प्रोलेटरिएट वर्गाने बूर्ज्वा (Bourgeoisie) वर्गाविरूद्ध वर्गसंघर्ष (classstruggle) करण्याचे तत्त्वज्ञान मांडलेले आहे.

फ्रेडरिक विल्ह्येम नित्से (१८४४-१९००) या जर्मन विचारवंताने अपोलोनियन (शुद्धबुद्धिवादी) आणि डायोनिसियन (सत्ता मिळवण्यामधील इच्छाशक्ती आणि महत्त्वाकांक्षा यांची भूमिका) या दोन्हींना विरोध केला. त्याने 'यूबरमेन्श' (uibermensch) म्हणजे सुपरमॅन या कल्पनेची चर्चा केलेली आहे. लुडविग विटगेन्स्टाईन (१८८९-१९५१) या ऑस्ट्रियन - इंग्लिश विचारवंताने विचार निर्माण होण्याच्या प्रक्रियेतील भाषेच्या सहभागावर आपले लक्ष केंद्रित केले होते.

विसाव्या शतकामध्ये अनेक फ्रेंच तत्त्वज्ञानी तत्त्वज्ञानाच्या पूर्वीच्या सीमारेषा ओलांडून साहित्य, मानसशास्त्र आणि इतिहास या विषयांवर आपले विचार मांडायला सुरुवात केली. जीन पॉल सार्त्र (१९०५-१९८०) या फ्रेंच तत्त्वज्ञाने अस्तित्ववादाचा पुरस्कार केला. त्याच्या युक्तिवादामधे मानवाच्या सौंदर्यवादी आणि नैतिकतेच्या दृष्टिकोनाबरोबरच माणसाच्या जबाबदारी-चाही विचार केलेला आहे.

मायकेल फूकॉ (१९२६-–१९८४) याने विचारांच्या इति-हासावर लेखन केले आहे. जॅक डेरिडा (जन्म १९३०) याने साहित्याचा अभ्यास करण्यासाठी 'डिक-न्स्ट्रक्शन' (अ-बांधणी) ही संकल्पना पुढे आणली. लेखकांना अनेकदा जे काही म्हणायचे नाही ते वाचण्याचा प्रयत्न डेरिडाने त्याच्या पद्धतीत केलेला आहे.

इसवीसन १ पूर्वी : सुरुवातीचे चलन

नाणी तयार होण्याअगोदर वस्तू किंवा सेवा यांचा मोबदला देण्यासाठी मौल्यवान धातूंचे (चांदी, सोने) तुकडे वापरले जात. त्यांचे प्रमाण वजन हे असे. इसवीसनपूर्व ६००च्या

चांदीपासून बनवलेली अमेरिकन डॉलरची नाणी वैशिष्ट्यपूर्ण होती. त्यांच्यावर अमेरिकन स्वातंत्र्यदेवता लिबर्टीचे चित्र असल्याने या नाण्यांना 'लिबर्टी डॉलर' असे म्हणत असत. ही नाणी सर्वप्रथम फिलाडेल्फिया येथे १७९ मध्ये पाडण्यात आली. इथे दाखवलेली ही 'लिबर्टी' प्रकारची सोन्याची नाणी २० डॉलर मूल्याची आहेत. तसेच 'इंडियन हेड' प्रकारचे सोन्याचे नाणे १० डॉलर मूल्याचे असून ही दोन्ही प्रकारची नाणी विसाव्या शतकाच्या प्रारंभीची आहेत.

सुमारास आशिया मायनरमधील लिडी-याचा राजा क्रोशस (सध्या हा भाग तुर्कस्थानात येतो.) याने जगामधली पहिली नाणी पाडली. नाणी पाडण्यासाठी 'इलेक्ट्रम' या सोने चांदीच्या नैसर्गिक मिश्र-धातूचा वापर केला होता.

चीनमध्येही साधारण याच सुमारास नाणी पाडण्यास सुरुवात झाली. चिनी नाणी म्हणजे कांस्य धातूचे तुकडे असत आणि त्यांच्यात चौकोनी भोक मध्यभागी पाडलेले असे. अशी नाणी इसवीसनपूर्व ४थे शतक ते अगदी विसाव्या शतकाच्या सुरुवातीपर्यंत चीनमध्ये प्रचलित होती. चिनी मिथ्यकांनुसार पृथ्वी चौकोनी आहे आणि स्वर्ग घुमटाकार आहे. त्यामुळे ही नाणी म्हणजे पृथ्वी आणि स्वर्ग यांची चिन्हे होती.

इसवीसनापूर्वी ५व्या शतकात एजिना, अथेन्स आणि कॉरिंथ या छोट्या राज्यांनी स्वत:ची चांदीची नाणी पाडण्यास सुरुवात केली. या सुरुवातीच्या ग्रीक नाण्यांनंतर अवघ्या १०० वर्षांच्या कालावधीत कमी मूल्यांची कांस्यधातूची नाणी तयार झालेली दिसतात. त्या काळात राज्यकर्ते आणि राजकारणाशी संबंधित लोक नाण्यांमधील सोने, चांदी अथवा तांबे यांचे प्रमाण नेहमी कमी करत असत. अथेन्सचा सोलोन (इसपूर्व ६३८-५५९) या ग्रीक माणसाने अशा प्रकारे नाण्याचे मूल्य कमी करण्याच्या पद्धतीची पहिली नोंद केलेली आहे.

रोममध्ये ज्युलियस सीझर सत्तेवर असताना सर्वप्रथम सम्राटाच्या डोक्याचे चित्र नाण्यांवर येण्यास सुरुवात झाली. ज्युलियस सीझर हा 'तहहयात सर्वसत्ताधीश' असेल अशी घोषणा इसवीसनपूर्व ४५ मध्ये करण्यात आल्यानंतर ही पद्धत सुरू झालेली दिसते. यानंतरच्या सर्व रोमन नाण्यांवर सम्राट किंवा त्याच्या घराण्यातील जवळच्या नातेवाइकाचे चित्रण केले जाऊ लागले.

इसवीसन १ : रोमला चलनवाढीचा तडाखा

रोमन साम्राज्य जसे मोठे होऊ लागले त्याबरोबर रोमन साम्राज्याच्या साधनसामुग्रीवर ताण पडू लागला होता. त्याच-प्रमाणे नंतरच्या काळात साम्राज्याला गंभीर स्वरूपाच्या चलन-फुगवट्याला तोंड द्यावे लागले होते. त्यामुळे त्यांना आपली नाणी सातत्याने कमी मूल्यांची बनवावी लागत. नाण्यांमधील धातूंचे प्रमाण कमी करत गेल्याने नाण्यांचा दर्जा घसरत गेला. अखेर सोन्याची नाणी आणि चांदीची नाणी यांच्यात निश्चित प्रमाण ठरणे अशक्यप्राय झाले. तथापि चांदीची नाणीही बाजारात 'तरंगत' असत. या नाण्यांची किंमत सोन्याच्या किंमतीवर अवलंबून असे.

इसवीसनानंतर ५व्या शतकात रोमन साम्राज्य कोल-मडल्यावर तयार झालेल्या छोट्या राज्यांनी आपापली वेगळी नाणी पाडायला सुरुवात केली. इंग्लंडमध्ये 'मर्सियाचा ऑफ्फा' या राजाने चांदीची नाणी पाडली. या 'पेनी' नाण्याचे वर्ष इसवीसन ७९६ आहे. या नाण्याला 'फेनिंग' (pfennig) असेही नाव होते. हे नाणे युरोपच्या मुख्य भूमिवरही पसरले होते.

जपानमध्येही चीनप्रमाणे नाणी पाडण्याची सुरुवात सन ७०८ मध्ये झाली. या तांब्याच्या नाण्यांना 'वाडो' (wado) असे म्हणत. त्याचा अर्थ 'मऊ तांबे' असा आहे. त्यापूर्वी जपानमध्ये वस्तूची किंमत चुकवण्यासाठी तांदुळाचा वापर होई आणि ही पद्धत फारशी सोईची नव्हती.

इसवीसन १००० : कागदी चलन

कागदी चलनाचा प्रारंभ चीनमधील त्झेचूआन प्रांतातील चेंगडू येथे झाला. त्यावेळी तेथे सोंग राजघराण्याचे (इसवीसन ९६०-१२७९) राज्य होते. चीनमध्ये अनेक प्रांतांमध्ये अनेक प्रकारची नाणी प्रचलित असल्याने परस्पर व्यवहारांसाठी सोईस्कर अशा कागदी चिठ्ठ्यांचा वापर केला जाऊ लागला. यातूनच नोटांची संकल्पना उदयास झाली. युआन राजघराण्याच्या कालखंडात (इसवीसन १२०६-१३६७) तर अशा व्यापारी सौद्यांसाठी धातूची नाणी वापरण्यावर बंदी होती. त्यासाठी कागदी चलनच वापरावे लागत होते.

मध्ययुगात जर्मनी आणि बोहेमियात चांदीच्या नवीन खाणींचा शोध लागला. त्यामुळे युरोपात चांदीची नाणी

सर्वत्र वापरात आली. व्हेनिसचे एक नाणे 'ग्रोसो' (grosso) या नावाने ओळखले जाई. त्याचे मूल्य २४ दिनार (denarii) किंवा पेनी एवढे होते. हे चांदीचे नाणे इसवीसन १२०२ मध्ये सुरू झाले. फ्लोरेन्सचे नाणे फ्लोरिन (१२५१) आणि व्हेनिसचे नाणे 'डुकट' (ducat) ही सोन्याची नाणी आंतरराष्ट्रीय व्यवहारांसाठी प्रमाणित नाणी होती. डुकट सर्वप्रथम सन १२८४ मध्ये वापरात आले.

बोहेमियामध्ये सेंट जोकिमस्थाल येथे सन १५१२ मध्ये चांदीची नवीन खाण सुरू झाली. या खाणीने स्वत:चे ३० ग्रॅम वजनाचे चांदीचे नाणे पाडले. त्याला 'जोकिमस्थालर' असे म्हणत. पुढे त्याचे नाव नुसते थालर (Thaler) असे झाले. याच शब्दापासून इंग्रजी 'डॉलर' हा शब्द आला आहे.

पंधराव्या आणि सोळाव्या शतकामध्ये मध्य आणि दक्षिण अमेरिकेतील सोन्याचांदीच्या खाणींमधून प्रचंड प्रमाणात हे मौल्यवान धातू उपलब्ध झाले. 'आठ तुकडे' म्हणून प्रसिद्ध असणारे धातूंचे तुकडे त्या काळातील आठ रिआल (स्पॅनिश चलन) एवढ्या किंमतीचे होते.

नाण्याच्या गोलाकार परिघावर दातेरी स्वरूपाची रचना सर्वप्रथम सन १६३९ मध्ये फ्रान्समध्ये करण्यात आली. त्यांना 'मिल्ड् कॉईन' असा शब्द आहे. धातूच्या नाण्यांच्या परिघावरून थोडेथोडे भाग खरवडून काढण्याच्या क्रियेला 'क्लिपिंग' (clipp-ing) असे म्हणतात.

इसवीसन १६५० नंतर स्वीडनमध्ये 'प्लेट चलन' (plate money) अस्तित्वात आले. तांब्याचे मोठे पत्रे चलन म्हणून वापरले जात. काही तर २८.६५ सेंटीमीटर एवढे मोठे आणि चांगले १४ किलोग्रॅम एवढ्या वजनाचे असत. त्यांचे चांदीच्या स्वरूपातील मूल्य किती आहे ते त्यांच्यावर ठशाच्या रूपात उमटवलेले असे. पण हे चलन वापरायला फारच गैरसोईचे होते.

यानंतर खऱ्याखुऱ्या बँक नोटांचा जन्म झाला. या नोटांवर त्या बँकेत दिल्यास तेवढ्या मूल्याची नाणी मिळण्याचे वचन दिलेले असे. अशा प्रकारच्या पहिल्या नोटा स्टॉकहोमच्या बँकेने इसवीसन १६६१ मध्ये सुरू केल्या. अमेरिकेत पहिल्या नोटा 'स्पॅनिश डॉलर' या रूपात होत्या. मॅसेच्युसेटस् बे कॉलनी येथे सन १६९० मध्ये त्या छापण्यात आल्या होत्या. यानंतर १६९४ मध्ये बँक ऑफ इंग्लंडची स्थापना झाली. लगोलग या बँकेने आपल्या नोटा काढण्यास सुरुवात केली.

एक स्कॉटिश माणूस जॉन लॉ (१६७१-१७२९) याने स्कॉटलंडच्या सरकार-

या फोटोमधील यंत्र हे अगदी सुरुवातीच्या काळातील ए.टी.एम. (Automated Teller Machine) होते. १९७० मध्ये या यंत्राची एक ग्राहक चाचणी घेताना दिसत आहे. १९७५ च्या दरम्यान ही यंत्रे अमेरिकेत मोठ्या प्रमाणात वापरली जाऊ लागली. पुढील दशकात ती जगातल्या जवळजवळ सर्व मोठ्या शहरांत दिसू लागली.

ला नोटा छापण्या-साठी प्रवृत्त करण्याचा आटोकाट प्रयत्न केला. पण स्कॉटलंडच्या पार्लमेंटला त्याचे महत्त्व पटले नाही. मग तो फ्रान्सला गेला आणि त्याने १७१६ या वर्षी 'बांक जनराले' (Banque Générale) स्थापन केली. या बँकेने काढलेल्या नोटांना फ्रेंच राजाने हमी दिलेली होती.

स्टॉकहोम बँक आणि बांक जनराले या दोन्ही बँकांनी खूप मोठ्या प्रमाणात नोटा प्रसारित केल्या. या दोन्ही बँका साफ बुडाल्या. त्यांच्या संस्थापकांना तुरुंगात जावे लागले. तर काही जणांना देश सोडून परागंदा व्हावे लागले.

जगामधले बहुधा सर्वांत गैरसोईचे चलन याप बेटावर होते. पश्चिम प्रशांत महासागरातील या बेटावर गेलेल्या प्रवाशांनी १९ व्या शतकात हे चलन पाहिल्याची नोंद केली आहे. या बेटावरचे रहिवासी वापरत असलेल्या ह्या चलन म्हणून वापरातील चुन-खडीच्या दगडाच्या तबकड्या चांगल्या ४ मीटर व्यासाच्या असत.

हिरव्या रंगाच्या 'ग्रीनबॅक' म्हणून ओळखल्या

जाणाऱ्या अमेरिकन डॉलरच्या नोटा (अमेरिकेत त्यांना बिल म्हणतात.) सर्वप्रथम अमेरिकन यादवी युद्धानंतर (१८६१-६५) वापरल्या जाऊ लागल्या. या युद्धामध्ये सरकारचा सोन्याचा साठा संपुष्टात आला होता. त्यामुळे सरकारला सुवर्ण परिमाण-गोल्ड स्टँडर्ड-पासून फारकत घेणे भाग पडले होते. गोल्ड स्टँडर्ड याचा अर्थ प्रत्येक चलनी नोटेच्या मूल्याएवढे सोने मिळण्याची हमी दिलेली असते. अमेरिकन एक्सप्रेस या बँकेने १८९१ मध्ये सर्वप्रथम प्रवासी चेक ही संकल्पना पुढे आणली.

इसवीसन २००० : प्लॅस्टिक चलन

सन १९५० मध्ये जगातील पहिले क्रेडिट कार्ड तयार झाले. डायनर्स क्लब कार्ड असे नाव असलेल्या या क्रेडिट कार्डाची कल्पना राल्फ श्नायडर या अमेरिकन माणसाची होती. न्यूयॉर्कच्या काही ठराविक रेस्टॉरंट्समध्ये लोकांना आपल्या खात्याचा उपयोग करून जेवणाचे बिल नंतर चुकते करण्याची त्यात सोय होती. पहिले बँक क्रेडिट कार्ड सन १९५८ मध्ये बँक ऑफ अमेरिकाचे होते, तर १९६३ मध्ये अमेरिकन एक्सप्रेस कंपनीचे क्रेडिट कार्ड उपलब्ध झाले.

१९९०-२००० या दशकाच्या अखेरीस इंटरनेटचा वापर करून खरेदी करणे ही नित्याची बाब झाली. लोकांना आपल्या घरच्या संगणकावरून वस्तू खरेदीची ऑर्डर देता येऊ लागली आणि त्याचे पैसे त्यांना क्रेडिट कार्डद्वारा भरण्याची सोय सर्वत्र झाली.

बँक व्यवहार आणि अर्थपुरवठा

इसवीसन १ पूर्वी : बॉबिलोनमधील उद्योगधंदे

विनिमयासाठी बिलांचा अथवा लेखी वचनपत्रांचा वापर करण्याची सुरूवात सुमेरियन आणि बॉबिलोनियामधील शहरां-मध्ये इसवीसनपूर्व २२०० च्या सुमारास झाली. ह्यासाठी मातीच्या तुकड्यांचा-टॅब्लेटचा वापर केला जाई. ज्या कोणी रक्कम भरली असेल त्याला किंवा पूर्वी ठरले असेल त्या कोणाही माणसाला टॅब्लेटवर दर्शवलेली रक्कम दिली जाई.

सुरक्षित कर्ज या संकल्पनेला कायदेशीर मान्यता बॅबि-लोनियाचा अमोराईट राजघराण्यातला राजा हम्मूरबी (इसपूर्व १७९२-१७५०) याच्या कारकिर्दीत मिळाली. त्याने तयार केलेल्या कायदेशीर संहितेनुसार कर्जाची नोंद मातीच्या टॅब्लेटवर केली जात असे. जगातील सर्वात प्राचीन बँकेचे नाव 'इगीबी' (Egibi) असे आहे. ही बँक बॅबिलोनचा राजा दुसरा नेबु-छाडनेझार (इसपूर्व ६०४-५६२) याच्या कारकिर्दीमध्ये स्थापन झाली होती. या बँकेच्या अनेक शाखा होत्या.

अथेन्सचा रहिवासी असणारा पॅसिअन हा जगातला पहिला बँकर होता. त्याचा कालखंड इसवीसनपूर्व ४८० ते ३७० असा आहे. हा माणूस सुरुवातीस एक साधा गुलाम होता. पण मरते-समयी तो एक अतिश्रीमंत माणूस बनला होता. त्याच्याजवळ ६० टॅलंट किंवा ३६०,००० ड्रॅकमा जमलेले होते.

अथेन्समधील या प्राचीन बँकादेखील कर्ज देत असत आणि लोकांची संपत्ती सुरक्षित ठेवण्यासाठी व्यवस्था करत असत. या बँका कर्जदारांना व्याजाने पैसे देत. पण जमाठेवींवर व्याज देण्याची पद्धत त्या काळी नव्हती.

अलेक्झांड्रियाच्या टॉलेमींनी इसपूर्व २९०च्या सुमारास चालवलेल्या बँकेची संपूर्ण इजिप्तमध्ये मक्तेदारी होती. ती त्या अर्थाने जगातली पहिली मध्यवर्ती बँक होती.

इसवीसन १ : चलनवाढीचे संकट

रोमन साम्राज्याच्या अखेरच्या कालखंडात चांदीची कमतरता भासू लागली. त्यामुळे नाण्यांमधील चांदीचे प्रमाण कमी कमी करावे लागले. अखेर अशी परिस्थिती आली की नाण्यांमध्ये अवघी काही टक्के चांदी उरली. इसवीसनपूर्व २५० मध्ये अशी नाणी स्वीकारण्यापेक्षा इजिप्तमधील बँकांनी आपला व्यवसाय बंद करणे पसंत केले. त्यामुळे सरकारला अशा बँकांना आदेश देऊन व्यवसाय चालू ठेवणे भाग पडले.

इसवीसन १००० : इटालियन अर्थपुरवठा

मध्ययुगामध्ये फ्लोरेन्स आणि जिनोआ ही दोन इटालियन शहरे म्हणजे मोठी व्यावसायिक केंद्रे होती. त्यांच्यामध्ये बँकींग व्यवसाय मोठ्या प्रमाणात चालत असे. आंतरराष्ट्रीय व्यापार सुकर क्वावा म्हणून या शहरातील बँकांनी विनिमयासाठी बिल्स किंवा हुंड्या काढण्याची पद्धत सुरू केली होती. तथापि राजांना पैसा पुरवणे हा व्यवसाय फार जोखमीचा होता. कारण राजे लोक कर्जफेड करण्यास टाळाटाळ करत असत. इंग्लंडचा राजा तिसरा एडवर्ड (राज्यकाळ १३२७-१३७७) याच्यामुळे फ्लोरेन्समधील तेव्हाचे एक मोठे बँकर घराणे पेरूइझी याचा सन १३४३ मध्ये सर्वनाश झाला. तर या राजाने स्कॉटलंड आणि फ्रान्सबरोबर सतत केलेल्या लढायांमुळे १३४६ मध्ये बार्डी हे बँकींग व्यवसायातील मोठे घराणे धुळीस मिळाले.

स्टॉक आणि शेअर यांची खरेदी-विक्री करण्यासाठी पहिले स्टॉक एक्सचेंज सन १४६० मध्ये बेल्जियममधील अँटवर्प येथे सुरू झाले. इंग्लंडमध्ये सर थॉमस ग्रीशम (१५१९-१५७९) यांनी १५६८ मध्ये रॉयल एक्सचेंज सुरू केले. पुढे याचेच स्टॉक एक्सचेंज असे नामकरण करण्यात आले.

नेदरलँडस्मधील स्टॉक एक्सचेंज सुरू क्वायच्यावेळी डच ईस्ट इंडिया कंपनीने १६०२ मध्ये सर्वप्रथम आपल्या सभासदांना शेअर सर्टिफिकेट देणे सुरू केले.

गोरगरिबांना मदत करण्यासाठी आणि कमी व्याजाने कर्ज उपलब्ध क्वावे म्हणून पाचवा पॉल या पोपने (१५५२-१६२१) रोममध्ये १६०५ मध्ये पवित्र आत्म्याची बँक 'बांको डी सांतो स्पिरिटो डी रोमा' या नावाने नवीन बँक सुरू केली.

बँक ऑफ इंग्लंडची स्थापना १६९४ मध्ये झाली. तर न्यूयॉर्कच्या वॉल स्ट्रीटवरील सुप्रसिद्ध न्यूयॉर्क स्टॉक एक्स-चेंजची सुरुवात १७९० मध्ये झाली.

ब्रिटनमध्ये कंपन्यांनी मर्यादित प्रमाणात आर्थिक जबाबदारी स्वीकारण्याची संकल्पना कायद्याने १८५६ मध्ये मान्य झाली. आज आपण लिमिटेड (Ltd) किंवा पब्लिक लिमिटेड कंपनी (P&C) हे शब्द वापरतो. त्या शब्दांमुळे गुंतवणूक करणाऱ्यांना इशारा मिळतो की त्या कंपनीच्या सभासदांची आर्थिक जबाबदारी किती प्रमाणात मर्यादित आहे.

हाँगकाँग अँन्ड शांघाय बँकींग कंपनी १८६५ मध्ये सुरू झाली. पुढे या कंपनीचे महामंडळात (कॉर्पोरेशन) रूपांतर झाले. नानजिंगचा तह (१८४२) झाल्यानंतर चीनने आपला देश परदेशी व्यापाऱ्यांना खुला केला. यानंतर चीनमधील शांघाय हे आंतर-राष्ट्रीय व्यापाराचे मोठे केंद्र बनले.

चीनमध्ये १९व्या शतकात एक बँक ऑफ हेल नावाची बँक होती. ही बँक यासाठी नोटा काढत असे की ज्या चिनी नववर्षप्रसंगी जाळण्यात येत असत. हा मृत पूर्वजांसाठी अर्पण करण्याचा विधी होता.

इसवीसन २००० : जागतिक स्तरावरील व्यवहार

२४ ऑक्टोबर १९२९ रोजी न्यूयॉर्क स्टॉक मार्केट कोसळले तेव्हा हजारो लोकांनी जीवनभर जमवलेली सगळी संपत्ती गमावली. त्या गुरुवारला 'ब्लॅक थर्सडे' म्हणतात. या दिवसानंतर अनेक बँका पूर्णपणे खलास झाल्या. या पडझडीमुळे जागतिक मंदीला सुरुवात झाली. ही मंदी दुसऱ्या महायुद्धापूर्वी शस्त्रास्त्र निर्मिती मोठ्या प्रमाणात सुरू होईपर्यंत टिकली.

अमेरिकेतील न्यू हॅम्पशायर प्रांतात ब्रेटन वूडस् या ठिकाणी १९४४ मध्ये संयुक्त राष्ट्रसंघाच्या वतीने आर्थिक विषयावर चर्चा करण्यासाठी ब्रेटन वूडस् परिषद भरवण्यात आली होती. दुसऱ्या महायुद्धानंतरच्या आर्थिक व्यवस्थेची पुनर्बांधणी करण्यासाठी ह्या परिषदेत चर्चा झाली. त्यातूनच आंतरराष्ट्रीय पातळीवर अर्थव्यवहार आणि व्यापार यांच्यामध्ये सुरळीतपणा आणण्यासाठी आंतरराष्ट्रीय नाणेनिधीची (International Monetary Fund - IMF) स्थापना झाली.

पुनर्निर्माण आणि विकास यांच्यासाठी स्थापन झालेली आंतरराष्ट्रीय बँक सर्वसामान्यपणे वर्ल्ड बँक म्हणून ओळखली जाते. ही बँक १९४६ पासून काम करत आहे.

न्यूयॉर्क स्टॉक एक्सचेंजमधे १ जानेवारी १९९७ रोजी नोंद झालेल्या २९०० कंपन्यांचे भांडवल ९२०० अब्ज डॉलर्स होते. सन २००० मध्ये '००' हे दोनच आकडे वाचले जाण्यामुळे उद्भवणाऱ्या 'मिलेनियम बग' समस्येचा मोठाच धोका या कंपन्यांना वाटत होता. त्यामुळे स्टॉक बाजारात प्रचंड गोंधळ उडेल असे वाटत होते. पण प्रत्यक्षात फारसे काही न घडता वर्ष २००० येऊन गेले.

व्यापार उदीम

इसवीसन १ पूर्वी : पैसा कसा मिळवावा

व्यवसायाचे मार्गदर्शन करणाऱ्या बिझिनेस स्कूलच्या जवळपास अशी संस्था इसवीसनपूर्व ४०० मध्ये मध्य चीनमध्ये बाय गुई याने स्थापन केली होती. त्या ठिकाणी व्यवस्थापनाचे, विशेषत: नफा कसा मिळवावा याचे प्रशिक्षण दिले जात असे.

ग्राहकांना मार्गदर्शन करणारे पहिले कंझ्यूमर्स गाईड इसवी-सनपूर्व ३५० च्या सुमारास ग्रीसमधील सामोस येथे प्रसिद्ध झाले होते. त्याचा लेखक लिनशियस होता.

रोममधील कॉलेजियम टेनुलोरम या संस्थेने इसवीसनपूर्व ५० मध्ये जीवनविमा योजना सुरू केली होती. मृत माणसाच्या वारसांना त्या माणसाने जमा केलेल्या रकमेच्या तिप्पट रक्कम मिळत असे.

इसवीसन १००० : गुणवत्ता नियंत्रण

इंग्लंडमध्ये कस्टम आणि एक्साईज टॅक्स ही संकल्पना फार जुनी आहे. मर्सियाच्या राजांच्या काळात (सातवे-नववे शतक) लंडन बंदरामधे त्यांचा उगम झाला.

लंडनमध्ये नगरश्रेष्ठी (नगरसेवकांप्रमाणे) अथवा आल्डरमेन आणि मेयर यांनी सोन्याचांदीच्या सर्व वस्तूंवर विशिष्ट ठसा (हॉलमार्क) उमटवण्याची पद्धत सुरू केली. सन १२३८ मध्ये सुरू केलेल्या या प्रथेचा उद्देश चलनापेक्षा कमी दर्जाचे धातू स्पष्टपणे कळवेत हा होता.

जगामधील पहिले पेटंट इंग्लंडमध्ये सन १४४९ मध्ये देण्यात आले होते. एटन कॉलेजच्या इमारतीला लावलेल्या रंगीत काचांसाठी सहावा हेन्री या राजाने (राज्यकाळ १४२२-६१ आणि १४७०-७१) ते दिले होते.

वस्तू तारण ठेऊन कर्ज मिळवण्यासाठी 'पॉन शॉप्स' ही कल्पना ब्रुसेल्समधे १६१८ मध्ये पुढे आली. पण अशा प्रकारे तारण ठेऊन कर्ज घेण्याची प्रथा त्याहूनही जुनी आहे. सन १३३८ मध्ये इंग्लंडचा राजा तिसरा एडवर्ड (राज्यकाळ १३२७-१३७७) याने युद्धाचा खर्च भागवण्यासाठी लोम्बार्ड मर्चंट या इटालियन व्यापारी पेढीकडे राजघराण्याच्या मालकीचे हिरे तारण म्हणून ठेवले. फ्रान्स विरुद्धच्या युद्धासाठी या राजाला कर्ज हवे होते. त्या काळात तीन पितळी गोळ्यांचे चिन्ह तारण देणाऱ्या दुकानाची खूण म्हणून सर्वज्ञात झाले होते.

जगातले सर्वात जुने चेंबर ऑफ कॉमर्स सन १६५० मध्ये फ्रान्समधील मार्सेलीस येथे सुरू झाले.

अठराव्या शतकात लंडनची एक व्यापारी शहर म्हणून खूपच भरभराट झाली. सन १७०७ मध्ये विल्यम फोर्टनम आणि त्याचा मित्र ह्यूज मॅसन या दोघांनी पश्चिम लंडनमध्ये पिकॅडेली भागात एक किराणा मालाचे दुकान सुरू केले. फोर्टनम हा तिसऱ्या जॉर्ज राजाचा सेवक होता. १९२० पासून या दुकानाची मोठी वाढ होत गेली आणि त्याचे एका डिपार्टमेंटल स्टोअरमध्ये रूपांतर झाले.

लिलाव करणाऱ्या सूथबी ऑक्शनर्स या कंपनीची

स्थापना लंडनमध्ये जॉन सूथबी याने केली. ही कंपनी लंडन आणि न्यूयॉर्क दोन्ही शहरांत व्यवसाय करत असे.

थॉमस कूक (१८०८-१८९२) याने रेल्वेमधून जगातली पहिली 'सहल' सन १८४१ मध्ये आयोजित केली. इसवीसन १८५६ मध्ये त्याने युरोपमधल्या मोठ्या राजधान्यांची भव्य सहल काढली होती.

न्यूयॉर्कमधले पहिले डिपार्टमेंटल् स्टोअर जन्माने आयरिश असणाऱ्या अलेक्झांडर स्टेवर्ट (१८०३-१८७६) या अमेरिकन माणसाने १८४८ मध्ये सुरू केले. ब्रॉडवे रस्त्यावर सुरू झालेल्या या डिपार्टमेंटल् स्टोअरचे नाव 'मार्बल ड्राय गुडस् स्टोअर' असे होते. सन १८७६ मध्ये त्याची वार्षिक उलाढाल ७ कोटी डॉलर्स झाली होती.

ब्रिटनमध्ये जॉन बूट (१८१६-१८६०) या इंग्लिश माणसाने प्रसिद्ध अशी केमिस्टच्या दुकानांची 'बूट्स' ही साखळी सुरू केली. त्याने १८५० मध्ये औषधी वनस्पतींचे दुकान नॉटिंग-हॅममध्ये ६, गूजगेट येथे सुरू केले. त्याचा मुलगा जेसी बूट (१८५०-१९३१) वयाच्या ८१ व्या वर्षी लॉर्ड ट्रेंट म्हणून मरण पावला तेव्हा त्याच्या दुकानाच्या जवळजवळ १००० शाखा होत्या.

१९ व्या शतकाच्या अखेरीस शॉपिंगमध्ये ओळखता येणार नाही एवढा प्रचंड फरक पडला. १८५६ मध्ये बोस्टन, मॅसॅच्यु-सेट्स् येथील आय. एम. सिंगर अँड कंपनीने नवीन खरेदी करताना जुनी शिवणयंत्रे विकत घेण्याची पद्धत सुरू केली. तर एडवर्ड क्लार्क या सिंगर कंपनीच्या एका पार्टनरने 'हायर पर्चेस' म्हणजे हप्त्यावर खरेदीची पद्धत सुरू केली. सुरुवातीला फक्त ५ डॉलर भरून शिवणयंत्र घरी न्यायचे आणि मग दरमहा ३ डॉलर हप्ता भरायचा अशी त्याची योजना होती.

सन १८७९ मध्ये जेन्स जे. रिट्टी (जन्म १८४४) याने कॅश रजिस्टरचे पेटंट घेतले. त्याच्या मालकीचे एक सलून डायटन, ओहायो येथे होते. बारमध्ये काम करणाऱ्या कर्मचाऱ्यांनी काही अफरातफर करू नये म्हणून ही व्यवस्था त्याने केली होती. त्याच वर्षी फ्रँकलीन डब्ल्यू. वूलवर्थ (१८५२-१९१९) याने न्यूयॉर्क-मध्ये युटीका भागात

अमेरिकेतील रोबक या ठिकाणच्या सीयर्स या प्रचंड कंपनीच्या शिकागो येथील मुख्य कार्यालयात काम करणारी स्त्री कारकुनांची फौज दिसत आहे. पत्राने ऑर्डर देऊन माल पुरवणाऱ्या या कंपनीची स्थापना १८९३ मध्ये झाली. शंभर वर्षांनंतर या कंपनीचे पाच कोटी ग्राहक होते.

पहिले 'सेल्फसर्व्हिस' दुकान सुरू केले. एक निकेल (५ सेंटचे नाणे) टाकून ग्राहक आपली आपण खरेदी करू शकत असत. पुढे वूलवर्थची दुकाने नऊ देशांत उघडली; एवढी त्याची प्रगती झाली. तो मेला तेव्हा त्याची संपत्ती अडीच कोटी डॉलर्स होती.

गाड्या भाड्याने देणारी पहिली फर्म शिकागोमध्ये १९१८ मध्ये सुरू झाली. १९२३ मध्ये ती जॉन डी. हर्ट्झ्ने विकत घेतली आणि तिचे हर्ट्झ् सेल्फ ड्राईव्ह असे नामकरण केले.

सुपरमार्केटमध्ये वस्तू खरेदीसाठी लागणाऱ्या ट्रॉलींची सुरुवात अमेरिकेतील ओक्लाहोमा सिटीतल्या हंप्टी-डंप्टी स्टोअरने १९३७ मध्ये केली.

इसवीसन २००० - नंबर वापरून खरेदी

२६ जून १९७४ रोजी सकाळी ८ वाजून १ मिनिटांनी जगातली पहिली 'बार कोड' वापरून केलेली खरेदी झाली. यंत्राने वाचल्या जाणाऱ्या विशिष्ट संकेतांचा वापर बारकोड प्रणालीत केला जातो. रिगली कंपनीच्या च्युईंगगमचे एक पाकीट त्यावेळी या पद्धतीने खरेदी केले गेले.

जगातले सर्वात मोठे शॉपिंग सेंटर कॅनडातल्या

दुसऱ्या सहस्रकाच्या अखेरीस सॉफ्टवेअर व्यवसायाचा बादशहा विल्यम 'बिल' गेट्स् (जन्म १९५५) हा जगातला सर्वात श्रीमंत माणूस झाला होता आणि त्याची संपत्ती ४० अब्ज डॉलर्सपेक्षा जास्त होती. त्याने वयाच्या १९ व्या वर्षी मायक्रोसॉफ्ट कंपनी स्थापन केली आणि वयाच्या ३१ व्या वर्षी तो अब्जाधीश झाला होता. १९९५च्या सुमारास जगातल्या ८०% संगणकांमध्ये मायक्रोसॉफ्टने तयार केलेली प्रणाली वापरली जात होती.

अल्बर्टा शहरात वेस्ट एडमंटन मॉल या नावाने १९८५ मध्ये सुरू झाले. ४९ हेक्टर जागेवर बांधलेल्या या शॉपिंग सेंटरमध्ये ८०० पेक्षा जास्त दुकाने असून २०००० गाड्या पार्क करण्याची तिथे सोय आहे. या ठिकाणी दर वर्षी २ कोटींपेक्षा जास्त लोक खरेदी करतात.

विसाव्या शतकाच्या अखेरीस इंटरनेट शॉपिंग ही कल्पना फार वेगाने लोकप्रिय झाली. खरेदीविक्रीच्या सातत्याने बदलणाऱ्या विश्वामध्ये हा बदल फार मोठा ठरला आहे. अमेरिकेतील सिॲटल या शहरात असलेले ॲमेझॉन हे ऑनलाईन पुस्तकाचे दुकान इंटरनेटवरून एवढी विक्री करते की त्यांची पुस्तकविक्री जगातल्या कोणत्याही दुकानापेक्षा जास्त आहे.

अनादी काळापासून मानवाने अंतराळातील सौंदर्य पाहाण्याचा प्रयत्न केला आहे. गणिताने केलेली भाकिते खरी ठरत असल्याचे खगोल वैज्ञानिकांच्या लक्षात येत आहे. भौतिकशास्त्रज्ञ आणि रसायनशास्त्रज्ञ यांना आता विश्वाची निर्मिती आणि सजीव सृष्टीचा उगम याविषयी माहिती होऊ लागली आहे.

गणित

इसवीसन १ पूर्वी : दोन वापरून गणन

गणिताला ग्रीक भाषेमध्ये माथेमाटिकॉस (Mathematti-kos) असा शब्द आहे. हा शब्द 'माथेमा' (mathema) यापासून बनलेला आहे. याच शब्दापासून इंग्रजीत मॅथेमॅटिक्स (गणित) हा शब्द आला आहे. माथेमा शब्दाचा मुळातला अर्थ 'विज्ञान' (science) असा होता. गणितामध्ये अंक आणि वस्तूंच्या रूपांचा विचार केला जातो. या गणिताची सुरुवात प्राचीन काळी ग्रीकांनी केली असली तरी त्यांच्या अगोदरच्या संस्कृतीमध्ये-देखील मोजमाप करण्याच्या खास पद्धती होत्या.

वस्तूंची मोजदाद करण्याची आवश्यकता भासू लागताच माणसाला मोठ्या संख्येचे ठरावीक पायाभूत संख्येमध्ये भाग पाडणे गरजेचे झाले. आदिम लोकांनी पायाभूत संख्या म्हणून दोन या आकड्याचा वापर केला होता. म्हणजेच त्यांची मोजणी अशी होई, एक, दोन, दोन-एक, दोन-दोन, वगैरे – ही पद्धत अजूनही आफ्रिकेतील बुशमेन, अॅमेझॉन नदीच्या खोऱ्यातील टोळ्या आणि ऑस्ट्रेलियातील आदिवासी वापरतात. परंतु खूप मोठ्या संख्या मोजण्यासाठी ही पद्धत वापरणे अशक्य असल्याने पायाभूत संख्या म्हणून इतर संख्यांचा विचार केला गेला.

अंकमोजणीचा सर्वात प्राचीन पुरावा इसवीसनपूर्व ३०००० (अंदाजे) एवढा जुना आहे. चेको-स्लोव्हाकियामध्ये वेस्टोनिस या ठिकाणी पुरातत्त्वशास्त्रज्ञांना एक १७ सेंटीमीटर लांबीचे लांडग्याचे हाड मिळाले आहे. त्यावर दोन गटांमध्ये काही कोरीव खुणा असलेल्या दोन रांगा आहेत. ही कोणत्यातरी स्वरूपाची मोजपट्टी (tally stick) होती हे निश्चित आहे. काहीतरी नोंदवण्यासाठी हे हाड वापरले होते. या हाडावरील कोरीव खुणा प्रत्येकी पाच अशा आढळतात.

इसवीसनपूर्व ३३०० मध्ये प्राचीन मेसोपोटामिया-मधील (आधुनिक काळातील इराकचा दक्षिण भाग) सुमेरियन संस्कृतीच्या लोकांनी भाजलेल्या मातीच्या तुकड्यांचा वापर लिहिण्या-साठी केला होता. त्यांना टॅब्लेट (tablet) असे म्हणतात. त्यावर क्यूनिफॉर्म (cuneiform) लिपीमध्ये लेखन केलेले आहे. या लोकांनी मोजण्यासाठी 'दोन पायाभूत संख्या' पद्धतीचा वापर केला असल्याचा पुरावा मिळाला आहे. नंतर त्यांनी दशमान (decimal) म्हणजेच 'दहा पायाभूत संख्या' मोजपद्धतीचा उपयोग सुरू केला. शिवाय या संस्कृतीमध्ये ६० ही संख्या पायाभूत मानून मोजण्याची पद्धत होती. साठ या संख्येस 'गेश' (gesh) म्हणत. ही पद्धत बॅबिलोनियन आणि असिरियन लोकांनी घेतली. ही पद्धत वापरत असल्याच्या काही खुणा अद्याप शिल्लक आहेत. एका वर्तुळाचे ३६० अंशात विभाजन करणे हे त्याचेच एक उदाहरण आहे. तसेच फ्रेंचमधील ७० (सॉइ-क्झांतेडी), ८० (क्वात्रेविंग) आणि ९० (क्वात्रे-विंगडी) या अर्थाच्या शब्दांचा उगमही याच 'साठ पायाभूत संख्या मोजणी'त आहे.

इजिप्तमधील भव्य असा चिओप्सचा ग्रेट पिरॅमिड इसवी-सनपूर्व २८०० मध्ये बांधण्यात आला होता. अशा प्रकारच्या बांधकामासाठी मोजणीच्या तंत्राचा आणखी विकास होणे आवश्यक होते. या कामांसाठीच व्यावहारिक भूमिती (practical geometry) ही ज्ञानशाखा उदयास आली. प्राचीन इजिप्शियन लोकांना प्रगत भूमितीचे ज्ञान नव्हते. तथापि ते विशिष्ट ठिकाणी गाठी मारलेल्या दोरखंडांचा वापर अंतरे मोजण्यासाठी करत असत. या पद्धतीने ते काटकोन आणि इतर भौमितिक आकार साध्य करत होते.

सुरुवातीच्या काळामधील गणिताचा संबंध हिशेब ठेवण्याच्या कामाशी (accounting) होता. इसवीसनपूर्व २५०० च्या सुमारास चीनमध्ये मोठ्या प्रमाणावर पसरलेली सनदी सेवा (civil service) होती. कर गोळा करणे आणि सार्वजनिक कामांसाठी पैसा खर्च करणे यावर ही प्रशासन यंत्रणा लक्ष ठेवत असे. त्यांच्याजवळ संख्यांचे दोन स्वतंत्र संच होते. एका पद्धतीत चित्रपट (Pictogram)

तारांमध्ये अडकवलेल्या मण्यांची लाकडी चौकट- अबॅकस हा सर्वात प्राचीन कॅल्क्युलेटर आहे. तो बहुधा चीन किंवा जपानमध्ये तयार झाला होता. ग्रीक आणि रोमन लोकांनी अबॅकस त्यांच्याकडून घेतला. हे उपकरण १७ व्या शतकापर्यंत युरोपभर मोठ्या प्रमाणात वापरले जात होते. २० व्या शतकाच्या अखेरीस आशियात अनेक ठिकाणी आणि जगात आशियाई लोकांमध्ये अबॅकस वापरला जातो. येथे सानफ्रान्सिस्कोच्या चायनाटाऊन भागात एक जडीबूटीवाला अबॅकस वापरून हिशेब करताना दिसत आहे.

असत. त्यांचा वापर हिशेब तपासनीस व सनदी अधिकारी करत असत. दुसरी पद्धत 'वैज्ञानिक' कामांसाठी होती. त्यामध्ये हाडे किंवा बांबू यांच्यावर उभ्या-आडव्या खुणा केल्या जात. या पद्धतीमध्ये दहा ही संख्या पायाभूत होती. एक आडवी रेघ (–) म्हणजे दहा, तर दोन आडव्या रेघा (=) म्हणजे २० अशा पद्धतीने मोजमापे नोंदवली जात.

'चुई-चांग सुआन-शू (Chui-chang suan-shu) हा गणिता-वरील सर्वात प्राचीन (इस.पूर्व २५०) ग्रंथ आहे. त्याचा अर्थ 'गणिती कलेच्या संदर्भातील नऊ धडे' असा आहे. त्यामध्ये व्यावहारिक भूमिती आणि सर्वेक्षण करण्यासाठी, हिशेब ठेवण्यासाठी किंवा इंजिनियर लोकांसाठी मोजण्याची पद्धत दाखवणारी २४६ उदाहरणे दिलेली आहेत.

ग्रीक लोकांना इमारती बांधण्याप्रमाणेच सिद्धांतांमध्ये प्रचंड रस होता. त्यांनीच गणिताचा विकास एक अमूर्त (abstract) आणि शुद्ध वैज्ञानिक ज्ञानशाखा म्हणून केला.

गणित या विज्ञानाचा जनक म्हणून मायलेटस येथील थालेस (इ.स.पूर्व ६२५-५४७) याचे नाव इतिहासात नमूद केले जाते. त्याने ट्रिगोनोमेट्री (trigonometry) ही

भूमितीची शाखा विकसित केली. हा शब्द trigonon म्हणजे त्रिकोण, आणि metria म्हणजे मोजणे या दोन ग्रीक शब्दांपासून बनलेला आहे. या विज्ञानाचा उदय इजिप्तमधील पिरॅमिडची उंची मोजताना झाला असे समजते.

थालेसचा शिष्य ॲनाक्सिमांडर (इसपूर्व ६१०-५४६) हा सर्वात प्राचीन भूमिती तज्ञ (geometer) मानला जातो. या शब्दा-मध्ये geo (पृथ्वी/जमीन) आणि metres (मोजणारा) असे दोन ग्रीक शब्द एकत्र करण्यात आले आहेत.ॲनाक्सिमांडरची कल्पना अशी होती की पृथ्वी गोल नसून एखाद्या नळकांड्यासारखी आहे.

पृथ्वी ही गोलाकार आहे हे सांगणारा पहिला गणिती म्हणजे सामोसचा रहिवासी पायथागोरस (इसपूर्व ५६०-४८०) हा होय. याच पायथागोरसने आपला सुप्रसिद्ध 'पायथागोरसचा सिद्धांत' (theorem) सांगितलेला आहे. काटकोन त्रिकोणाच्या दोन बाजूंच्या वर्गसंख्यांची बेरीज आणि या त्रिकोणाचा कर्ण (hypotenuse) यांच्यामधील संबंध त्याने नियमबद्ध केला होता.

युक्लिड या सुप्रसिद्ध ग्रीक गणिततज्ञाने 'Elements' नावाचा ग्रंथ लिहिला-त्याचा काळ अंदाजे इसवीसनपूर्व ३०० असा मानला जातो. हा ग्रंथ मुख्यत: भूमितीवर आहे. या ग्रंथाचे लेखन ॲलेक्झांड्रियाला झाले असे दिसते. पहिला टॉलेमी (राज्यकाल इसवीसनपूर्व ३२३-२८५) या युक्लिडच्या आश्रय-दात्याने त्याला आपली प्रात्यक्षिके अधिक सोपी करण्याची सूचना केली. त्यावर युक्लिडने असे प्रत्युत्तर दिले की, 'भूमिती-मध्ये कोणताही राजमार्ग नाही.' अगदी अलीकडे म्हणजे १९व्या शतकापर्यंत युक्लिडची भूमिती (Euclidean geometry) हीच सर्व कामांसाठी प्रमाण मानली जात होती. इसवीसन १८२९मध्ये निकोलाय लोबाचेवस्की (१७९३-१८५६) या रशियन गणितीने (On the Foundations of Geometry)हे पुस्तक प्रसिद्ध केले. त्यामध्ये युक्लिडची भूमिती सोडून इतर भूमितीची (Non-Eucli-dean) कल्पना मांडली होती. या कल्पनेला पुढे आईनस्टाईनने दुजोरा दिला.

ट्रिगोनोमेट्रीशी संबधित तक्ते (trigonometrical tables) प्रथम प्राचीन ग्रीक खगोलशास्त्रज्ञ हिप्पार्कस (इसवीसन पूर्व १९०-१२०) याने बनवले होते. चंद्र आणि पृथ्वी यांच्यामधील अंतर मोजण्यासाठी पॅरॅलॅक्स (Parallaxes) यांचे मापन करण्याच्या दृष्टीने त्याने हे तक्ते तयार केले होते. त्याने हे अंतर पृथ्वीच्या व्यासाच्या तीसपट आहे असे म्हटले होते आणि हे अंतर (३८४,४०० किलोमीटर) मोजण्यातली त्याची अचूकता वाखाण्याजोगी आहे.

इसवीसन १ : अंकगणिताचा जन्म

रोमन लोकांना सिद्धांत मांडण्यापेक्षा इमारती उभारणे आणि अभियांत्रिकी अशा व्यवहारी गोष्टींमध्ये जास्त रस होता. त्यांची संख्या मोजण्याची पद्धत I(१), II (२), V (५), X (१०), L(५०) अशा प्रकारची होती. ह्या पद्धतीने प्रगत गणित करणे जवळपास अशक्य होते. कारण या पद्धतीमध्ये 'शून्य' नव्हते. तसेच त्यांची संख्या मांडणीची पद्धत अशी होती की त्यात अंकाच्या जागेचा उपयोग करण्यात येत नव्हता. आत्ताच्या अंक-मांडणीत आपण जेव्हा २१ ही संख्या लिहितो तेव्हा डावीकडील पहिला अंक २ हा 'दहाच्या दोन पटीत' असा त्याचा अर्थ होतो. म्हणूनच ही संख्या आपण '१०×२ +१=२१ 'दहा गुणिले दोन अधिक एक' म्हणजेच 'एकवीस' अशी वाचतो. रोमन संख्या मांडणीमध्ये अंक एकमे-कांपुढे लिहून त्यांची सरळ बेरीज करायची असते. उदाहरणार्थ, XXI म्हणजे १०+१०+१ अशी 'एकवीस' (XXI) ही संख्या होते.

समीकरणे मांडणे व ती सोडवणे यासाठी आपण चिन्हे

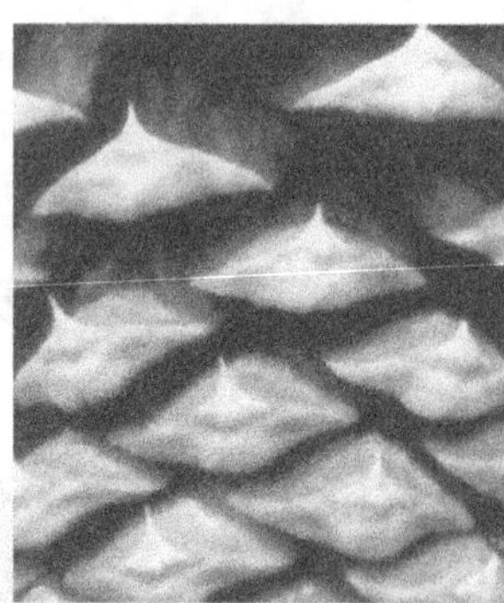

तेराव्या शतकातील इटालियन गणिती फिबोनाच्ची (Fibonacci) याने अंकांची एक मालिका तयार केली (Fibonacci numbers) या मालिकेत (०-१-१-२-३-५-८-१३.... पुढची संख्या ही मागील दोन अंकांची बेरीज असते. गणिततज्ञांना असे आढळून आले की प्राण्यांची कवचे आणि पाईन वृक्षांचे शंकू/कोन यांच्यासारख्या अनेक नैसर्गिक रचनांमध्ये ही मालिका आढळते.

ग्रीक गणिती युक्लिड याचे काम त्याच्या मृत्युनंतर २३०० वर्ष उलटूनही भूमितीच्या केंद्रस्थानी आहे. त्याचा १३ खंडांतला 'Elements' हा ग्रंथ संपूर्ण जगात (Classical World) सर्वत्र वाचला जात असे.

वापरतो. या पद्धतीला 'अंक-गणित' (algebra) असे म्हणतात. या पद्धतीचा जनक ॲलेक्झांड्रियाचा रहिवासी असणारा ग्रीक गणिती डायोफांटस (इस २१०-२८०) होता. त्याने सन २५० मध्ये ॲरिथमेटिका (Arith-metica) हा ग्रंथ लिहिला होता.

त्याच्या पूर्वीच्या काळी बॅबि-लोनियन लोकांनी समी-करण मांडण्याची संकल्पना तयार केली होती. पण त्यांचा वापर ते प्रत्यक्ष काही समस्यांचे निराकरण करण्या-पुरताच करत असत.

अंकगणिताचा मोठ्या प्रमाणावर विकास अरब जगता-मध्ये झाला. इंग्रजीतील algebra या शब्दाचा उगम अरबी शब्द अल्-जेब्र (तुकड्यांची जोडणी) यामध्ये आहे. बगदादमध्ये अल्-मामून (इसवीसन ७८०-८५०) हा खलिफा असताना अनेक ग्रीक आणि हिंदू ग्रंथांची अरबीत भाषांतरे करण्यात आली. मुहम्मद इब्न मूसा अल् ख्वारिझ्मी (इसवीसन ७८०-८५०) या अरबी विद्वानाने लिहिलेल्या ग्रंथाचे नाव 'हिंदू ज्ञानसंपादन कलेविषयी' असे होते. याच ग्रंथात त्याने प्रथम हिंदूंच्या प्राचीन अंक-मांडणीची माहिती दिली. संख्या मांडणीसाठी हीच पद्धत आज आपण वापरतो. याच विद्वानाने 'अल्-जेब्र वाल् मुकाबला' हा ग्रंथ लिहिला होता. हा अंकगणितातील मूलभूत क्रियांविषयी होता.

मध्य अमेरिकेतील युकाटन (Yucaton) मधील माया संस्कृतीत (इसवीसन ३२५-९२५) अंकमांडणीची वेगळी पद्धत वापरत असत. त्यासाठी २० ही संख्या पायाभूत मानली होती. मोठ्या संख्या वीसच्या पटीत मांडल्या जात.

ही पद्धत हाता-पायांची सर्व बोटे मोजण्यासाठी वापरण्यामधून उगम पावली असावी. अमेरिका खंडात ही पद्धत सर्वत्र पसरली होती. अगदी उत्तर ध्रुवाजवळचे लोकही हीच पद्धत वापरत असत.

इसवीसन १००० : अंकांचे सिद्धांत

पश्चिमेकडील जगाला कवी म्हणून माहिती असणारा उमर खय्याम (इसवीसन १०५०-११२३) हा पर्शियन विद्वान एक मोठा गणिती होता. त्याने 'Algebra' या नावाचा ग्रंथ लिहिला. त्यामध्ये त्याने 'त्रिघात समीकरणे' (cubic equations) सोड-वण्याची पद्धत सांगितलेली आहे. एखाद्या संख्येचा तृतीय घात (उदाहरणार्थ x^3) असणाऱ्या समीकरणांना त्रिघाती असे म्हणतात. ही सोडवण्यासाठी शंकूसारख्या रचनेचा वापर करण्याची संकल्पना उमर खय्यामने मांडली आहे.

मध्ययुगाच्या प्रारंभीच्या काळात अरबी गणिताची परंपरा युरोपियन विद्वानांकडे आली. त्यांच्यामध्ये पिसा येथील लिओनार्दो (सन ११७०-१२५०) हा इटालियन विद्वान प्रमुख होता. तोच फिबोनाच्ची (Fibonacci) म्हणून विख्यात आहे. त्याने सन १२०२ मध्ये लिहिलेला 'Liber abaci' हा ग्रंथ अंकगणितावर आणि गणित करण्याच्या पद्धतींवर प्रकाश टाकणारा आहे.

अंकगणितामध्ये ज्या संख्या माहिती नाहीत त्यांच्यासाठी चिन्ह म्हणून अक्षरे (व्यंजन) आणि स्थिर संख्यांसाठी 'स्वर' (consonants) वापरण्याचा प्रारंभ फ्रेंच गणिती फ्रांस्वा वीटे (सन १५४०-१६०३) याने केला. त्याने आपल्या 'In Artem Ana-lyticam Isagoge' (विश्लेषण कलेची तोंडओळख) या ग्रंथामध्ये ही कल्पना वापरलेली दिसते.

स्कॉटिश जमिनदार जॉन नेपियर (सन १५५०-१६१७) याला प्रामुख्याने गणन करण्यामधील समस्यांमध्ये रस होता. त्याने विशिष्ट उपकरणे तयार केली

होती. त्यांना 'नेपियर्स बोन्स' (Napier's Bones) असे म्हणतात. या छडीसारख्या वस्तूंवर गुणाकार व भागाकार सोप्या पद्धतीने करण्यासाठी खुणा केलेल्या होत्या. हे एक प्रकारचे गुणाकार-भागाकार तक्ते होते. नेपियरनेच पुढे गुणाकार-भागाकार करण्यासाठी 'लॉगरिथम' (Log-arithm) वर आधारित तक्ते तयार केले. आपण त्या तक्त्यांना 'लॉग टेबल्स' (Log tables) असे म्हणतो.

अंकगणिताचा भूमितीसाठी वापर करण्याची संकल्पना दोन महान फ्रेंच गणिती-रेने देकार्ते (सन १५९६-१६५०) आणि पियरे डी फर्मा (१६०१-१६६५) यांनी मांडली. त्यातूनच 'विश्लेषणात्मक भूमिती' (Anatytical geometry) या ज्ञान-शाखेचा जन्म झाला. देकार्तेची कल्पना अशी होती की सर्व विश्वाचे वर्णन गणिती परिभाषेत करता येईल. त्याने शोधून काढलेल्या संदर्भ-चौकटीला 'कार्टेशियन निर्देशक (Cartesian co-ordinates) असे म्हणतात. या चौकटीमुळे भूमितीमधील विविध आकारांचे वर्णन करणारी समीकरणे मांडणे शक्य झाले. एखादा बिंदू कोठे आहे ते दर्शवण्यासाठी या पद्धतीत त्या बिंदूचे 'क्ष' (x) आणि 'य' (y) या दोन अक्षांपासूनचे अंतर दाखवले जाते. तसेच त्रिमिती वर्णनासाठी 'झ' (z) हा तिसरा अक्ष वापरला जातो.

'Introduction to Loci' हा पियरे डी फर्माचा ग्रंथ प्रसिद्ध आहे. बिंदूंमधील अंतरे, बिंदूंचे स्थान दाखवणे वगैरेसाठी सरळ अथवा वक्र रेषा कशा वापराव्यात याची त्यात माहिती आहे. फर्मानेच अंकांचा आधुनिक सिद्धांत (theory of numbers) मांडला. अंकांच्या गुणधर्मा-विषयीचा हा सिद्धांत फार महत्त्वाचा आहे. तसेच ब्लेस पास्कल (सन१६२३-१६६२) या फ्रेंच विद्वानाबरोबर फर्मा याने 'संभाव्यतेचा सिद्धांत'(theory of prob-ability) मांडला.

पास्कल हा विद्वान म्हणजे गणिती, भौतिकशास्त्रज्ञ आणि धर्मज्ञानी यांचे अपूर्व असे मिश्रण होते. त्याने एका गणन करणाऱ्या यंत्राचा शोध लावला. त्याचा उपयोग त्याने आपल्या वडिलांच्या टॅक्ससंबंधी हिशेब करण्यासाठी केला.

त्याच्या एका मित्राने फासे टाकताना ते कसे पडतील याबद्दल गणित मांडता येईल का असा प्रश्न विचारला. या संबंधात त्याने फर्माबरोबर पत्रव्यवहार केला. या देवाणघेवाणीतून पुढे 'संभाव्यता सिद्धांत' (probability) तयार झाला.

पुढील दोन वैज्ञानिक हे जबरदस्त प्रतिभेचे गणिती होते. त्यामध्ये एक होता आयझॅक न्यूटन (१६४२-१७२७) हा ब्रिटिश विद्वान आणि दुसरा होता जर्मन शास्त्रज्ञ गॉटफ्राईड विल्ह्येम लिब्निट्झ (१६४६-१७१६). त्या दोघांनी स्वतंत्रपणे विकलनाची (differential calculus) पद्धत विकसित केली. सतत बदलणाऱ्या परिमाणांमधील बदल मोजण्याची ती पद्धत होती. न्यूटनने अशा राशींना (quantity) 'फ्लक्सिऑन' (fluxion) असे नाव दिले होते.

गणिताच्या इतिहासात लिओनार्ड यूलर (१७०७-१७८३) या स्विस गणितीचे स्थान फार मोठे आहे. त्याने शुद्ध आणि उपयोजित (applied) गणित, भौतिकशास्त्र आणि खगोलशास्त्र यामध्ये ८०० पेक्षा जास्त शोधनिबंध लिहिले. रशियामध्ये दुसरी कॅथरीन (राज्यकाल १७६२-९६) राज्य करत असताना यूलरची सेंट पीटस्बर्गच्या अॅकॅडेमी ऑफ सायन्से-समध्ये भौतिकशास्त्र आणि गणिताचा प्राध्यापक म्हणून नेमणूक झाली होती.

कॉम्टे जोसेफ लुई डी लॅगरांज (१७३६-१८१३) हा गणिती यूलरचा सम-कालीन होता. या तरुण संशोधकाच्या कामामुळे यूलर एवढा प्रभावित झाला होता की, त्याने आपल्या तरुण सहकाऱ्याला संधी मिळावी म्हणून आपल्या

अठराव्या शतकातील स्विस गणिती लिओनार्ड यूलर याने गणितामधील अनेक चिन्हांचे प्रमाणिकरण केले.त्यामध्ये नैसर्गिक लॉगरिथममधील पायासाठी 'e' आणि -१ संख्येच्या वर्गमुळासाठी 'i' हे चिन्ह वापरणे अशा अनेक गोष्टींचा समावेश होता.

काही शोधनिबंधांचे प्रकाशन थांबवून ठेवले होते. १७९३ मध्ये लॅगरांजची नेमणूक एका आयोगावर झाली. या आयोगानेच आता वैज्ञानिक जगाने सर्वमान्य केलेली मीटर-किलोग्रॅम-सेकंद म्हणजेच मेट्रिक परिमाण पद्धत विकसित केली.

योहान कार्ल फ्रेडरिक गॉस (१७७७-१८५५) हा जर्मन गणिती अगदी लहानपणापासून एक डायरी लिहित असे. त्यामध्ये तो आपले गणितविषयक संशोधन लॅटिन-मध्ये टिपून ठेवत असे. अंक सिद्धांत (theory of numbers) आणि वक्र वस्तूंची भूमिती (अ-युक्लिडीय भूमिती) यामध्ये गॉसने फार मोठे कार्य करून ठेवले आहे. शिवाय विद्युत आणि चुंबकीय क्षेत्रां-विषयीच्या सिद्धांतांमध्ये गॉसने महत्त्वाचे काम केले.

ज्ञानाच्या एकंदरीत वि-कासात मोठी आणि मूलभूत बदलाची प्रक्रिया गणिताचा तर्कशास्त्रातील वापर ही होती. जॉर्ज बूल (१८१५-१८६४) हा ब्रिटिश गणिती स्वप्र-यत्नांमधून शिकत वर आला होता. तो आयर्लंडमधील कॉर्क येथे १८४९ मध्ये गणिताचा प्राध्यापक झाला. त्याच्या 'An Investigation of the Laws of Thought' या १८५४ मध्ये प्रसिद्ध झालेल्या पुस्तकात तर्क-शास्त्रीय संबंध स्पष्ट कर-ण्यासाठी अंकगणितातील चिन्हे वापरलेली दिसतात.

'The Mathematical Theory of Communica-tion' हे पुस्तक १९४८ मध्ये प्रसिद्ध झाले. ते क्लॉड ई. शॅनन (जन्म १९१६) या अमेरिकन वैज्ञानिकाने लिहिले आहे.

एकोणिसाव्या शतकातील इंग्लिश गणिती जॉर्ज बूल याने निर्णय प्रक्रियेसंबंधी एक द्विमानी पद्धत (binary) विकसित केली. त्यामध्ये तर्कशास्त्रीय दृष्टिकोनातून 'होय' (yes), 'नाही', (no) 'आणि' (and) 'किंवा' (or) आणि 'नसणे' (not) या पाच निर्णय संकल्पना होत्या. हा आधुनिक संगणक प्रणालींचा पाया आहे. जॉर्ज बूल याला संगणक विज्ञानाचा जनक मानले आहे.

त्यामध्ये बूल-च्या तर्कशास्त्राचा (Booleian logic) आधार घेण्यात आलेला आहे. शॅननने असे दाखवले की कोणत्याही प्रकारची माहिती (information) ही 'बिटस्' (bits) या स्वरूपात मांडता येते. तसेच त्याने माहितीचे द्विमानी गणिताच्या सहाय्याने निश्चितपणे विश्लेषण करता येते, हे ठामपणे सिद्ध केले. ही संगणन-शास्त्राचा (computing) उदय होण्याची सुरुवात होती.

इसवीसन २००० : मूलभूत गोष्टींकडे परत

आधुनिक गणिताचा बराचसा भर हा 'प्रश्न उभे करणे' (question-ing) यावर आहे. पूर्वी ज्या गोष्टी स्वयंसिद्ध मानल्या जात होत्या त्यावर आता विचार केला जातो. जॉर्ज कॅंटर (१८४५-१९१८) या रशियन गणितीने सांतातीत गणितामध्ये (transfinite arith-metic) खूपच काम केले होते. सांतातीत या संकल्पनेमध्ये, अंक सिद्धांतामध्ये 'अमर्याद' (in-finity) ही संकल्पना वापरण्याचा समावेश होतो. कॅंटरच्या विचारां-मधूनच सध्याच्या काळातील 'संस्थिती (topology) या नवीन ज्ञान-शाखेचा जन्म झाला. एवादी आकृती जर बदलली किंवा ती उलटीपालटी केली, अथवा वाकडी केली तर काय होईल याचा संस्थिती अभ्यासात समावेश होतो.

डेव्हिड हिलबर्ट (१८६२-१९४३) या जर्मन गणित तज्ज्ञाने युक्लिडीय भूमितीच्या पारंपरिक मांडणीची फेररचना केली. युक्लिडची भूमिती अनेक सिद्धांत कल्पनांवर (axiom) आधारलेली होती, आणि या कल्पना स्वयंसिद्ध सत्य आहेत असे त्याने मानले होते. हिलबर्टने युक्लिडच्या १० जुन्या सिद्धांत-कल्पनांच्या जागी २१ नवीन गृहीतवके (assumptions)

१७ व्या शतकातील फ्रेंच गणिती पियरे डी फर्मा याचे विचार सहस्रक उलटून गेले तरी अजून महत्त्वाचे मानले जातात. सध्या संगणक प्रणालींमध्ये घोटाळे करणारे किंवा संगणक आज्ञावलीमध्ये बिघाड घडवणारे लोक आहेत. त्यांच्यापासून संगणकावरील माहितीचा बचाव व्हावा म्हणून गुप्त संकेतलिप्या (encrypts) तयार केल्या जातात. या कामाचा आधार फर्माच्या मूळ संख्यांच्या गणितामध्ये आहे.

शून्य (०)	शून्याच्या संकल्पनेमुळे व्यावहारिक दृष्टीने चिन्ह लिहिणे जास्त सोपे झाले. ही संकल्पना कोणातरी अज्ञात हिंदू गणितीची आहे. हा गणिती इसवीसन ७००च्या आसपास उज्जैनमध्ये राहात असे. ही संकल्पना पुढे पर्शियन गणिती अल् ख्वारिझ्मी (इस. ७८०-८५०) याने उचलली.
अधिक (+) उणे (-)	अधिक आणि उणे यांची चिन्हे सर्वप्रथम जर्मनीमध्ये लिपझिग येथे जॉन वाईडमान याने १४८९ मध्ये प्रसिद्ध केली.
बरोबर (=)	हे चिन्ह रॉबर्ट रेकॉर्ड (१५१०-१५५८) या ऑक्सफर्डच्या विद्वानाने त्याच्या १५५६ मध्ये प्रसिद्ध झालेल्या 'The Whetstone of Witte' या पुस्तकात प्रथम वापरले होते.
दशांश चिन्ह (.) Logarithmorum	हे जॉन नेपियर (बॅरन मर्चिसटन) (१५५०-१६१७) याने आपल्या १६१४ मध्ये प्रसिद्ध झालेल्या 'Mirifice Canonis Descriptio' या पुस्तकात उपयोगात आणले.

मांडली. ती गृहीतके 'हिलबर्टच्या सिद्धांतकल्पना' (Hilbert's axioms) म्हणून ओळखली जातात. हिलबर्टने एक महत्त्वाची गोष्ट सांगितली की सिद्धांतकल्पना आपोआप सत्य होत नाहीत, तर ही कल्पना म्हणजे युक्तिवादासाठी गृहीत धरलेली गोष्ट असते.

सिद्धांतकल्पनांविषयी प्रश्न विचारण्याची सुरुवात अंकगणितातही झाली. बर्ट्रंड रसेल (१८७२-१९७०) या ब्रिटिश आणि आल्फ्रेड नॉर्थ व्हाईटहेड (१८६१-१९४७) या ब्रिटिश/ अमेरिकन विद्वानांनी १९१०-१३ दरम्यान "Principia Mathe-matica" हा अत्यंत महत्त्वाचा ग्रंथ प्रसिद्ध केला. त्यामध्ये त्यांनी गणिताचा आरंभ मूलभूत अशा सिद्धांत-कल्पनांपासून सुरू करण्याचा प्रयत्न केला होता. तथापि कुर्त गोडेल (१९०६-१९७८) या ऑस्ट्रियन/झेक विद्वानाने असे दाखवले की या दोघांच्या तार्किक पद्धतीत अशी काही विधाने आहेत की ती सिद्धच करता येत नाहीत. ही विधाने सत्य की असत्य ते सिद्धच होऊ शकत नाही.

संच सिद्धांताचा (set theory) प्रारंभ १९व्या शतकामध्ये झाला. त्याला कँटरचे कार्य कारणीभूत होते. हे २०व्या शतकातील फार महत्त्वाचे तर्कशास्त्रीय साधन आहे. निर-निराळ्या वस्तू वेगळ्या, एकत्रित अथवा काही प्रमाणात सारख्या दर्शवण्यासारख्या गोष्टींसाठी संच पद्धतीचा उपयोग केला जातो. संच सिद्धांताचा उपयोग करून कँटरने आपली अमर्यादतेची संकल्पना मांडली. तथापि त्याला सर्व प्रकारच्या अंकांचे संच अशा प्रकारे हाताळता येतील हे काही दाखवता आले नाही. १९६३

गुणाकार (×)	विल्यम ऑट्रेड (१५७५-१६६०) या इंग्लिश विद्वानाच्या पुस्तकात. पुस्तकाचे नाव 'Clauis Mathematica' (१६३१) होते.
अमर्यादता (४)	जॉन विलीस (१६१६-१७०३) याच्या अ Sectionibus Conicis या १६५६/१६६५ मधील पुस्तकात प्रथम वापर. हे चिन्ह ग्रीक अक्षर Æ (फाय) पासून बनवले असावे.
भागाकार (÷)	जॉन पेल (१६११-१६८५) या ब्रिटिश विद्वानाने ॲम्स्टरडॅम येथे प्राध्यापक असताना शोधून काढले.
अँग्स्ट्रॉम युनिट (Å)	मीटरचा 10^{-10} एवढा अतिसूक्ष्म भाग दर्शवण्यासाठी वापर. १९०५ मध्ये अँडर्स अँग्स्ट्रॉम (१८१४-१८७४) या वैज्ञानिकाच्या सन्मानार्थ नामकरण.

अंकांचे घातांक

$१०^{६३}$	ही ६४ अंकी संख्या आहे. याला 'व्हिजिनटिलन' म्हणतात.
$१०^{८७}$	विश्वामध्ये एवढे अणू असण्याची शक्यता आहे.
$१००^{१००}$	१०१ अंकी संख्येला १९५९ मध्ये डॉ. एडवर्ड कासनर यांच्या ९ वर्षीय पुतण्याने गुगोल (googol) असे नाव दिले आहे. दहा संख्येच्या गुगोल घातांकाला 'गुगोल प्लेक्स' म्हणतात.
$१०^{१४०}$	या संख्येला प्राचीन जैनांनी 'असंखेय' असे म्हटले आहे.
$१०^{३०३}$	या ३०४ आकडी संख्येला सेंटीलियन म्हणतात.
$१०^{३०००००३}$	या संख्येमध्ये ३,०००,००४ आकडे आहेत. याला मिनीमिलीलियन असे नाव देण्यात आले आहे.

मध्ये कॅन्टरची एक सिद्धांत मांडणी– 'कंटिन्यूम हायपोथिसिस' हे उकलनाच्या पलीकडे असल्याचे पॉल कोहेन या विद्यार्थ्याने दाखवून दिले.

गणिती तर्कशास्त्रालाही आता संगणकामुळे कलाटणी मिळाली आहे. सुरुवातीच्या काळात गणिती लोकांना असे वाटत होते की संगणक त्यांना गुंतागुंतीच्या गणनप्रक्रियेत निव्वळ मदत करणारे एक साधन आहे. पण 'चार रंगांच्या समस्येच्या' (four-colour problem) संदर्भात असे दिसून आले की संगणकासाठी आज्ञावली तयार करणाऱ्या लोकांपेक्षा संगणक अधिक सूक्ष्मपणे 'विचार' करत आहे.चार रंगांची समस्या मुळामध्ये सर्वप्रथम १८५२ मध्ये एका विद्यार्थ्याने पुढे आणली. इंग्लंडचा नकाशा बनवताना निरनिराळ्या गोष्टी दाखवण्यासाठी चार रंग पुरेसे ठरतील की नाही अशी ती समस्या होती.

ही साधी वाटणारी गोष्ट तर्कशास्त्रीय आधारावर सिद्ध करायला फारच अवघड ठरली. अनेक दशके या समस्येची उकल करणारे युक्तिवाद मांडण्यात आले. पण ते सगळे सदोष होते. १९७० मध्ये वूल्फगांग हाकेन आणि केनेथ आप्पेल या दोघा अमेरिकन गणितींनी सर्वप्रथम असे ठरवले की चार रंग पुरणार नाहीत अशा नकाशांची यादी करावी. ही यादी वाढत वाढत एवढी झाली की तिचा अभ्यास करण्यासाठी एक स्वतंत्र संगणक आज्ञावली (प्रोग्रॅम)

दहाचे ऋण (–) आणि धन (+) घातांक दर्शवण्यासाठी वापरले जाणारे पारिभाषिक अवयव					
$१०^{१}$	डेका	(da)	$१०^{-१}$	डेसी	(d)
$१०^{२}$	हेक्टो	(h)	$१०^{-२}$	सेंटी	(c)
$१०^{३}$	किलो	(K)	$१०^{-३}$	मिली	(m)
$१०^{६}$	मेगा	(M)	$१०^{-६}$	मायक्रो	(x)
$१०^{९}$	गिगा	(G)	$१०^{-९}$	नॅनो	(n)
$१०^{१२}$	टेरा	(T)	$१०^{-१२}$	पिको	(p)
$१०^{१५}$	पेटा	(P)	$१०^{-१५}$	फेम्टो	(f)
$१०^{१८}$	एक्झा	(E)	$१०^{-१८}$	अट्टो	(a)

लिहिण्याची गरज भासली. १९७६ मध्ये त्यांच्या आज्ञावलीचे निष्कर्ष प्रसिद्ध झाले. त्यांनी सर्व संभाव्य शक्यता पडताळून पाहिल्या होत्या आणि यादीमधील प्रत्येक केसचा विचार केला होता. निष्कर्ष असा होता की चार रंग पुरेसे ठरतील ही सिद्धांत कल्पना बरोबर आहे.

पियरे डी फर्मा याने एक अशी समस्या मांडली की $x^n + y^n = z^n$ हे सूत्र पाहिले तर असे दिसते की 'n' ही संख्या २ पेक्षा जास्त पूर्णांक असेल, तर हे सूत्र सत्य असणार नाही. यालाच गणितात फर्माचा शेवटचा सिद्धांत (Fermat's Last Theorem) असे नाव आहे. फर्माने मरण्यापूर्वी ही माहिती नमूद केली होती. पण त्याची उकल झाली नव्हती. दीर्घ काळ कोणालाही ही समस्या सुटली नव्हती. अखेर १९९३ मध्ये इंग्लिश गणिती अँड्रू वाईल्स (जन्म १९५३) याने सुमारे ३५६ वर्षे गुंगारा दिलेल्या या कोड्याची उकल मांडली. त्याने मांडलेली पहिली उकल चुकीची ठरली. पण वर्षभरातच त्याने पुन्हा मांडलेल्या दुसऱ्या उकलीला मात्र आता भरपूर मान्यता मिळालेली आहे.

इसवीसन १ पूर्वी : निसर्गाकडून शिकणे

झाडांना ठराविक काळाने येणारा बहर, पक्ष्यांचे स्थलांतर, सूर्य उगवणे आणि अस्ताला जाणे, याशिवाय चंद्राच्या निर-निराळ्या अवस्था अशा नैसर्गिक घटनांमुळे प्राचीन काळात मानवाला काळ उलटत असल्याची मूलभूत जाणीव होणे साहजिकच होते. कालगणनेमागील आकाश निरीक्षणातून मिळालेली माहिती वापरण्याचे मूलभूत ज्ञान मानवाला अतिप्राचीन काळी होते. आकाशाचे निरीक्षण आणि कालगणना या गोष्टी अनुक्रमे इसवीसनपूर्व ८५०,००० आणि ३५,००० एवढ्या जुन्या आहेत.

अमेरिकेतील हार्वर्ड विद्यापीठातील अलेक्झांडर मारशॅक या तज्ज्ञाने हाडांवरील खुणांचा अभ्यास केला आहे. त्या अभ्यासातून असे दिसून आले की, इस.पूर्व ३५००० मधील ऑरिग्नाशियन (Aurig-nacian) संस्कृतीच्या, आणि इस.पूर्व १०००० मध्ये दक्षिण फ्रान्समधील गुहांमध्ये राहाणाऱ्या मानवसमूहांना दोन

पौर्णिमांच्या-मधील ठराविक कालखंडाची निश्चित कल्पना होती.

मानवामधील स्त्रीच्या शरीरात एक मासिक चक्र असते. ते आणि चंद्राचे चक्र यांच्यामध्ये सारखेच म्हणजे २९ दिवस असतात. कदाचित यावरूनच सुमेरियन, मायसेनियन, ग्रीक आणि रोमन लोकांनी चंद्राच्या चक्रावर आधारित चांद्र दिनदर्शिका (lunar calendar) तयार केली असावी.

इजिप्शियन लोकांनी कालगणनेसाठी सूर्याच्या अगदी बरोबरीने उगवणाऱ्या सिरियस-ए (चमक मूल्य १.४) या आकाशातील सर्वांत ठळक ताऱ्याचा वापर केला होता. ते या ताऱ्याला 'सोथिस' (Sothis) असे म्हणत असत. हा तारा त्यांनी आपल्या सोपडेट (Sopdet) या देवीबरोबर मानला होता. त्यांनी या ताऱ्याची सांगड दर वर्षी नाईल नदीला येणाऱ्या पुरांशी घातली होती.

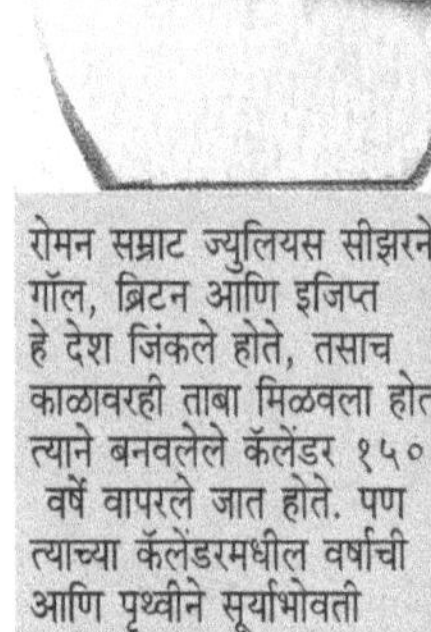

रोमन सम्राट ज्युलियस सीझरने गॉल, ब्रिटन आणि इजिप्त हे देश जिंकले होते, तसाच काळावरही ताबा मिळवला होता. त्याने बनवलेले कॅलेंडर १५०० वर्षे वापरले जात होते. पण त्याच्या कॅलेंडरमधील वर्षाची आणि पृथ्वीने सूर्याभोवती प्रदक्षिणा घालण्याचा काळ यांची सांगड बसू शकत नव्हती.

बहुधा इजिप्शियन लोकांनीच प्रथम हे पाहिले होते की नक्षत्रांचा प्रवास पूर्ण करायला सूर्याला साधारण ३६५ दिवस लागतात. त्यांनी एका वर्षाचे बारा भाग पाडले. त्या प्रत्येक भागामधे एक 'आठवडा' हे माप असे. प्रत्येक दहा दिवसांचे असे तीन आठवडे वर्षाच्या १/१२ भागात असत. अशा प्रकारे ३६० दिवसांचा हिशेब झाल्यावर उरलेले पाच दिवस वर्षामध्ये मिळवून एक वर्ष ३६५ दिवसांचे असे मानले जाई.

इजिप्शियन लोकांनीच सर्वप्रथम इसपूर्व २१०० मध्ये (अंदाजे) एका दिवसाचे २४ तासांमध्ये भाग पाडले. त्यांनी एक तास पहाटेसाठी, दहा तास दिवसाचे, एक तास सूर्यास्ताचा आणि १२ तासांची रात्र अशी या तासांची विभागणी केली होती.

या संस्कृतीमध्ये सूर्योदय ते सूर्यास्त असा 'दिवस' मानला जात असल्याने दिवसाची लांबी सतत बदलत जात असे. त्याचबरोबर तासांच्या वेळां-मध्येही बदल होत जाई. बहुधा बॉबिलोनमधील काही खगोल-शास्त्रज्ञांनी इसपूर्व

सन १८१० मधील सोन्याचा मुलामा चढवलेले तांब्याचे घड्याळ. हे खिशात ठेवण्याचे घड्याळ होते. १९ व्या शतकातील घड्याळ तयार करणारे लोक घड्याळाकडे विज्ञान आणि कला या दोन्ही दृष्टींनी पाहत असत. मध्यभागी असणारी स्त्री अत्यंत नाजूकपणे हातांची हालचाल करून वेळ दाखवत असे.

१८०० मध्ये दिवसाची 'मध्यरात्र ते मध्यरात्र' अशी नवीन व्याख्या केली असावी.

इसवीसन १ : ज्युलियन कॅलेंडर आणि सात दिवसांचा आठवडा

इसवीसनापूर्वी ४६ मध्ये रोमन कॅलेंडर आणि ऋतू यांच्यामधे एवढी विसंगती निर्माण झाली होती की ज्युलियस सीझर (इसपूर्व १०१-४४) याने ते रद्द करण्याचा हुकूम सोडला. त्याने एक वर्ष हे ३६५ दिवस आणि सहा तासांचे असेल असा फतवा काढला. त्या वर्षाचे कॅलेंडर नीट करण्या-साठी त्याने ६७ दिवस वाढवले. या नवीन कॅलेंडरला 'ज्युलियन कॅलेंडर' म्हणतात. त्याची संकल्पना ग्रीक विद्वान सोसीजेनिसची होती.

'जुना करार' (ओल्ड टेस्टामेंट) या धर्मग्रंथामध्ये काम करणे आणि विश्रांती घेणे या संबंधी माहिती असून त्यामध्ये सात दिवसांच्या चक्राची कल्पना आहे. तथापि दहा दिवसांच्या आठवड्याऐवजी सात दिवसांचा आठवडा करण्याची पद्धत मात्र रोमन लोकांची आहे.

इसवीसन ८० मध्ये ग्रीक आणि बॅबिलोनियन लोकांनी सात दिवसांच्या आठवड्याची पद्धत वापरायला सुरुवात केली. रानटी टोळ्या, खिश्चन आणि मुस्लिमांनीही यथावकाश ही पद्धत वापरायला प्रारंभ केला. एखाद्या महिन्यातील विशिष्ट दिवस असे न म्हणता आठवड्यातील प्रत्येक दिवस वेगळा ओळखण्याची पद्धत मध्य-पूर्वेमध्ये सन २५० च्या आसपास उदयास आली आणि मग ती पश्चिम युरोपमध्ये पसरली.

ज्यू लोकांनी प्रत्येक वर्षाला एक क्रमांक दिला. माऊंट सिनाईवर सुप्रसिद्ध दहा वचने (टेन कमांड-मेंटस्) सांगण्याच्या घटने-पासून ही वर्षे मोजली जातात. रोमन लोकांनी आपले रोमन साम्राज्य स्थापन झाले त्या वर्षीपासून वर्षांची गणती सुरू केली. किंवा एखादा सम्राट सत्तेवर आल्या-पासून ही गणना केली जात असे.

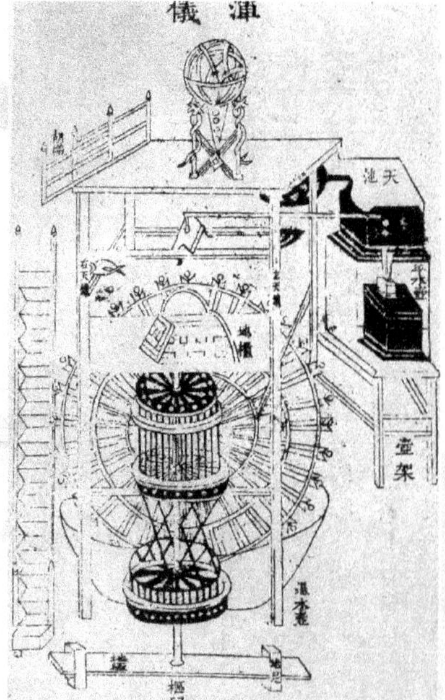

चीनमधील कैफेंग येथील १०.६ मीटर उंचीचे पाण्याचे घड्याळ (Water-clock). यामध्ये शक्ती पुरवण्यासाठी एक मध्यवर्ती जलचक्र होते. पाच थर असणारी पॅगोड्यासारखी रचना वरून दिसत नसे. ठराविक काळाने वरच्या बाजूला छोट्या बाहुल्या येऊन वेळ दाखवत असत.

इसवीसन १००० : देवाचा काळ

युरोपमध्ये वर्षांची गणती करण्यासाठी खिस्तजन्माची तिथी वापरण्याचा प्रारंभ पहिला सेंट जॉन या पोपच्या कालखंडात (५२३-५२६) झाला. या पोपने ईस्टर सणाच्या नवीन तारखा ठरवण्यासाठी डायोनिसीयस एक्झस (मृत्यू ५५६) या रोमन ॲबटची नेमणूक केली.

त्यावेळी वर्षांची गणती करण्यासाठी सन २८४ हे वर्ष आधारभूत मानले जाई. कारण त्या वर्षी रोमन सम्राट डायो-क्लेशियन सत्तेवर आला होता. हा सम्राट सुरुवातीच्या काळातील खिश्चन लोकांचा छळ करणारा म्हणून प्रसिद्ध होता. त्यामुळेच या वर्षाचा आधार घेणे डायोनिसीयसला मान्य नव्हते. म्हणून त्याऐवजी त्याने 'खिस्ताच्या अवतारापासून' (ab incarnatione) अशी वर्षे मोजावीत असे ठरवले. सध्या इंग्रजीत AD ही दोन आद्याक्षरे वापरली जाणारा 'anno domini' शब्द नवव्या शतकाच्या सुरुवातीपासून वापरला जाऊ लागला. त्याचा अर्थ 'आमच्या देवाच्या वर्षी' असा आहे.

लॉज ऑफ इना या केंटच्या राजाने सर्वप्रथम सन

१९२७	हान्स विल्सडॉर्फ या जर्मन माणसाने वॉटरप्रूफ अशा रोलेक्स ऑयस्टर घड्याळाची रचना केली. ७ ऑक्टोबर १९२७ रोजी जलतरणपटू मर्सिडीझ ग्लीटझू याने या घड्याळाची चाचणी घेतली.ग्लीटझूने फ्रान्स ते इंग्लंड हे अंतर १५ तास १५ मिनिटात पार केले.
१९३३	अर्नेस्ट इस्कालोन्जेन (१८७६-१९५४) या फ्रेंच माणसाने पॅरिस वेधशाळेमध्ये पहिले 'बोलके' घड्याळ तयार केले.
१९४८	विलार्ड लिबी (१९०८-१९८०) या अमेरिकन शास्त्रज्ञाने आण्विक घड्याळाची निर्मिती केली. हे घड्याळ दर वर्षी १/१००० सेकंद एवढीच चूक करते.
१९५५	अमेरिकन नौदल वेधशाळा आणि इंग्लिश वैज्ञानिक लुई एस्सेन (१९०८-१९९७) यांनी स्वतंत्रपणे सिझियमअणूमधील अत्यंत वेगवान कंपन्यांचा उपयोग करणारे घड्याळ तयार केले. सिझियम अणूमधे दर सेकंदाला ९, १९२, ६३१, ७७० + २० एवढी आवर्तने होतात. एस्सेनच्या घड्याळात दर ३०० वर्षांत अवघा एक सेकंदाचा फरक पडू शकतो.
१९५६	सेकंदाची नवी व्याख्या तयार झाली. पृथ्वीने सूर्याभोवती प्रदक्षिणा घालण्याच्या काळाचा १/३१,५५६,९२५.९७४७ वा भाग म्हणजे एक सेकंद.
१९६३	जगभर एक सेकंदाची सूक्ष्म अशी परिमाणे वापरात आली : (१६ मार्च) नॅनो सेकंद : १×१०^{-९} सेकंद पिको सेकंद : १×१०^{-१२} सेकंद फेम्टो सेकंद : १×१०^{-१५} सेकंद तीन कोटी दहा लाख वर्षांमध्ये जेवढे सेकंद आहेत त्यापेक्षा जास्त फेम्टो सेकंद एका सेकंदात बसतात.
१९६९	क्वार्टझ् स्फटिकांच्या गुणधर्माचा वापर करून घड्याळे तयार झाली. विद्युतप्रवाह सोडल्यास क्वार्टझ् स्फटिकामधील अणूरचनेत दर सेकंदास ३२,७६८ आवर्तने होतात. या गुणधर्माचा वापर घड्याळांमध्ये सर्वप्रथम वॉरेन अल्विन मॉरिसन (१८९६-१९८०) या अमेरिकन शास्त्रज्ञाने १९२८ मध्ये केला होता.
१९७०-७१	डिजिटल तंत्रज्ञानाचा वापर करणाऱ्या 'पल्सर' घड्याळात LED तंत्रज्ञानाचा वापर झाला. हे घड्याळ जॉर्ज थेईस आणि विली क्रॅबट्री या अमेरिकन संशोधकांनी तयार केले.
१९७५	ब्रिटनमधील कंपनी BIDH ने सर्वप्रथम LCD पडदा वापरणारी डिजिटल घड्याळे बाजारात आणली.
१९८८	घड्याळे बनवणाऱ्या सैको या जपानी कंपनीने आणि जीन डी ईव्ह या फ्रेंच संशोधकाने क्वार्टझ् घड्याळांमधील बॅटरीच्या जागी मायक्रो-डायनॅमो बसवण्यात यश मिळवले.
१९९१	HP5071A सिझियम आण्विक घड्याळ तयार झाले. हे दर १.६ दशलक्ष वर्षांमध्ये अवघी एक सेकंद चूक करू शकेल.

६९०-९३ मध्ये पंधरवडा (fortnight) ही संज्ञा वापरली. जुन्या इंग्रजीतील 'feowertyne niht' या शब्दाचा अर्थ चौदा रात्री असा होतो. दोन आठवड्यांचा मिळून एक पंधरवडा अशी ही गणना होती.

पाण्याच्या शक्तीचा वापर करून चालवलेली घड्याळे या काळात महत्त्वाची होती. त्यांना 'क्लेप्सिड्रा' (clepsydra) म्हणतात. चीनमध्ये झांग सिक्सून याने सन १७६-७९ मध्ये पाण्यावर चालणारे असे एक घड्याळ तयार केले होते. यामध्ये एक जलचक्र असून त्यामधून येणारा पाण्याचा प्रवाह निरनिराळ्या बादल्या भरत असे. इसवीसन १०८८ मध्ये चीनमधील कैफेंग येथे सू-सॉंग (१०२०-११०१) याने यांत्रिक पद्धतीचे 'क्लेप्सिड्रा' तयार केले होते.

पाण्यावर चालणारी ही यांत्रिक घड्याळे फारशी अचूक नसत. कारण अतिशय नियमितपणे पाण्याचा प्रवाह वाहत राहण्याची हमी देता येत नसे. इसवीसन ९९१ मध्ये गेर्बर्ट डी ऑरिलॅक (९८३-१००३) या फ्रेंच माणसाने युरोपमधले वजनावर चालणारे पहिले घड्याळ तयार केले. हाच माणूस पुढे दुसरा सिल्व्हेस्टर पोप म्हणून धर्मसत्ताधीश झाला. तो स्पेनमध्ये असताना त्याने वजनांचा वापर करून यंत्रे तयार करण्याचे तंत्र पाहिले होते. जगातले पहिले यांत्रिक घड्याळ विलिंगफोर्डचा रिचर्ड (१२९१-१३३६) या इंग्लिश माणसाने बनवले होते. त्याने इंग्लंडमधील हर्टफर्डशायर येथील सेंट अल्बान्स् गावात तयार केलेल्या या घड्याळाची भरपूर माहिती आपल्याला उपलब्ध आहे.

आपण तास-मिनिट हे शब्द वापरतो. त्यामधील मिनिट हा शब्द भूमितीमधील आहे. त्याचा अर्थ वर्तुळाचा १/६० भाग असा आहे. एका तासाचे ६० भाग करून त्यामधल्या प्रत्येक भागाला मिनिट हा शब्द प्रथम इसवीसन १३७७ मध्ये वापरण्यात आला. त्याच वेळी सार्वजनिक घड्याळ्यांची कल्पना उदयास आली.

इसवीसन २००० : अचूक कालगणना

तेरावा ग्रेगरी या पोपने (कार्यकाल १५७२-१५८५) ग्रेगोरियन कॅलेंडर ही कल्पना मांडली. कारण या वेळेपर्यंत ज्युलियन कॅलेंडर आणि ऋतू यांचा मेळ बसत नाही हे

लक्षात आले होते. २४ फेब्रुवारी १५८२ रोजी त्याने खास आदेश (papal bull) काढला. त्यानुसार ४ ऑक्टोबरच्या गुरुवारनंतर १५ ऑक्टोबरचा शुक्रवार हा दिवस असणार होता. तसेच पूर्वीसारखे नवीन वर्ष २५ मार्चला सुरू न होता, ते १ जानेवारीला सुरू झाले.

वर्ष आणि नैसर्गिक ऋतू यांच्यामध्ये पुन्हा गोंधळ उडू नये म्हणून जोसेफ स्केलिगर या फ्रेंच माणसाने लीप वर्ष ही कल्पना मांडली. स्केलिगर (१५४०-१६०९) यानेच नवीन ग्रेगोरियन कॅलेंडरला सिद्धांतिक पाठबळ पुरवले होते. फक्त शतकांची वर्षे (उदाहरणार्थ १८००, १९०० वगैरे) सोडून ज्या वर्षाच्या संख्येला ४ ने भाग जातो त्या वर्षामध्ये फेब्रुवारी महिन्यात एक जादा दिवस (२९ फेब्रुवारी) मोजण्याच्या पद्धतीला लीप वर्ष पद्धत म्हणतात. तथापि शतकांच्या वर्षाला जर ४०० ने पूर्ण भाग जात असेल तर त्या वर्षामध्ये जादा दिवस धरला जात नाही.

दशक आणि शतक हे शब्द प्रथम १७ व्या शतकामध्ये वापरले जाऊ लागले. १००० वर्षांसाठी म्हणून सहस्रक (millennium) ही संज्ञा सर्वप्रथम १७११ मध्ये वापरण्यात आली. इसवीसन १९६८ मध्ये खगोलशास्त्रज्ञांनी ग्रीक शब्द एऑन (aeon) उपयोगात आणला. १००० दशलक्ष वर्षांसाठी म्हणून एऑन हे परिमाण वापरले जाते. वजनाचा वापर करणारी पहिली घरगुती वापराची घड्याळे युरोपात सर्वप्रथम इसवीसन १४०० च्या सुमारास अवतरली. इसवीसन १४१० मध्ये फ्लोरेन्समधील आर्किटेक्ट फिलिप्पो ब्रुनेलेश्री (१३७७-१४४६) याने प्रथम स्प्रिंग वापरून कुठेही नेता येईल असे घड्याळ तयार केले. हातावर बांधतो तसे घड्याळ पीटर हेनलाईन (१४८५-१५४२) या जर्मन माणसाने सन १५०४ च्या आसपास तयार केले.

ख्रिश्चन ह्यूजेस (१६२९-१६९५) या डच माणसाने सर्वप्रथम लंबकाचा वापर केला. लंबक नेहमी विशिष्ट प्रमाणात झोके घेतो या तत्त्वाचा त्याने उपयोग केला होता. तसेच त्याने त्याच्या लंबकयुक्त घड्याळ्यात (pendulum clock) गोलाकार स्प्रिंग आणि तोलचक्र (balance wheel) वापरले होते. हे घड्याळ त्याने १६५७ मध्ये तयार केले. त्याच्या आधीच्या घड्याळांमध्ये दर २४ तासां-

मुळामधील रोलेक्स-ऑयस्टर हे मनगटी घड्याळ. या घड्याळाच्या वॉटरप्रूफ आणि अत्यंत छोट्या जागेत बसवलेल्या यंत्रामुळे त्याच्या रचनेला 'ऑयस्टर' हे नाव देण्यात आले होते. रोलेक्स हा घड्याळांच्या जगातील सर्वात मागणी असणारा ब्रँड आहे.

मध्ये एक तासाची चूक होत असे. तथापि ह्यूजेसच्या ह्या नवीन घड्याळामध्ये ही चूक दर दिवशी अवघी पाच मिनिटे एवढी कमी होती.

१७ ते १९ व्याशतकात तंत्रज्ञानामध्ये मोठीच प्रगती झाली. तोलचक्राबरोबर तोल स्प्रिंग (१६५८),मिनिटकाटे (१६७०), ज्युवेल वापरून हालचाली करवणे(१७०४), स्वत:हून चावी घेणारी घड्याळे (१७७५) आणि गजराची घड्याळे (१८४७) या प्रगतीच्या टप्प्यांमुळे घड्याळे जास्तीत जास्त अचूक आणि उपयुक्त बनत गेली.

खगोलशास्त्रज्ञ आणि भौतिकशास्त्रज्ञ असे मानतात की काळाची सुरुवात १५ अब्ज वर्षांपूर्वी एका क्षणार्धात झाली. त्यावेळी अत्यंत घट्ट अवस्थेत असलेल्या गोळ्यामधील पदार्थ (matter) एका महास्फोटामध्ये सर्वत्र विखुरला.

हा सिद्धांत प्रथम अलेक्सांद्र फ्रीडमन (१८८८-१९२५) या रशियन शास्त्रज्ञाने सुचवला. एडविन हबल (१८८९-१९५३) या अमेरिकन खगोलशास्त्रज्ञाने १९२९ मध्ये असे निदर्शनास आणले की इतर सर्व आकाशगंगा आपल्या आकाशगंगेपासून दूर जात आहेत. त्यामुळे विश्व प्रसरण पावत आहे हे स्पष्ट झाले. सन १९५० मध्ये खगोल-शास्त्रज्ञ फ्रेड हॉईल (जन्म १९१५) या इंग्लिश खगोल-शास्त्रज्ञांनी विश्वा-मधील प्रसरण आणि त्यामागील स्फोटाचे कारण याला उद्देशून 'महास्फोट' (Big Bang) ही संज्ञा सुचवली.

खगोलविज्ञान

इसवीसन १ पूर्वी : नौकानयनासाठी आणि वेळ मोजण्यासाठी नक्षत्रांचा वापर

अवकाशाचा वैज्ञानिक पायावर अभ्यास सुरू होण्याअगोदर रात्रीच्या वेळी आकाशात दिसणाऱ्या नक्षत्रांचा व तारका-समूहांचा उपयोग दिशा ठरवण्यासाठी केला जात होता. आग्नेय आशियामधील समुद्रात हजारो वर्षे अगोदर दर्यावर्दी लोक ताऱ्यांच्या आधारे नौकानयन करत असावेत.

माणसाला चंद्राच्या निरनिराळ्या कलांमध्ये रस असावा असे दाखवणारा पुरावा फ्रान्समध्ये मिळाला आहे. काही विशिष्ट खुणा कोरलेली हाडे उपलब्ध झाली आहेत. या खुणा साधारणपणे २७-३२ दिवसांच्या एका चांद्र महिन्याशी जुळणाऱ्या आहेत. ही हाडे अंदाजे इसवी-सनपूर्व ३०००० एवढी जुनी आहेत.

जुन्या काळातील अनेक संस्कृतींमध्ये खगोलशास्त्रीय निरी-क्षणे नोंदवलेली आ-

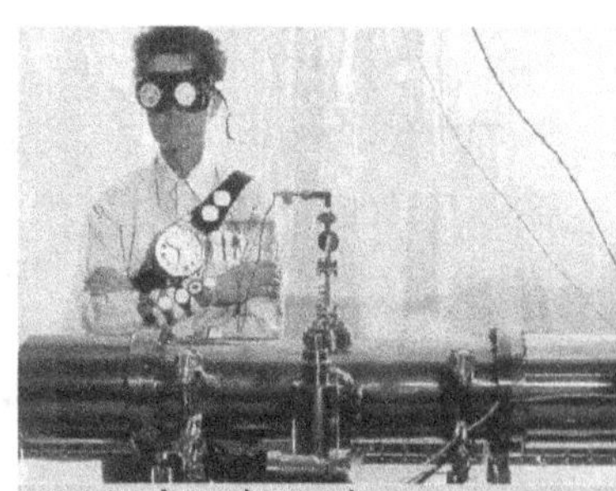

लांब नळीसारखे दिसणारे घड्याळ हे NBS-4 सिझियम घड्याळ असून त्याद्वारे अमेरिकेत स्टँडर्ड वेळ ठरविण्यात येते. हे घड्याळ चालवणाऱ्या माणसानेही सूचक असे कपडे घातलेले दिसत आहेत.

हेत. खगोलशास्त्र म्हणजे astronomy हा शब्द मूळ ग्रीक शब्दांपासून बनलेला आहे. ऑस्ट्रॉन (astron) म्हणजे तारा आणि नोमॉस(nmos) म्हणजे नियम.

चिनी सम्राट चुआन हू याच्या काळात पृथ्वीच्या जवळ असणारे पाच ग्रह एकमेकांच्या अगदी जवळ दिसत होते, असे नमूद केलेले आहे. ही घटना इसवीसनापूर्वी २४४९ किंवा २४४६ या वर्षी घडलेली होती.

इजिप्तमधील लोकांनी केवळ निरीक्षणे नोंदवण्याहून जास्त प्रगती केली. त्यांनी दिनदर्शिकेची (कॅलेंडर) सुरुवात केली. नाईल नदीला दर वर्षी येणाऱ्या पुरामुळे इजिप्तमधील शेती पिकत असे. पिकांसाठी अशा प्रकारे नदीवर सर्वस्वी अवलंबून असल्याने इजिप्तमधील लोकांना कॅलेंडर तयार करणे क्रमप्राप्तच होते. त्यांनी कॅलेंडर बनवण्यासाठी सिरियस-ए (Sirius A) या ताऱ्याचा उपयोग केला होता.

खगोलशास्त्राचा वैज्ञानिक तत्त्वांवरील विकास ग्रीक लोकांनी केला. मायलेटसचा थालेस हा ग्रीक विद्वान इसवी-सनपूर्व ६२४ ते ५४६ या काळात होता. त्याने बहुधा

आपले खगोलशास्त्रीय ज्ञान इजिप्तमध्ये मिळवले होते. त्याने सूर्य-ग्रहणाचे पहिले अचूक भाकीत केले होते. हे सूर्यग्रहण इसवीसनपूर्व ५८५ मध्ये लागलेले होते. यानंतर अगदी थोड्याच कालावधीमध्ये सामोसचा रहिवासी असणाऱ्या पायथागोरस (इसवीसन पूर्व ५६०-४८०) या ग्रीक विद्वानाने पृथ्वी हा एक गोळा (Sphere) असल्याचे नमूद केलेले आढळते.

मसिल्ला (Massi-la) या गावचा रहिवासी असणारा ग्रीक विद्वान पायथेआस हा भूगोलाचा अभ्यासक आणि संशोधक होता. मसिला म्हणजेच सध्या फ्रान्स-मधील मार्सेलस (Marseilles) हे शहर. त्यानेच सर्वप्रथम भरती-ओहोटी आणि चंद्र यांच्यामधील संबंध स्पष्ट केले. तसेच उत्तर ध्रुवाच्या प्रदेशात उन्हाळ्यात सूर्य कधीच अस्ताला जात नाही. म्हणून त्या ठिकाणाला मध्यरात्रीचा सूर्य (midnight sun) असे म्हणतात. हे निरीक्षणही पायथेआसने नोंदवले होते.

सामोआचा ग्रीक विद्वान ॲरिस्टार्कस (इसवीसनपूर्व २७५) हा दोन महत्त्वाच्या गोष्टींसाठी प्रसिद्ध आहे. पृथ्वी सूर्यभोवती फिरते याला ‘सूर्यकेंद्रित सिद्धांत’ (heliocentric) असे म्हणतात. त्यानेच हा सिद्धांत प्रथम मांडला. तसेच पृथ्वी स्वतःच्या अक्षाभोवती फिरते हे देखील त्यानेच मांडले होते.

सूर्य आणि चंद्र यांची पृथ्वीपासूनची अंतरे मोजण्याचे श्रेय हिप्पार्कस (इसवी-सनपूर्व १९०-१२०) या ग्रीक विद्वानाला दिले जाते. त्याने इसपूर्व १३४ मध्ये पहिला ‘तारका नकाशा’ (star chart) तयार केला. त्याने त्यासाठी अवकाशाचे अक्षांश-रेखांश पद्धतीने विभाजन करून एक चौकट (grid) तयार केली होती. तसेच ताऱ्याच्या ठळक किंवा अस्पष्ट दिसण्याचे मोजमाप त्यानेच बनवले होते. १.० एवढ्या ठळक

हबल दुर्बिणीने घेतलेल्या या फोटोमध्ये संपूर्ण आकाशगंगा प्रकाशाच्या लहान ठिपक्यांसारख्या दिसत आहेत. हबल ही दुर्बिण पृथ्वीपासून दूर अंतरावर फिरत असल्याने या दुर्बिणीची छायाचित्रे अधिक स्पष्ट आहेत. अमेरिकन स्पेस शटल डिस्कव्हरी याद्वारे ही दुर्बीण १९९० मध्ये अवकाशात स्थापित करण्यात आली.

ताऱ्यापेक्षा ६.० क्षमतेचा तारा सहापटीने जास्त प्रकाशमान असतो असे त्याने म्हटलेले आहे. त्यानेच उत्तर ध्रुवाची गोलाकार व संथ हालचाल शोधून काढली होती. आता या हालचालीच्या एका चक्राला २६७०० वर्षे लागतात.

इसवीसन १ : पृथ्वी विश्वाच्या केंद्रस्थानी

इजिप्शियन खगोलशास्त्रज्ञ टॉलेमी (इसवीसन १००-१७०) याने असे प्रतिपादन केले की पृथ्वी ही विश्वाच्या केंद्रस्थानी आहे. ‘सूर्य, चंद्र आणि सारे ग्रहतारे पृथ्वीभोवती फिरतात’ असा हा सिद्धांत होता. हा सिद्धांत सर्वमान्य होता आणि पुढची १६०० वर्षे या सिद्धांताचे समर्थन त्याचे पाठीराखे आक्रमकपणे करत होते. अगदी कोपर्निकसने आपला सिद्धांत मांडल्यानंतरही त्यात फरक पडला नव्हता.

अरब जगाला ग्रीक आणि इजिप्शियन ज्ञानाचा वारसा उपलब्ध होता. सन ८१३ मध्ये बगदादमध्ये अल-मामून याने खगोलशास्त्राचे प्रशिक्षण देणारी शाळा काढली. या ठिकाणी अनेक ताऱ्यांचे नकाशावरील स्थान ठरवण्यात आले होते. या कामाचे श्रेय अल-सुफी (अंदाजे इसवीसन ९०३) याला दिले जाते. आयबेरियन द्वीपकल्पावरील ‘मूर’ लोकांच्या स्वाऱ्यांबरोबर अरबांचे खगोलशास्त्रीय ज्ञान युरोपमध्ये पोहोचले.

इसवीसन १००० : सूर्य त्याच्या योग्य जागी पोहोचतो

स्पेनचा राजा दहावा अल्फोन्सो (१२२१-१२८४) हा खगोलशास्त्रज्ञ म्हणून ओळखला जातो, कारण त्याने ग्रहांच्या कक्षांसंबंधी एक पुस्तक लिहिले होते.

निकोलस कोपर्निकस (१४७३-१५४३) या पोलिश विद्वानाने पुन्हा एकदा सूर्यकेंद्रित सिद्धांत मांडला. त्याचे सर्वांत गाजलेले पुस्तक १५४३ मध्ये न्यूरेंबर्ग येथून प्रसिद्ध झाले होते. त्या पुस्तकाचे नाव म्हणजे "De Revolutionibus Orbium Coelestium" म्हणजे ‘अंतरिक्षातील ग्रहगोलांच्या भ्रमणाविषयी’ असे होते.

दुर्बिणीच्या शोधाचा मान हान्स लिप्परशे (१५७०-१६१९) या जर्मन/डच माणसाला किंवा त्याच्या एखाद्या मदतनिसाला दिला जातो. सन १६०८ मध्ये त्याच्या असे लक्षात आले की दोन भिंगे जर एखाद्या नळकांड्यात योग्य

जागी बसवली तर दूरच्या वस्तू जवळ आल्यासारख्या भासतात. दुर्बिणीमध्ये दोन भिंगांपैकी एक प्रकाश किरण गोळा करून वस्तूची प्रतिमा मोठी करते आणि ही मोठी झालेली प्रतिमा आपण दुसऱ्या भिंगातून पाहतो.

इटालियन मनुष्य गॅलिलिओ गॅलिली (१५६४-१६४२) याच्या कानावर अशी माहिती आली की लिप्परशे आपल्या प्रतिमा मोठ्या करणाऱ्या नळकांड्या डच लष्कराला विकण्याच्या तयारीत आहे. त्याने मग एक ३२ पटीने प्रतिमा मोठी करणारी दुर्बीण बनवली. सन १६०९-१० दरम्यान त्याने दुर्बीण वापरून अनेक शोध एका पाठोपाठ एक असे वेगाने लावले. त्याला असे दिसले की शुक्रालाही चंद्राप्रमाणे कला आहेत. त्यानेच गुरूचे चार चंद्र शोधून काढले. आकाशगंगा म्हणून दिसणारा दुधी रंगाचा पट्टा म्हणजे प्रत्यक्षात अंतरिक्षातील वस्तूंची रेलचेल आहे हे त्यानेच प्रथम पाहिले.

ग्रहांच्या भ्रमणाविषयीचे नियम (Laws of Planetary Motion) जर्मन खगोलशास्त्रज्ञ योहानेस केप्लर (१५७१ - १६३०) याने तयार केले. त्याचे "Astronomia Nova" हे पुस्तक १६०९ मध्ये हायडेलबर्ग येथून प्रकाशित झाले होते.

केप्लरचा पहिला नियम असा होता की ग्रह सूर्याभोवती फिरण्याची कक्षा वर्तुळाकार नसून ती लंबगोलाकार (elliptical) आहे. आणि सूर्य हा लंबवर्तुळाच्या दोन नाभींपैकी (foci) एका जागी असतो.

परावर्तनाच्या तत्त्वाचा वापर करून बनवलेली पहिली परावर्ती दुर्बीण (reflecting telescope) तयार करण्याचा मान जेम्स ग्रेगरी (१६३८-१६७५) या ब्रिटिश शास्त्र-ज्ञाचा आहे. त्याने अशी दुर्बीण १६६३ मध्ये तयार केली. सन १६७१ मध्ये विख्यात

गुरू आणि त्याचे तीन चंद्र यांच्या ह्या प्रतिमा व्हॉएजर या अंतराळयानाने १९७९ मध्ये पाठवलेल्या आहेत. व्हॉएजर -१ हे यान १९७७ मध्ये पाठवण्यात आले होते. या यानाने सूर्यमालेतील बाह्य ग्रहांचे निरीक्षण केले आहे. हे अंतराळयान आता आपल्या सूर्यमालेच्या अगदी शेवटच्या टप्प्यामध्ये जाऊन पोहोचले आहे आणि २१व्या शतकामध्येही ते काही माहिती पृथ्वीकडे पाठवत राहील अशी शक्यता आहे.

ब्रिटिश शास्त्रज्ञ आयझॅक न्यूटन (१६४३-१७२७) याने आपली पहिली परावर्ती दुर्बीण (अंतर्वक्र आरसा वापरलेली) लंडनच्या रॉयल सोसायटीमधील आपल्या सहकाऱ्यांना दाखवली.

सर आयझॅक न्यूटनचे गाजलेले "Philosophiae Naturalis Principia Mathe-matica" हे लॅटिन भाषेतील पुस्तक १६८७ मध्ये प्रसिद्ध झाले. न्यूटनने असे मत मांडले की विश्वातील प्रत्येक वस्तू ही दुसऱ्या वस्तूला आकर्षित करते. या आकर्षणाचे बल हे त्या दोन वस्तूंमधील अंतराच्या व्यस्त प्रमाणात आणि त्या वस्तूंच्या वस्तुमानांच्या (mass) गुणाकाराच्या समप्रमाणात असते. पृथ्वीच्या गुरुत्वाकर्षणामुळे पृथ्वीच्या पृष्ठभागाकडे वस्तू ज्या त्वरणाने (acceleration) खेचली जाते त्याचे मूल्य ९.८०६६५ मीटर/सेकंद॰ असे आहे.

प्रकाशाचा वेग सर्वप्रथम १६७५ मध्ये डॅनिश खगोल-शास्त्रज्ञ ओले रोमर (१६४४-१७१०) याने मोजला. त्यासाठी त्याने गुरूच्या चंद्राच्या ग्रहणांचा उपयोग करून घेतला होता.

एडमंड हॅले (१६५६-१७४२) हा ब्रिटिश राज-दरबारात सन१७२०-१७४२ दरम्यान खगोलशास्त्रज्ञ होता. त्याचे धूमकेतूविषयीचे संशो-धन प्रसिद्ध आहे. विशेषतः त्याचे नाव देण्यात आलेल्या एका धूमकेतूविषयी त्याने सखोल संशोधन केले होते. त्याने हा धूमकेतू १७५८ मध्ये (म्हणजे त्याच्या मृत्यूनंतर १६ वर्षांनी) पुन्हा दिसेल असे भाकीत केले होते. आणि खरोखरच १७५८च्या नाताळमध्ये पालित्झ या

इंग्लिश शास्त्रज्ञ आयझॅक न्यूटन (१६४३-१७२७) याने विश्वाला एकत्र ठेवणाऱ्या बलाची (force) ओळख जगाला करून दिली. हे बल म्हणजे गुरुत्वाकर्षण (gravity) होय. सुमारे १६६५ मध्ये तो सफरचंदाच्या झाडाखाली बसलेला असताना वरून पडलेल्या सफरचंदामुळे त्याला ही कल्पना सुचली अशी कथा आहे. न्यूटनने चंद्राच्या भ्रमणाचे गणित मांडताना आपल्या या सिद्धांताचा उपयोग केला. त्याने सर्वप्रथम परावर्ती दुर्बिणीचा वापर केला आणि प्रकाशविषयी महत्त्वाचे संशोधन केले सन १६९९ ते १७२७ दरम्यान न्यूटन इंग्लंड टांकसाळीचा प्रमुख म्हणून काम पाहत होता.

ग्रहांची माहिती

ग्रहाचे नाव	सूर्यापासूनचे सरासरी अंतर (दशलक्ष कि.मी.)	तुलनात्मक गुरूत्वाकर्षण (टक्के)	शोधासंबंधी माहिती.
बुध	५८	३८.०	प्राचीन काळापासून माहिती. इस.पूर्व २६५ मध्ये त्याची नोंद असल्याचे टॉलेमीने (इस ९०-१६८) म्हटले आहे.
शुक्र	१०८	९०.३	प्राचीन काळापासून माहिती. बॅबिलोनच्या संस्कृतीत मिळालेल्या 'व्हीनस टॅब्लेट' (इसपूर्व ६५०) मध्ये नोंद
पृथ्वी	१५०	१००	-
मंगळ	२२८	३८	प्राचीन काळी इजिप्शियन, चिनी व असिरियन लोकांना माहिती.
गुरू	७७८	२६४	प्राचीन काळापासून माहिती
शनी	१४२७	११६	प्राचीन काळापासून माहिती. त्याची पहिली नोंद मेसोपोटामियामधील इस.पूर्व ६५० ची आहे.
युरेनस	२८७०	११७	विल्यम हर्शेल (१७८१) - ब्रिटिश खगोलशास्त्रज्ञ
नेपच्यून	४४९७	१२०	जर्मन खगोलशास्त्रज्ञ जॉन गॅले (१८४६)
प्लुटो	५९००	६	अमेरिकन क्लाईड टॉमबॉग (१९३०)

परावर्ती दुर्बिणी

दिनांक	छिद्र (सेंटिमीटर)	नाव	वेधशाळा
१६६८	(१) २.५४	न्यूटन	केंब्रिज, इंग्लंड
१७८९	(४९) १२४.५	हर्शेल	स्लाव, इंग्लंड
१८४५	(७२) १८९.९	रोस्से	बिर कॅसल, पारसन्सटाऊन, आयर्लंड
१९१७	(१००) २५४.०	हूकर	माऊंट विल्सन, कॅलिफोर्निया
१९४८	(२००) ५०८.०	हाले	पालोमार, कॅलिफोर्निया
१९७६	(२३६) ६००.०	माऊंट सेमिरॉट्रिकी	झेलेनचुटस्काया, कॉकेशस पर्वत (रशिया)
१९९२	(३९६) १०००.०	केक-१	मौना की, हवाई

खगोलशास्त्रज्ञाला हॅलेचा हा धूमकेतू दिसून आला. हॅलेचा हा धूमकेतू सर्वात आधी इसवीसनपूर्व २४० मध्ये दिसल्याची नोंद आहे. आता हा धूमकेतू पुन्हा सन २०६१ मध्ये पृथ्वीवरून दिसणार आहे.

सन १७८४ मध्ये जॉन गुडरिक (१७६४-१७८६) या ब्रिटिश/डच संशोधकाने डेल्टा सेफी (सेफियस नक्षत्रसमूहातील डेल्टा तारा) या ताऱ्याविषयी निरीक्षणे नोंदवली. त्याच्या हे लक्षात आले की, या ताऱ्याच्या चमकदारपणात फरक पडतो. त्याची चमक ३.४ ते ५.१ एवढी अवघ्या पाच दिवसात बदलते. चमक बदलणाऱ्या ताऱ्याचा (variable star) हा पहिला शोध होता.

सर विल्यम हर्शेल (१७३८-१८२२) या ब्रिटिश/जर्मन खगोलशास्त्रज्ञाने १७८१ मध्ये युरेनस या ग्रहाचा शोध लावला. बर्कशायरमध्ये स्लाव येथे त्याने १७८९ मध्ये १२४.५ सेंटी-मीटर व्यासाची दुर्बीण बसवली. ही त्या काळातली जगातली सर्वात मोठी दुर्बीण होती. या दुर्बिणीचा वापर करून हर्शेलने दाखवून दिले की आतली आकाशगंगा एखाद्या भिंगाच्या आकाराची (lenticular) आहे.

पहिल्या अशनीचा किंवा लघुग्रहाचा (minor planet)

शोध १८०१ मध्ये लागला. जुसेप्पे पिआझ्झी (१७४६-१८२६) या इटालियन अभ्यासकाने सिसिलीतील पालेर्मो येथे १ जानेवारी १८०१ रोजी सेरेक (चमक ७.४) या लघुग्रहाचा शोध लावला. सेरेक (Cerec) या लघुग्रहाचा व्यास ९४० किलोमीटर असून तो आजवर सापडलेल्या सुमारे ४०००० लघुग्रहांमध्ये सर्वात मोठा आहे.

क्योनिसबर्ग वेधशाळेमधील संशोधक फ्रेडरिक बेसेल (१७८४-१८४६) याने सर्वप्रथम ताऱ्याचे अंतर मोजले. सन १८३८ मध्ये त्याने ट्रिगोमेट्रिकल पॅरलॅक्स वापरून '६१-सिग्नी' (61 cygni) या ताऱ्याचे पृथ्वीपासूनचे अंतर मोजले. 'दोन वेगवेगळ्या ठिकाणांहून एकच वस्तू पाहिल्यास तिच्या जागेत बदल झाल्यासारखा वाटतो' या गोष्टीचा उपयोग त्याने केला होता. आता असे दिसून आले आहे की हा ६१-सिग्नी तारा सूर्यापासून जवळ असणाऱ्या ताऱ्यांमध्ये १६व्या क्रमांकावर आहे. तो सूर्यापासून ११.२ प्रकाशवर्षे दूर आहे.

बॉन वेधशाळेचा संचालक असणाऱ्या फ्रेडरिक अर्गेलांडर (१७९९-१८७५) याने १८६३ मध्ये 'तारका नकाशा' (star atlas) प्रसिद्ध केला. त्यामध्ये ३२४,१९८ ताऱ्यांची नोंद करण्यात आली होती.

हेनरीटा लेव्हिट (१८६८-१९२१) या अमेरिकन संशोधिकेने १९१२ मध्ये तारकांच्या प्रकाशासंबंधी एक नियम मांडला. त्याला 'पिरिअड ल्युमिनोसिटी लॉ' असे म्हणतात. एखाद्या ताऱ्याच्या चमकदारपणात वारंवार होणारे बदल पाहून खगोलशास्त्रज्ञ दूर-वरच्या ताऱ्याचे अंतर ठरवू शकतात. तसेच त्यानंतर त्या ताऱ्याच्या आजूबाजूच्या वस्तूंचे अंतर मोजणे या नियमामुळे शक्य झाले.

इसवीसन २००० : सर्व काही हलते आहे

१९१२ ते १९२५ दरम्यान वेस्टो एम. स्लायकर (१८७५-१९६९) या अमेरिकन संशोधकाला हे दिसले की, आकाश-गंगांच्या वर्णपटांचा अभ्यास करताना त्यामधील जवळजवळ सर्व आकाशगंगांच्या वर्णपटात 'लालकडे झुकण्याची' (red shift) प्रवृत्ती आढळते. याचे कारण 'डॉप्लर परिणाम' (Doppler effect) आहे हे ऑस्ट्रियन भौतिकशास्त्रज्ञ ख्रिश्चन योहान डॉप्लर (१८०३-

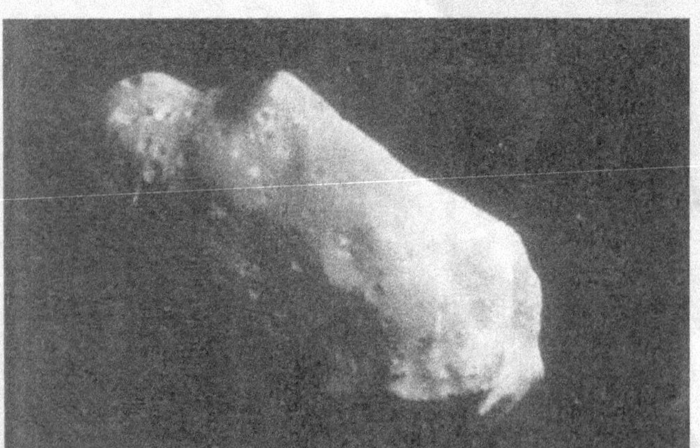

गॅलिलिओ या अवकाशयानाने १९९३ मध्ये पाठवलेला हा फोटो लघुग्रह क्रमांक २४३-'इडा' याचा आहे. लघुग्रहालाही चंद्र असतो हे यावेळी प्रथमच दिसून आले. 'इडा' हे नाव क्रीट बेटावरील एका पर्वताच्या नावावरून देण्यात आले आहे. हा लघुग्रह मंगळ आणि गुरू यांच्यामध्ये असून तो सूर्यापासून सरासरी २७० कोटी किलोमीटर अंतरावर आहे. फोटोमध्ये दिसणारा चंद्र १.६ × १.४ × १.२ किलोमीटर एवढा छोटा असून त्याला 'डक्टिली' (dactyli) असे नाव देण्यात आले आहे. इडा पर्वतावर राहणाऱ्या या नावाच्या लोहारांविषयी दंतकथा आहे. त्यावरून हे नाव ठेवण्यात आले आहे.

१८५३) याने १८४२ मध्ये दाखवून दिले होते. हलणाऱ्या वस्तूकडून येणाऱ्या प्रकाशाच्या तरंग लांबीत फरक पडल्याने असे घडून येते. जर वस्तू निरीक्षकाच्या दिशेने येत असेल तर तरंगलांबी कमी होते. त्यामुळे वर्णपट निळ्याकडे झुकतो. जर वस्तू निरीक्षकापासून लांब जात असेल तर वर्णपट लालकडे झुकतो कारण तरंगलांबी वाढलेली असते. आकाश-गंगांच्या वर्णपटांमध्ये दिसणाऱ्या या लालकडे झुकण्याच्या प्रवृत्तीवरून असे म्हणता येते की विश्व प्रसरण पावत आहे.

एडविन हबल (१८८९-१९५३) या अमेरिकन खगोल-शास्त्रज्ञाने १९२३ मध्ये विश्व प्रसरण पावत असल्याच्या कल्पनेला दुजोरा दिला. त्याच्या हे लक्षात आले की सर्पिलाकार दीर्घिका (spiral nebulae) म्हणून विश्वात दिसणाऱ्या वस्तू या प्रत्यक्षात आकाशगंगाच आहेत. हबलने असा नियम मांडला की आकाशगंगा जेवढ्या लांब असतील तेवढा त्यांचा वेग जास्त आहे.

बेल्जियन संशोधक ॲबे जॉर्जेस लेमैत्रे (१८९४-१९६६) याने सन १९२७ मध्ये आपला महास्फोटाचा सिद्धांत (Big Bang Theory) प्रसिद्ध केला. या सिद्धांतामध्ये असे म्हटले आहे की, अगदी सुरुवातीला विश्वामधील सर्व पदार्थ एका अत्यंत घनता असणाऱ्या

जगातील सर्वात मोठी प्रकाशकीय दुर्बीण हवाई बेटांवरील मौना की (Mauna Kea) येथे १९९२ मध्ये कार्यान्वित झाली. ह्या ठिकाणी एक मृत ज्वालामुखी आहे. तेथील 'केक-१' (Keck-1) नावाची दुर्बीण कॅलिफोर्निया इन्स्टिट्यूट ऑफ टेक्नॉलॉजीने बनवलेली असून त्यामध्ये ३३ फूट १० मीटरचा आरसा तयार करणारे ३६ भाग आहेत. या दुर्बिणीने साध्या डोळ्याने दिसणाऱ्या वस्तूपेक्षा २० कोटी पटीने लहान असणारी वस्तू दिसू शकेल.

ठिकाणी ठासून भरलेले होते. या पदार्थाच्या गोळ्याचा स्फोट झाला. वर्णपटामध्ये दिसणारी लालकडे झुकणारी प्रवृत्ती पाहता असे दिसते की हा महास्फोट १५ अब्ज वर्षांपूर्वी झाला असावा.

१९३२ मध्ये कार्ल गुथे जान्स्की (१९०५-१९५०) या अमेरिकन संशोधकाला पृथ्वीबाहेरून येणाऱ्या रेडियो लहरी आढळल्या. ह्या सतत येणाऱ्या रेडियो लहरींचा उगम अज्ञात होता. जान्स्कीने पुढे दाखवले की या लहरी आकाशगंगेमधून येत आहेत. या संशोधनाने रेडियो खगोलशास्त्र हे नवे दालन खुले झाले. अंतराळातील अनेक वस्तू रेडियो लहरी सोडतात. त्यामध्ये सूर्य आणि गुरू यांचा समावेश आहे. रेडियो लहरींचा वापर करून बनवलेल्या प्रतिमा रेडियो दुर्बिणीत (radio telescope) मिळतात. पहिली रेडियो दुर्बीण ३१ फूट लांब ९.५ मीटर व्यासाची डिश वापरून बनवलेली होती. ती १९३७ मध्ये अमेरिकन संशोधक ग्रोटे रेबर (जन्म १९११) याने तयार केली होती.

क्वासार म्हणून ओळखल्या जाणाऱ्या अंतराळातील वस्तूंचा पहिला शोध १९६३ मध्ये डच/अमेरिकन शास्त्रज्ञ मार्टीन शिमड (जन्म १९२९) याने लावला. क्वासार ह्या अंतराळातील वस्तू फार दूर अंतरावर असूनही त्यांच्याकडून खूप प्रमाणात ऊर्जा बाहेर पडत असते. ही आकाशगंगांची केंद्रके असावीत असा अंदाज आहे. रेडियो लहरी टाकणारा पहिला क्वासार हा 3C-273 या क्रमांकाचा असून तो व्हिर्गो (virgo) नक्षत्रसमूहातील जोरदार क्वासार आहे.

सन १९६८ मध्ये ब्रिटिश खगोलशास्त्रज्ञ जोसलिन बेल बर्नेल (जन्म १९४३) या केंब्रिज विद्यापीठातील शास्त्रज्ञाला पहिला 'पल्सार' (pulsar) आढळून आला. त्याचा क्रमांक CP१९१९ असा आहे.

हा तारा मवाळ प्रकारचा पल्सार असून तो १.३३७३ सेकंदांच्या अंतराने पल्स (pulse) दर्शवतो. हे पल्सार म्हणजे अत्यंत घनता असणारे न्यूट्रॉन तारे (न्यूट्रॉन भरलेले तारे) आहेत असे मानले जाते. ते मधूनमधून अचानक प्रचंड प्रमाणात रेडियो लहरी आणि इतर प्रारणे (radiation) बाहेर टाकतात.

इसवीसन १ पूर्वी : जग कसे चालते

भौतिकशास्त्र या अर्थाचा इंग्रजी शब्द 'physics' हा 'phusika' या मूळ ग्रीक शब्दापासून बनलेला आहे. पदार्थ (matter) आणि ऊर्जा (energy) यांच्या विषयींचे नियम आणि त्यांच्यामधील परस्परसंबंधांचा अभ्यास भौतिकशास्त्रात केला जातो. मूळ ग्रीक शब्दाचा अर्थ जरी 'नैसर्गिक वस्तू' असा असला तरी वस्तूंच्या फक्त भौतिकी गुणधर्मांचाच अभ्यास भौतिकशास्त्र करते. पारंपरिक दृष्टिकोनातून या शास्त्राचे सहा क्षेत्रांमध्ये विभाजन केले जाते. विद्युत, उष्णता, प्रकाश, चुंबकत्व, यांत्रिकी आणि ध्वनी हे ते सहा मुख्य विषय आहेत. प्रत्यक्ष भौतिक- शास्त्राचे नियम मांडले जाण्याअगोदरच त्या नियमांचा उपयोग मानवाने करून घेतलेला होता.

दरवर्षी पिकांना पाणी पुरवठा करण्यासाठी प्राचीन इजिप्तमध्ये नाईल नदीचे पाणी वर खेचावे लागत असे. लोकांना जलप्रवाहाविषयी पुरेसे व्यावहारिक ज्ञान होते. त्यांनी इसवी-सनापूर्वी ३००० मध्ये नाईल नदीवर एक धरण बांधले होते, आणि या धरणातून ते साध्यासुध्या पंपांनी पाणी खेचत असत.

मायलेटसचा थालेस (इसवीसनपूर्व ६२५-५४७) हा ग्रीक विद्वान भौतिकशास्त्राचा अभ्यासक होता. त्याने समुद्र-किनाऱ्यावर पडलेल्या राळेच्या तुकड्यामध्ये स्थिर विद्युत (static electricity) असते याचे वर्णन केले होते. टारेन्टमचा रहिवासी असणाऱ्या आर्किटास (इसपूर्व ४२०- ३५०) याने कप्पीचा शोध लावला. त्यामुळे कमी श्रमामध्ये जास्त वजन ओढणे शक्य झाले.

आर्किमिडीस (इसपूर्व २८७-२१२) या विख्यात ग्रीक विद्वानाने इसपूर्व २३५ मध्ये एका महत्त्वाच्या तत्त्वाचा शोध लावला. पाण्यात तरंगणाऱ्या वस्तूचे वजन कमी भरते आणि जेवढे वजन कमी भरते तेवढ्या प्रमाणात ती वस्तू पाणी बाहेर टाकते हे ते तत्त्व होय. सिसिलीमधील सिरॅक्सचा राजा दुसरा हायरॉन याने आर्किमिडीसला राज- मुकुट शुद्ध सोन्याचा आहे की नाही याची तपासणी करायला सांगितले. त्याने शुद्ध सोने आणि राज-मुकुट यांनी किती पाणी बाहेर टाकले याचे मोजमाप करून असे दाखवून दिले की सोनाराने राजमुकुट तयार करताना त्यात हिणकस धातूची भेसळ केली होती.

आर्किमिडीसनेच सर्वप्रथम दंडगोल आणि शंकू अशा आकाराच्या घन वस्तूंचा गुरूत्वमध्य (centre of gra- vity) ठरवण्याची सूत्रे मांडली.

प्राचीन परंपरेनुसार पाणी आणि वजन यांच्यामधील संबंधाचे तत्त्व आर्किमिडीसला अचानक सापडले. एकदा स्नानगृहात पाण्याच्या टबात तो आंघोळीसाठी उतरला असताना पाणी बाहेर सांडले. ते पाहून तो तसाच उघडा रस्त्याने पळत सुटला असे म्हणतात. युरेका या ग्रीक शब्दाचा अर्थ 'मला सापडले' असा आहे. त्यानेच पाणी वर खेचण्यासाठी एका दंडगोलामध्ये स्क्रू बसवण्याचे तंत्र शोधून काढले.

इसवीसन १ : पूर्वेकडील प्रगती

इस्लामी साम्राज्याच्या वैभवशाली कालखंडात (सन ७११-१४९२) अरबी विद्वान व्यावहारिक भौतिकशास्त्राच्या अनेक शाखांमध्ये संशोधन करत होते. अविसेना (इब्न सिन) या विख्यात अरबी विद्वानाचा कालखंड सन ९७९-१०३७ असा आहे. या विद्वानाने मांडलेल्या वैज्ञानिक पद्धतींचा मोठा प्रभाव पुढील काळातील पाश्चात्त्य वैज्ञानिकांवर पडलेला दिसतो.

अरब गणिती अल-हाझेन (इसवीसन ९६५-१०३८) ऊर्फ इब्न अल हायथम याने प्रकाशकी (optics) या विषयावर ग्रंथ लिहिला. त्यात त्याने डोळ्याची रचना, परावर्तन आणि वक्री-भवन अशा अनेक गोष्टींचे वर्णन केलेले आहे. अल्-जझीरी हा इंजिनियर असून तो मेसोपोटामियामध्ये अंदाजे सन १२०० च्या सुमारास होऊन गेला. त्याने 'विलक्षण यंत्रांचे ज्ञान' अशा नावाचा ग्रंथ लिहिला होता. त्यामध्ये इतर अनेक उपकरणांबरोबरच एका वरखाली होणाऱ्या पुनरावृत्त पाण्याच्या पंपाची माहिती दिली होती.

सन १००० : प्रकाश आणि पदार्थांचे स्वरूप

डच गणिती विलेब्रोर्ड व्हान रोयेन स्नेल (सन १५८१-१६२६) याने प्रकाशाचा वक्रीभवनाचा नियम सन १६२१ मध्ये प्रकाशित केला. एखादा प्रकाशकिरण एका माध्यमातून दुसऱ्या माध्यमात जातो तेव्हा तो वक्र रेषेत जातो हे तत्त्व त्याने मांडले. या तत्त्वाचा उपयोग भिंगांमध्ये केलेला असतो.

१७ व्या शतकात घन, द्रव आणि वायू या पदार्थांच्या तीन अवस्थांबद्दल भरपूर संशोधन झाले. सन १६४३ मध्ये 'इव्हा-जेलिस्टा टोरीसेल्ली' या इटालियन भौतिकशास्त्रज्ञाने सर्वप्रथम पाऱ्याचा वापर करून हवेचा दाब मोजला.

सन १६६१ मध्ये रॉबर्ट बॉईल (१६२७-१६९१) या ब्रिटिश शास्त्रज्ञाने वायूचे आकारमान आणि तापमान यांच्यामधील संबंध स्पष्ट करणारा नियम मांडला. त्याला 'बॉईलचा नियम' असे म्हणतात. स्थिर तापमानाला ठरावीक वस्तुमानाच्या वायूचे आकारमान त्याच्या दाबाच्या व्यस्त प्रमाणात असते हा तो नियम आहे.

ब्रिटिश शास्त्रज्ञ आयझॅक न्यूटन (१६४२-१७२७) याने सन १६८७ मध्ये आपला 'Philosophiae Naturalis Principia Mathematica' हा ग्रंथ प्रसिद्ध केला. त्याचा अर्थ निसर्गाच्या तत्त्वज्ञानामधील गणिती तत्त्वे असा होता. या ग्रंथात न्यूटनने आपला सार्वत्रिक गुरूत्वाकर्षणाचा नियम सर्वप्रथम मांडला.

न्यूटनने लोलकामधून जाणाऱ्या प्रकाशाच्या किरणांचा वापर करून प्रकाशाच्या वक्रीभवनाचाही अभ्यास केला. त्याने असे शोधून काढले की निरनिराळ्या रंगांच्या प्रकाशाच्या शलाका निरनिराळ्या अंशांमध्ये वक्र होतात. म्हणूनच दुर्बिणीमध्ये भिंगाऐवजी आरशांचा वापर करावा असे त्याला वाटले. भिंगामधून येणारा प्रकाश अनेक रंगांचा बनलेला असल्याने त्यामधून तयार होणारी प्रतिमा कधीच स्वच्छ असणार नाही हे त्याच्या लक्षात आले होते.

विद्युत ऊर्जेचा प्रत्यक्ष कामांसाठी वापर सुरू होण्याअगोदरच विद्युत ही संकल्पना माहिती झाली होती. स्टीफन ग्रे (१६९६-१७३६) या ब्रिटिश शास्त्रज्ञाने सर्वप्रथम ओळखले की निर-निराळ्या पदार्थांमधून वीज वाहते. त्याने एक प्रयोग केला होता. त्यामध्ये काचेची एक नळी घासल्यानंतर उत्पन्न होणारा विद्युतप्रवाह त्या नळीच्या जोडलेल्या रेशमी धाग्यांमधून वाहतो हे त्याच्या लक्षात आले होते.

विद्युत वाहक (conductor) आणि विद्युत विरोधक (insulator) या संज्ञा सर्वप्रथम जॉन डी सागुलिए (१६८३-१७४४) या फ्रेंच/ब्रिटिश शास्त्रज्ञाने वापरल्या. चार्ल्स् डी कूलम्ब (१७३६-१८०६) या फ्रेंच शास्त्रज्ञाने विद्युत प्रवाहाचे परिमाण ठरवले व त्याला १७८५ मध्ये आपले नाव 'कूलम्ब' बहाल केले.

जे. ए. सी. चार्ल्स् (१७४६-१८२३) या फ्रेंच संशोधकाने वायूंच्या गुणधर्माविषयी फार मोलाची कामगिरी केली. त्याच्या असे लक्षात आले की विशिष्ट वस्तुमान असणाऱ्या वायूचे आकारमान त्या वायूच्या केवल तापमानावर (absolute temperature) थेट सम प्रमाणात अवलंबून असते. हे असताना वायूचा दाब स्थिर मानला होता. पुढे जोसेफ गाय-लुसॅक (१७७८-१८५०) या फ्रेंच शास्त्रज्ञाने हे तत्त्व बरोबर असल्याचे सिद्ध केले. हे दोघेही जण बलूनचा वापर करण्यात अग्रणी होते.

जॉन डाल्टन (१७६६-१८४४) याने सर्वप्रथम अणूचे चित्र स्पष्ट केले. त्याच्या मते अणू हा पदार्थाचा सर्वात छोटा कण होय. त्याने असे निरीक्षण नोंदवले की दोन वायू एकमेकांमध्ये नेहमीच सम प्रमाणात मिसळतात. मिश्रणाची क्रिया अणू पातळीवर होत असल्याने असे घडते हे त्याचे मत होते.

सन १८२७ मध्ये जॉर्ज ओहम (१७८९-१८५४) या जर्मन शास्त्रज्ञाने विद्युत प्रवाहाविषयी महत्त्वाचे शोध लावले. एखादा विद्युत वाहकातून वाहणारा विद्युतप्रवाह त्याच्यावर लावलेल्या विद्युतभाराच्या (voltage) समप्रमाणात असतो, तर विद्युत-प्रवाहाचे प्रमाण वाहकाने निर्माण केलेल्या विद्युत अवरोधाच्या (resistance) व्यस्त प्रमाणात असते.

मायकेल फॅरेडे (१७९१-१८६७) या ब्रिटिश शास्त्रज्ञाने विद्युत प्रवाहाविषयी संशोधन करून एकाच वर्षी (१८३१) डायनॅमो, ट्रान्सफॉर्मर आणि इलेक्ट्रिक मोटर यांचा शोध लावला.

जेम्स क्लर्क मॅक्सवेल (१८३१-१८७९) हा ब्रिटिश शास्त्रज्ञ फॅरेडेचा विद्यार्थी होता. त्याने १८७३ मध्ये 'Treatise on Electricity and Magnetism' हा ग्रंथ लिहिला. त्यामध्ये त्याने विद्युतचुंबकीय तरंगाच्या (electromagnetic waves) अस्तित्वाविषयी सैद्धांतिक आधार देणारे संशोधन मांडले आहे.

सन १८९७ मध्ये जे. जे. थॉमसन (१८५६–१९४०) या ब्रिटिश शास्त्रज्ञाने असे दाखवून दिले की कॅथोड किरणांमध्ये विद्युतभारित कण असतात. त्याने कणांवरील भार आणि त्यांचे वस्तुमान याविषयी स्थिर गुणोत्तर आहे हे दाखवले. त्याने या कणांना 'कोशिका' (corpuscles) असे नाव दिले होते. आता या कणांना आपण इलेक्ट्रॉन असे म्हणतो.

सन १९११ मध्ये अर्नेस्ट रूदरफोर्ड (१८७१-१९३७) या न्यूझीलंडच्या भौतिकशास्त्रज्ञाने अणूच्या पोटामध्ये मध्यभागी केंद्रक असते हा शोध लावला. त्यानेच अणूची रचना सूर्य-मालेतील रचनेप्रमाणे म्हणजे मध्यभागी केंद्रक आणि भोवती फिरणारे इलेक्ट्रॉन अशी असल्याचे सांगितले.

इसवीसन २००० : भौतिकशास्त्राचे नवे मूलभूत नियम

जर्मन भौतिकशास्त्रज्ञ मॅक्स प्लँक (१८५८-१९४७) याने सन १९०० मध्ये असे दाखवले की एखाद्या पदार्थामधून बाहेर पडणारी अथवा त्या पदार्थाने शोषून घेतलेली ऊर्जा कधीच सलग नसते. त्याने त्यासाठी 'पुंज' (क्वांटम) ही संकल्पना मांडली. पुंज हा ऊर्जेचा एकत्रित गठ्ठा असून त्याचे विभाजन होत नाही. प्लँकच्या संशोधनाने २०व्या शतकातील 'क्वांटम सिद्धांत' यावरील संशोधनाला प्रारंभ झाला.

अल्बर्ट आईनस्टाईन (१८७९-१९५५) या जर्मन भौतिक-शास्त्रज्ञाने सन १९०५ मध्ये सापेक्षता सिद्धांत (theory of relativity) मांडला. विशिष्ट परिस्थितींमध्ये एखाद्या वस्तूचे वस्तुमान आणि ऊर्जा यांच्यातील पुसट होणाऱ्या सीमारेषेचा या सिद्धांतात विचार करण्यात आला होता. जेव्हा एखादी वस्तू प्रकाशाच्या वेगाच्या जवळपास जाईल अशा अवस्थेत असते तेव्हा त्या वस्तूचे वस्तुमान आणि आकार यात बदल घडतील. आईनस्टाईनने १९१५ मध्ये 'सर्वसामान्य सापेक्षता सिद्धांत' (general theory of relativity) मांडला. त्यामध्ये त्याने म्हटले होते की अंतराळातील वस्तूंच्या वस्तुमानाच्या प्रभावामुळे 'अवकाश-काळ' यांचे गुणधर्म बदलण्याची शक्यता आहे.

आईनस्टाईनची सिद्धांत कल्पना बरोबर असल्याचा पहिला पुरावा २९ मे १९१९ रोजी मिळाला. गिनीच्या आखातातील प्रिन्सिपी बेटावरून त्या दिवशी खग्रास सूर्यग्रहणाचे निरीक्षण करण्यात आले होते. ताऱ्यांचा प्रकाश सूर्याजवळून येताना तो सूर्याच्या गुरुत्वाकर्षणामुळे वक्र झाला. प्रकाशाने मार्ग बदलण्याचे हे प्रमाण नेमके आईनस्टाईनने मांडलेल्या गणिताशी जुळले. म्हणूनच त्यावेळी तारे सूर्याच्या मागे असूनही दिसले.

जर्मन भौतिकशास्त्रज्ञ वेर्नेर कार्ल हायझेनबर्ग (१९०१-१९७६) याने सन १९२५ मध्ये आपले 'अनिश्चिततेचे तत्त्व' (principle of indeterminancy) प्रसिद्ध केले. त्याच्या लक्षात आले की एखाद्या कणाची जागा निश्चित करताना जे काही 'चल' (parameters) वापरले जातात, त्यांच्यामध्ये बदल झाल्याखेरीज राहत नाही. म्हणूनच हायझेनबर्गने असे मत मांडले की कणांचे वर्तन आणि त्यांची जागा यांचा अभ्यास करताना त्यांची नेमकी जागा किंवा त्यांच्या हालचालीची दिशा ठरवणे शक्य नाही.

अणूच्या अंतरंगातील कणांना प्रत्येकाच्या मूल्यानुसार तेवढ्याच मूल्याचे 'विरूद्ध-कण' (anti-particle) असतात. फक्त या कणांवर विरूद्ध असा विद्युत भार असतो. सर्वप्रथम इलेक्ट्रॉन या ऋण विद्युतभारित कणाचा विरूद्ध-कण सापडला.

कार्ल अँडरसन (१९०५-१९९१) या अमेरिकन भौतिक-शास्त्रज्ञाने १९३२ मध्ये एका विशिष्ट उपकरणाची रचना केली. त्या उपकरणाला क्लाऊड चेंबर (cloud-chamber) म्हणतात. यामधे एका पात्रात पाण्याने भरपूर संतृप्त (super saturated) केलेली हवा किंवा वायू भरण्यात आला. या प्रयोगामध्ये अँडरसनला इलेक्ट्रॉनचा

जर्मन शास्त्रज्ञ मॅक्स प्लँक आणि अल्बर्ट आईनस्टाईन १९३० मध्ये चर्चा करताना दिसत आहेत. प्लँकचा पुंज सिद्धांत आणि आईनस्टाईनच्या सापेक्षतेसंबंधी दोन सिद्धांतांनी भौतिकशास्त्रात क्रांतिकारक बदल घडले. न्यूटनच्या काळापासून सर्वमान्य झालेली भौतिकशास्त्रातील अनेक तत्त्वे मोडीत निघाली. मॅक्स प्लँकना १९१८ मध्ये तर १९२१ मध्ये आईनस्टाईनना भौतिकशास्त्रासाठीचे नोबेल पुरस्कार मिळाले.

विरूध्द-कण मिळाला. या कणाला पॉझिट्रॉन (e⁺) असे नाव देण्यात आले.

नील्स् बोर (१८८५-१९६२) या डेन्मार्कच्या भौतिक-शास्त्रज्ञाने अणूच्या रचनेसंबंधी अधिक संशोधन करताना रूदरफोर्डच्या कल्पना आणि नवीन पुंजसिद्धांताचा उपयोग केला होता. बोरने अशी कल्पना मांडली की अणु-केंद्राभोवती फिरणारे इलेक्ट्रॉन विशिष्ट कक्षांमध्ये फिरतात. जेव्हा हे इलेक्ट्रॉन एका कक्षेतून दुसऱ्या कक्षेत जातात त्यावेळी ठरावीक वारंवारिता (frequency) असणारे किरण बाहेर पडतात. या किरणांची बोरने त्या मूलद्रव्याच्या वर्ण-पटाशी (spectrum) सांगड घातली.

सध्याच्या विचार-सरणी-नुसार अणुच्या आत आढळ-णाऱ्या (subatomic parti-cles) कणांचे लेप्टॉन आणि क्वार्क असे दोन गटात वर्गीकरण केले जाते. लेप्टॉन वर्गा-मध्ये इलेक्ट्रॉन, म्यूऑन आणि टॉ (tau) या कणांचा समावेश होतो. या कणांवर अणुकेंद्राच्या बलाचा काहीही परिणाम होत नाही.

क्वार्कच्या अस्तित्वासंबंधी निष्कर्ष १९६४ मध्ये अमेरिकन भौतिकशास्त्रज्ञ मुरे गेल-मान (जन्म १९२९) याने लावला. क्वार्क हे हाड्रॉनचा मूलभूत भाग असतात आणि ते अणुकेंद्रातील बलाला प्रतिसाद देतात. क्वार्क कणांवर इलेक्ट्रॉनच्या १/३ किंवा २/३ विद्युतभार असावा असे दिसते.

क्वार्कना स्वतःचे वेगळे अस्तित्व नसल्याने त्यांचा अभ्यास करणे जिकिरीचे आहे. आत्तापर्यंत सहा क्वार्क कणांचा शोध लागलेला आहे आणि त्यांना 'अप', 'डाऊन', 'स्ट्रेंज', 'चार्म', 'बॉटम' आणि 'टॉप' अशी नावे

देण्यात आली आहेत. विसाव्या शतकातील विख्यात कादंबरीकार जेम्स जॉईस याच्या 'Finne-gans Wake' या कादंबरीमधून मानने हे क्वार्क हे नाव उचलले.

सन १९८५ मध्ये अमेरिकेच्या मॅसेच्युसेटस् इन्स्टि-ट्यूट ऑफ टेक्नॉलॉजी (MIT) मधील वैज्ञानिकांनी त्रिमिती इलेक्ट्रॉन सूक्ष्मदर्शकाची निर्मिती केली. या सूक्ष्म-दर्शकामध्ये प्रकाश-किरणाऐवजी इलेक्ट्रॉन झोताचा वापर केला जातो. इलेक्ट्रॉन झोताची तरंग लांबी खूप कमी असल्याने त्यांचा वापर करून अधिक चांगले वियोजन (resolution) मिळवता येते.

वेर्नेर कार्ल हायझेनबर्ग (१९०१-१९७६) या जर्मन भौतिकशास्त्रज्ञाने पुंज यांत्रिकी (क्वांटम मेकॅनिक्स) या भौतिकशास्त्राच्या आधुनिक शाखेचा पाया घातला. त्याने निसर्गामध्ये एक मध्यवर्ती व्यवस्था आहे असे मानले आणि ती रचना एकाच गणिती सूत्रात व्यक्त करता येईल असे सुचवले. सार्वजनिक कार्यात भाग घेऊन दुसऱ्या महायुद्धानंतर हायझेन-बर्गने अणुऊर्जेच्या शांततामय उपयोगांचा प्रचार केला. १९५७ मध्ये जर्मन लष्कर अणुशस्त्रे मिळवणार हे समजल्यावर त्याने जर्मन वैज्ञानिकांचे नेतृत्व करून त्या गोष्टीला प्रखर विरोध केला.

रसायनशास्त्र

इसवीसन १ पूर्वी : कठीण अवजारांचा शोध

पदार्थांच्या गुणधर्मांचा आणि त्यांच्यामध्ये होऊ शकणाऱ्या बदलांचा अभ्यास रसायनशास्त्रात केला जातो. आजपर्यंत शोध लागलेल्या मूलद्रव्यांच्या वायू, घन आणि द्रव अशा अवस्था असतात. ही मूलद्रव्ये एकमेकांमध्ये मिसळून निरनिराळी रासायनिक संयुगे तयार होत असतात.

खनिजांमधून धातू मिळवण्यापासूनच रसायनशास्त्राची सुरुवात झाली आहे. नवाश्मयुगात म्हणजे अंदाजे इस.पूर्व ५००० मध्ये मानवाने सर्वप्रथम तांबे हा धातू मिळवला. याच काळात जमिनीवर असणाऱ्या खाणींमधून सोनेही मिळवले गेले होते. कांस्ययुगीन सुमेरियामध्ये (आधुनिक इराक व इराण) इसवी-सनापूर्वी ५००० ते १२०० दरम्यान तांबे आणि कथील यांचे मिश्रण करून मानवाने कांस्य (bronze) हा मिश्र धातू तयार केला होता. कांस्य हे

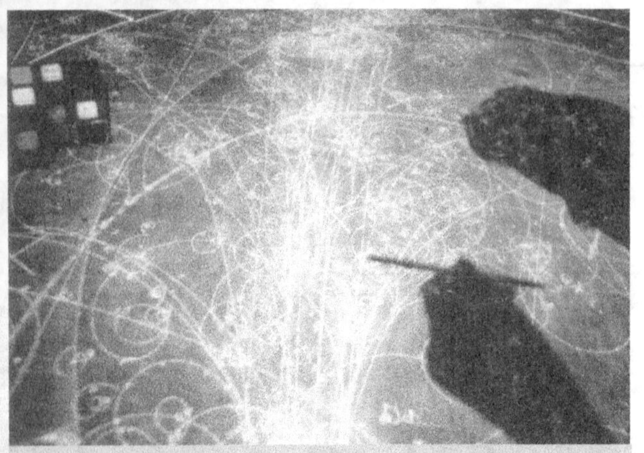

अणूच्या आतील कणांचा अभ्यास करण्यासाठी प्रयोगशाळेमध्ये बबल चेंबर हे उपकरण वापरले जाते. विसाव्या शतकात या कणांची संख्या खूप मोठी असल्याचे आढळले आहे. त्यामुळे अनेकदा प्रत्यक्ष प्रयोगांना सिद्धांतांनी मार्गदर्शन केलेले आहे. सैद्धांतिक भौतिकशास्त्रज्ञ गणित मांडून नवीन कणांचे अस्तित्व सिद्ध करण्याचा प्रयत्न करतात, तर त्यांचे प्रयोगशाळेतील सहकारी अशा कणांचा शोध घेतात.

अधिक कणखर असल्याने त्याच्यापासून निरनिराळी अवजारे बनवणे शक्य झाले.

प्राचीन काळी इजिप्तमध्ये राळ आणि पाण्यात ओल्या केलेल्या सोडियम कार्बोनेट या क्षाराचा (नट्रॉन) उपयोग ममी तयार करण्यासाठी केला जात होता. इजिप्तमधील ओल्ड किंगडम या कालखंडात म्हणजे इसवीसनपूर्व २९५० ते २३६५ दरम्यान ममी तयार केल्या जात होत्या.

तांबे किंवा कथील यांच्यापेक्षा लोखंडाची खनिजे विपुल प्रमाणात आढळतात. पण त्यांच्यापासून लोखंड मिळवण्यासाठी खूप उच्च तापमानाची गरज असते. पूर्व युरोपमध्ये इसवीसनपूर्व १००० या काळामधील भट्ट्या मिळाल्या आहेत. या भट्ट्यांच्या भोवती चिकणमाती लिंपलेली होती. या भट्ट्यांमध्ये ११००° सेल्सियस एवढे तापमान मिळवता येत होते. अशा भट्टीमध्ये मिळालेले लोखंड कांस्य या मिश्र धातूपेक्षा मऊ होते. परंतु नंतर हे लक्षात आले की लोखंडामध्ये काही प्रमाणात कार्बन असल्यास त्यापासून अत्यंत कणखर पोलाद तयार होते. कदाचित सुरुवातीला लोहखनिज हे कोळशाबरोबरीने जळताना आपो-आप या गोष्टींचा शोध लागला असेल

अशी शक्यता आहे.

इसवीसनपूर्व ८००च्या सुमारास चिनी किमयागार (alchemist) हे मनुष्याला अमरत्व प्राप्त करणारी संजीवनी शोधण्यात गुंतले होते. इतिहासकार हे मानतात की त्यावेळी कितीतरी सम्राटांना विषबाधेने मरण आले होते. अमरत्व मिळवण्यासाठी बनवलेल्या चित्रविचित्र रसायनांमध्ये पारा, गंधक आणि अर्सेनिक यांचा समावेश असायचा.

रासायनिक युद्धतंत्राचा (chemical warfare) पहिला उल्लेख इसवीसनपूर्व ३५० एवढा प्राचीन आहे. मॉ जिंग (Maw Jing) नावाच्या प्राचीन चिनी ग्रंथामध्ये असा उल्लेख आहे की हल्ला करणाऱ्या शत्रूवर सोडण्यासाठी विषारी रसायने भरून यांत्रिक भाते हलवले जात. ही विषारी रसायने एक प्रकारचा वायू तयार करत असत.

इसवीसन १ : मूलभूत तंत्रे

रासायनिक चाचणी करण्याचा पहिला उल्लेख करण्याचे श्रेय प्लिनी द एल्डर (इस. २३-७९) या रोमन लेखकाचे आहे. त्याने इसवीसन ७७ मध्ये लिहिलेल्या हिस्टोरिआ नॅचरॅलिस (Historia naturalis) या लॅटिन भाषेतील ग्रंथामध्ये रासायनिक चाचणी घेण्याची माहिती आहे. कॉपर सल्फेट या रसायनातील आयर्न सल्फेट या रसायनाची भेसळ ओळखण्यासाठी गॉलनट या फळांचा अर्क वापरावा असे त्यात नमूद केले आहे. भेसळ असल्यास हा अर्क काळा पडतो अशी ही चाचणी आहे.

प्लिनीची समजूत अशी होती की पदार्थ हे मुळामध्ये चार घटकतत्त्वांचे बनलेले असतात. पृथ्वी, वायू, अग्नी आणि पाणी ही ती चार मूलतत्त्वे होत. पदार्थांची रचना सांगणारा हा सिद्धांत १७ व्या शतकापर्यंत लोकप्रिय होता.

खलिफा हारून अल् रशीद याच्या दरबारात जाबीर इब्न हय्यन (इस. ७२१-८१५) हा अत्यंत नावाजलेला किमयागार होता. हा अरबी किमयागार इराकमध्ये राहत होता. ऊर्ध्वपातन (distillation) करण्याच्या तंत्रामध्ये अरब किमयागारांनी सफाई मिळवली होती. ऊर्ध्वपातन क्रियेचा पहिला उल्लेख इजिप्तमधील झोसिमस या ग्रीक लेखकाच्या लेखनात

आढळतो. हा उल्लेख ४थ्या शतकामधील आहे. अरब किमयागारांनी अनेक प्रकारची अत्तरे बनवण्याचे तंत्र विकसित केले होते, तसेच त्यांनी 'बैन-मारी' नावाचा गरम पाण्याचा स्नानप्रकार शोधून काढला होता. अलेक्झांड्रियामधील तेव्हाची विख्यात ज्यू किमयागार मारीया हिच्या नावे हा स्नानप्रकार अरब जगतामध्ये प्रचलित होता.

एक किमयागार आपले नवीन रसायन सादर करत आहे असे हे चित्र आहे. किमया (alchemy) या अर्धशास्त्रीय ज्ञानशाखेची दोन मुख्य उद्दिष्टे होती– शिसे किंवा तशा सामान्य धातूंपासून सोने तयार करणे आणि तारुण्य कायम राखू शकेल व मानवाला अमर करेल असे रसायन बनवणे. किमया करण्याचे तंत्र आशियामध्ये खूप प्राचीन काळापासून प्रचलित होते. हे तंत्र पहिल्या सहस्रकामध्ये अरबस्तान आणि इजिप्तमध्ये वापरात होते, तर युरोपात मध्ययुगामध्ये त्याची चांगलीच चलती होती. किमया करणाऱ्यांनी अनेक महत्त्वाचे शोध लावलेले आहेत. पण खऱ्या रसायनशास्त्रज्ञांना अशा किमयागारांपासून फटकून राहणेच पसंत होते.

इसवीसन १००० : पायाभरणी झाली

मध्ययुगीन युरोपीय किमयागारांनी अरबी किमयागारांची परंपरा पुढे चालू ठेवली, पण त्यांनी त्यामध्ये ख्रिश्चन पद्धतीनुसार योग्य ते बदल करून घेतले. बहुतेक किमयागार हे डोमिनिकन किंवा फ्रान्सिस्कन धर्मपरंपरेतील 'फ्रायर' (Friar) होते. त्यांनी ऊर्ध्वपातनासारख्या तंत्रांची 'आत्म्याचे शुद्धीकरण' अशा धर्मकल्पनांशी सांगड घातली होती.

फ्रान्सिस्कन धर्मपरंपरेतील इंग्लिश किमयागार रॉजर बेकन (१२२०-१२९२) याने बंदुकीची दारू वगैरे रासायनिक पदार्थांवर काही प्रयोग केले होते असे मानले होते.

१३व्या शतकामधील स्पॅनिश किमयागार जबीर किंवा गेबर याने सर्वप्रथम सल्फ्युरिक आम्लाचे वर्णन केले. सल्फ्युरिक आम्ल किंवा 'ऑईल ऑफ व्हिट्रिऑल' हे तत्कालीन आम्लांमध्ये सर्वांत जहाल ठरले. त्या काळी व्हिनेगरमध्ये असणारे ॲसेटिक आम्ल हे सेंद्रिय आम्ल सर्वांत जहाल मानले जात होते. रसायन-शास्त्रांमध्ये आम्लांचे फार महत्त्वाचे स्थान आहे, कारण इतर संयुगांबरोबर क्रिया करून आम्ले क्षार आणि वायू तयार करतात.

रसायनशास्त्र आणि किमयातंत्र यांच्यामधील फरक १६व्या शतकापासून दिसू लागला. संशोधकांनी आपण काढलेले निष्कर्ष प्रसिद्ध करण्यास सुरुवात केली. त्यामुळे रासायनिक प्रयोगां- मधील गूढपणाचे वलय कमी होऊन त्याची जागा ज्ञानप्रसाराने घेतली. ॲग्रीकोला म्हणून विख्यात असणाऱ्या जॉर्ज बॉयर (१४९५-१५५५) या जर्मन लेखकाने १५५५ मध्ये 'डी री मेटालिका' (De Re Metallica) नावाचे पुस्तक लिहिले होते. त्यामध्ये तत्कालीन धातुशास्त्राची (metallurgy) माहिती संकलित करण्यात आलेली आहे.

योहान रूडाल्फ ग्लॉबर (१६०४-१६६८) या जर्मन संशोधकाने १६४८ मध्ये हायड्रोक्लोरिक आम्लाचा शोध लावला. त्यानेच पुढे नायट्रिक आम्लही शोधून काढले.

याखेरीज त्याने 'ग्लॉबर सॉल्ट' नावाचे रेचक शोधले. ग्लॉबरने या क्षाराला 'साल मिरबिले' (sal mirabile) म्हणजे अद्भूत क्षार असे नाव दिले होते. ग्लॉबर सॉल्ट हा सोडियम सल्फेट या रसायनाचा एक प्रकार आहे.

रॉबर्ट बॉईल (१६२७-१६९१) या आयरिश संशोधकाने आपले सारे जीवन रसायनशास्त्र आणि भौतिकशास्त्र यांच्या संशोधनाला वाहून घेतले होते. त्याने आपल्या 'द स्केप्टिकल कायमिस्ट' (The Sceptical Chymist) या १६६१ मध्ये प्रसिद्ध झालेल्या पुस्तकात मूलद्रव्याची (element) व्याख्या केली आहे. ज्या पदार्थाचे आणखी साध्या पदार्थांमध्ये विभाजन करता येत नाही तो पदार्थ म्हणजे मूलद्रव्य अशीही व्याख्या आहे. आम्ल आणि अल्कली किंवा बेस यांच्यामध्ये फरक करण्याचा पहिला प्रयत्न रॉबर्ट बॉईल यानेच केला. वायूचा नमुना गोळा करणारा बॉईल हा पहिला वैज्ञानिक होता.

ऑक्सिजन वायू ओळ-खून काढण्यासाठी अनेक वैज्ञानिक सतत प्रयत्न करत होते. जर्मन शास्त्रज्ञ जॉर्ज स्टाल (१६६०-१७३४) याने सन १७०० मध्ये सर्वप्रथम 'फ्लॉजि-स्टॉन' (Phlogist-on) नावाच्या एका सैद्धांतिक पातळीवरील वायूची कल्पना मांडली. हा शब्द 'फ्लॉगिझो' (phlo-gizo) म्हणजे 'आग लावणे' अशा अर्थाच्या मूळ ग्रीक शब्दापासून बनवला होता.

या वायूची ओळख दोन शास्त्रज्ञांनी पटवली. त्यामधील एक होता स्वीडीश शास्त्रज्ञ कार्ल विल्हेम शील (१७४२-१७८६) आणि दुसरा होता इंग्लिश शास्त्रज्ञ जोसेफ प्रिस्टले (१७३३-१८०४). १७७४ मध्ये प्रिस्टले मर्क्युरिक ऑक्साइड तापवत असताना त्याला आढळळे की त्यामधून बाहेर पडणाऱ्या वायूमध्ये ज्वलन अधिक जोराने होते. शीलने संशोधन १७७२ मध्ये केले होते आणि त्याने त्याला 'फायर एअर' (fire air) असे नाव दिले होते. पण त्याची निरीक्षणे १७७७ पर्यंत प्रसिद्ध झाली नव्हती. त्यामुळे पुढे ऑक्सिजन हे नाव देण्यात आलेल्या वायूचा शोध लावणारा संशोधक म्हणून प्रिस्टलेचे नाव प्रसिद्ध झाले.

फ्रेंच शास्त्रज्ञ अँटोनी लॉरेंट लव्हासिए (१७४३-१७९४) याने सन १७७८ मध्ये असे दाखवून दिले की हवेमध्ये दोन वायू असे असतात की त्यातला एक ज्वलनाला मदत करतो, तर दुसरा ज्वलनाला मदत करत नाही. १७७९ मध्ये लव्हासिएने ज्वलनाला सहाय्य करणाऱ्या वायू-ला 'ऑक्सिजन' हे नाव दिले. हा शब्द oxus या आम्ल या अर्थाच्या ग्रीक शब्दा-पासून बनवलेला होता. लव्हासिएला असे

१७ व्या शतकातील रसायनशास्त्रज्ञ रॉबर्ट बॉईल याच्या उल्लेखाशिवाय रसायनशास्त्राचा इतिहास पुरा होऊच शकणार नाही. या आयरिश संशोधकाने पदार्थ हे चार मूलतत्त्वांचे (पृथ्वी, वायू, अग्नी, पाणी) बनलेले असतात असा त्या काळी प्रचलित असणारा सिद्धांत असत्य आहे हे सिद्ध करण्याचा प्रयत्न केला. त्यानेच लंडनमधील सुप्रसिद्ध रॉयल सोसायटीची स्थापना केली.

वाटत होते की सर्व आम्लांमध्ये हा पदार्थ असतो. त्याने ज्वलनाला मदत न करणाऱ्या दुसऱ्या वायूला 'अझोट' (azo-te) हे नाव दिले. हा शब्द 'न जगणारा' या अर्थाच्या ग्रीक शब्दापासून तयार केला होता, कारण हा वायू रासायनिक क्रियांमध्ये उदासीन राहात असल्याचे लक्षात आले होते. पुढे १७९० मध्ये या वायूला डॉ. जीन अँटोन क्लॉड चॅपटल (१७५६-१८३२) याने 'नायट्रोजन' (nitrogen) असे नाव दिले.

इरिडियम आणि ऑस्मीयम या सर्वाधिक घनता असणाऱ्या दोन धातूंचा शोध स्मिथसन टेनंट (१७६१-१८१५) या इंग्लिश शास्त्रज्ञाने लावला. त्यानेच हे दाखवून दिले की हिरे हे शुद्ध कार्बनचेच बनलेले असतात. त्याचा समकालीन असलेल्या चार्ल्स टेनंट (१७६८-१८३८) या स्कॉटिश रसायनशास्त्रज्ञाने प्रसिद्धीच्या मानाने कमी महत्त्वाची असूनही अत्यंत उपयुक्त अशी ब्लिचिंग पावडर शोधून काढली. ब्लिचिंग पावडर हे कॅल्शियम क्लोरेट

हवेतील दोन वायूंचा शोध लावण्याबरोबरच फ्रेंच रसायनशास्त्रज्ञ अँटोनी लव्हासिएने रासायनिक पदार्थांना नाव देण्याची पद्धत तयार केली. ही पद्धत आजही वापरली जाते. फ्रेंच राज्यक्रांती होण्याच्या आधीच्या काळात कर जमा करणारा अधिकारी असल्याने लव्हासिएला फ्रेंच राज्यक्रांतीमधे गिलोटिनखाली प्राण गमवावे लागले.

आणि कॅल्शियम हायड्रोक्साईड यांचे मिश्रण असून ते कापडाचा रंग घालवणे, कागद पांढरा करणे आणि पाणी शुद्ध करणे यासाठी मोठ्या प्रमाणावर वापरले जाते.

आधुनिक रसायनशास्त्र आणि भौतिकशास्त्र यांचा पाया डाल्टनच्या अणुसिद्धांताने (atomic theory) घातला. जॉन डाल्टन (१७६६-१८४४) या इंग्लिश संशोधकाने असे निरीक्षण नोंदवले की एखादा वायू जेव्हा दुसऱ्या वायूबरोबर रासायनिक क्रिया करतो, तेव्हा दोघांचे प्रमाण अगदी सारखेच असते. डाल्टनने असे अनुमान काढले की, दोन भिन्न वायूंचे अणू एकमेकांशी संलग्न होत असल्याने असे घडते. या माहितीचा उपयोग करून डाल्टनने १८०२-०३ मध्ये अणुभारांचा (atomic weight) पहिला तक्ता तयार केला.

इटालियन शास्त्रज्ञ आमेदेव अव्होगाड्रो (१७७६-

१८५६) हा क्वारेना (Quaregna) येथील सरदार होता. त्याने सर्वप्रथम अणू आणि रेणू (molecule) यांच्यामधील फरक स्पष्टपणाने दाखवून दिले. अव्होगाड्रोनेच रेणू ही संकल्पना सर्वांत आधी मांडली. तसेच आपला सुप्रसिद्ध अव्होगाड्रो सिद्धांत मांडला. ठरावीक तापमान आणि दाब असताना समान राशी असणाऱ्या वायूच्या प्रमाणामध्ये रेणूंची संख्या समान असते, असा हा सिद्धांत आहे.

जैवरसायनशास्त्र या शाखेचा अर्थ सजीवांचे रसायनशास्त्र असा आहे. या ज्ञानशाखेचा प्रारंभ १८३० मध्ये झाला असे मानले जाते. त्या वर्षी योहानेस म्यूलर या जर्मन शरीरक्रिया वैज्ञानिकाने प्रथिनांचा शोध लावला. प्रथिने हे मोठे गुंतागुंतीच्या रचनेचे रेणू असून ते सजीवांच्या शरीरात महत्त्वाची भूमिका बजावतात आणि हे रेणू आहारात असणे अत्यावश्यक असते.

सॅम्युअल गुथ्री (१७८२-१८४८) या अमेरिकन शास्त्रज्ञाने १८३१ मध्ये गोड वास असणाऱ्या द्रवाचा म्हणजे क्लोरोफॉर्मचा शोध लावला.

सामान्य ऑक्सिजन वायूमध्ये ऑक्सिजन मूलद्रव्याचे दोन अणू असतात. म्हणजेच सामान्य ऑक्सिजन वायूचे सूत्र (O_2) असे असते. दोन ऐवजी तीन अणू एकत्र येऊन ओझोन (O_3) हा वायू तयार होतो. या वायूचा शोध जर्मन शास्त्रज्ञ ख्रिश्चन फ्रेडरिक श्योनबाईन (१७९९-१८६८) याने १८४० मध्ये लावला. विद्युत उपकरणांमध्ये विशिष्ट वास येतो. तो कोणता ते ओळखताना ओझोनचा शोध लागला. पाण्याचे विद्युत विघटन (electrolyzed) करतानाही हा वायू तयार होतो असे त्याच्या लक्षात आले. श्योनबाईननेच या वायूला ओझोन हे नाव दिले. पण हा वायू म्हणजे ऑक्सिजनचाच एक प्रकार आहे हे दाखवण्याचे श्रेय डॉ. थॉमस अँड्र्यूज (१८१३-१८८५) या आयरिश शास्त्रज्ञाला दिले जाते.

श्योनबाईन १८४५ मध्ये एकदा स्वयंपाकघरात काहीतरी काम करत असताना निव्वळ अपघातानेच त्याला स्फोटक ईस्टर (ester) हे सेंद्रिय रसायन मिळाले. काहीतरी प्रयोग करताना थोडे नायट्रिक आम्ल त्याच्या हातून

स्वयंपाकघरात सांडले. श्योन-बाईनच्या बायकोने त्याला स्वयंपाकघरात प्रयोग करायला बंदी घातलेली असल्याने त्याने घाईघाईने सुती एप्रन घेऊन ते पुसून टाकले. हा एप्रन त्याने स्टोव्हवर वाळण्यासाठी टांगला आणि क्षणार्धात भडका उडून एप्रन संपूर्णपणे नष्ट झाला. हे रसायन म्हणजेच आधुनिक काळात प्लॅस्टिक आणि स्फोटकांमध्ये वापरले जाणारे नायट्रोसेल्यूलोज (nitrocellulose) हे रसायन होय.

औद्योगिक क्रांतीमुळे रसायनशास्त्रातील संशोधनाला मोठीच चालना मिळाली. कापड उद्योगाने कापडाचे रंग कृत्रिमपणे तयार करायला प्रारंभ केला. हे रंग त्याआधी वनस्पतींपासून मिळवले जात असत. सन १८५६ मध्ये जर्मन शास्त्रज्ञ कार्ल ग्रेबे याने (१८४१-१९२७) अलिझरीन हा नारिंगी रंग कृत्रिमरित्या तयार केला. रेणूंमधील रचनांचे विशिष्ट प्रकारे वर्णन करण्या-साठी रसायनशास्त्रामध्ये वापरल्या जाणाऱ्या मेटा (meta) ऑर्थो (ortho) आणि पॅरा (para) या संज्ञा ग्रेबेनेच तयार केल्या.

सन १८५६ मध्येच अवघ्या १८ वर्ष वयाच्या विल्यम पर्किन (१८३८-१९०७) या इंग्लिश शास्त्रज्ञाने ॲनिलिन हा कृत्रिम रंग तयार केला आणि त्याचे पेटंटही मिळवले. त्याने लंडनच्या रॉयल कॉलेज ऑफ केमिस्ट्रीमधील आपल्या पदाचा राजीनामा दिला आणि रंग तयार करण्यासाठी स्वतःचा कारखाना काढला. त्यानेच १८६८ मध्ये कॉमरीन (coumorin) हे पहिले कृत्रिम सुगंधी द्रव्य तयार केले.

सन १८६३ मध्ये जर्मन शास्त्रज्ञ योहान फॉन बायर (१८३५-१९१७) याने बार्बिच्युरिक आम्लाचा शोध लावला. आधुनिक काळात प्लॅस्टिक उत्पादनामध्ये आणि झोपेच्या औषधांमध्ये या द्रव्याचा वापर केला जातो. बायरने शोधलेल्या या द्रव्याचे नाव त्याने आपल्या बार्बरा नावाच्या मैत्रिणीवरून ठेवले असे म्हणतात. बायरने १८७९ मध्ये कृत्रिम नीळ तयार केली.

रशियन रसायनशास्त्रज्ञ डिमिट्री इव्हानोविच मेंडेलएव्ह (१८३४-१९०७) याने त्या काळी ज्ञात असणाऱ्या ६३ मूल-द्रव्यांच्या माहितीमधील सावळा गोंधळ संपवून निश्चित व्यवस्था लावून दिली. त्याने १८६९ मध्ये मूलद्रव्यांची आवर्त सारणी (periodic table) तयार केले. या सारणीत वाढत्या अणुभारा-नुसार (atomic weight) मूलद्रव्ये आडव्या ओळीत मांडलेली होती, तर मूलद्रव्यांच्या गुणधर्मानुसार त्यांची उभ्या ओळीत मांडणी केलेली होती.

या आवर्त सारणीमध्ये काही मोकळ्या जागा होत्या. सारणीच्या मांडणीमधील नियमांच्या आधारे त्याने या मोकळ्या जागी कोणती मूलद्रव्ये असतील त्याचे भाकीत केले. चांदीसारखा चकाकणारा गॅलियम धातू (Gallium) १८७५ मध्ये सर्वप्रथम आढळला. १८७९ मध्ये स्कॅंडियम (Scandium) आणि थुलिअम (Thulium) ही दोन नवीन मूलद्रव्ये सापडली. या नवीन मूलद्रव्यांचे गुणधर्म मेंडेल-एव्हने भाकीत केल्या-प्रमाणेच होते. अँटोनी हेन्री बेक्वेरेल (१८५२-१९०८) या फ्रेंच शास्त्रज्ञाला १८९६ मध्ये असे आढळले की पोटॅ-शियम युरेनिल सल्फेट-मधून खोलवर घुसू शक-णारे किरण बाहेर पडतात. हे किरण कोणत्याही बाह्य कारणाविनाच सतत सर्व दिशांना पसरतात हे त्याच्या लक्षात आले. पोलंडमध्ये जन्मलेल्या व फ्रान्समध्ये संशोधन करणाऱ्या मेरी क्यूरी (१८६७-१९३४) या विख्यात रसायनशास्त्रज्ञ महिलेने या गुणधर्माला किरणोत्सर्ग (radio-activity) असे नाव दिले. अणूच्या अंतरंगा-मध्ये विद्युत-भार असणारे छोटे कण (sub-atomic particles) असू शकतील असे दर्शवणारा हा सर्वांत जुना पुरावा आहे. मेरी क्यूरी आणि पियरे क्यूरी या पतीपत्नींनी रेडियम आणि पोलोनियम या दोन किरणोत्सारी मूलद्रव्यांचा शोध लावला.

स्विडीश रसायनशास्त्रज्ञ सव्हान्ते ऑगस्ट अऱ्हेनियस (१८५९-१९२७) याला १९०३ चे रसायनशास्त्राचे नोबेल पारि-तोषिक देऊन गौरवण्यात आले. विद्युतप्रवाह सोडून एखाद्या संयुगाचे त्याच्या मूल घटकांमध्ये विघटन घडवून आणण्याच्या विद्युत विघटन (electrolysis)

पोलंडमध्ये जन्मलेल्या मेरी क्युरी यांना दोन वेळा नोबेल पुरस्कार मिळाला. १९०३ मधील नोबेल पुरस्कार भौतिकशास्त्रासाठी त्यांच्या पतीबरोबर संयुक्तपणे देण्यात आला. हेन्री बेक्वेरेल यांनाही त्याच वर्षी हा पुरस्कार संयुक्तपणाने दिला गेला होता. यानंतर १९११ मध्ये मेरी क्युरी यांना रेडियम या मूलद्रव्याच्या संशोधनासाठी पुन्हा एकवार हा सन्मान मिळाला. पण आपल्या या उत्तुंग कामगिरीची फार मोठी किंमत मेरी क्युरी यांना द्यावी लागली. किरणोत्सर्गाशी दीर्घ काळ संपर्कात आल्याने त्यांचा ल्युकेमियाने मृत्यू झाला.

क्रियेसाठी ही निवड झाली होती. १९०५ मध्ये त्यानेच हा धोक्याचा इशारा दिला होता की जीवाश्म इंधने (fossil fuels) जळताना त्यातून बाहेर पडणाऱ्या कार्बन डाय-ऑक्साइड वायूमुळे पृथ्वीचे तापमान वाढेल आणि ते आप-ल्याला घातक ठरेल.

लिओ हेन्रिक बेके-लँड (१८६३-१९४४) या बेल्जियमच्या शास्त्र-ज्ञाने १९०५ मध्ये बेकेलाईट (Bakelite) तयार केले. हे संपूर्णपणे कृत्रिम प्लॅस्टिक असून ते फॉर्मालडिहाईड व फि-नॉल यांच्या मिश्रणा-मधून तयार करण्यात

आले होते. फोन आणि रेडिओ तयार करण्यासाठी त्याचा उपयोग कित्येक वर्षे केला जात होता. त्याच वर्षी म्हणजे १९०५ मध्ये औद्योगिक रसायन-शास्त्रज्ञ (जर्मन) हाईनिच कारो (१८३४-१९१०) या आघाडीच्या संशोधकाने कॅल्शियम सायनामाइड (calcium cyanamide) तयार करण्याची प्रक्रिया विकसित केली. रासा-यनिक खतांमध्ये वापरले जाणारे हे रसायन कॅल्शियम डायकार्बाइड-पासून तयार केले होते.

सोरेन पीटर लॉरिझ सोरेनसेन (१८६८-१९३९) या डॅनिश संशोधकाने १९०९ मध्ये सर्वप्रथम 'हायड्रोजनचा भार' (poten-tial of hydrogen) मोजण्याची पद्धत तयार केली. एखादे रसायन अल्कधर्मी आहे की आम्लधर्मी हे ठरवण्यासाठी लागणारे मोजमाप 'pH' या संज्ञेतून

व्यक्त होते. या मोजमापाचा अर्थ एखाद्या पदार्थामधील हायड्रोजन आयनांचे प्रमाण असा असतो.

हेन्री ग्वेन जेफ्रीज मोसली (१८८७-१९१५) या इंग्लिश शास्त्रज्ञाने १९१३ मध्ये क्ष-किरणांचा वापर करून मूलद्रव्यांचा अभ्यास करण्याची एक नवीन पद्धत विकसित केली. याला एक्स रे स्पेक्ट्रास्कोपी (x-ray spect-roscopy) असे म्हणतात. मूलद्रव्यांच्या वर्णपटांचा (spe-ctra) अभ्यास करून मोसलीने मूलद्रव्यांच्या अणुक्रमांकानुसार (atomic number) त्यांची यादी तयार केली. अणूच्या केंद्रकामधील प्रोटॉनची संख्या म्हणजे त्या मूलद्रव्याचा अणुक्रमांक होय. या तत्त्वाचा वापर करून मोसलीने मेंडेलएव्हच्या आवर्तसारणीची पुन्हा एक-वार नव्याने मांडणी केली. या नव्या मांडणीत अणुभारापेक्षा अणुक्रमांकाचा विचार करण्यात आला होता.

मोसलीने असे प्रतिपादन केले की, हायड्रोजन आणि युरेनियम यांच्या दरम्यान ९२ मूलद्रव्ये आहेत. त्या काळी त्यामधील ८५ ज्ञात होती. मोसलीने ७२ क्रमांकाच्या हाफनियम (Hafnium) या मूलद्रव्याच्या अस्तित्वाविषयी अंदाज व्यक्त केला होता. हे मूलद्रव्य पुढे १९२३मध्ये सापडले.

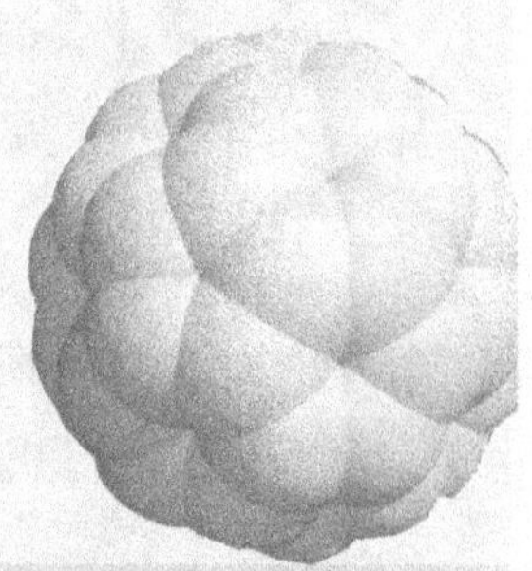

फुटबॉलसारखा दिसणारा हा नवीन रेणू कार्बनचा असून त्याला फ्युलेरिन (fullerene) म्हणतात. या रेणूमध्ये वीस षट्कोन आणि १२ पंचकोनांची रचना असून, त्याचा शोध १९८५ मध्ये अमेरिकन विद्वान आर. बकमिन्स्टर फ्युलर यांनी लावला. फ्युलर त्यांनीच जिओडेसिक डोम (geodesic dome) या घुमटाकार रचनेचा शोध लावला आहे. या कार्बनी रेणूला फ्युलर यांचे नाव देण्यात आले. पुढे रसायनशास्त्रज्ञांना असे दिसले की या रेणूमध्ये धक्का सहन करण्याचे आणि अतिसंवाहकतेचे (superconductivity) गुणधर्म आहेत.

मानवी स्वादुपिंडामध्ये तयार होणारे, प्रथिन असणारे हॉर्मोन इन्शुलिन (insulin) याचा शोध कॅनेडियन संशोधक फ्रेडरिक ग्रँट बँटिन्ग (१८९१-१९४१) आणि चार्ल्स् एच. बेस्ट (१८९९-१९७८) यांनी १९२१ मध्ये लावला. पाच वर्षांनी म्हणजे १९२६ मध्ये इन्शुलिन अत्यंत शुद्ध स्वरूपात मिळवण्यात यश आले. यानंतर हे हॉर्मोन बनवण्यात आलेल्या यशामुळे लक्षावधी मधुमेही

रूग्णांचे आयुष्यात बदल घडून आला आहे.

हॅरॉल्ड क्लेटन युरे (१८९३-१९८१) हा अमेरिकन रसायन-शास्त्रज्ञ दुसऱ्या महायुद्धाच्या काळात अणुबॉम्ब प्रकल्पा-मध्ये संचालन करत होता. त्याने त्या अगोदर १९३२ मध्ये जड पाणी (heavy water) वेगळे करण्यात यश मिळवले होते. हायड्रोजन अणूऐवजी त्याचेच एक रूप असलेल्या ड्युटेरियम (Deuterium-D) अणू-मुळे तयार होणाऱ्या पाण्याला (D_2O) जड पाणी असे म्हणतात. हायड्रोजनचे समस्थानिक (isotope) असणाऱ्या या जड पाण्याचा उपयोग अणुसाखळीवर (atomic chain reaction) नियंत्रण ठेवण्यासाठी केला जातो. या जड पाण्यामुळे जास्त ऊर्जा असणाऱ्या न्यूट्रॉन कणांच्या वेगामध्ये बदल होतो. त्यामुळेच ही अणुसाखळी नियंत्रणात ठेवणे आणि सतत चालू ठेवणे शक्य होते.

रॉबर्ट बर्न्स वूडवर्ड (१९१७-१९७९) या अमेरिकन रसायनशास्त्रज्ञाने अनेक सेंद्रिय द्रव्यांचे (organic substances) संश्लेषण करण्याची मोठीच कामगिरी केली आहे. यामध्ये क्विनाईन (१९४४) कोलेस्टेरॉल (१९५१) आणि लायसर्जिक ॲसिड (१९५४) यांचा समावेश आहे.

लायसर्जिक ॲसिडपासूनच एल.एस.डी. (L.S.D) हे मादक द्रव्य तयार केले जाते. वूडवर्डनेच पुढे १९६० मध्ये क्लोरोफिल (हिरवे रंगद्रव्य) आणि १९७१ मध्ये 'ब' जीवनसत्त्व कृत्रिम- रित्या तयार केले. १९६५ मध्ये रसायनशास्त्रातील कामगिरी-साठी वूडवर्डना नोबेल पुरस्काराने सन्मानित करण्यात आले होते.

इसवीसन २००० : सजीवांची रहस्ये

रोझलिंड फ्रँन्कलिन (१९२०-१९५८) या इंग्लिश जैव-रसायनशास्त्रज्ञाच्या कामाचा उपयोग करून फ्रान्सिस क्रिक (जन्म १९१६) आणि जेम्स वॉटसन (जन्म १९२८) या दोघांनी १९५३मध्ये डीऑक्सीरा-यबोन्युक्लिक ॲसिड (म्हणजेच DNA) या रेणूच्या

संबंधी आपले संशोधन प्रसिद्ध केले. हा रेणू म्हणजे दोन एकमेकांत गुंतलेल्या सर्पिलाकार रेणूंची गोफासारखी रचना असते. त्यालाच 'डबल हेलिक्स' (double helix) असे म्हणतात.

जन्माने फ्रेंच असलेला अमेरिकन शास्त्रज्ञ रॉजर ज्युलेमिन (जन्म १९२४) आणि पोलिश/अमेरिकन शास्त्रज्ञ अँडू शॉली (जन्म १९२६) यांनी १९६८ मध्ये पियूषिका ग्रंथीमधील (pitui-tary gland) हॉर्मोनचा शोध लावला. हॉर्मोन हे शरीरामधील रासायनिक संदेशवाहक (messengers) असतात. ही ग्रंथी चेता-पेशी (nerve cells) व वेदना होणारा भाग यांच्यामधील संदेश-वहनामध्ये हस्तक्षेप करून वेदना कमी करण्याचे कार्य करते.

एके काळी असे मानले जात होते की रेणू आणि स्फटिक हे रचनेच्या दृष्टीने स्थिर असतात. परंतु आता असे दिसून आले आहे की त्यांचेही अनेक प्रकार असू शकतात. १९८४ मध्ये इस्रायल, अमेरिका, आणि फ्रान्समधील रसायनशास्त्रज्ञांनी पाच अक्षांवर सममिती (symmetrical) असणारा स्फटिक शोधून काढला. ही

१९९० नंतर जैवरसायनशास्त्रातील संशोधनाचा भर हा आनुवंशिक माहिती साठवणाऱ्या गुंतागुंतीच्या रेणूंशी खेळणे यावर होता. एका नमुन्यामधील DNA रेणूने तयार केलेले हे पट्टे तपासताना एक संशोधक या फोटोत दिसत आहे. कॅनेडियन जैवरसायनशास्त्रज्ञ मायकेल स्मिथ यांनी १९९३ मध्ये DNA रेणूमध्ये परकीय DNA रेणू बसवण्याचे तंत्र विकसित केले. त्यामुळे सजीवांमध्ये आनुवंशिक फेरबदल करणे शक्य झाले.

रचना होणे अशक्य आहे असे त्याअगोदर मानले जात होते. अशा रचनांना अर्ध-स्फटिक (semi - crystal) असे नाव देण्यात आले आहे. या रचनांचा वापर करून अत्यंत हलक्या वजनाचे मिश्रधातू बनवणे शक्य झाले आहे. या मिश्रधातूंचा उपयोग हॉटप्लेट व कुकर बनवण्यात केला जातो.

१९८८ मध्ये मानवी जनुकसंच प्रकल्प (Human Genome Project) अमेरिकेत सुरू झाला. मानवी जनुकांच्या ज्ञात संख्येपैकी (१००,०००) बहुतेक सर्वांचा नकाशा बनवणे हा या प्रकल्पाचा मुख्य हेतू होता. जनुकांचे स्थान आणि त्यांची कार्ये यांचा अभ्यास करून मानवी विकार आणि आनुवंशिकता यावर अधिक प्रकाश टाकता येईल असा शास्त्रज्ञांना विश्वास वाटतो.

पृथ्वीच्या वातावरणातील रसायने

पृथ्वीच्या वातावरणामधे १३ वायू आहेत आणि काही प्रमाणात पाण्याची वाफ असते. तक्त्यामधे कोरड्या हवेमध्ये निरनिराळ्या वायूंचे प्रमाण दशलक्षांश (ppm - parts per million) या पद्धतीने दिलेले आहे.

घटक	चिन्ह	दशलक्षांशात प्रमाण
नायट्रोजन	N	७८०,८३६
ऑक्सिजन	O	२०९,४७५
अर्गान	Ar	९३४०
पाण्याची वाफ	H_2O	५३००
कार्बनडायऑक्साइड	CO_2	३२२
निऑन	Ne	१८.१८
हेलियम	He	५.२४
मिथेन	CH_4	१.५
क्रिप्टॉन	Kr	१.१४
हायड्रोजन	H	०.५
नायट्रस ऑक्साइड	N_2O	०.२७
कार्बन मोनॉक्साइड	CO	०.१९
झेनॉन	Xe	०.०८७
ओझोन	O_3	०.०४

रसायनशास्त्रातील ११२ मूलद्रव्यांची त्यांच्या शोधानुसार यादी

वर्ष	मूलद्रव्याचे नाव	चिन्ह	नावाचा उगम	भौतिक गुणधर्म	शोधणाऱ्याचे नाव
—	कार्बन	C	Carbo ह्या लॅटिन शब्दापासून.त्याचा अर्थ कोळसा	रंगहीन घनपदार्थ (हिरा) काळा घन पदार्थ (ग्राफाईट) फ्युलरन्स	इतिहासपूर्व काळात
—	सोने (ऑरम)	Au	अँग्लो-सॅक्सन शब्द 'गोल्ड'	चकाकणारा सोनेरी धातू	इतिहासपूर्व काळात
—	शिसे (प्लंबम)	Pb	अँग्लो-सॅक्सन शब्द 'लेड'	निळसर करडा धातू	इतिहासपूर्व काळात
—	गंधक (सल्फर)	S	संस्कृत सॉल्वेरे, लॅटिन शब्द सुफ्रुम (sufrum)	फिक्कट पिवळा घन पदार्थ	इतिहासपूर्व काळात
इसपूर्व ८०००	तांबे (कुप्रम)	Cu	'सायप्रस' (कुप्रम) प्रथम वापर	लालसर तांबडा धातू	इतिहासपूर्व काळात
इसपूर्व ४०००	लोह (फेरम) iron	Fe	अँग्लो-सॅक्सन शब्द गाळणे	चमकदार चंदेरी धातू	प्राचीन काळात
इसपूर्व ४०००	चांदी (अर्जेंटम)	Ag	अँग्लो-सॅक्सन शब्द seolfor	चमकदार पांढरा धातू चांदीकाम	प्राचीन काळात
इसपूर्व ३५००	कथील (स्टॅनम) tin	Sn	अँग्लो-सॅक्सन शब्द	चमकदार चंदेरी धातू कांस्य हा मिश्रधातू बनवण्यासाठी वापर.	इतिहासपूर्व काळात
इसपूर्व १६००	पारा (हायड्रार गायरम)	Hg	हर्मिस या गूढविद्येच्या देवतेवरून	चमकदार चंदेरी द्रव	इतिहास काळाच्या प्रारंभी
१२२०	अर्सेनिक	As	लॅटिन arsenicum	निळसर करडा घन पदार्थ	जर्मन सेंट अल्बर्ट्स मॅग्नस (११९३-१२८०)

वर्ष	मूलद्रव्याचे नाव	चिन्ह	नावाचा उगम	भौतिक गुणधर्म	शोधणाऱ्याचे नाव
इसपूर्व १०००	अँटीमनी (स्टिबियम)	Sb	मध्ययुगीन लॅटिन शब्द antimonium	चंदेरी धातू	इतिहास काळाच्या प्रारंभी
१६६९	फॉस्फरस	P	ग्रीक शब्द **phosphorus** अर्थ 'प्रकाश' देणारा'	पिवळसर किंवा लाल घन पदार्थ	जर्मन-एच.ब्रँड (१६३०-१६७५)
१७३७	कोबाल्ट	Co	जर्मन शब्द kobold	लालसर करडा धातू	स्वीडीश- जी. ब्रॅन्ड (१६९४- १७४८)
१७४६	जस्त (झिंक)	Zn	जर्मन शब्द zink	निळसर पांढरा धातू	जर्मन - ए.एस. मार्गग्राफ (१७०९- १७८२)
१७४८	प्लॅटिनम	Pt	स्पॅनिश शब्द platina	निळसर पांढरा धातू	स्पॅनिश-ए.डी. उलोआ (१७१६-१७९५)
१७५१	निकेल	Ni	निकोलाईट किंवा सैतानाचे तांबे या अर्थाच्या kupfernickel या जर्मन शब्दापासून	चंदेरी पांढरा धातू	स्वीडीश-ए. एफ. क्रॉनस्टेड (१७२२-१७६५)
१७५३	बिस्मथ	Bi	'पांढरा' या अर्थाचा weissmuth हा जर्मन शब्द		फ्रेंच सी.एफ. जिओफरॉय (१७२९-१७५३)
१७६६	हायड्रोजन	H	ग्रीक शब्द hydro genes अर्थ जल उत्पादन करणारा	रंगहीन वायू	इंग्लिश हेन्री कॅव्हेंडिश (१७३१-१८१०)
१७७२	नायट्रोजन	N	ग्रीक शब्द हूटृदह genes ' सॉल्टपीटर' बनवणारा	रंगहीन वायू	स्कॉटिश-डी रूदरफोर्ड (१७४९-१८१९)
१७७२- ७४	ऑक्सिजन	O	ग्रीक शब्द-oxysgenes 'आम्ल निर्माण करणारा'	रंगहीन वायू	स्विडीश कार्ल शील (१७४२-१७८६) आणि इंग्लिश जोसेफ प्रिस्टले (१७३३- १८०४)

वर्ष	मूलद्रव्याचे नाव	चिन्ह	नावाचा उगम	भौतिक गुणधर्म	शोधणाऱ्याचे नाव
१७७४	क्लोरिन	Cl	ग्रीक शब्द chloros-हिरवा	पिवळा-हिरवा वायू	स्वीडीश कार्ल शील
१७७४	मँगनीज	Mn	लॅटिन शब्द magnes-चुंबक	लालसर पांढरा धातू	स्वीडीश कार्ल शील
१७८१	मोलिब्डेनम	Mo शिसे	ग्रीक शब्द molybdos-	चंदेरी धातू	स्वीडीश पी.जे. हेल्म (१७४६-१८१३)
१७८३	टेलरियम	Te	लॅटिन शब्द 'tellus' अर्थ पृथ्वी	करडा चंदेरी घन पदार्थ	ऑस्ट्रियन एफ.जे. मूलर(१७५५-१८३३)
१७८३	टंगस्टन	W	स्वीडीश शब्द ' tung sten - अर्थ जड दगड	करडा धातू	स्पॅनिश जे. जे. डी. (वूलफ्राम) इलहुयर (१७५५-१७८३) आणि एफ.डी.इलहुयर (१७४०-१८२८)
१७८७	स्ट्रॉन्शियम	Sr	स्कॉटलंडमधील स्ट्रॉन्शियन हे गावधातू	चंदेरी पांढरा	स्कॉटिश डब्ल्यू. क्रुक्सशँक (१७४३-१८१०/११)
१७८९	युरेनियम	U	युरेनस हा ग्रह	निळसर पांढरा धातू	एम. एच. क्लार्प्रॉथ (शोध-१७८१) (जर्मन) (१७४३-१८१७)
१७८९	झिर्कोनियम	Zr	पर्शियन शब्द 'zargun' सोनेरी रंगाचा	करडा-पांढरा धातू	एम. एच. क्लार्प्रॉथ (जर्मन)
१७९४	यिट्रीयम	Y	स्वीडनमधील यिटरबा गाव	करडा-पांढरा धातू	फिनिश जे. गाडोलिन (१७६०-१८५२)
१७९५	टिटॅनियम	Ti	लॅटिन 'titanes' पृथ्वीपुत्र	चंदेरी धातू	एम.एच.क्लार्प्रॉथ (जर्मन)
१७९८	बेरिलियम	Be	ग्रीक शब्द 'beryllion'	करडा धातू	फ्रेंच एल.एन. व्हॉक्युलिन (१७६३-१८२९)
१७९८	क्रोमियम	Cr	ग्रीक शब्द 'chromos' रंग	चंदेरी धातू	एल.एन.व्हॉक्युलिन (फ्रेंच)

वर्ष	मूलद्रव्याचे नाव	चिन्ह	नावाचा उगम	भौतिक गुणधर्म	शोधणाऱ्याचे नाव
१८०१	नियोबियम	Nb	लॅटिन नियोबे - टॅंटॅलसची मुलगी	करडा धातू	इंग्लिश सी. हॅटचेट (१७६५-१८४७)
१८०२	टॅंटॅलम	Ta	ग्रीक पुराणातील टॅंटॅलस राजा	चंदेरी धातू	स्वीडिश ए.जी.एकबर्ग (१७६७-१८१३)
१८०३	सेरियम	Ce	लघुग्रह सेरेस	करडा धातू	स्वीडीश जे.जे. बर्झेलियस (शोध १८०१) (१७७९-१८४८) स्वीडीश डब्ल्यू.हिंसींगर (१७६६-१८५२) जर्मन एम.एच.क्लाप्रॉथ
१८०३	पॅलॅडियम	Pd	लघुग्रह : 'Pallas'	चंदेरी - पांढरा धातू	डब्ल्यू. एच. वूलास्टन, इंग्लिश- शोध १८०२ (१७६६-१८२८)
१८०४	इरिडियम	Ir	लॅटिन 'iris' : इंद्रधनुष्य	चंदेरी - पांढरा धातू	इंग्लिश, एस. टेनंट (१७६१-१८१५)
१८०४	ऑस्मियम	Os	ग्रीक शब्द 'osme' (वास)	करडा-निळा धातू	एस. टेनंट (इंग्लिश)
१८०४	ऱ्होडियम	Rh	ग्रीक rhodon (गुलाब)	करडा-निळा धातू	डब्ल्यू. एच. वूलास्टन (इंग्लिश)
१८०७	पोटॅशियम	K	इंग्लिश शब्द 'पोटॅश' (कॅलियम)	चंदेरी-पांढरा धातू	सर हंफ्रे डेव्ही (इंग्लिश) (१७७८-१८२९)
१८०७	सोडियम	Na	इंग्लिश शब्द 'सोडा' (नॅट्रियम)	चंदेरी -पांढरा धातू	सर हंफ्रे डेव्ही (इंग्लिश)
१८०८	बेरियम	Ba	ग्रीक शब्द 'barys' (जड)	चंदेरी -पांढरा धातू	सर हंफ्रे डेव्ही (इंग्लिश)
१८०८	बोरॉन	B	पर्शियन शब्द 'burah' (बोरॅक्स)	गडद तपकिरी पूड	एल.जे.गाय-ल्यूसाक (१७७८-१८५०), एल.जे.थेनार्ड(१७७१-१८५७) आणि सर हंफ्रे डेव्ही (इंग्लिश)
१८०८	कॅल्शियम	Ca	लॅटिन शब्द 'calx' (चुना)	चंदेरी-पांढरा धातू	सर हंफ्रे डेव्ही (इंग्लिश)

वर्ष	मूलद्रव्याचे नाव	चिन्ह	नावाचा उगम	भौतिक गुणधर्म	शोधणाऱ्याचे नाव
१८०८	मॅग्नेशियम	Mg	थेसाली परगण्यातील 'मॅग्नेशिया' जिल्हा	चंदेरी-पांढरा धातू	सर हंफ्रे डेव्ही (इंग्लिश)
१८११	आयोडिन	I	ग्रीक शब्द 'iodes'	करडा-काळा घन पदार्थ (जांभळा)	फ्रेंच. बी. कोर्टय (१७७७-१८३८)
१८१७	कॅडमियम	Cd	ग्रीक शब्द 'kadmeia'	पांढरा-निळा धातू (कॅलमाईन)	जर्मन एफ.स्ट्रोहमेयर (१७६६-१८३५)
१८१७	लिथीयम	Li	ग्रीक शब्द 'lithos' (दगड)	चंदेरी-पांढरा धातू	स्वीडीश जे. ए. आर्फवेडसन (१७९२-१८४१)
१८१८	सेलेनियम	Se	ग्रीक शब्द 'selene' (चंद्र)	करडा घन पदार्थ	जे. जे. बर्झेलियस (स्वीडन)
१८२४	सिलीकॉन	Si	लॅटिन शब्द 'silex'	गडद करडा घन पदार्थ	जे. जे. बर्झेलियस (स्वीडन)
१८२५-१८२७	अल्युमिनियम	Al	लॅटिन शब्द 'alumen' (तुरटी)	चंदेरी-पांढरा धातू	डॅनिश एच. सी. ओरस्टेड (१७७७-१८५१) फ. व्यूहलर (जर्मन-१८८०-८२)
१८२६	ब्रोमिन	Br	ग्रीक शब्द bromos' (उग्र वास)	लाल-तपकिरी द्रव पदार्थ	फ्रेंच ए.जे. बलार्ड (१८०२-१८७६)
१८२९	थोरियम	Th	नोर्स लोकांचा विजेचा देव 'थोर'	करडा धातू	जे. जे. बर्झेलियस (स्वीडीश)
१८३०	व्हॅनॅडियम	V	व्हॅनाडिस ही नोर्स लोकांची सौंदर्य व तारुण्याची देवता	चंदेरी-करडा धातू	स्वीडीश एन. जी. सेफस्ट्रॉम (१७८९-१८४५)
१८३९	लॅन्थनम	La	ग्रीक शब्द 'lanthano' (दडवणे)	धातू	स्वीडीश सी.जी.मोसांडर (१७९७-१८५८)
१८४३	यिर्बियम	Er	स्वीडनमधील यिटरबी गाव	करडा-चंदेरी धातू	सी.जी.मोसांडर (स्वीडीश)
१८४३	टेर्बियम	Tb	स्वीडनमधील यिटरबी गाव	चंदेरी धातू	सी.जी.मोसांडर (स्वीडीश)
१८४४	रूथेनियम	Ru	युक्रेनमधील रूथेनिया	निळसर पांढरा धातू	इस्टोनियम के.के. क्लाउस (१७९६-१८६४)

वर्ष	मूलद्रव्याचे नाव	चिन्ह	नावाचा उगम	भौतिक गुणधर्म	शोधणाऱ्याचे नाव
१८६०	सिसियम	Cs	लॅटिन शब्द 'caesius' (निळसर करडा)	चंदेरी पांढरा धातू	आर.डब्ल्यू.फॉन बुन्सेन (१८११- १८९९) आणि जी.आर किरचॉफ (१८२४-१८८७) (जर्मनी)
१८६१	रूबिडियम	Rb	लॅटिन शब्द 'rubidus' (लाल)	चंदेरी पांढरा धातू	आर.डब्ल्यू फॉन बुन्सेन आणि जी.आर.किरचॉफ (जर्मनी)
१८६१	थालियम	Tl	ग्रीक शब्द 'thallos' फुटणारी फांदी	निळसर करडा धातू	सर विल्यम क्रूक्स (१८३२-१९१९) इंग्लंड
१८६३	इंडियम	In	या मूलद्रव्याच्या वर्णपटातील निळ्या रंगामुळे	निळसर चंदेरी धातू	जर्मन, एफ. राईश (१७९९-१८८२) व एच.टी.रिक्टर (१८२४-१८९८)
१८६८	हेलियम	He	ग्रीक शब्द 'helios'- सूर्य	रंगहीन वायू	इंग्लिश, सर जोसेफ लॉकयर (१८३६-१९२०) व फ्रेंच पी.जे.सी.जान्सेन (१८२४-१९०७)
१८७५	गॅलियम	Ga	लॅटिन शब्द 'Gallia'- फ्रान्स	करडा धातू	फ्रेंच एफ.डी. बॉईसबॉड्रान (१८३८-१९१२)
१८७८	यिटरबियम	Yb	स्वीडनमधील यिटरबी गाव	चंदेरी धातू	स्वीस.जे.सी.जी. मारीग्नॅक (१८१७-१८९४)
१८७८-७९	हॉलमियम	Ho	स्टॉकहोमचे लॅटिन रूप 'Holmia'	चंदेरी धातू	स्वीस.जे.एल. सोरेट (१८२७-१८९०) व स्वीडनचेपी.टी.क्लीव्ह (१८४०-१९०५)
१८७९	समारियम	Sm	कर्नल एम. सामारास्की	फिकट करडा धातू	एफ.डी.बॉईसबॉड्रान (फ्रेंच)
१८७९	स्कँडियम	Sc	स्कँडिनेव्हिया	धातू	स्वीडीश एफ.टी. निल्सन (१८४०-१८९९)

बर्ष	मूलद्रव्याचे नाव	चिन्ह	नावाचा उगम	भौतिक गुणधर्म	शोधणाऱ्याचे नाव
१८७९	थुलियम	Tm	नॉर्थलँड या अर्थाचा ग्रीक-लॅटिन शब्द	धातू	पी.टी. क्लीव्ह (स्वीडीश)
१८८०	गॅडोलिनियम	Gd	योहान गॅडोलिन	चंदेरी पांढरा धातू	जे.सी.जी. मारीग्नॅक (स्वीस) (१७६०-१८५२)
१८८५	निओडायमियम	Nd	ग्रीक शब्द 'neo didymos' नवीन जुळे	पिवळसर पांढरा धातू	सी.ऑयर फॉन वेल्सबाख (ऑस्ट्रिया)
१८८५	प्रेसोडायमियम	Pr	ग्रीक शब्द 'prasios didymos' हरित जुळे	चंदेरी पांढरा धातू	सी.ऑयर फॉन वेल्सबाख (ऑस्ट्रिया)
१८८६	डिस्प्रोसियम	Dy	ग्रीक शब्द 'dysprositos' मिळण्यास कठीण	धातू	एफ.डी. बॉईसबॉड्रॉन
१८८६	फ्ल्युरीन	F	लॅटिन शब्द 'fluo' प्रवाह	फिकट हिरवा-पिवळा वायू	एफ.एफ.एच.मॉईसान (१८५२-१९०७) फ्रेंच
१८८६	जर्मनीयम	Ge	जर्मनीचे लॅटिन रूप- Germanica	करडा पांढरा धातू	सी.ए.विंकलर (१८३८-१९०४) जर्मन
१८९४	अर्गान	Ar	ग्रीक शब्द 'argos'- अकार्यरत	रंगहीन वायू	सर विल्यम रामसे (१८५२-१९१६) स्कॉटिश व लॉर्ड रॅले (१८४२-१९१९)- इंग्लिश
१८९८	क्रिप्टॉन	Kr	ग्रीक शब्द- kryptos- लपलेला	रंगहीन वायू	सर विल्यम रामसे (स्कॉटलंड) व एम. डब्ल्यू.ट्रॅव्हर्स (इंग्लिश)
१८९८	निऑन	Ne	ग्रीक शब्द 'neos' नवीन	रंगहीन वायू	सर विल्यम रामसे (स्कॉटलंड) व एम. डब्ल्यू. ट्रॅव्हर्स (इंग्लिश) (१८७२-१९६१)
१८९८	पोलोनियम	Po	पोलंड	धातू	पोलिश / फ्रेंच मेरी क्यूरी (१८६७-१९३४)

वर्ष	मूलद्रव्याचे नाव	चिन्ह	नावाचा उगम	भौतिक गुणधर्म	शोधणाऱ्याचे नाव
१८९८	रेडियम	Ra	लॅटिन शब्द- radius - किरण	चंदेरी धातू	फ्रेंच पियरे क्यूरी (१८५९-१९०६) मेरी क्यूरी आणि फ्रेंच जी.बेमॉन्ट
१८९८	झेनॉन	Xe	ग्रीक शब्द 'xenos' अनोळखी	रंगहीन वायू	सर विल्यम रामसे (स्कॉटीश) व एम.डब्ल्यू ट्रॅव्हर्स (इंग्लिश)
१८९९	ॲक्टिनियम	Ac	ग्रीक शब्द 'aktis'- किरण	धातू	ए.एल.डी बियर्न (१८७४-१९४९) फ्रेंच
१९००	रेडॉन	Rn	लॅटिन शब्द 'radius' किरण	रंगहीन वायू	जर्मन एफ. ई. डॉर्न (१८४८-१९१६)
१९०१	युरोपियम	Eu	युरोप	करडा धातू	फ्रेंच ई. ए. डी. मार्कें (१८५२-१९०४)
१९०७	ल्युटेशियम	Lu	पॅरिसचे रोमन नाव ल्युटेशिया	धातू	फ्रेंच. जी. उर्बेन (१८७२-१९३८)
१९१७	प्रोटाक्टिनियम	Pa	ग्रीक शब्द 'protos' पहिला आणि ॲक्टिनियम	चंदेरी धातू	जर्मन ओटो हान (१८७९-१९६८), लिसी माईटनर ऑस्ट्रियन (१८७८-१९६८) इंग्लिश एफ.सॉडी. (१८७७-१९५६) आणि स्कॉटिश जे. ए. क्रॉन्स्टन
१९२३	हाफनियम	Hf	हाफनिया, कोपेनहेगेन	करडा धातू	डच डी. कोस्टर (नेथ्स) (१८८९-१९५०) आणि हंगेरियन/ स्वीडीश जी. सी. डी.हेवसे (१८८५-१९६६)
१९२५	ऱ्हेनियम	Re	ऱ्हाईन नदीचे लॅटिन नाव 'Rhenus'	करडा पांढुरका धातू	डब्ल्यू. के.एफ . नोडॅक (१८९३-१९६०) इडा टाके (१८९६-१९७६), ओ. बर्ग (जन्म १८७४) जर्मनी

वर्ष	मूलद्रव्याचे नाव	चिन्ह	नावाचा उगम	भौतिक गुणधर्म	शोधणाऱ्याचे नाव
१९३७	टेक्निशियम	Tc	ग्रीक शब्द 'technetos'	कृत्रिम काळा धातू	फ्रेंच सी.पेरीयर आणि आणि इटालियन ई. सेग्रे (१९०५-१९८९)
१९३९	फ्रान्सियम	Fr	फ्रान्स	धातू	फ्रेंच मागरिट पेरे (१९०९-१९७५)
१९४०	अस्टाटिन	At	ग्रीक शब्द 'astos' अस्थिर	धातू	डी.आर.कॉर्सन (जन्म १९१४) के.आर.मॅकेंझी (जन्म १९१२) (जन्म १९१२) आणि ई. सेग्रे (इटालियन/अमे.) (१९०५-१९८९)
१९४०	नेपच्युनियम	Np	ग्रह नेपच्यून	चंदेरी धातू	ई. एम.मॅकमिलन (१९०७-१९९१) आणि पी.एच. अबेलसन (अमेरिका) (जन्म १९१३)
१९४०- ४१	प्लुटोनियम	Pu	ग्रह प्लुटो	धातू	जी.टी.सीबोर्ग, ई. एम. (जन्म १९१२), मॅकमिलन, जे.डब्ल्यू.केनेडी (जन्म १९१७) आणि ए. सी. वाल (अमे.) (जन्म १९१७)
१९४४	क्युरीयम	Cm	पियरे क्यूरी (१८५९-१९०६)	धातू	जी.टी. सीबोर्ग, आर.ए.जेम्स, (अमे.) ए. गिहोर्सो (फ्रेंच) आणि मेरी क्यूरी (पोलंड) (१८६७-१९३४)
१९४४-४५	अमेरिसियम	Am	अमेरिका	धातू	जी.टी.सीबोर्ग, आर.ए. जेम्स एल. ओ. मॉर्गन (अमे.) आणि ए. गिहोर्सो (फ्रेंच)
१९४५	प्रोमिथियम	Pm	ग्रीक दैवत प्रॉमिथियस अग्नि पळवणारा	धातू	जे.मारिन्स्की (जन्म १९१८) एल.इ. ग्लेंडेनिन आणि सी. डी.कॉरेल (अमेरिका) (मृत्यू १९७१)

वर्ष	मूलद्रव्याचे नाव	चिन्ह	नावाचा उगम	भौतिक गुणधर्म	शोधणाऱ्याचे नाव
१९४९	बर्केलियम	Bk	बर्कले, कॅलिफोर्निया	धातू	एस.जी. थॉम्पसन, ए. गिहोसों.आणि जी.टी सी बोर्ग (अमे.)
१९५०	कॅलिफोर्नियम	Cf	कॅलिफोर्निया	धातू	एस.जी.थॉम्पसन, ए. गिहोसों के.स्ट्रीट ज्युनियर व जी.टी.सीबोर्ग (अमे.)
१९५२	आईन्सस्टाइनियम	Es	अल्बर्ट आईनस्टाईन	धातू	ए.गिहोसों व इतर
१९५३	फर्मीयम	Fm	एन्रिको फर्मी (इटली) (१९०१-१९५४)	धातू	ए. गिहोसों आणि इतर
१९५५	मेंडेलेव्हियम	Md	डिमिट्री मेंडेलएव्ह (१८३४-१९०७) रशियन	धातू	ए. गिहोसों, बी. जी. हार्वे, जी. आर. चॉपीन, एस.जी. थॉम्पसन व जी. टी. सीबोर्ग (अमेरिका)
१९५८	नोबेलियम	No	आल्फ्रेड बी. नोबेल (१८३३-१८९६)	धातू	सोव्हिएत रशियन-ई.डी. डोनेट्स, ए.शेगोलेव्ह आणि व्ही.ई.इर्माकोव्ह
१९६१	लॉरेन्सियम	Lr	अर्नेस्ट लॉरेन्स (१९०१-५८)	धातू	डोनेट्स, ए. शेगोलेव्ह आणि व्ही.ई.इर्माकोव्ह (सोव्हिएत रशियन)
१९६९	डुबनियम	Db	मॉस्कोतील संशोधन संस्था		ए. गिहोसों, एम. बुर्मीया,के.इस्कोला, जे.हॅरिस आणि पी. इस्कोला (अमे./फिनलंड)
१९७०	जोलिओशियम	Jl	फ्रेडरिक आणि इरीन जोलिओ क्यूरी	-	ए. गिहोसों, एम. नुर्मीया, के.इस्कोला, जे.हॅरिस आणि पी. इस्कोला (अमे./फिनलंड
१९७४	रूदरफोर्डियम	Rf	अर्नेस्ट रूदरफोर्ड (१८७१-१९३७) (न्यूझीलंड)	-	ए. गिहोसों आणि इतर (अमेरिका)
१९८१	बोरियम	Bh	नील्स् बोर (डेन्मार्क)		जी. म्युन्झेनबर्ग (जर्मनी) (१८८५-१९६२)
१९८२	माईटनेरियम	Mt	लिसे माईटनर (स्वीडन) (जन्म ऑस्ट्रीया) (१८७८-१९६८)	-	जी. म्युन्झेनबर्ग (जर्मनी)

वर्ष	मूलद्रव्याचे नाव	चिन्ह	नावाचा उगम	भौतिक गुणधर्म	शोधणाऱ्याचे नाव
१९८४	हानियम	Hn	ऑटो हान (१८७९-१९६८) (जर्मनी)		जी. म्युन्झेनबर्ग (जर्मनी)
१९९४	अनअनिलियम	Unn	११० वे मूलद्रव्य		पी. आर्मब्रूस्टर (जर्मनी)
१९९५	अनअनिलियम	Uuu	१११ वे मूलद्रव्य		पी. आर्मब्रूस्टर (जर्मनी)

१९४१ मध्ये सर्वप्रथम प्लुटोनियम वेगळे केले गेले.
हा नमुना एका सिगार बॉक्समध्ये ठेवला होता.
यानंतर ४ वर्षांनी याच मूलद्रव्याच्या एका समस्थानिकाने
अणुबाँबद्वारा प्रचंड विध्वंस घडवून आणला.

१८ व्या शतकातील या व्यंगचित्रामध्ये इंग्लिश सर्जन एडवर्ड जेन्नर याचे रूग्ण दिसत आहेत. काऊपॉक्स रोगाच्या जंतूमुळे अत्यंत घातक अशा देवीच्या रोगाविरूद्ध संरक्षण मिळते हे जेन्नरच्या लक्षात आले. त्याने अशा प्रकारे लसीकरण करायला सुरुवात केली. त्यामुळे मृत्यूदरात एकदम घट झाली. आज वैद्यकीय क्षेत्रात प्रचंड प्रगती झाली असली तरी जेन्नरची पद्धत ही प्रतिबंधक वैद्यकशास्त्राची कोनशिला मानली जाते.

वैद्यकशास्त्र आणि शल्यचिकित्सा

इसवीसन १ पूर्वी : आजारी आत्म्यांना पळवून लावणे

कवटीला भोक पाडणे (trepanning) ही क्रिया इसवीसनपूर्व १०००० एवढी जुनी आहे. कवटीला दगडी हत्याराने भोक पाडण्याने अर्धशिशी किंवा फेफरे अशा रोगांना कारण ठरणाऱ्या दुष्ट शक्ती बाहेर पडतात अशी समजूत होती. कवटीला भोक पाडल्यानंतर आश्चर्यकारकपणे काही काळ माणसे जगली असल्याचे अनेक सांगाड्यांमध्ये दिसून आले आहे.

प्राचीन इजिप्तमध्ये पॉपिरी (papyri) या वनस्पतीपासून बनवलेल्या कागदावर माहिती नोंदवली

जाई. त्या नोंदींमधून असे दिसते की, सुमारे इस.पूर्व २००० या काळात इजिप्तच्या रहिवाशांना अनेक वनस्पतींचे औषधी उपयोग माहिती होते. आपण आज वापरतो त्यातील १/३ औषधे त्यांना माहिती होती. ॲक्युपंक्चर हे तंत्र चीनमध्ये इसवीसन पूर्व १५०० मध्ये विकसित झाले. या तंत्रामध्ये शरीरावर 'शक्ती रेषा' (Energy Lines) आहेत असे मानतात. या रेषांवरील विशिष्ट बिंदूंना 'मेरिडियन' (meridian) म्हणतात व त्या ठिकाणी अत्यंत छोट्या सुया टोचल्या जातात.

ग्रीसमधील कॉस (cos) या बेटावरील रहिवासी असणारा हिप्पोक्रॅटस हा 'वैद्यकशास्त्राचा जनक' मानला जातो. त्याचा काळ इसवीसनपूर्व ४६० ते ३७५ असा आहे. त्याची म्हणून जी ग्रंथसंपदा ज्ञात आहे आणि त्याच्या शिष्यांनी लिहिलेल्या पुस्तकांवरून असे दिसते की त्याने हाडांच्या निरनिराळ्या भागांची वर्णने केलेली होती. तसेच त्याला दाहकर्म (cauterization) पद्धतीने जखमांवर उपचार करण्याचे तंत्र ठाऊक होते.

इसवीसन १ : रोगांची ओळख

कापाडोसियाचा रहिवासी असलेला आरेटेयस (Aretaeus) याचा काळ इसवीसन ८१ ते १३८ असा आहे. त्याने सर्वप्रथम कावीळ, सायटिका, धनुर्वात, कुष्ठरोग, आणि अर्श्रयटिस इत्यादी रोगांना ओळखून त्यांचे वर्णन केलेले आहे. गालेन (Galen) या नावाने विख्यात असणारा ग्रीक वैद्य पुढे कित्येक शतके लोकांना माहिती होता. त्याचे नाव क्लॉडियस गालेनस होते आणि त्याचा काळ इसवीसन १३०-२०१ असा आहे. त्याने अनेक रोमन सम्राटांचा राजवैद्य म्हणून काम केले होते. प्राण्यांच्या शरीर विच्छेदनातून त्याने निरनिराळ्या अवयवांची माहिती जमा केली होती. नाडी पाहून रोगाचे निदान करणारा तो पहिला वैद्य होता.

सुरुवातीच्या काळातील खिश्चन धर्मीय लोक रोग बरे

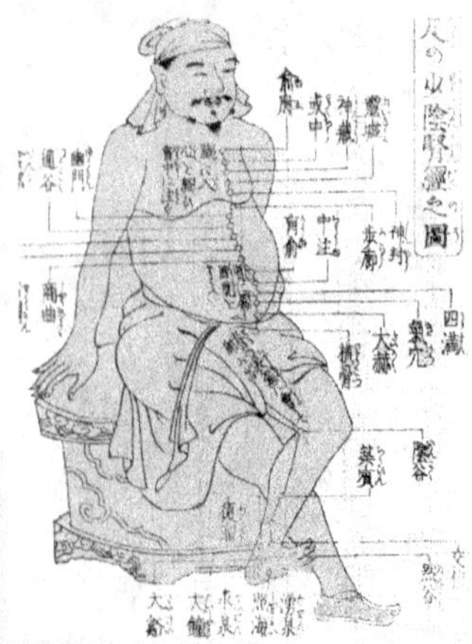

करण्यासाठी 'पवित्र पाणी' (holy water), ख्रिस्त व अनु-यायांच्या अवशेषांचा (relics) आणि प्रार्थनेचा वापर करत असत. बहुसंख्य मठांमध्ये आजाऱ्यांसाठी स्वतंत्र खोल्या असत. तसेच निरनिराळे काढे बनवण्यासाठी मठांमध्ये बागांची जोपासना केली जात असे. इटालियन सेंट बेनेडिक्ट (इस-वीसन ४८०-५४७) याने इस-वीसन ५२७ मध्ये बेनेडिक्टन पंथाची (Benedictine order) स्थापना केली.

अरबी वैद्य हे अर्क काढण्यात तरबेज होते. त्यांनी अनेक औषधे बनवली होती. त्यामध्ये लॉडनम (laudanum) आणि सेन्ना (senna) ही दोन महत्त्वाची औषधे होती. राझेस् (अंदाजे इसवीसन ८५०) याने बगदादमध्ये एक इस्पितळ बांधले होते. तो एक किमयागार (alchemist) म्हणून प्रसिद्ध होता. त्याने ग्रीक-अरबी वैद्यकशास्त्राचा विश्व-कोश तयार केलेला होता. त्याला देवी आणि कांजिण्या हे दोन रोग वेगळे आहेत हे माहिती होते.

इसवीसन १०००: शरीराची रचना कशी असते

शरीररचनाशास्त्र (anatomy) या विषयाच्या अभ्यासाला फ्लेमिश वैद्य आन्द्रे वेसालियस (इस. १५१४-१५६४) याने पुन्हा एकदा प्रारंभ केला. त्याने मानवी शरीर रचनेचे वर्णन करणारे पुस्तक इ १५४३ मध्ये प्रसिद्ध केले. 'डी हुमानी कॉर्पोरिस फाब्रिका' (De Humani Corporis Fabrica) असे त्या पुस्तकाचे नाव आहे.

मध्ययुगामध्ये होणाऱ्या लढायांच्या दरम्यान रणांगणावरच शस्त्रक्रिया केल्या जात. त्या अत्यंत रासवट

पद्धतीने होत आणि प्रचंड वेदना देणाऱ्या असत. जखमांवरील रक्तस्त्राव थांबवण्या-साठी दाहकर्म केले जाई. त्यासाठी तापवून लाल केलेल्या लोखंडी सळ्या वापरल्या जात. या प्रसंगी अनेकजण त्या धक्क्यानेच मरण पावत.

आम्ब्रो पारे (इस. १५१०-१५९०) या फ्रेंच शल्य-विशारदाच्या लक्षात आले की असे उपचार करण्याची आवश्यकता नाही. त्याने जखमांवर लावण्यासाठी मलम (slave) तयार केले आणि रक्तस्त्राव थांबवण्यासाठी टाके घालण्याचे तंत्र सुरू केले. तसेच दायांसाठी पॅरिसमध्ये पहिली शाळा सुरू केली.

विल्यम हार्वे (इस. १५७८-१६५७) हा इंग्लिश राजा पहिला जेम्स आणि पहिला चार्ल्स यांचा राजवैद्य होता. त्याने हे दाखवले की रोहिण्यांमधील (arteries) रक्त नेहमी हृदयापासून दूर असे वाहते. तर नीलांमधील (veins) रक्त हृदयाच्या दिशेने वाहते. त्याने हे निरीक्षण नोंदवले की हृदय एखाद्या पंपाप्रमाणे काम करते आणि तेच रक्त पुन्हापुन्हा शरीरात सर्वत्र खेळवते. हार्वेने केलेल्या निरीक्षणांना अँटनी व्हान ल्युवेनहॉक (१६३२-१७२३) याने दुजोरा दिला. त्यानेच रक्तामधील पेशींचा अभ्यास करण्यासाठी सूक्ष्मदर्शकाचा (microscope) शोध लावला.

ताकदवान वेदनाशामक आणि भूल देण्याची औषधे (anaesthetics) यांचा शोध १९व्या शतकात लागला. जर्मन रसायनशास्त्रज्ञ फ्रेडरिक सर्टनर (इस. १७८३-१८४१) याने सर्वप्रथम अफूच्या रोपापासून मॉर्फिन वेगळे करण्यात यश मिळवले. ब्रिटिश शास्त्रज्ञ हंफ्रे डेव्ही (इस. १७७८-१८२९) याने नायट्रस ऑक्साइड वायू हुंगण्याने वेदना कमी होतात हा शोध लावला. तथापि या वायूचा भूल देण्यासाठी उपयोग करण्याची कल्पना अमेरिकन दंतवैद्य होरास वेल्स याने मांडली. प्रसूतीवेदना कमी करण्यासाठी सर्वप्रथम इथर आणि क्लोरोफॉर्म वापरले जाऊ लागले होते. यासाठी स्कॉटिश प्रसूतीतज्ज्ञ जेम्स यंग सिम्पसन (इस. १८११-१८७०) याने पुढाकार घेतला होता.

संसर्ग आणि रोग यांच्याविषयीच्या मानवी ज्ञानामध्ये लुई पाश्चर (इस. १८२२-१८९५) या फ्रेंच शास्त्रज्ञाने

जबरदस्त कामगिरी केली. त्याने मांडलेल्या 'जंतू सिद्धांताने' (germ theory) जीवशास्त्राला मोठीच कलाटणी दिली. पाश्चर मुळामध्ये रसायनशास्त्रज्ञ होता आणि त्याला औद्योगिक क्षेत्रामधील समस्यांमध्ये रस होता. प्रथम त्याने वाईन उद्योगामध्ये आणि नंतर रेशीम उद्योगामध्ये समस्या सोडवण्यात लक्ष घातले. त्याने असे मत मांडले की रेशीम किड्यांना होणारे रोग हे विशिष्ट रोग-जंतूंमुळे होतात. त्याने सूक्ष्मदर्शक वापरून स्ट्रेप्टोकोकाय आणि स्टॅफिलोकोकाय या जीवाणूंचा शोध लावला. एडवर्ड जेन्नर याने केलेल्या कामाचा उपयोग करून पाश्चरने अँथ्रॅक्स आणि रेबीज या रोगांविरूद्ध लसी तयार केल्या.

इंग्लंडमध्ये जोसेफ लिस्टर (इस १८२७-१९१२) याने पाश्चरच्या संशोधनाचा अभ्यास केला होता. त्याला सूक्ष्मदर्शक वापरता येत होता, कारण लहान वयापासून त्याला तो वापरायला मिळाला होता. तो ग्लासगोमध्ये रॉयल इन्फर्मरीमध्ये प्राध्या-पक होता. त्याच्या असे लक्षात आले की, हवेतील जीवाणू उ-घड्या जखमांवर बसून त्यापासून संसर्ग होतो. त्यानेच जखमा नि-र्जंतुक करण्यासाठी कार्बोलिक ॲसिडचा वापर करण्यास सुरुवात केली. शस्त्रक्रिया करताना तो जखमांवर

चित्रामध्ये वादविवाद करणाऱ्या तीन वैद्यांमध्ये अनेक शतकांचे अंतर आहे. या तिघांनी वैद्यक-शास्त्रामध्ये मोलाची कामगिरी बजावली होती. यातील गालेन हा इसवीसनानंतर दुसऱ्या शतका-मध्ये, तर अविसेना हा दहाव्या शतकातील होता. दोघांनी वैद्यकशास्त्रावर प्रचंड लेखन केलेले आहे. इसवीसनापूर्वी ५ व्या शतकात होऊन गेलेल्या हिप्पोक्रेटस याने 'हिप्पोक्रॅटिक शपथ' तयार केली. सर्व वैद्यांसाठी नैतिक वागणुकीची ही शपथ आहे.

कार्बोलिक ॲसिड शिंपडत असे आणि नंतर बांधायच्या पट्ट्यांमध्येही त्याचा वापर करी. अशा प्रकारचा प्रयोग जोसेफ लिस्टरने प्रथम १८६५ मध्ये केला होता.

याच सुमारास जर्मनीमध्ये रॉबर्ट कॉख (इस १८४३-१९१०) याने जीवाणू विज्ञानाला (bacteriology) वैज्ञानिक पायावर उभे करण्यास प्रारंभ केला होता. त्याने पोषक द्रव्ये असणारी घट्ट जेली तयार केली आणि त्यावर जीवाणू संवर्धन (culture) करण्याचे तंत्र विकसित केले. त्याने १८८२-८३ मध्ये क्षय आणि कॉलरा यांना कारणीभूत ठरणाऱ्या जीवाणूंचा शोध लावला.

एकोणिसाव्या शतकाअखेरपर्यंत शल्यविशारदांना रूग्णाच्या शरीरात नेमका काय बिघाड आहे हे केवळ रूग्णांनी केलेल्या वर्णनांवरून ठरवावे लागत असे. इसवीसन १८९५ मध्ये जर्मन भौतिकशास्त्रज्ञ विल्हेम कॉनराड रॉन्टजेन (इस १८४५-१९२३) याने विद्युतचुंबकीय (electromagnetic) तरंगांचा शोध लावला. या किरणांनाच पुढे क्ष-किरण असे नाव देण्यात आले.

रॉंटजेनच्या हे लक्षात आले की क्ष-किरण वापरून शरीराच्या आत असणाऱ्या हाडांचा फोटो काढता येतो.

शस्त्रक्रिया करत असतानाच्या परिस्थितीवर नियंत्रण ठेवणे यात जरी भरपूर प्रगती झाली असली तरी शल्यविशारद छाती किंवा पोट हे भाग उघडण्याच्या बाबतीत फारसा उत्साह दाखवत नसत. तथापि हळूहळू अशा शस्त्रक्रिया यशस्वी होण्याची संख्या वाढू लागली. ॲपेंडिक्स काढून टाकण्याच्या शस्त्रक्रिया १८८० नंतर नित्याची बाब झाली होती. १९०१ मध्ये राज्य रोहणा-आधी इंग्लंडचा राजा सातवा एडवर्ड याच्या-वरही ही शस्त्रक्रिया करण्यात आली होती.

शरीरामधील मुख्य अवयवांवर शस्त्रक्रिया करण्याच्या तंत्रामध्ये मोठी प्रगती फ्रेंच जीवशास्त्रज्ञ अलेक्सी कॅरेल (इस १८७३-१९४४) यांच्या संशो-धनामुळे झाली. कॅरेलने रक्त-वाहिन्या शिव-

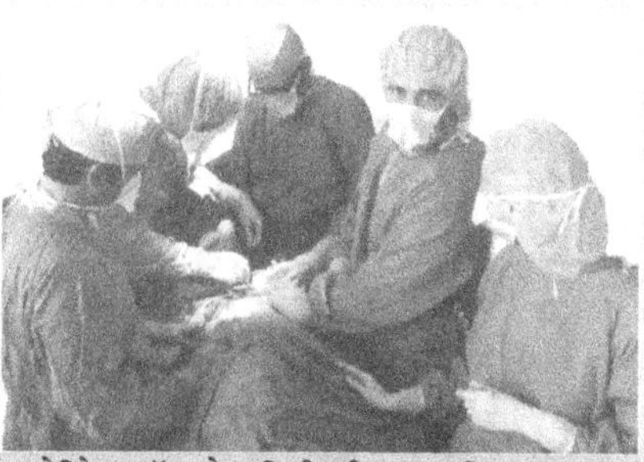

अमेरिकेत सॉल्टलेक सिटीमधील शल्यविशारद १९७४ मध्ये एका वासरामध्ये हृदयरोपणाची शस्त्रक्रिया करताना दिसत आहेत. हा कृत्रिम हृदयारोपणाचा प्रयोग होता. कृत्रिम अवयव बनवण्याच्या तंत्राचा उद्गाता जन्माने डच असणारा विल्येम कोल्फ होता. त्याने १९५० नंतर हे तंत्रज्ञान अमेरिकेत नेले. कोल्फचा विद्यार्थी असणाऱ्या रॉबर्ट जार्विक याने १९७६ मध्ये हवेच्या दाबाचा वापर करून कृत्रिम हृदय तयार केले. जार्विक-७ या नावाने ओळखले जाणारे हे यंत्र डॉ. विल्यम डी रीस याने यशस्वीरित्या १९८२ मध्ये एका स्वयंसेवक रुग्णामध्ये बसवले. हा रुग्ण यानंतर ११२ तास जिवंत होता.

ण्याचे आणि रक्तवाहिनीचा एखादा भाग बदलण्याचे तंत्र विकसित केले. यामुळे अवयवरोपणाच्या शस्त्रक्रियांसाठी मार्ग खुला झाला.

दरम्यान ऑस्ट्रियन-अमेरिकन पॅथॉलॉजिस्ट कार्ल लँड-स्टाईनर (इस १८६२-१९४३) याने रक्तामधील घटकांचा सखोल अभ्यास केला होता. त्याच्या हे लक्षात आले की रक्ताचे अनेक प्रकार असतात, आणि हे प्रकार विविध जनुकांवर (genes.) अवलंबून असतात. लँडस्टाईनरने १९०१ मध्ये A, B, AB आणि O या चार रक्तगटांचा शोध लावला. त्याने १९२७ मध्ये M आणि N हे दोन प्रकार तर १९४० मध्ये रक्तामधील 'र्‍हिसस घटक' (Rh factor) यांचा शोध लावला.

सुरुवातीच्या काळात एखाद्याला रक्त देताना ते थेट दिले जाई. परंतु १९३० नंतर शास्त्रज्ञांनी रक्त साठवण्याचे तंत्र विकसित केले. त्यानंतर रक्तपेढ्यांची (Blood Bank) सुरुवात झाली.

इंग्लिश डॉक्टर रॉबर्ट एडवर्डस् (जन्म १९२५) आणि डॉक्टर पॅट्रिक स्टेप्टो (१९१३-१९८८) १४ फेब्रुवारी १९६९ रोजी पत्रकारांना संबोधत असताना घेतलेला फोटो. मानवी स्त्रीबीजाचे शरीराबाहेर फलन घडवण्याचे तंत्र यशस्वी केल्यावर ही पत्रकार परिषद झाली होती. जगातील पहिल्या टेस्ट ट्यूब बालकाचा (प्रयोगशाळेत फलन घडवलेल्या) जन्म यानंतर एका दशकाच्या आत झाला. हे बालक २५ जुलै १९७८ रोजी जन्माला आले.

इसवीसन २००० : नवीन अवयव

सुरुवातीला अवयवरोपणासाठी कृत्रिम अवयव वापरले जात असत. विल्येम कोल्फ (जन्म १९११) या डच संशोधकाने डायलिसीस (dialysis) करण्यासाठी यंत्र तयार केले. यासाठी ॲल्युमिनियम, लाकूड आणि सेलोफेन (cellophane) या घटकांचा वापर करण्यात आला होता. ही गोष्ट दुसऱ्या महायुद्धाच्या वेळची आहे. या यंत्रामुळे मूत्रपिंडासारखे रक्त गाळण्याचे काम करणे शक्य झाले. मूत्रपिंड निकामी झालेल्या अवस्थेत हे यंत्र फारच उपयुक्त ठरले. मूत्रपिंड रोपणाची पहिली शस्त्रक्रिया १९५४ मध्ये बोस्टन येथे झाली. या प्रसंगी जुळ्यांपैकी एकामधील मूत्रपिंडाचे दुसऱ्यामध्ये रोपण करण्यात आले होते. यामुळे या अवयव-रोपणामध्ये शरीराने नवीन अवयव नाकारण्याचा (rejection) प्रश्न उद्भवला नव्हता.

शरीरामधील प्रतिरक्षण यंत्रणा(immune system) परक्या गोष्टींना विरोध करते. यालाच 'नाकारणे' असे म्हटले जाते. जरी १९५४ मध्ये अवयवरोपण करणे साध्य झाले असले तरी शरीराने अवयव नाकारण्याच्याक्रियेवर उपाय न सापडल्याने अवयवरोपण मोठ्या प्रमाणावर सुरू व्हायला बरीच वर्षे लागली.

शरीरामध्ये कार्य करणाऱ्या प्रतिरक्षण यंत्रणेला प्रभावहीन करण्यासाठी लागणारी औषधे १९६० नंतर शोधून काढली गेली. १९६७ मध्ये दक्षिण आफ्रिकेतील शल्यविशारद ख्रिश्चन बर्नार्ड (जन्म १९२२) यांनी सर्वप्रथम हृदयरोपणाची (heart transplant) यशस्वी शस्त्रक्रिया केली. या प्रसंगी एका चोवीस वर्षीय तरुणीचे हृदय लुई वाशकान्सकी नावाच्या ५४ वर्षांच्या माणसाच्या शरीरात बसवण्यात आले. हा रूग्ण हृदयरोपणानंतर पुढे जरी अवघे १८ दिवस जगला असला तरी काही रूग्ण वीस वर्षे जगले असल्याचे १९९० नंतर आढळून आले. त्यानंतर अशा शस्त्रक्रिया करणे ही सर्वसामान्य बाब झाली.

१९७२ मध्ये शरीरातील रचनेचे फोटो घेण्याच्या क्ष-किरण तपासणी तंत्रामध्ये प्रचंड बदल घडून आला. क्ष-किरण तपासणी-मध्ये संगणकाची मदत घेऊन प्रतिमा तयार

करण्याचे तंत्र विकसित झाले. याला 'कॅट' (CAT) म्हणजे कंप्युटर असिस्टेड ऑक्सियल टोमोग्राफी असे म्हणतात. यामुळे रूग्णाच्या शरीराची त्रिमिती प्रतिमा मिळू लागली. या तंत्राचा शोध १९७२ मध्ये गॉडफ्रे न्यूबोल्ड हाउन्सफील्ड (जन्म १९१९) याने लावला. याच सुमारास क्ष-किरणांचा धोका टाळून तपासणी करण्याचे तंत्र अमेरिकन संशोधक पी.सी. लॉटेरबर आणि रेमंड दमाडीयन यांनी विकसित केली. या तंत्राला एम.आर.आय. (MRI) म्हणजे मॅग्नेटिक रेझोनन्स इमेजिंग असे म्हणतात. पेशींमधील ऊर्जा पातळ्यांची नोंद घेऊन शरीरातील मृदू भाग आणि अवयव यांची प्रतिमा तयार केली जाते.

विसाव्या शतकामध्ये उपाय न सापडलेला कर्करोग हा महत्त्वाचा रोग आहे. कर्करोगाने ग्रस्त असणाऱ्या (malignant) पेशींची वाढ रोखण्यासाठी रासायनिक उपचार शोधून काढण्यात आले आहेत. तथापि अशा स्वरूपाच्या औषधांनाही कर्करोग पेशी पुढे दाद देत नाहीत असे दिसून आले आहे.

मुळामधील अर्जेंटिना देशाचा आणि ब्रिटनमध्ये स्थायिक झालेल्या सीझर मिलस्टाईन (जन्म १९२७) या संशोधकाने १९७५ मध्ये एकसंवृत्त प्रतिद्रव्य (monoclonal antibody-MAB) तयार करण्याच्या तंत्राचा शोध लावला. या प्रतिद्रव्याचा वापर नेमकेपणाने कर्करोगग्रस्त पेशींमधील प्रतिजनांच्या (antien) विरुद्ध केला जातो. ही एकसंवृत्त प्रतिद्रव्ये विशिष्ट प्रकारे एकत्र करून 'मॅजिक बुलेट' स्वरूपात नेमकेपणाने कर्करोगाने पीडित भागावर उपचार करण्यासाठी वापरण्यात येतात.

शरीराच्या आतील भागांची तपासणी करण्यासाठी आणखी एका तंत्राचा शोध लावण्यात आला आहे. त्याला एंडोस्कोप (endoscope) असे म्हणतात. ही एक लवचिक नळी असून त्यामध्ये भिंगे बसवलेली असतात. ही नळी रूग्णाच्या शरीरात आतील भागात घुसवून तेथील प्रतिमा

तारीख	रोग	प्रादुर्भावाचे क्षेत्र	मृत्यू
इस १६५-१९०	अँटोनिन प्लेग	युरोप	१/४ लोकसंख्या
अंदाजे १३००-१३६०	ब्युबॉनिक प्लेग	युरोप	अंदाजे ५० कोटी
१४९३ नंतर	सिफिलिस	स्पेन, इटली, फ्रान्स	माहिती नाही
१५१८ नंतर	देवी	मेक्सिको, दक्षिण अमेरिका	माहिती नाही
१५५१	स्वेटिंग सिकनेस	श्रुजबेरी, इंग्लंड	९००
१५९०-१६००	टायफस	मेक्सिको	२० लाख
१६६५	ब्युबॉनिक प्लेग	लंडन	१ लाख
१८१२	टायफस	रशिया	३ लाख
१९१८-१९	इंफ्लुएंझा	जगभर सर्वत्र	२ कोटी १६ लाख
१९७६	एबोला विषाणू	झायरे	२७४
१९७९ नंतर	एडस्	जगभर सर्वत्र	२ कोटी ४० लाख
१९८८	मलेरिया	ब्राझील	५ लाख रुग्ण
१९९१	कॉलरा	पेरु	२५८

पाहणे शक्य होते. आजवरचा सर्वात छोटा एंडोस्कोप १९९० मध्ये क्लॉड आणि जोसेफ लेऑन यांनी बनवला आहे. या एंडोस्कोपचा वापर करून डोळ्यामधील बुबुळाच्या मागील भागाची तपासणी करणे शक्य झाले आहे.

एंडोस्कोपचा वापर करून शस्त्रक्रिया करणेही शक्य आहे. लेसर किरण वापरून केली जाणारी शस्त्रक्रिया हे त्याचेच उदाहरण आहे. एखाद्या भागात जर काही पेशी रोगग्रस्त असतील तर त्यांच्यावर नळीमधून लेसर किरणांचा मारा करून त्या नष्ट करण्यात येतात. जर्मन शल्यविशारद लुडविग डेमलिंग याने प्रथम १९८६मध्ये पित्ताशयातील खडे नष्ट करण्यासाठी लेसरचा वापर केला होता.

दृष्टी

इसवीसन १ पूर्वी

आपण आपल्या अवतीभोवतीच्या जगाची जी माहिती मिळवतो त्यामधील निम्मा भाग हा डोळ्यांनी मिळवलेल्या माहितीचा असतो. इतिहासपूर्व काळात शिकार करणाऱ्या व अन्न गोळा करणाऱ्या (hunter-gatherer) माणसांमध्ये ऱ्हस्वदृष्टी (short sight) असणे हा दोष मोठाच घातक ठरला असणार. साहजिकच अशा दोषांवर मात करण्यासाठी पारंपरिक औषध-प्रणालीत किंवा जादूविद्येमध्ये काहीतरी उपाययोजना प्राचीन मानवाने केली असणार. तथापि त्या काळात माणसांची आयुष्य-मर्यादा कमी असल्याने हा दोष निर्माण होण्याएवढे जास्त आयुष्य फार कमी जणांच्या वाट्याला येत असणार.

प्राचीन काळामध्ये दृष्टी कमी झाल्यास त्यासाठी वेगळा विचार केला जाई. ज्याची दृष्टी चांगली आहे अशा लोकांचा मार्गदर्शक म्हणून वापर केला जाई. इडिपसच्या सुप्रसिद्ध ग्रीक कथेमधे अशा स्वरूपाचा उल्लेख आढळतो.

इसवीसन १ : मदत दृष्टिक्षेपात नाही

रोमन सम्राट नीरो (इस ५४-६८) हा हिरव्या रंगाच्या स्फटिकामधून तिरप्या नजरेने पाहत असे अशी माहिती उपलब्ध आहे. कदाचित ती वस्तू म्हणजे पाचू असण्याची आणि हा आधुनिक काळातील गॉगल्सचा प्रकार असण्याची शक्यता आहे. तसेच यामुळे दृष्टिदोषावर उपाय होत असावा असे दिसते.

ग्रीक खगोलशास्त्रज्ञ टॉलेमी (अंदाजे इस १००-१७०) याने प्रकाशकी (optics) या विषयावर भरपूर लेखन केलेले आहे. हे लेखन पुढील काळात नष्ट झाले. तथापि त्याने प्रकाशाच्या वक्रीभवनाविषयी (refraction) माहिती लिहून ठेवली होती असे समजते. आधुनिक काळामध्ये चष्मे तयार करताना आपण याच तत्त्वाचा वापर करतो. टॉलेमीने असे मत मांडले की, आपण डोळ्यामधून किरण बाहेर टाकतो आणि हे किरण वस्तूंवरून परावर्तित होऊन येतात. अशा परावर्तित किरणांमुळे आपल्याला वस्तू दिसतात असे त्याला वाटत होते.

इसवीसन १००० : योग्य सिद्धांत

अरब शास्त्रज्ञ अल-हाझेन (इस ९६३-१०३९) याने टॉलेमीच्या मताचा अभ्यास करून ते खोडून काढले. या अरब शास्त्रज्ञाचे पूर्ण नाव अबू अली अल-हसन इब्न अल-हेथम असे होते. अल-हाझेनने दृष्टीसंबंधी योग्य सिद्धांत मांडला. सूर्य किंवा ज्योत अशा एखाद्या ठिकाणाहून प्रकाश किरण येऊन ते वस्तूंवर पडतात. हे किरण परावर्तित होऊन डोळ्यामध्ये येतात आणि त्यामुळे आपल्याला त्या वस्तू दिसतात.

इसवीसन २००० : साधी भिंगे ते लेसर शस्त्रक्रिया

दृष्टीदोषावर उपाय करण्याची सुरुवात सर्वप्रथम इटलीत झाली. हे वर्ष अंदाजे १२८६ आहे. इटलीमध्ये 'रॉइदी दा ऑग्ली' म्हणजेच डोळ्यांसाठी छोट्या चकत्या बनवण्यात आल्या होत्या. यांचा शोध नेमका कोणी लावला हे अद्याप निश्चित कळलेले नाही. तथापि फ्लोरेन्समधील सालिहनो डेग्ली अरमाटी आणि पिसाचा अलेझांड्रो डी स्पिना या दोन इटालियन काचकाम करणाऱ्यांपैकी एकजण असावा असे दिसते. चष्मा घातलेले पहिले व्यक्तिचित्र १३५२ मधील आहे. टोमासो बॉरिसिनो या इटालियन

अरब शास्त्रज्ञ अल-हाझेन याने मांडलेल्या विचारांपैकी काहींचे स्पष्टीकरण देण्यासाठी काढलेले हे चित्र आहे. हे १७ व्या शतकातील डच कोरीवकाम आहे.

माणसाने काढलेल्या चित्रामधील ह्यूजेस डी प्रोव्हेन्स या फ्रेंच माणसाने चष्मा वापरलेला दिसतो.

सुरुवातीच्या काळामधील चष्मे बनवताना दूरचे कमी दिसण्याच्या दोषावर मात करण्यासाठी बहिर्गोल भिंगाचा (convex) वापर केला जात होता. जवळचे नीट न दिसणे (myo-pia) या दृष्टिदोषासाठी उपाय म्हणून चष्मा बनवण्याचा पहिला उल्लेख अंदाजे १४५० मधील आहे. इटालियन निकोलस ऑफ कूसा (इस १४०१-१४६४) याने तो प्रथम तयार केला होता.

इसवीसन १७८० मध्ये वयाच्या ७४व्या वर्षी बेंजामिन फ्रॅन्कलीन (इस १७०६-१७९०) य विख्यात अमेरिकन संशोध-काने सर्वप्रथम द्विलक्षी भिंगे (bifocal lenses) तयार केली. या प्रकारच्या भिंगामुळे लांबचे व जवळचे नीट न दिसणे अशा दोन्ही दोषांवर मात करण्याची सोय एकाच भिंगात करणे शक्य झाले.

कॉन्टॅक्ट लेन्स बनवण्याचा पहिला मान जर्मन संशोधक ए. ई. फिक याच्याकडे जातो. त्याने १८८७ मध्ये अशी भिंगे बनवली असली तरी १९३० पर्यंत ती व्यावसायिक पातळीवर उपलब्ध झाली नव्हती. सुरु-वातीची कॉन्टॅक्ट लेन्स ही संपूर्ण डोळा झाकणारी असत आणि त्या वापर-ण्यासाठी कृत्रिम अश्रूंच्या द्रावणाचा वापर करावा लागे. हे कृत्रिम अश्रू द्रावण वारंवार बदलावे

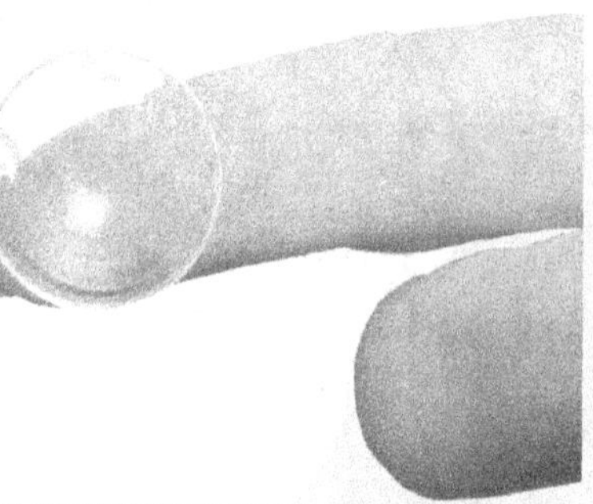

१९० नंतर बनवलेली ही प्लॉस्टिकची भिंगे लवचिक असून ती पाणी शोषून घेऊ शकतात. आधुनिक कॉन्टॅक्ट लेन्सपैकी अनेक प्रकारची भिंगे ऑक्सिजनलाही प्रवेश देऊ शकतात. डोळ्यामधील बाहुलीचे संरक्षण करणाऱ्या पटलामध्ये (cornea) रक्तवाहिन्या नसतात. त्यामुळे या भागाला ऑक्सिजन मिळण्यासाठी अशी कॉन्टॅक्ट लेन्स उपयुक्त ठरतात. त्यामुळे अशी लेन्स दीर्घकाळ वापरणे शक्य होते.

लागे. त्यानंतर मेथाक्रिलेट (Methacrylate) पासून बनवलेली कमी आकाराची कॉन्टॅक्ट लेन्स तयार झाली. ही लेन्स डोळ्याचा फार कमी भाग व्यापतात आणि नैसर्गिक अश्रूंच्या पातळ थरावर तरंगतात. ही लेन्स १९५० नंतर बाजारात उपलब्ध झाली.

दृष्टिदोषावर उपाययोजना करण्यासाठी कॉर्नियाचा काही भाग काढून टाकण्याची लेसर शस्त्रक्रिया १९८० नंतर सुरू झाली.

दंतवैद्यक

इसवीसन १ पूर्वी : सुरुवातीचे टूथब्रश

ज्याचा काळ अंदाजे इसवी-सनपूर्व १००० आहे अशा एका पवित्र भारतीय ग्रंथामध्ये दात साफ करण्यासाठी झाडाच्या फांद्या वापराव्यात असे नमूद करण्यात आले आहे. कडुनिंब (Melia- azedarach) आणि आंबा (Mangifera indica) या झाडांच्या निरनिराळ्या आकाराच्या फांद्या दातांचे सर्व पृष्ठभाग साफ करण्यासाठी वापराव्यात असे त्यामध्ये सुचवलेले आहे.

या उलट प्राचीन ग्रीकांनी दात स्वच्छ करण्यासाठी लोकरीचा एक छोटा गुंडा वापरावा असे म्हटले आहे. हा गुंडा मधाने ओला करावा आणि तो डिल (dill), अनिस झाडाच्या बिया (aniseed), मायर (Myrrh) या सुगंधी वनस्पतींच्या मिश्रणात व पांढऱ्या वाईनमध्ये बुडवून वापरावा असे सांगण्यात आले आहे.

अलेक्झांड्रियाचा रहिवासी असणारा इरॅसिस्ट्रॉटस (३००-२६० इस.पूर्व) हा सेल्युकस-पहिला या जन्माने मॅसेडोनियन असलेल्या पर्शियन सम्राटाचा राजवैद्य होता. त्याने दात उपटण्याच्या पक्कडी बनवल्या असे मानले जाते.

ग्रीसमधील टंगारा येथील एका थडग्यामध्ये सोन्यापासून बनवलेली डेंटल प्लेट मिळालेली आहे. तिचा काळ अंदाजे इसवीसनपूर्व २५० असा आहे. या प्लेटमध्ये पुढचे दोन दात (incisor) मिळाले.

इसवीसन १ : दातकोरणी आणि दाढा भरणे

धाकटा प्लिनी (अंदाजे इस ६१-११३) याचे मत असे होते की दात कोरण्यासाठी गिधाडाच्या पिसाचा वापर करू नये. गिधाडाचे पीस वापरल्यास तोंडाला दुर्गंधी येण्याचा विकार (halitosis) होतो असे वाटल्याने त्याने दात कोरणी म्हणून साळिंदरचा काटा वापरावा असे सुचवले आहे.

अबू झकेरिया युहान्ना इब्न मसावी (इस ७७६-८५५) या मुस्लीम वैद्याने दातामधील पोकळ्या सोन्याने भरण्याची पद्धत शोधून काढली असे मानले जाते.

इसवीसन १००० : न्हाव्याच्या मर्जीवर अवलंबून

मध्ययुगामध्ये दंतचिकित्सा फारच मर्यादित स्वरूपाची होती. जर एखादा दात त्रास देत असेल तर तो काढून टाकणे एवढेच काम दंतवैद्य करत असत. हे काम न्हावी लोक करत, कारण त्यावेळी न्हावी लोकच केस कापणे आणि रासवट प्रकारच्या शस्त्रक्रिया करत असत. हाडांचा वापर करून बनवलेल्या कवळ्या (dentures) स्वित्झर्लंडमध्ये सापडल्या असून त्यांचा काळ अंदाजे इसवीसन १४९० असा आहे.

इटालियन दंतवैद्य जिओव्हान्नी अर्कोलानी (इसवीसन १३९०-१४५८) याने दातांमधील पोकळ्या भरण्यासाठी सोन्याच्या भरीव तुकड्या-ऐवजी सोन्याच्या पातळ पत्र्यांचा वापर केला. त्यामुळे पोकळी अधिक घट्टपणे भरणे शक्य झाले.

इंग्लंडचा राजा आठवा

वेदनाशामक इंजेक्शने आणि स्थानिक पातळीवर भूल देण्याची पद्धत सुरू होण्याआधीच्या काळामध्ये दंतवैद्य रुग्णाचे डोके घट्ट धरून ठेवत आणि मग किडलेला दात उपटून काढत असत.उपलब्ध पुरावे असे दाखवतात की या चित्रात दाखवल्यासारखी कमी उंचीची विशिष्ट खुर्ची तयार करण्याचे श्रेय १६व्या शतकातील इटालियन जिओव्हान्नी प्लेटोआरिओ याला दिले जाते. यापूर्वी दंतवैद्य रुग्णाचे तोंड तपासणे सुरू करण्यापूर्वी त्याचे डोके पायांमध्ये घट्ट धरून ठेवत असत.

हेन्री (राज्यकाळ १५०९-४७) याने इसवीसन १५४४ मध्ये शल्य-विशारद आणि न्हाव्यांच्या संघटनेला उद्देशून एक फर्मान जारी केले. ही संघटना नव्या-नेच स्थापन झाली होती. न्हावी आणि दंतवैद्यांनी आपापले व्यवसाय स्वतंत्रपणाने करावेत असे फर्मानात नमूद करण्यात आले होते. तरीही यानंतर इंग्लंडमधील न्हावी दात काढण्याचा व्यवसाय करतच होते.

फ्रेंच पिअरे फॉचर्ड (इस १६७८-१७६१) आणि स्कॉ-टिश शल्यविशारद जॉन हंटर (इस १७२८-१७९३) यांना आधुनिक दंतचिकित्सेचे प्रणेते मानतात. फॉचर्ड हा नौदलामध्ये शल्यविशारद म्हणून काम करत असताना त्याने खलाशांच्या बाबतीत पुष्कळ अभ्यास केला होता. दीर्घ कालावधीच्या समुद्र-सफरीवर असणाऱ्या खलाशांना स्कर्व्ही हा रोग होतो आणि त्यामध्ये त्यांच्या दाढा खराब होतात हे त्याने पाहिलेले होते. त्याने 'ले शिरूरजेन डेंटिस्टे' (Le Chirurgien Dentiste) हे पुस्तक लिहिले आहे. दात स्वच्छ करण्यासाठी विटांची भुकटी वापरण्यामधील धोका त्याने या पुस्तकात लोकांच्या नजरेस आणलेला आहे.

जॉन हंटर याने १७७१ मध्ये 'नॅचरल हिस्टरी ऑफ ह्यूमन टीथ' (Natural History of Human Teeth) या नावाचे पुस्तक लिहिले. हे दातांच्या कार्यविषयीचे पहिले शास्त्रीय पुस्तक होते. त्याचे अनेक युरोपीय भाषांमध्ये भाषांतर करण्यात आले. आणि ते अमेरिकेतही प्रसिद्ध झाले. पुढच्या दातांसाठी (incisor) आणि मागच्या दाढांसाठी 'molar' या संज्ञा सर्वप्रथम जॉन हंटर याने वापरल्या.

कवळ्या बनवण्यासाठी हस्तिदंताचा वापर करण्यात येत असे. त्यामध्ये मृत व्यक्तींचे काढलेले दात बसवले जात असत. नेपोलियन विरूद्ध युरोपात १८०० ते १८१५ दरम्यान अनेक लढाया झाल्या. त्यामध्ये वॉटर्लूची लढाई सुप्रसिद्ध आहे. या लढाईमध्ये मेलेल्या सैनिकांचे दात काढून ते वापरले गेले होते. हे दात 'वॉटर्लू दात' (Waterloo teeth) म्हणून प्रसिद्ध होते. त्या काळी दातांचा ठसा घेण्यासाठी मधाच्या पोळ्यांमधून मिळालेल्या मेणाचा (beeswax) वापर केला जाई.

अमेरिकेतील कनेक्टिकटमधील दंतवैद्य होरास वेल्स (१८१८-१८९७) याने सर्वप्रथम भूल देण्यासाठी नायट्रस ऑक्साइड म्हणजेच लाफिंग गॅस याचा उपयोग केला. १८४४ मध्ये त्याने एका ठिकाणी लाफिंग गॅसमुळे माणूस कसा उत्तेजित होतो याचे एक प्रात्यक्षिक पाहिले. घरी परतल्यावर त्याने आपल्या सहाय्यकाला मदत करण्यासाठी प्रवृत्त केले. वेल्सने बेशुद्ध होण्याएवढ्या वायूचा वास घेतल्यावर वेल्सच्या सहाय्यकाने त्याचा एक दात उपटून काढला.

१८४५ मध्ये अमेरिकन दंतवैद्याने चिनी मातीपासून बनवलेला दात शोधून काढला. हा दात एका प्लेटमध्ये बसवता येत असे. अशा प्रकारे कृत्रिम दात बनवणे शक्य झाले असले तरी अमेरिकन यादवी युद्धानंतर (१८६१-६५) अनेक पिंपे भरून मानवी दात (मृत सैनिकांचे) इंग्लंडला जहाजाने रवाना करण्यात आले होते.

पॉवर ड्रिल या उपकरणाचा शोध इंग्लंडमधील संशोधक जॉर्ज फेलोज हॅरिंग्टन (१८१२-१८९५) याने लावला. त्याने पहिले पॉवरड्रिल उपकरण १८६३ मध्ये तयार केले. तसेच त्याने डेंटल प्लेट बनवण्यासाठी ॲल्युमिनियमचा वापर करण्याविषयी संशोधन केले होते.

ड्यू पाँट या कंपनीने सर्वप्रथम सप्टेंबर १९३८ मध्ये नायलॉनपासून बनवलेले टूथब्रश बाजारात आणले. १९४५ मध्ये अमेरिकन प्रशासनाने पिण्याच्या पाण्यामध्ये फ्लुराईडचा अंश मिसळण्यास सुरुवात केली. कारण संशोधनातून असे दिसून आले होते की, पिण्याच्या पाण्यामध्ये एकदशलक्षांश एवढ्या अत्यल्प प्रमाणात फ्लुराईड असल्यास दात किडण्यास प्रतिबंध होतो.

इसवीसन २००० : पडद्यावर दात पाहणे

अमेरिकन संशोधक रॉब गोल्डन आणि विल्यम मॅनेस यांनी १९८७ मध्ये डेंटल स्कॅनर या उपकरणाचा शोध लावला. हे उपकरण सर्वसाधारणपणे माणसाच्या

टूथपेस्टचा विकास		
तारीख	शोधकर्ता	टूथपेस्टमधील घटक
इस. ५०	स्क्रिबोनियस लार्जस	व्हिनेगर, मध, क्षार आणि काचेची पूड
१५६२	ॲम्ब्रो पारे	पर्पल शेल्स, दालचिनी, जळलेली तुरटी, हरिणशिंगापासून मिळालेला पदार्थ, हार्ट्सहॉर्न आणि मऊ दगड 'प्युमिस'
१६००	लाझारस रिव्हेनियस	स्नेकवीडचे मूळ, तुरटी आणि पांढरे प्रवाळ
१७९४	बार्थोलोम्यो रुस्पिनी	जमैका पेपर म्हणून प्रसिद्ध सुगंधी झुडपाची फळे (पिमेंटो), रोझपिंक, आर्मेनियन बोल
१८५०	पॅटरसन क्लार्क	कोळशाची पूड आणि पाणी

जबड्याच्या आकाराएवढे असते. रूग्णाने या उपकरणावर आपले दात रोवल्यावर दातांची प्रतिमा उपकरणाला जोडलेल्या पडद्यावर दिसते.

१९९० नंतर शास्त्रज्ञांनी दात किडण्याच्या प्रकाराला प्रति-बंध करण्याच्या उद्देशाने लस तयार करायला सुरुवात केली आहे. त्यासाठी त्यांनी स्ट्रेप्टोकोकस म्युटन्स् या जीवाणूच्या बदल केलेल्या प्रकारावर संशोधन सुरू केले आहे. ही लस तोंडा-वाटे घेण्याची असेल आणि त्यामुळे दातांवर वाईट परिणाम घडवणाऱ्या जीवाणूंची वाढ होणार नाही अशी कल्पना यामागे आहे.

सार्वजनिक आरोग्य

इसवीसन १ पूर्वी ः प्राचीन पाणीपुरवठा व्यवस्था

अनेक प्राचीन संस्कृतींमध्ये स्वच्छता राखण्यासाठी यंत्रणा होत्या. इसवीसन पूर्व २५०० ते १६०० या काळात भरभराटीस आलेल्या मोहेंजोदारो या सिंधू नदीवरील सुप्रसिद्ध नगरामधे पाणी नळाद्वारा खेळवले गेले होते आणि तिथे सांडपाण्याची व्यवस्था होती.

हिप्पोक्रेटस किंवा त्याचा कोणीतरी शिष्य याने इसवीसनापूर्वी ५ व्या शतकामध्ये 'एअर्स, वॉटर्स, प्लेसेस' (Airs, Waters, Places) या नावाचा एक ग्रंथ लिहिला. रोगाविषयी योग्य विश्लेषण करण्याचा हा पहिला प्रयत्न असून त्यामध्ये पर्यावरणातील महत्त्वाच्या घटकांचा शोध घेण्याचा प्रयत्न करण्यात आला होता. या ग्रंथामध्ये रोगांचे दोन प्रकारात वर्गीकरण करण्यात आले होते. एखाद्या देशामध्ये नेहमीच आढळणाऱ्या रोगांना अंतर्जन्य (endemic) तर कधीतरी उद्भवणाऱ्या रोगांना साथीचे रोग (epidemic) असे संबोधण्यात आले होते. तसेच या ग्रंथामध्ये असे म्हटले होते की हवामान, एखाद्या ठिकाणची उंची आणि स्वच्छ पाण्याची उपलब्धता हे घटक रोगाच्या प्रसारामध्ये अत्यंत महत्त्वाचे ठरतात.

इसवीसन १ ः स्वच्छ राहणी

नागरी भागातील पाणीपुरवठ्यासंबंधीचे पहिले पुस्तक इटालियन सेक्सटस् ज्युलियस फ्रॉंटियस (इस ४०-१०४) याने लिहिले आहे. त्या पुस्तकाचे नाव 'डी आक्वीस उर्बिस रोमे' म्हणजे रोम शहराच्या पाणीपुरवठ्याविषयी असे आहे. ह्या पुस्तकाचा काळ सन ९७ असा असून ते रोममध्ये लिहिले गेले होते. हा माणूस 'क्युरेटर अक्वारम' म्हणजे पाणीपुरवठा खात्याचा संचालक होता. या पदावर असताना त्याने पाणी योग्य तऱ्हेने वापरण्याच्या दृष्टीने आणि शहराचा पाणीपुरवठा सुरळीत राहावा म्हणून काही नियम तयार केले होते. रोमन लोकांनी त्याच्या साम्राज्यात सगळीकडे मोठमोठी आणि सुसज्ज अशी सार्वजनिक स्नानगृहे बांधली होती.

इसवीसन १००० ः स्वच्छतेबद्दल अज्ञान आणि रोगांचा फैलाव

मध्ययुगामध्ये युरोपातील बहुतेक शहरांमध्ये व गावांमध्ये लोक सकाळी आपल्या घरातील संडासची भांडी (chamber pot) सरळ खिडकीमधून खाली रिकामी करत असत. ही सगळी घाण गटारांमधून रस्त्याच्या मधून जाणाऱ्या मोठ्या गटारात जमा होई आणि पावसाच्या पाण्याने नदीमध्ये वाहून जात असे.

१४ व्या शतकामध्ये युरोपात शेकडो बळी घेणारा महा-भयंकर प्लेग आणि कुष्ठरोग या दोन रोगांमुळे नागरी प्रशासनांनी रोगप्रसार रोखण्यासाठी संसर्गग्रस्त लोकांना अलग ठेवण्यासाठी नियम तयार केले. याला क्वारंटाईन नियम म्हणतात.

क्वारंटाईन करण्याची पहिली पद्धतशीर नोंद १४ व्या शतकामधील आहे. १३४८ मध्ये इटलीतील व्हेनिस शहराने सर्व प्रवासी, वाहने आणि जहाजांना शहरामध्ये प्रवेशबंदी घातली होती. प्लेगचे थैमान सुरू झाल्यावर १३७४ मध्ये मिलान, १३८३ मध्ये मार्सेलीस आणि १४७१ मध्ये माजोर्का या शहरांनी क्वारंटाईन पद्धतीचा

अवलंब केला होता. प्लेगने आजारी रूग्ण आणि त्याच्या सहवासात आलेल्या सर्वांनी शहराच्या भिंतीबाहेर ४० दिवस राहावे असा नियम या शहरांनी केला होता.

लैंगिक संबंधांमधून पसरणारा सिफिलिस हा रोग आटोक्यात आणण्यात पारा (mercury) उपयोगी पडतो असे १४९३ मध्ये लक्षात आले. इसवीसन १४९६ मध्ये जर्मन डॉक्टर जोसेफ ग्रूनपेक (१४७३-१५३२) याने

सार्वजनिक आरोग्यविषयीच्या मोहिमांकडे काहीशा भीतीने आणि संशयाने पाहिले जाई. १८व्या शतकामध्ये देवीच्या रोगाला आळा घालण्यासाठी एडवर्ड जेन्नर याने कसोशीने प्रयत्न केले. जेम्स गिलरे याने काढलेले जेन्नरचे हे व्यंगचित्र खूप बोलके आहे.

सिफिलिस रोगासंबंधी पहिला वैद्यकीय ग्रंथ लिहिला. त्याचे नाव 'ट्रॅक्टाक्रस डी पेस्टिलेंटा स्कोर्रा' (Tractacrus de pestilenta scorra) असे आहे. १५-१६व्या शतकामध्ये इंग्लंडमध्ये ट्यूडर (Tudor) राजघराणे राज्य करत होते. या सम्राटांचा कालखंड १४८५-१६०३ असा आहे. हे

सम्राट सतत आपल्या सगळ्या लवाजम्यासकट राजवाडे बदलत असत. त्यांना एका राजवाड्यातून दुसऱ्यात जावेच लागे, कारण एखाद्या ठिकाणी राहिल्याने त्यांच्यात प्रचंड घाण व कचरा साठत असे. राजा दुसरीकडे गेला की ही घाण साफ केली जाई.

स्वच्छता आणि आरोग्य यांची जाणीव पहिल्या एलिझाबेथ या राणीच्या कालखंडात (राज्यकाळ १५५८-१६०३) सुधारत गेली. या काळात जॉन हॅरिंग्टन (१५६१-१६१२) याने पाणी वगैरे सुविधा असणारी प्रसाधनगृहे बांधायला सुरुवात केली. असे पहिले प्रसाधन-गृह राणीच्या रिचमंड येथील निवास-स्थानात १५९६ मध्ये बांधण्यात आले होते.

१६०४ मध्ये इंग्लंडमध्ये प्लेग ॲक्ट लागू झाला. त्या कायद्यानुसार स्थानिक अधिकाऱ्यांना, प्लेगग्रस्त रोग्यांना आणि त्यांच्या कुटुंबाला घरामध्येच बंदिस्त करण्याचा अधिकार देण्यात आला. रोगी मेल्यावर त्याने वापरलेले कपडे, पांघरूणे आणि घरातील कपडे वगैरे रस्त्यामध्ये आणून जाळून टाकले जात.

पुढे क्विनाईन म्हणून प्रसिद्ध झालेल्या औषधाचा शोध सोळाव्या शतकात लागला. स्पेनमधील चिंकोन (chin-chon) येथील सरदारपत्नी फ्रान्सेस्का हेन्रीक्वेझ डी रीबेरा (१५७६-१६३९) ही तापाने आजारी होती. तिला एका दक्षिण अमेरिकेतील झाडाच्या सालीची पूड औषध म्हणून देण्यात आली होती. या पुडीने तिचा ताप उतरला. तिने या झाडाच्या सालीची पूड युरोपात सर्वत्र प्रचलित केली. ही पूड तिच्या नावाने 'सिंकोना' (cinchona)

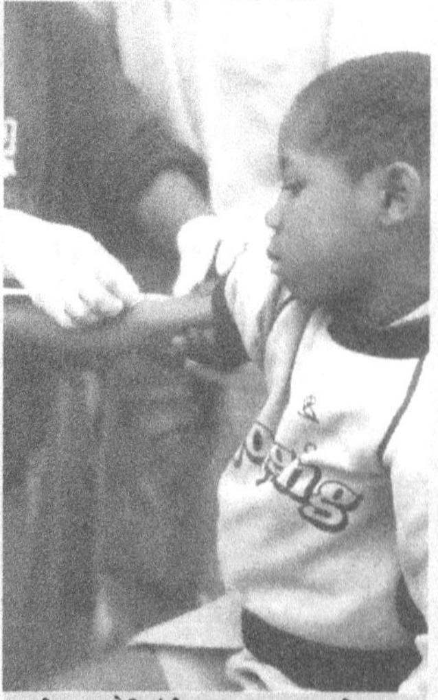

लसीकरण मोहिमांनी जगभरात लक्षावधी लोकांचे प्राण वाचवले आहेत. या फोटोमध्ये रेडक्रॉस संघटनेचा कार्यकर्ता मध्य आफ्रिकेत एका बालकाला गोवर प्रतिबंधक लस देताना दिसत आहे. हा फोटो १९९४ मधील असून त्यामधील बालक हे र्‍वांडा या देशातील निर्वासित होते. र्‍वांडामध्ये झालेल्या भीषण यादवी युद्धामध्ये घडलेल्या हिंसाचारामुळे हे बालक झायरेमधील निर्वासित छावणीत आले होते.

म्हणून प्रसिद्ध झाली. हेच ते क्विनाईन नावाचे औषध होय. इसवीसन १६३० पासून ते मलेरियावरील उपचारां-साठी सर्वत्र वापरले जात होते.

आशिया आणि युरोपात सर्वत्र कायमस्वरूपी आढळणाऱ्या देवी या रोगाविरूद्ध प्रचंड प्रगती झाली. सन १७१८ मध्ये लेडी मेरी वोर्टली मॉंटेग्यू (१६८९-१७६२) या, कॉंस्टंटिनोपालच्या राजदूताच्या पत्नीने इंग्लंडमध्ये रोगप्रतिबंधक लस टोचण्याची (inoculation) कल्पना आणली.

पूर्वेकडे अनेक शतके लस टोचण्याची कल्पना प्रचलित होती. पण त्यामध्ये खूपच धोके होते, कारण त्यामध्ये प्रत्यक्ष देवीचा रोगजंतूच रक्तामध्ये टोचला जात असे. लस टोचण्याचे पहिले प्रयोग शिक्षा झालेल्या कैद्यांवर आणि निराधार बालकांवर केले गेले होते. १७९६मध्ये एडवर्ड जेन्नर (१७४९-१८२३) या इंग्लिश डॉक्टरने देवीची अधिक सुरक्षित लस तयार केली. त्यासाठी काऊपॉक्स (cowpox) या रोगाच्या निरूपद्रवी विषाणूचा उपयोग करण्यात आला होता.

बॅरन डॉमिनिक जीन लारे (१७६६-१८४२) या फ्रेंच गृहस्थाने सर्वप्रथम रूग्णवाहिकेचा (ambulance) आराखडा तयार केला. नेपोलियनच्या काळातील युद्धांमध्ये (१८००-१८१५) जखमी सैनिकांना रणक्षेत्रापासून मागे आणण्यासाठी ही घोडागाडी वापरली जात होती.

लुई रेने व्हिलेर्मे (१७८२-१८६३) या फ्रेंच माणसाने रोगाची सामाजिक कारणे शोधून काढण्याच्या संशोधनाला वाहून घेतले होते. त्याने १८२६ मध्ये एक अहवाल तयार केला होता. ह्या अहवालाखाली त्याने पॅरिसमध्ये होणाऱ्या मृत्यूंचा विस्तृत अभ्यास केला होता. त्याने पर्यावरण, दाटीवाटीने राहणे वगैरे घटकांचा मृत्यूच्या कारणांशी काही संबंध आहे का याचा अभ्यास केला होता. व्हिलेर्मेच्या लक्षात आले की मृत्यूचा संबंध गरिबी या घटकाशी सर्वात जास्त आहे.

सार्वजनिक आरोग्यविषयक पहिला कायदा ब्रिटनमध्ये १८४८ मध्ये संमत करण्यात आला. यामागे एडविन चाडविक (१८०१-१८९०) या इंग्लिश गृहस्थाचे प्रयत्न कारणीभूत होते. या कायद्यानुसार सेंट्रल बोर्ड ऑफ हेल्थ या आरोग्यविषयक मंडळाची स्थापना झाली. चाडविक त्या मंडळाच्या प्रमुखपदी होते. स्थानिक पातळीवर काम करणाऱ्या आरोग्य समित्या पाणी व्यवस्था, सांडपाणी व्यवस्था, स्वच्छता, पिण्याचे पाणी पुरवणे आणि रस्ते तयार करणे अशी कामे नीट करतात की नाही हे पाहण्याची जबाबदारी या मध्यवर्ती मंडळावर होती.

आंतरराष्ट्रीय रेडक्रॉस संघटनेची स्थापना १८६४ मध्ये झाली. या संघटनेचा संस्थापक होता स्विस डॉक्टर हेनरी डूनांट (१८२८-१९१०). युद्धामधील जखमी सैनिकांना मदत करणारी एक तटस्थ संघटना असे रेडक्रॉसचे स्वरूप असून आता ही संघटना इतरही अनेक ठिकाणी तातडीची मदत करते. नैसर्गिक आपत्तीमध्ये मदत करणे, लसीकरण मोहिमा चालवणे आणि रोगप्रसाराला आळा घालणे या कार्यामध्ये रेडक्रॉस संघटना सतत कार्यरत असते.

टायफॉईड या रोगाच्या साथीला जबाबदार असणारा जीवाणू सर्वप्रथम वेगळा काढण्यात जॉर्ज थिओडोर ऑगस्ट गॉफकी (१८५०-१९१८) या जर्मन संशोधकाने यश मिळवले. त्याने हा जीवाणू १८८४ मध्ये शोधून काढला. अलमोथ राईट (१८६१-१९४७) या इंग्लिश संशोधकाने प्रथम १८९६ मध्ये टायफॉईड प्रतिबंधक लसीचा वापर केला.

मोटारीवर चालणारी पहिली रूग्णवाहिका पॅरिस शहरात १८९५ मध्ये काम करू लागली होती.

साथीच्या रोगांविरूद्धच्या लढाईत प्रतिजैविकांनी (anti-biotics) अत्यंत मोलाची कामगिरी केली आहे. रोगजंतूंचा नाश करू शकणारी ही नैसर्गिक रसायने उपलब्ध झाल्याने मानव-जातीला जबरदस्त यश मिळाले. पेनिसिलीन या पहिल्या प्रति-जैविकाचा शोध स्कॉटलंडमधील जीवाणूशास्त्रज्ञ अलेक्झांडर फ्लेमिंग

(१८८१-१९५५) यांनी १९२८ मध्ये लावला.

ऑस्ट्रेलियन शास्त्रज्ञ हॉवर्ड फ्लोरी (१८९८-१९६८) आणि जन्माने जर्मन असलेल्या अर्नेस्ट चेन (१९०६-१९७९) या दोघांनी १९४० मध्ये प्रथम असे निदर्शनास आणले की पेनिसिलीन हे जीवाणूंच्या विरूद्ध अत्यंत प्रभावी आहे. पुढील वर्षी हे प्रतिजैविक मोठ्या प्रमाणावर तयार करण्यास सुरुवात झाली. या औषधाने दुसऱ्या महायुद्धामध्ये अनेक जखमी लोकांचे प्राण वाचवले.

१९४५ मध्ये सत्तेवर आलेल्या मजूर पक्षाच्या सरकारमध्ये वेल्शमधील अन्युरिन बेव्हन (१८९७-१९६०) हे आरोग्यमंत्री होते. त्यांनी ब्रिटनमध्ये (१९४८) राष्ट्रीय आरोग्य सेवेची (National Health Service) सुरुवात केली. सर्व लोकांना वैद्यकीय सेवा मोफत मिळणे हा त्यांचा मूलभूत मानवी हक्क आहे अशी या सेवेमागील भूमिका होती.

रोगांचा सर्वांगीण अभ्यास करून त्यांच्या उच्चाटनासाठी कार्य करणे या हेतूने १९४६ मध्ये जागतिक आरोग्य संघटनेची (WHO -World Health Organization) स्थापना करण्यात आली.

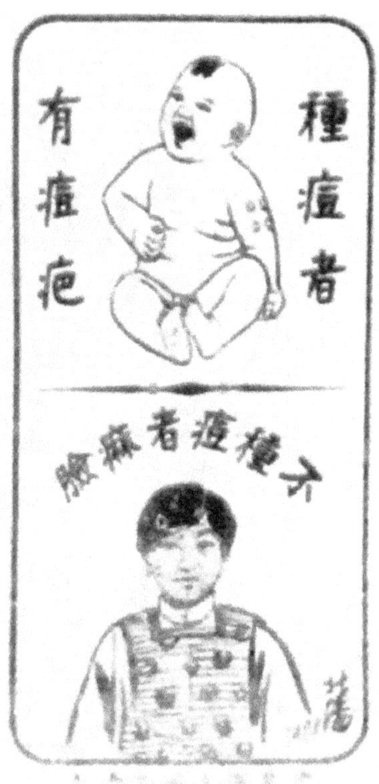

देवीच्या रोगाविषयी जनजागृती करणारे रेडक्रॉसचे एक पोस्टर. या रोगाने १९६७ मध्ये ३१ देशात धुमाकूळ घातला होता. पण या रोगाचे १९७८ मध्ये संपूर्ण उच्चाटन करण्यात यश आले. या यशामागे जागतिक आरोग्य संघटना (WHO) आणि स्थानिक आरोग्य प्रशासन यांचे एकत्रित प्रयत्न कारणीभूत होते.

यापूर्वी माहिती नसलेल्या दोन रोगांनी १९७६मध्ये डोके वर काढल्याचे लक्षात आले. त्यावर्षी झायरेमध्ये एका खेडे-गावातील ३०० पैकी २७४ जणांचा एबोला या महा-घातकी विषाणूने बळी घेतला. त्याच वर्षी जुलैमध्ये अमेरिके-तील फिलाडेल्फियामध्ये अमेरिकन लिजन या संघ-टनेच्या परिषदेला आलेल्या लोकांमध्ये न्यूमोनिया-सारख्या एका नवीन रोगाचा प्रादुर्भव झाला. या रोगाला 'लेजनायर्स डिसिज' (Legio-naire's disease) असे नाव पडले. या रोगाने ग्रस्त व्यक्तींपैकी १/८ जण मृत्युमुखी पडतात एवढा हा भीषण आहे.

एड्सची माहिती प्रथम १९८० नंतर लक्षात आली. हा रोग १९९० नंतर सर्व जगात पसरल्याचे दिसून आले. त्यामुळे एक शक्यता पुढे आली की संसर्गजन्य रोगांचे कधीही खऱ्या अर्थाने उच्चाटन करता येणार नाही. या रोगाच्या सामाजिक आणि राजकीय पैलूंवर नियंत्रण मिळवण्यामध्ये उपलब्ध सार्वजनिक आ-रोग्यसेवा कमी पडल्याचे लक्षात आले. तसेच हा विषाणू सतत बदलत असल्याने त्याच्यावर नियंत्रण ठेवणे कठीण आहे हे आता समजले आहे.

पेनिसिलीन या पहिल्या प्रतिजैविकाचा शोध लावणारे शास्त्रज्ञ अलेक्झांडर फ्लेमिंग. लाल आणि अश्रू अशा नैसर्गिक स्रावांमध्ये असणाऱ्या लायसोझाईम (lysozyme) या विकरावर (enzyme) संशोधन करत असताना केवळ योगायोगाने पेनिसिलीनचा शोध लागला. संवर्धन करताना जीवाणूंचा नाश करणाऱ्या गूढ बुरशीचा अभ्यास करून फ्लेमिंगनी पेनिसिलीन शोधून काढले. या कार्याबद्दल त्यांना १९४५ मध्ये नोबेल पुरस्काराने सन्मानित करण्यात आले.

संयुक्त राष्ट्रांच्या न्यूयॉर्कमधील मुख्यालयासमोरचे हे अनेक राष्ट्रांचे झेंडे या सर्व राष्ट्रांच्या शांती आणि सुरक्षेची बांधीलकी दाखवतात. जगाला दोन महायुद्धांचा अनुभव आल्यानंतर १९४५ मध्ये संयुक्त राष्ट्रसंघटनेची स्थापना झाली. दोन अणुबॉम्बच्या वापरानंतर युद्धाचा वणवा जागतिक होऊ शकतो याची जाणीव सदस्य राष्ट्रांना झाली.

राजकारण आणि शासन प्रणाली

इसवीसन १ पूर्वी : सुरुवातीच्या शेतकरी वसाहती

नागरी वसाहतीचा प्रारंभ इसवीसनपूर्वी ९००० वर्षांआधी झाला. मध्याश्मयुगातील (Mesolithic) स्त्रीपुरुषांनी आपली अन्न गोळा करणे व शिकार करणे ही जीवनशैली सोडून शेती करायला सुरुवात केली. ही घटना ज्या प्रदेशात घडून आली त्याला 'सुपीक चंद्रकोर' (Fertile crescent) म्हणतात. त्यामध्ये सिरिया, लेबानन, इस्रायल आणि जॉर्डन याबरोबर पूर्व तुर्कस्थान व उत्तर इराक यांचा समावेश होतो.

जगातील सर्वात प्राचीन व्यापारी केंद्र जेरिको हे होते.

सध्या हे स्थान जॉर्डन खोऱ्यामध्ये असून ते मृत समुद्राच्या उत्तरेकडील टोकापाशी वायव्येस १६ किलोमीटर अंतरावर आहे. सध्या हे स्थान तेल-एल सुलतान या नावाने ओळखले जाते. या ठिकाणी इसवीसनपूर्व ९००० मध्ये नागरी वसाहत होती आणि या केंद्राचा विस्तार सुमारे अडीच हेक्टर होता.

मेसोपोटामिया (सध्याचा इराक देश) मधील सुमेरियन संस्कृतीच्या लोकांनी जगातील सर्वात प्राचीन शहरांची उभारणी केली होती. सध्या अबू शहारिन येथील प्राचीन वसाहतीचे टेकाड (तेल - Tell) ह्या ठिकाणी इरीडू (Eridu) नावाचे जगातील सर्वात जुने शहर होते. या ठिकाणी पुरातत्त्व-शास्त्रज्ञांनी एका इमारतीचे उत्खनन केलेले असून त्याला देऊळ (Temple I) असे नाव देण्यात आले आहे. या देवळाचा कालखंड इसवीसनपूर्व ४९०० असा आहे.

प्राचीन काळातील प्रसिद्ध शहर उर्क (Uruk) हे सध्याचे वार्का असून त्याचा कालखंड इसवीसनपूर्व ३७५० ते ३४०० असा आहे. दक्षिण इराकमध्ये युफ्रेटिस नदीच्या डाव्या तीरावर वसलेले

इसवीसनापूर्वी सहाव्या शतकात बॅबिलॉन हे जगातले सर्वात सुंदर शहर होते. फोटोमध्ये नेबुछाडनेझार या सम्राटाच्या राजवाड्याचे अवशेष दिसत आहेत. त्या पुढील प्रशस्त रस्ता मिरवणुकीसाठी वापरत असत आणि तो एका १२ मीटर उंच प्रवेशद्वाराकडे जात असे. या प्रवेशद्वाराला युद्ध आणि प्रेमाची देवता इश्तार (Ishtar) हिचे नाव होते. प्राचीन ग्रीकांनी आश्चर्य म्हणून गणलेल्या बॅबिलॉनच्या प्रसिद्ध झुलत्या बागा याच प्रवेशद्वारापाशी होत्या.

हे शहर ४४५ हेक्टर परिसरामध्ये पसरलेले होते. या काळात उर्कची लोकसंख्या ५०,००० एवढी प्रचंड होती. इसवीसनपूर्व २५०० मध्ये जवळच्या ऊर (Ur) या शहराने या शहरावर आपला कब्जा केला होता. हे ऊर शहरही मोठे असून ५२५ हेक्टरवर वसलेल्या या शहरात २५०,००० लोक राहात असत.

शेती करणाऱ्या 'लॅटिन्स' (Latins) या टोळ्यांनी रोम हे शहर वसवले. ही घटना इसवीसनपूर्व आठव्या शतकातील आहे. रोममध्ये इटूस्कन राजघराण्याने सत्ता मिळवल्यापासून (इसवी-सन पूर्व ६१०) ते रोमन साम्राज्याचे केंद्र बनले. रोमची वाढ या नंतर एवढ्या वेगाने झाली की इसवीसनपूर्व ३१० मध्ये शहरात पाणीपुरवठा होणे ही मोठीच समस्या बनली. त्यामुळेच मग 'अक्वा आप्पिया' (Aqua Appia) ही पहिली जलवाहिनी (aqueduct) टाकून शहरात पाणी पुरवण्याची व्यवस्था करणे भाग पडले.

इसवीसन १ : रोममध्ये २० लाख लोक आणि पॉम्पेचा विनाश

रोमची सतत वाढणारी लोकसंख्या इसवीसनपूर्व १३३ मध्ये ११ लक्ष झाली असे मानले जाते. रोमन साम्राज्य त्याच्या उत्कर्षास पोहोचले असताना रोममध्ये वीस लाख लोक रहात असावेत असे समजते.

रोमन साम्राज्यातील एक शहर पॉम्पे दोन वेळा दुर्घटनाग्रस्त झाले. पहिल्यांदा सन ६३ मध्ये मोठा भूकंप झाला आणि नंतर सन ७९ मध्ये जवळच्या माउंट वेसुवियस या ज्वालामुखीचा उद्रेक झाला. या उद्रेकाच्या वेळी बाहेर पडलेल्या राखेखाली सारे शहर गाडले जाऊन २००० पेक्षा जास्त लोक मरण पावले. तथापि या राखेमुळे सारे पॉम्पे त्या दिवशी होते तसेच्या तसे राखेखाली टिकून राहिलेले दिसते.

इसवीसन १००० : स्वातंत्र्य आणि नगरयोजनेचा उदय

मध्ययुगामध्ये आणि युरोपमध्ये पुनरुज्जीवन (Renais-sance) कालखंडामध्ये अस्तित्वात असलेली अनेक इटालियन शहरे ही स्वतंत्र राज्ये होती. फ्लोरेन्स आणि मिलान या शहरांवर मेडीची आणि विस्कोन्ती अशा जबरदस्त घराण्यांची सत्ता होती. व्हेनिसमध्ये सिनेट असून त्याच्या प्रमुखपदी मुख्य मॅजिस्ट्रेट असे. या प्रमुखाला डोजे (doge) असे म्हणत असत.

अमेरिकेमध्ये वसलेले फिलाडेल्फिया हे शहर पहिले सुनियोजित शहर होते. त्याची स्थापना क्वेकर विल्यम पेन (१६४४-१७१८) याने १६८१ मध्ये केली. प्रत्येक घर एका स्वतंत्र प्लॉटवर बांधलेले असून प्रत्येक घराभोवती मन प्रसन्न करणारी बाग होती.

युरोपमध्ये पहिले 'आधुनिक' शहर होण्याचा मान लिस्बन या शहराला दिला जातो. १ नोव्हेंबर १७५५ मध्ये एका जबरदस्त भूकंपाने लिस्बन शहर भुईसपाट करून टाकले होते. त्यानंतर प्रचंड आगी आणि जोरदार लाटांनी शहराचे फार भयंकर नुकसान केले होते. मार्क्विस ऑफ पोंबल (१६९९-१७८२) याने लिस्बनची पुन्हा व्यवस्थित बांधणी करून घेतली.

इंग्लंडमध्ये औद्योगिक क्रांतीमुळे मोठमोठ्या झोपडपट्ट्या तयार झाल्या. कामासाठी झुंडीने जाणारे कामगार मँचेस्टर आणि बर्मिंगहॅम अशा ठिकाणी अशा झोपडपट्ट्यांमध्ये गर्दीने राहात असत. एडविन चाडविक् (१८०१-१८९०) या इंग्लिश समाज-सुधारकाने असे नमूद केले आहे की, सन १८४५ मध्ये २४०० लोकांना झोपण्यासाठी फक्त ८५३ खाटा प्रेस्टनमध्ये उपलब्ध होत्या. मँचेस्टरमध्ये त्याच काळात ७०० लोकांना वापरण्यासाठी अवघी ३३ स्वच्छतागृहे होती. पॅरिसमध्ये तर १८५४ मध्ये घरातील मैला साफ करण्यासाठी माणसे काम करत होती. त्यांना 'नाईटमेन' म्हणत. हे लोक रात्री घरोघरी जाऊन मैला वाहून नेत आणि या कामासाठी ते घरटी काही सेवाशुल्क घेत असत.

पॅरिस शहराचा कायापालट सन १८५३ व १८६९ या दरम्यान झाला. त्यामागे बॅरन जॉर्जेस युजीन हाऊसमान (१८०९-१८९१) याचे नियोजन होते. या नियोजनामागे राजकीय हेतू देखील होता. तिसरा नेपोलियन (१८०८-१८७३) या राजाला पॅरिसचे स्वरूप बदलण्याची इच्छा

होती. अरूंद आणि अस्वच्छ गल्लीबोळांनी भरलेल्या पॅरिसच्या जागी त्याला एक आधुनिक शहर हवे होते. नवीन आराखड्यामुळे झोपडपट्टीमध्ये असणारे रोग कॉलरासारखे आटोक्यात आले. तथापि शहराच्या नवीन रचनेचा एक तोटा दिसून आला. १७८९, १८३० आणि १८४८ या तीन वेळच्या प्रसिद्ध क्रांतिकाळामध्ये पॅरिसवासीय रस्ते अडथळे टाकून बंद करू शकले होते. पण आता तसे करणे अवघड होऊन बसले.

रोमची लोकसंख्या साम्राज्य उत्कर्षबिंदूला पोहोचले असताना वीस लाख होती. १९ व्या शतकापर्यंत एकही शहर ही लोकसंख्या ओलांडू शकलेले नव्हते. १८०१ ते १९३९ या दरम्यान लंडन हे जगातील सर्वांत मोठे शहर होते. लंडनची लोकसंख्या १८०१ मध्ये १११७२७० होती. ती वाढून दुसऱ्या महायुद्धाच्या प्रारंभी ८६१५०५० झाली होती.

सन १९०० मध्ये जगातील फक्त २० शहरांची लोकसंख्या १० लाखांपेक्षा जास्त होती. त्यामधील लंडन, बर्मिंगहॅम, मँचेस्टर, ग्लासगो आणि लिव्हरपूल ही पाच शहरे इंग्लंडमध्ये होती. त्यावेळी न्यूयॉर्क, शिकागो, फिलाडेल्फिया आणि बोस्टन या चार अमेरिकन शहरांची लोकसंख्या १० लाखांच्या वर होती.

सर एबेनझर हॉवर्ड (१८५०-१९२८) या इंग्लिश माणसाने उद्यानांच्या शहरांची (garden city) कल्पना मांडली. त्याने १८९९ मध्ये गार्डनसिटी असोसिएशनची स्थापना केली. १९०३ मध्ये वसवलेले लेचवर्थ (Letchworth) हे इंग्लंडमधले अशा प्रकारचे पहिले शहर होते.

शहरांच्या परिसरात कोणतीही बांधकामे न करता काही भाग तसाच हरितपट्टा (green belt) म्हणून राखून ठेवण्याची कल्पना प्रथम ब्रिटनमध्ये १९३५ मध्ये पुढे आली. पॅट्रिक ॲबरक्रॉम्बी (१८७९-१९५७) या नगररचना विशारदाने सर्व-प्रथम लंडन शहराच्या विकास आराखड्यात ही नवी कल्पना मांडली होती.

विसाव्या शतकामध्ये मोठमोठ्या शहरांची वाढ होत असताना मूळच्या नागरी केंद्रांना अंतर्गत शहर (Inner city) तर बाहेरच्या बाजूस वाढणाऱ्या नागरी भागांना 'ग्रेटर' (Greater city) शहर हा शब्द वापरला जाऊ लागला. जेव्हा एक शहर वाढत जाऊन तशाच वाढणाऱ्या दुसऱ्या शहरात मिसळून जाते, तेव्हा तयार होणाऱ्या महाकाय शहरांना उद्देशून अतिमहानगर (Megalopolis) हा शब्द वापरला जातो.

सन १९५० मध्ये ग्रेटर न्यूयॉर्क शहराची लोकसंख्या १ कोटी २३ लाख होती, तर त्याचवेळी ग्रेटर लंडनमध्ये १ कोटी ४ लाख आणि ग्रेटर टोकियोमध्ये ६७ लाख लोक राहात होते. १९७५ मध्ये ग्रेटर न्यूयॉर्कची लोकसंख्या १ कोटी ९८ लाख झाली होती. ग्रेटर टोकियो शहराने दुसरा नंबर पटकावला होता. त्याची लोकसंख्या १ कोटी ७७ लाख झाली होती. मात्र १९९६ मध्ये टोकियोने सर्वांना मागे टाकलेले दिसते. त्यावर्षी टोकियोमध्ये २ कोटी ९४ लाख लोक राहात होते, तर न्यूयॉर्कच्या अतिमहानगरामध्ये २ कोटी ४४ लाख लोक राहात होते.

औद्योगिकरण आणि वाढत्या वाहनसंख्येमुळे नागरी भागांमध्ये 'स्मॉग' (smog) ही मोठीच गंभीर समस्या उद्भवली. हवेतील गंधक आणि शिसे यामुळे आरोग्याच्या गंभीर समस्या निर्माण झाल्या. स्मॉग (धूर आणि धुके) असण्याचा सर्वांत वाईट प्रसंग १९५२ मध्ये लंडनमध्ये आला होता. त्यावेळी संपूर्ण रहदारी ठप्प झाली होती आणि चालणारे लोक नीट दिसत नसल्यामुळे धड चालूही शकत नव्हते. पुढील काही आठवड्यांमध्ये ४००० जण हृदयविकार आणि श्वसनविकारांमुळे मृत्युमुखी पडले होते. अशा गंभीर प्रदूषणाला आळा घालण्यासाठी हवा स्वच्छ ठेवण्यासाठी कायदे बनवण्याची त्यानंतरच सुरुवात झाली.

इसवीसन २००० : शहरीकरणाचा विस्फोट

जगभरामध्ये शहरांमध्ये राहणाऱ्या लोकांचे प्रमाण १९५० मध्ये २९.४% होते. ते वाढून २००० या वर्षात ४८.२% झाले असा अंदाज आहे. संयुक्त राष्ट्रसंघटनेला असे वाटते की सन २०२५ पर्यंत ६१% लोक शहरांमध्ये राहात असतील.

ब्राझीलमध्ये शहरीकरणाचा वेग फार प्रचंड होता.

१९४० मध्ये ब्राझीलचे ३१% लोक शहरांमध्ये राहात होते. हा आकडा १९८९ मध्ये ७४% एवढा झाला होता. १९८३ मध्ये साओ पावलो या राज्यामधील कुबाटाओ हे शहर जगामधील सर्वांत प्रदूषित जागा होती. या औद्योगिक शहरामध्ये एकही झाड किंवा पक्षी जिवंत राहिलेले नव्हते. चार टक्के अर्भके जन्मतःच मृत असत आणि आणखी चार टक्के अर्भके जन्मानंतर अवघ्या काही आठवड्यांत मृत्यू पावत असत.

वेगाने वाढणाऱ्या शहरांच्या संदर्भात आणखी एक गोष्ट दिसून आली आहे. अनेक देशांमध्ये 'खोपट्यांची गावे' (Shanty town) वाढलेली दिसतात. अत्यंत गरीब लोक कच्च्या व कशातरी उभारलेल्या झोपड्यांमधे राहतात असे दिसून आले. १९८८ मध्ये ब्राझीलच्या रिओ डी जानिरो या शहरामध्ये मुसळधार वादळी पावसाने हजारो लोक बेघर झाले आणि कित्येक मरण पावले. मुसळधार पावसामुळे टेकड्यांवरील दगडमाती घसरून त्याखाली कच्ची खोपटी नष्ट झाली होती.

या सर्व समस्यांवर उपाय शोधण्यासाठी संशोधनाला प्रारंभ झाला. दक्षिण ब्राझीलमधील पराना या राज्याची राजधानी असणाऱ्या कुरिटिबा या शहराने १९९० नंतर शहरातील वाहतूक व्यवस्थेत क्रांतिकारक बदल केले. अधिक वेगाच्या बस वापरल्या जाऊ लागल्या आणि झोपडपट्ट्यांची स्वच्छता करण्यात आली.

सन १९९७ मध्ये जगामध्ये ३२० शहरांची लोकसंख्या १० लाख किंवा त्यापेक्षा जास्त होती. त्यामधील १८० शहरे ही विकसनशील देशांमधील आहेत.

राज्यव्यवस्था

इसवीसन १ पूर्वी : शिकाऱ्यांच्या टोळ्या बनतात

टोळी ही सर्वांत प्राचीन सामाजिक रचना होती. सुरुवातीच्या काळात टोळीचे स्वरूप खूप मोठे झालेले कुटुंब हे होते. या टोळीचा एक प्रमुख असे. इसवीसनपूर्व ३०००० मधील अश्मयुगीन समाज रचना अगदी साधी होती. मॅमथ किंवा बायसन अशा अवाढव्य आकाराच्या प्राण्यांची शिकार करण्या-साठी ही रचना आवश्यक होती. फ्रान्समधील पेरीगोर्ड या उत्तर पुराश्मयुगीन (Upper Palaeolithic) स्थळावर मिळालेल्या शैलाश्रयांमध्ये (Cave shelters) प्राण्यांची हाडे मिळाली आहेत. त्यामधील ९९% हाडे रेनडियरची असल्याचे आढळले. त्यावरून असे दिसते की हे लोक रेनडियरची शिकार करत होते. डोडोंन आणि वेझेर या नद्यांच्या खोऱ्यांमधल्या वसाहती मुख्यतः रेनडियर कळपांच्या स्थलांतर मार्गांवर असत असे दिसते. या वसाहतींमध्ये ३० ते १०० लोक राहात असत.

इसवीसनपूर्व ४००० नंतर सुरू झालेल्या ताम्रयुगामध्ये मोठ्या आणि स्थिर वसाहती वाढीस लागल्या. हे लोक एका जागी राहून शेती करत असत. युक्रेनमधील डोब्रोवोडी या स्थळावर इसवीसनपूर्व ३७०० मध्ये सुमारे २००० लोक राहात होते. या ठिकाणी २०० घरे होती आणि त्यांच्या भोवती संरक्षणासाठी रचना केलेली होती.

कांस्ययुगामधील क्रीट (अंदाजे इसपूर्व ३०००-१००) हा भाग तेथील राजवाड्यांसाठी प्रसिद्ध आहे. तेथे कथांमधून माहिती असणारा मिनोस (Minos) राजा राहात होता की, नाही हे नक्की सांगता येत नाही. पण तेथील प्रशस्त इमारती आणि सिंहासनाचे दालन यावरून असे दिसते की त्यावेळी उमरावांचा आणि उच्च जीवनशैली असणारा वर्ग अस्तित्वात असावा. या वेळच्या अत्यंत गुंतागुंतीच्या प्रशासन व्यवस्थेची माहिती तेथे मिळालेल्या मातीच्या चौकोनी तुकड्यांवर (टॅब्लेट) नमूद केलेली आहे. या काळामधील लिपीचे आधुनिक विद्वानांनी लिनियर-ए आणि लिनियर-बी (Linear A, B) असे नामकरण केलेले आहे.

मेसोपोटामिया (आधुनिक इराक) येथे मिळालेल्या इसवीसनपूर्व २०००-३००० दरम्यानच्या एका महाकाव्याचे काही तुकडे उपलब्ध आहेत. त्यामध्ये सुरुवातीच्या काळातील राजकीय प्रणालींची झलक पाहयला मिळते. या महा-काव्यामध्ये इसवीसनपूर्व २७८० मधील एका लढाईचे वर्णन आहे. ही लढाई किश (Kish) आणि इरेक (Erech) या दोन शहरांमध्ये झाली

होती. एनमेबरागेसीचा पुत्र अग्गा हा किशचा अधिपती होता, तर इरेक शहरावर गिलगमेशचे राज्य होते. गिलगमेशने सिनेट आणि एका कनिष्ठ सभागृहाचा सल्ला घेतला असे वर्णन काव्यामध्ये केलेले आहे. व्दिगृही सभागृह रचनेचे (bicameral assembly) हे सर्वात प्राचीन उदाहरण आहे. सध्या विधीमंडळांची रचना अशा प्रकारची दोन सभागृहे असणारी असते.

प्राचीन इजिप्तमध्ये फारोह (राजा) हा देवाचा प्रतिनिधी मानला जाई आणि त्याला प्रचंड मान दिला जात असे. फारोह देवदत्त अधिकारामुळे राज्य करतात अशी कल्पना होती. दुसऱ्या राजघराण्याच्या (Second Dynasty) कालखंडामध्ये (इसवीसनपूर्व ३२००-२९५०) फारोहना मदतीसाठी मुख्य प्रधान असत. त्यांना वझीर (Vazier) असे म्हणत. दक्षिण इजिप्तचा कारभार संभाळणाऱ्या मंत्र्याचे (Chancellor) पद तर त्यापेक्षाही प्राचीन होते. डेन या फारोहच्या काळात (इसपूर्व ३३००-३२५०) हेमका हा त्या पदावरून कारभार करत होता. त्याचे मुख्यालय सक्कारा येथे होते. चौथ्या राज-घराण्याच्या काळात (इसपूर्व २८५०-२७२५) वझीरांच्या सत्तेमध्ये भरपूर वाढ झाली होती. त्या काळात वझीर हे नेहमीच फारोहचे पुत्र असत. यानंतरच्या नवीन राज्यामध्ये (New Kingdom) तर इसपूर्व १५६७ पासून हे पददेखील वंश-परंपरागत बनले.

लोकशाहीला इंग्रजीत डेमोक्रॅसी (Democracy) हा शब्द आहे. ह्याचा उगम डेमॉस (लोक) आणि क्राटॉस (सत्ता) या दोन ग्रीक शब्दांपासून झालेला आहे. लोकशाहीचा उदय अथेन्स-मध्ये इसवीसनपूर्व ५०५ मध्ये झाला. इसवीसनपूर्व ५२५ ते ५२४ या दरम्यान अथेन्समध्ये अरकॉन (Archon) या पदावर क्लाईसथेनीस हा काम करत होता. या पदावरील व्यक्तीकडे प्रशासकीय आणि न्यायविषयक अधिकार होते. क्लाईसथेनीस याने आपला शत्रू इसागोरस याच्याविरुद्ध अथेन्सच्या लोकांची एकजूट केलेली दिसते. सर्व महत्त्वाचे निर्णय सर्व नागरिकांच्या सभेमध्ये घेतले जात. ही सभा दरवर्षी किमान ४० वेळा भरत असे. या प्रकाराला

इतिहासकार प्रत्यक्ष लोकशाही (Direct Democracy) असे म्हणतात. कारण यामध्ये निर्णय प्रतिनिधींमार्फत न घेता नागरिक थेट स्वतःच घेत असत. या नगर-राज्याचे (City State) दैनंदिन कामकाज चालवण्यासाठी ५०० जणांचा समावेश असलेले एक मंडळ (Council) होते.

अथेन्समधील या राज्य-पद्धतीवर अनेकजण टीका करत होते. ग्रीक तत्त्वज्ञ प्लेटो (इसपूर्व ४२८-३४८) हा प्रमुख टीकाकार होता. त्याचे मत असे होते की राजकारणाची जबाबदारी पेलण्या एवढे ज्ञान सामान्य नागरिकाला असत नाही. म्हणूनच राज्य-कारभार करण्यासाठी एखादा तत्त्वज्ञानी राजा (Philosopher king) असला पाहिजे. हा राजा उदारमतवादी हुकूमशहा असावा अशी त्याची कल्पना होती. प्लेटोने आपले हे विचार 'द रिपब्लिक' (Republic) या ग्रंथात मांडले आहेत. प्लेटोला आपल्या विचारांचा प्रयोग करण्याची संधी सिरॅक्यूस येथे मिळाली. तेथे दुसरा डायनोसियस अधिपती होता. पण प्लेटोला या राजावर पुरेसा प्रभाव टाकता आला नाही. उलट त्याने प्लेटोलाच तुरूंगात टाकले.

रोम इसवीसनपूर्व ५१० मध्ये 'प्रजासत्ताक' (Republic) बनले. त्या वेळी रोममध्ये एक सिनेट नावाचे सभागृह होते. त्यामध्ये माजी न्यायाधीश आणि उमराव वर्गामधील प्रतिनिधी असत. तथापि जसा रोमन साम्राज्याचा विस्तार होत गेला, त्याबरोबर सिनेटपेक्षा लष्करी अधिकारी प्रबळ झाले.

प्राचीन इजिप्तमध्ये धर्मगुरूंचा वर्ग अत्यंत प्रबळ होता. इसवीसनापूर्वी १४ व्या शतकातील फारोह चौथा अमेनोफीस उर्फ अखेनाटोन याने धर्मगुरूंच्या सत्तेला आव्हान दिले. त्याने मूळच्या देवांना बाजूला सारून अटोन या सूर्यदेवतेची उपासना सुरू केली. अमेनोफीसच्या अकाली मृत्यूनंतर धर्मगुरूंनी तुतनखामेन या नामधारी राजाचा वापर करून पुन्हा जुन्या उपासना सुरू केल्या.

पॉम्पे, क्रासस आणि ज्युलियस सीझर या त्रिकूटाने इसवीसनपूर्व ६० मध्ये रोमन साम्राज्यावर पकड मिळवली होती. पण इसवीसन ४६ मध्ये ज्युलियस सीझरने निरंकुश सत्ता हाती घेतली. ऑगस्टस (कार्यकाळ इसपूर्व २७ ते इसवीसन १४) याच्या काळापासून सत्तेची सूत्रे 'सम्राटाच्या' हाती गेली.

इसवीसन १ : कायद्यामुळे सुव्यवस्था तयार होते

इसवीसनानंतर पाचव्या शतकात रोमन साम्राज्याच्या पश्चिमेकडील भागाचे तुकडे झाले. यानंतर दीर्घ काळ युरोप-मध्ये रानटी टोळ्यांचे राज्य होते. ही परिस्थिती आठव्या शतकापर्यंत कायम होती. अखेर चार्लमान (इसवीसन ७४२-८१४) या फ्रँकीश राजाने पश्चिम युरोपमध्ये अनेक मोहिमा काढल्या. सॅक्सन आणि डेन्स् यासारख्या टोळ्यांना नमवून त्याने थोडीफार व्यवस्था लावली.

चार्लमानने न्यायव्यवस्था सुरू केली. त्यामध्ये ज्युरी पद्धतीचा समावेश होता. इंग्लंडमधील वेसेक्स येथील राजा आल्फ्रेड द ग्रेट (८४८-९००) याने कायदेशीर पद्धतीची रचना केली.

पार्लमेंट अथवा संसद हा शब्द मूळ फ्रेंच शब्द ईतसहू यापासून बनलेला आहे. त्याचा अर्थ 'बोलणे' असा आहे. आईसलँडमधील 'Althing' ही जगातील सर्वात प्राचीन संसद होती. ती सन ९३० मध्ये नूर्स (Norse) वसाहतवाल्यांनी स्थापन केली होती. सन ९३० ते १२६३ दरम्यान आईसलँड हे प्रजासत्ताक राज्य होते. पण त्यानंतर ते नॉर्वेच्या राजाने जिंकून घेतले.

इसवी सन १००० : राजाच्या स्वातंत्र्याचा जाहीरनामा

सुप्रसिद्ध मॅग्ना कार्टा यावर सन १२१५ मध्ये शिक्का-मोर्तब करण्यात आले. ही घटना आता सरे म्हणून ओळखल्या जाणाऱ्या इंग्लंडमधील रनीमीड या भागात घडली. राजा जॉन याला त्याच्या उमरावांनी हा करार करण्यास भाग पाडले होते. उमरावांकडून राजाने कोणत्या गोष्टींची अपेक्षा ठेवावी यावर या कराराने मर्यादा घालण्यात आली होती. या करारामुळे मुक्त माणसांना (Freemen) काही प्रमाणात स्वातंत्र्य मिळाले.

स्वित्झर्लंडमध्ये असणाऱ्या छोट्या राज्यांपैकी काही लष्करी ठाण्यांनी (canton) एका राज्यसंघाची स्थापना सन १२९१ मध्ये केली. श्वार्झ, उरी आणि लोअर उंटरवाल्डेन या तिघांचा एक संघ स्थापन झाला. सन १५१३ मध्ये अशी एकूण १३ लष्करी ठाणी/राज्ये होती. सन १८७४ मध्ये घटना तयार झाली. त्यामध्ये दोन सभागृहांची तरतूद करण्यात आली होती. एका सभागृहाला नॅशनल कौन्सिल म्हणतात. त्यामध्ये निवडून दिलेले प्रतिनिधी असतात. तर कौन्सिल ऑफ स्टेटस मध्ये कँटनचे प्रतिनिधी असतात.

सर थॉमर मूर (१४७८-१५३५) या इंग्लिश लेखकाने आपल्या 'युटोपिया' (Utopia) या गाजलेल्या पुस्तकात एका आदर्श समाजाचे चित्र उभे केले आहे. हे लॅटिन मधील पुस्तक १५१६ मध्ये प्रसिद्ध झाले. आदर्श आणि परिपूर्ण समाज व राजकीय व्यवस्थेला उद्देशून आता

अथेन्स ही लोकशाहीची जन्मभूमी होती. तिचा जन्म इसवीसनपूर्व सहाव्या शतकात झाला. या चित्रामध्ये एक वक्ता इतर नागरिकांना आपले म्हणणे पटवून देण्यासाठी युक्तिवाद करताना दिसत आहे. लोकशाही या अर्थाच्या डेमोक्रेसी शब्दामध्ये 'लोकांचे राज्य' ही संकल्पना होती. पण यामधील 'लोक' ह्या व्याख्येत सर्वजण बसत नसत. अथेन्समध्ये त्या काळी असणारे सुमारे २०००० गुलाम आणि स्त्रिया यांना नागरिक मानले जात नव्हते. त्यांना नागरिकांच्या सभेत जिथे धोरणात्मक निर्णय घेतले जात, तेथे मतदानाचा अधिकार नव्हता.

युटोपियन हा शब्द वापरला जातो.

सन १६४९ मध्ये इंग्लिश लोकांनी राजा पहिला

फ्रेंच राज्यक्रांतीच्या काळात 'जमाव' (mob) ही नवीनच प्रकारची राजकीय ताकद उदयास आली. १४ जुलै १७८९ रोजी पॉरिसमधल्या लोकांच्या झुंडींनी कुप्रसिद्ध बॅस्टील तुरूंगावर हल्ला चढवून तो फोडला. क्रांती होण्यामध्ये सार्वत्रिक असंतोषाचा मोठा वाटा होता. मॅक्समिलन रोबेस्पीयर (१७५८-१७९४) आणि जॉर्ज डांटन (१७५९-१७९४) अशा प्रमुख जहाल नेत्यांनी पॉरिसच्या नागरिकांना अधिकाधिक त्वेषाने वागण्यासाठी प्रवृत्त केले होते.

चार्ल्स् (१६००-१६४९) याचे डोके उडवले. पार्लमेंटने त्याच्यावर खटला भरला आणि सुनावणी केली होती. एखाद्या राजालाच आरोपी म्हणून उभे करण्याची जगाच्या इतिहासातली ही पहिली घटना होती. या घटनेचे आणखी महत्त्व म्हणजे प्रथमच राजाच्या देवदत्त हक्काच्या (The Divine Right) तत्त्वाची पायमल्ली करण्यात आली होती. राजे लोकांना राज्य करण्याचा हक्क देवाकडूनच प्राप्त झाला असे हे तत्त्व होते.

राजाची निरंकुश सत्ता असणे ही गोष्ट फ्रान्समध्ये अद्यापही तशीच सर्वमान्य होती. तथापि ही राज्यव्यवस्था १७८९ पर्यंतच टिकली. सन १७८९ मध्ये फ्रेंच राज्यक्रांती झाली. क्रांतीची मुख्य मागणी राजकीय सुधारणा व्हाव्यात एवढीच होती. पण क्रांतिकाळात अतिरेकी विचारसरणीच्या जॅकोबिन्स पक्षाचे लोक प्रबळ ठरले. त्यांनी सन १७९३ मध्ये सोळावा लुई या राजाचे डोके

गिलोटिनखाली उडवले. क्रांतीचे मूळ उद्देश स्वातंत्र्य (Liberte'), समता (Egalite') आणि बंधुता (Fraternite') मागे पडून त्यांची जागा दहशतीने घेतली. या काळात प्रचंड हिंसाचार झाला.

राजकारणामध्ये आता वापरल्या जाणाऱ्या 'डावे' आणि 'उजवे' या शब्दांचा उगम फ्रेंच राज्यक्रांतीमधे आहे. पॅरिसच्या फ्रेंच नॅशनल असेंब्लीमध्ये लोकशाहीवादी आणि सुधारक लोक डावीकडे, तर प्रतिक्रियावादी लोक उजवीकडे बसत. दोन्ही बाजूंच्या मध्यममार्गाचा पुरस्कार करणारे मवाळ लोक मध्यभागी बसत असत.

थॉमस जेफरसन (१७४३-१८२६) हा अमेरिकन स्वातंत्र्याच्या जाहिरनाम्याचा प्रमुख लेखक होता. अमेरिकन स्वातंत्र्याचा हा जाहिरनामा १७७६ मध्ये तयार झाला. या जाहिरनाम्याने अमेरिकन राष्ट्राने आपले वसाहत म्हणून असलेले ब्रिटनबरोबरचे संबंध झुगारून दिले. या जाहिरनाम्यामध्ये एका अत्यंत मूलभूत व नवीन राजकीय तत्त्वाचा पाठपुरावा करणारे विधान आहे. नवीन

२ एप्रिल १९१७ रोजी अमेरिकन राष्ट्राध्यक्ष वूड्रो विल्सन काँग्रेसपुढे भाषण करताना दिसत आहेत. काँग्रेसला जर्मनीशी युद्ध करण्यासाठी आव्हान केल्यानंतर चार दिवसांनी काँग्रेसने पूर्ण पाठिंबा दिल्यावर राष्ट्राध्यक्षांनी जर्मनीबरोबर युद्ध जाहीर केले. अमेरिकन संविधानानुसार सत्तेचे वाटप, राष्ट्राध्यक्ष, काँग्रेस आणि सर्वोंच्च न्यायालय यांच्यामध्ये करण्यात आले आहे. अनेकदा काँग्रेसमध्ये राजकीय विरोधक असल्याने राष्ट्राध्यक्ष अडचणीत येण्याचे प्रसंग आलेले आहेत. १९९०-२००० या दशकाच्या युद्धामध्ये रिपब्लिकनांचे बहुमत असलेल्या सिनेटने डेमोक्रॅटिक पक्षाच्या राष्ट्राध्यक्ष बिल क्लिंटनना आपली वैधानिक उद्दिष्टे पूर्ण करण्यास मज्जाव केला होता.

प्रजासत्ताकाची रचना कशी असेल हे सांगताना म्हटले आहे की ''सर्व माणसे जन्मतः समान आणि स्वतंत्र असतात, आणि त्यांना जगण्याचा, स्वातंत्र्याचा आणि सुखमय जीवन व्यतीत करण्याचा हक्क असतो.'' अमेरिकेची १७८७ मध्ये लिहिलेली घटना हा सर्वात जुना लिखित घटनात्मक दस्तऐवज आहे. ही घटना तयार करण्याच्या समितीचा (Constitutional convention) प्रमुख जॉर्ज वॉशिंग्टन (१७३२-१७९९) होता.   नंतर तो अमेरिकेचा पहिला राष्ट्राध्यक्ष बनला.

अराजकवादाचा (anarchism) पहिला पुरस्कर्ता म्हणून इंग्लिश विचारवंत विल्यम गॉडविन (१७५६-१८३६) याचे नाव घेतले जाते. त्याने आपल्या १७९३ मधील पुस्तकात (Enquiry Concerning Political Justice) सर्व प्रकारच्या अधिकारी व्यवस्थांना, आणि लग्नसंस्थेला आव्हान दिलेले दिसते. त्याने मेरी वूलस्टोनक्राफ्ट (१७५९-१७९७) या स्त्री हक्कवादी महिलेशी लग्न केले होते. त्यांच्या मुलीने विख्यात इंग्लिश कवी पर्सी बायशे शेली (१७९२-१८२२) याच्याशी विवाह केला होता. या कवीनेही आपल्या सासऱ्याच्या कल्पना मान्य करण्यात आढेवेढे घेतले नव्हते.

सन १८४० मध्ये फ्रेंच राजकीय तत्त्ववेता पियरे जोसेफ प्राउधाँ (१८०९-१८६५) याने आपले 'Qúestce que la propriéte'?' (मालमत्ता म्हणजे काय?) हे पुस्तक प्रसिद्ध केले. त्यामध्ये परस्परावलंबन (mutualism) या तत्त्वाचा पुरस्कार केलेला होता. यामध्ये कामगारांच्या छोट्या गटांनी एकमेकांशी वस्तुविनिमय व्यवहार करावेत म्हणजे त्यामुळे भांडवलवादाच्या धोक्यापासून वाचता येईल अशी ही कल्पना होती.

मिखाईल बाकुनिन (१८१४-१८७६) हा रशियन विचार-वंत एकोणिसाव्या शतकामधला सर्वात कार्यक्षम अराजकवादी होता. त्याने 'फर्स्ट इंटरनॅशनल' या पहिल्या समाजवादी संघटनेमध्ये भाग घेतला होता. पण त्याचे विचार कार्ल मार्क्सच्या (१८१८-१८८३) विचारसरणीपेक्षा वेगळे असल्याने बाकुनिनची संघटनेतून हकालपट्टी झाली.

कार्ल मार्क्सने १८४८ मध्ये जर्मन विचारवंत फ्रेडरिक एंगल्स (१८२०-१८९५) याच्या बरोबर 'कम्युनिस्ट मॅनिफेस्टो' लिहिला. त्याचा जगप्रसिद्ध ग्रंथ 'Das Capital' (दास कॅपिटाल) १८६७ ते १८९४ दरम्यान तीन खंडांमध्ये प्रकाशित झाला. त्यामधले दोन खंड मार्क्स मेल्यानंतर प्रकाशित झाले होते. मार्क्सचे म्हणणे असे होते की इतिहासाचा विचार सामाजिक वर्गवारी आणि आर्थिक घटक यांच्या संदर्भात करून विश्लेषण करता येईल. प्रत्यक्षात कामगारांनी निर्माण केलेल्या संपत्तीचे नियंत्रण भांडवलदार करतात. मार्क्सच्या साम्यवादामध्ये सत्ता आणि संपत्ती यांचा अधिकार ती निर्माण करण्याच्या वर्गाकडे सोपवण्याचा विचार आहे.

ब्रिटनमध्ये मजूर पक्षाची स्थापना १९०० मध्ये झाली, आणि या पक्षाला प्रथम १९२४ मध्ये सत्ता मिळाली. सन १९२५ मध्ये वेल्शच्या स्वातंत्र्यासाठी प्लेड सिमरूची स्थापना झाली. तेव्हापासून राष्ट्रवादी पक्ष असणे हे ब्रिटीश राजकारणाचे वैशिष्ट्य आहे. स्कॉटिश नॅशनॅलिस्ट पार्टी या पक्षाची स्थापना सन १९३४ मध्ये झाली होती. ब्रिटनच्या मजूरपक्षीय सरकारने १९९७ मध्ये या पक्षाच्या ध्येयधोरणाला पाठिंबा दिला.

सोव्हिएत महासंघामध्ये ७३ वर्षे (१९१७-१९९०) तेथील कम्युनिस्ट पक्षाकडे राजकीय मक्तेदारी होती. या पक्षाचा उदय 'इस्क्रा' (Iskra) म्हणजे 'ठिणगी' या नावाच्या एका गटामधून झाला. या गटाची स्थापना ब्लादिमीर इलिच लेनिन (१८७०-१९२४) याने केली होती. हा गट रशियन सोशल डेमॉक्रेटिक पार्टीच्या आतील एक गट होता. १९१७ मध्ये तात्पुरते सरकार उलथवून लेनिन राज्यक्रांतीनंतर सत्तेवर आला. लेनिनच्या मृत्यूनंतर योसेफ विसारियोनविच स्टॅलिन (१८७९-१९५३) हा सत्तेवर आला. हा कम्युनिस्ट पक्षाच्या मध्यवर्ती समितीचा सचिव १९२९ मध्ये जवळपास एकतंत्री हुकूमशहा बनला होता.

स्टॅलिनने आर्थिक विकासाच्या कार्यक्रमाला प्रारंभ केला. १९२८ ते १९५५ दरम्यानच्या या कार्यक्रमाला 'पंचवार्षिक योजना' असे नाव देण्यात आले होते. पक्षामधील 'अविश्वसनीय घटकांपासून' मुक्ती

काळ	लेखक	ग्रंथांचे नाव
इसवीसनपूर्व ४००	प्लेटो	''द रिपब्लिक'' या पुस्तकात तत्त्वज्ञ-राजा आणि न्याय देणाऱ्या समाजरचनेची संकल्पना
इसवीसनपूर्व ३००	चाणक्य	''अर्थशास्त्र'' या ग्रंथामध्ये राज्य, समाज आणि अर्थकारण याविषयी नियम
इसवीसन ५२९-५३३	पहिला जस्टिनियन	''कॉर्पस ज्युरीस सिव्हिलिस''- रोमन कायदे व त्यावरील मतांचे संकलन
सन १५१३	निकोलो मॅकिआवेली	''द प्रिन्स''- या ग्रंथाची रचना राजपुरुषांसाठी आहे. साध्य हे साधनापेक्षा महत्त्वाचे आहे असे मत.
सन १५१६	सर थॉमस मूर	''युटोपिया'' या ग्रंथामध्ये न्याय आणि स्वातंत्र्य असणाऱ्या आदर्श समाजाची कल्पना आहे.
१६५१	थॉमस हॉब्ज्	''लेव्हिआथन'' या ग्रंथामध्ये मुळामध्ये वैयक्तिक स्वार्थ महत्त्वाचा मानणाऱ्या व्यक्ती आणि समाज यांच्यामधील सामाजिक कराराची (Social contract) संकल्पना.
१७६२	रूसो	''द सोशल कॉन्ट्रॅक्ट''- सर्वांचे भले होईल अशा एका सर्वमान्य मताची कल्पना.
१७७६	अॅडम स्मिथ	''द वेल्थ ऑफ नेशन्स'' - मुक्त व्यापार आणि मक्तेदारी रद्द करणे असे विचार मांडणारा आर्थिक उदारमतवादाचा महत्त्वाचा ग्रंथ
१७९१	टॉमस पेन	''द राईटस् ऑफ मॅन' - फ्रेंच आणि अमेरिकन राज्यक्रांतीमुळे प्रेरित होऊन मांडलेले उदारमताचे प्रजासत्ताकवादी विचार
१८४०	प्राऊधाँ	''व्हॉट इज प्रॉपर्टी?''-मालमत्तेवरील कायदेशीर कारवाई म्हणजे 'चोरी' होय.
१८५९	जॉन स्टुअर्ट मिल	''ऑन लिबर्टी'' -राज्याच्या अधिकारक्षेत्रामध्ये वैयक्तिक स्वातंत्र्याची व्याख्या
१८६७-९५	कार्ल मार्क्स	'दास कॅपिटल'' - नफा कमावणे हे कामगारांची पिळवणूक करूनच होते अशी कल्पना
१९०२	व्ही. आय. लेनिन	''व्हॉट इज टू बी डन?'' - कामगारांना मार्गदर्शन करण्यासाठी क्रांतिकारी चळवळ उभारणे ही कल्पना
१९१२	क्रॉपोटकीन	''फील्ड्स, फॅक्टरीज् अॅन्ड वर्कशॉप्स'' त्याने अराजकवादी-साम्यवादी विचार-सरणीवर आधारित छोट्या आणि विकेंद्रीत सत्ताकेंद्रांची संकल्पना मांडली.
१९६४	हर्बर्ट मार्क्यूस	''वन डायमेन्शनल मॅन'' - औद्योगिक समाजरचनेचा धिक्कार
१९७३	ई-एफ. शूमाकर	''स्मॉल इज ब्युटीफूल'' -लोकांचा विचार अगोदर करणाऱ्या अर्थशास्त्राबद्दल पुरस्कर्ता

मिळवण्यासाठी 'साफसफाई'चा (Purge) कार्यक्रम १९२८ पासून सुरू झाला होता. सन १९३६-३८ दरम्यान झालेल्या मोठ्या प्रमाणावरील साफसफाईमधे ८० लक्ष ते १ कोटी लोक यमसदनी धाडण्यात आले होते.

१९२० ते १९३० दरम्यान युरोपमध्ये फॅसिस्ट विचार-सरणीचा उदय झाला. अडॉल्फ हिटलर (१८८९-१९४५) याने जर्मनीत, तर बेनिटो मुसोलिनी (१८८३-१९४५) याने इटली-मध्ये हिंसक राष्ट्रवादी चळवळी उभ्या केल्या. या हिंसक चळवळींनी ज्यू आणि जिप्सी अशा अल्पसंख्यांक जमातींविरुद्ध प्रचार करून त्यांची 'सफाई' करण्याचे धोरण अवलंबले होते. १९३० नंतर जगभर उद्भवलेल्या आर्थिक मंदीमुळे या फॅसिस्ट विचारसरणीला खतपाणी घातले गेले. अशा प्रकारच्या काही चळवळी ब्रिटन आणि अमेरिकेतही उभ्या राहिल्या होत्या आणि त्यांना थोडाफार पाठिंबाही मिळाला होता.

स्पेनमध्ये १९३६-३९ या दरम्यान प्रजासत्ताकवादी, अराजकवादी, साम्यवादी आणि राष्ट्रवादी अशा विचार-सरणींच्या लोकांमध्ये यादवी युद्ध झाले. यानंतर जनरल फ्रान्सिस्को (फ्रांको) बहामोंडे (१८९२-१९७५) हा जर्मनी आणि इटली या फॅसिस्ट राजवटींच्या मदतीने सत्तेवर आला आणि त्याचा अखेरपर्यंत सत्तेवर ताबा होता. पोर्तुगालमध्ये सालाझार (१८८९-१९७०) याने फॅसिस्ट हुकूमशाही स्थापन केली आणि ती राजवट १९७४ पर्यंत टिकून होती.

इसवीसन २००० : राष्ट्रवाद आणि वंशवादामुळे संघर्ष उफाळतो

दुसऱ्या महायुद्धानंतरच्या काळात राष्ट्रवाद ही विचार-सरणी पूर्व युरोपमध्ये जोराने वाढीस लागली. ही घटना 'ईस्टर्न ब्लॉक' मोडून पडल्यानंतर घडली. तर आफ्रिकेतील राष्ट्रे युरोपियन राष्ट्रांच्या वसाहतवादी जोखडातून मुक्त झाल्यावर राष्ट्रवादाला चालना मिळाली. मिश्रवंशीय देशांमध्ये राज्य-कारभारासाठी वेगवेगळ्या प्रकारच्या राजवटी तयार झाल्या. त्यामध्ये एक प्रकार होता 'वर्णभेद' (apartheid) दक्षिण आफ्रिकेतील वर्णावर आधारित भेदभावाला वर्णभेद किंवा रंगभेद म्हणतात. १९९४ मध्ये झालेल्या निवडणुकीनंतर रंगभेद समाप्त झाला.

पूर्व युरोपमध्ये अनेक देश समान समाजवादी तत्त्वामुळे एकत्र होते. उदाहरणार्थ, युगोस्लाव्हियामध्ये मार्शल टिटो (१८९२-१९८०) सत्तेवर होता. त्याने उदारमतवादी साम्य-वादाचा पुरस्कार केला होता. पण त्याच्या मृत्यूनंतर युगोस्लाव्हियामध्ये वांशिक हिंसाचार उफाळून आला.

फॅसिस्ट विचारसरणीचा हुकूमशहा अडॉल्फ हिटलर आपल्या नाझी पक्षाच्या लोकांना सॅल्यूट करताना दिसत आहे (१९३४) त्या वर्षी त्याने 'डेर फ्यूरर' (नेता) हा किताब घेतला आणि तो जर्मन राज्याचा प्रमुख झाला. हिटलरने जाणीवपूर्वक पोलादी व कणखर नेत्याची स्तुती करण्याचा पंथ वाढू दिला. तो लोकशाहीवादी लोकांची 'मरणोन्मुख' अशी संभावना करत असे. त्याच्या राजवटीमध्ये कामगार संघटना आणि विरोधी पक्षांना बेकायदेशीर ठरवण्यात आले. १९३५ मध्ये बनवलेल्या न्यूरेंबर्ग कायद्यांमुळे एका फटक्यात जर्मन ज्यू लोकांचा नागरिकत्वाचा अधिकार हिरावून घेण्यात आला. पुढील दशकामध्ये ज्यू लोकांच्या सर्वनाशाकडे (genocide) जाणारी ही पहिली पायरी होती.

डिसेंबर १९९१ मध्ये राष्ट्रवादी आणि आर्थिक घटकांमुळे सोव्हिएत युनियनमधील 'प्रजासत्ताक' (Republics) एकमेकांपासून फुटून निघाली.

विसाव्या शतकामध्ये स्पर्धात्मक व्यापारावर भर दिला गेला. त्यामुळे चीनसारख्या कट्टर समाजवादी देशांनाही सौम्य-पणाचे धोरण अवलंबणे भाग पडले. तसेच युरोपमधले ११ देश एकत्र आले आणि त्यांनी युरोपियन संघाची (European Union) स्थापना केली. १९९९ मध्ये या देशांनी एकच चलन स्वीकारले.

इसवीसन १ पूर्वी : फरोहांची सत्ता

जगातील पहिले साम्राज्य इसवीसनपूर्वी ३२०० मध्ये अस्तित्वात आले. मेनी (ग्रीक मेनिस) या राजाने इजिप्तमधील छोटी उत्तर-दक्षिण राज्ये एकत्र केली. तो पहिला फारोह बनला. नाईल नदीच्या त्रिभुज प्रदेशाच्या टोकाशी असलेले मेंफीस शहर त्याने राजधानीसाठी निवडले.

इजिप्तमधील पाचव्या राजघराण्याच्या (Fifth Dynasty) काळात म्हणजे अंदाजे इसवीसनपूर्व २७२५ मध्ये साम्राज्यवादी धोरणामुळे अनेक लष्करी मोहिमा काढण्यात आल्या. त्यामध्ये पश्चिमेकडे लिबीया, उत्तरेकडे कनान आणि सीरिया व दक्षिणेकडे सुदान-नुबिया यांचा समावेश होता.

ख्रिस्तजन्मापूर्वी जगामध्ये आठ मोठी साम्राज्ये अस्तित्वात आली होती. त्यातील पहिले अक्कादियन साम्राज्य इसवीसनपूर्व २३३४-२२७९ दरम्यान सरगॉन हे राज्य सर्वात प्रबळ ठरले. या राज्याने मेसोपोटामियामधील सर्व नगर राज्यांवर अधिराज्य चालवले. त्या साम्राज्याचा विस्तार उत्तरेत संपूर्ण अक्कादिया आणि दक्षिणेत सुमेरियात होता. हा भाग सध्या उत्तर सीरिया आणि पश्चिम इराणमध्ये येतो. अक्कादियन साम्राज्य इसपूर्व २००४ पर्यंत टिकले. त्यानंतर इलमाईट लोकांनी ऊर (Ur) हे शहर ताब्यात घेतले आणि शेवटचा अक्कादियन सम्राट इब्बी-सिन याला अटकेत टाकले.

सिंधू संस्कृतीमध्ये मोहेंजोदारो आणि हडप्पा ही दोन मोठी शहरे होती. ह्या संस्कृतीला साम्राज्य असे म्हणता येईल. इसवीसनापूर्वी २५०० मध्ये या संस्कृतीचा विस्तार हिमालया-पासून अरबी समुद्रापर्यंत होता आणि त्यामध्ये १० लाख चौरस किलोमीटरपेक्षा मोठा प्रदेश होता. या गूढसंस्कृतीचा नाश आक्रमक आर्यन टोळ्यांनी इसपूर्व १५०० च्या सुमारास केला असे एक मत आहे.

तैग्रीस नदीच्या खोऱ्यामध्ये इसवीसनपूर्वी २५०० च्या सुमारास असिरियन साम्राज्याचा प्रारंभ झाला. अशूर

मोहेंजोदाडोच्या लोकांनी इसवीसनपूर्व २५०० च्या सुमारास हे सार्वजनिक स्नानगृह बांधले होते. सिंधू नदीच्या खोऱ्यामधून खूप विशाल प्रदेशावर पसरलेल्या साम्राज्याच्या मोहेंजोदाडो आणि हडप्पा या दोन राजधान्या होत्या. विटांची घरे आणि उत्तम सांडपाणी व्यवस्था असणाऱ्या या शहरांचे अवशेष १९२२ मध्ये मातीखाली गाडलेल्या अवस्थेत मिळाले.

उबलित (इसपूर्व १३६३-१३२८) याने शेजारच्या बॅबिलोनियन लोकांवर लष्करी स्वाऱ्या केल्या. त्यानंतरच्या राजांनी स्वाऱ्या करून इजिप्त, आणि सध्याचे इस्नायल व पर्शियन आखाताच्या दरम्यानचा प्रदेश जिंकून घेतला. या साम्राज्याची राजधानी निनेवेह (Nineveh) ही बॅबिलोन व मेडीस यांच्या युतीने इसवीसनपूर्व ६१२ मध्ये नष्ट केली.

बॅबिलोनियन साम्राज्य दोन वेळा भरभराटीस आले होते. प्रथम हमूरबी (इसपूर्व १७९५-१७५०) याच्या काळात बॅबिलोनियन साम्राज्याचा हिट्टाईट लोकांकडून पराभव झाला. त्यानंतर दुसरा नेबूछाडवेनझार (इसवीसनपूर्व ६०४-५६२ राज्यकाल) या सम्राटाने पुन्हा एकदा साम्राज्याची उभारणी केली. पण हे साम्राज्य नवीन सम्राटाच्या पुढे पराभूत झाले. पर्शियन सम्राट सायरस याने इसपूर्व ५३९ मध्ये बॅबिलोनमध्ये विजेता म्हणून प्रवेश केला.

दुसरा सायरस (इसपूर्व ५५९-५३०) हा महान पर्शियन सम्राट शहेनशहा (राजांचा राजा) म्हणून ओळखला जात असे. त्याचे साम्राज्य पूर्वेकडे सिंधू नदीपासून पश्चिमेकडे एजियन समुद्रापर्यंत पसरलेले होते. त्याचा पुत्र दुसरा कॅम्बेसिस (राज्य-काळ इस.पूर्व ५२९-५२२) याने

साम्राज्यात इजिप्तची भर घातली. यानंतरचा सम्राट पहिला दारियस (राज्यकाल इस.पूर्व ५२२-४८६) याने ग्रीसवर स्वारी केली होती. पण इस.पूर्व ४९० मध्ये झालेल्या मॅरेथॉनच्या लढाईत त्याला पराभव पत्करावा लागला.

विख्यात ग्रीक जगज्जेता अलेक्झांडर याचा सेनापती सेल्युकस निकेटर (इस.पूर्व ३५८-२८०) याने स्थापन केलेल्या साम्राज्याला सेल्युकिड साम्राज्य असे म्हणतात. हे साम्राज्य इसपूर्व ३१२ ते ६४ या दरम्यान होते. सेल्युकसने मेसो-पोटामिया, सीरिया आणि पर्शियाचा बहुतेक भाग जिंकून घेतला होता. हे साम्राज्य इसवीसनपूर्व ६४ मध्ये रोमन लोकांच्या हाती पडले.

ट्युनिशियाच्या ईशान्य किनाऱ्यावर फिनिशियन लोकांची कॉर्थस्ट (Qrthdst) नावाची वसाहत होती. त्याचे लॅटिन नाव कार्थागो (Carthago) असे होते. या नावावरून कार्थेजियन साम्राज्य असे नामकरण करण्यात आले. हे साम्राज्य इसवी-सनपूर्व ७७० मध्ये स्थापन झाले. इस.पूर्व ४०० च्या सुमारास त्या साम्राज्याचा विस्तार लिबिया, मोरोक्को, सार्डिनिया, पश्चिम स्पेन आणि सिसिली एवढा होता.

रोमच्या प्रजासत्ताकाने कार्थेजियन लोकांविरूद्ध तीन युद्धे केली. त्यांना 'प्युनिक युद्धे' (Punic Wars) असे म्हणतात. पहिले युद्ध इस.पूर्व २६४ मध्ये झाले आणि त्यात रोमन लोकांनी पुन्हा एकदा सिसिलीवर ताबा मिळवला. दुसऱ्या युद्धामध्ये (इस.पूर्व २१८-२१०) कार्थेजियन सेनापती हनिबाल (इस.पूर्व २४७-१८२) स्पेनमधून आल्प्स् पर्वत ओलांडून आला आणि त्याने रोमन लोकांवर मोठे विजय मिळवले. पण त्याला रोमन लोकांनी इस.पूर्व २०३ मध्ये पिटाळून लावले. तिसऱ्या आणि अंतिम युद्धामध्ये (इस.पूर्व १४९-१४६) रोमन लोकांनी कार्थेज पूर्णपणे उद्ध्वस्त केले आणि त्यांचा सगळा प्रदेश आपल्या साम्राज्यात सामील केला.

चीनमधला पहिला ज्ञात सम्राट 'चीन' किंवा 'क्वीन' साम्राज्याचा अधिपती शी-हुआंग-ती (राज्यकाल इस.पूर्व २२१-२१०) असला तरी हे साम्राज्य मात्र त्याच्या बरेच अगोदरचे आहे. चीनमधील साम्राज्य पश्चिम हान

राजघराण्याच्या काळात, अंदाजे इस.पूर्व १०० मध्ये सर्वोच्च बिंदूवर पोहोचले होते. त्यावेळी शिआओ-वू-ती नावाचा सम्राट होता आणि त्याने व्हिएटनाम, कोरिया, जपान आणि मांचुरियामध्ये विजय मिळवले होते.

इसवीसन १ : रोमचे वैभव

ख्रिस्तजन्मापूर्वी असलेल्या सर्व नऊ साम्राज्यांपैकी एकही रोमन साम्राज्याच्या जवळपासही पोहोचले नव्हते. पहिल्या प्युनिक युद्धामध्ये (इस.पूर्व २६४-२४१) रोमने सर्वप्रथम सार्डिनिया जिंकून घेतले. त्यानंतर रोमने इतरांचे प्रदेश काबीज करण्याचा धडाकाच लावला. इसवीसनानंतर दुसऱ्या शतकात रोमचे साम्राज्य स्कॉटलंडमधील 'अँटनीवॉल' पासून ते अरब-स्थानापर्यंत आणि आर्मेनियापासून मोरोक्कोपर्यंत पसरले होते. युफ्रेटिस ही नदी त्यांची पूर्वेकडील सीमा होती.

सम्राट म्हणून घोषित झालेला पहिला रोमन अधिपती ऑक्टाव्हिएनस होता. विख्यात रोमन अधिपती ज्युलियस सीझर (इस.पूर्व १००-४४) याचा पुतण्या असलेल्या ऑक्टाव्हिएनसने ऑगस्टस हे नाव धारण केले होते. त्याने इसवी-सनपूर्व २७ पासून ४१ वर्षे राज्य केले. रोमन साम्राज्याच्या अखेरीचा सम्राट पहिला थिओडोसिएस होता. त्याने इसवीसन ३७९ ते ३९५ असे राज्य केले. त्यानंतर रोमन साम्राज्याचे पूर्व आणि पश्चिम असे दोन भाग झाले. पूर्वेकडील भाग थिओडो-सिएसच्या अरकाडियस या मुलाला देण्यात आला. तर पश्चिमेकडील भाग दुसरा मुलगा हॉनोरियस (राज्यकाल ३९५-४२३) याच्या वाट्याला आला. पश्चिम भागामध्ये इटालिया, आफ्रिका, इस्पानिया, गॉल, इलिरिया आणि ब्रिटन यांचा समावेश होता. इसवीसन ४१० मध्ये जर्मन लुटारू टोळ्या आणि विसिगॉथ या लोकांनी रोमचा विध्वंस केला आणि अशा तऱ्हेने पश्चिमेकडील रोमन साम्राज्य नष्ट झाले.

इतिहासात बायझंटाईन साम्राज्य म्हणून विख्यात असलेल्या साम्राज्याची स्थापना अरकाडियसने केली. हे साम्राज्य रोमन साम्राज्याच्या पूर्व भागामधून उदयास आले. त्याची राजधानी कॉन्स्टंटिनोपल म्हणजेच इस्तंबूल ही होती.

तुर्कस्थानमधील एफ्सस येथील एका प्राचीन रस्त्याचा भाग.या रस्त्यांचे जाळे पवित्र रोमन साम्राज्यात असल्याने व्यापाराला चालना मिळाली. या उत्तम रस्त्यांमुळे रोमन सैन्य कुठेही बंड वगैरे झाल्यास त्वरेने तिकडे पोहोचू शकत असे. रोमन साम्राज्यात त्यावेळी ७७००० किलोमीटरपेक्षा जास्त लांबीच्या रस्त्यांचे जाळे होते.

मध्ये पूर्ण झाली.

कॉन्स्टंटाईन-अकरावा हा १९८ वा बायझंटाईन सम्राट होता. मे १४५३ मध्ये कॉन्स्टंटिनोपलचे रक्षण करत असताना तो आक्रमक तुर्की लष्कराकडून मारला गेला, आणि अशा प्रकारे बायझंटाईन साम्राज्याचा अंत झाला.

सन ८०० ते १८०८ दरम्यान सुमारे १००० वर्षे पश्चिम युरोपचा बराचसा भाग एका काहीशा विस्कळीत साम्राज्याचा भाग होता. त्याला 'पवित्र रोमन' (Holy Roman) साम्राज्य असे म्हणतात. चार्लमान (इसवीसन ७४७-८१४) ह्या फ्रेंक लोकांच्या राजाला सन ८०० मध्ये तिसरा लिओ या पोपने पवित्र रोमन सम्राट ही पदवी दिली

हे शहर रोमन सम्राट कॉन्स्टंटाईन याने इसवीसन ३३० मध्ये एक ख्रिश्चन शहर म्हणून स्थापन केले होते. जस्टिनियन (राज्य काळ इसवीसन ५२७-५६५) हा या साम्राज्याचा सर्वात मोठा सम्राट होता. त्याने व्हन्डाल या लुटारू टोळ्यांपासून पुन्हा एकदा उत्तर आफ्रिका जिंकून घेतली. रोमसकट सध्याच्या इटलीचा बराचसा भाग त्याने जिंकला होता.

जस्टिनियनने सन ५३३ मध्ये केलेल्या राजघोषणेमध्ये आधुनिक नागरी कायद्याची बीजे आढळतात. या घोषणेला 'Pandectae' असे म्हणतात. कॉन्स्टंटिनोपलमधील सुप्रसिद्ध हागिया सोफिया (ग्रीक शब्दाचा अर्थ पवित्र ज्ञान) बॅसिलिकाची निर्मिती सन ५३३

फ्रेंक लोकांचा राजा चार्लमान याने सन ७६८ पासून राज्य केले. त्याने युद्धखोर अशा सॅक्सन लोकांवर विजय मिळवले आणि पश्चिम युरोपमध्ये एका मोठ्या साम्राज्याची सुरुवात केली. हे साम्राज्य भूमध्य समुद्रापासून ते बाल्टिक समुद्रापर्यंत पसरले होते. त्याने तिसरा लिओ या पोपला लोम्बार्ड (सध्याचा उत्तर इटली) या भागात मोहिमेत सहाय्य केले. त्याचा मोबदला म्हणून पोपने ख्रिसमसच्या दिवशी सन ८०० मध्ये चार्लमानला पवित्र रोमन सम्राट म्हणून घोषित केले. हे पद आणि साम्राज्य सुमारे हजार वर्षे टिकले. या चौदाव्या शतकातील उत्कृष्ट अर्धपुतळ्यामध्ये चार्लमान राजाच्या कवटीचा काही भाग आहे.

होती. हा या पवित्र रोमन साम्राज्याचा प्रारंभ होता.

सम्राट ही पदवी आणि सत्तेचे केंद्र सन ११३८ नंतर जर्मन राजघराण्यांच्या हाती गेले. त्यामध्ये सुरुवातीला होनेन-स्टॉफेन हे राजघराणे प्रमुख होते. नंतर राजसत्ता लक्झेंबर्ग घराण्याच्या हाती गेली. आणि मग १२७८ मध्ये हाप्स्बर्ग घराणे सत्तेवर आले. साम्राज्याच्या अंतापर्यंत या घराण्याचा प्रभाव टिकून होता.

साम्राज्याचा ५७ वा सम्राट दुसरा फ्रान्सिस (१७६८-१८३५) हा हंगेरीचा राजा आणि ऑस्ट्रियन सम्राट होता. त्याचा पहिल्या नेपोलियनने (१८०४-१८१५) पराभव केला आणि त्याला सत्तेवरून दूर केले. त्याने पुन्हा व्हिएन्ना काँग्रेस (१८१४-१५) नंतर त्याला गादीवर बसवले खरे, पण या वेळेपर्यंत पवित्र रोमन साम्राज्याला वास्तवात काहीच महत्त्व उरलेले नव्हते.

इसवीसन १००० : मंगोल टोळ्यांची दहशत

मध्ययुगामधली एक अत्यंत नाट्यमय घटना ही मंगोल सम्राट चेंगीझखान याचा उदय ही होती. चेंगीझखान या शब्दाचा अर्थ 'वैश्विक राजा' असा होता. त्याचा कालखंड सन ११६२ ते १२२७ असा आहे. त्याचे नाव तेमूजीन असे होते. वयाच्या १३ वर्षी तो बापाच्या मृत्यूनंतर प्रमुख झाला आणि नंतर पुढच्या ३० वर्षांत त्याने इतर सर्व मंगोल प्रमुखांचा नाश केला. सर्व मंगोल विरोधकांचा विरोध मोडून काढून तो सन १२०६ मध्ये सर्वांचा अधिपती बनला.

त्याच्या लष्कराने सन १२११ मध्ये चीनवर स्वारी केली. त्या स्वारीमध्ये चेंगीझखानच्या लष्कराने वाटेत आलेल्या सर्वांना कापून काढले होते. चेंगीझखानाचे साम्राज्य पूर्वेकडे पॅसिफिकच्या किनाऱ्यापर्यंत आणि पश्चिमेकडे काळ्या समुद्रापर्यंत असे फार मोठ्या प्रदेशात पसरले होते. तोपर्यंत जगामध्ये एवढ्या मोठ्या साम्राज्याची निर्मिती झाली नव्हती.

चेंगीझखानाचे साम्राज्य वाढत असताना त्याच्या क्रौर्याच्या कथा ऐकूनच अनेकदा विरोधक गर्भगळीत होत असत.

१३ व्या शतकामध्ये मंगोल नेता चेंगीझखानाने आशियामध्ये एक अतिविशाल साम्राज्य उभारले. त्याचे घोडेस्वार धनुष्यबाण, कट्यारी, तलवारी, भाले आदि शस्त्रांनी सज्ज असत. त्यांची वेगवान हालचाली आणि भीषणपणाविषयी ख्याती होती. हे चित्र १७ व्या शतकातील मंगोलियन चित्र असून त्यात चेंगीझखान दाखवलेला आहे.

चेंगीझखान १२२७ मध्ये मृत्यू पावल्यावर त्याचा तिसरा मुलगा ओग्योदाई हा सत्तेवर आला. त्याने १२४२ पर्यंत राज्य केले. त्यानंतर १२६० पासून साम्राज्याची

शेवटची ३४ वर्षे चेंगीझखानचा नातू कुबलाईखान (१२१४-१२९४) सत्तेवर होता. आता हे साम्राज्य कोरिया ते हंगेरी, आणि उत्तरध्रुवीय प्रदेश ते मलाया एवढे मोठे झाले होते. कुबलाईखानाच्या काळात कानबलिग (बीजींग) ही साम्राज्याची राजधानी होती.

कुबलाईखान हा चीनमधील युआन राजघराण्याचा संस्थापक सम्राट होता. त्याने बौद्ध धर्माला राजधर्म बनवले होते. पण त्याच्या मृत्यूनंतर मंगोलियातील राष्ट्रे साम्राज्या- पासून फुटून निघाली आणि साम्राज्यात प्रामुख्याने चीनचा भाग उरला.

नवीन जगामध्ये (New World) मान्को कापाक हा इंकांचा पहिला सम्राट इसवीसन १२०० च्या सुमारास सत्तेवर आला. इंकांचे हे साम्राज्य मुख्यतः अँडीज पर्वतरांगांच्या बाजूने पसरलेले होते. त्यात उत्तरेतील सध्याचे इक्वेडोर आणि दक्षिणेतील चिली यांमधील देशांचा समावेश होता. त्याची राजधानी कूझको (Cuzco) होती. इंका लोक सम्राटाला जवळ-पास देवाचा अंश असणारा प्रतिनिधी मानत. त्यांचा सम्राट हा त्यांच्या 'इंटी' (Inti) सूर्यदेवतेचा पुत्र मानला जाई. हे साम्राज्य सन १५३२ मध्ये स्पॅनिश लोकांनी नष्ट केले. त्यांचा शेवटचा सम्राट अथाहुअल्पा याचा स्पॅनिश सैनिकांनी १५३३ मध्ये वध केला.

मेक्सिकोमध्ये १२ व्या शतकात अॅझटेक राज्याची स्थापना झाली. हे राज्य पहिला माँटेझुमा (१३९०- १४६४) याच्या काळात वाढू लागले, आणि त्याचे साम्राज्यात रूपांतर झाले. स्पॅनिश 'विजेता' (कॉन्क्विस्टाडोर) हानांर्डो कोर्टेस (१४८५-१५४७) याने सन १५१९ मध्ये मेक्सिकोवर स्वारी केली. त्याने माँटेझुमा दुसरा (१४६६-१५२०) याला ठार मारले.

ख्रिस्तोफर कोलंबस (१४५१-१५०६) या इटालियन दर्यावर्दी संशोधकाने नव्या जगाचा शोध लावल्यानंतर १४९२ पासून एका नवीन साम्राज्यवादाला प्रारंभ झाला. या प्रचंड नवीन जगातून लुटून आणलेल्या सोने व चांदीने युरोपमधल्या स्पेन आणि पोर्तुगालसारख्या अगदी छोट्या राष्ट्रांना जवळजवळ दोन शतके प्रचंड संपत्ती

मिळाली. अवाढव्य आकाराची व्यापारी जहाजे (अर्गोसी) भरभरून ही संपत्ती युरोपमध्ये आणण्यात आली. त्यामध्ये उत्तर मेक्सिकोतील आणि उत्तर पेरू (आत्ताचा बोलिव्हिया देश) येथील चांदी व ब्राझीलमधील मिनास गेरीस येथील सोन्याचा समावेश होता.

स्पेन आणि पोर्तुगीज सत्तेने पोपला नवीन जगाची विभागणी करून दोघांमधील वाद टाळण्याचे आवाहन केले. सहावा अलेक्झांडर पोप (कार्यकाळ १४९२-१५०३) हा स्वतः स्पॅनिश होता. त्याने सन १४९३ मध्ये अझोरेस (Azores) च्या पश्चिमेला १०० लीग (१ लीग म्हणजे सुमारे ५ किलोमीटर) अंतरावर एक रेखांश रेषा आखली.

तथापि पोर्तुगालने ही रेषा आणखी पश्चिमेकडे सरकवण्याची मागणी केली. त्यामुळे सन १४९४ मध्ये टॉर्डेसिलास येथे एका तहावर सह्या करण्यात आल्या. ह्या

एकोणिसाव्या शतकातील मोठ्या ब्रिटीश साम्राज्याचा उगम हा पहिल्या एलिझाबेथ (राज्यकाळ १५५८-१६०३) राणीच्या काळात होता. साम्राज्यामध्ये सामील केलेला पहिला प्रदेश म्हणजे न्यूफाऊंडलंड हे बेट. सन १५८३ मध्ये सर हंफ्रे गिल्बर्ट याने हे बेट जिंकले. हा हंफ्रे गिल्बर्ट एलिझाबेथच्या काळातील प्रख्यात धाडसी दर्यावर्दी आणि कवी वॉल्टर रॅले (१५५२-१६१८) याचा सावत्र भाऊ होता.

तहामुळे पोर्तुगीजांना त्या-काळी न सापडलेल्या सध्याच्या ब्राझील देशाचा ताबा मिळाला. या देशाचा शोध पोर्तुगीज शोधक पेड्रो अल्वारेज काब्राल (१४६७-१५२०) याने सन १५०० मधे लावला.

रशियाचा झार पीटर द ग्रेट (१६७२-१७२५) याच्या राज्यकाळात रशियाचे एक बळकट साम्राज्य उभे राहण्यास सुरुवात झाली. त्याने आपली सगळी शक्ती त्या काळी अत्यंत मागासलेल्या रशियाची पाश्चिमात्त्य पद्धतीने प्रगती करण्याच्या कामी लावली. त्याने आपले राज्य स्वीडन आणि तुर्कस्थानचे काही भाग जिंकून वाढवले.

कॅथराईन द ग्रेट (१७२९-१७९६) च्या काळात रशियन साम्राज्य आणखी वाढले. पोलंडचे विभाजन आणि तुर्कस्थान व स्वीडनविरूद्ध स्वाऱ्या ह्या या काळातील प्रमुख घडामोडी होत्या.

रशियाचा हा विस्तार रोखण्याचे काम नेपोलियन बोनापार्ट (१७६९-१८२१) याने केले. त्याने १७८९ च्या फ्रेंच राज्य-क्रांतीनंतर सत्ता काबीज करून युरोपमध्ये सर्वत्र लष्करी मोहिमांचा धडाका लावला होता. त्याने इटलीचा बराचसा भाग, स्पेन, पोर्तुगाल, ऑस्ट्रिया, इजिप्त आणि सीरिया या देशांना आपल्या अधिपत्याखाली आणले होते. परंतु नेपोलियनचे साम्राज्य फार काळ टिकले नाही. त्याचा डच, ब्रिटिश, प्रशियन आणि जर्मन लष्कराच्या युतीने १८१५ मध्ये वॉटर्लूच्या लढाईत निर्णायक पराभव केला. यानंतर नेपोलियनच्या उदयापूर्वी होते, तेवढ्याच प्रदेशात फ्रान्सचे राज्य राहिले.

फ्रान्समधील दुसरे प्रजासत्ताक (Second Republic) देखील तसेच अल्पजीवी ठरले. पहिल्या नेपोलियनचा पुतण्या तिसरा नेपोलियन याला १८५२ मध्ये सम्राट म्हणून घोषित करण्यात आले. त्याने आपले स्थान बळकट करण्यासाठी १८६० मध्ये नीस आणि सव्हॉय हे प्रदेश आपल्या राज्यात सामील करून घेतले. त्यानेच मेक्सिकोत कळसूत्री सरकार स्थापन करण्याचा प्रयत्न केला. फ्रान्स आणि प्रशिया यांच्या-मधील युद्धानंतर (१८७०-७१) त्याचे हे छोटेखानी साम्राज्य संपुष्टात आले, कारण प्रशियन फौजांनी फ्रान्सचा दारूण पराभव केला होता. या युद्धानंतर

झालेल्या फ्रॅन्कफूर्टच्या तहाने नेपोलियनचे राज्य लयास गेले.

ब्रिटिश साम्राज्य हे आधुनिक काळातील अत्यंत प्रबळ आणि सर्वांत मोठे साम्राज्य होते. इसवीसन १९४५ मध्ये साम्राज्याची सत्ता ३७,३८६,६३२ चौरस किलोमीटर एवढी पसरलेली होती. या मोठ्या साम्राज्याचा प्रारंभ पहिल्या एलिझाबेथ (राज्यकाळ १५५८-१६०३) राणीच्या काळात झाला होता. १७ व्या शतकात ब्रिटिश साम्राज्य वेगाने वाढले. या काळात वेस्ट इंडिजची बेटे आणि कॅनडा हे भाग त्यात समाविष्ट झाले. १८ व्या शतकामध्ये साम्राज्यात भारत, सिंगापूर आणि ऑस्ट्रेलियातील न्यू साऊथ वेल्सची भर पडली.

१९ व्या शतकात युरोपियन राष्ट्रांनी आफ्रिकेची वाटणी करून घेतली, त्यामध्येही इजिप्त, आफ्रिकेचा दक्षिण भाग वगैरे भागांचा ब्रिटनने ताबा मिळवला होता. याच काळात ब्रम्हदेश (म्यानमार) आणि सिलोन (श्रीलंका) हे देश ब्रिटीश साम्राज्याने जिंकून घेतले.

विसाव्या शतकात ब्रिटिश साम्राज्यातील बऱ्याचशा भागांना स्वातंत्र्य देण्यात आले. त्यामध्ये ऑस्ट्रेलिया, न्यूफाऊंडलंड, न्यूझीलंड, कॅनडा आणि दक्षिण आफ्रिका (१९३१), व भारत (१९४७) यांचा समावेश होतो.

पूर्वी ब्रिटिश साम्राज्याचा भाग असलेल्या राष्ट्रांनी एका संघटनेची स्थापना केली. त्याला ब्रिटीश कॉमनवेल्थ असे म्हणतात. १९३१ मध्ये स्थापन झालेल्या या संघटनेमध्ये १९९० नंतर ५३ देश होते, आणि त्यांच्यातील परस्परसंबंध व सहकार्य वाढीस लागले होते.

इसवीसन २००० : राजकीय स्वातंत्र्य, आर्थिक गुलामी

एकोणिसाव्या शतकात आफ्रिकेमध्ये युरोपियन राष्ट्रांची जी सत्तास्पर्धा झाली तो वसाहतवादाचा शेवटचा जोम होता. युरोपियन राष्ट्रांनी आफ्रिकेच्या किनाऱ्यांवर अनेक बंदरे निर्माण केली होती आणि या सत्ता अनेक शतके गुलामांची निर्यात करत होत्या. तथापि १९ व्या शतकाच्या अखेरपर्यंत धाडसी शोधकही आफ्रिकेच्या आत खोलवर शिरले नव्हते. १९ व्या शतकाच्या अखेरीस मात्र अनेक धाडसी संशोधक,

शोधक, मिशनरी आणि व्यापाऱ्यांनी आफ्रिकेमध्ये आतल्या भागात शिरण्यास प्रारंभ केला.

इसवीसन १९०० मध्ये आफ्रिका खंडाची ब्रिटन, फ्रान्स, इटली, जर्मनी, पोर्तुगाल आणि स्पेन यांनी आपापसात वाटणी करून घेतली होती. पहिले महायुद्ध सुरू होण्याच्या वेळी (सन १९१४) आफ्रिकेतील लायबेरिया आणि इथिओपिया ही दोनच राष्ट्रे स्वतंत्र होती. दुसऱ्या महायुद्धानंतर (१९४५) जर्मनी आणि इटलीच्या वसाहती जप्त करण्यात आल्या आणि नंतर १९६०-७० दरम्यान बऱ्याचशा आफ्रिकन राष्ट्रांना स्वातंत्र्य देण्यात आले. वसाहतींवर ताबा ठेवणारे शेवटचे युरोपियन राष्ट्र पोर्तुगाल हे होते. १९७५ पर्यंत त्यांचा मोझांबिक आणि अंगोलावर ताबा होता.

परंतु विसाव्या शतकाच्या अखेरीस एका नवीन प्रकारच्या वसाहतवादाची सुरुवात झालेली दिसते. हा वसाहतवाद विकसनशील देशांमध्ये पसरला आहे. आर्थिक उदारमतवादी धोरण स्वीकारण्याची सक्ती केल्यामुळे पुन्हा एकदा ही राष्ट्रे जोखडाखाली जाऊन अंकित भाग (Satellite) बनले आहेत. या वेळी हे काम करण्यासाठी

जपानी सम्राट हिरोहितो (राज्यकाळ १९२६-१९८९) याच्यापर्यंत सम्राटाला दैवी अंश मानले जात होते. परंतु जपानच्या दुसऱ्या महायुद्धातील पाडावानंतर सम्राटाने आपल्या दैवी दर्जाचा त्याग करत असल्याची घोषणा केली. विसाव्या शतकात मांचुरिया, कोरिया आणि रशियामध्ये वाढ होण्याअगोदर जपानी 'साम्राज्य' फक्त जपानच्या बेटांपुरतेच मर्यादित होते.

बहुराष्ट्रीय कंपन्या पुढे सरसावल्या आहेत. या कंपन्या भांडवल आणि नोकरीच्या संधी पुरवतात, आणि हा स्वस्त कामगार आणि करसवलतींचा मोबदला म्हणून दिलेल्या गोष्टी असतात. सध्याच्या जगात मोटारकार उत्पादक, ऑईल कंपन्या आणि बहुराष्ट्रीय बँका हे सारे नवीन सम्राट बनलेले दिसतात.

जपानी सम्राट अकिहितो (राज्यारोहण १९८९) हा जगातला सध्याचा शेवटचा सम्राट आहे. तो जपानी राजघराण्यातील १२५ वा थेट वंशज आहे असे मानले जाते. जिम्मू (इसवीसनपूर्व ६६०-५८१) हा पहिला सम्राट होता. अकिहितो जरी सम्राट असला तरी हे पद पूर्णपणे शोभेचे आहे.

जागतिक इतिहासातील २५ भव्य संस्कृतींपैकी प्राचीन इजिप्तमधील संस्कृती सर्वात जास्त टिकलेली संस्कृती होती. ती नाईल नदीच्या खोऱ्यात भरभराटीस आली होती. तिचा कालखंड इस.पूर्व ३४०० ते इसवीसनानंतर ५२५ असा आहे. म्हणजेच ही संस्कृती जवळ जवळ ४००० वर्षे टिकली. ऑस्ट्रोनेशियन आणि इनुइट या इतर दोन संस्कृती तीन हजार वर्षांपेक्षा दीर्घ काळ टिकल्या. पण या दोन्ही इतर जगापासून काहीशा अलग होत्या.

पाश्चिमात्त्य संस्कृतीचा उगम ग्रीक आणि रोमन संस्कृती-मधून झाला. पण ५ व्या आणि ६ व्या शतकात युरोपवर चालून आलेल्या रानटी टोळ्यांनी तिचा जवळजवळ निकाल लावला होता. फक्त आयर्लंड, आयोना, स्कॉटलंड आणि इंग्लंडमधील लिंडसफार्ने येथे अगदी सुरक्षित ठिकाणी काही मठांमध्ये ही संस्कृती कशीबशी तग धरून राहिली होती. प्रवास करणाऱ्या धर्मगुरूंमुळे ही संस्कृती पुन्हा इसवीसन ६७५ पासून सगळीकडे पसरली.

सौदी अरेबियामध्ये मदीना येथे इस्लामचा उदय इसवीसन ६३२ मध्ये झाला. त्याची स्थापना प्रेषित मुहम्मद (इसवीसन ५७०-६३२) यांनी केली. जरी शिया आणि सुन्नी यांच्यामध्ये पंथभेद असले तरी वायव्य आफ्रिकेपासून

पूर्वेकडे भारतीय उपखंडापर्यंत या धर्मतत्त्वज्ञानाचा प्रभाव आहे.

ऑर्थोडॉक्स ख्रिश्चन संस्कृती एक हजार वर्ष जुन्या बाय-झंटाईन साम्राज्यातून (सन ३९५-१४५३) उदयास आली. इसवीसन ६८० मध्ये अनातोलियात ही संस्कृती उगम पावली आणि इसवीसन ९५० च्या सुमारास रशियात नीपर नदीच्या खोऱ्यात पसरली. हिंदू साम्राज्याने सन १५६५ मध्ये आपली १२०० वर्षे पूर्ण केली. भारतात सन १८१८-१९४७ या काळात ब्रिटिशांचे राज्य होते. त्यानंतर भारत स्वतंत्र झाला आणि आधुनिक भारत हे एक धर्मनिरपेक्ष राज्य आहे.

जवळजवळ १० प्राचीन संस्कृती पाश्चात्त्य जगाला माहिती नव्हत्या. त्यांचा शोध जगात सर्वत्र शोध घेणाऱ्या धाडसी लोकांनी आणि पुरातत्त्वशास्त्रज्ञांनी लावून त्यांची पुन्हा नव्याने ओळख करून घेतली. सर्वप्रथम लीफ एरिकसन या नॉर्वेच्या दर्यावर्दीला सन ९९८ मध्ये इनुइट संस्कृतीचा शोध लागला. ह्या दर्यावर्दीचा काळ सन ९७० ते १०२० असा आहे.

सोळाव्या शतकातील स्पॅनिश 'विजेत्यांनी' (Conqui-stoidor) दक्षिण अमेरिकेत स्वारी केली तेव्हा त्यांना तेथील अँडीज पर्वतरांगांमध्ये भरभराटीस आलेल्या इंका संस्कृतीचा पत्ता लागला. आफ्रिकेत वसाहत स्थापन करण्यासाठी गेलेल्या पोर्तुगीजांना प्रथम भव्य अशा झिंबाब्वेचे अवशेष ६२ एकर्स २५ हेक्टर परिसरात पडलेले १५५२ मध्ये आढळून आले. ही एका प्राचीन भव्य आफ्रिकन संस्कृतीची राजधानी होती. अतिपूर्वेकडे असणाऱ्या ऑस्ट्रोनेशियन किंवा मेलॅनेशियन संस्कृतीमध्ये मायक्रोनेशियन आणि पॉलिनेशियन लोकांचा समावेश होतो. अल्वारो डी मेंडाना डी नेरा (सन १५४२-१५९५) या दर्यावर्दीने १५६८ मध्ये सॉलोमन बेटांचा शोध लावल्यावर युरोपियन लोकांना या संस्कृतीची ओळख झाली.

सन १५०२ मध्ये ख्रिस्तोफर कोलंबस (१४५१-१५०६) या जेनोआच्या दर्यावर्दी खलाशाला समुद्रात जाणारा एक मोठा मालवाहक जहाजांचा काफिला दिसला. त्यावरचे खलाशी माया संस्कृतीचे लोक होते. योगायोगाने दिसलेल्या या जहाजांमुळे मध्य अमेरिका खंडातील या भव्य संस्कृतीचा शोध युरोपियनांना लागला.

फ्रेंच राजदूत अर्नेस्ट डी सारझाक (१८३२-१९०१) याला १८७७ मधे सुमेरियन संस्कृतीचे

रोमन साम्राज्याचा विस्तार पूर्वेकडे होताना पर्शियन देव 'मिथ्रास' याच्या पूजनाचा पंथ फारच लोकप्रिय झाला. विशेषत: हा देव लष्करात फार महत्त्वाचा मानला जाई. या धर्मविषयी फार कमी माहिती उपलब्ध आहे, कारण त्या धर्मामधील रहस्ये फक्त दीक्षा घेणाऱ्यांसाठीच खुली असत. या कोरीव पॅनेलमध्ये मिथ्रास हा देव समारंभपूर्वक बैलाचा बळी घेताना दाखवला आहे.

अवशेष पहिल्यांदा सापडले. क्रीट बेटावरील युरोपच्या सर्वांत प्राचीन संस्कृतीचा (इस.पूर्व २०००-१३८०) शोध इंग्लिश संशोधक सर आर्थर इव्हान्स् याला १८९६-१९०० दरम्यान लागला. त्याने तेथील दंतकथांमध्ये असणाऱ्या मिनोस राजाच्या नावावरून या संस्कृतीचे नाव मिनोअन असे ठेवले.

ह्यूगो विंकलर या जर्मन पुरातत्त्वशास्त्रज्ञाला १९०६ मध्ये इसवीसनपूर्वी २० ते १३ व्या शतकात भरभराटीस आलेल्या हिट्टाईट संस्कृतीचे पुरातत्त्वीय

अवशेष तुर्कस्थानातील बोगाझकॉई येथे आढळले. ही त्या काळातील हाट्टूसास (Hattusas) नावाची राजधानी होती. अगदी अलीकडे सापडलेली संस्कृती म्हणजे भारतीय उपखंडातील सिंधू संस्कृती. पाकिस्तानातील मोहेंजोदारो आणि हडप्पा येथील उत्खननांना सन १९२२ मध्ये प्रारंभ झाला. ही दोन नागरी केंद्रे होती. या संस्कृतीचा शोध १९२४ पर्यंत जाहीर करण्यात आला नव्हता.

पेरूमधील कुझ्को येथे दरवर्षी जूनमध्ये इंटी रायमी हा इंका सूर्यदेवाचा उत्सव होतो. पूर्वींच्या काळी तो सण दक्षिणायनाचा अंत (Winter Solstice) म्हणून मानला जाई. देवाला अर्पण करायला काळ्या रंगाच्या लामाचा धर्मगुरू बळी देत असे. इंका संस्कृती मध्य अँडीज पर्वतराजीत १५ व्या शतकात भरभराटीस आली होती. पण १६ व्या शतकात स्पॅनिश आक्रमकांनी तिचा समूळ नाश केला.

क्र.	संस्कृतीचे नाव	प्रारंभ	शेवट	कालखंड (वर्षे)	मुख्य भाग	प्रबळ राज्ये	धर्म/तत्त्वज्ञान
१	सुमेरियन	इसपूर्व ३६००	इसपूर्व १७३८	१८००	युफ्रेटिस तैग्रीसचा त्रिभुज प्रदेश (इराक)	सुमेर : इसपूर्व २३३४-२१९३ अक्काड: इसपूर्व २११२-२००४	दैवतकुल. त्यामध्ये इन्लील(Inlil) आणि तम्मूझ (Tammuz) या मुख्य देवता
२	इजिप्शियन	इसपूर्व ३४००	इसवीसन ५२५	३९००	नाईलचा खालचा भाग (इजिप्त)	मध्य साम्राज्य इसपूर्व २२१०-१७९०	दैवतकुल त्या-मध्ये इसीस (Isis), ओरिसीस आणि होरस या मुख्य देवता
३	भारतीय	इसपूर्व २५००	इसपूर्व १९५०	६००	मोहेंजोदारो, हडप्पा, सिंधू व गंगेचे खोरे	–	अज्ञात
४	मिनोअन	इसपूर्व २०००	इसपूर्व १३८०	६००	नोसॉस, क्रीट आणि सायक्लेडस्	–	देवीपूजन
५	हिट्टाईट	इसपूर्व १९००	इसपूर्व १२००	७००	कुशारा, अनातोलिया, तुर्कस्थान	हिट्टाईट साम्राज्य इसपूर्व १४५०-१२००	दैवतकुल. त्यामधे इनार आणि तेलपिनू मुख्य देवता
६	चिनी	इसपूर्व १६००	इ.स. २२०	१८००	यलो नदीचे खोरे	क्वीन आणि पश्चिमी हान साम्राज्य इस.पूर्व २२१ ते इ.स. १७२	बौद्ध धर्म, ताओ धर्म आणि कन्फु-शियॉनिझम
७	ऑस्ट्रोने-शियन	इसपूर्व १५००-	इ.स. १७७५	३२००	सॉलोमन बेटे	-	पूर्वजांचे आत्मे यांचे आणि माना (निसर्ग दैवत) यांचे पूजन

क्र.	संस्कृतीचे नाव	प्रारंभ	शेवट	कालखंड (वर्षे)	मुख्य भाग	प्रबळ राज्ये	धर्म/तत्त्वज्ञान
८	बॅबिलोनियन	इसपूर्व १९३०	इसपूर्व ५३९	१३००	मेसोपोटामियाचा दक्षिण भाग	बॅबिलोनियन साम्राज्य इसपूर्व ५८६-५३९	ज्युडाइझम, झोरास्ट्रीयॅनिझम फलज्योतिष
९	इनुइट	इसपूर्व १४००	इस. १८५०	३२००	बेरिनजिया	थूल (इस.११५० -१८५०)	दैवतकुल. त्यामध्ये सेडना या सील देवतेचा आणि हिमनग देवतेचा समावेश
१०	ग्रीक-रोमन	इसपूर्व १३००	इस. ५५८	१८००	ग्रीसचा मुख्य भाग आणि एजियन बेट समूह	रोमन साम्राज्य इस.पूर्व ३१- इसवीसन ३७८	प्लेटोचे तत्त्वज्ञान स्टॉइसिझम, इपिक्युरियॅ- निझम. दैवत- कुल मिश्रास (रोमन) आणि ऑलिंपियन्स् (ग्रीक); नंतर खिश्चन धर्म (इसवी सन ६४ पासून)
११	मध्य अमेरिकन	इसपूर्व १२००	इस. १५५०	२७००	मेक्सिको आखाताचा किनारा (ऑलमेक)	माया साम्राज्य (इस.२५०-९००)	नरबळी देणे आणि आत्म- त्याग करणे.
१२	सिरीयन	इसपूर्व १२००	इस. ९७०	२२००	पूर्व सिलिशिया	अखमेनियन साम्राज्य (इसपूर्व ५४७-३३१)	झोरास्ट्रीयॅ- निझम
१३	स्पार्टन	इसपूर्व ६५०	इस. ३९५	१०००	लॅकोनिया, पेलॉपॉनिस	स्पार्टा (इसपूर्व ६२०-३७१)	युनोमिया (उत्तम व्यवस्था) या सामाजिक रचनेचा उगम इसपूर्व सातव्या शतकात लायकर- गसच्या कायद्यां- पासून सुरुवात

क्र.	संस्कृतीचे नाव	प्रारंभ	शेवट	कालखंड (वर्षे)	मुख्य भाग	प्रबळ राज्ये	धर्म/तत्त्वज्ञान
१४	अतिपूर्व (मुख्य भाग)	इस ५८९	जवळपास नष्ट	१४०० वर्षे (आज- पर्यंत)	सियान-फू, वेई खोरे (चीन)	मंगोल (१२७९-१३६८) मांचू (१६४४-१९१२)	महायान बौद्ध धर्म
१५	खमेर	इस ६००	इस १४३२	८००	कांबोडियाचा किनारा	अंकोर (८०२-१४३२) यशोधरपूर	हिंदू धर्म, नंतर बौद्ध धर्म
१६	इस्लाम	इस ६३२	आजवर चालू	१३०० वर्षे (आजवर)	मदिना अल-नबी (मदीना) सौदी अरेबिया	हेजझ आणि नेज्ड यांचे राज्य (१९३२ पासून), सौदी अरेबिया	इस्लाम
१७	अतिपूर्व जपान, कोरिया	इस ६४५	अजून टिकून	१३०० वर्षे (आजवर)	जपान-कोरिया नानीवा (ओसाका)	टोकुगावा शोगुनेट (इस. १६००-१८६८)	मिकाडो पूजन, शिंटो धर्म, बौद्ध धर्म, झेन तत्त्वज्ञान
१८	पाश्चिमात्य	इस. ६१२	आजपर्यंत चालू	१३०० वर्षे (आजवर)	आयर्लंड, आयोना, स्कॉटलंड, लिंडस्फार्ने, इंग्लंड	हाप्सबर्ग घराणे (इसवीसन १४९३-१९१८); फ्रेंच(नेपोलियनचे) साम्राज्य (इसवी सन १७९२-१८१५); ब्रिटिश साम्राज्य (इस. १७५७-१९३१)	खिश्चन धर्म
१९	आर्थोडॉक्स ख्रिश्चन	इस ६८०	अजून टिकून	१३०० वर्षे (आजवर)	अनातोलिया, तुर्कस्थान	बायझन्टाईन साम्राज्य (इस. ३९५-१४५३)	ऑर्थोडॉक्स ख्रिश्चन चर्च
२०	हिंदू	इस ३२०	अजून टिकून	१७०० वर्षांपासून	भारतीय उपखंड	गुप्त साम्राज्य (३२०-५५०) विजयनगर साम्राज्य (१३३६-१५६५)	हिंदू जैन, बौद्ध आणि शीख धर्म

क्र.	संस्कृतीचे नाव	प्रारंभ	शेवट	कालखंड (वर्षे)	मुख्य भाग	प्रबळ राज्ये	धर्म/तत्त्वज्ञान
						मुघल साम्राज्य (१५५७ - १७०७) ब्रिटिश राज्य (१८१८-१९४७)	
२१	ऑर्थोडॉक्स ख्रिश्चन (रशिया)	इस. ९५०	अजून टिकून	११०० वर्षांपासून	नीपर खोऱ्याचा वरचा भाग	मस्कोव्हाईट साम्राज्य (इस. १४७८-१९१७)	ऑर्थोडॉक्स चर्च
२२	झिंबाब्वे	इस. ११५०	इस. १५००	३५०	झिंबाब्वेमधील मासव्हिंगोजवळ	व्यापारी एंट्रेपॉट (इसवी सन १२५०-१४५०)	शोना देवता
२३	ऑटोमान	इस. १३२४	इस. १९२२	६००	बर्सा, तुर्कस्थान	ऑटोमान साम्राज्य (इस १३७२-१९२२)	इस्लाम
२४	अँडीयन (इंका)	इस. १४१०	इस. १५३३	१००	कुझको, पेरू	इंका साम्राज्य (इसवीसन १४३८ - १५३३)	दैवतकुल. त्यामध्ये विराकोचा (पर्जन्यदेव), इंटी (सूर्यदेव) आणि क्विल्ला (चंद्रदेवी)
२५	कम्युनिस्ट	इस. १८४८	इस. १९९१	१५०	पश्चिम युरोप	सोव्हिएत महासंघ (१९१७), चीन (१९४९)	मार्क्सवाद-लेनीनवाद माओवाद

प्राचीन स्थापत्य शास्त्रज्ञांनी बांधकामात सौंदर्य आणि उपयुक्तता यांचा मेळ घालायचा प्रयत्न केला होता. मध्ययुगीन कालखंडात युरोपात भव्य प्रार्थनागृहे हेच तत्त्व डोळ्यांसमोर ठेऊन उभारण्यात आली. आजचे स्थपती त्यांच्या बांधकामात हीच दृष्टी ठेवतात.

स्थापत्य आणि अभियांत्रिकी

जगातली आश्चर्ये - प्राचीन जगातील सात आश्चर्ये

फिनिशियल लेखक अँटी पेटरनं जगातल्या सात आश्चर्यांची नोंद केली होती. इ. स. पू. १२० मध्ये नोंदवली गेलेली ही सात आश्चर्ये म्हणजे पिरॅमिड, बागा, देवळे, पुतळे, कबरी आणि दीपगृह अशा विविध बांधकामांची यादी होती. ही सर्व आश्चर्ये त्याच्या आधी अडीच हजार वर्षांपूर्वीपासून निर्माण होत होती. त्यातले फक्त पिरॅमिड आज आपल्याला पाहावयास मिळतात. ह्या आश्चर्यांमध्ये पिरॅमिड अग्रभागी होते.

पिरॅमिड - फाराहोंची अजरामर स्मारके.

गिझा ह्या इजिप्तमधल्या ठिकाणी बांधलेले पिरॅमिड इ.

स. पू. २९४० च्या आसपास बांधले गेले. ह्या खरं तर फाराहोंच्या कबरी आहेत. खुफू (ग्रीक आणि इंग्रजीत ह्यांचं स्पेलिंग चिऑप्स असं होतं.) खुफूचा मुलगा खाफ्रा (शेफ्रेन) आणि खाफ्राचा मुलगा मेनकाउरा (मायकेरिनॉस). हेमयुना आणि आंकहुफ ह्या अभियंत्यांनी खुफूचा पिरॅमिड बांधला. ह्या आधी चार छोटे पिरॅमिड बांधण्यात आले होते तरी १४६.५मीटर उंचीचा (४८०.९ फूट) हा पिरॅमिड त्या काळातलं पृथ्वीवरचं सर्वात मोठं बांधकाम ठरला होता. पुढं कधी तरी ह्याचं शिखर नाहीसं झालं. ह्या शिखरास पिरॅमिडिअन असं म्हणण्यात येत असे. त्यावर सुवर्ण मुलामा देण्यात आला होता. त्यामुळे ते बहुधा लुटारूंनी उद्ध्वस्त केलं असावं. ह्यामुळं ह्या पिरॅमिडची उंची १० मीटरनी कमी झाली. ह्याचे तळांची रूंदी २३० मीटर असून तो १३.१२ एकर (५.३ हेक्टर) जमिनीवर उभा आहे.

हे पिरॅमिड अतिशय काटेकोर मोजमापांनी बांधण्यात

सुमारे ५००० वर्षांपूर्वी बांधलेला दगडी पिरॅमिड

अथेन्समधल्या पार्थेनॉन येथे ५० खांब असलेली इमारत बांधण्यात आली. पुढच्या काळात ही इमारत चर्च, मशीद, दारुगोळ्याचं भांडार म्हणून वापरली गेली.

आले होते. पिरॅमिडच्या सर्व बाजू अगदी एकसारख्या आहेत असं म्हटलं तर वावगं ठरणार नाही. ह्याचं कारण दोन बाजूतील फरक जेमतेम २० सें. मी. म्हणजे बाजूच्या लांबीच्या एक सहस्रांश इतका कमी आहे.

बगिचे

उद्यानशास्त्र फार प्राचीन काळी प्रगत झालं. आपल्या प्रिय व्यक्तीसाठी बगिचे बनवणं, त्यासाठी दूरदूरच्या

बॅबिलॉनची आश्चर्यकारक तरंगती बाग

प्रदेशांमधून शोभिवंत झाडं आणणं, हा उद्योग फार प्राचीन काळापासून अस्तित्वात होता. जगातील सात आश्चर्यांतलं दुसरं आश्चर्य म्हणजे बॅबिलोनच्या लटकत्या किंवा अधांतरी बागा. बॅबिलॉन हे आजच्या बगदादजवळचं प्राचीन शहर. ह्या शहरातल्या आश्चर्य-कारक बागबगिच्यांचे पुरावे आज उपलब्ध नाहीत; तसंच त्यांच्या समकालीन लेखनातही त्यांचा उल्लेख आढळत नाही, हे खरं पण त्यांच्या नंतरच्या काळातील प्राचीन इतिहासात आणि बऱ्याच लेखकांच्या लेखनातून ह्या बगिच्यांचा उल्लेख आढळतो. त्यामुळं ह्या बागा काल्पनिक असाव्यात असं मानण्याकडं काही तज्ज्ञांचा कल आहे.

फ्लॅव्हियस जोसेफस (जन्म इ. स. ३७ च्या सुमारास) ह्या ज्यू इतिहासकारानं ह्या बागांची निर्मिती दुसऱ्या नेबुछाडनेझारनं बॅबिलॉनमध्ये (नेबुछाडनेझार दुसरा हा इ. स. पू. ६०५ ते ५६२ ह्या कालखंडात सत्तेवर होता.) केली, असं नमूद केलं आहे. आजच्या उत्तर इराणमध्ये त्या काळी असलेल्या मेडिया नावाच्या राज्यातील पर्वतराजी आणि वृक्ष ह्यांच्या बरहुकूम ह्या बगिच्यांचा आराखडा बनविण्यात आला होता. ह्याचं कारण दुसऱ्या नेबुछाड-नेझारची प्राणप्रिय पत्नी अमायरिस ही मेडियाची राजकन्या होती. माहेरच्या आठवणीनं अमायरिसनं व्याकूळ होऊ नये म्हणून तिच्या पतीनं ही अनोखी भेट तिला दिली होती.

इ. स. पू. पहिल्या शतकात जगाचा इतिहास चाळीस खंडांत ग्रंथित करणारा लेखक डायोडोरस सिक्युलस ह्याच्या मते ह्या बागा इ. स. पू. ५५८ ते ४८६ ह्या काळात इराण म्हणजे तत्कालीन पर्शियाच्या गादीवर असलेल्या पहिल्या दारियस ह्यानं ह्या बागांची निर्मिती केली होती. हा अखेमेनी घराण्यातला सम्राट. त्यानं इ. स. पू. ५२२ मध्ये ह्या बागा बॅबिलॉन इथं बांधल्या. त्याचं कारणही डायोडोरसनं दिलं आहे. दारियसच्या बागांना युफ्रेटीस नदीचं पाणी पुरवलं जात असे. दारियस गादीवर असताना युफ्रेटीसनं प्रवाह बदलला त्यामुळं उत्तर इराणमधील मूळ बागा मरू लागल्या. तेव्हा अशाच बागा युफ्रेटीसचं पाणी जिथं सहज उपलब्ध आहे, त्या बॅबिलॉनजवळ बांधायचं दारियसनं ठरवलं. बॅबिलॉन सपाट प्रदेशात होतं म्हणून तिथं कृत्रिम डोंगर

तयार करून ह्या बाग उभारण्यात आल्या.

ह्या बागांबद्दल तिसरीही एक शक्यता वर्तवण्यात येते. असिरियाचा राजा पाचवा शमसी अदाद (इ. स. पू. ८२३ - ८११ दरम्यानचा राजा) ह्यानं त्याची लाडकी पत्नी समुरामात हिच्यासाठी हे बगिचे वसवले. ग्रीक इतिहासात ही राणी सिरियाच्या वनदेवतेची मुलगी सेमीरामीस म्हणून प्रसिद्ध होती.

मंदिरे

मानव फार पूर्वीपासून वेगवेगळ्या देवांची मंदिरं बांधत आला आहे. आत्ताच्या तुर्कस्थानातील एफेसिस इथलं डायनाचं मंदिर इ. स. पू. ५५० मध्ये बांधण्यात आलं होतं. हे मंदिर संगमरवराचं होतं. ह्याचा एक एक स्तंभ आजच्या सहा मजली इमारतीएवढ्या उंचीचा होता. हे फक्त दोन शतकं टिकलं. इ. स. पू. ३५६ मध्ये एका प्रचंड आगीत त्याचं खूप नुकसान झालं. इ. स. २६२ मध्ये गॉथ टोळ्यांनी ते पूर्णपणे नष्ट केलं. काळ्या समुद्राच्या

परिसमधील जॉर्ज पॉम्पिदू केंद्रातील वेगवेगळे नळ. यातले काही वातानुकूलनासाठी, काही पाण्यासाठी, तर काही लिफ्टसाठी वापरण्यात येतात. ही इमारत १९७७ मध्ये पूर्ण झाली.

उत्तरेकडून गॉथांनी पश्चिम आशियावर जे हल्ले चढवले त्यातून ह्या मंदिराचे अवशेषही सुटले नव्हते.

ह्या मंदिराचा आराखडा ग्रीक अभियंता चेरिस्फ्रॉन ह्यानं तयार केला होता. त्यानुसार हे ४५२ फूट लांब आणि २४३ फूट रूंद (१३८ × ७१.५ मीटर) असं भव्य मंदिर होतं. त्याचा एक एक खांब ६४ फूट (१९.५ मीटर) उंचीचा होता. डायना ही चंद्र आणि शिकारीची रोमन देवता

होती. तिचा संबंध सुप्रजनन आणि मातृत्वाशी होता. ग्रीक पुराणात डायनाचा उल्लेख आर्टेमिस ह्या नावानं केला जातो.

पुतळा

प्राचीन सात आश्चर्यांत देवांच्या राजाचा अतिभव्य पुतळा समाविष्ट होता. हा पुतळा देवांचा राजा झीअस ह्याचा होता.   ग्रीसमधल्या ऑलिंपस पर्वतावर हा झीअस राहात

नॉट्रेडेम कॅथेड्रॉल या पॅरिसमधील चर्चचे आधार. या चर्चचा मनोरा १०५ फूट (३२मी.) उंच आहे.

असे. त्यामुळं ऑलिंपिया इथं हा पुतळा खडकातून कोरून काढण्यात आला होता. त्याचं काम इ. स. पू. ४३८ मध्ये सुरू झालं.   तो पूर्ण व्हायला पाच वर्षे लागली. तत्कालीन

आर. बकमिनस्टर फुलर या अमेरिकन गणितीने १९४७ मध्ये बांधलेला पृथ्वीच्या आकाराचा (जिओडेसिक) घुमट

उंची		रचनेचे नाव	ठिकाण	बांधकाम साहित्य	बांधणीचा अथवा
फूट	मीटर		पूर्तीचा कालखंड		
२०४	६२	झोसरचा पायऱ्यापायऱ्यांचा पिरॅमिड	सक्कारा, इजिप्त	ट्यूरा चुनखडकाचे आवरण	अंदाजे इ.स.पूर्व २६००
२९४	८९	मेदमचा पिरॅमिड	मेदम, इजिप्त	ट्यूरा चुनखडकाचे आवरण	अंदाजे इ.स.पूर्व २५७५
३३६	१०२	सेनफ्रूचा वक्र पिरॅमिड	दशूर, इजिप्त	ट्यूरा चुनखडकाचे आवरण	अंदाजेइ.स.पूर्व २४००
३४२	१०४	सेनफ्रूचा उत्तरेकडील दगडी पिरॅमिड	दशूर, इजिप्त	ट्यूरा चुनखडकाचे आवरण	अंदाजे इ.स.पूर्व २४००
४८०.९[1]	१४६.५	चिओप्स (खुफू)चा ग्रेट पिरॅमिड	गीझा, इजिप्त	ट्यूरा चुनखडकाचे आवरण	अंदाजे इ.स.पूर्व २९४०
५२५[2]	१६०	लिंकन कॅथीड्रल, मधला मनोरा	लिंकन, इंग्लंड	लाकडावर शिसाचे आवरण	अंदाजे १३०७-१५४८
४८९[3]	१४९	सेंट पॉल कॅथीड्रलचा पीळदार मनोरा	लंडन शहर, इंग्लंड	लाकडावर शिसाचे आवरण	१३१५-१६६१
४६५	१४१	नॉत्र दामचे मिन्स्टर	स्ट्रासबर्ग, फ्रान्स	क्होजेस येथील वालुकाश्म	१४२०-१४३९
५०२[4]	१५३	सेंट पिअरे डी बुब्हे येथील पीळदार मनोरा	बुब्हे, फ्रान्स	लाकडावर शिसाचे आवरण	१५६८
४७५	१४४	सेंट निकोलस चर्च	हॅम्बुर्ग, जर्मनी	दगड व लोखंड	१८४६-१८४७
४८५	१४७	रौएन कॅथीड्रलचा पीळदार मनोरा	रौएन, फ्रान्स	ओतीव लोखंड	१८२३-१८७६
५१३	१५६	क्लोन कॅथीड्रलचा पीळदार मनोरा	कलोन, पश्चिम जर्मनी	दगड	१८८०
५४८	१६७	मोले अँटोनेलियाना	ट्यूरीन, इटली	दगड व विटा	१८६३

उंची		रचनेचे नाव	ठिकाण	बांधकाम साहित्य पूर्ततेचा कालखंड	बांधणीचा अथवा
फूट	मीटर				
५५५[१]	१६९	वॉशिंग्टन स्मृतिस्थळ	वॉशिंग्टन, डी.सी. अमेरिका	दगड	१८४८-१८८४
१८५.९[६]	३००.५	आयफेल मनोरा	पॅरिस, फ्रान्स	लोखंड	१८८७-१८८९
१०४६	३१८	क्रायसलर इमारत	न्यूयॉर्क, अमेरिका	लोखंड व काँक्रीट	१९२९-१९३०
१२५०[७]	३८१	एम्पायर स्टेट इमारत	न्यूयॉर्क, अमेरिका	लोखंड व काँक्रीट	१९२९-१९३०
१५७२	४७९	के.डब्ल्यू. टीव्हीचा मनोरा	ओक्लोहोमा, अमेरिका	लोखंड	नोव्हेंबर १९५४
१६१०[८]	४९०	के.एस.डब्ल्यू.एस.चा मनोरा	रोझवेल, न्यू मेक्सिको, अमेरिका	लोखंड	डिसेंबर १९५६
१६१९	४९३	डब्ल्यू.जी.ए एन्.चा मनोरा	पोर्टलॅन्ड, मेन, अमेरिका	लोखंड	सप्टेंबर १९५९
१६७६	५१०	के.एफ.व्ही.एस.चा मनोरा	केप जिराडर्ल्यू, मिझोरी, अमेरिका	लोखंड	जून १९६०
१७४९	५३३	डब्ल्यू.टी.व्ही.एम.व डब्ल्यू. आर. बी. एल.चा मनोरा	कोलंबस, जॉर्जिया, अमेरिका	लोखंड	मे १९६२
१७४९	५३३	डब्ल्यू. बी. आय. आर. टीव्ही मनोरा	नॉक्सव्हिले, टेनेसी, अमेरिका	लोखंड	सप्टेंबर १९६३
२०६३	६२९	के.टी.एच.आय.टीव्ही मनोरा	फगों, नॉर्थ डाकोटा अमेरिका	लोखंड	नोव्हेंबर १९६३
२१२०.६[९]	६४६.३८	वॉर्सा रेडिओचा मनोरा	प्लॉक, पोलंड	गॅल्व्हनाईज्ड लोखंड	जुलै १९७४

१ मूळची उंची, आता ही उंची १३७ मीटर आहे, कारण सर्वांत वरचा दगड पडलेला आहे.

२ वादळात कोसळला.

३ ४ जून १५६१ रोजी वीज पडून नष्ट.

४ पूर्ण होताच एप्रिल १५७३ मध्ये कोसळला.

५ १८८४ पासून १२.७ सेंटीमीटर खचणे.

६ मूळ उंची १९५७ मध्ये वाढून ३२०.७५ मीटर.

७ मूळ उंची १ मे १९५१ मध्ये वाढल्याने आता ४४९ मीटर.

८ वादळात १९६० मध्ये कोसळला.

९ १९९१ मध्ये नूतनीकरण करताना कोसळला.

मान्यवर शिल्पी फिडिअसनंहा पुतळा तयार केला. हा फिडिअस ग्रीक असून त्याचाजन्म इ. स. पू. ४९० च्या आसपास झाला असावा. सिंहासनावर बसलेला झीअस, असं ह्या पुतळ्याचं स्वरूप होतं. असा बसलेल्या स्थितीत असूनही हा झीअसचा पुतळा ३९-५९ फूट (१२ ते १८ मीटर) उंचीचा होता. ह्याचं कारण हे सिंहासन एका चौथ्यावर होतं. ह्या चौथ्याची उंची धरून तो १८ मीटर उंच होता. ह्या पुतळ्याचं दृश्य एलिसच्या नाण्यांवर कोरलेलं असल्यामुळं ह्या पुतळ्याच्या भव्यतेची आज आपल्याला कल्पना येते. ही नाणी रोमन सम्राट हेड्रियनच्या (इ.स. ७६ ते १३८) समकालीन आहेत.

कबर

कबरीला इंग्रजीत मॉसोलीअम म्हणतात. हा शब्द मॉसोलसच्या कबरीवरून इंग्रजीत आणि लॅटिनपासून बनलेल्या भाषांमध्ये आलेला आहे. मॉसोलसची ही कबर पांढऱ्या संगमर-वराची होती. ती हॅलीकार्नासस (आत्ताचं बोद्रुम) ह्या सध्याच्या तुर्कस्थानातील ठिकाणी बांधण्यात आली होती. इ. स. पू. ३५३ मध्ये बांधलेली ही कबर ४३८ फूट (१३३.५ मीटर) परिघाची असून १३७ फूट (४२ मीटर) उंचीची होती. ही कबर मॉसोलस ह्या २४ वर्षीय प्रशासकीय अधिकाऱ्यांनं त्याच्या मृत्यूपूर्वी तयार करायला सुरूवात केली. पर्शियन साम्राज्याच्या

रोमच्या खाली असलेल्या मऊ खडकात आद्य ख्रिश्चनांनी बोगद्यांचे जाळे केले होते. त्याला कॅटाकोम्ब म्हणतात. पूर्वीच्या ज्यू पद्धतीनुसार इथे प्रेते पुरली जात असत असा तज्ज्ञांचा अंदाज आहे.

पश्चिमेकडील कारीया नावाच्या प्रांताचा तो सर्वाधिकारी होता. ह्या कबरीचा स्थपती प्रीएनचा पायथिअस हा होता. मॉसोलसची बहीण आणि पत्नी ही असलेल्या आर्टेमिशियानं ही कबर पूर्ण केली. १५ व्या शतकाच्या अखेरीस क्रूसेडर युरोपी सरदारांनी ह्या कबरीचे दगड वापरून एका किल्ल्याची तटबंदी पूर्ण केली तेव्हा ती कबर नाहीशी झाली तरी 'मॉसोलियम' ह्या नावानं इंग्रजी भाषेत ती चिरायू बनली.

पुतळा

कलोसस हा ब्राँझचा पुतळा ओतकामातून तयार झाला होता. तो हेलिऑस म्हणजे सूर्यदेवतेचा होता. तो १०५ फूट (३२ मीटर) उंच होता. त्याचा उपयोग दीपगृह म्हणून केला जात असे. हा भूमध्य सागरी वाहतुकीचं संरक्षण करतो असं मानण्यात येत होतं. ह्याबाबत वेगवेगळ्या आख्यायिकाही आहेत. त्या आख्यायिकांनुसार हा पुतळा ऱ्होडस् नावाच्या बेटाच्या ऱ्होड्स ह्या राजधानीच्या बंदरावर

झीअसचा पुतळा

उभा होता. लिंडसचा चारेस (किंवा कारेस) ह्यानं ह्या पुतळ्याचं ओतकाम केलं होतं. तो इ. स. पू. २८२ मध्ये पूर्ण झाला. चारेस हा त्याच्या ब्राँझच्या ओतकामाबद्दल प्रसिद्ध होता. हा पुतळा जेमतेम ६५ वर्षे टिकला. इ. स. पू. २२६ किंवा २२४ मध्ये एका भूकंपात तो कोसळून नष्ट झाला.

पुलांच्या लांबीची वाढती प्रगती

फूट	मीटर	पुलाचे नाव व ठिकाण	सुरू होण्याचे वर्ष
१४२	४३	नेरा नदीवर नार्नी, इटली	इसवी सन १४
अंदाजे २५०	७६	लान चीन, लांटशांग नदी, चीन	अंदाजे इ.स. ६५
२५१	७७	ट्रेझ्झो, अड्डा नदी, इटली	अंदाजे १३८०
४५०	१३७	चाक-सेम-चरी लामासेरी ब्रह्मपुत्र नदी, तिबेट	१४२०
५८०	१७७	मिनाई, वेल्स	१८२६
८७०	२६५	फ्रीबुर्ग, सारीन खोरे, स्वित्झर्लंड	१८३४
१०१०	३०८	व्हीलिंग, ओहायो नदी, अमेरिका	१८४९
१०४३	३१८	लेविस्टन-क्वीन्स्टन, नायगारा नदी कॅनडा-अमेरिका	१८५१
१०५७	३२२	सिनसिनाटी-कोव्हिंग्टन, ओहायो नदी अमेरिका	१८६७
१२६८	३८७	नायगारा-क्लिफ्टन, नायगारा नदी कॅनडा, अमेरिका	१८६९
१५९६	४८६	ब्रुकलीन पूल, ईस्ट रिव्हर, न्यूयॉर्क	१८८३
१७१०	५२१	फिर्थ ऑफ फोर्थ रोड ब्रीज, स्कॉटलंड	१८८९
१८००	५४९	क्वेबेक-कॅन्टीलेव्हर रेल ब्रीज सेन्ट लॉरेन्स नदी, कॅनडा	१९१७
१८५०	५६४	ऑम्बॅसेडर, डेट्रॉईट नदी,कॅनडा/अमेरिका	१९२९
३५००	१०६७	जॉर्ज वॉशिंग्टन, हडसन नदी, न्यूयॉर्क	१९३१
४२००	१२८०	गोल्डन गेट, सॅनफ्रान्सिको... अमेरिका	१९३७
४२६०	१२९८	व्हेराझानो नॅरोज, न्यूयॉर्क, अमेरिका	१९६४
४६२६	१४१०	हंबर इस्टुअरी रोड ब्रीज, इंग्लंड	१९७८
५८४०	१७८०	आकाशी- कायको (होन्शु-शिकाकू लिंक) जपान	१९९८

मैल	कि.मी.	नाव व ठिकाण	पूर्ण होण्याचे वर्ष
०.६	१.०	सामोस बेट, पाण्यासाठी बोगदा, ग्रीस	अंदाजे इ.स.पूर्व ५५०
१.४	२.२	बेबोलो चांदीच्या खाणीतील बोगदा, काझलाना, स्पेन	अंदाजे इ.स.पूर्व २५०
०.९	१.४	पॉसिलिप्पो रस्ता बोगदा, नेपल्स-पोइझुली	इस.३६
३.५	५.६	लेक फुचिनस, ड्रेनेजसाठी बोगदा, इटली	इ.स. ४०-५०
४	६.४	नोचिस्टोंगे, ड्रेनेजसाठी बोगदा, मेक्सिको खोरे	१६०८-१६०९
७.४५	१२	नॉईरयू, सेन्ट क्वेंटिन कालवा बोगदा, फ्रान्स	१८२२
७.९५	१२.७९	माऊंट सेनीस रेल्वे बोगदा, फ्रान्स-इटली	१८७१
९.२६	१४.९	सेंट गोथार्ड रेल्वे बोगदा, स्वित्झर्लंड	१८८२
१२.३	१९.८	सिंप्सन :१ रेल्वे बोगदा, स्वित्झर्लंड-इटली	१९०६
१२.३१	१९.८२	सिंप्सन :२ रेल्वे बोगदा, स्वित्झर्लंड-इटली	१९२२
१८.१	२९.१	शांडाकेन (कॅट्सकिल अक्वेडक्टचा भाग) न्यूयॉर्क	१९२३
१०५	१६८.९	डेलावरची पाणीपुरवठा यंत्रणा, न्यूयॉर्क	१९४४

पाण्याखालून जाणारे जगातले सर्वांत लांब बोगदे

मैल	कि.मी.	नाव व ठिकाण	पूर्ण होण्याचे वर्ष
१४.४८	२३.३	सेकन रेल्वे बोगदा, एकूण लांबी : ३३.४६ मैल (५८.८५ कि.मी.) हा बोगदा जपानमध्ये होन्शू व होस्कायडो ह्या बेटांमधील खाडीत आहे.(४९.९४ कि.मी.)	१९८८
२३.६०	३७.९८	इंग्लिश खाडीमधील रेल्वे बोगदा एकूण लांबी : ३१ मैल ५५ यार्ड (४९.९४ कि.मी.) इंग्लंडमधील फोकस्टोन व फ्रान्समधील कॅले यांच्या दरम्यान हा बोगदा आहे.	१९९४

<table>
<tr><td colspan="4" align="center">धरणांच्या आकारातील प्रगतीचे टप्पे</td></tr>
<tr><td colspan="2" align="center">उंची</td><td>नाव व ठिकाण</td><td>वर्ष</td></tr>
<tr><td>फूट</td><td>मीटर</td><td></td><td></td></tr>
<tr><td>३७</td><td>११</td><td>साद अल्-कफारा, वादी अल्-गारावी, इजिप्त</td><td>अंदाजे इ.स.पूर्व २७५०-२५००</td></tr>
<tr><td>९८</td><td>३०</td><td>गुको नदी, शान्सी प्रांत, चीन</td><td>अंदाजे इ.स.पूर्व २५०</td></tr>
<tr><td>१३०</td><td>३९</td><td>सुबियाको नदी, ॲनेनी, इटली</td><td>अंदाजे इ.स. ५०</td></tr>
<tr><td>१५१</td><td>४६</td><td>टिबी, रिओ मोनेग्रे, ॲलीकांटे, स्पेन</td><td>१५९४</td></tr>
<tr><td>१६४</td><td>५०</td><td>पुनेटेस-१, रिओ ग्वाडेलेंटिन, स्पेन</td><td>१७९१</td></tr>
<tr><td>२३३</td><td>७१</td><td>पुनेटेस -२ रिओ ग्वाडेलेंटिन, स्पेन</td><td>१८८४</td></tr>
<tr><td>२९९</td><td>९१</td><td>न्यू क्रोटोन, क्रोटोन नदी, न्यूयॉर्क</td><td>१९०५</td></tr>
<tr><td>३२५</td><td>९९</td><td>बफेलो बिल / शोस्टोन धरण, व्यायोमिंग अमेरिका</td><td>१९१०</td></tr>
<tr><td>३५१</td><td>१०७</td><td>ॲरोरेक, बॉईसी नदी, इडाहो, अमेरिका</td><td>१९१६</td></tr>
<tr><td>३६४</td><td>१११</td><td>श्रेट धरण, श्वैटझ, स्वित्झर्लंड</td><td>१९२४</td></tr>
<tr><td>३९०</td><td>११९</td><td>डायब्लो, स्कागिट नदी, वॉशिंग्टन, अमेरिका</td><td>१९२९</td></tr>
<tr><td>४१७</td><td>१२७</td><td>ओवायही, ओरेगॉन, अमेरिका</td><td>१९३२</td></tr>
<tr><td>४४६</td><td>१३६</td><td>शॉम्बॉन नदी, रोमान्चे, फ्रान्स</td><td>१९३४</td></tr>
<tr><td>७२६</td><td>२२१</td><td>हूव्हर धरण, कोलोरॅडो नदी, अमेरिका</td><td>१९३६</td></tr>
<tr><td>७७८</td><td>२३७</td><td>मौव्होइसीन, ड्रान्सेडी बाग्रेस नदी, स्वित्झर्लंड</td><td>१९५७</td></tr>
<tr><td>८५८</td><td>२६२</td><td>व्हाजोंट, व्हाजोंट नदी, व्हेनिटो, इटली</td><td>१९६१</td></tr>
<tr><td>९३२</td><td>२८४</td><td>ग्रँड डिक्सेन्स, ऱ्होन उपनदी, व्हटलाईस, स्वित्झर्लंड</td><td>१९६२</td></tr>
<tr><td>१०१७</td><td>३१०</td><td>नूरेक धरण, वक्ष नदी, ताजिकीस्तान</td><td>१९८०</td></tr>
</table>

सन २००० पर्यंतच्या जगातील सर्वांत उंच रचना

उंची		रचना	ठिकाण	वर्ष	मजले
फूट	मीटर				
२१२०	६४६	वॉर्सा रेडिओ मनोरा	प्लॉक, पोलंड	१९७४-११	-
२०६३	६२९	के.टी.एच.आय., टी.व्ही. मनोरा	फर्गो, अमेरिका	१९८३	-
१८१५	५५३.३४	सी. एन. मनोरा	टोरान्टो, कॅनडा	१९७३-७५	-
१७९४	५४७	मॉस्को टी.व्ही. मनोरा	मॉस्को, रशिया	१९६७	-
१७६१	५३६.७५	ओस्टाकिनो मनोरा	मॉस्को, रशिया	१९७१	-
१७०६	५२०	निना मनोरा	हाँगकाँग, चीन	१९९८	१००
१६५०	५०३	चोंगकिंग मनोरा	चोंगकिंग, चीन	१९९७	११४
१५५८.७	४७५.१०	सीअर्स मनोरा	शिकागो, अमेरिका	१९७०-७४	११०
१५५८.७	४७५.१०	वर्ल्ड ट्रेड सेंटर	न्यूयॉर्क, अमेरिका	१९७३	११०
१५३५	४६८	ओरिएंटल पर्ल टी.व्ही.	शांघाय, चीन	१९९५	-
१४८२	४५१.९	पेट्रोनास मनोरे (१ व २)	कुआललंपूर, मलेशिया	१९९६	८८
१४७३	४४९	एम्पायर स्टेट इमारत	न्यूयॉर्क, अमेरिका	१९२९-३१	१०२
१३७८	४२०	जिन माओ	शांघाय, चीन	१९९८	९३
१२६९	३८७	नॉर्थवेस्ट केप टी.व्ही. मनोरा	नॉर्थवेस्ट केप, ऑस्ट्रेलिया	१९६७	-
१२७२	३८७.१	आय.टी.व्ही. बेलमॉन्ट मनोरा	लिंकनशायर, इंग्लंड	१९६९	-
१२५६	३८३	गर्बान्डीटोरेन (टीव्ही)	लोपिक, नेदरलँडस्	१९५९-६०	
१२२७	३७४	सेंट्रल प्लाझा	हाँगकाँग, चीन	१९९२	७८
१२१०	३६९	टी.व्ही. मनोरा	थूल, ग्रीनलँड	-	-
११९७	३६५	टी.व्ही. मनोरा	बर्लिन, जर्मनी	१९६९	-
११३८	३४७	टी. अँड सी. मनोरा	काओशिअुंग, तैवान	१९९७	८५
१०९२	३३३	टी.व्ही. टॉवर	टोकिओ, जपान	१९५८	-
१०४०	३३०	बी.डी.एन.आय. इमारत	जाकार्ता, इंडोनेशिया	१९९९	६२
१०५३	३२१	शिकागो बीच टॉवर हॉटेल	दुबई, संयुक्त अरब अमिराती	१९९९	६०
१०४९	३२०	बेयोक टॉवर-२	बँकॉक, थायलंड	१९९७	९०
१०४६	३१८	क्रायसलर इमारत	न्यूयॉर्क, अमेरिका	१९२९-३०	-
९८५.९	३००.५	आयफेल टॉवर	पॅरिस, फ्रान्स	१८८७-८९	-
९८४	३००	हॉटेल रुगॉन	प्याँगयांग, उत्तर कोरिया	१९९५	१०५

दीपगृह

अलेक्झांड्रिया येथील फारोस (म्हणजे दीपगृह) हे त्या

स्वित्झर्लंड मधील ब्रीक व इटलीतील डोमोडोसाला या २ शहरांना जोडणारा सुमारे २० कि.मी. लांबीचा सिम्प्लॉन २ हा आगगाडीचा बोगदा. हा बोगदा तयार होण्याआधी स्वित्झर्लंड व इटलीमधील प्रवास फ्रेंच बादशहा नेपोलियन यांच्या हुकुमावरून बांधलेल्या २००६ मी. उंचीवरच्या अल्फ्समधल्या खिंडीतून जाणाऱ्या रस्त्याने होत असे.

काळातलं एक प्रमुख आश्चर्य मानण्यात येत होतं. इ. स. पू. २९० ते २८० दरम्यान त्याचं बांधकाम सुरू झालं. सोस्ट्रॅटस नावाच्या स्थपतीनं ते बांधलं. सिकंदरानं इजिप्त जिंकून अलेक्झांड्रिया हे शहर वसवलं. त्याच्या एका

कोलोरॅडो नदीवरील २२१ मी. उंचीचे हूव्हर धरण. हे १९३६ मध्ये पूर्ण झाले.

सरदाराची त्यानं इजिप्तचा सर्वाधिकारी म्हणून नेमणूक केली. ह्या राज्यपालाचं नाव (पहिला) टॉलेमी. (इ. स. पू. ३६७-२८३). त्याच्या कारकीर्दीत ह्या दीपगृहाची

सुरूवात झाली. त्यामुळं ते पहिला टॉलेमी आणि त्याची पत्नी बरनीस ह्यांना अर्पण करण्यात आलं होतं. ते अलेक्झांड्रियाच्या किनाऱ्यावरील फारोस नावाच्या बेटावर उभारण्यात आलं होतं. हे बेट अलेक्झांड्रिया-पासून १ मैल (१.६ कि. मी.) दूर सागरात होतं पण धक्क्यासारख्या भिंतीनं त्यावर पायी जाता येत असे. काही विद्वानांच्या मते ह्या दीपस्तंभाची उंची ३०० फूट (९१ मीटर) होती; पण काही उल्लेखांनुसार ती ४३९ फूट (१३४ मीटर असावी), असंही म्हटलं जातं. ह्या दीपस्तंभावर दीपगृहात काशाचा चकचकीत बहिर्गोल पत्रा बसवून त्याचा उजेड खूप दूरवर

अटलांटिक महासागर आणि कॅनडा - अमेरिकेच्या सरहद्दीवरील महासरोवरे जोडणारा सेंट लॉरेन्स हा ३७६९ कि.मी.(२३४२ मैल)चा सागरी मार्ग बांधायला ७५ कोटी डॉलर खर्च आला. २६ जून, १९५९ या दिवशी त्याचे उद्घाटन झाले.

जाईल अशी व्यवस्था करण्यात आली होती. ह्याचा उजेड ३५ मैल (५० कि. मी.) अंतरावरून दिसत असे. इ. स. १३०२ साली झालेल्या भूकंपात हे दीपगृह कोसळलं. त्यानंतर सुलतान कैतबे ह्यानं त्याचे दगड वापरून एक सागरी किल्ला ह्याच बेटावर उभा केला.

वीज (विद्युत ऊर्जा)

इलेक्ट्रिसिटी हा शब्द अतिप्राचीन काळी स्थितिक विद्युत निर्मिती ज्या पद्धतीनं केली जात असे त्या पद्धतीवरून आला आहे. गुळगुळीत कापडावर अँबर ह्या नैसर्गिक जीवाश्मराळेचे तुकडे घासून ही ऊर्जा निर्माण केली जात असे. ग्रीक भाषेत अँबरला 'इलेक्ट्रॉन' असा शब्द

<table>
<tr><th colspan="3">अभियांत्रिकीमधील प्रगतीचे प्रमुख टप्पे</th></tr>
<tr><th>कालखंड</th><th>रचना</th><th>ठिकाण</th></tr>
<tr><td>इ.स.पूर्व ३२००</td><td>कमानींची रचना असणारी गटारे</td><td>सुमेरिया (दक्षिण इराक)</td></tr>
<tr><td>इ.स.पूर्व २८००</td><td>पाणीपुरवठ्यासाठी 'क्वॉनट' रचना</td><td>पश्चिम इराण</td></tr>
<tr><td>इ.स.पूर्व २७००</td><td>दगडी बांधकामाचे पूल</td><td>वादी अल् गारावी (इजिप्त)</td></tr>
<tr><td>इ.स.पूर्व २३००</td><td>पाणी साठवणीचा तलाव</td><td>मोरिस अल-फट्युम (इजिप्त)</td></tr>
<tr><td>इ.स.पूर्व ५५०</td><td>खडकातून कोरलेला पाणीपुरवठ्याचा बोगदा (रचनाकार यूपॅलिनॉस)</td><td>सामोस बेट (ग्रीस)</td></tr>
<tr><td>इ.स.पूर्व २७०</td><td>दीपगृह (फारोस) रचनाकार नीडसचा सोट्रॅटस</td><td>फारोस, अलेक्झांड्रिया, (इजिप्त)</td></tr>
<tr><td>इ.स. ६५</td><td>लोखंडी पूल (पारंपरिक मान्य तारीख)</td><td>लांटशांग नदी, यूनान (चीन)</td></tr>
<tr><td>इ.स.१५० (अंदाजे)</td><td>पॅगोडा (कनिष्काचा बौद्ध पॅगोडा)</td><td>पेशावर (पाकिस्तान)</td></tr>
<tr><td>इ.स.२५० (अंदाजे)</td><td>कॅटाकोम्ब</td><td>सेंट सेबास्टिनो आप्पीअन वे (रोम)</td></tr>
<tr><td>इ.स.७१५ (अंदाजे)</td><td>मनोरा (मुस्लिमांनी मुळातील चर्चच्या मनोऱ्याचे केलेले रूपांतर)</td><td>दमास्कस (सिरीया)</td></tr>
<tr><td>इ.स. ९९०</td><td>डोनॉंज अथवा 'कॅसल कीप'</td><td>नॉंगिए (फ्रान्स)</td></tr>
</table>

आहे. अँबर (इलेक्ट्रॉन) घासून जी शक्ती निर्माण होते ती इलेक्ट्रिक शक्ती. त्याचं इंग्रजी रूपांतर म्हणजे इलेक्ट्रिसिटी. मायलेटसकाच्या थालेसनं प्राण्यांच्या केसाळ त्वचेवर ही अशी ऊर्जा निर्माण करता येते हे दाखवून दिलं. थालेस ह्या ग्रीक तत्त्वज्ञाचा काळ इ. स. पू. ६२५ ते ५४७ असा मानण्यात येतो.

रोममधील निसर्गशास्त्री थोरला प्लिनी (इ. स. २३ ते ७९) ह्यालाही स्थितिक विद्युत ठाऊक होती. काचेचा तुकडा फरवर घासला की त्याला बऱ्याच गोष्टींना आकर्षून घेण्याची शक्ती प्राप्त होते, असं तो म्हणतो. एक गमतीशीर गोष्ट ह्या पलीकडं ह्या गुणधर्माचा प्राचीन काळी कुणी फारसा अभ्यास केल्याचं दिसत नाही.

विद्युत ऊर्जेचा पहिला शास्त्रीय अभ्यास विल्यम गिल्बर्ट (१५४० ते १६०३) ह्यांनं केला. तो व्यवसायानं वैद्य होता. त्यानंच ह्या शक्तीसाठी 'इलेक्ट्रिक फोर्स' आणि 'इलेक्ट्रिसिटी' हे शब्द प्रथम वापरले. इ. स. १७२९ मध्ये स्टीफन ग्रे ह्या इंग्रज शास्त्रज्ञाने विद्युतवाहक पदार्थांचा शोध लावला. ओल्या सुतळीतून त्यानं विद्युतप्रवाह वाहतो हे सिद्ध केले. त्यासाठी त्यानं १५० मीटर लांब सुतळीचा धागा वापरला. ह्यानंतर चार वर्षांनी फ्रान्समध्ये चार्ल्स्

फ्रान्स्वा द सिस्तर्नं दुफे ह्यानं विजेचे दोन प्रकार असतात, हे प्रथम जगापुढं आणले. तो पॅरिस इथल्या अकादमी दे सायन्सेस मध्ये काम करित होता. विद्युतभारित काचदांडीकडं काही पदार्थ आकर्षित होतात तर काही पदार्थ ह्या दांडीपासून दूर जातात, असं त्यानं प्रयोगानं सिद्ध केलं. पुढं बेंजामिन फ्रँकलिन ह्यांनी ह्या प्रकारच्या गुणधर्मांस + (धनभारित) आणि – (ऋणभारित) विद्युत अशी नावं दिली.

हॉलंडमध्ये इ. स. १७४६ मधे पिटरव्हान मुशेनब्रॉक ह्यानं विद्युत ऊर्जा साठवून ठेवण्याची युक्ती शोधून काढली. लीडेन विद्यापीठात प्रयोग करताना त्यानं काशाच्या तारेतील विद्युत काचपात्रातील पाण्यात साठवता येते हे दाखवून दिलं. त्याच्या एका साहाय्यकानं त्या पाण्याला हात लावताच त्याला जबरदस्त झटका बसला. हा साहाय्यक मरता मरता वाचला. विजेचा झटका बसल्याची ही पहिली अधिकृत नोंद मानण्यात येते. पुढं अशा सुधारित घटाला 'लीडेन जार' म्हणण्यात येऊ लागलं.

अमेरिकेतील बहुआयामी व्यक्तिमत्त्व बेंजामिन फ्रँकलिन. ह्यांनी आकाशातील वीज आणि घरात निर्माण केलेली स्थिर विद्युत ह्या एकाच प्रकारच्या असतात हे सिद्ध केले.

बेंजामिन फ्रँकलिन ह्यांनी तडिताघातातील वीज आणि स्थितिक वीज ह्यात फरक नसतो, हे सिद्ध केले. प्राचीन ग्रीकांची ह्या विजेबद्दलची समजूत अशा तऱ्हेनं फ्रँकलीन ह्यांनी खोटी ठरवली. वीज हे झीअसचं शस्त्र आहे, असं ग्रीक मानत असत. इ. स. १७५२ मध्ये फ्रँकलिननं त्याचा गाजलेला पतंगाचा प्रयोग केला. फ्रँकलीननं

१९ व्या शतकातील वीज निर्माण करण्याचे साधन - लेनडिनचा घट

वादळात पतंग उडवला. ह्या पतंगाला एक लोखंडी किल्ली बांधलेली होती. ह्या किल्लीतून आणि ओल्या धाग्यातून आलेला आकाशातील विजेचा प्रवाह फ्रँकलिननं एका लीडेन बरणीत जमा केला. ह्या प्रयोगानंतर बऱ्याच मनोऱ्यांवर आणि इमारतींवर विद्युत-वाहक उभे करण्यात येऊ लागले. ह्यामुळं आकाशातून पडणारी वीज सुरक्षितपणे जमिनीत जाऊ लागली.

लुइगी गाल्वानी (१७३७-९८) ह्या इटालियन शास्त्रज्ञाने बेडकांच्या स्नायूंवर काही प्रयोग केले. दोन वेगवेगळे धातू बेडकांच्या पायांच्या स्नायूस दोन टोकांना लावले की त्या स्नायूंची हालचाल होते, हे त्याच्या लक्षात आले. त्यामुळं सजीवांच्या पेशींमध्ये विद्युतशक्ती असते, अशी त्याची खात्री झाली. ह्याला तो 'प्राणिज् विद्युत' (ॲनिमल इलेक्ट्रिसिटी) असं म्हणत असे. गाल्वानीची ही समजूत चुकीची असली तरी त्यामुळं विद्युत घटांच्या निर्मितीचा पाया घातला गेला.

गाल्वानीच्या कामापासून प्रेरणा घेऊन अलेस्सांड्रो ज्युसेप्पे व्होल्टा (१७४५-१८२७) ह्यानं इटलीमध्येच काही प्रयोग केले. त्यानं वेगवेगळ्या धातूंचं एक एक नाणं जिभेवरती एक आणि जिभेखालती एक असं ठेवल्यावर त्याला क्षीण विद्युतप्रवाहाची जाणीव होऊ लागली. हीच नाणी क्षारयुक्त पाण्यात ठेवली तरीही वीज प्रवाह निर्माण होतो हे सिद्ध होताच 'प्राणिज् विद्युत सिद्धांत' मागं पडला. व्होल्टानं अशा तऱ्हेनं विद्युत विश्लेषणाचा यशस्वी प्रयोग केला होता पण त्यालाच ह्याची कल्पना नव्हती. मात्र ह्या गुणधर्मांचं अधिक संशोधन केल्यावर काय घडतंय हे त्याच्या लक्षात आलं. त्यानं ह्यानंतर लगेचच इ. स. १८०० मध्ये व्होल्टाने पहिला विद्युत चलत बनवला. तांब आणि जस्ताच्या चकत्या एकीवर एक, एकाआड एक अशा ठेवून प्रत्येक चकतीच्या वर खाली ओला पुठ्ठा ठेऊन त्यानं व्होल्टाची चलत (व्होल्टाज् पाईल) तयार केली होती. ह्यातून प्रथमच सातत्यानं नियंत्रित विद्युतप्रवाह वाहू शकेल, अशी सोय झाली होती. हा विद्युतप्रवाह खूप क्षीण होता.

इ. स. १८०३ मध्ये योहान विल्हेल्म रिटर ह्या जर्मन संशोधकानं पुनर्भारित होणारा विद्युतघट बनवला. ह्या नव्या

यंत्रणेच्या साहाय्यानं मिळणारा विद्युतप्रवाह हंफ्रे डेव्हींनी उपयोगात आणला. त्यामुळं सोडियम आणि पोटॅशियम ही मूल-द्रव्यं शोधून काढण्यात त्यांना यश आलं. वेगवेगळ्या क्षारांमध्ये विद्युतप्रथ बुडवले तर एका विद्युतप्रस्थाजवळ ही मूलद्रव्ये जमा होतात, असं हंफ्रे डेव्हींना आढळलं.

इ. स. १८२० मध्ये हॅन्स ख्रिश्चन ओअरस्टेड ह्या डॅनिश शास्त्रज्ञानं विद्युतप्रवाह आणि चुंबक ह्यांचा परस्परसंबंध उघड केला. विद्युत प्रवाह वाहून नेत असलेल्या तारेजवळ चुंबक सूची नेल्यास ती तारेच्या दिशेच्या काटकोनात स्थिर होते, हे त्यांच्या सर्वप्रथम लक्षात आलं. ह्या शोधाची माहिती मिळताच आंद्रे मारी अँपिअर ह्यांनी विद्युतचुंबकीय सिद्धांताची गणिती मांडणी सुरू केली. त्याचबरोबर वीज-प्रवाह मोजणारं यंत्रही त्यांनी तयार केलं. हे यंत्र म्हणजे आजच्या गॅल्वानो मीटरचा पूर्वज होय. अँपिअरच्या सन्मानार्थ आंतरराष्ट्रीय मानकांमध्ये विद्युत-प्रवाहाच्या एककास 'अँपिअर' असं संबोधण्यात येतं.

जर्मन पदार्थवैज्ञानिक जॉर्ज सायमन ओहम (१७८९-१८५४) ह्यानं इ. स. १८२७ मध्ये विद्युतभार, वर्चस फरक (पोटेन्शियल डिफरन्स) वि-द्युतरोध आणि विद्युतप्रवाह ह्यांच्यातील परस्परसंबंध सिद्ध केला. ह्यामुळं विद्युतरोधांच्या प्रमाणास 'ओहम' हे नाव देण्यात आलं. २९ ऑगस्ट १८३१ पर्यंत विद्युत ऊर्जा ही फक्त प्रयोगशाळे- पुरतीच मर्यादित होती. किंबहुना शास्त्रज्ञां- व्यतिरिक्त इतरांचा विद्युत ऊर्जेशी फारसा संबंधच येत नव्हता. मायकेल फॅरेडेनं हे चित्र २९ ऑगस्ट १८३१

इंग्लिश शास्त्रज्ञ मायकेल फॅराडे

ह्या दिवशी बदललं.

मायकेल फॅरेडे (१७९१-१८६७) आणि त्याचा साहाय्यक चार्ल्स अँडर्सन (१७९०-१८६६) ह्यांनी विद्युत चुंबकीय प्रवर्तनाचा (इलेक्ट्रो-मॅग्नेटिक इंडक्शन) शोध लावला. चुंबकाच्या ध्रुवांमध्ये सतत झपाट्यानं बदल केला तर विद्युत प्रवाहाची निर्मिती होते, हे त्यांनी प्रयोगाद्वारे जगाच्या निदर्शनास आणले. ह्या इंग्रज शास्त्रज्ञाच्या आधीच काही काळ जोसेफ हेन्री ह्या अमेरिकनानं स्व-प्रवर्तनाचा शोध लावला होता. एवढ्या विद्युत घटाच्या प्रस्थाकडून विद्युत-वाहक तारेवर मधली पोकळी ओलांडून विद्युतप्रवाह उडी मारतो, हे त्याच्या निदर्शनास आले होते. नंतरच्या काळात त्यानं सॅम (सॅम्युएल) मॉर्स (१७९१ ते १८७२) ला पहिली संदेशवाहक तार यंत्रणा उभी करायला मदत केली. २४ मे १८४४ ह्या दिवशी ह्या यंत्रणेद्वारा वॉशिंग्टनहून बाल्टिमोरला पहिला संदेश पाठविण्यात आला.

एकोणिसाव्या शतकात विद्युतऊर्जेच्या क्षेत्रात दोन स्कॉटिश संशोधकांनी पथदर्शक सैद्धांतिक संशोधन केलं. हे दोन संशोधक म्हणजे विल्यम थॉम्सन (पुढं हे लॉर्ड केल्विन म्हणून प्रसिद्धी पावले.) आणि जेम्स क्लर्क मॅक्सवेल ह्या दोघांनाही वस्तुमात्र आणि ऊर्जा ह्यांना सार्वत्रिकरित्या लागू पडेल असा एकत्रित सिद्धांत मांडायचा ध्यास लागलेला होता.

लॉर्ड केल्विनचा प्रत्यक्ष प्रयोगांवर फार विश्वास होता. ते सातत्यानं प्रयोग करीत असत. अटलांटिक पार तार यंत्रणा बसविण्याच्या कार्यात त्यांचा प्रत्यक्ष सहभाग होता. ही संदेशवाहक तार इंग्लंडहून अमेरिकेपर्यंत ३००० मैल (४८०० कि. मी.) लांबीची होती. लॉर्ड केल्विननी ह्या तारेतून संदेश किती वेगानं वाहून नेला जाईल ह्याचं गणित कागदावर मांडलं होतं. तर मॅक्सवेलनी सर्व प्रकारच्या त्यावेळी ज्ञात अशा लहरींचं स्पष्टीकरण देणारा एकच एक सिद्धांत मांडला होता. विद्युतलहरी, प्रकाशलहरी आणि रेडिओलहरी त्यांनी एका समीकरणात बसविल्या होत्या. हे सैद्धांतिक कार्य चालू असतानाच विजेचा वापर व्यावहारिक उपयोगांसाठीही केला जाऊ लागला होता. गॅस्टन प्लाँते ह्या फ्रेंच उद्योजकानं पुनर्भारित करता येईल असा विद्युत रासायनिक घट तयार केला होता. सल्फ्युरिक आम्लात शिशाचे पत्रे घालून तयार केलेल्या ह्या घटात आणि

विद्युत शक्तीवर चालणारी तीन चाकी गाडी क्लाइव्ह सिंकलेयर याने तयार केली. ती फारशी लोकप्रिय झाली नाही.

मोटारींमध्ये वापरल्या जाणाऱ्या आजच्या बॅटऱ्यांमध्ये फारसा फरक नाही. जॉर्ज लक्लाँशे ह्या दुसऱ्या एका फ्रेंच गृहस्थांनं कमी खर्चिक असा एक कोरडा विद्युत घट तयार केला. ह्यात त्यानं जस्ताचा मिश्र धातू आणि मँगनीज-डाय-ऑक्साईडचे विद्युत्रस्थ वापरले होते. त्या घटात विद्युत विच्छेदक (इलेक्ट्रोलाईट) पदार्थ म्हणून अमोनियम क्लोराइडचा वापर केला होता. आज विजेच्या, ट्रांझिस्टर रेडिओ वगैरेत वापरले जाणारे कोरडे विद्युत घट-ज्यांना आपण बॅटरी सेल म्हणतो, त्यांचं आकर्षक आवरण सोडलं तर लक्लाँशेचे कोरडे घट आणि आजच्या कोरड्या घटात फारसा फरक नसतो.

जर्मन संशोधक योहान फिलिप रीज (१८३४-१८७४) ह्यानं २६ ऑक्टोबर १८६१ ह्या दिवशी फ्रँकफुर्ट फिजिकल सोसायटीपुढं त्यानं बनविलेल्या पातळ पडद्याच्या ध्वनिवर्धकाची माहिती दिली. चुंबकत्व असलेल्या धातूच्या दांडीत होणाऱ्या सूक्ष्म फरकांवर हे यंत्र आधारित होतं. ह्या तत्त्वाला इंग्रजीत 'मॅग्नेटो स्ट्रिक्शन' असं म्हटलं जातं.

इ. स. २०००

इथून पुढं विद्युत ऊर्जेचे व्यावहारिक उपयोग वाढत गेले. विद्युती उपकरणांचा आकार लहान लहान होत, सूक्ष्मात गेला. तसंच विविध स्थितीतील वस्तुमात्राच्या वर्तणुकीची रेण्विक पातळीवर तपासणी होऊ लागली. दाबविद्युत (पीझो इलेक्ट्रिसिटी - पीझो ह्या ग्रीक शब्दाचा अर्थ दाब) ऊर्जेचा शोध पियरे क्यूरी (१८५९-१९०६) ह्यानं १८८० मध्ये लावला. क्वार्टझ्च्या स्फटिकावर दाब दिला की त्यामुळं विद्युतनिर्मिती होते; हे त्याच्या लक्षात आलं. ह्यासाठी ह्या स्फटिकाच्या दोन्ही बाजूंनी विद्युत-प्रस्थांच्या साहाय्यानं दाब देऊन दाबानुवर्ती विद्युत्रवाह मिळतोच पण जर एखाद्या स्फटिकात विद्युत्रवाह सोडला तर त्यामुळं त्या स्फटिकाच्या मिती बदलतात, हेही त्याच्या लक्षात आलं. ह्या गुणधर्माचा वापर करून (स्फटिकांच्या साहाय्यानं) क्वार्टझ् घड्याळं बनवली जातात.

१९११ मध्ये डच पदार्थ वैज्ञानिक कामेरलिंग ओनेसनं एक महत्त्वाचा शोध लावला. जर कुठलाही धातू निरपेक्ष शून्या-जवळच्या ($O^{\circ}K$ किंवा -२७३° से.) तापमानास नेला तर त्याचा विद्युतरोध जवळजवळ नाहीसा होतो. ४.१५ केल्विन तापमानास पारा या धातूचा विद्युतरोध पूर्णपणे नाहीसा होतो. ह्या गुणधर्मास अतिसुवाहकता (सुपर कंडक्टिव्हिटी) असं म्हटलं जातं. अति सुवाहकता म्हणजे ह्या किंवा अशा तापमानास त्या विशिष्ट धातूतून वाहणारा प्रवाह अजिबात क्षीण न होता कितीही वाहत राहतो.

ह्यानंतरच्या विसाव्या शतकातील आणखी एक महत्त्वाचा शोध म्हणजे अर्धवाहक पदार्थ. स्विस शास्त्रज्ञ

ट्रान्झिस्टरचे इलेक्ट्रॉन सूक्ष्मदर्शींच्या साहाय्याने घेतलेले चित्र.

फेलिक्स ब्लॉक (१९०५ ते १९८३) ह्यानं ब्लॉक पट्ट्यांचा (ब्लॉक बँडस) शोध लावला. जेव्हा एखादा पदार्थ तापवला जातो किंवा त्यावर प्रकाशकीय प्रक्रिया केली जाते तेव्हा त्यात वेगवेगळ्या ऊर्जा पातळींची निर्मिती होते. त्याचा हा सिद्धांत अर्धवाहक पदार्थांच्या गुणधर्मांवर आधारित होता. ज्या पदार्थांचं विद्युतवाहकत्व धातू आणि विद्युतरोधक पदार्थांच्या दरम्यान असतं, त्या पदार्थांना अर्धवाहक म्हणण्यात येतं. सिलिकॉन हे मूलद्रव्य अर्धवाहक आहे. ते कमी तापमानास विद्युतरोधक असतं पण त्यास तापवल्यानंतर ते विद्युत वाहक बनतं. अर्धवाहकांच्या ह्या गुणधर्मांचा वापर करून ट्रांझिस्टरांची निर्मिती करण्यात आली. इ.स.१९४८ मध्ये जॉन बार्डीननं पहिले ट्रांझिस्टर बनवले. विल्यम शॉकली आणि ब्रॅटेन हे ट्रांझिस्टरचे सहशोधक आहेत. ट्रांझिस्टर आणि इतर सूक्ष्मीकृत विद्युत उपकरणे छापील मंडल फलकावर एकत्र करता येतात. ही रचना सर्वप्रथम पॉल आइस्लर ह्या तंत्रज्ञानं निर्माण केली. इ. स. १९४३ मध्ये आइस्लरने पहिला मंडलफलक बनवला. त्यावर वाहक पदार्थ (सर्व-साधारणपणे तांबं) वापरून नकाशाकृती किंवा प्रवाहमार्ग तयार केलेला असतो. हा मार्ग विद्युतरोधक पदार्थांच्या फलकावर बसविण्यात येतो.

१९५९ मध्ये अमेरिकेत जॅक सेंट क्लेअर किल्बीने पहिलं समाकलीत मंडल (इंटिग्रेटेड सर्किट) तयार केलं. एखाद्या अर्धवाहक पदार्थांच्या स्फटिकावर हजारो सूक्ष्म घटक बसवून हे मंडल तयार केले जाते. सिलिकॉन ह्या अर्धवाहक पदार्थावर बहुधा ही रचना केलेली असते म्हणून ह्याला सिलिकॉन चकती (चिप) हे व्यावहारिक नाव मिळालं आहे.

जॉन बार्डीन, लीऑन कूपर आणि जॉन रॉबर्ट श्रीफर ह्यांनी त्यांच्या आडनावांची आद्याक्षरं- बीसीएस एकत्र करून १९५७ मध्ये बीसीएस सिद्धांत मांडला. अतिसुवाहक पदार्थांमध्ये, सर्व-साधारणपणे एकमेकांच्या सहवासात अपसरण होणारे इलेक्ट्रॉन एकमेकांकडे आकर्षित होतात. ह्या इलेक्ट्रॉनांच्या सहवासाला कूपर जोडी असं म्हटलं जातं; हा तो बीसीएस सिद्धांत. ब्रायन

डेव्हिड जोसेफसन ह्या ब्रिटिश पदार्थवैज्ञानिकानं १९६२ मध्ये ह्या कूपर जोड्यांवर अधिक संशोधन केलं अति सुवाहक पदार्थातून वाहणाऱ्या कूपर जोड्यांमध्ये एक अगदी सूक्ष्म रोधक स्तर असतो. ह्यातून वाहणारा विद्युत प्रवाह मोजता येणं शक्य असतं, असं जोसेफसनच्या संशोधनाचं सार होतं.

अतिसुवाहकतेवर अधिक संशोधन चालूच होतं. ज्या नीचतम तापमानास अतिसुवाहक पदार्थ सर्वाधिक कार्यक्षम असतात ते तापमान उंचावण्याचे प्रयत्नही चालू होतेच. कार्ल अलेक्स म्युलर आणि योहानेस जॉर्ग बेडनोर्झ ह्यांनी १९८६ मध्ये एक महत्त्वाचा शोध लावला. तोपर्यंत विद्युतरोधक मानले गेलेले सिरॅमिक पदार्थ ३० केल्विन तापमानास सुवाहक बनतात, असं त्यांनी दाखवून दिलं. तर हॅन्स ऑट ह्यानं १९९३ मध्ये पारा व सिरॅमिक ह्यांच्या मिश्रणास १३३˚ केल्विन म्हणजे -१४०˚ से. तापमानास सुवाहकता प्राप्त होते, हे सिद्ध केलं.

ऊर्जा निर्मिती

आपल्या पूर्वजांना सुमारे १.५ मिलीयन वर्षांपूर्वी अग्नीचा उपयोग ठाऊक होता. तेव्हापासून वेगवेगळ्या आद्य मानवी प्रजाती आणि मानव ह्यांचा ऊर्जास्रोतांचा शोध अव्याहत सुरू आहे. इ. स. पू. ६८०० च्या सुमारास मानवानं प्रथम प्राण्यांना जोखडाखाली घातलं. त्यानंतर हळूहळू नैसर्गिक साधन संपत्तीचा उपयोग ऊर्जा-निर्मितीसाठी करणे वेगानं वाढू लागलंच पण पुढं पदार्थांमध्ये अडकलेली ऊर्जा मुक्त करायचे प्रयत्नही यशस्वीरित्या पार पाडले गेले.

अणु ऊर्जा

अणु ऊर्जेच्या निर्मितीचा इतिहास इ. स. १८९६ पासून सुरू होतो. फ्रेंच पदार्थवैज्ञानिक अँटुआन हेनरी बेक्वेरेल (१८५२-१९०८) ह्यानं इ. स. १८९६ मध्ये 'बेक्वेरेल किरणां' ची माहिती जगापुढं आणली. युरेनियमच्या पिचब्लेंड ह्या खनिजातील काही क्षारांमधून दीप्तीमान किरण निघतात, त्यांना बेक्वेरेल किरण असं नाव देण्यात आलं. फ्रान्समध्ये काम करणाऱ्या पोलीश स्त्री

तारीख	ऊर्जा स्रोत	पद्धत	उपयोग/शोधकर्ता	प्रथम वापर
अंदाजे इ.स.पूर्व १.५ लक्ष वर्षे	अग्नी	नियंत्रित आग	शेकणे, भाजणे, अन्न शिजवणे व प्रकाश	डेअरिंग, युरख, सैबेरिया, रशिया व श्वार्टझ्क्रान, द.आफ्रिका
इ.स.पूर्व ४८०० अंदाजे	वारा व हवेमधील ऊर्जा	जहाज हाकारणे	वाहतूक	इरिडू, सुमेरिया
इ.स.पूर्व ६४४	—	पवनचक्की	सन १४२१ नंतर युरोपात धान्य दळणे व जलपुरवठ्यासाठी मोठ्या प्रमाणात वापर	नेह, पर्शिया
इ. स. १७७२	—	—	स्कॉटिश अॅन्ड्रयू मायकेल याने (१७१९-१८११) वाऱ्याचा वापर करणारी शिडे बनवली.	डनबार, स्कॉटलंड
१८०७	—	बाह्य ज्वलन इंजिन (उष्ण हवेचे)	रॉबर्ट स्टर्लिंग (१७९०-१८७८)	किल्यारनॉक, स्कॉटलंड
१८३३	—	वाऱ्याच्या शक्तीचा वापर करणारे जनित्र	जॉन एरिकसन (१८०३-१८८९) याने ५ हॉर्सपॉवरचा नमुना बनवला. सन १९८८ पर्यंत ही क्षमता ३.२ मेगावॅट झाली.	लंडन, इंग्लंड
अंदाजे इ.स.पूर्व ३५०	नैसर्गिक वायू	फायर वेल (मिथेन) (CH_4)	उष्णता, प्रकाश, स्वयंपाक (बांबूंच्या नळ्यांमधून वाहून नेला जाई).	सिझीचुआन, चीन
१८५७	—	—	कुष्ठरोग्यांच्या वसाहतीत उष्णता व प्रकाश पुरवठ्यासाठी आधुनिक काळात पुन्हा वापर	मुंबईजवळ, भारतात.
अंदाजे इ.स.पूर्व १७८०	सौर ऊर्जा	सौरभट्टी	अॅन्टनी लव्हासिए (१७४३-१७९५)	पॅरिस, फ्रान्स
१८७८	—	सौरजनित्र	सर्वप्रथम ऑगस्टीन मौचॉ याने उपयोग केला. नंतर मौचा व आबेल पिअरे यांनी छापखान्यासाठी वापर केला.	पॅरिस, फ्रान्स

तारीख	ऊर्जा स्रोत	पद्धत	उपयोग/शोधकर्ता	प्रथम वापर
१९४८	—	सौरऊर्जेंचा घर गरम करण्यास उपयोग	मारिआ टेल्केस (१९००-१९९५)	डोव्हर, मेरीलँड अमेरिका
१९५४	—	सौरशक्ती प्रकल्प	फेलिक्स ट्रॉम्बे याने अंत-र्वक्र आरशांचा वापर केला. उत्पादन ५० किलो वॅट	ओडायलो, फ्रान्स
१९९१	—	सौर घट-सिलीकॉन	गेराल्ड पिअरमन याने कमी शक्तीचा फिरता ऊर्जास्रोत म्हणून वापर केला.	बेल प्रयोगशाळा, न्यू जर्सी
१९९१	—	सौर फलक (पारदर्शक)	मायकेल ग्राट्झेल याने शोध लावला. खिडक्यांसाठी वापर.	लूसान, स्वित्झर्लंड
अंदाजे इ.स.पूर्व १००	जीवाश्म इंधने	कोळसा	प्रथम पोलाद बनवण्यासाठी व वीज उत्पादनासाठी.सन १९०० पर्यंत जगातलि जीवाश्म इंधनाचा ९५% भागाचा वापर	ईशान्य चीन
१६०३	—	दगडी कोळसा (कोक)	इंग्लिश सर ह्यूज प्लाट (१५५२-१६०८) याने प्रथम वापर केला.	इंग्लंड
१८७५ पासून	—	लिग्नाईट (तपकिरी कोळसा)	मुख्यत: रशिया व पूर्व युरोपात उत्तर अमेरिकेत काही प्रमाणात वापर	रशिया
अंदाजे इ.स.पूर्व ५०	जलऊर्जा	आडवी पाणचक्की	निक्सरजवळ लायकस नदीवर मका दळण्यासाठी	केलकीट, तुर्कस्थान
१५८२	—	जलपुरवठ्यासाठी जलचक्र	डच पीटर मॉरिस याने बनवले.	लंडन, इंग्लंड
१८८४	—	कमी क्षमतेच्या प्रवाहांसाठी जलचक्र	लेस्टर पेल्टन (१८२९-१९०८) याने बनवले.	कॅलिफोर्निया अमेरिका
इ.स.८०८	स्फोटके	काळी पूड (दारू)	—	चीन

तारीख	ऊर्जा स्रोत	पद्धत	उपयोग/शोधकर्ता	प्रथम वापर
१८४७	—	नायट्रो-ग्लिसरीन	आस्कार्नी सोब्रेरो (१८१२-१८८८)	ट्युरीन, इटली
१८६३	—	टी. एनटी. (ट्रायनायट्रोटुलविन)	जर्मन जे. विल ब्रँड	जर्मनी
१८६७	—	डायनामाईट	आल्फ्रेड नोबेल (१८३३-१८९६)	स्वीडन
१८८९	—	कॉर्डाइट	फ्रेडरिक आबेल (१८२७-१९०२) व जेम्स डेवर (१८४२-१९२३)	रॉयल इन्स्टिटट्यूट, लंडन
अंदाजे इ.स. ६२	बाष्पशक्ती	एओलीपाईल	हिरो ऑफ अलेक्झांड्रिया याने शोधलेले हे इंजिन गोलाकार असून निमुळत्या नळ्यांमधून वाफ बाहेर पडली की फिरत असे.	अलेक्झांड्रिया, इजिप्त
१६७१	—	बाष्पशक्तीवरच्या गाडीचा नमुना	फार्डेनांड व्हर्बाइस्ट (१६२३-१६८८)	बीजिंग, चीन
१६९०	—	बाष्पशक्तीवरील पिस्टन-इंजिन	डेनिस पापीन (१६४७-१७१२)	मारबर्ग, जर्मनी
१६९८	—	बाष्पशक्तीवरचा पंप	थॉमस सॅव्हरी (१६५०-१७१५)	ब्रिटीश कोफल्ड्स
१७१२	—	पिस्टनमध्ये सुधारणा	थॉमस न्यूकॉमेन (१६६३-१७२९)	डडली कॅसल, इंग्लंड
१७६९	—	कंडेन्सर वेगळा करणे	जेम्स वॉट (१७३६-१८१९), जर्मन जेकब ल्यूपोल्डची संकल्पना	बर्मिंगहॅम, इंग्लंड
१७६९	—	हलते वाफेचे इंजिन	निकोलस कूग्रॉट (१७२५-१८०४)	पॅरिस, फ्रान्स

तारीख	ऊर्जा स्रोत	पद्धत	उपयोग/शोधकर्ता	प्रथम वापर
१७६९	—	हाय प्रेशर इंजिन	रिचर्ड ट्रेव्हीथिक (१७७१-१८३३)	कॉर्नवॉल, इंग्लंड
१८००	—	क्वाल्ह स्टीम इंजिन	जॉर्ज हेन्री कॉर्लिस (१८१७-१८८८)	ऱ्होड आयलंड, अमेरिका
१८८४	—	वेगवान स्टीम टर्बाईन	चार्लस् पार्सन (१८५४-१९३१)	हीटन, नॉर्थूमब्रिया
१७४६	विद्युत शक्ती	लेडेन जार	डच, पीटर व्हान मूशेन ब्रोक (१६९२-१७६१)	लायडेन विद्यापीठ, नेदरलँडस्
१७७५	—	इलेक्ट्रोफोरस जनित्र	अलेस्सांड्रो व्होल्टा (१७४५-१८२७)	पाव्हिया विद्यापीठ, इटली
१७९६-९९	—	विद्युतघट	अलेस्सांड्रो व्होल्टा याने तांबे, जस्त व खारे पाणी वापरून केलेल्या रचनेत विद्युतप्रवाह सुरू झाला.	
	—	विद्युत मोटार	थॉमस डेव्हेनपोर्ट (१८०२-१८५१) पहिले पेटंट : २५ फेब्रुवारी १८३७	ब्रँडन, अमेरिका
१८३४	—	रिचार्ज करता येणारा विद्युतघट	गॅस्टन प्लाँते (१८३४-१८८९)	पॅरिस, फ्रान्स
१८५९	—	डायनॅमो (डी. सी. जनरेटर)	झेनोब ग्रामे (१८२६-१९०१)	पॅरिस, फ्रान्स
१८६९	—	आल्टरनेटर (ए. सी. जनरेटर)	झेनोब ग्रामे	पॅरिस, फ्रान्स
१८७७	विद्युतशक्ती	जलविद्युत	'ब्रश'जनित्र (पाणचक्की)	पॅरिस, फ्रान्स
१८८१	—	थ्रीफेज इंडक्शन मोटार	निकोला टेस्ला (१८५६-१९४३)	गोडलमिंग, इंग्लंड

तारीख	ऊर्जा स्रोत	पद्धत	उपयोग/शोधकर्ता	प्रथम वापर
१८८८	—	विद्युतऊर्जा वितरण	थॉमस एडिसन (१८४७-१९३१)	न्यूयॉर्क
१९२८	—	धरणातील पाणी वापरून निर्मिती	कनेक्टिकट लाईट अँड पॉवर कंपनी	वॉटरबरी, अमेरिका
१९०५	भूऔष्णिक ऊर्जा	नैसर्गिक वाफ	फुमारोलेस ज्वालामुखी टॉवो हॉट स्प्रिंग्ज्	लाडेरेलो, इटली तुस्कॅनी
१९३०	—	—	घरगुती व औद्योगिक वापर	रिजविक आईसलँड
१९२६	द्रवइंधनी अग्निबाण	द्रवरूप ऑक्सिजन व इथेनॉल	रॉबर्ट गोडार्ड (१८८२-१९४५) पहिली चाचणी (१२.५) मीटर सन १९२९ पर्यंत माहिती नव्हती.	ऑबर्न, अमेरिका
१९४४	—	व्ही-२ क्षेपणास्त्र	वेर्नेर व्हॉन ब्राऊन (१९१२-१९७७)	युस्किर्केन, जर्मनी
१९६१	—	व्होस्टॉक-१	युरी गागारीन (१९३४-१९६८)ची पहिली पृथ्वीप्रदक्षिणा	रशिया
१९६९	—	अपोलो-११	मानवाचे चंद्रावर पहिले पदार्पण. सॅटर्न-५ अग्निबाणाचा वापर.	अमेरिका, फ्लोरिडा
१९३७	जेटएरो इंजिन	—	सर फ्रँक व्हीटल (१९०७-१९९६) १९४१ मध्ये ग्लोस्टर विमानात वापर	रग्बी, इंग्लंड
१९३९	—	हार्टूनहेल एच ई-१७८	एरिक कार्ल वारसिटझ् (१९०६-१९८३)	मरीने, जर्मनी
१९४२	अणुशक्ती	—	पहिली अणुभट्टी, जनक : फर्मी (१९०१-१९५४)	स्टॅगफील्ड शिकागो, अमेरिका
१९५५	—	ब्रीडर अणुभट्टी	वेस्टिंग हाऊस	इडाहो, अमेरिका

तारीख	ऊर्जा स्रोत	पद्धत	उपयोग/शोधकर्ता	प्रथम वापर
१९७०	—	मॉक्स	अणुकचऱ्याचा पुनर्वापर	जर्मनी
१९६६	लाटांची ऊर्जा	पहिले जनित्र	१० मेगावॉटची २४ जनित्रे	रान्स, फ्रान्स
१९९८	जैववायू	शेणाचा उपयोग	शेणाचा वापर करणारे पहिले जनित्र	होत्सवर्दी, इंग्लंड

पर्शियात उगम झालेल्या पवनचक्क्या पश्चिम युरोपात अकराव्या शतकापर्यंत पोहोचल्या नव्हत्या.

वाफेच्या इंजिनाची कार्यक्षमता वाढवण्यासाठी स्कॉटिश जेम्स वॉट याने वेगळा कंडेन्सर बसवला.

थंडीपासून बचाव करण्यासाठी खास पोशाख केलेले इंजिनिअर भूऔष्णिक संयंत्रांची आईसलँडमध्ये पाहणी करत आहेत.

संशोधक मेरी क्यूरीनं ह्या गुणधर्मास किरणोत्सर्जन असं नाव ठेवलं. ह्या कार्यात तिचे पती पियरे क्यूरी ह्यांची तिला मदत झाली. हे दोघंही शास्त्रज्ञ बेक्वेरेल बरोबर संशोधन करीत असत. पिचब्लेंडमधले प्रस्फुरित होणारे घटक वेगळे करण्यात त्यांना यश आलं, त्यांनी रेडियम आणि पोलोनियम ही मूलद्रव्ये पिच-ब्लेंडमधून वेगळी केली. मेरीनं तिच्या मायभूमीच्या सन्मानार्थ 'पोलोनियम' हे नाव त्या मूलद्रव्यास दिलं.

स्थापत्य आणि अभियांत्रिकी

इ. स. १९०२ मध्ये कॅनडातल्या मॅक्‌गिल विद्यापीठात दोन शास्त्रज्ञ किरणोत्सर्जन का घडत असावं, ह्यावर विचार करीत होते. अर्नेस्ट रूदरफोर्ड हे न्यूझीलंडमध्ये जन्मलेले (१८७१-१९३७) शास्त्रज्ञ आणि ब्रिटिश फ्रेडरिक सॉडी (१८७७-१९५६) ह्या दोन शास्त्रज्ञांनी कॅनडामध्ये संशोधन करताना किरणोत्सर्जन का होत असावं, ह्या बद्दलचे विचार मांडले. एका मूलद्रव्याच्या अणूंचं उत्स्फूर्तपणे नैसर्गिकरित्या विघटन होऊन त्यांचं दुसऱ्या मूलद्रव्यात रूपांतर होतं, असा त्यांचा सिद्धांत होता.

अणुऊर्जा वापरण्याच्या बाबतीत अल्बर्ट आइन्स्टाईन (१८७९-१९५५) ह्या महान शास्त्रज्ञाच्या सापेक्षतावादाच्या मर्यादित सिद्धांतानं महत्त्वाची भूमिका बजावली. आइन्स्टाईन ह्यांनी हा सिद्धांत इ. स. १९०७ मध्ये मांडला. ह्या सिद्धांतामुळं वस्तुमानाचं ऊर्जेत रूपांतर करता येणं शक्य आहे, हे प्रथम स्पष्ट झालं. ह्यासाठी आइन्स्टाईन ह्यांनी मांडलेलं $E = Mc^2$ हे समीकरण फार गाजलं.

इ. स. १९१० मध्ये रूदरफोर्डनी अणुसंरचनेचं रहस्य उलगडणं शक्य आहे, हे दाखवून दिलं. ते अल्फा कणांवर संशोधन करीत होते. किरणोत्सारी पदार्थ जे कण बाहेर टाकतात त्यातल्या अल्फा कणांच्या अभ्यासावरून प्रत्येक अणूला एक केंद्र असावं, असं रूदरफोर्डना वाटू लागलं होतं. हे केंद्र धन विद्युतभारित असून त्याभोवती ऋण विद्युतभारित इलेक्ट्रॉन फिरत असावेत, असा निष्कर्ष त्यांनी काढला होता.

इ. स. १९१३ मध्ये डॅनिश शास्त्रज्ञ नील्स बोहर ह्यांनी अणु-संरचनेबद्दल आणखी सखोल माहिती जगापुढं आणली. मॅक्स प्लँक ह्या जर्मन शास्त्रज्ञाच्या पुंजभौतिकी सिद्धांताचा वापर करून त्यांनी रूदर-फोर्ड

अणुशास्त्रज्ञ नील्स बोहर

ह्यांच्या अणुसंरचनेच्या प्रतिरूपाचा अभ्यास केला. केंद्राभोवती फिरणारे इलेक्ट्रॉन जेव्हा त्यांची कक्षा बदलतात त्यावेळी ते किरणोत्सर्जन करतात असा बोहरचा दावा होता. अणूच्या प्रकाशकीय वर्णपटाशी ह्या किरणो-त्सर्जनाची वारंवारता जुळत होती.

रूदरफोर्डनी मँचेस्टर इथल्या प्रयोगशाळेत ह्या पुढचं पाऊल उचललं. त्यांनी पहिल्यांदा अणुभंजनाची क्रिया घडवून आणली. ह्यासाठी त्यांनी नायट्रोजन अणूंवर अल्फा किरणांचा मारा केला. ह्यामुळं काही नायट्रोजन अणूंची केंद्रे भंग पावली आणि त्यातून धनविद्युत-भारित प्रोटॉन कण बाहेर पडले. ह्या प्रक्रियेत नायट्रोजन अणूंचं रूपांतर ऑक्सीजनच्या अणूंमध्ये झालं होतं. ह्यानंतरच्या २५ वर्षांत अणुकेंद्राच्या रचनेचं संशोधन हे राजकारण्यांच्या हातचं बाहुलं बनलं. ह्याचं कारण अणुभंजनामुळं प्रचंड वेगानं मुक्त होणारा महाशक्तिशाली ऊर्जेचा लोट.

इ. स. १९३२ मध्ये इंग्लंडमध्ये जेम्स चॅडविक ह्यांनी न्यूट्रॉन कणांचा शोध लावला. हे कण विद्युतभारविरहित असतात. ते अणुकेंद्रात आढळतात. अणुकेंद्रावर ह्यांचा मारा करणं सोपं जातं; ह्याचं कारण त्यांच्यावर विद्युतभार नसल्यामुळं ते कणांप्रमाणे आकर्षित होत नाहीत किंवा दूर ढकलले जात नाहीत; तर सरळ केंद्रावर जाऊन धडकतात. इलेक्ट्रॉनांच्या ऋण भाराचा किंवा प्रोटॉनांच्या धन भाराचा त्यांच्यावर परिणाम होऊ शकत नाही.

हंगेरियन ज्यू शास्त्रज्ञ लीओ स्झिलार्ड (१८९८-१९६४) १९३३ मध्ये नाझी सत्तेला घाबरून पश्चिमेत पळाला. १९३४ मध्ये त्यानं आण्विक विघटन प्रक्रियेचे— पुढे यास अणुभंजन हे नाव मिळाले-एकाधिकार (पेटंट) मिळवले. ह्यावेळी तो इंग्लंड-मध्ये होता. त्यानं काही अणूंच्या केंद्रांचं विघटन घडवून आणलं आणि त्यातून ऊर्जा मुक्त करून दाखवली होती. इ. स. १९३८ मध्ये तो अमेरिकेत स्थायिक झाला. ह्याच काळात जर्मनीतही अणुसंशोधनाची सुरूवात झाली होती.

जगातील खनिज तेल व नैसर्गिक वायूचे साठे (१९९७)		
देश	खनिज तेल (अब्ज बॅरल)	नैसर्गिक वायू (दशलक्ष घन मीटर)
सौदी अरेबिया	२६१.६	-
सी. आय. एस.	१२०.४	५५.४५ मी³
इराक	११२.०	३.३४ मी³
कुवेत	९५.६	१.४९ मी³
इराण	९१.७	२२.०० मी³
संयुक्त अरब अमिराती	८०.६	५.७८ मी³
व्हेनेझुएला	६८.७	४.०३ मी³
मेक्सिको	४८.६	१.८६ मी³
लिबिया	२९.५	१.३१ मी³
चीन	२९.०	१.१४ मी³
अमेरिका	२२.०	४.७१ मी³
नॉर्वे	१९.०	२.५० मी³
युनायटेड किंगडम	४.७	०.७३ मी³
युरोपीय समुदायाचा इतर भाग	२.२	२.४९
जगाची एकूण क्षमता	१,१२०.८	१४३.३२मी³

कैसर विल्हेल्म इन्स्टिटट्यूट फॉर केमिस्ट्री ह्या बर्लिनजवळच्या डाहलेम गावच्या संस्थेत हे संशोधन सुरू होतं. ओट्टो हान (१८७९-१९६८) फ्रिटझ् स्ट्रासमन (१९०२-८०) आणि लिसे मेटनर (१८७८-१९६८) ह्या तीन शास्त्रज्ञांनी युरेनियमवर न्यूट्रॉन्सचा मारा करून आण्विक विघटन घडवून आणलंच पण अशा विघटनातून शृंखला प्रक्रिया सुरू होते, हेही जगापुढं आणलं. माईटनर ही स्त्री होती, त्यातही ती ज्यू होती. त्यामुळं तिला जर्मनी सोडून पळ काढावा लागला. तसंच तिचा ह्या संशोधनावरचा हक्कही डावलून हानना ह्या संशोधनाबद्दल नोबेल पुरस्कार देण्यात आला.

युरेनियमच्या अणूवर न्यूट्रॉनचा मारा केला की त्याच्या केंद्राचं विभाजन होतं. त्यावेळी त्यातून २ ते ३ न्यूट्रॉन मुक्त होतात. हे न्यूट्रॉन पुढच्या अणूंचं केंद्र विघटित करतात त्यातून नव्यानं निघणारे न्यूट्रॉन आणखी अणूंच्या केंद्रांवर आदळतात, हा प्रकार युरेनियमचे सर्व अणू फुटेपर्यंत चालतो. ह्यालाच शृंखला प्रक्रिया म्हणतात. ह्याचा उपयोग अण्वस्त्र निर्मितीत तसंच अणुऊर्जा निर्मितीत केला जातो. हान, स्ट्रासमन, माईटनर ह्यांना त्यांच्या शोधाचे परिणाम लगेचच लक्षात आले नव्हते; पण त्यांचा ह्याबाबतचा शोधनिबंध वाचल्यावर अमेरिकेत स्झिलार्डनं ही बाब चर्चेत पुढं आणली आणि आइनस्टाईनच्या पुढाकारानं ह्या संशोधनाचा धोका राष्ट्राध्यक्ष रूझवेल्ट ह्यांना पत्रानं कळविण्यात आला. हे पत्र दोस्त राष्ट्रांच्या अण्वस्त्र कार्यक्रमाचा पाया ठरलं.

९ ऑक्टोबर १९४१ ह्या दिवशी राष्ट्राध्यक्ष रूझवेल्ट ह्यांच्या आज्ञेवरून अतिगुप्त असा एक प्रकल्प अणुबाँब बनविण्याकरिता सुरू करण्यात आला. हा प्रकल्प 'मॅनहटन प्रॉजेक्ट' ह्या नावानं ओळखला जातो. ह्या प्रकल्पाची अमेरिकन लोक प्रतिनिधींनाही कल्पना नव्हती. ह्या

प्रकल्पातल्या शास्त्रज्ञांनी संशोधन सुरू केल्यावर फक्त यु. २३५ हा युरेनियमचा समस्थलीच अणु-विघटनासाठी योग्य ठरतो, हे त्यांच्या लक्षात आलं. यु-२३८ हे युरेनियमचं रूप निसर्गात विपुल प्रमाणात आढळतं. त्याचा अणुभंजनात उपयोग होत नाही हे खरं पण युरेनियमच्या ह्या समस्थली पासून प्लुटोनियम (P₃) हे मूलद्रव्य मिळवता येतं. प्लुटोनियमचं अणुभंजन सहज करता येतं, असंही शास्त्रज्ञांना आढळून आलं.)

मॅनहटन प्रोजेक्टची मुख्य प्रयोगशाळा, इलिनॉय विद्यापीठाच्या क्रीडांगणाखालील तळघरात होती. एन्रिको फर्मी यांनी मॅनहटन प्रॉजेक्टमधल्या शास्त्रज्ञांचं नेतृत्व केलं. शास्त्रज्ञांच्या ह्या चमूनं २ डिसेंबर १९४२ ह्या दिवशी पहिल्यांदा कृत्रिम अणुभंजन ह्या प्रयोगशाळेत घडवून आणलं. ह्यासाठी ह्या प्रयोगशाळेत 'ग्राफाईट रास' (ग्राफाईट पाईल) तयार करण्यात आली होती. ह्या राशीतील ग्राफाईट हे अणुविघटनाचं नियंत्रक म्हणून काम करित होतं. ह्या राशीचं सी.पी.-वन् (शिकागो पाईलवन) असं नामकरण करण्यात आलं होतं. ह्या राशीची निर्मिती १६ नोव्हेंबर १९४२ साली पूर्ण झाली. तीत ३४४ टन ग्राफाईट ३६ टन युरे-नियम ऑक्साइड; साडेपाच टन युरेनियम धातू वापरण्यात आला होता. ही रास ६.१० मीटर ६ ७.६२ मीटर लांबीरुंदीची होती. ग्राफाईटमुळं युरेनियमवर आदळणाऱ्या न्यूट्रॉनांचा वेग मर्यादित केला जात होता त्यामुळं कमी प्रमाणात असलेल्या यु - २३८ वर त्यांचा मारा एकवटून करणं शक्य होत होतं. ह्या राशीत कॅडमियमचे न्यूट्रॉन शोषक पडदे वापरण्यात आले होते. ही रास क्रांतिक आकाराची झाल्यावर त्या राशीत शृंखला प्रक्रिया सुरू करण्यासाठी कॅडमियमचे पडदे काढून घेतले गेले. सीपी-वन् १९५३ पर्यंत प्रयोगांसाठी उपलब्ध होती. एकदा नियंत्रित शृंखला प्रक्रियेचं रहस्य उलगडल्यावर हे शास्त्रज्ञ अणुबॉम्ब निर्मितीच्या प्रयत्नात गढले. पहिल्या अणुभट्ट्यांना निर्मिती भट्ट्या म्हणण्यात येत असे. त्यामध्ये

अणुशास्त्रज्ञ एन्रिको फर्मी

प्लुटोनियमची निर्मिती सुरू करण्यात आली होती. प्लुटोनियम हा नैसर्गिक पदार्थ नाही. अण्वस्त्र निर्मितीसाठी लागणारं प्लुटोनियम हे युरेनियमपासून निर्माण करावं लागतं. ह्यासाठी उभारलेली पहिली अणुभट्टी मध्यम आकाराची होती. अमेरिकेतील टेनेसी राज्यातल्या ओकरिज ह्या ठिकाणी ती उभारण्यात आली तर पहिली मोठी अणुभट्टी वॉशिंग्टन राज्या-मधील कोलंबिया नदीकाठच्या हॅनफोर्ड गावी उभारण्यात आली.

१९४५ च्या उन्हाळ्यात पहिला अमेरिकन अणुबॉम्ब वापरण्यासाठी तयार झाला. ६ ऑगस्टला हिरोशिमावर आणि ९ ऑगस्टला नागासाकीवर टाकण्यात आलेल्या अणुबॉम्बमुळं दुसरं महायुद्ध संपलं. सीपी-वन् नंतर ऊर्जानिर्मितीसाठी निर्माण करण्यात आलेली पहिली अणुभट्टी ईबीआर-वन ह्या नावानं ओळखली जाते. एक्स्पेरीमेंटल ब्रीडर रिॲक्टरचं ई बी आर हे लघुरूप आहे. ही अणुभट्टी १९५१ मध्ये आर्को, इडाहो इथं कार्यरत झाली. त्या अणुभट्टीच्या साहाय्यानं ३०० किलोवॉट वीजनिर्मिती केली जात असे. इ. स. १९५२ मध्ये जिनिव्हा इथं युरोपमधील सर्व देशांचं मिळून (तेव्हाच्या पश्चिम युरोपमधील साम्यवादी रशियाच्या अंकित नसलेल्या सर्व देशांचा ह्यात सहभाग होता) एक अणुसंशोधन केंद्र जिनिव्हा इथं स्थापन करण्यात आलं. ह्या संस्थेच्या फ्रेंच नावाच्या आद्याक्षरांवरून ह्याला (CERN) सर्न असं म्हणण्यात येतं. स्वित्झर्लंडमधील ह्या आण्विक संशोधन केंद्रात नील्स बोर ह्यांचाही सहभाग होता. दरम्यान सोव्हिएत रशियाही अणु-ऊर्जा संशोधनात मागं राहिलेला नव्हता. २७ जून १९५४ ह्या दिवशी जगातली पहिली ऊर्जादायी अणुभट्टी ओबनिन्स्क ह्या ठिकाणी कार्यरत झाली होती. इंग्लंडमध्ये १७ ऑक्टोबर १९५६ मध्ये पहिलं अणुऊर्जा केंद्र वीजनिर्मिती करू लागलं.

पृथ्वीवरची पहिली अणुभट्टी

कॅब्रियातील ह्या केंद्राचं नाव काल्डर हॉल पॉवर स्टेशन असं होतं. हे केंद्र लष्करासाठी अणु-बॉंबला लागणारे किरणोत्सर्गी पदार्थ पुरवत असतानाच ब्रिटिश राष्ट्रीय वीज जाळ्यास २०० मेगॅवॉट वीजही पुरवत आहे.

अमेरिकेत पहिली अणुभट्टी पेनसिल्वानियातील

उत्तर अमेरिकेतील वीज निर्माण करणारी अणुभट्टी

शिपिंगपोर्ट इथं १८ डिसेंबर १९५७ रोजी कार्यान्वित झाली. भारताच्या पहिल्या अणुभट्टीचं नाव अप्सरा. ती तुर्भे इथं कॅनडाच्या मदतीनं काम करू लागली. भारताचे तत्कालीन पंतप्रधान पंडित जवाहर-लाल नेहरू ह्यांनी तिचं ह्या दिवशी उद्घाटन केलं. आज सुमारे वीसहून अधिक देशात अणुऊर्जा निर्मिती केंद्रे कार्यान्वित आहेत.

युरेनियम २३५ चा पुरवठा हा ह्या ऊर्जानिर्मितीच्या दृष्टीनं अत्यावश्यक ठरत असल्यामुळं शास्त्रज्ञांनी इंधनजनक अणु-भट्ट्यांची (ब्रीडर रिॲक्टर) निर्मिती करण्याचं तंत्र शोधून काढलं. किरणोत्सर्गी पदार्थाकडून अधिक किरणोत्सर्गी पदार्थांची निर्मिती हे ह्या मागचं तत्त्व आहे. अशा तऱ्हेची पहिली अणुभट्टी स्कॉटलंडमधील डुनरे इथं उभारण्यात आली.(१९५९)

सर्वसाधारणपणे पारंपरिक अणुभट्ट्यांमध्ये न्यूट्रॉनचा वेग कमी करण्यासाठी ग्राफाईट किंवा जड पाणी वापरलं जातं. (जड पाणी म्हणजे हायड्रोजनचा ड्युटेरियम नावाचा समस्थली असलेलं पाणी.) ह्यामुळं शृंखला प्रक्रियेची कार्यक्षमता नियंत्रित करता येते. ह्या इंधनजनक भट्ट्यांमधे अशा तऱ्हेचे नियंत्रक वापरले जात नाहीत. त्याऐवजी अशा

अणुभट्ट्यांच्या गाभ्यातील इंधनावर युरेनियम कार्बाइडचं आवरण चढवण्यात येतं. अणु-भट्टीच्या गाभ्यातील प्रक्रियेमुळं ह्या आवरणातील युरेनियमचं प्लुटोनियममध्ये रूपांतर होतं. हे प्लुटोनियम बाहेर काढून इंधन म्हणून वापरलं जातं. नैर्ऋत्य फ्रान्समध्ये अशा तऱ्हेची पहिली जलदगती इंधनजनक (फास्ट ब्रीडर) अणुभट्टी १९८६ मध्ये वीज निर्माण करू लागली.

१९८० नंतर अणुभट्ट्यांच्या सुरक्षिततेचा विषय चर्चेस आला. मार्च १९७९ मध्ये पेनसिल्वानियास्थित श्री माईल्स आयलंड इथल्या अणुभट्टीतून विकिरणोत्सर्गी गळती झाली. ही गळती चालू झाल्यानंतर पाच तासांनी आजूबाजूच्या लोकवस्तीस धोक्याचा इशारा देण्यात आला. इंग्लंडमधील शोअरहॅम अणुभट्टीतूनही ह्याच सुमारास अशाच प्रकारचा धोका निर्माण झाला होता. २६ एप्रिल १९८६ ह्या दिवशी युक्रेनमधील चेनॉबिल ह्या अणुभट्टीला अपघात झाला. ह्यातून निघालेले किरणोत्सर्गी पदार्थांचे ढग स्वीडनपर्यंत पोहोचले. ह्यामुळं झालेलं आण्विक प्रदूषण कित्येक पिढ्या त्रासदायक ठरण्याची शक्यता आहे. अणुऊर्जेबद्दल प्रक्षुब्ध जनमत आणि अपेक्षेपेक्षा कमी प्रमाणात ऊर्जेचा वापर ह्यामुळं १९९० नंतरच्या दशकात आण्विक ऊर्जा केंद्रांची उभारणीही कमी प्रमाणात झाली. जपानमध्ये अणुऊर्जा केंद्र उभारावं की उभारू नये, ह्यासाठी माकी नावाच्या शहरात जनमत कौल घेण्यात आला. जनतेनं स्पष्टपणे अणुऊर्जा केंद्राच्या उभारणीस नकार दर्शविला. अशातऱ्हेचा जनमत कौल प्रथमच घेण्यात आला होता. अमेरिकेत १९९६ मध्ये विद्युतऊर्जेचा पुरवठा करणाऱ्या उद्योजकांनी अमेरिकेच्या ऊर्जाखात्यानं आण्विक कचरा टाकण्यासाठी सुरक्षित जागा पुरवावी म्हणून त्या खात्यावर खटला भरला. अमेरिकन ऊर्जा खात्यानं नेवाडातील युक्का पर्वतराजीत वापरून झालेलं आण्विक इंधन साठविण्यासाठी ज्या सुरक्षित कोठ्या बनविण्याची योजना कार्यान्वित केली ती अजूनही कार्यरत झालेली नाही.

वाहतुकीची साधने

सागरी दळणवळण

मानवी दळणवळणाची सुरूवात इ. स. पू. ३२०० च्या सुमारास खऱ्या अर्थानं झाली असं म्हटलं जातं. त्या आधी माणूस पायी भटकंती करत होता. सामान आणि संसार वाहून नेण्यासाठी काही प्राणी बाळगत होता पण आजकालचे लमाणी तांडे त्याच्यापेक्षा अधिक प्रगत मानावे लागतील अशी परिस्थिती होती.

खऱ्या अर्थानं असं म्हणायचं कारण म्हणजे मानवी कौशल्याचा आविष्कार झाला आणि दळणवळण घडून आलं ते इ. स. पू. ३५०० ते ३१०० दरम्यानच्या काळात. ह्यासाठी होड्या वापरण्यात आल्या होत्या आणि मानवी कौशल्य म्हणजे ह्या होड्या शिडाच्या होत्या. मानव स्वत:ची किंवा प्राण्याच्या स्नायूंची ताकद न वापरता नैसर्गिक ऊर्जास्त्रोताचा वापर करून एका जागेहून दुसऱ्या जागी जाऊ लागला होता. ह्या काळात (दुसऱ्या नकादाचा किंवा गर्झीअन काळ) ह्या काळातल्या एका मातीच्या मडक्यावर शिडाच्या नौकेचं चित्र आहे. ही घटना इजिप्तमधील आहे. पॅपिरस नावाच्या वनस्पतीची खोडं एकत्र बांधून इजिप्तिशयन लोक ह्या उथळ पाण्यात वावरणाऱ्या होड्या तयार करीत असावेत, असा अंदाज आहे.

अशा प्रकारच्या होड्या आजही पेरू आणि बोलिव्हियातील टिटिकाका सरोवराच्या परिसरात वापरल्या जातात. इ. स. १९७० मध्ये नॉर्वेजियन थॉर हेयरडाल (१९१४ ते २००२) ह्या मानवशास्त्रज्ञानं अशाच होडीचा उपयोग करून मोरोक्को ते वेस्टइंडिज असा सागरी प्रवास पार पाडला होता. ह्या होडग्याचं नाव रा-

नाईल नदीत वापरली जाणारी प्राथमिक स्वरूपाची शिडाची होडी

दोन असं होतं. भूमध्य सागराच्या परिसरातले लोक दक्षिण अमेरिकन भूखंडात अटलांटिक ओलांडून पोहोचले असा एक सिद्धांत त्यानं मांडला होता, तो सिद्ध करण्याकरता थॉर हेयरडालनं हे साहस केलं.

मोठे पडाव इजिप्त आणि ग्रीसमध्ये सामान वाहून नेण्यासाठी आणि युद्धासाठी वापरले जाऊ लागले. भूमध्य सागरातलं वैशिष्ट्यपूर्ण जहाज म्हणजे बिरेमे. ह्या जहाजात गुलामांच्या टोळ्या दोन वेगवेगळ्या पातळींवर वल्ही मारायला बसत असत. इ. स. पू. ७०० मध्ये ही बिरेमे अस्तित्वात होती. तर गुलामांच्या तीन वेगवेगळ्या उंचींवरून वल्ही चालवणाऱ्या तुकड्या असलेल्या नौका इ. स. पू. ५०० मध्ये अस्तित्वात आल्या. ह्यांना ट्रायरेम म्हणत.

पूर्वेकडे भारत आणि चीनमध्ये कापडाची अनेक शिडं असलेल्या नौका दूरच्या सागरी प्रवासासाठी वापरल्या जात. इ. स. पू. १०० च्या सुमारास भारतीय व्यापारी कंबोडिया आणि व्हिएतनामपर्यंत पोहोचले होते. त्यांच्या वंशजांनी तिथं साम्राज्येही निर्माण केली होती. केरळमधील कटामरांग नावाच्या होड्यांचं नाव अपभ्रष्ट रूपात कॅटामरान म्हणून आता पश्चिमेत वापरलं जातं. कटामरांगला तोल सावर-ण्यासाठी एक मोठा ओंडका जोडलेला असे. तो मूळ नावेपासून थोड्या अंतरावर लाकडी ओंडक्यांनी बांधलेला असे.

ट्रायरेम ३५ मीटर इतक्या लांबीच्या असत. ह्या नावा ९ नॉट वेगानं (ताशी १.८५ कि. मी.) प्रवास करीत असत. (१ नॉट म्हणजे एक सागरी मैल. हा जमिनीवरील मैलापेक्षा मोठा असतो. पूर्वी दोरखंडांच्या ठराविक अंतरावरील गाठींनी सागरी अंतर मोजण्यात येत असे. त्यावरून नॉट हा शब्द अस्तित्वात आला. १ सागरी मैल म्हणजे १.१५ जमिनीवरचा मैल म्हणजेच १.८५ कि. मी. अंतर).

युद्धाच्या काळात हे पडाव शत्रूच्या पडावावर आदळले जात. त्यासाठी त्यांच्या पुढच्या भागात धडक ओंडके (बॅटरिंग रॅम) बसवलेले असत. तसंच शत्रूचे पडाव

पकडता यावेत म्हणून त्यांच्यावर लोखंडी पकडी आणि आकडे (ग्रॅपलिंग आयर्न) असत. हिरोडोटस (इ. स. पू. ४८५ ते ४२५) ह्यांनं २५वल्हेदार प्रत्येक बाजूस बसू शकतील अशा नौकांना 'पेंटे कोंटर' असं म्हटलं आहे. जेव्हा वाऱ्याची दिशा अनुकूल असे तेव्हा अशा नौका एका शिडाच्या साहाय्यानं प्रवास करीत असत. युरोपातील अशा पाडावांची शिडं चौकोनी असत.

इसवी सनाच्या सुरूवातीच्या काळात म्हणजे इ. स. पू. ३०० च्या पुढं व्हायकिंग्ज हे सागरी लुटेरे सागर सफरी करू लागले. त्यांना भक्कम पण जलदगती नौकांची आवश्यकता वाटत होती. त्यांनी देवदार वृक्षाच्या युद्धनौका बनवल्या. इ. स. ८०० पर्यंत दर्यावर्दी व्हायकिंगांनी त्यांच्या नौकात खूपच सुधारणा घडवून आणल्या होत्या. ह्या नौका वल्हवून किंवा शिडांच्या साहाय्यानं परिस्थितीनुरूप हाकारता येत असत. त्या अरूंद, लांब, कमी जलोत्सारण करणाऱ्या उथळ पाण्यातही वावरू शकतील अशा आणि दोन्ही बाजूंस निमुळत्या अशा असत. त्यामुळं त्या गतिमान बनत आणि चपळ म्हणजे सहजगत्या वेडीवाकडी हालचाल करू शकतील अशा असत. त्यांचं सुकाणू पुढच्या बाजूस उजवीकडे असे. व्हायकिंग हे कुशल दर्यावर्दी होते. लीफ एरिकसन हा व्हायकिंग इ. स. १००० च्या सुमारास ग्रीनलंड, बॉफीन हे बेट आणि उत्तर अमेरिकेतील न्यूफाऊंडलंड इथपर्यंत जाऊन परतला होता. त्यानं अमेरिकेच्या ह्या भागास व्हिनलंड असं नाव दिलं होतं.

सागरी दळणवळणानं पंधराव्या शतकात नवीन वळण घेतलं. स्पॅनिश आणि पोर्तुगीज दर्यावर्दी त्यांच्या 'कॅराव्हेल' नावाच्या नौकांनी आता सागरसफरी करू लागले होते. कॅराव्हेल ही छोटी, हलकी जहाजं असत. ती साधारणपणे २३ ते २५ मीटर लांबीची असत. गॅलीअन नावाच्या मालवाहू बोजड जहाजांपेक्षा ती चपळ असत. ही जहाजं लाटीन नावाचं अरूंद, त्रिकोणी शीड वापरत. ही शिडं दुसऱ्या शतकापासून अरबी समुद्रातल्या जहाजांवर वापरात होतीच पण चीनपर्यंत प्रवास करणाऱ्या अरबी मलबारी आणि पूर्व भारतीय जहाजांवर वापरली जात असत.

ज्यावेळी युरोपी दर्यावर्दी आफ्रिकेच्या उत्तर किनाऱ्याशी लुडबुडत होते त्यावेळी चिनी दर्यावर्दी पूर्व आफ्रिकेपर्यंत पोहोचले होते. भारतातून चीनमध्ये सागरी मार्गानं अनेक गोष्टी जात होत्या. बंगालच्या राजाला भेट म्हणून आलेल्या दोन जिराफांपैकी एक जिराफ चीनमध्ये नेण्यात आला तेव्हा चीनचा सेनापती झेंग हो प्रचंड मोठं आरमार घेऊन आफ्रिकेत पोहोचला. त्या आरमारातील बरीच जहाजं युरोपातल्या मोठ्यातल्या मोठ्या जहाजांच्या अडीच पट जास्त मोठी होती. ही घटना पंधराव्या शतकाच्या पूर्वार्धात घडली तर पोर्तुगीज पंधराव्या शतकाच्या अखेरीस आफ्रिकेस वळसा घालून पूर्व आफ्रिकेस पोहोचले आणि तिथून अरब आणि भारतीय खलाशांच्या मार्गदर्शनाखाली भारताच्या किनाऱ्यापर्यंत पोहोचले. चिनी जहाजं आकारानं मोठी होती ह्याचं कारण ह्या जहाजांवर वेगवेगळ्या आकाराची अनेक शिडं असायची. ती वेगवेगळ्या पातळ्यांवर असायची. रेशमी आणि बांबूच्या पडद्यांची ही शिडं हाताळायला सोपी होती. ती विविध दोरांच्या साहाय्यानं झपाट्यानं गुंडाळली जाऊ शकत ह्यामुळं वाऱ्याच्या वेगानुरूप शिडं उभारणं शक्य होत असे. वारं जास्त वेगानं वाहू लागताच शिडं झपाझप उतरवली जात. युरोपमध्ये ही कला चिनी जहाजांच्या अनुकरणातून पोहोचली तेव्हा सतरावं शतक उजाडलं होतं.

चिनी जहाजांचं आणखी एक वैशिष्ट्य म्हणजे त्यांच्यात अनेक कप्पे असत. हे सर्व कप्पे हवाबंद असत. हे कप्पे पुढपासून मागपर्यंत तसंच डाव्या बाजूकडून उजव्या बाजूकडे असे असत. त्यामुळं एखाद्या ठिकाणी जरी गळती लागली तरी संपूर्ण जहाजास क्वचित धोका पोहोचत असे. जिथे गळती असेल तेवढा कप्पा हवाबंद दारानं बंद केला की धोका टळायचा. युरोपमध्ये ही प्रथा पहिल्या महायुद्धापर्यंत अस्तित्वात नव्हती. १७ व्या शतकापासून ब्रिटिश आरमारातील बरीच जहाजं भारताच्या पश्चिम किनाऱ्यावर बांधली गेली. ती अमेरिकन स्वातंत्र्य लढ्याचे वेळी ब्रिटिशांच्या बाजूनं लढली. पश्चिम घाटातील लाकूड आणि मुंबईजवळची जहाज बांधणी ह्यांचा हा गौरव मानला जातो.

यॉट्स् म्हणजे छोटे शीडवाले जलदगती पडाव प्रथम हॉलंडमध्ये ॲम्स्टरडॅम इथं बांधले गेले. हे पडाव म्हणजे सागरी जलक्रीडेच्या दृष्टीनं सुरू झालेला नौकानयनाचा पहिला प्रयत्न मानला जातो. इंग्लंडचा राजा दुसरा चार्ल्स् हा शिवाजी महाराजांचा समकालीन होता. तो परागंदावस्थेत हॉलंडमध्ये असताना त्याला यॉटिंगची गोडी लागली. इ. स. १६६० मध्ये इंग्लंडच्या गादीवर बसल्यानंतर त्याला ॲम्स्टरडॅम ह्या शहरानं २० मीटर लांबीचं यॉट भेट म्हणून दिलं. चार्ल्सनं १६६१ मध्ये थेम्स नदीवर ते चालवलं आणि ड्यूक ऑफ यॉर्क म्हणजे त्याचा भाऊ जेम्स, ह्याच्याबरोबर यॉटच्या शर्यतीही खेळल्या होत्या.

इ. स. १६२० मध्ये थेम्स नदीतच पहिल्या पाणबुडीचे प्रात्यक्षिक झाले. कॉर्नेलिस जॅकॉब्सझून व्हान ड्रेबेल ह्या डच माणसानं मानवी सामर्थ्यावर चालणारी ही पाणबुडी बनवली होती. मायकेल सेझिवोय ह्या पोलीश माणसानं तयार केलेल्या रसायनांचा वापर करून ह्या पाणबुडीतली हवा ऑक्सिजन संपृक्त करण्यात

आधुनिक साधने वापरून पाण्यात वावरणारा पाणबुड्या

येते; असं सांगण्यात येत असलं तरी जोसेफ प्रीस्टलीनं ऑक्सिजन श्वसनात आवश्यक असतो हे सिद्ध करायला अजून शे-दीडशे वर्षे अवकाश होता.

रॉबर्ट फुल्टन हा अमेरिकन अभियंता नौकानयनात उतरला आणि त्यानं नौकानयनाचे विश्वच बदलून टाकलं. त्यानं बाष्प-शक्तीवर चालणारी पहिली जलवाहनसेवा सुरू केली. क्लेरमॉट ही त्याची बाष्पशक्तीवर चालणारी नौका ४५ मीटर लांब होती. तिला एकच सिलिंडर असलेलं एक इंजिन होतं. ह्या बोटीस दोन पॅडलव्हीलस् होती. ५ मीटर व्यासाच्या ह्या पॅडल व्हील्सच्या साहाय्यानं न्यूयॉर्क ते अल्बनी हे अंतर ही बोट ३२ तासात पार करीत असे. ह्या दोन शहरात २४० कि. मी. अंतर होतं. त्या काळात शिडांच्या बोटींना हे अंतर काटण्यास चार दिवस लागत

असत. (पॅडल् व्हील म्हणजे बोटीच्या दोन्ही बाजूस किंवा मागच्या बाजूस एक किंवा अनेक चक्र बसवलेली असत. आपल्याकडल्या रहाटांप्रमाणे ह्यांची रचना असे. ह्या फिरत्या चाकांना बसवलेले पाट पाणी मागं ढकलत असत.)

इ. स. १८३६ मध्ये इसांबर्ड किंग्डम ब्रुनेल ह्या इंग्रज अभियंत्यानं ग्रेट वेस्टर्न स्टीमशिप कंपनीची स्थापना केली. ह्या कंपनीच्या पहिल्या बोटीचं नाव होतं 'ग्रेट वेस्टर्न.' हे जहाज १८३८ मध्ये प्रथम इंग्लंडहून अटलांटिक पार करून न्यूयॉर्कला पोहोचलं. ह्या कंपनीच्या दुसऱ्या जहाजाचं नाव होतं, 'ग्रेट ब्रिटन' ते १८४५ मध्ये कार्यरत झालं. लोखंडी बांधणीचं हे बाष्पशक्तीवर चालणारं पहिलं जहाज बरीच वर्षे सेवेत होतं. इ. स. १८५४ मध्ये ब्रुनेलनं 'ग्रेट इस्टर्न' नावाचं एक जहाज बांधलं. पाण्यात जहाज जास्त झुलू नये म्हणून ह्या जहाजाच्या तळाशी लोखंडाचे

क्वीन एलिझाबेथ हे प्रवासी वाहतूक करणारे जहाज

वजनदार आडवे खांब बसविण्यात आले होते. ह्यांना 'बिल्ज कील' असं म्हटलं जातं. इ. स. १८९९ पर्यंत हे जहाज पृथ्वीवरील सर्वांत मोठं जहाज म्हणून मिरवत होतं. एकोणिसाव्या शतकाच्या अखेरपर्यंत सागरी दळणवळणात शिडांची जहाजं महत्त्वाची भूमिका बजावीत

होती; पुढं बाष्प-शक्तीवर चालणाऱ्या जलदगती जहाजांच्या स्पर्धेत ती मागं पडली. तरीही त्याच्या शिडांमध्ये सुधारणा करून त्यांनी काही काळ ह्या स्पर्धेत तग धरून राहण्याचा प्रयत्न केला. चीनमधून चहाचं पहिलं पीक लंडनला आणि न्यूयॉर्कला पोहोचविण्यासाठी 'क्लिपर' नावाची चौकोनी शिडांचा ताफा वापरणारी जहाजं नेत असत. पहिलं क्लिपर न्यूयॉर्कमधे १८४५ मध्ये बांधण्यात आलं. ह्याचं नाव रेन बो. डोनाल्ड मॅकेनं बांधलेल्या 'सॉव्हरीन ऑफ द सीज्' नावाच्या क्लिपरनं न्यूयॉर्क ते लिव्हरपूल हा अटलांटिक-पार प्रवास १३ दिवस १४ तासांत पूर्ण करून एक तत्कालीन उच्चांक प्रस्थापित केला होता. शेवटचं क्लिपर १८६९ मध्ये इंग्लंडमध्ये बांधण्यात आलं. 'कटी सार्क' ह्या नावाचं हे जहाज बाष्पशक्तीवर चालणाऱ्या जहाजांच्या काळातही दिमाखानं मिरवत होतं.

लोखंडी चिलखत असलेली पहिली युद्धनौका बांधण्याचा मान फ्रेंच नौका तज्ज्ञ स्टॅनिस्लॉस दुपुय द लोम, ह्या अभियंत्याकडं जातो. त्यांं ५६०० टनी 'ग्लुआर' ही फ्रेंच फ्रिगेट नौका १८५९ मध्ये बांधली. इंग्रजांनी १८६० मध्ये ९२१० टनांची एच. एम. एस. वॉरियर ही युद्धनौका जलगामी केली. द्रव पदार्थ वाहून नेणाऱ्या टाकी जहाजांना इंग्रजीत टॅंकर म्हणतात. 'टाकं' ह्या भारतीय शब्दावरून हा शब्द इंग्रजीत गेला आहे. अशा तऱ्हेचे द्रव पदार्थांची वाहतूक करण्यासाठी खास बांधण्यात आलेलं पहिलं जहाज म्हणजे एस. एस. अटलांटिक. हे बाष्पशक्तीवर चालणारं आणि घूर्णी यंत्रणा (टर्बाईन) वापरणारं जहाज १८८४ मध्ये चार्ल्स पार्सन्सनं ईशान्य इंग्लंडमध्ये बांधलं. इ. स. १८९७ मध्ये पार्सन्स मरीन स्टीम टर्बाईन कंपनीनं घूर्णी यंत्रणा वापरून टर्बिनिया नावाचं ४४.५ टनी नौका बांधली. ह्या नौकेला तीन शाफ्टवर मिळून नऊ पंखे होते. त्यामुळे टर्बिनिया ३४.५ नॉट वेगानं प्रवास करीत असे. अटलांटिक ओलांडण्यासाठी अंतर्ज्वलन यंत्रणा वापरणारं पहिलं जहाज एबियल ऑंबटलो १९०२ मध्ये अटलांटिक पार करून गेलं. ह्या ११.५८ मीटर लांबीच्या नौकेनं न्यूयॉर्क ते इंग्लंडच्या किनाऱ्या-वरील कॉर्नवॉल हा प्रवास ३६ दिवसांत पूर्ण केला होता.

दोन किंवा त्याहून अधिक डोलकाठ्या असलेल्या पडावास स्कूनर असं म्हटलं जातं. सर्वात मोठ्या स्कूनरला एकूण सात डोलकाठ्या होत्या. ५२१८ टनाचं हे जहाज १९०२ मध्ये जलावतरण करून गाजलं. पण १९०७ मध्ये सिली बेटांजवळ बुडालं. त्याची प्रत्येक डोलकाठी सुमारे ५९ मीटर उंच होती. ह्या सर्व डोलकाठ्यांवरची शिडं एकाच वेळी फडकवता येत. ह्या स्कूनरचं नाव थॉमस डब्ल्यू. लॉझन असं होतं.

इ. स. १९०६ मध्ये इटलीमधील मॉगिओर सरोवरात पहिल्या हायड्रोफॉईलची चाचणी घेण्यात आली. एन्रिको फोर्लानिनी ह्या तंत्रज्ञानं ह्या पडावाच्या तळाशी फिरती पाती बसवली होती. त्यामुळे ही बोट पाण्यावर उचलली जात असे. त्याकाळात अजस्र मानली जाणारी युद्धनौका म्हणजे एच. एम. एस. ड्रेडनॉट. इ. स. १९०६ मध्ये तिनं जलावतरण केलं. ही युद्धनौका १७९०० टनी होती. तिची जुळणी आठ महिन्यात पूर्ण करण्यात आली होती. ह्या युद्धनौकेवर ३०.५ सें. मी. व्यासाच्या दहा तोफा होत्या. ती २१ नॉट वेगानं पाणी कापू शकत असे. ह्या युद्धनौकेमुळं त्या काळातल्या इतर सर्व युद्धनौका कालबाह्य ठरल्या. इ. स. १९१८ पर्यंत ड्रेडनॉट जातीच्या युद्धनौकांची भरभराट झाली. पहिल्या महायुद्धाच्या अखेरीज इंग्रज नौदलात ह्या जातीच्या ४८ तर जर्मन नौदलात २६ युद्धनौका होत्या. यंत्रचलित नौकांची अशी भरभराट होत होती त्याच काळात फक्त शिडांच्या साहाय्यानं प्रवास करणारं सर्वात मोठं जहाज इ. स. १९११ मध्ये बांधण्यात आलं. हे ५८६६ टनांचं जहाज १२७ मीटर लांब असून त्याला पाच डोलकाठ्या होत्या. त्याचा तळ पोलादी होता. फ्रान्स टू ह्या नावाच्या ह्या जहाजाच्या निर्मितीचं श्रेय शॉंतिये द गिरोंदे ह्याच्याकडं जातं. १९२२ मध्ये एका वादळात हे खडकांवर आपटून फुटलं.

दुसऱ्या महायुद्धकाळात युद्धनौकांबरोबर व्यापारी नौकां-चीही मालवाहतुकीसाठी आवश्यकता भासू लागली. १९४१ ते १९४५ ह्या काळात अमेरिकेत पूर्वरचित भागांची झाळणी कामानं जोडणी करून (प्री-फॅब्रिकेटेड) मालवाहू जहाजं झपाट्यानं निर्माण करण्यात आली. ही सर्व

जहाजं 'लिबर्टी शिप्स' म्हणून नावाजली गेली. १०,५०० टनाची ही जहाजं १८७९ मधल्या मूळ आराखड्यानुसार

अणु पाणबुडी

तयार करण्यात आली होती. हेन्री जॉन कैसर नावाच्या उद्योजकानं जहाजांची ही घाऊक निर्मिती यशस्वीरित्या पार पाडली. ह्या जहाजांच्या निर्मितीस ५ दिवस ते एक आठवडा एवढा कालावधी लागे. ती ताशी ११ नॉट वेगानं प्रवास करित. युद्धानंतरही बराच काळ ती वापरात होती.

नौकानयनात अणुऊर्जेचा पहिला वापर अमेरिकेनं केला. इ. स. १९५४ मध्ये अणुशक्तीवर चालणारी पहिली पाणबुडी अमेरिकेनं सागरात सोडली. यु. एस. एस. नॉटीलस ही सुमारे ९९ मीटर लांबीची पाणबुडी पाण्याखाली ४.०४० टन पाण्याचं अपसरण करित असे. ३ ऑगस्ट १९५८ ह्या दिवशी ही पाणबुडी उत्तर ध्रुवीय हिमावरणाखालून प्रवास करित भौगोलिक उत्तर ध्रुवावर पोहोचली. पाण्यावरून प्रवास करणारं अणुशक्तीवर चालणारं पहिलं जहाज निर्माण करण्याचा मान सोव्हिएत रशियाकडं जातो. लेनिन नावाची ही नौका लेनिनग्राड (आता सेंट पीटर्सबर्ग) इथं बांधण्यात आली होती. हिमतट फोडण्याचं काम करणारी ही नौका १६००० टनी होती. तिची लांबी १३४ मीटर होती. ३ अणुभट्ट्या तिला ऊर्जा पुरवायचं काम करित असत.

हॉवरक्राफ्ट म्हणजे हवेच्या गादीवर चालणारं वाहन. अशा वाहनाच्या निर्मितीचे एकाधिकार ख्रिस्तोफर कॉकरेल ह्या इंग्रजानं १९५५ मध्ये मिळवले. त्यानंतर त्याची निर्मिती करून चाचण्या घेऊन इ. स. १९५९ मध्ये हे वाहन प्रथम

जनतेसमोर आलं. पहिली सार्वजनिक हॉवरक्राफ्ट सेवा १९६२ मध्ये उत्तर वेल्सच्या डी त्रिभुज प्रदेशात सुरू करण्यात आली. त्या वाहनात २४ प्रवासी असत आणि ताशी ६० नॉट वेगानं प्रवास करित असे.

दरम्यानच्या काळात तेल वाहतुकीसाठी टाक्यांची जहाजं आकारानं वाढत होती. इ. स. १९८० मध्ये अशा तऱ्हेच्या जहाजांची लांबी १००० फुटांहून (३३० मीटर) जास्त झाल्यावर त्यांना महाजहाजं (सुपर टँकर) म्हणण्यात येऊ लागलं. अशा तऱ्हेच्या पहिल्या महाजहाजाचं नाव 'सी वाइझ् जायंट' असं आहे. ते १५०४ फूट (४५८.४५ मीटर) लांब असून त्याला कमीत कमी २५ मीटर खोल पाणी असल्याशिवाय सरळ तरंगता येत नाही. त्यापेक्षा कमी पाण्यात त्याचा तळ सागर तळावर घासून नुकसान होते.

इ. स. १९८० मध्ये रशियानं अशीच एक महापाणबुडी आरमारात दाखल केली. हिचं नाव पाश्चात्य देशांनी 'टायफून' असं ठेवलं. अशा पाणबुड्यांना टायफून वर्गी पाणबुड्या असं संबोधण्यात येतं. ह्या पाणबुड्या १७० मीटर लांबीच्या असून त्यांची अपसरण क्षमता २० हजार टन एवढी प्रचंड आहे. त्यांच्यावर २० आंतरखंडीय

व्हेनिसमध्ये वापरली जाणारी लाकडी होडी-गुंडोलारी

प्रक्षेपणास्त्रे असून ह्या प्रक्षेपणा-स्त्रांचा पल्ला सुमारे ८००० कि. मी. एवढा असतो.

नौकानयनात एवढी प्रगती झाली असली तरी बऱ्याच नौका-नयन प्रेमींना शिडाच्या जहाजांचं प्रेम सोडवत नाही. त्यातूनच विंड स्टार आणि विंड साँग ह्या नावाच्या प्रवासी वाहतूक करणाऱ्या दोन जहाजांची निर्मिती करण्यात आली. ही जहाजं १९८६ मध्ये फ्रान्समध्ये बांधण्यात आली असून १३४ मीटर लांबीची आहेत. त्यांना ४ डोलकाठ्या असून ह्या डोलकाठ्यांवर एकूण २००० चौरस मीटर क्षेत्रफळ भरेल एवढी शिडं असतात. ह्या शिडांचं नियंत्रण संगणकांच्या सहाय्यानं करण्यात येतं. इ. स. १९९० च्या जून महिन्यात ग्रेटब्रिटन नावाच्या एका हॉवरक्राफ्टनं ३ दिवस ७ तास आणि ५५ मिनिटांत अटलांटिक सागर ओलांडून एक नवा विक्रम प्रस्थापित केला. इ. स. १९९८ मध्ये पृथ्वीवरील जहाजांची मोजणी करण्यात आली तेव्हा १००० टनी किंवा त्याहून मोठी अशी २८०७३ जहाजं सागरी दळणवळणात सहभागी आहेत, असं दिसून आलं. ही जहाजं ५१ देशांमधल्या कंपन्यांची असून ह्यातली ६९१७ तेलवाहू जहाज आहेत तर २२३८ मालवाहू जहाज आहेत. आता नौकानयनात एका नव्या पद्धतीच्या जहाजामुळं क्रांती घडून येण्याची शक्यता आहे. ह्यांना जलदगती जहाजं (फास्ट शिप्स) असं म्हणतात. डेव्हिड गाईल्स ह्या अभियंत्यांनं पाण्याच्या झोता-द्वारे चालणारी यंत्रणा वापरून ही जहाजं बनवली असून २२८ मीटर लांबीची ही जहाज ३९ नॉटचा वेग गाठू शकतात. शेरबुर्ग ह्या फ्रान्समधल्या बंदरातून ती न्यूयॉर्कपर्यंत प्रवास करतील. ह्या जहाजांना सामावून घेण्याच्या दृष्टीनं ह्या दोन्ही बंदरांमधील काही धक्क्यांची लांबी वाढविण्यात येत आहे.

दर्यावर्दी कौशल्य आणि दिशादेशन

अगदी सुरुवातीचे दर्यावर्दी वाऱ्याच्या स्थानिक दिशा आणि सागरी प्रवाह ह्यांच्या माहितीच्या आधारे प्रवास करीत असत. ह्यासाठी सागरी पक्षी, सागरी प्राणी, पाण्याचे तापमान आणि अशाच इतर बऱ्याच नैसर्गिक गोष्टींचा ते निरीक्षणांच्या साहाय्यानं अभ्यास करीत असत; ह्या निरीक्षणजन्य अनुभवाचा ते सागरसफरींमध्ये उपयोग करून घेत. पॅसिफिक महासागरातल्या पॉलिनेशियन बेटांवर

अशाच पद्धतीनं हजारो सागरी कि. मी. अंतर ओलांडून मानवी वसाहती झाल्या. एका आधुनिक विचारसरणीनुसार हे लोक दक्षिण अमेरिकन भूखंडात सागरी मार्गानं पोहोचले होते. सागरप्रवासात दिशादेशनासाठी ताऱ्यांचा उपयोग ह्या काळात करण्यात येत.

चुंबकीय गुणधर्म असलेला लोखंडाचा तुकडा चुंबकीय उत्तर (दक्षिण) दिशा दाखवितो (ही भौगोलिक उत्तर दिशेपेक्षा थोडी बाजूस असते.) ही घटना सर्वप्रथम चिनी लोकांच्या लक्षात आली. ते मॅग्नेटाईट ह्या नैसर्गिक चुंबकाचा इ. स. पू. २५०० पासून वापर करीत आले आहेत. (लोहाच्या नैसर्गिक ऑक्साईडला मॅग्नेटाईट असे म्हणतात. ह्या धातुकाचे तुकडे चुंबकीय गुणधर्मांचे असतात.)

सागर प्रवासात सर्वाधिक धोका किनाऱ्याजवळील खडकांचा असतो. सागरकिनाऱ्या जवळील असे छुपे खडक आणि सागर उथळ करणारे वाळूचे दांडे कळावेत म्हणून भूमध्य सागरात फार पूर्वीपासून दीपगृहे बांधण्यात येत असत. ह्या आद्य दीपगृहात डांबराचे पलिते जाळून रात्रीच्या वेळी जहाजांना धोक्याची सूचना देण्यात येत असे. मायटीलीनीचा लेश्रेस ह्या कवीनं इ. स. पू. ६५० च्या सुमारास सिगिअम इथल्या दीपगृहाचं वर्णन केलं आहे. हा दीपगृहाचा पहिला ज्ञात लिखित पुरावा ठरतो. (सिगिअम आता तुर्कस्थानात असून त्याला केप इंचिसारी म्हणजे इंचिसारीचं भूशीर, असं म्हटलं जात.) इजिप्तमधील अलेक्झांड्रिया ह्या ठिकाणी इ. स. पू. २८० मध्ये फारोसचं दीपगृह बांधण्यात आलं होतं. त्या काळातलं ते सर्वात ऊंच बांधकाम ठरलं. ते १३५ मीटर उंच होतं.

इसवीसनाच्या सुरूवातीच्या काळात पाण्याची खोली मोजण्याचं तंत्र अस्तित्वात आलेलं होतं. ह्याला नौकानयनाच्या परिभाषेत 'साऊंडिंग' असं म्हणतात. अशा तऱ्हेच्या खोली मोजण्यामुळं जहाज वाळूत घुसण्याचं टळतंच पण अशा खोलीवरून जहाज किनाऱ्यापासून किती दूर आहे, हेही कळू शकतं, साधारणपणे एखाद्या भूभागातील सागरतळाची माहिती असेल तर त्याच्याशी तुलना करून जहाज कुठं असावं, ह्याचाही अंदाज बांधता येतो.

आठव्या ते अकराव्या शतकाच्या दरम्यान व्हायकिंगनी ह्या प्रकारे खोली मापनासाठी दोराला शिशाचं वजन बांधून 'साऊंडिंग' घ्यायला सुरूवात केली. जहाजाच्या कर्णधाराने दोन्ही हात पसरल्यावर जेवढं अंतर होईल त्या अंतरावर ह्या दोरास गाठी मारलेल्या असत. ह्या अंतराला 'एक फॅदम' (एक पुरूष) असं म्हणण्यात येत असे. नॉर्वेंजियन भाषेत फॅदम म्हणजे पसरलेले हात. त्यावरून 'फॅदम' हा शब्द नौकानयनशास्त्रात समाविष्ट झाला. ह्या दोराच्या बुडणाऱ्या टोकाला पोकळ भाग असलेलं शिशाचं वजन असे. वजनाच्या ह्या पोकळ भागात मेण किंवा चरबीचा गोळा बसवलेला असे. वजन तळाला टेकलं की तळावरची वाळू किंवा चिखल ह्या मेणात घुसत असे. त्यावरूनही सागरतळ कुठल्या भूभागातील असावा, हे कसबी आणि अनुभवी खलाशी ताडू शकत. भूमध्य सागरात प्राथमिक स्वरूपाची होकायंत्रे बाराव्या शतकाच्या मध्यास वापरात येऊ लागली. ह्यासाठी चुंबकीय सूची परातीत भरलेल्या पाण्यावर तरंगत ठेवली जात असे. त्यामुळं ती मुक्तपणे फिरू शकत असे. आकाशातील ताऱ्यांच्या स्थानावरून दिशादेशन करण्यासाठी क्रॉसस्टाफ वापरायला सोळाव्या शतकाच्या पूर्वार्धात सुरूवात झाली असावी. ह्या प्रकारच्या दिशादेशनाचा ज्ञात पुरावा इ. स. १५१४ मधला आहे. एक लांब काठी आणि तिच्या टोकाला बांधलेली आडवी काठी वापरून ताऱ्यांचे कोन मोजले जात. ह्यासाठी मोठी काठी क्षितिज समांतर धरण्यात येत असे. छोटी काठी ताऱ्याची दिशा दाखवीत असे. ह्या दोहोंमधला कोन मोजला जाई. अक्षांशाबरोबर सूर्य आणि ताऱ्यांचे क्षितिज समांतर रेषेशी असलेले कोन बदलतात. ह्या कोनांवरून

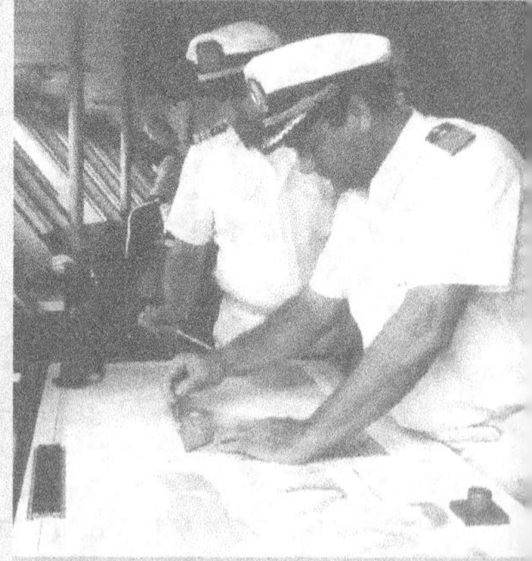

जहाजाचा कप्तान सागरी नकाशांवर मार्ग आखताना

जहाज किती अक्षांशावर असावे, ह्याचा अंदाज बांधला जात असे. ह्यानंतरच्या काळात जॉन डेव्हिसनं तयार केलेला बॅकस्टाफ आणि आरसे वापरून तयार केलेली जॉन हेडलीची प्रतिबिंब-दर्शक (क्वाड्रंट) यंत्रणा ह्यांचा वापर सुरू झाला.

इ. स. १५६९ मध्ये दळणवळणात एक नवी क्रांती घडून आली. जेरार्डस् मर्कॅटर ह्या बेल्जियम शास्त्रज्ञानं नकाशा आरेखनाची प्रक्षेप पद्धत शोधून नकाशे निर्मितीस सुरूवात केली. पृथ्वीचा वक्राकृती पृष्ठभाग सपाट कागदावर आरेखित करण्यासाठी त्यानं रेखांश मांडायला सुरूवात केली. हे रेखांश मर्कॅटर पद्धतीत समांतर नव्हते तर अक्षांशानुरूप ह्या रेखांशातील अंतर विषुववृत्ताकडे वाढत जात होते. तर ध्रुवीय प्रदेशात ते एकत्र येत होते. ह्यामुळं नकाशावर जहाजाचा मार्ग सरळ रेषेनं दाखवता येणं शक्य होऊ लागलं. जहाजांवर प्रवासातील घडामोडींची नोंद ज्या नोंदवहीत ठेवली जाते त्या नोंदवहीस लॉगबुक म्हणतात. ही पद्धत १७ व्या शतकात अस्तित्वात आली. लॉग म्हणजे लाकडाचा ओंडका. रिचर्ड नॉर्वुड ह्या दर्यावर्दीनं जहाजाचा वेग मोजण्यासाठी लाकडाचा ओंडका. वापरायला सुरूवात केली. ह्या लाकडाच्या ओंडक्याला एक दोर बांधलेला असे. त्याचबरोबर ओंडका टाकता-क्षणी एका वालुकापात्राच्या साहाय्यानं वेळ मोजला जायचा. ह्या सगळ्याची नोंद केली की त्याला लॉग म्हणण्यात येत असे आणि वेग 'नॉट' मध्ये म्हणजे एका तासातल्या गाठींमध्ये मोजला जायचा. अमूक एका गाठी म्हणजे एक मैल असं हे गणित असे. दोर लाटांमुळे वेडावाकडा हले. त्यामुळे जमिनीवरचा मैल आणि सागरी मैल ह्यात फरक पडायचा. एक नॉट (सागरी मैल) म्हणजे १.१५ जमिनीवरचे मैल (किंवा १.८५ कि. मी.) असं हे गणित नंतर सिद्ध झालं.

इ. स. १७३० मध्ये हेन्री पिटो ह्या फ्रेंच अभियंत्यानं पिटोमीटरची निर्मिती केली. जहाजाच्या तळामधून बाहेर डोकावणारं हे यंत्र जहाजाच्या पुढच्या भागावर पडणारा दाब, बाजूंवर पडणारा दाब मोजायचं काम करतं. १९ व्या शतकात ते अचूक बनविण्यात आलं तरी त्याला 'पिटोमीटर' हेच नाव कायम ठेवण्यात आलं कारण पिटोची

मूळ कल्पनाच ह्या सुधारित यंत्रात वापरलेली होती. सागर किनारा हा कधीच स्थिर नसतो. नवनवे वाळूचे दांडे तयार

आधुनिक जहाजात खूप यंत्रे वापरली जातात.

होत असतात. जुने दांडे धुपले जातात त्यांची जागा नवे दांडे घेतात. तसंच प्रवाळ द्वीपांच्या तटांबाबतही घडतं. अशा ठिकाणी दीपगृहं फसवी ठरू शकतात. ह्यावर उपाय म्हणून १७३२ मध्ये थेम्सच्या मुखाशी 'दीपनौका' ठेवण्यात आली. ह्या पहिल्या दीपनौकेचं नाव 'नोरे' असं होतं. इ. स. १७५९ मध्ये एडिस्टोन दीपगृहाची निर्मिती प्लीमथ खाडीच्या तोंडाशी करण्यात आली. ह्यात प्रथमच अन्वस्ती (हायपरबोलिक) आरसे वापरले गेले होते. रॉबर्ट स्टीव्हन्सनने उघडझाप करणारे आणि खूप दूरवरून ज्यांचा झोत दिसेल अशा दीपगृहांची निर्मिती केली. ह्या उघडझापीमुळं त्या दीपगृहाची ओळख पटणं सोपं झालं.

कुठल्याही जहाजावरच्या चुंबकीय होकायंत्राची सुई दर वेळेस जहाज प्रवासाला निघालं की नीट करावी लागत असे. खऱ्या चुंबकीय उत्तर ध्रुवाच्या दिशेत आणि जहाजावरील होकायंत्रानं दाखविलेल्या दिशेत थोडा फरक पडतो. तो किती आहे हे ठरवून त्याप्रमाणे प्रत्येक वेळी केलेल्या निरीक्षणात दुरूस्ती करावी लागत असे. जहाजाच्या घडणीत आणि मालात असलेल्या लोखंडी वस्तूंमुळे तरीही अशी निरीक्षणं बरेचदा चुकीची ठरत असत. मॅथ्यू फ्लाइंडर्स ह्या इंग्रज दर्यावर्दीनं ह्यासाठी 'फ्लाइंडर्सबार' नावाची एक युक्ती शोधून काढली. होकायंत्राच्या पेटीत तो एक लोखंडी छोटी सळी ठेवत असे. ती सळी जहाजातील लोखंडी

सामानाच्यामुळं ज्या दिशेनं चुंबकसूची झुकत असे त्याच्याविरूद्ध बाजूस ठेवली जात असे. त्यामुळं हा फरक नाहीसा होत असे.

इ. स. १८६२ मध्ये ब्रिटिश नाविक मंत्रालयानं सागरात होणाऱ्या जहाजांच्या टकरी टाळण्यासाठी जहाज वाहतूक विषयींचे नियम बनवले. झेंडे आणि दिव्यांच्या साहाय्यानं दाखविण्याचे संकेतही निश्चित केले. १८८९ मध्ये इतर सर्व देशांनी हे नियम मान्य केल्यानं त्यांना आंतरराष्ट्रीय दर्जा मिळाला. सागरतळ किती खोलीवर आहे हे मोजण्यासाठी प्रतिध्वनीचा वापर करणारे 'एको साऊंडर' अस्तित्वात आल्या-नंतर आधीच्या यांत्रिक पद्धती मोडीत निघाल्या. अलेक्झांडर बेहमनं हे यंत्र शोधून १९१२ मध्ये नौकानयनास आधुनिक रूप दिले. जहाजातून सोडलेल्या ध्वनिलहरी सागरतळावर आपटून परत यायला किती वेळ लागतो, ह्याचा वापर करून सागरतळ किती खोलीवर आहे, हे जसं ह्या तंत्रानं कळतं त्याचप्रमाणे सागर- तळाचे नकाशे करणंही त्यामुळे शक्य होतं.

विसाव्या शतकात नौकानयन तंत्रात अधिकाधिक

सेक्सटंट हे ताऱ्यांचा वेध घेणारे यंत्र अजून वापरले जाते.

प्रगती होत गेली. रेडिओ लहरींमार्फत दिशादेशनाची तंत्रे अस्तित्वात आली. दोन, तीन किंवा अधिक रेडिओलहरी प्रक्षेपकांमार्फत जहाजाचं सागरावरील स्थान निश्चित करणं शक्य झालं. १९७० नंतर मानवी उपग्रहांच्या साहाय्यानं स्थान निश्चितीचं तंत्र अस्तित्वात आल्यानंतर हे रेडिओ

लहरींचं तंत्रही मागं पडलं. नॅव्ह-स्टार ग्लोबल पोझिशनिंग सिस्टिम म्हणजे नॅव्हस्टार जागतिक स्थान निश्चिती प्रणाली. ही तीन किंवा अधिक मानवनिर्मित उपग्रहांवरून प्रक्षेपित होणाऱ्या लहरींच्या साहाय्यानं एखादं जहाज कुठं आहे, हे अचूक सांगू शकते. ह्या पद्धतीमुळं स्थाननिश्चितीत काही मीटर एवढी कमी चूक राहू शकते पण ती जागतिक अंतरांच्या संदर्भात किरकोळ ठरते. एकविसाव्या शतकाच्या पूर्वार्धात नॅव्हस्टार प्रणालीत १८ मानवनिर्मित उपग्रह कार्यान्वित झालेले असतील.

जमिनीवरचे दळणवळण

सुमारे ४० लाख वर्षांपूर्वी आपले आद्यपूर्वज ताठ उभे राहून दोन पायांवर चालू लागले असं मानण्यात येतं. ह्यामुळं आपले पूर्वज कपिंपेक्षा (Apes) वेगळे मानले जाऊ लागले. ऑस्ट्रेलो-पिथेकस आफ्रीकानस नावाच्या आपल्या पूर्वजांच्या पायाचे ठसे लायटोली इथं सुमारे ३.६८ लक्ष वर्षांपूर्वी उमटले होते. टांझा-नियातील ह्या भागात तेव्हां ज्वालामुखीय राख पसरली होती. त्या ओल्या राखेवरून आपले हे पूर्वज चालत गेले होते. चालण्यानंतर पहिलं दळणवळणाचं साधन सुमारे नऊ हजार वर्षांपूर्वी वापरलं गेलं असं म्हटलं जातं. टोबोगान म्हणजे बर्फातल्या घसरगाड्या ह्या स्वरूपातलं हे वाहन वापरल्याचे पुरावे स्कँडिनेव्हियाच्या भूप्रदेशात मिळतात. बर्फच्या उतारावर प्रथमच माणूस त्याच्या पायांच्या हालचालींच्या वेगापेक्षा जास्त वेगानं प्रवास करू लागला होता.

हळूहळू माणूस पाळीव प्राण्यांचा वापर दळणवळणासाठी करता येतो, ह्या निष्कर्षाप्रत आला. ह्यामुळं दळणवळणाच्या जमिनीवरचा वेग वाढला. सुरूवातीला पाळीव प्राणी फक्त ओझी वाहात असत आणि माणूस त्यांच्या बरोबरीनं चालत असे पण हळूहळू माणूस ह्या प्राण्यांवर स्वारीही करू लागला. ओझी वाहण्यासाठी बैलांचा वापर मेसोपोटामियामध्ये इ. स. पू. सहा हजारमध्ये सुरू झाला असावा, असे पुरावे उपलब्ध आहेत. युक्रेनमधल्या डेरेव्हका ह्या ठिकाणी केलेल्या उत्खननातून घोडे इ. स. पू. ४६०० च्या सुमारास वापरले जात

असावेत, असे पुरावे उपलब्ध झाले आहेत. दलदलीच्या प्रदेशात लाकडी ओंडके टाकून पदपथ तयार केले जात असत; अशा तऱ्हेचे पुरावे इंग्लंडमध्ये सापडले आहेत. सॉमरसेटच्या मैदानी प्रदेशातल्या अशा एका पदपथात वापरलेल्या लाकडी ओंडक्यांवरून हा पदपथ इ. स. पू. ३८०६ मध्ये बांधला गेला असं स्पष्टपणे सांगता येतं. झाडांमधल्या वाढीच्या रेषांना वृक्षकंकणं असं म्हणतात, त्यावरून अशा तऱ्हेनं अचूकपणे वय सांगता येतं.

मानवी संस्कृतीत महत्त्वाचा मानला गेलेला एक शोध म्हणजे चाक. मेसोपोटामियात इ. स. पू ३५५० ते ३४०० दरम्यान चाकं व्यवहारात वापरास येऊ लागली होती, असं दिसतं. इथे सापडलेल्या हिशोबाच्या विटांवर चित्रलिपीत चार भरीव चाकांवर एक ढकलगाडी चितारलेली आढळते. ही हिशोब वीट 'उर्कक' ह्या ठिकाणी सापडली. (बायबलमध्ये उर्ककचा उल्लेख एरेक असा असून आता ह्या इराकमधील गावास 'वारका' असं म्हटलं जातं.) साधारणपणे इ. स. पू. २००० मध्ये रथ अस्तित्वात आले. हे पहिले रथ युद्धासाठी आणि शत्रूवर धाडी घालण्यासाठी वापरले जात असत. ह्यांना दोन चाकं असत. ही चाकं भरीव असत. मात्र ह्यानंतर काही काळातच आऱ्याची चाकं अस्तित्वात आली. अशा पहिल्या चाकांचे पुरावे सध्याच्या तुर्कस्थानातील मध्यपूर्व ॲनाटोलिया ह्या प्रांतात मिळतात. ही चाकं इ. स. पू. १९०० मध्ये अस्तित्वात आली होती.

प्राचीन काळात रस्त्यांवरचं दळणवळण मंद गतीनं चालायचं. त्यात अपार कष्ट आणि अनेक धोके असत. पुढं इसवी सनाच्या सुरूवातीच्या काळात रोमच्या सम्राटांनी अनेक रस्ते त्यांच्या लष्करी हालचाली सुकर व्हाव्यात म्हणून बांधले, ट्राजान नावाच्या रोमच्या सम्राटाच्या काळात (इ. स. ५२ ते ११७) हे रस्त्यांचं जाळं युरोपभर आणि मध्यपूर्वेत पसरलं होतं. हा रोमच्या साम्राज्यातील रस्ते बांधणीचा सुवर्णकाळ समजला जातो. त्या काळात रोमन साम्राज्यातील पक्क्या रस्त्यांची एकूण लांबी ८५ हजार कि. मी. एवढी होती.

रेशीम मार्ग ह्या नावानं प्रसिद्ध असलेला आंतरराष्ट्रीय मार्ग इ. स. पू. १३० मध्ये अस्तित्वात होता. इ. स. २०० मध्ये चिनी आणि भारतीय व्यापाराच्या सुवर्णयुगात तो ६४०० कि. मी. लांबीचा मार्ग चीनमधील शांघाई आणि झिआनहून निघून लक्हॅटला येत असे आणि तिथून सागरी मार्गानं तो दक्षिण स्पेनमधील कॅडिझ ह्या ठिकाणापर्यंत जाई.

रोमन साम्राज्याच्या अस्तानंतर रस्ते बांधणी युरोपमध्ये थांबली. पुढे आठव्या शतकाच्या अखेरीस चार्लमान ह्या जर्मेनिक सम्राटाच्या काळात पुन्हा रस्ते निर्मिती आणि डागडुजी सुरू झाली. चार्लमान रोमचा पवित्र सम्राट बनल्यानंतर त्यानं व्यापार वृद्धीसाठी रस्ते आवश्यक आहेत हे हेरून रस्ते बांधणीच्या कार्यास गती दिली. आठव्या, नवव्या शतकात व्हायकिंगनी सुद्धा एका व्यापारी मार्गाची निर्मिती केली. हा मार्ग 'व्हॅरेंजियन मार्ग' म्हणून प्रख्यात आहे. बाल्टिक सागरातून रशियामार्गे तो मध्य-पूर्वेत जात असे.

ह्या सर्व मार्गांवर कडी करणारी एक वाहतूक व्यवस्था दक्षिण अमेरिकेतल्या इंका संस्कृतीनं निर्माण केली होती. इ. स. १२०० ते १५३२ पर्यंत इंका साम्राज्य भरभराटीस आलं होतं. पुढं स्पॅनिश आक्रमकांनी सोन्याच्या आशेनं निर्घृण कत्तली करून ते नष्ट केलं. आश्चर्याची गोष्ट म्हणजे अमेरिकेत कुठल्याच संस्कृतीस चाकांची माहिती नव्हती. त्यामुळं अमेरिकेत चाकांच्या गाड्या नव्हत्या. तसंच घोडेही नव्हते. इ. स. पू. बारा हजारमध्ये अमेरिकेतील घोडे नाहीसे झाले. ते सोळाव्या शतकात युरोपीय लोकांनी अमेरिकेत परत आणले. ह्यामुळे अमेरिकेत सर्व दळण-वळण पायीच चालत होतं. द. अमेरिकेत मात्र लामा, व्हिक्युना-सारखे प्राणी ओझी वाहण्याच्या कामी उपयोगात आणले जात असत. पायी चालणाऱ्यांची आणि ओझेवाहू प्राण्यांची वाटचाल सुलभ व्हावी म्हणून इंका साम्राज्यात ५४७० कि. मी. लांबीच्या पक्क्या वाटा निर्माण करण्यात आल्या होत्या. अँडीज पर्वतराजीच्या उत्तर टोकापासून दक्षिणेकडे चिलीतील सँटि-ॲगोपर्यंत ह्या पायवाटा पसरल्या होत्या. ह्या पायवाटा जल-प्रवाहाजवळ आल्या की पुलावरून पलीकडे जाताच पुन्हा सुरू होत तर वाटेत आलेले डोंगर चढण्यासाठी त्यात पायऱ्या खोदलेल्या असत.

अठराव्या शतकात जॉन मेटकाफनं इंग्लंडमध्ये रस्ते बांधणीचं पुनरूज्जीवन केलं. इ. स. १७६५ ते ९२ ह्या काळात त्यानं हे रस्ते निर्माण करून त्यावरून ठरावीक टप्प्यांवर थांबणाऱ्या घोडागाड्यांमधून- स्टेज कोच- प्रवास करायची व्यवस्था केली. यॉर्क आणि नेअर्संबरो दरम्यान मेटकाफचे स्टेजकोच धावत असत. ह्यासाठी मेटकाफनं २९८ कि. मी. लांबीचे रस्ते यॉर्कशायर आणि लँकेशायर ह्या परगण्यात बांधले.

भारतात काफिल्यांमधून भारतभर आणि भारताबाहेर मालवाहतूक होत असे. हे तांडे जमवून एकीकडून दुसरीकडे नेणाऱ्या व्यक्तींना 'सार्थवाह' असं म्हणत. ह्यांचे थांबे ठरलेले असत. त्या जागी धर्मशाळा, पाण्याच्या विहिरी आणि उपवनं असत. यात्रेकरूही ह्या तांड्याच्या आश्रयानं प्रवास करीत. पर्वतराजी ओलांडण्यासाठी ठरावीक ठिकाणी घाट बांधलेले असत. हे बहुधा खिंडीमधून जात असत. बहुतेक प्रवास बैल-गाड्यांमधून चालत असे. ही व्यवस्था ब्रिटिश साम्राज्य अस्तित्वात आल्यावर संपुष्टात आली.

युरोपमध्ये पियेर-मारी-जेरोम त्रेसाग्वे ह्या फ्रेंच गृहस्थानं अठराव्या शतकात रस्ते बांधणीचं नवं तंत्र विकसित केलं. ह्या रस्त्यांचे पृष्ठभाग सपाट आणि खड्डेविरहित केल्यामुळं त्यांच्या-वरून वाहतूक सुरळीत होऊ लागली. ह्या रस्त्यांसाठी त्रेसाग्वे २५ सें. मी. खोल पाया खणून घेत असे. त्यात सपाट पृष्ठभागाचे मोठे दगड ठेवून त्यामध्ये आणि वरती खडी भरली जात असे. थॉमस टेलफोर्ड ह्या इंग्रजांनं डोंगरी रस्त्यांच्या चढाचं गणित करून तो १:३० ह्या प्रमाणात असावा, असं ठरवलं. त्यानं सुमारे १६०० कि. मी. चे रस्ते बांधले. टेलफोर्डचा समकालीन जॉन लुडन मॅक्ॲडाम ह्या स्कॉटिश गृहस्थानं रस्ते बांधणीचं एक क्रांतिकारक तंत्र शोधून काढलं. त्रेसाग्वे चर खणून त्यात दगडांची भर घालत असे; त्यामुळं ह्या रस्त्यांमध्ये पाणी साठून राहात असे आणि सर्वत्र चिखल होत असे. मॅक्ॲडामनं (पुढं मॅकाडाम) ह्या ऐवजी आजूबाजूच्या भूप्रदेशापेक्षा रस्ते वरच्या पातळीवर ठेवायला सुरूवात केली.

इ. स. १८३५ मध्ये व्हॉक्झॉल ब्रिज रोडवर प्रथम डांबर पसरण्यात आलं. तर ॲस्फाल्ट म्हणजे डांबर आणि खडीचं मिश्रण पहिल्यांदा पॅरिसच्या प्रख्यात रू सेंट ऑनर ह्या रस्त्यावर (रू म्हणजे मार्ग) वापरण्यात आलं. ह्यानंतर म्हणजे १८५८ नंतर हळूहळू वाढत्या रहदारीमुळं आणि पुढं मोटारींच्या शोधानंतर आलेल्या वाहतुकीच्या पुरामुळं तसंच सार्वजनिक वाहन व्यवस्थेमुळं रस्त्यांच्या निर्मितीत सतत नवनव्या सुधारणा होत आल्या आहेत.

वाहतूक वाढली की रस्ते सुधारत, रस्ते सुधारले की वाहतूक वाढ होई ह्यामुळं रस्त्यावरील अपघातांची संख्या वाढून सुरक्षित वाहतूक ही समस्या दिवसेंदिवस उग्र बनू लागली. इ. स. १८६८ मध्ये लोकप्रतिनिधीगृहाच्या सदस्यांना वाहतुकीत अग्रक्रम मिळावा म्हणून वाहतुकीच्या दिव्यांचा लंडनमध्ये ब्रिज स्ट्रीट आणि पॅलेस यार्ड ह्या परिसरात वापर होऊ लागला. हे पहिले रहदारी नियंत्रक दिवे ६.७ मीटर उंचीच्या एका बिडाच्या स्तंभावर बसविण्यात आले होते. 'हळू, काळजीपूर्वक वाहन चालवा' असं हिरवा दिवा सांगत असे, तर 'थांबा' ही खूण लाल दिव्यांं करण्यात येई. इ. स. १९१४ मध्ये ओहायो मधील क्लीवलंड येथे हंड्रेड अँड फिफ्थ स्ट्रीटवर पहिल्यांदा रहदारी नियंत्रणासाठी विद्युत दिव्यांचा वापर करण्यात आला.

अमेरिकेतच १९२५ मध्ये नव्या प्रकारचे रस्ते निर्माण करण्यात आले. ह्यांना 'पार्क वे' असं म्हणण्यात येतं. विल्यम नाईल्स व्हाईट नावाच्या अभियंत्यानं ही कल्पना प्रत्यक्षात आणली. ह्या रस्त्यांना त्यानं 'पार्क वे' असं नाव दिलं. ब्राँक्स रिव्हर पार्क वे निर्माण करायला त्यानं १९१६ मध्ये सुरूवात केली ती ९ वर्षांनी पूर्ण झाली. हा रस्ता २४ कि. मी. लांबीचा होता. त्यावरून एका वेळी ४ वाहने परस्परविरूद्ध दिशेनं जाऊ शकत. ह्या रस्त्याच्या दोन्ही बाजूंस मुद्दाम लावलेली हिरवीगार झाडी होती. पार्क वे नंतर काही काळातच फ्रीवे किंवा मोटार वे नावाचे अडथळे विरहित रस्ते बांधणे सुरू झाले. ज्या रस्त्यांवरून फक्त वाहनंच प्रवास करू शकतील असे रस्ते प्रथम इटलीत बांधले गेले. ह्यांना ऑटोस्ट्राडा म्हणत. ह्या प्रकारचा पहिला

रस्ता   मिलान ते व्हारीसी दरम्यान बांधण्यात आला. ८५ कि. मी. लांबीचा हा रस्ता १९२४ मध्ये पूर्ण झाला. ह्यानंतर जर्मनीत   अशा प्रकारचे ऑटोबान निर्माण करण्यात आले. इटलीतील रस्ता खाजगी कंपनीनं बांधला होता. त्यावर वापर कर (टोल) घेतला जात असे तर बॉन आणि कलोन मधला ऑटोबान जर्मन शासनानं बांधला होता. १९२९ मध्ये सुरू झालेला हा रस्ता १९३२ मध्ये बांधून पूर्ण झाला. १९३० नंतर १९४२ पर्यंत जर्मनीत ६४०० कि. मी. चं ऑटोबानहचं जाळं निर्माण करण्यात आलं होतं. ह्यांना 'राईश ऑटोबान म्हणजे राष्ट्रीय महामार्ग', असं म्हणण्यात येत असे.

अमेरिकेत असे महामार्ग झपाट्यानं पसरले ह्याचं कारण हे रस्ते वापर कर भरणाऱ्यांनाच वापरता येत असत. त्यामुळं त्यांचा खर्च परवडत असे. 'द पेनसिल्वानिया टर्न पाईक' हा राष्ट्रीय महामार्ग १९४० मध्ये तयार झाला. तो ५२६ कि. मी. लांबीचा असून रस्त्याच्या कडेला पेट्रोल पंप आणि क्षुधाशांतीगृह असलेला तो पहिला महामार्ग ठरला. फ्रान्समध्ये अशा रस्त्यांची सुरूवात १९५५ मध्ये झाली. त्यावरही वापर कर वसूल केला जातो.

अमेरिकन लोकप्रतिनिधीगृहानं १९५६ मध्ये आंतर

अमेरिकेतील आधुनिक मोटर रस्ते.

राज्य वाहतूक सुरळीत आणि सुलभ करण्यासाठी २५०० कोटी डॉलर खर्च करण्यास संमती दिली. त्यातून ७० हजार कि. मी. लांबीचे महामार्गाचे जाळे अमेरिकेत तयार झाले. तर इटलीमध्ये १९६४ मध्ये मिलान ते नेपल्स असा ८०० कि. मी. लांबीचा महामार्ग तयार झाला.

भारतात राष्ट्रीय महामार्गांची निर्मिती करण्याचे प्रयत्न झाले. दिल्ली, कोलकत्ता, चेन्नई आणि मुंबई ही प्रमुख शहरे एकमेकांशी महामार्गांनी जोडली आहेत. मुंबई-आग्रा महामार्ग तसंच मुंबई-बंगलोर, मुंबई-गोवा, चेन्नई-कोलकत्ता असे महत्त्वाचे महामार्ग सुरूवातीस प्रस्थापित झाले तरी आपल्या रस्त्यांची देखभाल व्हावी तशी केली जात नाही. मुंबई-पुणे जलदगती मार्ग हा वापर करामुळं गाजला आहे पण त्यावर फारशा सुविधा   नाहीत. आपल्या राष्ट्रीय महामार्गांवर फिरणारी गुरे आणि बैलगाड्या ह्यामुळे जलद गती वाहतुकीस अडथळे निर्माण होतात. भारतात सरहद्दीवर-विशेषतः हिमालयात रस्ते बांधण्यासाठी बॉर्डर रोड ऑर्गनायझेशन ही संस्था काम करते. जगातील अति उंचावरचे रस्ते बांधल्यामुळे ही संस्था नावाजली आहे. भारतातील राष्ट्रीय महामार्गांवरचा आणखी एक अडथळा पाश्चात्त्य राष्ट्रांत संभवत नाही. दक्षिण राज्यातील, तसंच पूर्वेकडील राज्यात रस्त्यांवरून वावरणारे हत्तींचे कळप हे बरेचदा वाहतूक अडवून ठेवतात.

१९७३-७४ मध्ये तेल उत्पादक देशांनी राजकीय कारणां-करिता पाश्चात्त्य देशांना तेल पुरवठा करण्यावर मर्यादा आणल्या होत्या. त्यावेळी अमेरिकेतील राष्ट्रीय महामार्गांवर ताशी ८८.५ कि. मी. अशी वेगमर्यादा निश्चित करण्यात आली होती. १९९५ मधे ती मर्यादा शिथिल करून ताशी १२०.७ कि. मी. हा कमाल वेग निश्चित करण्यात आला.

रेलमार्ग

एखाद्या चाकोरीतून वाहने नेण्याची सुरूवात बॅबिलोनमध्ये झाली असावी, असे पुरावे उपलब्ध आहेत. इथं ठरावीक अंतर ठेवून समांतर चाकोऱ्या पाडून त्यातून वाहनं नेण्यात येत असत. अशा चाकोऱ्या पाडलेल्या शिळा बॅबिलॉनमधल्या उत्खननात मिळाल्या असून त्या इ. स. पू. २२५० मधील आहेत. ह्या दोन चाकोऱ्यांमध्ये दीड मीटर अंतर असे. (सध्याच्या रेल्वे रूळात ब्रॉडगेजमध्ये साधारण एवढे अंतर असते.) प्राचीन ग्रीसमध्येही अशाच शिळा होत्या. त्यातून मोठ्या झाकलेल्या गाड्या नेल्या जात असत.

अथेन्सपासून पायरिअस ह्या बंदरापर्यंत अशी मालवाहतूक होत असे. हा चाकोरीरस्ता सुमारे ९ कि. मी. लांबीचा होता. पायरिअस हे बंदर अथेन्सच्या नौदलाचं प्रमुख ठाणं होतं. इ. स. पू. ४७० मध्ये हे नौदल प्रस्थापित करण्यात आलं होतं. ह्या चाकोच्या 'लाँगवॉल' नावाच्या तटबंदीचा भाग असून इ. स. पू. ४०४ मध्ये स्पार्टानं केलेल्या आक्रमणात ही तटबंदी उद्ध्वस्त करण्यात आली. अशा चाकोरी मार्गांना पाश्चात्त्य देशात 'वॅगन्वेज्' असं म्हणतात. ह्या चाकोरी मार्गांचा पहिला पुरावा इ. स. १३५० च्या सुमारास काढलेल्या एका चित्रात आढळतो. फ्रीबर्ट-इम्- ब्रुसगॉथ येथील एका चर्चच्या काचेवर एक खाणकामगार एक ढकलगाडी चाकोरीवरून नेतो आहे, असं ह्या काळातील चित्र पाहायला मिळतं. हे गाव जर्मनीतील शॉनिन्सलांड ह्या खाणींसाठी प्रसिद्ध असलेल्या भूभागात आहे. 'शॉरियात सुर रेल' म्हणजे रूळांवरचे रथ अल्सेस प्रांतातील लेबर्थला ह्या खाणींमध्ये इ. स. १५५० मध्ये वापरले जात असत. तेही मनुष्यबळावरच चालत असत.

आता रोमानियातील सीबेनबर्गेन नावानं ओळखल्या जाणाऱ्या परगण्यात म्हणजे पूर्वीच्या ट्रान्ससिल्वानियात एक ४८ सें. मी. रुंदीच्या- गेजच्या लाकडी रूळांचे आणि त्यावर चालणाऱ्या गाड्यांचे अवशेष मिळाले असून ते १६ व्या शतकातील आहेत. ह्या गाड्यांना रूळ बदलायचा एक पाती सांधा असे. आधुनिक चाकांप्रमाणे एका बाजूस धार असलेलं (पण लाकडी) चाक ह्या गाड्यांना बसविण्यात येत होतं. रेल्वे (रूळ मार्ग) हा शब्द प्रथम इ. स. १६८१ मध्ये वापरण्यात आला. स्टुरब्रिज ह्या इंग्लंडमधील गावाच्या ईशान्येस असलेल्या ४ कि. मी. लांबीच्या रूळमार्गासाठी हा शब्द वापरण्यात आला होता. ब्रिटिश लोकप्रतिनिधीगृहानं ९ जून १७५८ रोजी पहिल्या रेल्वेच्या वापरास अधिकृत परवानगी दिली. चार्ल्स् ब्रँडलिंग ह्यानं कोळशाच्या वाहतुकीसाठी हा रेलमार्ग सुरू केला होता. तो यॉर्कशायरमधील मिडलटन आणि लीडस् ह्या गावांच्या दरम्यान कोळशाची वाहतूक करीत असे.

रेल्वेच्या रूळांमधील अंतराचं प्रमाणिकरण करायचा पहिला प्रयत्न १७६४-६५ मध्ये झाला. हे रूळ लाकडी होते. दोन रूळांमधील अंतर १.४३५ मीटर होतं. विलिंग्टनके ते किलिंगवर्थ मूर इथल्या कोळशाच्या खाणीपर्यंत म्हणजे ४.८ कि. मी. लांबीचा हा रेल्वेमार्ग कोळशाची वाहतूक करीत असे. रूळावरून धावणारं पहिलं यंत्र रिचर्ड ट्रेव्हिथिक (१७७१-१८३३) ह्या इंग्रज अभियंत्यानं बांधलं. हे कोळसा जाळून वाफेवर चालणारं आणि गाडी खेचणारं इंजिन १८०३ मध्ये कार्यरत झालं. त्याचं बिनपाण्याचं वजन ५ टन होतं. ते एका सिलिंडरवर चालत असे. चाचण्या संपून ते २१ फेब्रुवारी १८०४ ह्या दिवशी गुळगुळीत चाकांवर आणि आधीच अस्तित्वात असलेल्या रूळांवर धावलं. हे रूळ बिडाचे असून त्यांच्या उभ्या छेदाचा आकार इंग्रजी L अक्षराप्रमाणे होता. दक्षिण वेल्समधील लोखंडी धातुकाची वाहतूक करणाऱ्या पेनीडॅरेन आयर्न वर्क्स ह्या मर्थिर टिडफिल गावातल्या कारखान्यापासून ते मालधक्क्यापर्यंत वाहतूक करण्यासाठी हा रेलमार्ग तयार करण्यात आला होता. हा मालधक्का अॅबर्सिनॉन ग्लॅमर्गनशायर कालव्याावर होता. ह्या रेलमार्गाची एकूण लांबी १५ कि. मी. होती. पहिल्या दिवशी हे इंजिन रिकामे डबे घेऊन धावलं. दुसऱ्या दिवशी त्यानं '१० टन' लोखंड आणि ७० आगंतुक प्रवासी ताशी ७.४ कि. मी. वेगानं वाहून नेले. मात्र हे २५ टन वजन त्या रूळांना फार काळ पेलवलं नव्हतं. ह्या इंजिनाला ट्रेव्हिथिकनं 'न्यू कॅसल्' हे नाव दिलं होतं. केवळ एक माणूस हे इंजिन चालवू शकतो असा ट्रेव्हिथिकचा दावा होता. ट्रेव्हिथिकच्या इंजिनाचं तत्त्व वापरून इ. स. १८०५ मध्ये जॉन क्वीनफील्डनं धार असलेल्या चाकांचं यंत्र बनवलं. हे यंत्रही तत्कालीन रूळांच्या वजनधारणक्षमतेपेक्षा जास्त जड ठरलं. दरम्यानच्या काळात पहिल्या इंजिनात असलेले दोष दूर करून तिसरं इंजिन तयार झालं होतं. ह्या इंजिनाचं नाव 'ज्याला शक्य असेल त्यानं पकडून दाखवावं' ह्या अर्थानं 'कॅच मी हू कॅन' असं होतं. ट्रेव्हिथिकच्या इंजिनाचा आराखडा वापरून जॉन रास्ट्रिकनं हे इंजिन तयार केलं होतं. १८०८ मध्ये प्रदर्शन म्हणून हे इंजिन वर्तुळाकार लोहमार्गावर लंडनमध्ये फिरत असे. जुलै आणि ऑगस्ट असे दोन महिने हे इंजिन एका चकरीस एक शिलिंग घेऊन

लोकांना फिरवून आणीत होतं.

इ. स. १८१६ ते २७ दरम्यान ट्रेव्हिथिक द. अमेरिकेत होता. इथं बऱ्याच चांदीच्या खाणींना त्यानं त्याची बाष्पशक्तीवर चालणारी इंजिनं पुरवली. ह्या इंजिनात थोड्याफार सुधारणा झाल्याही असतील पण ह्या इंजिनांच्या मूळ आराखड्यात फारसा बदल न होता त्यांनी १७८ वर्षं दळणवळणाची धुरा वाहिली. इ. स. १९८२ मध्ये फक्त चीनमध्ये बाष्पशक्तीवर चालणारी इंजिनं बनवली जात होती. शांग्झी प्रांतात बीजिंगच्या उत्तरेस २७५ कि. मी. वर डाटाँग इथं हा कारखाना होता. तोही हळूहळू आवरता घेण्यात आला.

रेलमार्गावरील महत्त्वाचे टप्पे

इ. स. १८४० मध्ये फायरफ्लाय नावाचं इंजिन डॅनिएल गुचनं निर्माण केलं. ताशी ५० मैल वेग गाठणारं (ताशी ८० कि. मी.) हे पहिलं रेल्वे इंजिन ठरलं. ग्रेट वेस्टर्न रेल्वेच्या पॅडिंग्टन स्टेशनवरून त्याला हिरवा झेंडा दाखविण्यात आला. इ. स. १८४२ मध्ये ग्लासगो-एडिंबरो ह्या स्कॉटलंड मधील रेलमार्गावर पहिलं विद्युत ऊर्जेवर धावणारं यंत्र - इलेक्ट्रिक फ्राईट लोको-मोटीव्ह धावू लागलं. स्कॉटीश अभियंता रॉबर्ट डेव्हिडसन ह्यांनं निर्माण केलेलं हे इंजिन ताशी ६ कि. मी. वेगानं गाडी खेचत असे. ह्या इंजिनामुळं आपल्या नोकऱ्यांवर गदा येईल म्हणून कोळशावर चालणाऱ्या रेल्वेच्या कर्मचाऱ्यांनी पर्थ इथं ह्या इंजिनाची मोडतोड केली. (यंत्रांमुळं आपल्या पोटावर पाय येईल, ह्या भीतीनं यंत्रांना विरोध करणाऱ्यांना 'लुडाईट' असं म्हटलं जातं.)

इ. स. १८४६ मध्ये इंग्लंडमध्ये 'गेज ऑक्ट' (रूळमाप कायदा) प्रचलित झाला. ह्या कायद्यानुसार दोन समांतर धावणाऱ्या रूळांमधील अंतर ४ फूट साडे आठ इंच (१.४५३१ मीटर) असावं असं ठरविण्यात आलं, हेच माप रशिया आणि स्पेन वगळता युरोपमधील सर्वच देशांनी स्वीकारलं. इ. स. १८४७ मध्ये पहिली प्रवासी वाहतूक सुरू झाली. बो, ईस्टलंडन इथं पहिली प्रवासी रेल्वे अवतरली. तिचं नाव 'फेअर फील्ड' असं होतं. ह्या

फेअरफील्डमध्ये ४८ प्रवासी प्रवास करू शकत होते. फेअरफील्डला सहा चाकं होती. बाष्पपात्र (बॉयलर) उभं असलेल्या ह्या गाडीचा कमाल वेग ताशी ६५ कि. मी. होता. ह्या गाडीचा पहिला अधिकृत प्रवास १८४८ मध्ये झाला. इ. स. १८४७ मध्येच लंडन इथं पहिल्यांदा फिश प्लेट म्हणजे रूळ जोडणाऱ्या सांध्याचा जोड पक्का ठेवणारी पट्टी बनवली गेली. विल्यम ब्रिज ॲडाम्स ह्यांनं ह्या सांधा पट्टीचे एकाधिकार मिळवले. इ. स. १८५३ मध्ये 'द हडसन रिव्हर रेल रोड कंपनीनं एका डब्यातून दुसऱ्या डब्यात जाता येईल, असे डबे असलेली गाडी सुरू केली. ह्या प्रत्येकी डब्याची लांबी १३.७१ मीटर होती. हे डबे ईटन आणि गिल्बर्ट कंपनीनं तयार केले होते.

इ. स. १८५४ मध्ये प्रथम आल्प्स पर्वतराजीतून रेलमार्ग काढण्यात आला. ह्यामुळं ऑस्ट्रीया आणि इटली हे आल्प्स पर्वतराजीच्या उत्तर आणि दक्षिण बाजूस असलेले देश जोडले गेले. कार्ल फॉन पेगा ह्यांनं ट्रान्स अल्पाईन रेल मार्गाची निर्मिती केली. ऑस्ट्रीयातील व्हिएन्ना ते इटलीतील त्रिएस्ते असा हा प्रवास होता. इ. स. १८५४ मध्ये रेल्वेचा डबा पहिल्यांदाच वातानुकुलित केला गेला. न्यूयॉर्क ते एरी ह्या मार्गावर वातानुकुलित डब्यांची ही सोय करण्यात आली होती. तर १८५६ मध्ये इलिनॉथ सेंट्रल रेलरोडनं त्यांच्या गाड्यात शयनयानाची सोय केली.

ह्याच वर्षी प्रथम भारतात मुंबई (बोरीबंदर) ते ठाणे हा रेल्वेमार्ग सुरू झाला. हा मार्ग ओलांडण्यासाठी पायऱ्यांचा पूल बांधण्यात आला. कोकणात पायऱ्यांना 'दादर' म्हणत; त्यामुळं हा पूल जिथं बांधला त्या भागास 'दादर' म्हणण्यात येऊ लागले.

इ. स. १८५७ मध्ये इंग्लंडमध्ये प्रथम पोलादी रूळ घालण्यात आले. तर १८५९ मध्ये अमेरिकेत जॉर्ज पुलमननं शिकागो ते आल्टन दरम्यान दिवसा बसता येईल आणि रात्री झोपता येईल असे डबे त्याच्या रेल्वे मार्गावर

जॉर्ज पुलमन ह्याने रेल्वेत झोपण्याची सोय केली.

वापरण्यास सुरूवात केली. त्यामुळं अमेरिकेत अशा आगगाड्यांना अजूनही बरेचदा पुलमन कोच असं म्हटलं जातं. ह्या गाडीत रात्रीचा प्रवास करणाऱ्यांना अंथरूण पांघरूण पुरवलं जात असे. अशी व्यवस्था आज भारतातही आहे. अमेरिकेत मात्र विमानांनी आगगाडीचा प्रवास जवळजवळ इतिहासजमा केला आहे.

इ. स. १८६३ मध्ये अमेरिकी आगगाड्यांमधे 'भोजन-याना'ची व्यवस्था सुरू करण्यात आली. पेनसिल्वानिया-फिला-डेल्फिया मार्गावरील गाड्यांतली ही सोय हळूहळू जगभर पसरली. इ. स. १८६९ मध्ये कॅनडात ट्रान्स कॅनडा रेल्वेमार्ग सुरू झाला. अटलांटिक किनाऱ्यावरून पॅसिफिक किनाऱ्याला थेट जोडणारा हा पहिला रेल्वेमार्ग होता.

रेल्वे रूळांच्यामध्ये असलेल्या लाकडी पट्ट्यांच्या स्लीपरसंची जागा १८७७ मध्ये फ्रान्समध्ये क्रॉंक्रीट पट्ट्यांनी घेतली. जोसेफ मोनियेला ह्या क्रॉंक्रीट पट्ट्यांचं पेटंट मिळालं.

१८८३ मध्ये अमेरिकेत शिकागोमध्ये मुद्दाम उंचावलेल्या भरावावरून आगगाड्या धावू लागल्या. रेल्वेच्या एका प्रदर्शनात ४७३ मीटर लांबीच्या भरावावरून धावणारी आगगाडी हे ह्या प्रदर्शनाचं आकर्षण ठरलं होतं. १८८६ मध्ये पहिल्यांदा जॉर्ज वेस्टिंगहाऊसनं आगगाडीस हवेच्या दाबावर कार्य करणारे थोपवे (ब्रेक) बसवले. ह्याच वर्षी बर्नमधल्या एका आंतरराष्ट्रीय परिषदेत दोन रूळांत जास्तीतजास्त किती अंतर असावं हे निश्चित करण्यात आलं. त्यामुळं रूळाच्या रूंदीचंही प्रमाणिकरण झालं. दोन रूळांमधील हे अंतर ४ फूट ९॥ इंच/४ फूट ८.४. ९६ इंच म्हणजे १.४६३ मीटर/१.४३५ मीटर असं ठरविण्यात आलं. इ. स. १८८८ मध्ये फ्रँकजे स्प्रागनं व्हर्जिनियातील रिचमंड इथं विजेवर चालणारी ट्राम चालवली. हा ट्रामचा मार्ग सुमारे २० कि. मी. लांबीचा होता.

आयर्लंडमध्ये १८८८ मध्ये पहिली एक रूळी आगगाडी (मोनोरेल) चालविण्यात आली होती. चार्ल्स्

पहिला भूमिगत आगगाडीचा बोगदा.

लॅव्हिन्येची ही गाडी १४.९ कि. मी. मार्गावर लिस्टोवेलपासून बॅलीबुनियनपर्यंत हा प्रवास करीत असे. पहिली भूमिगत आगगाडी लंडनमध्ये सुरू झाली. द मॉन्युमेंट ह्या स्थानकाहून निघून थेम्सनदीखालून जाणाऱ्या बोगद्यातून ही गाडी स्टॉकवेल स्थानकावर पोहोचत असे. विसाव्या शतकाच्या सुरूवातीच्या काळातच सीमेन्स आणि हल्सके नी तयार केलेली एक १२ चाकी आगगाडी ताशी २०३ कि. मी. वेगानं धावली. मेरियनफील्ड ते बर्लीन प्रवासात ही गती त्या गाडीस प्राप्त झाली होती. तर एईजी यंत्रणेवर धावणाऱ्या दुसऱ्या एका इंजिनानं २३ ऑक्टोबर १९०३ ह्या दिवशीताशी२१० कि. मी. ह्या वेगानं प्रवास केला होता.

इ. स. १९०४ मध्ये ट्रान्स सैबेरियन रेल्वे पूर्णत्वास

पहिले डिझेल इंजिन.

गेली. मॉस्को आणि व्लाडिवोस्टोक जोडणाऱ्या ह्या मार्गाचं काम १८९१ मध्ये सुरू झालं होतं. हा सर्वाधिक लांबीचा रेल्वेमार्ग युरोपमधून निघून आशियाच्या पूर्व टोकापर्यंत जातो.

इ. स. १९३८ मध्ये मॅलार्ड इंजिनानं इंग्लंडमध्ये ताशी २०२.७ कि. मी. वेगानं प्रवास केला. बाष्पशक्तीवरचा हा सर्वात वेगवान प्रवास ठरला. १९५३ मध्ये फ्रेंच राष्ट्रीय आगगाडीच्या कोको विद्युत इंजिनानं ४३०० अश्वशक्तीच्या साहाय्यानं ताशी २४९ कि. मी. वेग गाठला. ह्या इंजिनाचं वजन १०६ टन होतं. त्याला ह्या प्रवासात तीन डबेही जोडलेले होते. दिजाँ आणि बॉन ह्या पूर्व फ्रान्समधील दोन शहरांदरम्यानच्या प्रवासात ह्या गाडीनं ह्या प्रचंड वेगानं प्रवास केला. (इंजिन ७१२१) तर १९५५ मध्ये कोको क्र. ७१०७ नं ताशी ३३१ कि. मी. वेगानं फाक्कुर ते मोर्सा हा प्रवास पूर्ण केला.

इ. स. १९६५ मध्ये ताशी १६१ कि. मी. वेगानं प्रवास करणाऱ्या टोक्यो-ओसाका गाडीची सुरूवात झाली. एवढ्या वेगानं प्रवास करणारी ही पहिली सुपर एक्सप्रेस टोक्यो-ओसाका दरम्यानचं ५१६ कि. मी. चं अंतर ३ तास १० मिनिटात पार करते. इ. स. १९७४ मध्ये अमेरिकेत यु. एस. लिनिअर इंडक्शन मोटर ह्या प्रायोगिक आगगाडीनं ताशी ३९१ कि. मी. वेगानं प्रवास केला. इ. स. १९९४ मध्ये फ्रान्स आणि इंग्लंडमधला ब्रिटिश खाडी खालून जाणारा चॅनेल टनेल हा बोगदा पूर्ण झाला. ह्या ५० कि. मी. लांबीच्या बोगद्याचा ३८ कि. मी. भाग

ताशी ५१५ कि.मी. वेगाने प्रवास करणारी फ्रेंच आगगाडी

सागराखालून जातो. ६ मे १९९४ रोजी त्याचं अधिकृत उद्घाटन झालं. तर नोव्हेंबर महिन्यात लंडनच्या वॉटर्लू स्टेशनवरून निघालेली पहिली 'युरोस्टार एक्सप्रेस' तीन

तासांनी गार द्यु नॉर्द ह्या पॅरिसमधील स्थानकावर पोहोचली. भारतात सुमारे २५ वर्षे वापरात असलेले दुमजली डबे युरोपात १९९७ मध्ये जर्मनीत प्रथम वापरण्यात आले. इ. स. १९९७ मध्ये 'चुंबकीय अप-सरण' तत्त्वावर चालणाऱ्या मानवविरहित मॅगलेव्हन (मॅग्नेटिक लेव्हिटेशन) ताशी ५५० कि. मी. चा वेग गाठला. १९९८ मध्ये चिली आणि अर्जेंटिना दरम्यान २५ कि. मी. लांबीचा बोगदा अँडीज पर्वतराजीत खोदण्याचे ठरले.

आजच्या सायकलीची पहिली पूर्वज जर्मनीत सॉअर ब्रॉन इतं अस्तित्वात आली. फ्रेयहर कार्ल ड्रेझ ह्या तंत्रज्ञानं 'लौफमशिने' (धावणारं यंत्र) तयार केलं. दोन चाकांची ही सायकल पायानं ढकलावी लागत असे. पायटी मारत चालणारी पहिली सायकल स्कॉटलंडमध्ये कर्कपॅट्रिक मॅकमिलननं १८४० च्या सुमारास तयार केली होती. ह्या सायकलची पॅडल पुढच्या चाकाला होती. १० डिसेंबर १८४५ ह्या दिवशी हवा भरायच्या रबरी धावेचं (न्यूमॅटिक टायर) पेटंट रॉबर्ट विल्यम थॉम्सन ह्याला देण्यात आलं. त्या आधी सायकलच्या चाकावर रबराच्या भरीव धावा बसविण्यात येत असत. 'गाडीच्या चाकातली ही सुधारणा सर्व प्रकारच्या चाकांसाठी वापरता येईल.' असं ह्या शोधाचं वर्णन ह्या एकाधिकार अर्जात करण्यात आलं होतं.

आद्य सायकलीपैकी एक.

मात्र थॉम्सनच्या चाकांचं रबर उन्हाळ्यात मऊ पडून चिकट व्हायचं. फक्त हिवाळ्यातच ह्या धावा वापरता येत असत.

मे १८६८ मध्ये पार्क द सेंट क्लाऊड ह्या ठिकाणी पहिली सायकल शर्यत आयोजित करण्यात आली, असं म्हटलं जातं. खरं तर पॅरिसमधील ह्या शर्यतीच्या आधी पाच स्थानिक स्वरूपाच्या शर्यती झालेल्या होत्या पण पॅरिसमधली सेंट क्लाऊड शर्यत आंतरराष्ट्रीय स्वरूपाची होती. ती डॉ. जेम्स मूर ह्या इंग्रजानं जिंकली. त्याला १ कि. मी. ची ही शर्यत जिंकायला २ मि. ३५ सेकंद लागले होते. फ्रान्समधेच ई-मेयरनं १८६९ मध्ये पहिला धक्काशोषक वापरला. ह्या रचनेस तो 'टेन्शन व्हील' असं म्हणत असे. त्याला त्या वर्षी पॅरिस इथं भरलेल्या प्रे-काटालान औद्योगिक प्रदर्शनात बरीच बक्षिसं मिळाली. त्यानंतर सायकलींच्या चाकात सुधारणा करण्याचे प्रयत्न वाढीस लागले.

आपण ऐतिहासिक चित्रांमध्ये बघतो ती, पुढचं चाक खूप मोठं आणि मागचं छोटं चाक असलेली सायकल इ. स. १८७० मध्ये जेम्स स्टार्लीं ह्या ब्रिटिश माणसानं तयार केली. ह्या चाकांच्या आकारातील फरकामुळं ह्या साय- कलीस 'पेनी फार्दिंग' असं म्हणण्यात येत असे. इ. स. १८७७ मधे स्टार्लीनं त्याच्या तीन चाकी सायकलीस साखळी बसवलीच पण कप्प्याही बसवल्या. चेन आणि गिअर असलेली ही पहिली तिचाकी ठरली.

इ. स. १८८५ मध्ये जॉन केंप स्टार्लींं (जेम्स स्टार्लींचा नि ह्याचा काही संबंध नव्हता.) रोव्हर सेफ्टी बायसिकल् तयार केली. आजच्या दुचाकीची जी मूळ चौकट असते तशी चौकट (डायमंड शेप्ड बॉडी) असलेली ही पहिली सायकल होती. ह्या प्रकारच्या चौकटीमुळं दुचाकी चालक बैठक आणि पुढच्या दांड्याची उंची कमी जास्त करू शकतो. रॉबर्ट थॉम्सनच्या रबरी धावा उन्हाळ्यात वितळत असल्यानं मागं पडल्या होत्या. जॉन बॉईड डनलॉपनं त्यांचं पुनरूज्जीवन केलं. थॉम्सननं जरी हवा भरून वापरायच्या धावांचे एकाधिकार घेतलेले होते तरी थॉम्सनचे प्रयत्न व्यापारासाठी अयोग्य ठरले होते. डनलॉपनं व्हल्कनाईज्ड रबर वापरून कुठल्याही हवेत वापरता येतील असे टायर बनवून ते बाजारात आणले. त्यानं डनलॉप रबर कंपनीची १८८९ मध्ये स्थापना केली. एच. स्टुर्मी आणि जे. आर्चर ह्या दोघांनी सायकलच्या मागच्या चाकाच्या कण्यावर करामत करून तीन गिअर्स बनवले. हे स्टुर्मी-आर्चर गिअर्स पुढं रॅले कंपनीनं १९०२ मध्ये सर्व हक्कांसह विकत घेतले. इ. स. १९०२ पासून रॅले सायकलींना ह्या प्रकारच्या कप्प्या बसविण्यात येऊ लागल्या.

ह्यानंतर जवळजवळ ६० वर्षे सायकलींच्या क्षेत्रात नवं काहीच घडलं नव्हतं. १८९३ मधली चौकट १९६२ मध्ये मोडून अलेक्झांडर मुल्टननं ती फुलीच्या आकाराची केली. ही पहिल्या चौकटींच्या मानानं छोटेखानी होती. ह्या फुलीच्या दोन्ही दांड्या ४० सें. मी. लांबीच्या होत्या. तर धक्काशोषक रबराचे बनवलेले होते. ह्यानंतर हळूहळू सायकलींचं स्वरूप बदललं. खूप उंच मुठी आणि केळ्याच्या आकाराच्या 'चॉपर' सायकली १९६९ मध्ये बाजारात आल्या. त्या झपाट्यानं खपल्या. १९७३ मध्ये अमेरिकेत 'माऊंटन बाईक' म्हणजे डोंगराळ प्रदेशात वापरायची दुचाकी निर्माण झाली. ह्या सायकलीच्या चौकटी वजनानं हलक्या असून त्यांची चाकं आणि धावा साध्या सायकलींपेक्षा रुंद

आधुनिक सायकल.

असतात. ह्यांना २१ गिअरपर्यंत कितीही गिअर्स असतात. ह्यानंतर ॲडव्हेंचर सायकलिंग-साहसपूर्ण सायकलिंग जगभर लोकप्रिय होऊन ह्याही सायकलींचा खप झपाट्यानं वाढला.

विसाव्या शतकातील जीवन बदलायला जे अनेक घटक कारण झाले त्यातला एक महत्त्वाचा घटक म्हणजे मोटार गाड्या. आता आपल्याकडेही झपाट्यानं मोटार गाड्या पसरल्या आहेत. पाश्चात्त्य प्रगत देशात तर मोटार गाडी जीवनावश्यक वस्तू बनली आहे. मोटारीमुळे आणि इतर स्वयंचलित वाहनांमुळे मानवी जीवनाची पद्धतच बदलून

गेली; कारण आता एका ठिकाणाहून दुसऱ्या ठिकाणी जाण्यातलं परावलंबित्व दूर झालं आहे. दिवसेंदिवस मोटारगाड्यांची व्याप्ती वाढतच चालली आहे.

मात्र हे दळणवळण स्वातंत्र्य फार महाग पडेल अशीही चिन्हं आहेत. वाहनं वाढली की रस्ते वाढवावे लागतात. रस्त्यांना खूप जागा लागते. रस्त्यांसाठी सार्वजनिक पैसा वापरला जातो. इ. स. १९९६ मध्ये चीनमध्ये दरवर्षी १३००० कि. मी. नवे रस्ते बांधण्याची योजना कार्यान्वित करण्यात आली. पाकिस्तानमध्ये सिंधु खोऱ्यातला महामार्ग १२०० कि. मी. लांबीचा होणार असून त्याला २० कोटी डॉलर खर्च येणार आहे. दर वर्षी रस्त्यांवरील अपघातात लाखो नागरिक मारले जातात. तेवढेच अपंग बनतात. विकसनशील देशात रस्त्यावरच्या अपघातांचं प्रमाण सर्वाधिक असून ते दरवर्षी वाढतंच आहे. आफ्रिकेतील एथिओपियातील आकडे जागतिक आरोग्य संघटनेनं जाहीर केले. तिथे दर दहा हजारांमागे दीडशे व्यक्ती रस्त्यावरील अपघातात मृत्युमुखी पडतात. अमेरिकेत हे प्रमाण कमी असलं तरी तिथं दरवर्षी रस्त्यावरील अपघातात सुमारे ५० हजार व्यक्ती मारल्या जातात.

पृथ्वीच्या वाढत्या तापमानाची समस्या आणि मोटारी व तत्सम वाहनांनी होणारं प्रदूषण ह्याचा थेट संबंध जोडला गेला आहे. १९९२ ते २००२ म्हणजे रिओ डी जानीरोतील पर्यावरण परिषद ते जोहनिसबर्गमधील पर्यावरण परिषद ह्यांच्या दरम्यान मोटारींमुळं वाढणारं कार्बनडायऑक्साईडचं प्रमाण २५% वाढलं.

मोटारींची सुरूवात पाहायला गेलं तर आद्य मोटारगाडी इ. स. १७६९ मध्ये बांधली गेली. ही बाष्पशक्तीवर चालणारी गाडी फ्रेंच लष्करी अभियंता निकोलस जोसेफ कुगनॉट (१७२५-१८०४) ह्यानं बांधली होती. ती अर्थातच तोफा खेचणाऱ्या घोडागाडीला पर्याय म्हणून वापरण्यात आली होती. ती ताशी ५ कि. मी. वेगानं प्रवास करीत असे. ह्यानंतरची जवळजवळ १०० वर्षे बहुतेक गाड्या बाष्पशक्तीवर चालत असत. इ. स. १८०१ मध्ये रिचर्ड ट्रेव्हिथिकनं कॉर्नवॉलमध्ये कँबोर्नच्या रस्त्यावर ताशी १४ कि. मी. वेगानं पळणारी बाष्पशक्तीवरील गाडी तयार

आद्य मोटारींपैकी एक

केली. ह्यानंच आगगाडीचं पहिलं इंजिनही तयार केलं होतं. ही मोटारगाडी त्या इंजिनाची पूर्वतयारी होती.

जाँ एतिएन लनुआर ह्यानं अंतर्ज्वलन इंजिनाचे पहिले एकाधिकार १८५९ मध्ये मिळवले. ह्या बेल्जियम संशोधकानंच १८६० मध्ये ह्या यंत्रणेवर चालणारं पहिलं वाहन तयार केलं. ह्या वाहनामुळं इंग्लंडमध्ये जनता इतकी घाबरली की, इ. स. १८६५ मध्ये ब्रिटिश संसदेनं 'रेड फ्लॅग' (लाल निशाण) कायदा जारी केला. ह्या कायद्यान्वये 'अशा सर्व वाहनांपुढे लाल झेंडा घेतलेला एक माणूस सावधगिरीचा इशारा देण्यासाठी चालणं' आवश्यक ठरवण्यात आलं होतं. तसंच गावाबाहेर ताशी ६.४ कि. मी. आणि गावात ताशी ३.२ कि. मी. अशी वेगमर्यादाही ह्या वाहनांसाठी 'लोकोमोटीव्हज ऑन हायवेज' ह्या कायद्यान्वये ठरविण्यात आली होती. इ. स. १८९६ मध्ये ह्या कायद्यात एक सूट जाहीर झाली. ती म्हणजे ३ टनांपेक्षा कमी वजनाच्या वाहनांपुढं लाल झेंडाधारी व्यक्तीनं पळण्याची सक्ती रद्द करण्यात आली.

गॉटलीब डेमलर (१८३४-१९००) आणि कार्ल बेंझ ह्या दोन जर्मन अभियंत्यांनी पेट्रोलवर चालणारं पहिलं अंतर्ज्वलन इंजिन तयार केलं. इ. स. १८८५ मध्ये पहिली डेमलर बेंझ मोटार युरोपात तयार झाली तर अमेरिकेत चार्ल्स आणि फ्रँक दुदेया या बंधूंनी १८९२ मध्ये अशी मोटारगाडी तयार केली. ह्याच वर्षी अलेक्झांडर ब्राऊन आणि जॉर्ज स्टिलमन ह्या दोघांनी बदलता येणारे हवा

भरायचे टायर तयार करून त्यांचं पेटंट मिळवलं. इ. स. १८९५ मध्ये अमेरिकेत पेट्रोलवर चालणाऱ्या ३०० मोटार गाड्या होत्या. सुरूवातीच्या मोटारी जोखड नसलेल्या घोडा-गाड्याच होत्या. घोड्यांच्या ऐवजी त्या इंजिनावर चालत एवढाच त्यात फरक होता. आधुनिक मोटारींच्या जवळपास पोहोचतील अशा मोटारींपैकी पहिली मोटार दिसणारी गाडी रेने पॉनहार्डनं इ. स. १८९१ मध्ये फ्रान्समध्ये बांधली. ह्या गाडीचं इंजिन एका लाकडी चौकटीवर बसवलेलं होतं. पुढच्या बाजूला इंजिन तापू नये म्हणून रेडिएटर होता आणि त्याच्या शेजारी गिअरची पेटी होती. ह्यानंतर बरोबर दहा वर्षांनी डेमलरच्या 'मर्सिडीज' ची आधार चौकट पोलादी बनविण्यात आली, आणि त्यात चार सिलिंडर एकत्रित काम करतील असं इंजिन बसविण्यात आलं. ही मर्सिडीज ताशी ८६ कि. मी. वेगानं धावू शकत असे. पंधरा वर्षांत ५ कि. मी. चा वेग १७ पटींनं वाढून ८६ कि. मी. झाला होता.

मोटार उद्योगातील महत्त्वाचे टप्पे

इ. स. १९०१ मध्ये मिशिगन मधील डेट्रॉईट इथं बहुप्रसवनिर्मिती (मास प्रॉडक्शन) ची सुरूवात झाली. ह्या वेळी दर आठवड्याला दहाहून अधिक ओल्डस्मोबील गाड्या बनविण्यात येऊ लागल्या. ह्यांची किंमत प्रत्येकी ६५० डॉलर एवढी असे. त्या ताशी ३२ कि. मी. वेगानं धावू शकत. १९०१ मध्ये ४२५, १९०२ मध्ये ३७५० तर १९४० मध्ये ५४६० ओल्डसची निर्मिती करण्यात आली.

१९०१ मध्येच इंग्लंडमध्ये प्री-सिलेक्टर गिअर बॉक्सची निर्मिती होऊ लागली. आर्मस्ट्राँग-सिडली गाड्यांना ही गिअर-बॉक्स बसविण्यात येत होती. १९०८ मध्ये प्रसिद्ध उद्योगपती हेन्री फोर्ड ह्यानं घाऊक प्रमाणात बहुप्रसवनिर्मितीची कल्पना अंमलात आणली. मोठ्या प्रमाणात उत्पादन केल्यानं मोटारींचा भाव कमी ठेवून जास्त नफा मिळवता येईल, अशी त्याची धारणा होती. ह्यासाठी त्यानं कारखान्यात मालवाहक पट्टे (कन्व्हेयर बेल्ट) बसवले. इ. स. १९१२ मध्ये ही सुधारणा फोर्डच्या कारखान्यात दाखल झाली. डेट्रॉईटमधल्या फोर्डच्या हायलँड फॅक्टरीत गाजलेलं मॉडेल टी फोर्ड निर्माण करण्यात येत असे. १९२५ मध्ये ही गाडी फक्त २६० डॉलरना उपलब्ध झाली.

१९११ मध्ये चार्लस् केटरिंगनं मोटार गाडीत एक महत्त्वाची सुधारणा घडवून आणली. डेटन इंजिनिअरिंग लॅबोरेटरीज् कंपनीची आद्याक्षरं एकत्र करून त्यानं त्याच्या सुधारणेस 'डेल्को', हे नाव दिलं. ही सुधारणा म्हणजे 'सेल्फ-स्टार्टर.' केवळ किल्ली फिरवून किंवा बटण दाबून गाडी सुरू करणं ह्या डेल्को चालकामुळं शक्य झालं. कॅडिलॅक मोटार कंपनीसाठी केटरिंगनं हे संशोधन केलं होतं.

इ. स. १९१९ मध्ये बफेलो, न्यूयॉर्क इथल्या ट्रायको कॉर्पोरेशननं निर्वात पोकळी आणि दाबाखालील हवा ह्यांच्या साहाय्यानं काचा पुसणारे यांत्रिक विंडस्क्रीन वायपर बाजारात आणले. ह्यांची निर्मिती, क्ले-व्हलँड ओहायो इथल्या विल्यम फोल्बर्थनं केलेली होती.

इ. स. १९२३ मध्ये बेंझ कंपनीनं डिझेलवर चालणाऱ्या ट्रकची निर्मिती केली. त्याचवर्षी फोर्ड कंपनीच्या फ्रान्समधील बोर्डो इथल्या कारखान्यानं ग्राहकांच्या आवडीनुसार वेग-वेगळ्या रंगात गाड्या तयार करायला सुरूवात केली. १९२६ मध्ये फ्रान्सीस डेव्हीसनं त्याचा मदतनीस जी. डब्ल्यू. जेसपच्या मदतीनं 'पॉवर स्टीअरिंग'ची निर्मिती केली. इ. स. १९३४ मध्ये गाडीच्या बाह्यरूपातला पहिला मोठा बदल 'द क्रिस्लर एअर कुपे' ह्या

मोटारींचा वापर कसा वाढला?	
वर्ष	वाहनांची संख्या
१९३०	३.५ कोटी
१९४०	४.५ कोटी
१९५०	६.३ कोटी
१९६०	११.९ कोटी
१९८०	३९.९ कोटी
१९९०	५४.८ कोटी
१९९५	६३.२ कोटी
१९९७	६६.६ कोटी

कुठल्या देशात किती वाहने?	
देश	दर हजारी वाहने
अमेरिका	७६०
इटली	५७५
कॅनडा	५५७
जपान	५३९
जर्मनी	५३६
फ्रान्स	५३६
इंग्लंड	४७८
बेल्जियम	४६९
स्पेन	४५१
स्वीडन	४४९
चीन	८
भारत	६
जगात	११४.३

गाडीत घडला. इतके दिवस बाहेर वेगळे असणारे दिवे गाडीच्या हौद्याचाच एक भाग बनले. त्याचबरोबर गाडीचा आकारही सुबक बनविण्यात आला. छोट्या, बंद आणि दोनच व्यक्ती बसण्याची सोय असलेल्या गाड्यांना १९०८ सालापासून अमेरिकेत 'कुपे' असं म्हणण्यात येत असे.

१९३४ मध्ये पीएर फनेले ह्यांं पॅरिसमधे पहिली फ्रंट व्हील ड्राईव्ह गाडी बनवली. सिट्रिअन कंपनीच्या ह्या गाडीस चार दारं होती. इ. स. १९३६ मध्ये मर्सिडीज २६०-डी ही डिझेलवर चालणारी पहिली गाडी रस्त्यावर धावू लागली. तर १९३८ मध्ये ब्युक ह्या अमेरिकन गाडीला पुढे आणि मागे दिशानिर्देशक उघडझाप करणारे (फ्लॅशर्स) इंडिकेटर दिवे बसविण्यात आले. १९४० मध्ये मोटर युगात क्रांती करणारी एक गाडी अमेरिकेत कार्ल के. प्रॉब्स्ट ह्यांं बनवली. ही गाडी बनवायला त्याला १८ तास लागले. बँटम कार कंपनीनं हे वाहन अमेरिकन लष्करासाठी बनवलं. अमेरिकन लष्कराला युद्ध आघाडीवर प्राथमिक पाहणी करण्यासाठी एक फोर व्हीलड्राईव्ह मजबूत वाहन हवं होतं. त्यासाठी हे ४० अश्वशक्तीचं इंजिन असलेलं ८३४ किलो वजनाचं वाहन बनविण्यात आलं होतं. सुरूवातीला ह्या वाहनाला बँटम, ब्लिटझ्बगी, नॅट, जीप आणि पीप अशी वेगवेगळी नावं होती. 'जनरल परपझ' ची अद्याक्षरं जी. पी. असल्यामुळं जी. पी. व्हेहीकल् असं लष्करात त्या वाहनाचं नाव होतं. त्यामुळं बाकीची नावं मागं पडून त्यातलं 'जीप' हे नाव टिकून राहिलं.

१९५१ मध्ये अमेरिकन मोटर उद्योगात आणखी एक क्रांती झाली. ओहायोतील क्लीव्हलँड इथं पूर्णपणे स्वयंचलित असलेला मोटर निर्मिती कारखाना सुरू करण्यात आला. ह्यात वेगवेगळी ४२ यंत्रे होती. ही १७५ मीटर लांबीच्या जुळणी व्यवस्थेचा (असेंब्ली लाईन) भाग होती. फोर्ड कंपनीनं ही क्रांती घडवून आणली होती. १९५४ मध्ये जर्मनीत मर्सीडीझ-बेंझ ३००SL ह्या गाडीत प्रथम फ्युएल इंजेक्शन यंत्रणा वापरण्यात आली. त्याच वर्षी जर्मनीतच फेलिक्स वँकेलंं बव्हेरियातील लँडॉ इतल्या मोटर कारखान्यात घूर्णी दट्ट्या असलेलं (रोटरी पिस्टन) इंजिन बनवलं.

दीडकोटी फोर्ड टी मॉडेल गाड्या खपल्या.

इ. स. १९५८ मध्ये अमेरिकेत सर्वप्रथम शारीरिक इजा टाळण्यासाठी डोक्याला बांधायचे पट्टे अस्तित्वात आले. गाडीनं एकदम गती कमी केली की डोकं चाबकाच्या वादीप्रमाणं पुढं मागं हलतं. ह्यामुळे मानेच्या मणक्यांना इजा होते. ह्याला 'व्हिपलॅश' इजा म्हणतात. ही टाळण्यासाठी हे पट्टे निर्माण करण्यात आले होते. १९६८ मध्ये अमेरिकन गाड्यांना प्रथम अँटिलॉक ब्रेक बसविण्यात आले होते. १९७० मध्ये अमेरिकेत पेट्रोलमध्ये शिसं मिसळू नये हा कायदा करण्यात आला. त्यामुळं त्या वर्षांपासून बिगरशिशाचं इंधन वापरण्याच्या यंत्रणा गाड्यात बसविण्यात येऊ लागल्या. १९७० मध्ये इंग्लंडमध्ये गाडीच्या इंजिनातील धातूंचे भाग काढून त्या जागी सिओलॉन ह्या सिरॅमिक पदार्थाचे भाग वापरण्यात आले. हे अधातू इंजिन सोलिहल इथल्या कारखान्यात बनवलं गेलं. सिओलॉन सिरॅमिकचा शोध केनेथ एच. जॅक आणि वाय. ओयामा (टोक्यो) ह्यांनी लावला. ल्युकास रिसर्च सेंटरमध्ये हे पहिलं इंजिन बनविण्यात आलं होतं. १९७३ मध्ये गाडीतली सुरक्षितता वाढविण्याच्या दृष्टिकोनातून त्वरित फुगणाऱ्या पिशव्या धक्का-शोषक म्हणून बसविण्यात आल्या. डेट्रॉइट इथल्या जनरल मोटर्सच्या कारखान्यामधे ह्यांची प्रथम निर्मिती झाली.

१९८२ मध्ये सौर शक्तीवर चालणारी पहिली मोटारगाडी ऑस्ट्रेलियात हॅन्स थॉलस्ट्रुप आणि लॉरी पर्किन्स ह्यांनी बनवली. ह्या गाडीचं नाव 'एक्स्पेरिमेंटल सोलर ट्रॅक

फ्रेंच मोटार

वन्' ती दक्षिण ऑस्ट्रेलियाच्या एका टोकापासून दुसऱ्या टोकापर्यंतचं ४०८४ कि. मी. अंतर एकूण १७२ तासांत पार करून गेली. तिचा सरासरी वेग ताशी २३.७ कि. मी. होता. १९८३ मध्ये जर्मनीत पहिल्यांदा फोर व्हील ड्राईव्ह गाड्यांचं बहुप्रसव उत्पादन सुरू झालं. १९८५ मध्ये इंग्लंडमधल्या फोर्ड कंपनीच्या कारखान्यात इंधन पूर्णपणे वापरून कमीतकमी इंधनात जास्त कार्यशक्ती वापरणारी 'लीन बर्न' इंजिनांची निर्मिती करण्यात आली. तर १९८६ मध्ये जपानच्या निस्सान कंपनीनं रोजच्या वापरासाठी फोर व्हील ड्राईव्ह गाड्यांचं उत्पादन सुरू केलं.

१९८६ मध्ये खऱ्या अर्थानं मोटारीमध्ये इलेक्ट्रॉनिक यंत्रणा शिरली. स्वीडनमध्ये निर्माण होणाऱ्या व्होल्वो मोटारींच्या धक्का शोषकांमध्ये इलेक्ट्रॉनिकी सीसीएस यंत्रणा वापरली जाऊ लागली. ह्या यंत्रणेत सूक्ष्म प्रक्रियक (मायक्रोप्रोसेसर) प्रत्येक चाकाची परिस्थिती पाहून त्याला दर सेकंदास ३००० सूचना देऊन गाडीला बसणारे धक्के कमीत कमी असतील ह्याची काळजी घेतो. ह्याच्या पुढची पायरी १९८९ मध्ये अस्तित्वात आली. ही म्हणजे इलेक्ट्रॉनिक गिअर बॉक्स. एक छोटी पट्टी दाबून गिअर बदलण्याची सोय जॉन बर्नार्डनं फेरारी फॉर्म्युला वन गाड्यांत केली. ही सुधारणा इंग्लंडमध्ये प्रथम करण्यात आली.

१९९० मध्ये अपघातात घडी होऊन इजा टाळणारं सारथ्य चक्र (स्टीअरिंग व्हील) जर्मनीत ऑडी गाड्यांच्या १९९१ च्या प्रतिरूपात वापरण्यात आलं. गाडीला

समोरच्या बाजूने धक्का बसताच हे चाक डॅशबोर्डच्या आत जातं. त्यामुळं वाहन चालकाला होणारी इजा टळू शकते. ह्याच वर्षी ऑडी गाड्यांमध्ये आणखी एक नावीन्यपूर्ण सुधारणा करण्यात आली. केवळ एक बटण दाबून वाहन चालक ही गाडी पेट्रोल इंधन वापरणाऱ्या इंजिनावर चालणार की डिझेल इंजिनावर चालणार हे ठरवू लागला. मुख्य म्हणजे हे पेट्रोल किंवा डिझेल इंजिन पुढच्या चाकांना गती देण्यासाठी वापरलं जातं तर मागच्या चाकांना होणारा ऊर्जा-पुरवठा इलेक्ट्रिक इंजिनानं होतो. ह्यामुळं वायू प्रदूषण कमी होतं. ह्या विद्युत यंत्रणेचा अजिबात आवाजही होत नाही.

१९९० मध्ये जपानमध्ये स्कु. ओ ही कायोसेराने बनवलेली गाडी सौर ऊर्जेवर चालू लागली. ह्या गाडीवर ६४० सौर घट असून ती ताशी ६० कि. मी. वेगानं धावते. इ. स. १९९२ मध्ये जर्मनीतल्या व्होक्सवॅगनला लेझर संवेदक बसविण्यात आले. ह्यामुळं ही गाडी कुणाच्याही मदतीशिवाय पूर्वनियोजित जागी जाऊन उभी राहते. त्यासाठी चालकास काहीही करावे लागत नाही. ह्या सेल्फ पार्किंग कार नंतर झीरो लेव्हल एमिशन म्हणजे शून्य निष्कास मूल्याच्या गाड्यांची निर्मिती १९९७ मध्ये करण्यात आली. होंडानं टोक्यो, जपान इथं वैध निष्कास पातळीपेक्षाही १०% कमी निष्कास सोडणारी गाडी तयार केली. प्रदूषण कमी करण्याच्या दृष्टीनं, हे इंजिन आदर्श मानण्यात   येतं.

दळणवळणाचा वाढता वेग

इतर प्राण्यांच्या तुलनेत माणूस हा अगदीच मंदगती प्राणी ठरतो. दुर्बल (स्विफ्ट) पक्ष्याचा वेग बरेचदा ताशी साडेतीनशे कि.मी.हून अधिक असतो. चित्ता ताशी १३५ कि. मी. वेग शिकारीच्या वेळेला गाठतो. तर कांगारू ताशी ७२ कि. मी. वेगानं प्रवास करतात. दोन पायांवर ताठ उभं राहणारे, शेपूट नसलेले, गुरूत्वमध्य जमिनीपासून खूप वर असलेले आपले पूर्वज जिवाच्या आकांतानं पळताना देखील थोड्या काळाकरिता ताशी ४० कि. मी. पेक्षा जास्त वेगानं पळू शकले असावेत, अशी

शक्यता नाही. सध्याचा मानवाचा पळण्याचा जागतिक उच्चांकी वेग ताशी ४३.५ कि. मी. पेक्षा थोडा कमीच आहे.

मानव जरी स्वत:च्या पायांचा उपयोग करून फार वेगानं धावू शकत नसला तरी इ. स. पू. ३००० च्या आसपास त्यानं बर्फावरून घसरण्याची काही साधनं शोधून काढली. त्यामुळं त्याचा प्रवासी वेग वाढला. उत्तर युरोपमध्ये बर्फावरच्या लाकडी घसरगाड्या आणि नंतर लाकडी स्की ह्या सुमारास वापरात आले. त्या काळात ह्या घसरण्याच्या साधनांचा वेग साधारणपणे ताशी ५५ कि. मी. च्या आसपास असावा. एवढाच वेग सुमारे ३४०० वर्षांपूर्वी म्हणजे इ. स. पू. १४०० मध्ये आद्य घोडे-स्वारांनी गाठला असावा. हे पहिल्या घोडेस्वारांचे मूळ ठिकाण तुर्क-स्थानातील ॲनाटोलियाच्या भूभागात असल्याचे मानण्यात येते.

गतिमान वाहनांचा इतिहास अभ्यासणाऱ्या तज्ज्ञांच्या मते इ. स. १६०० पर्यंत मानवी भ्रमणाचा कमाल वेग ताशी ५५ कि. मी. एवढाच होता. तीन हजार वर्षे स्थिर राहिलेला हा वेग हॉलंड-मधल्या गोठलेल्या कालव्यांवर चालणाऱ्या हिमनौका - आईस-यॉट्सनी मोडला. ह्या हिमनौकांचा वेग ताशी ८० कि. मी. पर्यंत असे. ह्या वाऱ्याच्या वेगावर आणि दिशेवर अवलंबून कमाल वेग मर्यादा गाठत असत. पुढं इ. स. १७८३ मध्ये मॉंटगोल्फीये बंधूंनी बलूनला लटकणाऱ्या होदात बसून आकाशात झेप घेतली. त्यावेळी त्यांनी ह्याहीपेक्षा अधिक वेगानं प्रवास केला होता. ह्यानंतर आगगाडीमुळं मानवी प्रवासाचा वेग हळूहळू वाढू लागला. द ग्रँड जंक्शन रेल्वेनं २-२-२ इंजिन वापरून आईसयॉटपेक्षा जास्त वेग गाठला. ताशी ९१.३ कि. मी. वेगानं धावणाऱ्या ह्या इंजिनाचं नाव ल्युसिफर असं होतं. १३ नोव्हेंबर १८३९ रोजी इंग्लंडमधे स्टॅफर्डशायरमधील मेडली बॅक्स इथं हे इंजिन प्रथम धावलं.

इ. स. १८४४ मध्ये फ्रँक एब्रिंग्टन नावाचा एक माणूस एका मोकळ्या डब्यात बसला असतांना हा डबा मूळ गाडीपासून वेगळा झाला. किंग्जटाऊन- डॉल्की

अॅटमॉस्फेरिक रेल्वेत ही घटना घडली. हा रेलमार्ग आयर्लंडमध्ये आहे. ह्या डब्यानं ताशी १३५ कि. मी. वेगानं प्रवास केला. अशा तऱ्हेनं केवळ योगायोगानं फ्रँक जलदगती मानव बनला. बलूनच्या बाबतही असे वेगाचे अनेक विक्रम आहेत. मात्र त्यांच्या वेगाबाबत भक्कम लेखी पुरावे मात्र नाहीत. वादळात भरकटलेल्या बलूनांनी प्रचंड वेगाने प्रवास केला असावा हे मानण्यास जागा आहे. अटलांटिक नावाच्या

बर्फावरून पळणारी शिडाची होडी.

वादळात भरकटलेल्या बलूननं ताशी १४५ कि. मी. चा वेग गाठला होता. ते अमेरिका आणि कॅनडा ह्यांच्या सरहद्दीवर असलेल्या ओंटारियो सरोवरावरून उडत असताना ही घटना घडली. २ जुलै १८५९ ह्या दिवशी 'अटलांटिक' ओंटारियो सरोवर ओलांडायचा प्रयत्न करण्यासाठी उडालं. मिसुरीतील सेंट लुई येथून निघून ते १३०१ कि. मी. चा प्रवास करून न्यूयॉर्क राज्यातील हेंडर्सनजवळ उतरलं. ह्या प्रवासात ही घटना घडली. ह्या बलूनमधे त्यावेळी जॉन वाईज, ओ. ए. गेजर, जॉन माऊंटन आणि विल्यम हाईड, हे चौघे प्रवासी होते.

पहिल्यांदा १०० मैल म्हणजे १६१ कि. मी. ची मर्यादा मानवी यांत्रिक वाहनानं १९०१ मध्ये ओलांडली. सीमेन्स उंड हाल्स्के ह्या कंपनीच्या चाचणी रेलमार्गावर मेरियनफेल्ड-झोसेन ह्या बार्लिनजवळच्या दोन स्थानकां-दरम्यान हे विद्युतऊर्जेवरचं इंजिन धावलं. दोन वर्षांनंतर ६ ऑक्टोबर १९०३ ह्या दिवशी हे इंजिन १२४.८९ मैल वेगानं म्हणजे ताशी २०१ कि. मी. वेगानं धावलं, तर ह्यानंतर चारच दिवसांनी ह्या इंजिनानं २१०.२ कि. मी. चा वेग गाठला.

२६ जानेवारी १९०७ ह्या दिवशी फ्रेडरिक एच. मेरियट ह्या अमेरिकन माणसानं बाष्पशक्तीवर चालणारी वेगलबग फ्लोरिडातील ऑरमॉंडबीच ह्या ठिकाणी ताशी १५० मैल म्हणजे २५७.५ कि. मी. वेगानं चालवली.

मोटारीच्या जगात शर्यत न खेळता फक्त वेगानं चालविण्यासाठी एकटीच गाडी चालविण्याची ही एकमेव घटना मानली जाते.

पहिल्या महायुद्धात विमानांनी जमिनीवरच्या वेगवान वाहनांना हळूहळू खूप मागं टाकायला सुरूवात केली. पहिल्या महायुद्धाच्या अखेरच्या काळात लढाऊ विमानांनी ताशी ३३८ कि. मी. वेग गाठलेला होता. पहिलं महायुद्ध ते दुसरं महायुद्ध ह्या दरम्यान २१ अधिकृत उच्चांक विमानांच्या वेगाच्या बाबतीत नोंदवले गेले. जॉर्ज स्टेनफोर्थ ह्या ब्रिटिश वैमानिकानं ताशी ६६८.२ कि. मी. वेगानं एक सुपरमरीन एस. ६ बी विमान २९ सप्टेंबर १९३१ रोजी चालवलं. ह्या विमानानं ली-ऑन-सोलेंट ह्या विमान- तळावरून उड्डाण केले होते. ते विमान श्रायडर कप स्पर्धेत उतरले होते. हा श्रायडर कप सागरी विमानांमधील सर्वाधिक वेगवान विमानाला देण्यात येत असे. तर २६ एप्रिल १९३९ ह्या दिवशी फ्रिट्झवेंडेल ह्या जर्मन वैमानिकानं त्याच्या मेसरश्मिड्ट एम्. ई. - २०९ विमा- नोड्डाणात ताशी ७५५ कि. मी. वेग गाठला होता. त्यानं ऑग्सबर्ग, जर्मनी ह्या विमानतळावरून उड्डाण केले होते.

६ जुलै १९४४ ह्या दिवशी रूडॉल्फ ओपिट्झ् ह्या जर्मन वैमानिकानं 'M 163V-18 कॉमेट' ह्या अग्निबाणचलित (रॉकेट प्लेन) विमानातून पीनमुंडे ह्या जर्मन अग्निबाण संशोधन केंद्राच्या विमानतळावरून उड्डाण केले. त्यावेळी हे विमान ताशी ११३० कि. मी. वेगानं भ्रमण करीत होते. हा वेग अमेरिकन चक येगरच्या पहिल्या स्वनातीत उड्डाणापेक्षा जास्त होता.

चार्ली (चक) येगरनं मोजाव्हेच्या वाळवंटात १४

चार्ली चक येगर आणि बेल एक्स १ विमान.

ऑक्टोबर १९४७ ह्या दिवशी बेल एक्स-१, ग्लॅमरस ग्लेनिस नावाच्या विमानातून उड्डाण केले. ह्या उड्डाणात त्यानं १०७८ कि. मी. वेग गाठला. ह्यावेळी हे विमान १२८०० मीटर म्हणजे १२.८ कि. मी. उंचीवर होते. १९२३ मध्ये जन्मलेल्या येगरनं ह्यानंतर काही काळातच ताशी १५५६ कि. मी. वेगानं हेच विमान उडवलं होतं. तर १२ डिसेंबर १९५३ ह्या दिवशी त्यानं बेल एक्स-१ ह्या विमानातून ताशी २५९४ कि. मी. वेग गाठला. त्याचा हा विक्रम ७ मार्च १९६१ ह्या दिवशी रॉबर्ट एम. व्हाईट ह्यानं मोडला. त्यानं एक्स-१५ ह्या विमानातून ताशी ४६७५ कि. मी. वेगानं उड्डाण केलं. विमानांचे वेग हे ध्वनीच्या वेगाच्या तुलनेत सांगितले जातात. ह्या तुलनेस माख क्रमांक असं म्हटलं जातं. ध्वनीच्या वेगानं उडणारं विमान माख-१ गतीनं उडालं असं म्हणतात. येगरच्या ग्लॅमरस ग्लेनिसनं १.१०५ माख क्रमांक गाठला. तर रॉबर्ट व्हाईटनं ४.४३ माख क्रमांकाच्या गतीनं उड्डाण केलं, असं म्हटलं जातं.

व्हाईटच्या उड्डाणानंतर ३६ दिवसांनी म्हणजे १२ एप्रिल १९६१ ह्या दिवशी युरी गागारीन हा रशियाचा अवकाश प्रवासी पृथ्वीला अवकाशयानातून प्रदक्षिणा घालणारा पहिला मानव ठरला. त्याच्या अवकाशयानाचं नाव होतं; व्होस्टोक-१. ह्या १०८ मिनिटांच्या प्रवासासाठी गागारीनची अवकाश कुपी रशियन एसएल-४ अग्निबाणातून अवकाशगामी करण्यात आली होती. कझाकस्तानातील तियुर्ताम इथल्या प्रक्षेपण केंद्रावरून उड्डाण केल्यानंतर ह्या अग्निबाणानं ताशी २८२६० कि. मी. चा वेग गाठला होता.

गागारीनच्या अवकाश कुपीचा हा विक्रम व्होसखोद-१ रशियन अवकाशयानानं तसंच व्होसखोद-२ ह्या अवकाश- यानानं ओलांडला खरा पण तो अपोलो —८ ह्या अमेरिकन मोहिमेनं खऱ्या अर्थानं मोडीत काढला. २१ डिसें. १९६८ ह्या दिवशी फ्रँक बोरमन, जेम्स लॉवेल आणि विल्यम अँडर्स ह्या तीन अवकाशयात्रींसह उड्डाण केलेल्या अपोलो-८ मोहिमेतील अवकाशयानाला ताशी ३८९८८ कि. मी. वेग प्राप्त झाला होता. इ. स. २००० पर्यंत म्हणजे दुसऱ्या सहस्रकाच्या अखेरीस मानवी गतीचा उच्चांक युजीन

सेर्नान, जॉन वॉट्स् आणि थॉमस पी. स्टॅफर्ड ह्यांच्या अवकाशयानाच्या नावावर नमूद आहे. अपोलो-१०ची ह्या अवकाश यात्रींना घेऊन परतणारी कुपी पृथ्वीच्या वातावरणात ताशी ३९८९७ कि. मी. वेगानं शिरली होती. ह्यावेळी हे यान चंद्राला प्रदक्षिणा घालून परतत होते.

बलून प्रवास

२१ नोव्हेंबर१७८३ ह्या दिवशी जाँ पिलात्रे द रोझिये (१७५६-८५) आणि मार्की दालार्दि ह्यांनी पहिल्यांदा बलून जमिनी-पासून मुक्त करून प्रवास केला. ही ऐति-हासिक घटना पॅरिस-मध्ये घडली. ह्यापूर्वीच्या बलून उड्डाणात बलून जमिनीवर अडकव लेल्या दोऱ्याला बांधलेली असत.

हे दोघं साडेबावीस मिनिटं अवकाशात होते. त्यांनी ९.९ कि.मी. चा प्रवास ह्या काळात केला. ह्या उड्डाणात त्यांचं बलून खूप सजवलेलं होतं. त्याचा विस्तार २०५५ घनमीटर असून ते माँट-गोलफिए बंधूंनी बनवलं होतं.

जोसेफ मिशेल (१७४०-१८१०) आणि एतीयेन जाक्कस (१७४५-९९) हे दोन माँटगोल्फीएये बंधू बलू-नच्या इतिहासात बलूनचे भीष्माचार्य मानले जातात. ह्या पहिल्या मुक्त बलून

बलून

प्रवासात द रोझिये आणि दालार्दि ह्यांना ज्वाळांनी बलून जळू नये म्हणून वारा घालून ज्वाळा निवाराव्या लागल्या होत्या. नाहीतर बलूनचं कापड जळू लागलं असतं.

हायड्रोजन मुक्त बलूनची पहिली समानव आकाशझेप १ डिसेंबर १७८३ ह्या दिवशी घडली. ह्या बलूनचं नाव 'ल ग्लोब एरोस्तातिक्' असं होतं. फ्रेंच पदार्थवैज्ञानिक जाक्कस

चार्लस् (१७४६-१८२३) आणि नोएल रॉबर्टस् हे ह्या बलूनमधले प्रवासी. नोएलनं त्याच्या भावाच्या साहाय्यानं हे बलून तयार केलं होतं. १ डिसेंबर १७८३ ह्या दिवशी ह्या बलूनमधून चार्लस् आणि नोएल रॉबर्टस् पॅरिस-मधून उड्डाण करून दोन तास हवेत फिरले. त्यांचे बलून ५०० मीटर उंच गेले. दरम्यानच्या काळात ते पॅरिस-पासून ३६ कि. मी. दूरवर पोहोचले होते. ह्या पहिल्या उड्डाणानंतर आत्म-विश्वास दुणावून जॅक्कस चार्लस्नं पुन्हा एकदा

माँटगोल्फीए बंधूंचे आद्य बलून

एकट्यानंच बलून प्रवास केला. ह्या उड्डाणात बलून फारच झपाट्यांनं वर गेलं, त्यानं ३००० मीटर उंची गाठली. ह्यावेळी हे बलून ४० कि. मी. दूरवर उतरलं. ह्यावेळी बलून ३५ मिनिटं हवेत तरंगलं.

७ जानेवारी १७८५ ह्या दिवशी जाँ पीएर ब्लाँशार्द ह्या फ्रेंच सद्गृहस्थानं डॉ. जॉन जेफ्रीज् ह्यांच्याबरोबर बलूनमधून इंग्लिश खाडी ओलांडली. डोव्हरहून निघून ते गिस्ने ह्या ठिकाणी पोहोचले. त्यानंतर फ्रेंच शास्त्रज्ञ जोसेफ लुई गे-लुसाक ह्यांनं हायड्रोजनभारीत बलूनमधून दोन उड्डाणं केली. त्याला पृथ्वीच्या चुंबकीय क्षेत्राचा अभ्यास करायचा होता. त्याच्या दुसऱ्या उड्डाणात क्लेमुनवाँर बलूनमधून त्यानं ७००० मीटर उंची गाठल्याचा दावा केला होता. बलूननं वेगानं प्रवास केल्याचा पहिला विक्रम विंडहॅम विल्यम सँडलर ह्या इंग्रजानं बर्चन नावाच्या व्यक्तीबरोबर बलून प्रवास करतांना केला. ७ ऑक्टोबर १८११ मध्ये बर्मिंगहॅम ते हेकिंगहॅम ह्या १८० कि. मी. प्रवासात वादळीवाऱ्यानं त्यांचं बलून ढकललं तेव्हां त्या प्रवासात त्यांनी ताशी १३५ कि. मी. एवढा वेग गाठला होता.

बलूनच्या साहाय्यानं सर्वाधिक उंची गाठण्याचा विक्रम माल्कम डी. रॉस आणि व्हिक्टर ए. प्राथर ह्यांनी नोंदविला. ह्या दोघा अमेरिकनांनी ३४६६८ मीटर उंची गाठली. ४ मे १९६१ ह्या दिवशी ते दोघं अमेरिकन नौदलाच्या

विमानवाहू नौकेवरून बलूनोड्डाण करून हवेत गेले. ह्या नौकेचं नाव 'अँटीएटम'. त्यावेळी ती मेक्सिकोच्या आखातात उभी होती. हे दोघंही सुरक्षित परतले. निकोलस पिआंटानिडा हा तेवढा सुदैवी नव्हता. १ फेब्रुवारी १९६६ रोजी सीऊ फॉल्स ह्या ठिकाणाहून उड्डाण करून त्यानं ३७७५० मीटर उंची गाठली. तो आयोवामधे उतरला मात्र तेव्हा त्याचे प्राण गेलेले होते.

विंझेन रिसर्च इनकॉर्पोरेटेड ह्या संस्थेनं २७ ऑक्टोबर १९७२ रोजी एक बलून अवकाशात सोडलं. त्याचं घनफळ साडेतेरा लक्ष घनमीटर एवढं होतं. ते कॅलिफोर्नियातील चिको येथून हवेत सोडण्यात आलं. त्या मानवविरहित बलूननं ५१८०० मीटर म्हणजे जवळजवळ ५२ कि. मी. उंची गाठली होती. बेन एल्. अँब्रुझो ह्या अमेरिकन साहसवीरानं डबल इगल-२ ह्या हेलियमनं भरलेल्या बलूनमधून पहिल्यांदा अटलांटिक ओलांडून विक्रम प्रस्थापित केला. तर पहिलं हॉटएअर म्हणजे तप्त हवेचं बलून जुलै १९८७ मध्ये अटलांटिक पार करून गेलं. रिचर्ड ब्रॅन्सन ह्या इंग्रजानं पेर लिंडस्ट्रांड ह्या स्विडीश साक्षीदाराला बरोबर घेऊन ३१ तास ४१ मिनिटात हा प्रवास पूर्ण केला. ते अमेरिकेतील मेन इथून निघून उत्तर आयर्लंडमध्ये उतरले. हा प्रवास ४९४७ कि. मी. चा होता. ह्यानंतर बेन अँब्रुझोनं आणखी एक विक्रम केला. त्यानं डबल इगल - ५ ह्या बलूनमधून जपान ते कॅलिफोर्निया हा प्रवास करून पॅसिफिक बलूनमधून ओलांडण्याचा मान मिळवला. ह्या हेलियमनं भरलेल्या बलूनच्या होद्यात त्याच्याबरोबर तीन सहकारी होते. पॅसिफिक ओलांडण्याच्या प्रयत्नात त्यांनी ९ ते १२ नोव्हेंबर १९८१ ह्या काळात ८४ तास ३१ मिनिटात ९२४४ कि. मी. अंतर पार केले. त्यांच्या मागोमाग म्हणजे दहा वर्षांनंतर १५ ते १७ जानेवारी १९९१ ह्या काळात ब्रॅन्सन आणि लिंडस्ट्रांड ह्यांनी गरम हवेच्या बलूनच्या साहाय्यानं पॅसिफिक महासागर पार केला. ह्यासाठी त्यांना ४६ तास लागले. त्यांच्या बलूनचं घनफळ ७३६०० घनमीटर होतं. ह्या व्हर्जिन ओत्सुका फ्लायर नावाच्या बलूनच्या साहाय्यानं त्यांनी ९६७२ कि. मी. चा हा प्रवास जपानचं दक्षिण टोक

ते कॅनडाच्या युकॉन प्रांतातील लामात्र दरम्यान केला.

बलून प्रवासातला अंतिम पराक्रम म्हणजे बलूनच्या साहाय्यानं पृथ्वी प्रदक्षिणा. ही प्रदक्षिणा १ ते २० मार्च १९९९ ह्या काळात बर्ट्रांड पिकार्ड ह्या स्विस गृहस्थानं ब्रायन जोन्स ह्या इंग्रजाच्या साहाय्यानं पूर्ण केली. त्यांच्या बलूनचं नाव, ब्रिडींग ऑर्बिटर-३ असं होतं. त्यांनी ४२८११ कि. मी. च्या ह्या पृथ्वी प्रदक्षिणेत ह्या पूर्वीचे बलून प्रवासाचे अंतर आणि प्रवासकाळाचे सर्व विक्रम मोडीत काढले.

माणसाला वायुगतिकीचे नियम तो धनुष्यबाणांचा वापर करू लागला तेव्हापासून ठाऊक आहेत. उत्तर आफ्रिकेतील आटेरियन संस्कृतीचे लोक इ. स. पू. ५०००० मध्ये धनुष्य बाणांचा वापर करीत होते तर वायुगतिकीचा खऱ्या अर्थानं वापर करणारं हत्यार म्हणजे बुमरँग हे २३ हजार वर्षांपूर्वी अस्तित्वात असल्याचे पुरावे दक्षिण पोलंडमधील ओब्लाझी इथं मिळाले आहेत.

माणसाचा आकाशात उडण्याचा ध्यास त्याच्या पतंग उडविण्याच्या वेडातून प्रकट होतो, असं म्हटलं जातं. झौ घराण्याची सत्ता चालू असताना चीनमध्ये इ. स. पू. १०००च्या सुमारास पतंग उडवले जात होते. इ. स. पू. २०० च्या आसपास चिनी सेनानी हानझिन हा शत्रू किती

आयगर सीकॉरस्कीचे पहिले हेलिकॉप्टर.

दूर आहे, ह्याचा अंदाज घेण्यासाठी पतंग वापरीत असे.

लिओनार्डो दा विंचीनं इ. स. १४९० च्या आसपास 'हेलिकॉप्टर' हा शब्द प्रथम उपयोगात आणला. हेलिक्स म्हणजे मळसूत्राच्या आट्यांचा आकार आणि टेरा (स्पेलिंग Pteron) म्हणजे पंख हे दोन शब्द एकत्र करून त्यानं हा नवा शब्द बनवला होता. माणसाला पक्ष्यांप्रमाणे कसं आकाशगामी बनता येईल ह्याचा लिओनार्डोनं बराच विचार केलेला होता. त्याच्या नोंद वह्यांत पंखांच्या साहाय्यानं उडता येईल, ह्याबद्दलही टिपणं आढळतात. तसंच वेगवेगळ्या उड्डाणसाधनांसंबंधी त्यानं केलेली ५०० रेखाटनेही उपलब्ध आहेत.

इ. स. १७१४ मध्ये इमॅन्युएल स्वेडबर्टनं यांत्रिक शक्तीवर उडू शकेल अशा एका वाहनाचे आराखडे तयार केले होते; पण त्या काळातलं तंत्रज्ञान असं वजनानं हलकं यंत्र तयार करण्यास असमर्थ असल्यानं हे आराखडे कागदोपत्रीच राहिले होते. माणूस घेऊन उडणारं पहिलं यान बिगर यांत्रिक होतं. सर जॉर्ज केली ह्यांनी बनवलेलं ग्लायडर १८५३ च्या ऑगस्ट महिन्यात त्यांच्या घोडागाडीच्या चालकाला घेऊन ४५० मीटर दूरपर्यंत हवेत तरंगलं.

विमान बांधण्याचे प्रयत्न १९ व्या शतकात बच्याच जणांनी केले. त्यांना यश आलं नाही, ह्याचं बहुतेक वेळेस एकच कारण होतं. ते म्हणजे ह्या विमानोड्डाणांच्या प्रयत्नांमधे बाष्पशक्तीचा वापर करणारी यंत्रे असत. ह्या यंत्रणेचं वजन ती यंत्रणा जे बल निर्माण करीत असे त्या मानानं खूप जास्त असे. त्यामुळे हे बल ते विमान उचलायला अपुरं पडत असे. फेलिक्स घु ताॅप्ल रिव्हालों द ला क्रुआ ह्यानं १८७४ मध्ये असं एक विमान बनवलं. त्यानं एक उंच उडी मारली. त्यापलीकडं त्याची फार प्रगती झाली नव्हती. इ. स. १८८४ मध्ये असंच एक विमान रशियन तंत्रज्ञ अलेक्सांद्र एफ. मोझेस्कीनं बनवलं. ते अत्यल्प काळ हवेत उडलं. ९ ऑक्टोबर १८९० ह्या दिवशी द ला क्रुआचा देशबंधू फ्रेंच संशोधक क्लेमंट अडेर ह्यानं एका उतरणीवरून बाष्पशक्तीवर चालणारं विमान वर नेलं. हे विमान २० सें. मी. उंचीवरून जमिनीस स्पर्श न

करता ५० मीटर गेलं. अडेरच्या ह्या विमानाचं नाव ई ओल-१ असं होतं. त्याचे पंख वटवाघळाच्या पंखांच्या आकाराचे होते. भारतात विमानविद्या होती, असं म्हटलं जातं पण त्याचे कुठलेही ठोस पुरावे उपलब्ध नसल्यानं त्यांचा इथं उल्लेख केलेला नाही.

इतर बच्याच संशोधकांनी वजनानं हलक्या अशा ग्लायडर निर्मितीवर लक्ष केंद्रित केलेलं होतं. १० ऑक्टोबर आणि २२ ऑक्टोबर १८९८ ह्या दिवशी ऑगस्टस हेरिंग ह्या अमेरिकनानं मिशिगनमधल्या चौपाटीवर आधी १५ मीटर आणि नंतर २२ मीटर अशी झेप घेतली. त्याच्या ह्या ग्लायडरमध्ये बल-निर्मितीसाठी दाबाखालच्या हवेचे सिलिंडर वापरण्यात आले होते. ह्याला दोन पंख असून त्याचं वजन ३९.८ कि. ग्रॅम होतं. त्याच्या पंखांची लांबी ५.९ मीटर होती. त्याचं नाव 'हँग ग्लायडर' असं ठेवण्यात आलं होतं. पर्सी पिल्चर ह्या इंग्रजानं यंत्राच्या साहाय्यानं उडण्यासाठी चार ग्लायडर्स बनवली. त्याच्या चौथ्या हॉक नावाच्या ग्लायडरनं ९ मीटर उंची गाठली आणि ते पिल्चरसह कोसळलं. ३० सप्टेंबर १८९९ रोजी झालेल्या स्टॅनफोर्ड हॉल, लिस्टर इथल्या अपघातात पिल्चरचं निधन झालं.

ब्रिजपोर्ट संडे हेराल्ड ह्या अमेरिकन वृत्तपत्राच्या १८ ऑगस्ट १९०१ च्या अंकामध्ये रिचर्ड हॉवेलनं दिलेल्या बातमीनुसार जन्मानं जर्मन असलेल्या गुस्ताव्ह व्हाईटहेडनं १४ ऑगस्ट १९०१ ह्या दिवशी पहाटे दोन वाजता त्याच्या २१ नंबरच्या विमानामधून हवेत उडून अर्धा मैल (०.८ कि. मी.) एवढं अंतर पार केलं होतं. हे एक इंजिन असलेलं विमान ४.८७ मीटर लांबीचं होतं. ब्रिजपोर्ट जवळच्या

राईट बंधूंचे विमान.

फेअरफील्ड चौपाटीवर हे हवेनं थंड होणारं (म्हणजे उघडं) इंजिन असलेलं विमान व्हाईट हेडनं उडवलं होतं. ह्या इंजिनाचं वजन ९ किलोग्रॅम होतं.

पुढच्या काळात व्हाईटहेडच्या विमानोड्डाणाबद्दल खूप वाद झाला. 'हवेपेक्षा जड वाहन यंत्रच्या साहाय्यानं उडविणारा पहिला' हा मान कुणाचा त्याबद्दल हा वाद होता. ह्याचं कारण विज्ञानाच्या इतिहासात हा विक्रम विल्बर आणि ऑर्व्हिल राईट ह्या अमेरिकन बंधूंच्या नावावर नोंदविण्यात आला आहे. उत्तर कॅरोलायनातील किटी हॉक इथल्या सागर किनाऱ्यावर इ. स. १९०० मध्ये राईट बंधूंनी ग्लायडरच्या उड्डाणानं त्यांच्या प्रयोगांची सुरूवात केली. १७ डिसेंबर १९०३ ह्या दिवशी त्यांच्या फ्लायर नावाच्या विमानानं उड्डाण केलं. ह्या पंखांच्या दोन जोड्या असलेल्या विमानाला ८१.२ किलो वजनाचं इंजिन होतं. ह्या उड्डाणानंतर त्यांच्या प्रयोगांना आणि प्रगतीला झपाट्यानं वेग आला. डेटन, ओहायो इथल्या मैदानात विल्बरनं १६ अश्वशक्तीचं फ्लायर-२ हे विमान उडवून हवेत एक वर्तुळाकार चक्कर मारली. ह्यासाठी त्याला ९६ सेकंद लागले. त्यावर्षी त्यांनी एकूण १०५ उड्डाणं केली. ५ ऑक्टोबर १९०५ ह्या दिवशी विल्बरनं फ्लायर-३ ह्या त्यांच्या मूळ विमानाच्या सुधारीत आवृत्तीतून उड्डाण केलं. सुमारे ३९ किलोमीटर अंतर ह्या उड्डाणात त्यानं ३८ मिनिटं आणि ३ सेकंदांत पार केलं.

युरोपमध्ये पहिलं लांब पल्ल्याचं आणि दीर्घ मुदतीचं उड्डाण राईट बंधूंच्या यशाच्या तुलनेत किरकोळ वाटावं असं होतं. २३ ऑक्टोबर १९०६ ह्या दिवशी आल्बर्टो सांटो ड्युमाँट ह्या ब्राझीलमध्ये जन्मलेल्या फ्रेंचानं पॅरिस जवळ त्याचं नं. १४-बिस हे विमान उडवलं. ते ५९.१ मीटर अंतर ३ मीटर उंचीवरून पार करून गेलं.

विमानांच्या मानानं हेलिकॉप्टर तंत्रज्ञानाचे बाबतीत युरोप पुढे होता. १९ सप्टेंबर १९०७ ह्या दिवशी जमिनीला दोरानं बांधून आधार दिलेल्या हेलिकॉप्टरमधून लुईब्रेझे हा फ्रेंच माणूस ब्रेझे - रिशे - क्र. १ ह्या हेलिकॉप्टरमधून हवेत गेला. त्याच वर्षी १३ नोव्हेंबर ह्या दिवशी पॉल कोर्नूनं त्यांच्या स्वत:च्या यंत्रणेच्या साहाय्यानं

हेलिकॉप्टर मुक्त ठेवून उड्डाण केलं. हे २४ अश्व-शक्तीचं अँतुओनेत इंजिन होतं. हे हेलिकॉप्टर ६ फूट (१.८० मीटर) उंच उडालं. हे उड्डाण २० सेकंद चालू होतं.

इंग्लिश खाडी हवेतून पार करण्याचा मान सर्वप्रथम लुईब्लेरिओन ह्या फ्रेंच माणसानं मिळवला. लेबाराक् इथून उड्डाण करून तो इंग्लंडच्या केंट परगण्यात डोव्हर कॅसल् इथं उतरला. लेबाराक् फ्रान्समधील कॅले जवळ आहे. त्यानं क्र. ११ मोनोप्लेन वापरून हा विक्रम केला. (मोनोप्लेन म्हणजे ज्याला एकच प्रमुख पंख असतो असं विमान) ह्या विमानास २५ अश्वशक्तीचं अंझानी इंजिन बसविण्यात आलं होतं. कॅले ते डोव्हर हे ३८.५ कि. मी. अंतर त्यानं ३६ मिनिटं ३० सेकंदांत पार केलं होतं. हेन्री फेबर ह्या दुसऱ्या एका फ्रेंच वैमानिकाला पाण्यावरून सर्वप्रथम उड्डाण केल्यानं हवाई वाहतुकीच्या विश्वात अमरत्व प्राप्त झालं आहे. त्याच्या विमानाला तो हायड्राव्हिअन (हायड्रो म्हणजे जल आणि एव्हिअन म्हणजे पक्षी) म्हणजे पाण्यावरून उडणारे विमान. हे उड्डाण त्यानं ब्लेरिओच्या उड्डाणानंतर (२५ जुलै १९०९) वर्षभरातच म्हणजे २८ मार्च १९१० ह्या दिवशी मार्सें जवळ भूमध्य सागरात केलं. जहाजाच्या डेकवरून प्रथम उड्डाण करण्याचा मान एका अमेरिकन वैमानिकानं मिळवला. युजीन बी. ऐली ह्यानं अमेरिकन नौका 'बर्मिंगहॅम' हिच्या डेकवरून १४ नोव्हेंबर १९१० ह्या दिवशी व्हर्जिनियातील हॅप्टन रोड ह्या ठिकाणी हा पराक्रम केला.

३० ऑगस्ट १९१४ हा दिवस प्रवासी वाहतुकीच्या दृष्टीनं महत्त्वाचा आहे. त्या दिवशी सेंट पीटर्सबर्ग आणि टांपा ह्या फ्लोरिडातील दोन शहरादरम्यान ३५.४ कि. मी. हवाई मार्गावर एक फ्लाईंग बोट पी. ई. फॅन्सलर ह्या प्रवाशाला घेऊन गेली. ह्या जलगामी विमानाचा वैमानिक अँथनी जानुस हा अमेरिकन होता.

पहिली हवाई चकमक पहिल्या महायुद्धात घडली. युद्धाच्या ६२ व्या दिवशी म्हणजे ५ ऑक्टोबर १९१४ ह्या दिवशी जर्मन 'एव्ही ऍटीक' जातीचं विमान जोसेफ फ्रांझ ह्या फ्रेंच वैमानिकानं त्याच्या 'व्हुआसँ' विमानातून गोळीबार करून पाडलं. पहिल्या महायुद्धातच पूर्णपणे धातूचं

बनवलेल्या विमानाचं पहिलं प्रदर्शन जगाला घडलं. ह्यूगो युंकर्सनं बनवलेलं, युंकर्स-जे १ हे विमान १२ डिसेंबर १९१५ ह्या दिवशी युद्धात उतरलं.

१५ जून १९१९ ह्या दिवशी जॉन आलकॉक आणि आर्थर व्हिटेन ब्राऊन ह्यांनी पहिल्यांदा कुठंही न थांबता ३०२४ कि. मी. प्रवास करून व्हिकर्स व्हिमी विमानातून अटलांटिक सागर पार केला. (अटलांटिकमधल्या बेटांवर थांबत ग्रीनलंड मार्गे ह्या आधी विमाने ये-जा करीत.)

इ. स. १९२० मध्ये पोटात खेचून घेतली जाणारी चाकं अमेरिकन डेटन-राईट आरबी रेसर विमानास बसविण्यात आली. तर १९२२ मध्ये वॉलेस आर. टर्नबुल ह्यांनं फिरण्याची गती बदलू शकणारे पंखे विमानाला बसविता येणं शक्य आहे, हे अमेरिकन प्रॉपेलर कंपनीच्या निदर्शनास आणून दिलं.

३ मे १९२३ ह्या दिवशी ओक्ली केली आणि जॉन मॅक्रीडी या अमेरिकनांनी न्यूयॉर्कच्या लाँग आयलंड विभागातून उड्डाण केलं आणि ते अमेरिकन भूखंडाच्या पश्चिम किनाऱ्यावर कॅलिफोर्नियातील सॅन डिएगो इथं पोहोचले. हे ४२४० कि. मी. चं अंतर त्यांनी २६ तास ५० मिनिटांत एका फॉकर टी-२ विमानातून पार केलं. १९२३ मध्ये विमानोड्डाणातील आणखी एक घटना घडली. अमेरिकन लष्कराच्या हेवीलँड-४ बी विमानांनी हवेतल्या हवेत विमानात इंधन भरून एक नवं पर्व सुरू केलं. कॅलिफोर्नियातील कोरोनाडोच्या रॉकवेल विमान अड्ड्यावर हे प्रात्यक्षिक करण्यात आलं.

९ जानेवारी १९२३ ह्या दिवशी अलेजांड्रो गोमेझ स्पेन्सर ह्यांनं माद्रिद इथं पहिलं ऑटोगायरो– ह्याला काही वेळा गायरो प्लेनही म्हटलं जातं–उडवलं. ऑटोगायरो म्हणजे ह्या विमानाला नेहमीच्या विमानाप्रमाणे पंख असत नाहीत. पुढे जाण्यासाठी ते पुढच्या बाजूस चक्राकार पंखे वापरतं. तर उंचावर जाण्यासाठी ते उभ्या अक्षावरील पंखा वापरतं. ह्या प्रकारचं हवाईवाहन हे हेलिकॉप्टरचं पूर्वज मानण्यात येतं. हे पहिलं गायरोप्लेन जुआन-दला सीएर्व्हा यांनं बनवलं होतं ते २४ मीटर उंचीवरून ४ कि. मी. अंतर उडत गेलं. १८ सप्टेंबर १९२८ ह्या दिवशी सिएर्व्हानं

हेन्री बुशे ह्या फ्रेंच साथीदारासह ब्रिटिश खाडी पार केली. ह्यावेळी त्यांनं ऑटोगायरोची सुधारित C-८ ही आवृत्ती वापरली होती. पॅरिस ते लंडन हा प्रवास त्यांनी ६६ मिनिटांत केला होता.

१९ मार्च १९२४ ह्या दिवशी चार डीडब्ल्यूसी (डग्लसवर्ल्ड क्रूझर) विमानं पृथ्वी प्रदक्षिणेसाठी निघाली. त्यांनी सिऑटल, वॉशिंग्टन स्टेट इथून उड्डाण केलं. २८ सप्टेंबर १९२४ ह्या दिवशी ह्यातील दोन विमानं सिऑटलला पृथ्वी प्रदक्षिणा करून परतली. उरलेल्या दोन विमानांनी वाटेतच ह्या प्रवासातून अंग काढून घेतलं होतं.

चार्ल्स् लिंडबर्ग ह्या गाजलेल्या वैमानिकानं पहिलं अथक अटलांटिक पार एकट्यानं उड्डाण करण्याचा यशस्वी प्रयत्न केला. तो ५७८२ कि. मी. चा प्रवास त्यानं न्यूयॉर्क इथून सुरू केला. ह्या विमानाचं नाव त्यानं 'स्पिरिट ऑफ सेंट लुई' असं ठेवलं होतं. तो पॅरिसला ३३ तास ३० मिनिट २९.८ सेकंद २१ मे १९२७ रोजी उतरला. इंग्लंड ते ऑस्ट्रेलिया हा प्रवास एकट्यानं सर्वप्रथम करण्याचा मान बर्ट हिंकलरकडे जातो. त्यानं ह्या प्रवासासाठी अव्हरो एव्हीअन हे विमान वापरलं. लंडनहून निघून २२ फेब्रुवारी १९२८ ला हा ऑसी डार्विन इथं उतरला. ह्याच वर्षी ऑस्ट्रेलियात हवाई वैद्यकीय सेवा सुरू झाली. ती 'फ्लाईंग डॉक्टर' ह्या नावानं प्रसिद्ध आहे. डॉ. सेंट व्हिन्सेंट वेल्चनं क्वीन्सलंड राज्यात ही सेवा सुरू करताना द हेवीलंड डी.एच्. ५० हे विमान वापरलं होतं.

सर चार्ल्स् किंगसफोर्ड-स्मिथ आणि चार्ल्स् ऊल्म ह्यांनी पहिल्यांदा ११७७० कि. मी. चा हवाई प्रवास पूर्ण करून (अमेरिका ते ऑस्ट्रेलिया) पॅसिफिक पार केला. फॉक्कर एफ. व्ही.७ ह्या त्यांच्या विमानाचं नाव सदर्न क्रॉस असं होतं. ते ९ मे १९२८ ह्या दिवशी सान फ्रान्सिस्कोहून निघालं आणि ९ जून १९२८ ह्या दिवशी ब्रिस्बेनला पोहोचलं होतं. ९ ऑक्टोबर १९२९ ला ट्रान्सकाँटिनेंटल एअर ट्रान्सपोर्टच्या फोर्ड प्रवासी विमानात सर्वप्रथम प्रवाशांना उड्डाण चालू असताना चित्रपट दाखविण्यात आला. तर १५ मे १९३० ह्या दिवशी ओकलंड, कॅलिफोर्निया ते शिकागो ह्या प्रवासात बोईंग एअर ट्रान्सपोर्ट

ह्या विमानात प्रवाशांना पहिल्या हवाई सुंदरीचं दर्शन झालं. प्रवाशांना उड्डाणात सेवा पुरविणाऱ्या पहिल्या हवाई सुंदरीचं नाव एलेन चर्च असं होतं. ती आधी परिचारिका होती. १९३८ मध्ये उडू लागलेलं बोईंग स्ट्रॅटोलायनर हे विमान पहिलं 'दाबयुक्त हवेचं' विमान ठरलं. हे अर्थातच हवाबंद होतं.

फ्रँक व्हिटल्नं पहिलं जेट इंजिन बनवलं. ह्याच्या चाचण्या ग्रेट ब्रिटन मध्ये १९३७ मध्ये सुरू झाल्या मात्र ह्या इंजिनाचं महत्त्व ब्रिटिश शासनाच्या लक्षात आलं नाही. जर्मनांनी मात्र जेट इंजिनाचा वापर करून हैंकेल एच. ई. १७८ हे पहिलं जेट विमान २७ ऑगस्ट १९३९ साली उडवलं. ह्या विमानाचं इंजिन हान्स फॉन ओहेन ह्यानं बनवलं होतं.

चार्लस् येगरने ध्वनीपेक्षा जास्त वेगानं विमान उडवून स्वनानीत विमानोड्डाणाची सुरुवात केली. १४ ऑक्टोबर १९४७ ह्या दिवशी त्यानं बेल एस्क. एस.१ हे अग्निबाणयंत्रणेच्या साहाय्यानं उडणारं विमान मोजाव्हे वाळवंटात चालवलं. त्याला गती प्राप्त व्हावी म्हणून ते एका बाँबफेकी विमानातून आकाशात नेण्यात आलं होतं आणि त्यातून ते हवेत सोडण्यात आलं.

पृथ्वी प्रदक्षिणेचा उद्योग प्रत्येक वाहनाच्या दृष्टीनं महत्त्वाचा टप्पा ठरत आला आहे. विमानातून अथक पृथ्वी प्रदक्षिणा करणं हा विमानविद्येतील एक महत्त्वाचा टप्पा. जेम्स गॅलाचर ह्या अमेरिकनानं २ मार्च १९४९ रोजी ३७७४३ किमी प्रवास करून कुठंही वाटेत न उतरता पहिली पृथ्वी प्रदक्षिणा ब-५० ए 'लकी लेडी' ह्या विमानातून पूर्ण केली. ह्या प्रवासास त्याला ९४ तास लागले. वाटेत चार वेळा त्याच्या विमानात हवेतल्या हवेत इंधन भरण्यात आले.

जेट विमानांची निर्मिती सुरू झाल्यावर त्यांच्या वेगामुळं ती युद्धात भाग घेणार हे उघडच होतं. दुसऱ्या महायुद्धाच्या अखेरच्या काळात काही जर्मन जेट विमानांनी युद्धात मर्यादित उड्डाणंही केली होती; पण दोन विमानांची हातघाईची लढाई सर्वप्रथम कोरियन युद्धात साम्यवादी उत्तर कोरियाच्या हवाई क्षेत्रात घडून आली.

अमेरिकन हवाई दलाचा वैमानिक रसेल जे. ब्राऊन (ज्यु.) ह्यांनं एक चिनी मिग-१५ विमान त्याच्या लॉकहीड एफ ८०-सी ह्या विमानातून गोळीबार करून ८ नोव्हेंबर १९५० ह्या दिवशी पाडलं.

प्रवासी वाहतुकीत जेट विमानानं २ मे १९५२ ह्या दिवशी प्रवेश केला. लंडन ते जोहान्सबर्ग, द. आफ्रिका ह्या प्रवासी मार्गावर ब्रिटिश ओव्हरसीज एअरवेज कॉर्पोरेशन (BOAC) ह्या तत्कालीन निमशासकीय विमानसेवेनं द हेवीलंड डी.एच. १०६ कॉमेट-१ हे विमान ह्या प्रवासासाठी वापरलं. त्याचं प्रवासी नाव 'योक पीटर' असं होतं. हा १०७५० कि. मी. चा प्रवास त्या विमानानं वाटेत इंधनासाठी थांबून १७ तास ६ मिनिटांनी पूर्ण केला. २१ जानेवारी १९७० ह्या दिवशी बोईंग ७४७ ह्या जंबो जेटमुळं खूप प्रवासी एकदम वाहून नेणाऱ्या विमानांचा जमाना सुरू झाला. ह्या विमानात ३४० प्रवासी बसण्याची सोय होती. ह्या विमानानं न्यूयॉर्क ते लंडन ह्या प्रवासात प्रथम प्रवासी वाहून नेले.

१९८६ मध्ये डीफ रुटन व येना येगल यांनी व्हायेजर या विमानातून न थांबता पृथ्वीप्रदक्षिणा पूर्ण केली

युरोपच्या एअरबस इंडस्ट्री ह्या कंपनीच्या ए ३०० एअरबसनं रूंद विमानांचा जमाना सुरू झाला. २३ मे १९७४ रोजी एअरबसनं पॅरिस लंडन दरम्यान पहिले प्रवासी उड्डाण केले. आता ४ इंजिनांचे दुमजली विमान ही कंपनी तयार करीत असून त्यात १००० प्रवासी बसू शकतील अशी व्यवस्था असेल. हे विमान २००३ मध्ये वाहतूक सुरू करणार होते. मात्र ११ सप्टेंबर २००१ नंतर परिस्थितीचा अंदाज घेऊन मगच ह्या विमानाद्वारे प्रवासी वाहतूक केव्हा सुरू करावी, ह्याचा निर्णय घेण्याचे ठरविण्यात आले आहे.

अवकाश संशोधन आणि अग्निबाणशास्त्र

चीनमध्ये बंदुकीच्या दारूचा शोध लागला त्या दिवशी अग्निबाणशास्त्र जन्मास आलं असं मानण्यात येतं. इ. स. ८०८ च्या सुमारास बंदुकीच्या दारूचे मिश्रण चीनमध्ये

शोभेचे अग्निबाण उडविण्यासाठी स्फोटक मिश्रण म्हणून वापरले जात होते. त्यानंतर हे अग्निबाण युद्धात उजेड पसरवणे आणि संपर्काचे साधन म्हणून वापरण्यात येऊ लागले. अग्निबाणांचा युद्धासाठी उपयोग होत होता ह्याचा पहिला पुरावा १२४५ मध्ये लिखित स्वरूपात सापडतो. त्यांना हुई ची एन असं म्हणत. छेन थांग ह्या पाणथळ प्रदेशात हँग चौ जवळ लष्करी कवायतीचे वेळी तत्कालीन चिनी सैन्यानं अग्निबाणांचे प्रदर्शन केले होते.

चीनमधून 'सिल्क रूट' मार्गे अग्निबाण युरोपमध्ये गेले. अरब सैन्यात आणि इटलीतील काही भागात ते १३ व्या शतकात वापरले जात होते. टिपू सुलतानानं ईस्ट इंडिया कंपनीच्या सैन्याविरूद्ध अग्निबाणांचा वापर केल्याचं इतिहासात नमूद आहे. हे अग्निबाण श्रीरंगपट्टणच्या लढाईनंतर इंग्लंडमध्ये गेले. तिथं काँग्रीव्ह नावाच्या अधिकाऱ्यानं त्यांच्यावर प्रयोग केले. ह्या प्रयोगांमधून सुधारलेले अग्निबाण इ. स. १८०६ मध्ये ब्रिटिश शाही नौदलानं बुलोन्ये ह्या फ्रान्सच्या बंदराभोवती घातलेल्या नाकेबंदीत वापरले. १४ किलोपेक्षा अधिक वजनाचे २००० अग्निबाण बुलोन्येवर बरसले. त्यांचा पल्ला २-७ कि. मी. होता. ह्या अग्निबाण वर्षावामुळं त्या शहराला आग लागली होती. पुढे ह्याच अग्निबाणांच्या साहाय्यानं अवकाशातून पृथ्वीप्रदक्षिणा करता येईल, अशा कल्पना सुरू झाल्या. गुस्ताव्ह-गास्पार्ड कोरिओलसनं फ्रान्समधे अग्निबाणांच्या साहाय्यानं (पृथ्वी प्रदक्षिणेबद्दल) गणितं केली. इ. स. १८३५ मधल्या ज्ञानाचा त्यानं वापर केल्यानं त्या गणितात बऱ्याच गफलती आहेत पण तरीही तो पहिलाच प्रयत्न तसा दुर्लक्षित राहिला. मग १८९५ मध्ये कोन्स्तांतीन एडुआर्दोविश झिओल्कोवस्की ह्या रशियन शालेय शिक्षकानं ह्या प्रश्नात लक्ष घातलं. त्यानं अशा प्रकारे अवकाशात जायला लागणारी गती, कुठल्या कक्षेत फिरल्यास काय होईल ह्याची गणितं करून ते संशोधन प्रसिद्ध केलं होतं. तसंच चंद्रावर जायला किती आणि कोणतं इंधन वापरावं, ह्याचाही विचार केला होता.

अमेरिकन अग्निबाणविद्येचा जनक रॉबर्ट एच. गोडार्ड (१८८२-१९४५) ह्यांनं बझुकाचा (ट्यूब लाँच्ड रॉकेट

रॉबर्ट एच. गोडार्ड आणि त्यांचा पहिला अग्निबाण.

किंवा नळीतून सोडायचं क्षेपणास्त्र)- शोध लावला. त्यानं हे क्षेपणास्त्र १९१८ मध्ये निर्माण केलं. इ. स. १९२१ मध्ये गोडार्डनं अग्निबाणाच्या दिशादेशनासाठी वापरण्याचे प्रतिगामी अग्निबाण (रेट्रोरॉकेट) वापरण्याची कल्पना प्रसिद्ध केली. इ. स. १९२६ मध्ये त्याने पहिला द्रव इंधनी अग्निबाण उडवला. त्यातून ४ किलो बल निर्मिती होत होती. त्यात द्रव ऑक्सिजन आणि इथेनॉल वापरले होते. एका काठीच्या टोकाला असलेल्या दिव्याच्या ज्योतीनं हे इंधन पेटवलं जात असे. तो साडेबारा मीटर उंचीवरून ५५ मीटर लांब गेला होता. हे उड्डाण २॥ सेकंदांत संपलं होतं. कारण त्या अग्निबाणांचं इंधन संपलं.

जर्मनीत ब्रेस्लॉ इथं (आता पोलंडमधील रॉक्लॉ) १९२७ मध्ये योहानेस विंकलरनं व्हेरेईनफुर रॉनशिफार्ट (अवकाश प्रवाससंस्था) स्थापन केली. ह्या संस्थेसाठी पृथ्वीवरील पहिलं अग्निबाण चाचणी केंद्र १९३० मध्ये बर्लिनजवळ रैनिकेनडॉर्फ स्थापन करण्यात आलं. १४ मार्च १९३१ ह्या दिवशी देरसॉ इथं पहिली अग्निबाण चाचणी झाली. हा अग्निबाण ६० सें. मी. लांब होता. त्यात मिथेन आणि द्रव ऑक्सिजनचा इंधन म्हणून वापर करण्यात आला होता. तो ५४० मीटर उंच उडाला. युरोपातला हा पहिला द्रव इंधनी अग्निबाण होता.

वेर्नेर व्हॉन ब्राऊन हा जर्मनीतील आणखी एक पथदर्शक अग्निबाण तंत्रज्ञ होता. तो हर्मन ओबेर्थ ह्या जर्मन अग्निबाणांच्या जनकचा पट्टशिष्य. वेर्नेर व्हॉन ब्राऊनला (१९१२-७७) नाझी पक्षाचा पाठिंबा मिळाला. त्यामुळं

पीनमुंडे इथं त्याला अग्निबाण केंद्र स्थापन करता आलं. हे केंद्र ईशान्य जर्मनीत बाल्टिक सागराच्या किनाऱ्यावर होतं. इथं ३ ऑक्टोबर १९४२ ह्या दिवशी जर्मनीच्या A-४ अग्निबाणाची यशस्वी चाचणी घेण्यात आली. ह्या A-४ चं नाव पुढं व्ही-२ असं ठेवण्यात आलं. ते १४ मीटर उंच (किंवा लांब) होतं. त्याचा कमाल वेग ताशी ५७९० कि. मी. असे. त्याच्यातली इंधन साठवणक्षमता पाहता तो ३२२ कि. मी. चा पल्ला गाठू शकत असे. तो १०० कि. मी. ची उंची गाठू शकत असल्यानं त्याला अवकाशगामी अग्निबाण म्हटलं जातं. इ. स. १९४४ मध्ये एका चाचणी उड्डाणात पोलंडमधल्या ब्लिझ्ना ह्या ठिकाणी तो सरळ आकाशात सोडण्यात आला, तेव्हा ह्या अग्निबाणानं १३६ कि. मी. ची उंची गाठली होती.

युद्धानंतर वेर्नेर व्हॉन ब्राऊन आणि त्याच्या सहकाऱ्यांनी अमेरिकेत आश्रय मिळवला. तिथे त्यांचे अग्निबाणविषयक प्रयोग सुरू झाले. न्यू मेक्सिकोतील व्हाईट सँडस् प्रुव्हिंग ग्राऊंडस् इथल्या चाचण्यां- मध्ये व्हॉन ब्राऊन आणि फ्रँक जे मालिना ह्यांनी ४.८७ मी. लांबीचा

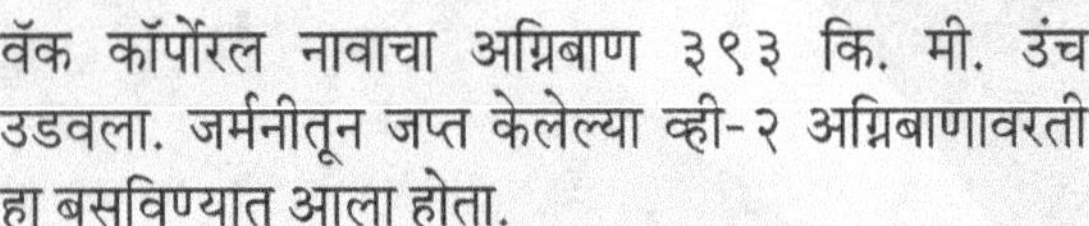
वातावरण ओलांडून अवकाशात गेलेला पहिला अग्निबाण व्ही २

वॅक कॉर्पोरल नावाचा अग्निबाण ३९३ कि. मी. उंच उडवला. जर्मनीतून जप्त केलेल्या व्ही-२ अग्निबाणावरती हा बसविण्यात आला होता.

३ ऑक्टोबर १९५७ ह्या दिवशी रशियानं पहिलं आंतर-खंडीय प्रक्षेपणास्त्र (ICBM-इंटर कॉटिनेंटल बॅलिस्टिक मिसा-ईल) यशस्वीरित्या चाचणी क्षेत्रात वापरून बघितलं. एस.एस.-६ ह्या अग्निबाणावर ह्या क्षेपणास्त्राचं आरोपण करण्यात आलं होतं. त्याचा पल्ला ८५०० कि. मी. होता. त्याला ऑक्सिजन-केरोसीन द्रावण वापरणारी पाच इंजिनं बसविण्यात आली होती.

स्पुटनिक (सह प्रवासी) हा ८३.६ किलो ग्रॅम वजनाचा ५८ सें.मी.व्यासाचा गोळा सर्जेई पाव्हलोव कोरोल्योव्ह ह्यानं बनवला. सोव्हिएत रशियाच्या त्युराताम,

कझाकस्तान इथल्या प्रक्षेपण केंद्रावरून तो ४ ऑक्टोबर १९५७ रोजी प्रक्षेपित करण्यात आला. त्यानं पृथ्वी प्रदक्षिणा कर- ताना रेडिओ प्रक्षेपकाच्या द्वारे 'बीप-बीप' असे ध्वनिक्षेपण केले. हा पृथ्वीचा पहिला मानव- निर्मित उपग्रह ठरला. चंद्रावर उतरणारं पहिलं

अवकाशात गेलेला पहिला मानव युरी गागारीन.

मानवी यान म्हणजे ल्युना-२. ते उतरलं म्हणण्यापेक्षा १४ सप्टेंबर १९५९ ह्या दिवशी आदळलं असं म्हणणं जास्त योग्य ठरेल. ह्यानंतर ल्युना तीननं चंद्र प्रदक्षिणा करताना चंद्राच्या आपल्याला न दिसणाऱ्या बाजूच्या प्रतिमा ७ ऑक्टोबर १९५९ रोजी संग्रहित केल्या.

अवकाशातून मानवाची पहिली पृथ्वी प्रदक्षिणा हा मानवी तंत्रज्ञानातील एक महत्त्वाचा टप्पा मानला जातो. युरी गागारीन ह्या रशियन अंतराळवीरास घेऊन व्हस्तोक-१ हे अंतराळयान कझा-कस्तानमधील बैकानूर अंतराळप्रक्षेपण केंद्रावरून १२ एप्रिल १९६१ ह्या दिवशी अवकाशात झेपावले. ३२७ कि. मी. उंचीवरून ८९ मिनिटे आणि २०.४ सेकंदांत एक पृथ्वी प्रदक्षिणा पूर्ण करून ते पृथ्वीवर परतले. ताशी २८,२६० कि. मी. वेगानं हा प्रवास घडला. अवकाशात गेलेला पहिला अमेरिकन अवकाशवीर म्हणजे जॉन ग्लेन. तो २० फेब्रुवारी १९६२ ह्या दिवशी फ्रेंडशिप ७ या अवकाश यानातून अवकाशात गेला. त्यानं ४ तास ५५ मिनिटात तीन पृथ्वी प्रदक्षिणा केल्या. १८ मार्च १९६५ ह्या दिवशी ह्या स्पर्धेत पुन्हा रशियानं आघाडी घेतली. अलेक्सेई लीओनोव्ह अंतराळयानातून बाहेर पडून अवकाशात वावरणारा पहिला मानव ठरला. व्हस्कोद-२ ह्या अवकाशयानातून प्रवास करताना त्यानं हा पराक्रम केला. त्या-मागोमाग ३ जून १९६५ ह्या दिवशी एड व्हाईटनं जेमिनी-४ ह्या यानातून लीओनोव्ह प्रमाणेच पराक्रम केला. १७ मार्च १९६६ ह्या दिवशी चंद्रावर मानव उतरविण्याच्या

अग्निबाणांनी गाठलेली उंची				
मैल	कि.मी.	अग्निबाणाचे/ अवकाशयानाचे नाव	उड्डाणस्थळ	तारीख
०.३७	०.६०३	२", ५ सें.मी. अग्निबाण बेंजामिन रॉबर्टस्	लंडन	१२ ऑक्टोबर, १७४८
०.७१	१.१४	३", ७.५ सें.मी.चा सॅम्युएल दकोस्टाचा अग्निबाण	लंडन	एप्रिल १७५०
c.१.२०	c.२	५", १.५ मीटर लांब, रिनॉल्ड टिलिंग (१८९३-१९३३)चा अग्निबाण	ओस्नाब्रुक जर्मनी	एप्रिल १९३१
३.०२	४.८७	सोविएत रशिया, गर्ड१०	नाखाबिनो, रशिया	२५ नोव्हेंबर, १९३३
>६.२०	>१०	सोविएत रशियन ऑर्म ५२ अग्निबाण, मिखाइल के. तिखोनराव्होव (१९००-७४)	नाखाबिनो, रशिया	१९३५
c.>५२	c.>८४.५	जर्मन A-४ (ऑग्रेगाट-४ किंवा V-२) एथिल अल्कोहोलचा व ऑक्सिजनचा इंधन म्हणून वापर	पीनमुंडे जर्मनी	३ ऑक्टोबर, १९४२
c.>८५	c.१३६	जर्मन A-४, उंच सरळ चाचणी	हैडेलागर ब्लिझ्ना दक्षिण पोलंड	१९४४ चा सुरुवातीचा काळ
११८	१९०	जर्मन A-४, उंच सरळ चाचणी	ग्रैफस्वाल्डेर ओये(बेट)जर्मनी	१९४४चा मध्य
२४४	३९२.६	अमेरिकन व्ही २ वॅक कॉर्पोरल बंपर नं.- ५ दोन टप्पे	व्हाइट सँडस् न्यू मेक्सिको	२४ फेब्रुवारी, १९४९
३१८	५१२	सोविएत रशिया SS३ शिस्टर (६८.९ फूट २१ मी. उंच)	त्युरातम कझाकस्तान	१९५४-५५
६८२	१०९७	अमेरिकन ज्युपिटरसी (कॉपोझिट री-एनड्रीटेस्टव्हेहीकल) (६८.२ फूट, २०.८ मी.उंच)	केप कॅनाव्हेरल फ्लोरिडा	२० सप्टेंबर, १९५६

मैल	कि.मी.	अग्निबाणाचे/ अवकाशयानाचे नाव	उड्डाणस्थळ	तारीख
> ८०७	> १३००	सोविएत रशियन आय.सी.बी.एम. चाचणी उड्डाण SS-६	त्युराताम कझाकस्तान	२७ ऑगस्ट, १९५७
७० हजार	११३७७०	अमेरिकी पायोनियर १ बी ल्यूनर प्रोब	केप कॅनव्हेरल फ्लोरिडा	११ ऑक्टोबर, १९५८
२१.५३ कोटी	३४ कोटी	सोविएत रशियन ल्यूना-१ मेडुसा	त्युराताम, कझाकस्तान	२ जानेवारी, १९५९
२४.२ कोटी	३९ कोटी	सोविएत मार्स-१	त्युराताम, कझाकस्तान	१ नोव्हेंबर, १९६२
१४४६४०.३ कोटी /	२३२७७६ कोटी	अमेरिकन पायोनियर ताशी ३२११४ मैल/५२६८२ किमी. वैश्विक गती.	केपकॅनेव्हेरल फ्लोरिडा	२ मार्च, १९७२

दृष्टीनं अमेरिकेनं महत्त्वाचं पाऊल उचललं. नील आर्मस्ट्राँग आणि डेव्हिड स्कॉट ह्यांनी त्यांचं जेमिनी-८ हे अवकाशयान अजेना अग्नि-बाणास यशस्वीरित्या जोडलं.

'अपोलो-८' हे यान डिसेंबर १९६८ मध्ये सहा दिवस तीन तास अवकाश प्रवास करून परतलं. ह्या यानाचं नेतृत्व फ्रँक बोरमननं केलं होतं. त्यांनी चंद्राला १० प्रदक्षिणा घातल्या तर मे १९६९ मध्ये अपोलो-१०चं चांद्रयान चंद्राच्या पृष्ठभागावर १४ कि. मी. उंचीवर जाऊन परत मातृयानाकडं म्हणजे अपोलो-१० कडं परतलं होतं. २१ जुलै १९६९ रोजी अपोलो-११ चा कर्णधार नील आर्मस्ट्राँग आणि त्याचा साथीदार एडविन युजीन 'बझ' आल्ड्रीन हे चंद्रावर उतरले. चंद्रावरचा हा भाग 'सी ऑफ ट्रँक्विलिटी' (शांततेचा सागर) म्हणून ओळखला जातो.

डिसेंबर १९७० मध्ये व्हेनेरा-७ हे पहिलं मानवी (रशियन) यान शुक्रावर उतरलं, ते एक तपासयान होतं. १९ एप्रिल १९७१ ह्या दिवशी साल्युत-१ हे पहिलं अंतराळ स्थानक अवकाशाच्या दिशेनं झेपावलं. व्हेनेरा-९

आणि व्हेनेरा-१० ह्यांना पाठविलेल्या शुक्राच्या प्रतिमा १९७५ मध्ये पृथ्वीवर पोहोचल्या.

१४ मे १९७३ ह्या दिवशी अमेरिकेनं स्कायलॅब हे अवकाशस्थानक प्रक्षेपित केलं. ते पृथ्वीपासून ५०० कि. मी. उंचीवरच्या कक्षेत फिरू लागलं. ते सहा वर्षे अवकाशात होतं. त्यानं पृथ्वी आणि सूर्याच्या अनेक प्रतिमा अभ्यासासाठी पृथ्वीवर पाठवल्या. ह्या काळात रशियन आणि अमेरिकनांनी वेगवेगळ्या ग्रहांच्या अभ्यासासाठी अनेक यानं अवकाशात सोडली. चंद्रावर माणसं पाठवणं अमेरिकेनं बंद केलं मात्र रशियानं लुनोखोद नावाची यानं चंद्रावर पाठवून तिथून माती व खडकांचे नमुने तपासणीसाठी पृथ्वीवर आणण्याचं तंत्र विकसित केलं. अमेरिकन यान मरिनर-१० हे मार्च ७४ मध्ये बुधाजवळ १००० कि. मी. अंतरावरून गेलं. पायोनिअर-१० आणि ११ ही यानं १९७३ व ७४ मध्ये गुरू आणि शनीच्या जवळून गेली. व्हॉयेजर १ आणि २, १९७७ मध्ये पृथ्वीवरून प्रक्षेपित करण्यात आली. ती गुरू, शनि असा

प्रवास करीत युरेनस आणि नेपच्यूनजवळून सूर्याची ग्रहमाला ओलांडून अवकाशात दूर निघून गेली.

विसाव्या शतकात अवकाशसंशोधनाचा कळस गाठला तो वारंवार वापरता येईल अशा अवकाश गाडीच्या म्हणजे स्पेस शटलच्या प्रक्षेपणानं. पहिलं स्पेस शटल् कोलंबिया १२ एप्रिल १९८१ ह्या दिवशी प्रक्षेपित झालं. त्याच्या ५४ तासांच्या अवकाश प्रवासात ह्या अवकाशगाडीनं पृथ्वीवर परतण्यापूर्वी ३७ पृथ्वी प्रदक्षिणा केल्या होत्या. ह्या अवकाश-गाडीचं सारथ्य जॉन यंगनं केलं होतं. फ्लोरिडातील केप कॅनव्हेरल इथून कोलंबियाचं प्रक्षेपण झालं. १९८६ मध्ये चॅलेंजर ह्या स्पेस शटलच्या अपघातानंतर काही काळ अवकाशगाड्यांची अवकाशयात्रा थांबविण्यात आली होती पण नंतर ती पुन्हा सुरू झाली.

डिसेंबर १९८८ मध्ये व्लादिमिर टिटोव्ह आणि मुसा माना-रोव्ह ह्यांनी अवकाशात एक वर्ष राहून एक विक्रम केला. त्यांनी 'मिर' (शांती) ह्या रशियन अवकाशस्थानकात वास्तव्य केलं होतं. 'मिर' हे फेब्रुवारी, १९८६ मध्ये अवकाशगामी झालं होतं.

२४ एप्रिल १९९० ह्या दिवशी अमेरिकेनं 'डिस्कव्हर' ह्या अवकाश गाडीतून हबल अवकाशी दूरदर्शी पृथ्वीच्या कक्षेत सोडली. दीड अब्ज डॉलर किमतीच्या ह्या दूरदर्शीला सुरूवातीस काही अडचणींना तोंड द्यावं लागलं होतं. ह्या दूरदर्शीनं अवकाशाच्या ज्या प्रतिमा पृथ्वीवर पाठविल्या त्या अतिशय सुस्पष्ट आहेत कारण ह्या दूरदर्शीस पृथ्वीवरील प्रदूषणाचा त्रास होत नाही.

शनि

२५ जून १९९७ ह्या दिवशी एक मालवाहू अग्निबाण 'मिर' ह्या अवकाश स्थानकास दूरनियंत्रणानं जोडला जात असताना अपघातानं 'मिर' वर धडकला. हा अवकाशातला दुसरा मोठा गंभीर अपघात समजला जातो. (चॅलेंजर हा पहिला) ह्या धडकीत 'स्पेक्टर' हा 'मिर' चा भाग नादुरूस्त झाला. 'स्पेक्टर्' मध्ये वैज्ञानिक प्रयोगशाळा होती. ती मग 'मिर'ला धोकादायक ठरेल म्हणून तिचा आणि 'मिर' चा संपर्क हवाबंद कप्प्यांच्या साहाय्यानं तोडण्यात आला.

इ. स. १९९८ मध्ये आंतरराष्ट्रीय अवकाश स्थानकाची जुळणी सुरू करण्यात आली. ह्यासाठी 'मिर-२' चा गाभा वापरण्यात आला. हे रशियन यान जून ९८ मध्ये प्रक्षेपित करण्यात आलं होतं. ह्या अवकाश स्थानकाच्या जुळणीत अनेक अडचणी आल्या पण हळूहळू ही जुळणी सुरू आहे.

इ. स. २००३ मध्ये कोलंबिया हे स्पेसशटल् पृथ्वीवर परतताना नष्ट झाले. त्यामुळे अवकाश प्रवासाच्या प्रयत्नांना खीळ बसली आहे.

भारतानं अगदी छोट्या 'आर्यभट'चं प्रक्षेपण करून अवकाश युगात प्रवेश केला. त्यानंतर भारतानं भूस्थिर कक्षेतील तसंच ध्रुवीय कक्षेतील उपग्रह सोडले आणि आता इ. स. २०१० मध्ये माणूस चंद्रावर पाठवायची तयारी सुरू केली आहे. विंग कमांडर (तेव्हा स्क्वाड्रन लीडर) राकेश शर्मा हे रशियन यानात राहून आलेले पहिले भारतीय अवकाशवीर ठरले.

भौगोलिक भटकंती आणि नव्या भूप्रदेशांचा शोध

मानवजात पाळण्यात असतानाच माणसानं भटकंतीला सुरूवात केली, असं म्हटलं जातं. तसं नसतं तर आफ्रिकेत जन्मलेला मानव पृथ्वीवर पसरलाच नसता पण आदिमानवाचे आणि त्याही पूर्वीच्या मानवी जातींचे अवशेष सर्वदूर सापडतात. साधारणपणे पंधरा हजार वर्षांपूर्वी आपले पूर्वज सैबेरियामार्गे अलास्कातून अमेरिका खंडात पोहोचले आणि अमेरिकन भूखंडात दक्षिण अमेरिकेच्या दक्षिण टोकापर्यंत पसरले. राम दंडकारण्यातून लंकेला गेला. भीम आणि अर्जुन या ना त्या कारणानं दूरदूर भटकून आले. एकूण काय तर भटकंती हा मानवी स्वभावाचा स्थायीभाव आहे. अशा भटकंतीचा पहिला लिखित पुरावा (दंतकथा किंवा पुराणातील गोष्ट नव्हे.) इ. स. पू. ५१५ मध्ये सापडतो. कॅरिआंडाचा स्कायलॅक्स (किंवा सिलॅक्स) ह्याला पर्शियाचा (आताचा इराण) राजा दारियस ह्यानं सिंधू नदीची मुखापासून उगमापर्यंत माहिती काढण्यासाठी रवाना केलं होतं, अशी राजाज्ञा उपलब्ध झाली आहे.

पर्शियाचं साम्राज्य पूर्वेकडे सिंधू नदीपर्यंत पसरलं होतं. सिलॅक्स सिंधू नदीचा अभ्यास करून सागरमार्गानं अडीच वर्षांनी परतला. सिंधूच्या मुखाकडून तो हेरूनपोलिसच्या भूशिरापर्यंत (सुवेझ) प्रवास करून आला.

इ.स.पू. दुसऱ्या शतकात फ्रिजियातील सायझिक्सच्या युडॉक्ससनं आफ्रिका खंडाला वळसा घालायचा पहिला ज्ञात प्रयत्न केला होता. तो भूमध्य सागरातून ह्या प्रवासास निघाला. ह्या आधी तांबड्या समुद्रातून तो भारतापर्यंत जाऊन आला होता. इजिप्तच्या राजाच्या आज्ञेवरून भारताची माहिती मिळविण्या-साठी तो भारतात येऊन गेला. सध्याच्या स्पेनमधील कॅडिझ् बंदरातून तो आफ्रिकेच्या पश्चिम किनाऱ्याच्या दिशेनं गेला. पुढं त्याचं काय झालं हे आजमितीस कळलेलं नाही.

रोमन साम्राज्याच्या सुवर्णकाळात रोमचे व्यापारी पूर्वेकडे भटकत असत. पूर्वेकडून येणाऱ्या नवनव्या पदार्थांमध्ये त्यांना खूप पैसा मिळत असे. हॅड्रियनच्या काळात (इ. स. ११७-१३८) रोमचे व्यापारी सयाम (थायलंड) कंबोडिया, सुमात्रा आणि जावापर्यंत जात असत. काहीजण चीनपर्यंतही गेले असावेत. इ. स. १६१ मध्ये मार्कस् ऑरेलिअसनं (इ. स.१६१-१८०) पाठवलेले रोमन दूत झिआए-क्वान-ती च्या दरबारात येऊन गेल्याचा उल्लेख चिनी दफ्तरात सापडतो.

ह्याच काळात भारतीय 'चंपा' साम्राज्य व्हिएट्नाम आणि कंबोडियात भरभराटीस आलेलं होतं. त्या काळातले शिलालेख आणि शिवालयं आजही त्या भागात अस्तित्वात आहेत. इसवीसनाच्या पाचव्या शतकात रोमन साम्राज्याला चारही बाजूंनी रानटी टोळ्यांनी घेरलेलं होतं. मध्य युरोपातील ह्या टोळ्यांच्या आक्रमणामुळं रोमचा पूर्वेकडचा व्यापार संपला; त्याचबरोबर युरोपचा अतिपूर्वेशी संबंधही संपला आणि युरोपात अंधारयुग सुरू झालं. ह्यावेळी निर्माण झालेली पोकळी अरबांनी भरून काढली. भारताचा पश्चिम किनारा आणि आफ्रिकेचा पूर्व किनारा ह्यांच्या दरम्यानचा सागरी संपर्क आणि ह्या मार्गावरील व्यापार आता अरबांच्या ताब्यात गेला होता.

भारतीय सागरी व्यापार पाचव्या शतकापर्यंत

अतिपूर्वेपर्यंत सागरी मार्गानं जसा चालू होता त्याचप्रमाणे काही प्रमाणात तो खुष्कीच्या मार्गानं चालू होता. बुद्ध भिक्षू धर्म प्रसारार्थ चीनमध्ये पोहोचले होते. त्यांच्याबरोबर भारतीय ज्ञान परंपरा आणि सुबत्ता ह्यांची वार्ताही चीनमध्ये पोहोचली. त्यामुळे चिनी ज्ञानपिपासू माणसं तसंच व्यापारी भारत वाऱ्या करू लागले होते.

अटलांटिकमध्ये ख्रिश्चन धर्मप्रसारक वावरू लागले होते. सेंट ब्रेंडन ह्या आयरिश धर्मगुरूनं (इ. स. ४८४ ते ५७८) हे ब्रिडीस, वेल्स आणि ब्रिटनीपर्यंत धर्म प्रसारार्थ प्रवास केला होता. इ. स. १०५० मध्ये लिहिल्या गेलेल्या 'व्हॉ येजेस ऑफ बेंडन' ह्या ग्रंथातले उल्लेख पाहता, तो अटलांटिक सागरातील कॅनरी किंवा अझोअर्स द्वीपसमूहापर्यंत पोहोचला असावा, असा तर्क करता येतो.

ह्याच काळात स्कॅंडिनेव्हियातील चाचे उत्तर अटलांटिकमध्ये मुक्त संचार करीत होते. ह्या 'व्हायकिंग' नी ग्रीनलंड, आईसलंड आणि तिथून अमेरिकेतील न्यू फौंडलंडपर्यंत मजल मारली होती, हे आता स्पष्ट झालं आहे. नॉर्वेतलं व्हायकिंग इ. स. ८७४ मध्ये प्रथम आईसलंड मध्ये पोहोचले. इंगॉल्फ अमार्सन आणि त्याची पत्नी हाल-व्हेईंग फ्रोदोत्तीर ह्या दोघांनी आईसलंडवर प्रथम वस्ती केली, हे सिद्ध झालं असून ते पुरावे जपून ठेवले गेले आहेत. एरिक थोरव्हाल्डसन हा व्हायकिंग एरिक द रेड (सुमारे ९५० ते १०१०) ह्या नावानं त्या काळात गाजला. तोही नॉर्वेतलाच. ह्या एरिक द रेडला तीन मुलं होती. हे तीनही मुलगे त्याच्यासारखे-च कुशल दर्यावर्दी होते. ह्यातला मधला

व्हायकिंगने देवदार लाकडाच्या शिडाच्या बोटीतून खूप प्रवास केला त्यामुळे १९७६ साली नासाने मंगळावर जाणाऱ्या मानव विरहित यानाला व्हायकिंग असे नाव दिले.

लीफ (इ. स. ९७० ते १०२० च्या दरम्यानचा) ह्यानं हेलुलँड (बॉफिन बेटं) मार्कलंड (लॅब्राडोर) आणि व्हिनलंड (न्युफा-ऊंडलंड) ह्या भूभागांचा शोध लावला असं म्हटलं जातं.साधारणपणे इ. स. १००० च्या सुमारास त्यानं हे भूभाग शोधले असावेत.

ह्या पुढच्या काळात पोर्तुगीज दर्यावर्दी जगभर भ्रमंती करू लागले. पोर्तुगालचा राजा हेन्री हा हेन्री द नॅव्हिगेटर (नौकानयनशास्त्रनिपुण हेन्री १३९४ ते १४६०) म्हणून ओळखला जातो. पहिल्या आयोवाचा हा तिसरा मुलगा. दक्षिण पोर्तुगालमधील अलग्रेव्ह ह्या प्रांताचा सुभेदार म्हणून

राजानं ह्या राजपुत्राची नेमणूक केली होती. इथं ह्या संस्थानाच्या नैऋत्य टोकाला काबो द सालो क्विसेंते ह्या ठिकाणी त्यानं एक वेधशाळा निर्माण केली. ह्या वेधशाळेजवळच सागरी दळणवळणाचे शिक्षण देणारी एक संस्था स्थापन केली. ह्या संस्थेतील दर्यावर्दींना त्यानं अनेक शोध मोहिमांवर रवाना केलं.

आयाव गोन्साल्वेझ झार्को आणि त्रिस्ताव व्हाझ ह्यांनी इ. स. १४१८ मध्ये मदीरा आणि पोर्टो सांतो ही बेटं पादाक्रांत केली. तर १४२७ मध्ये त्यांनी अझोअर्स बेटांचा शोध लावला. हेन्रीनं ह्या बेटांवर लगेच पोर्तुगीज प्रजा वसाहत करण्यासाठी रवाना केली. हेन्रीच्या मृत्यूनंतरही पोर्तुगीजांच्या सागर मोहिमा चालूच होत्या. ते हळूहळू आफ्रिकेच्या पश्चिम किनाऱ्यावरून दक्षिणेकडं पुढं पुढं सरकत होते. इ. स. १४८२ मध्ये दिओगो चावनं काँगो नदीच्या मुखाशी एक शिलास्तंभ उभारला. तर इ. स.

१४८८ मध्ये बार्थेलोम्यु दिआझनं केप ऑफ गुड होपला वळसा घालून आफ्रिकेचा पूर्व किनारा गाठला. दिआझनं गुड होपचं भूशिर ओलांडलं तेव्हा तिथं प्रचंड वादळ आलं होतं. त्यामुळं तो आफ्रिकेच्या आग्नेयेकडून वर सरकायचा प्रयत्न करीत असताना त्याच्या खलाशांनी पुढे प्रवासास नकार दिला. दिआझनंतर व्हास्को द गामा (१४६९-१५२५) ह्यानंही दक्षिण आफ्रिकी भूशिरास वळसा घालून आफ्रिकेचा पूर्व किनारा गाठला. तिथून अरब खलाशांची मदत घेऊन तो मे १४९८ मध्ये कालिकतला पोहोचला. त्याच्या पुढच्या सफरीत त्यानं मोझांबिकमध्ये पोर्तुगीज वसाहत स्थापन केली.

ख्रिस्तोफर कोलंबस हा इटलीतील जिनोआ इथला खलाशी. त्यानं जर पृथ्वी गोल असेल तर पश्चिमेकडून भारतात जायचा मार्ग सापडेल असा विचार मांडला. त्याच्या ह्या कल्पनेला पाठिंबा द्यायला कुणी प्रायोजक मिळत नव्हता; म्हणून तो इटली सोडून पोर्तुगालकडे गेला. स्पेनमधील अँरेगॉनचा राजा फर्डिनांड आणि कॉस्टिलची राणी इझाबेलाकडं त्याची वर्णी लागली. त्यांनी पुरवलेल्या भांडवलावर कोलंबसनं ३ ऑगस्ट १४९२ रोजी त्याची पहिली मोहीम सुरू केली. ह्या मोहिमेत तीन जहाजं होती. सांता मारिया हे मोठं जहाज कोलंबसाची नौका म्हणून पुढं असे. ते ३५.५ मीटर लांबीचं होतं. ह्या शिवाय पिंटा आणि निना ही दोन १५ मीटर लांबीची जहाजंही ह्या मागोमाग जात असत. १२ ऑक्टोबर १४९२ ह्या दिवशी कोलंबस बहामातील ग्वानाहानी ह्या बेटावर पोहोचला. त्यानं ह्या बेटास सान साल्वादोर असं नाव दिलं. २८ ऑक्टोबरला तो क्युबावर पोहोचला. इथं त्यानं आणि त्याच्या खलाशांनी तंबाखूची पानं गुंडाळून केलेल्या सिगारचा पहिला झुरका घेतला.

सुरूवातीला कोलंबस ह्या भूभागास भारताचा पूर्व भागच समजत होता; पण हळूहळू हा भारत नव्हे तर एक नवीच भूमी आहे, हे त्याच्या

ख्रिस्तोफर कोलंबस

कोलंबसचे प्रवास

प्रवास क्र.	शोधलेला भूभाग	तारखा	मूळ नाव
पहिला प्रवास १४९२-९३	बहामा बेटे	१२ ऑक्टोबर, १४९२	-
	क्यूबा	२८ ऑक्टोबर, १४९२	-
	हैती	२४ डिसेंबर, १४९२	हिस्पॅनिओला
दुसरा प्रवास १४९३-९६	डॉमिनिका	३ नोव्हेंबर, १४९३	-
	ग्वादालूप	४ नोव्हेंबर, १४९३	-
	अँटिगा	१४९३	सांतामारिया द आंनिगा
	माँतसेराज	१४९३	-
	साँ कुआ (अमेरिकन व्हर्जिन बेटे)	१४९३	सांताक्रूझ (स्थानिक भाषेत लिआमुगा)
	सेंट किटस्नेव्हीस	१४९३	-
	व्हर्जिन बेटे (इंग्लंड)	१४९३	-
	पोर्टों रिको	२२ नोव्हेंबर, १४९३	-
	जमेका	५ मे, १४९४	सँटिऑगो
तिसरा प्रवास १४९८-१५००	त्रिनिदाद	३१ जुलै,१४९८	-
	व्हेनेझुएला	५ ऑगस्ट,१४९८	न्यूग्रेनडा
	ह्याशिवाय ग्रेनडा आणि सेंट व्हिन्सेंट बेटे दुरून बघितली.		
चौथा प्रवास १५०२-१५०४	मार्टिनिक्	१५ जून,१५०२	मॅटिनिनो
	सेंटल्युसिया	१५ जून,१५०२	
	कोस्टा रिका	१८ सप्टेंबर,१५०२	
	केमन बेटे	१० मे,१५०३	
	पनामा	१३ मे,१५०३	

पृथ्वीप्रदक्षिणा

काळ	कप्तान	जहाज	राष्ट्रीयत्व
१५१९-१५२२	फर्डिनांड् मॅगेलान् जुआन देल कॅलो	व्हिक्टोरिया	पोर्तुगीज
१५७७-१५८०	फ्रान्सिस ड्रेक	गोल्डन हिंदु	इंग्रज
१७६८-१७७१	कॅप्टन जेम्स कुक	एन्डीव्हर	इंग्रज
१८९५-१८९८	जोशु आस्लोकम्	स्प्रे	कॅनेडियन
१९६६-६७	फ्रान्सिस चिचेस्टर	जिप्सीमॉथ	इंग्रज
१९७९-१९८२	सर रानुल्फ फ्लेनेस चार्लस् बर्टन	पायी	इंग्रज

लक्षात आलं. त्यानंतर अनेक स्पॅनिश आणि पोर्तुगीज मोहिमांनी अमेरिकन भूखंडाचा शोध घेणाऱ्या मोहिमा पाठवल्या. त्यामुळं तत्कालीन नकाशे बदलून पृथ्वीचा नवा नकाशा तयार करणं नकाशा आरेखकांना भाग पडलं. कोलंबसानं शोधलेल्या भागास वेस्ट इंडीज तर अमेरिगो व्हेस्पुसीनं शोधलेल्या त्या पलीकडच्या भूखंडास अमेरिका

हेन्री हडसनला आता हडसन बे म्हणतात.

म्हणण्यात येऊ लागलं.

व्हिन्सेंटे यानेझ पिंझॉन (१४६०-१५२३) ह्या स्पॅनिश नाविकानं आणि पेड्रो अल्वारेझ काब्राल (१४६७-१५२० अंदाजे) ह्या दोघांनी स्वतंत्रपणे इ. स. १५०० मध्ये ब्राझीलच्या किनाऱ्या-वर पाय ठेवला. दोघांनीही त्यांच्या त्यांच्या प्रायोजक राजांचा झेंडा ह्या भूमीवर रोवून अनुक्रमे स्पेन आणि पोर्तुगालची ह्या भूमीवर मालकी प्रस्थापित झाल्याच्या घोषणा केल्या. त्यामुळं पिंझॉनला फर्डिनांड आणि इझाबेलानं ब्राझीलची सुभेदारी दिली. पुढं ह्या वादात पोपनं मध्यस्थी केली आणि इ. स. १४९४ मध्ये टॉर्डेसिलासच्या तहान्वये ब्राझीलची मालकी स्पेनकडे न राहता पोर्तुगालकडे गेली.

पोर्तुगीज दर्यावर्दींनी दक्षिण अटलांटिकमधील शोध मोहिमा चालूच ठेवल्या. त्यांनीच पूर्व आफ्रिकेच्या किनाऱ्यावरील मादा-गास्कर ह्या बेटावर पहिलं युरोपीय ठाणं निर्माण केलं. (इ. स. १५००) सेंट हेलेना, सेशेल्स ही बेटंही पोर्तुगीजांनीच उघडकीस आणली. (१५०२) पूर्वेकडं मॉरिशस मग भारताच्याही पलीकडं मलेशिया आणि सिंगापूरवर सर्वात आधी पोहोचणारे युरोपी खलाशी पोर्तुगीजच होते.

हे सर्व दर्यावर्दी इतके दूरवर पोहोचले पण आफ्रिकेच्या अंतर्भागात जायचं साहस मात्र कुणी करीत नसे. तो भाग दुर्गम होता. वाळवंट नाही तर गहन, गूढ अरण्यांनं आच्छादित ह्या भागात न जाता फक्त आफ्रिकेच्या किनारपट्टीवर ही जहाजं थांबत. अन्नपाण्याचे साठे घेत आणि पूर्वेकडे कूच करीत. अमेरिकेत मात्र परिस्थिती वेगळीच होती. स्पॅनियार्डांनी मध्य आणि दक्षिण अमेरिकेत लूटमारीचं सत्र आरंभलं होतं. त्यांच्या क्रूर वागणुकीमुळं अॅझ्टेक आणि इंका संस्कृतींचा नाश झालाच पण सोनं, चांदी आणि जवाहिराच्या शोधात ह्या भूभागातील अनेक सांस्कृतिक पुरावेही नष्ट झाले.

युरोपीय माणसाला अमेरिका ओलांडून पॅसिफिक महा-सागराचं दर्शन प्रथम १५१३ मध्ये घडलं. वास्को नुनेझ द बल्बोआ हा स्पॅनिश आक्रमक लुटेरा पनामा पालथा घालून पश्चिमेस पोहोचला; त्यानं ह्या सागराला एल मार द स्यूर (दक्षिणी सागर) असं नाव दिलं. इ. स. १५१६ मध्ये जुआन दिआझ द सोलीस अर्जेंटिनात प्लाटा नदीच्या काठी गेला; (रिओ द प्लाटा) इ. स. १५१९ मध्ये हर्मन कोर्टेझ माँटझुमा ह्या अॅझ्टेक सम्राटाच्या टेनोक्टिटलान ह्या राजधानीत पोहोचला. (इथं सध्या मेक्सिको-सिटी. ही मेक्सिकोची राजधानी आहे.) त्यानं ह्या सम्राटाचा ट्युकाल्को नावाचा कोशागार लुटला. हे सर्व लुटारू विजेते स्पॅनिश होते.

मॅगेलानची सामुद्रधुनी ज्याच्या नावानं प्रसिद्ध आहे, तो फर्डिनांड मॅगेलॉन हा पोर्तुगीज होता. त्यानं स्पेनच्या नौदलाचा दर्यासारंग म्हणून सेव्हीलहून सप्टेंबर १५१९ मध्ये प्रस्थान केलं. दक्षिण चिलीतल्या सामुद्रधुनीत त्यानं २१ ऑक्टोबर १५२० मध्ये प्रवेश केला. तेव्हा त्याच्या नेतृत्वाखाली पाच जहाजांचा ताफा होता. २६ नोव्हेंबर १५२० ह्या दिवशी तो एल मारद स्यूरमध्ये पोहोचला. तो

ज्या भागातून अटलांटिकमधून पॅसिफिकमध्ये पोहोचला त्या सागरभागास मॅगेलानची सामुद्रधुनी म्हणण्यात येतं. तो दक्षिणी सागरात पोहोचला तेव्हा त्या सागराचं पाणी अतिशय शांत होतं. त्यामुळं त्यानं ह्या सागराचं नाव बदलून प्रशांत-पॅसिफिक असं ठेवलं. तेच नाव पुढं रूढ झालं. ह्यानंतर ५९ दिवस त्यांनी हा निर्मनुष्य भागाचा प्रवास केला. त्यानंतर त्यांना काही बेटं दिसली. आज ह्यांना टुआमोटूद्वीप समूह म्हटलं जातं. २४ जानेवारी १५२१ टुआमोटू, ६ मार्च १५२१ ग्वाम, असा प्रवास करीत ते फिलिपिन्समधल्या सेबू बेटावर १६ मार्च १५२१ रोजी पोहोचले. २७ एप्रिलला फिलिपिन्समधल्या माक्टान बेटावर मॅगेलानची हत्या झाली. त्याच्या काफिल्यातील जुआन देल कानोच्या व्हिक्टोरिया जहाजाने फक्त केप ऑफ गुड होप ओलांडलं आणि त्यावरील ३१ दर्यावर्दी पृथ्वीप्रदक्षिणा पूर्ण करून स्पेनला पोहोचले.

आफ्रिकेला 'काळं खंड' म्हटलं जात होतं. ह्या खंडाच्या अंतर्भागात जायचं साहस करायला १९ व्या शतकापर्यंत फारसं कुणी तयार झालं नव्हतं. १९ व्या शतकात साम्राज्यवृद्धी आणि धर्मप्रसार ह्या कारणानं युरोपी लोकांनी हळूहळू आफ्रिकेच्या अंतर्भागात हातपाय पसरायला सुरूवात केली. ह्यातही सुरू-वातीच्या मोहिमा उत्तर भागात सहारा वाळवंटाचा शोधापुरत्या मर्यादित होत्या. त्या मागोमाग आफ्रिकेतील वेगवेगळ्या महा-नद्यांच्या उगमांचा शोध घेणं सुरू झालं. त्यानंतर पूर्व आफ्रिकेतील सरोवरांचा शोध घेतला गेला.

इजिप्तमधील नाईल नदी ही श्वेत नाईल म्हणून ओळखली जाते. ती इसवीसन पूर्व दोन हजार वर्षे तरी युरोपीय लोकांना ठाऊक होती. ह्या महान नदीची उपशाखा नील नाईल जेम्स ब्रूस ह्या स्कॉटिश माणसानं १७७० मध्ये पहिल्यांदा बघितली. इथिओपियातील ताना सरोवराच्या काठी त्याला ह्या नदीचा पत्ता लागला. इ. स. १८१५ मध्ये ब्रिटिश नौदलातील आयरिश अधिकारी जेम्स किंग्स्टन टकी, ह्याला ब्रिटिश शासनानं काँगो (आता झैरे) नदीचा प्रवाह कसा वाहतो हे बघायला पाठवलं. त्या काळी काँगो आणि नायजर ह्या दोन नद्यांचा उगम एकाच ठिकाणी होत

असावा, अशी भूगोल अभ्यासकांची (गैर) समजूत होती. टकीनं काँगोच्या मुखापासून उलटा प्रवास सुरू केला. तो फक्त ४८० कि. मी. आत पोहोचला. काँगोची लांबी ४५०० कि. मी. आहे; म्हणजे टकीनं ह्या नदीच्या एकूण लांबीच्या जेमतेम १०% भाग बघितला होता. त्यानं इ. स. १८१५ मध्ये सुरू केलेली ही मोहीम १८१६ मध्ये (बहुधा हिवतापामुळे) त्याचा मृत्यू ओढविल्यामुळं तशीच संपवावी लागली. टकीनं ह्या मोहिमेतील काळजीपूर्वक केलेल्या नोंदी फार महत्त्वाच्या मानल्या जातात.

दरम्यानच्या काळात ह्यू क्लॅपर्टन हा स्कॉटिश आणि डिक्सन डेनहॅम हा इंग्रज हे दोघं नायजर नदीचा उगम शोधायला रवाना झाले होते. त्यांनी उत्तरेकडून सहारा वाळवंट ओलांडले. त्यांना १८२३ मध्ये चाड सरोवराचा शोध लागला. क्लॅपर्टननं नायजरचा उगम शोधण्यासाठी आणखी एक मोहीम काढली. ह्या वेळी तो बेनिनच्या आखातातून उलटा आत शिरला. त्यानं १८२५ मध्ये ही मोहीम हाती घेतली पण ती पूर्ण करण्याआधीच त्याच वर्षी सोकोटो ह्या आता नायजेरियात असलेल्या ठिकाणी त्याचा मृत्यू ओढवला.

पुढं स्कॉट अलेक्झांडर गॉर्डन लेंग हा टिंबक्टूहून सहारा ओलांडून नायजर नदीच्या उगमाशी पोहोचला. मात्र ह्यानंतर काही दिवसांनीच तो मारला गेला. माउंट किलिमांजारो ह्या पर्वत शिखराचं प्रथम दर्शन घेणारा युरोपीय माणूस म्हणजे योहान्नेस रेबमन. तो १८४८ मध्ये विषुववृत्तावर असूनही बर्फाच्छादित असणाऱ्या ह्या पर्वताच्या परिसरात पोहोचला आणि भारावून गेला. जोहान क्राफ्क ह्या रेबमनच्या देशबांधव जर्मनानं १८४९ मध्ये माउंट केनयाचं प्रथम दर्शन घेतलं. आफ्रिका खंडाशी कायमस्वरूपी निगडित झालेलं नाव म्हणजे डेव्हिड लिव्हिंग्स्टन. हा स्कॉटिश धर्मगुरू धर्मप्रसारार्थ आफ्रिकेत गेला. त्यानं व्हिक्टोरिया धबधबा पाहिला. झांबेझी नदीचा हा प्रपात पाहून तो अवाक् झाला. १८५६ मध्ये हा धबधबा पाहून तो परतला. इ. स. १८५८ मध्ये ब्रिटिश शासनानं झांबेझी नदीच्या खोऱ्याचा अधिक अभ्यास करण्यासाठी लिव्हिंग्स्टनला पुन्हा आफ्रिकेत पाठवलं. ह्यावेळी त्यानं

न्यासा सरोवराचा शोध लावला.

इ. स. १८५६ मध्ये ब्रिटिश शासनानं रिचर्ड बर्टन (१८२१ ते ९०) आणि जॉन हेमिंग स्पेके (१८२७-६४) ह्यांना पूर्व आफ्रिकेतील सरोवरांचा अभ्यास करण्यासाठी रवाना केलं. ह्या मोहिमेत टांगानिका सरोवराचा त्यांना पत्ता लागला. पुढं स्पेकेनं व्हिक्टोरिया सरोवरही शोधून काढलं. इ. स. १८६० मध्ये स्पेके जेम्स ग्रँट (१८२७-९२) बरोबर ह्या सरोवराची अधिक माहिती मिळवायला परतला. ह्याच मोहिमेत ह्या सरोवरातून रिपन धबधब्यातून पडणारं पाणी हाच नाईलचा उगम असंही त्यानं सिद्ध केलं.

इ. स. १८६६ मध्ये लिव्हिंग्स्टननं लुआलाबा नदीचं पात्र बघितलं. ह्या नदीकाठीच तो खूप आजारी पडला. त्यानंतर त्याचं काय झालं हे कळेना म्हणून लिव्हिंग्स्टनचा शोध घेण्यासाठी बऱ्याच मोहिमा निघाल्या. २३ ऑक्टोबर १८७१ ह्या दिवशी टांगानिका सरोवराच्या पूर्व किनाऱ्यावर उजिजी नावाच्या खेड्यात हेनरी मॉर्गन स्टॅन्ली ह्या संशोधकाला (१८४१-१९०४) लिव्हिंग्स्टन दिसला. 'डॉ. लिव्हिंग्स्टन आय प्रिझ्यूम.' हे त्यानं लिव्हिंग्स्टनला पाहताच काढलेले उद्गार प्रसिद्ध आहेत. स्टॅन्लीची मोहीम न्यूयॉर्क हेराल्डनं प्रायोजित केली होती. स्टॅन्ली १८७४ मध्ये आफ्रिकेस परतला. त्यानं लुआलाबा नदीतून तिचा काँगोशी होणाऱ्या संगमापर्यंत प्रवास केला. मग तो काँगोतून सागरापर्यंत पोहोचला.

इ. स. १८७३ मध्ये लिव्हिंग्स्टनचा शोध घेण्यासाठी आणखी एक मोहीम निघाली. व्हर्नी लव्हेट कॅमेरॉन (१८४४-९४) ह्याच्या नेतृत्वाखाली निघालेली ही मोहीम म्हटलं तर यशस्वी झाली. ह्याचं कारण ह्या मोहिमेस लिव्हिंग्स्टनचं प्रेत सागराकडं घेऊन निघालेले लिव्हिंग्स्टनचे विश्वासू स्थानिक मदतनीस भेटले. लिव्हिंग्स्टन चितांबो (आता झांबिया) प्रदेशात असताना मरण पावला होता.

कॅमेरॉन नंतर टांगानिका सरोवराजवळ पोहोचला. तिथून लुआलाबातून प्रवास करावा ह्या इच्छेनं तो आणखी पश्चिमेकडं निघाला. स्थानिक टोळ्यांनी त्याला अडथळे आणले. त्यामुळं मग त्यानं खुष्कीचा मार्गच पत्करला. इ.

स. १८७५ मध्ये तो बेनग्वेलामध्ये पोहोचला. अशा तऱ्हेनं आफ्रिकेच्या पूर्व किनाऱ्या-पासून पश्चिम किनाऱ्यापर्यंत प्रवास करणारा पहिला युरोपीय प्रवासी म्हणून गाजला.

टॉलेमी ह्या इजिप्ती भूगोलविदानं दुसऱ्या शतकात 'चांद्र-पर्वत' म्हणून ज्याचं वर्णन केलंय ते पर्वत स्टॅन्लेनं बघितले. ही रूवेंझोरी पर्वतराजी म्हणजेच टॉलेमीचे चांद्रपर्वत ह्याबद्दल स्टॅन्लेच्या मनात अजिबात संदेह नव्हता. पुढं १९०६ मध्ये अब्रुझीचा ड्यूक लुईगी ह्या पर्वतावर चढून गेला.

उत्तर गोलार्धातल्या भौगोलिक मोहिमांमध्ये उत्तर अटलांटिक मधून उत्तर पॅसिफिककडं जाणारा मार्ग शोधण्याचे प्रयत्न फार काळ सुरू होते. ह्यातला उत्तरेकडून पूर्वेकडे असा एक मार्ग आणि उत्तरेकडून पश्चिमेकडं असा दुसरा मार्ग भौगोलिक साहसवीरांना आव्हानात्मक वाटत होते. फिनलंड, रशिया ह्यांच्या उत्तरेकडून आशिया खंडात पोहोचवू शकेल असा मार्ग म्हणजे उत्तरपूर्व मार्ग. तर कॅनडाच्या पूर्वेकडून उत्तर बाजूने अलास्काच्या पश्चिम किनाऱ्यावर उतरणारा उत्तर पश्चिम मार्ग शोधणं हे तिथल्या वातावरणामुळं आणि तो मार्ग शोधण्यावर असलेल्या मर्यादित काळामुळं खरोखरच अवघड काम होतं.

ह्या विलोबी ह्या इंग्रजानं (१५००-५४) उत्तरपूर्व मार्ग शोधून काढण्याची मोहीम तीन जहाजं घेऊन सुरू केली होती. १५५३ मध्ये त्यानं ही मोहीम हाती घेतली. ह्यातल्या दोन जहाजांवरचे खलाशी स्कर्व्ही (सी जीवनसत्वाची कमतरता) ह्या रोगानं मेले. त्यावेळी ही जहाजं लॅपलँडमध्ये अर्झिना रेका इथं होती. तिसरं जहाज श्वेतसागरात पोहोचलं. तिथून रिचर्ड चान्सलरच्या नेतृत्वा-खाली वाचलेले लोक रशियन भूमीवरून मॉस्कोमार्गे इंग्लंडला परतले.

विल्हेल्म बेरंट्स ह्या डच दर्यावर्दीनं (१५५०-७९) उत्तर-पूर्व मार्ग सापडावा म्हणून तीन मोहिमा काढल्या. त्याचा मृत्यू नोव्हाया झेमल्या जवळ कारा सागरात झाला. त्याच्या नोंदवह्या सुदैवानं सुरक्षित राहिल्या. त्या पुढं सुमारे दोनशे वर्षांनी इ. स. १८७५ मध्ये सापडल्या. रशियाच्या

उत्तर किनाऱ्यावर पूर्वेंकडे प्रवास करून जगलेला पहिला दर्यावर्दी नील्स ॲडॉल्फ ऐरिक नॉर्डेन स्क्योल्ड हा जन्मानं फिनिश स्विडीश होता. त्याच्या जहाजाचं नाव व्हेगा. ह्या जहाजाचा कप्तान ॲडॉल्फ अरनॉल्ड लुई पॉलांडर (१८४२-१९२०) हा स्विडीश होता. व्हेगा जहाज नॉर्वेहून जुलै १८७८ मध्ये निघालं आणि कोल्युतिशिन उपसागरात बेरिंगच्या खाडीजवळ २८ सप्टेंबरला पोहोचलं.

उत्तर-पश्चिमी मार्ग पार करायचा पहिला प्रयत्न जॉन कॅबट ह्या जन्मानं जिनोईज इंग्रजानं केला. त्याचा जन्म बहुधा १४२४ च्या आसपासचा असावा. तो इ. स. १५०० च्या सुमारास मेला. तो १४९७ मध्ये नोव्हा स्कोटियाजवळ पोहोचला असावा. मार्टिन फ्रॉबिशरने १५७६ ते ७८ दरम्यान ह्या मार्गानं जाण्याचे तीन प्रयत्न केले. त्यानं लॅब्रॉडोर, फ्रॉबिशर उपसागर आणि बाफीन बेटापर्यंत प्रवास केला. नंतर प्रतिकूल परिस्थितीमुळं त्याला परतावं लागलं.

इ. स. १८१९ मध्ये विल्यम पॅरीनं ह्या मार्गात प्रवेश करण्याचा यशस्वी प्रयत्न केला. ७४°४४'२०'' उत्तर अक्षांश आणि पश्चिम ११०° रेखावृत्तावरच्या बाऊंटी भूशिराजवळून ह्या मार्गात तो शिरू पाहात होता पण हिमनगांनी वाट अडवल्यानं तो परत फिरला. पुढं ह्या मार्गानं प्रवास करायचे प्रयत्न चालूच राहिले. त्यांना कॅबटच्या पहिल्या प्रयत्नानंतर सुमारे ४०९ वर्षांनी यश आलं. रोआल्ड अमुंडसेन (१८७२-१९२८) ह्या नॉर्वेजियन साहसी संशोधकानं १९०३-१९०६ दरम्यानच्या मोहिमांत हा मार्ग ओलांडण्यात यश मिळवले. स्कॉटवर मात करून द. ध्रुवावर पोहोचणारा रोआल्ड अमुंडसेन तो हाच.

शर्यत ध्रुवांवर पोहोचण्याची

मानवानं चुंबकसूचीचा वापर करून चुंबकीय उत्तर दिशेचं अस्तित्व ओळखावयास सुरूवात केली. तेव्हापासून पृथ्वीचे चुंबकीय ध्रुव अढळ नाहीत ह्याची कुणालाच कल्पना नव्हती. १९०८ मध्ये जेव्हा माणूस दक्षिण ध्रुवावर पोहोचला त्यावेळी चुंबकीय दक्षिणध्रुव ७२° २५' दक्षिण

ह्या ठिकाणी होता. हा भूभाग व्हिक्टोरिया लँड म्हणून ओळखला जातो. त्यानंतरच्या सुमारे ९०-९५ वर्षांमध्ये तो स्थानभ्रष्ट होऊन ८८५ कि. मी. दूरवरच्या अडेली भूमीत आहे.

दक्षिणध्रुवीय म्हणजे अंटार्क्टिक वर्तुळ सर्वप्रथम जेम्स कुकनं ओलांडलं ते १७७४ मध्ये; पण त्याला दक्षिणध्रुवीय भूप्रदेशाचं दर्शन झालेलं नव्हतं. अंटार्क्टिक भूमीवर पहिला दृष्टिक्षेप टाकण्याचा मान एडवर्ड ब्रॅन्सफील्डकडं जातो. २० जानेवारी १८२० मध्ये ब्रॅन्सफील्ड दक्षिणध्रुवीय भूप्रदेशाचं दर्शन घेऊन परतला. ह्या दोघा इंग्रजांना जे जमलं नाही ते नॉर्वेच्या मोहिमेतील लोकांनी १८९४ मध्ये द. ध्रुवीय भूमीवर पहिलं पाऊल ठेवून साध्य केलं. कार्स्टन बोर्च ग्रेव्हनिक हा ह्या मोहिमेचं सदस्य होता. १८९८-१८९९ मध्ये नॉर्वेच्या दर्यावर्दींनीच अंटार्क्टिक हिवाळा ह्या भूमीवर व्यतीत केला होता.

दक्षिण ध्रुवावर पोहोचायची स्पर्धा १९०१-१९०४ च्या रॉबर्ट फाल्कन स्कॉटच्या (१८६९-१९१२) पहिल्या दक्षिण ध्रुवीय मोहिमेनं सुरू झाली. रॉस सागराचा अभ्यास करता करता स्कॉटनं जी भूमी शोधली तिला सातव्या एडवर्डचं नाव देण्यात आलं. इ. स. १९०८ मध्ये डग्लस मॉसन हा ऑस्ट्रेलियन (१८८२-१९५८)

दक्षिण ध्रुवीय मोहिमेत शॅकल्टनने वापरलेले इंड्युरन्स

चुंबकीय दक्षिण ध्रुवावर उभा राहणारा पहिला मानव ठरला. तो सर अर्नेस्ट शॅकल्टन (१८७४-१९२२) ह्यांच्या ब्रिटिश मोहिमेचा सदस्य होता. नॉर्वेचा रोआल्ड अमुंडसेन १४ डिसेंबर १९११ ह्या दिवशी भौगोलिक दक्षिण ध्रुवावर पोहोचला. त्यानंतर महिन्याभरात स्कॉटही दक्षिण ध्रुवावर पोहोचला. परतीच्या प्रवासात स्कॉटच्या मोहिमेतील सर्वजण बळी पडले.

इ.स. १९२८-२९ च्या (दक्षिणी) उन्हाळ्यात रिचर्ड

बर्ड विमानानं दक्षिण ध्रुवावर पोहोचला. तर लिंकन एल्स-वर्थ १९३५ मध्ये दक्षिण ध्रुवीय भूखंडाच्या एका टोकापासून दुसऱ्या टोका-पर्यंत विमानानं गेला. इ. स. १९७९ आणि १९८२ दरम्यान सर रॉल्फ फिनेसनी एका पृथ्वीप्रदक्षिणेचं नेतृत्व केलं. ही उत्तर-दक्षिण-उत्तर अशी प्रदक्षिणा इंग्लंडमधील ग्रीनिच ह्या ठिकाणाहून निघाली. शून्य रेखांशावरून निघून ती दोन्ही ध्रुवांवरून पृथ्वी-प्रदक्षिणा करणारी एकमेव मोहीम आहे.

उत्तर ध्रुवीय मोहिमेतील १८९३ ते १८९६ दरम्यानची फ्रिटजॉफ नान्सेन ह्या नॉर्वेतील साहसवीराची मोहीम फार वैशिष्ट्यपूर्ण होती. त्याचं 'फ्राम' नावाचं जहाज त्यांं मुद्दाम थिजणाऱ्या बर्फात अडकू दिलं. उत्तर सैबेरियातील सागर प्रवाहां-बरोबर हिंडणाऱ्या हिमनगातून ते ग्रीनलंडच्या दिशेनं सरकत सरकत उत्तर ८४°४' वर हा हिमनग पोहोचला तेव्हा नान्सेन चालत चालत ८६°१४' उत्तरेपर्यंत पोहोचला. त्या काळात उत्तर ध्रुवाच्या इतक्या जवळ कुणीच पोहोचलेलं नव्हतं. ह्या मोहिमेमुळं उत्तर ध्रुवावर आणि जवळ जमीन नाही तर हा प्रदेश म्हणजे गोठलेला सागर आहे, हे कायमस्वरूपी सिद्ध होऊन उत्तर ध्रुवीय भूखंडाच्या अस्तित्वाचा वाद कायमचा संपला.

जेम्स क्लार्क रॉस (१८००-१८६२) ह्या स्कॉटीश संशोधकानं चुंबकीय उत्तर ध्रुवाचं स्थान १८३१ मध्ये नोंदवलं. तेव्हा तो उत्तर कॅनडाच्या बुथीया द्वीपकल्पाच्या पश्चिमेस होता. रॉबर्ट पीअरी हा अमेरिकन उत्तर ध्रुवावरील बर्फावर प्रथम पोहोचला, असं म्हणण्यात येतं. इ. स. १९२६ मध्ये रिचर्ड बर्ड आणि फ्लॉईड बेनेट ह्यांनी उत्तर ध्रुवाजवळून प्रथम विमानोड्डाण केलं. इ. स. १९५८ मध्ये नॉटिलस ही अमेरिकेची अणुपाणबुडी उत्तर ध्रुवीय हिमटोपाखालून उत्तर ध्रुवावर पोहोचली आणि उत्तर ध्रुव ओलांडून पुढं गेली.

६ एप्रिल ते ९ एप्रिल १९०९ दरम्यान रॉबर्ट पीअरीनं उत्तर ध्रुवाचे भौगोलिक स्थान ओलांडले असण्याची शक्यता आहे. त्याच्या नोंदवहीत ७ व ८ एप्रिलच्या नोंदी नाहीत. आपण उत्तर ध्रुवावर पोहोचल्याचा त्याचा दावा चुकीचा असावा, असं काही-जण म्हणतात. मात्र ही चूक झाली असल्यास ती गैर-समजुतीपोटी झाली असावी.

भारतीय चमू गेल्या २० वर्षांहून अधिक काळ दक्षिण ध्रुवीय तळ प्रस्थापित करून तिथं संशोधनासाठी जात असतो. ह्या कायमस्वरूपी तळाचं नाव 'मैत्री' असं असून एका दुर्दैवी अपघातात तीन भारतीय शास्त्रज्ञांनी इथं प्राण गमावले होते.

पहिल्या क्रुसेड (जिहाद) मध्ये घडलेल्या एका प्रसंगाचे कल्पनाचित्र.

युद्ध

प्राचीन काळात आदिमानव नुसताच ताकदीच्या जोरावर मारामाऱ्या करीत असावा. पुढं त्यानं झाडांच्या फांद्या आणि हाती येतील ते दगड ह्यांचाही मारामारीत वापर केला असावा. अश्म-युगात दगडाच्या छिलक्या पाडून त्याचा हत्यार म्हणून वापर करता येतो हे कळल्यावर शिकारीबरोबरच दगडी हातपरशूचा वापर मानवी मारामाऱ्यांमध्ये होऊ लागला. सर्वात प्राचीन युद्ध-साहित्याचे सापडलेले पुरावे इंग्लंडमध्ये पश्चिम ससेक्स परगण्यात बॉक्सग्रोव इथं मिळाले. होमो हायडेलबर्गेन्सिस जातीच्या आदिमानवाची इथं वस्ती असावी. एक लाकडी भाला ह्या जागी मिळाला. तो सुमारे ५ लक्ष वर्षांपूर्वीचा असावा. हा नक्की भालाच होता का ह्याबद्दल शास्त्रज्ञांत मतभेद आहेत. मात्र सुमारे ४.२५ लक्ष वर्षांपूर्वीचा लाकडामध्ये दगडी टोक बसवलेला भाला, इसेक्समधल्या क्लॅक्टन-ऑन-सी येथे सापडला. त्यावरून गेली ४-५ लक्ष वर्षे माणूस सशस्त्र मारामाऱ्या करीत होता, हे शास्त्रज्ञ मान्य करतात.

शस्त्रं ५ लक्ष वर्षांपूर्वीपासून अस्तित्वात असली तरी स्वसंरक्षणाची साधने केव्हा अस्तित्वात आली असावीत हे स्पष्ट होत नाही. ढालींचे पहिले पुरावे इ. स. पू. ४००० च्या सुमारास भित्तिचित्रांमधून मिळतात. उर ह्या सुमेरियन शहराच्या अवशेषात इ. स. पू. २५०० च्या सुमारास शिरस्त्राणे अस्तित्वात असावीत असे पुरावे मिळतात. ह्या ठिकाणच्या उत्खननात इलेक्ट्रम ह्या सोनं आणि चांदीच्या मिश्रणाचे शिरस्त्राणांचे अवशेष मिळाले आहेत. ह्यानंतर तांब्याची आणि मग काशाची शिरस्त्राणं सामान्य सैनिकांच्या डोक्यावर दिसू लागली.

पहिली तलवार इजिप्तमध्ये वापरली गेली. हिची मूठ लांब आणि पातं आखूड होतं. ही खोपेस्ती तलवार सुमारे १८५० वर्षांपूर्वी वापरात होती, असं दिसतं. खवल्यांचं चिलखतही प्रथम इजिप्तमध्येच अस्तित्वात आलं. ह्या चिलखताला चामड्याचे किंवा कापडाचे तुकडे खवल्यासारखे बसवलेले असत. इ. स. पू. १७ व्या शतकात ते इजिप्तमध्ये वापरलं जात होतं. चीन आणि भारतात अशी चिलखतं इसवीसनाच्या १९ व्या

शतकापर्यंत वापरली जात होती. इ. स. पू. १४२० मध्ये माय-सेनियातले लढवय्ये सरदार काशाचं चिलखत वापरीत. ते संपूर्ण अंगभर असे. छाती आणि पोटावर काशाचे तक्के आणि हातापायांना झाकणारी नळकांडी असं ह्याचं स्वरूप होतं.

चौदाव्या शतकातले काशाचे चिनी जांबीये.

हातापायांच्या सांध्यांना मात्र ह्याचं संरक्षण नसे.

रोममधील सैन्याचे पदाती छोट्या तलवारी वापरत. ह्यांनी 'ग्लॅडिअस' असं म्हणण्यात यायचं. ग्लॅडियस साधारणपणे ६० से. मी. लांब असे. ही हात-घाईच्या लढाईत वापरली जायची. ह्या तलवारी लोखंडाच्या असल्या तरी हे लोखंड हलक्या प्रतीचं असल्यानं त्या लढतालढता वाकत असत. इ. स. पू. १०२ मध्ये झालेल्या ऑक्विसेक्स्टीच्या लढ्यात ट्यूटन आणि अँब्रोनी सैन्याविरूद्ध लढताना रोमन सैनिकांना वारंवार पायाचा जोर देऊन तलवारी सरळ कराव्या लागत, असं वर्णन आहे.

रोमचे सैनिक लढाया करीत असताना हळूहळू त्यांनी लांब तलवारी घोडेस्वारांविरूद्ध वापरायला सुरूवात केली. रोमचे पदाती लोखंडी किंवा काशाचं शिरस्त्राण वापरीत असत. त्यांच्या अंगात कातडी आणि लोखंडी पट्ट्यांपासून बनवलेला अंगरखा असे आणि कमरेला किल्ट असे. ह्या स्कर्टसारख्या किल्टवर उभ्या लोखंडी पट्ट्या बसवलेल्या असत. सेल्ट मंडळी शत्रूला घाबरवण्याचा उपाय म्हणून शिंगवाली शिरस्त्राणं वापरीत असत. तर सैन्य प्रमुखाकडं कलाकुसर केलेल्या कास्य ढाली असत. सामान्य सैनिक लाकडी किंवा कातड्याची ढाल वापरीत.

सरळ पात्याच्या आणि कोपरापर्यंत संरक्षण मिळेल अशा मुठीच्या तलवारी इसवी सनाच्या पाचव्या शतकाच्या मध्यास अस्तित्वात आल्या. सॅक्सन लढवय्ये प्रथम अशा तलवारींसह युद्धात उतरले. आठव्या शतकाच्या उत्तरार्धात

व्हायकिंगांनी तशा तलवारी वापरणं सुरू केलं. अकराव्या शतकातले सॅक्सन योद्धे साखळीची गुडध्यापर्यंत पोहोचणारी चिलखते वापरू लागले होते. ह्यांना लांब बाह्या असत आणि आतून ते कातडी गोधडीचा अंगरखा धक्काशोषक म्हणून वापरत असत. त्यांच्या लोखंडी चिलखतास बर्नी असं म्हणण्यात यायचं. पुढं नॉर्मन योद्ध्यांनी बर्नीत घोड्यावर बसता याव म्हणून सुधारणा केली. पुढं आणि मागं कमरेखाली ही बर्नी जोडण्यात येत नसे; त्यामुळं घोड्यावर मांड टाकून बसता येत असे. ह्याला हॉबर्क असं म्हणत असत.

पूर्वेकडं जपानी योद्धे तलवारी पवित्र मानीत होते. ह्या योद्ध्यांना सामुराई म्हणत असत. १८६९ मध्ये जपानी सरंजामशाही नष्ट होईपर्यंत फक्त सामुराईंनाच तलवारीची जोडी-डैशो-अंगावर वागवता येत असे. बाराव्या शतकात ही प्रथा सुरू झाली होती. ह्या तलवारीतील लांब तलवारीस 'कटाना' आणि छोट्या तलवारीस 'वाकीझुशी' असं म्हणत. पराभव झाल्यावर वाकीझुशी पोटात खुपसून घेऊन सामुराई त्यांची जीवनयात्रा संपवीत असत.

भारतात हैद्राबाद इथं तयार होणारं पोलाद मध्यपूर्वेत जायचं. तिथं दमास्कसमध्ये ह्या पोलादापासून तलवारी तयार करण्यात येत. ब्रिटिश लोकांनी हा उद्योग बंद करेपर्यंत १५ शतकं ही पोलाद निर्मिती चालू होती. दमास्कसमध्ये ह्याच्या तलवारी बनत असल्यानं हे पोलाद 'दमास्कस स्टील' म्हणून जगप्रसिद्ध होतं. भारतात वाकड्या पात्याच्या तलवारी वापरल्या जात. 'खड्ग' रामायण-महाभारत काळापासून अस्तित्वात होतं. दुधारी तलवारीही 'दांडपट्टा' म्हणून युद्धात वापरल्या जात होत्या.

शिरस्त्राणावर हलके पण चेहरा झाकणारे झाकण तेराव्या शतकात वापरात आले. कापडी किंवा चामड्याच्या कपड्यां- मध्ये मधून मधून धातूचे तुकडे शिवून चिलखत बनवणं पंधराव्या शतकाच्या मध्यास पर्शिया आणि तुर्कस्थानात सुरू झालं. जपानमध्येही अशा प्रकारची चिलखतं साधारण ह्याच सुमारास वापरात येऊ लागली. युरोपमधली धातूच्या पत्र्यांची चिलखतं हळूहळू खूप वजनदार बनली. त्यातच घोड्यांवरून द्वंद्व करण्याची पद्धत

जशी युरोपात प्रचलित झाली तसतशी घोड्यांसाठीही चिलखतं बनविण्यात येऊ लागली. तेराव्या आणि चौदाव्या शतकात चिलखत बनविणाऱ्या कारागिरांच्या कौशल्यांं उत्कर्षबिंदू गाठला. चिलखतांच्या उत्क्रांतीबरोबर तलवारींचे आकारही बदलत गेले. तलवारींची रुंदी कमीकमी होत असतानाच त्यांची टोकाकडची बाजू अधिक निमुळती, अणकुचीदार आणि तीक्ष्ण बनू लागली. समोरच्या व्यक्तीच्या चिलखतातील मोकळ्या जागेतून हे टोक आत घुसेल व त्यामुळं शत्रू जखमी होईल, अशा तऱ्हेनं ह्या तलवारी बनविण्यात येऊ लागल्या. ह्या तलवारींची लांबीही वाढू लागली. ५० ते ६० इंच म्हणजे १२५ ते १५० सें. मी. लांबीच्या तलवारींच्या मुठीही तलवारीचा तोल सांभाळला जावा अशा तऱ्हेनं, म्हणजे दोन्ही हातांची पकड घेता येईल, अशा बनविल्या जाऊ लागल्या. सुरुवातीस ह्या तलवारी खेड्यापाड्यातले लोहार पारंपरिक पद्धतीनं म्हणजे लोखंड तापवून, ठोकून त्यात थोडा कोळसा मिसळून पुन्हा तापवून, ठोकून तयार करीत असत.

रेपियर म्हणजे अरुंद पात्याची दुधारी तलवार अठराव्या शतकात अस्तित्वात आली. हिचा पहिला लेखी उल्लेख १४७४ मध्ये आढळतो, १५३० पर्यंत ह्या तलवारी युरोपीय संस्थानिकांच्या दरबारात हजेरी लावताना अंगावर बाळगण्याच्या दागिन्यासारख्या सर्वत्र दिसू लागल्या.

हंगेरियन घोडदळानं सेबर म्हणजे वाकड्या पात्याच्या खड्गाचा वापर तुर्कांकडून आत्मसात केला. तुर्कांनी हंगेरीचा दक्षिणेकडचा अर्धा प्रदेश १५२६ मध्ये जिंकून घेतला. ह्या वाकड्या तलवारींमुळे घोड्यावर बसून शत्रूच्या पदातींची मुंडकी मारणं सोपं पडत असे.

बंदुका आणि बंदुकीची दारू तेराव्या शतकात वापरात आली तरी ह्या दोन्ही गोष्टी इतक्या बेभरवशाच्या होत्या की शत्रूपेक्षा त्यांच्या मालकाचंच त्यांच्यामुळे जास्त प्रमाणात नुकसान होत असे. त्यामुळं भरवशाच्या तलवारी १९ व्या शतकापर्यंत युद्धात वापरल्या जात होत्या. नंतरच्या काळात म्हणजे पंधराव्या शतका-नंतर चिलखतं युरोपात तरी कालबाह्य ठरली. १६५० नंतर फक्त शिरस्त्राणं आणि

त्याच्याबरोबर चामड्याचे अंगरखे एवढंच संरक्षण सैनिक वापरू लागले. ह्या काळात दुधारी पण बारीक पात्याच्या रेपियर तलवारी आणि त्यांच्या संपूर्ण हाताला संरक्षण देणाऱ्या मुठींची चलती सुरू झाली. ह्यांना 'बास्केट हिल्ट' म्हणण्यात येई. स्कॉटलंडमध्ये क्लेमोर तलवारही ह्याच काळात प्रचलित झाली. ह्या गेलिक तलवारीचं मूळ नाव क्लॅडीहमोर असं होतं. ती खूप रूंद सरळ पात्याची आणि लांब मुठीची असे. शिवाय मूठ संपते त्या ठिकाणी तलवारीच्या पात्याशी काटकोन करून एक आडवी दांडी ह्या तलवारीस असे. ह्यामुळे योद्ध्याच्या हाताला त्याच्याच पात्यापासून इजा व्हायचं टाळता येत असे.

एका मागोमाग एक गोळ्या झाडता येतील अशा 'रिपीटर' बंदुकांच्या आगमनानंतर हळूहळू तलवारींचं महत्त्व कमी कमी होत गेलं. आता तलवारी फक्त समारंभांपुरत्या आणि द्वंद्वासाठी वापरण्यात येऊ लागल्या. १९ व्या शतकातल्या ह्या द्वंद्वयुद्धांवर शतकाच्या अखेरच्या काळात बंदी घालणारे कायदे युरोपातील अनेक देशात अंमलात आले तेव्हा 'फेन्सिंग' म्हणजे तलवार-बाजीचा ऑलिंपिक क्रीडा स्पर्धांमध्ये समावेश झाला.

बायोनेट हे तलवारीच्या ऐवजी आधी पिस्तुलं आणि नंतर बंदुकांवर बसविण्यात येणारं पातं इथून पुढं हातघाईच्या लढाईत वापरलं जाऊ लागलं. फ्रान्समधील बायोने ह्या शहरावरून 'बायोनेट' हे नाव प्रचलित झालं. फ्रेंच लष्करानं इ. स. १६४७ मध्ये ते सर्वप्रथम वापरलं. दुसऱ्या महायुद्धानंतर त्याचा वापर हळूहळू कमी कमी होत गेला. आता बायोनेट वापरलं जात नाही.

युद्धात वापरलं गेलेलं आणि शत्रूला दहशत बसवणारं एक हत्यार म्हणजे खुक्री किंवा कुक्री. गुरखा सैनिकांमुळे हे हत्यार जगाला माहीत झालं. आता गुरखा तुकड्या हे हत्यार समारंभ-पूर्वक 'हत्यार' म्हणून वापरतात. ब्रिटिश आणि भारतीय सैन्यातील गुरखा पलटणींचा कुक्री हा मानबिंदू मानण्यात येतो.

पूर्वीच्या शिरस्त्राणांच्या आकारात बदल होऊन घमेल्याच्या आकाराची शिरस्त्राणं विसाव्या शतकातील दोन्हीही महायुद्धांत आणि इतरही छोट्यामोठ्या युद्धांत वापरली गेली. पहिल्या महायुद्धात श्रॅपनेलपासून म्हणजे तोफगोळ्यातून उडणाऱ्या धातूच्या धारदार तुकड्यांपासून बचाव करण्यासाठी ती वापरली गेली तर दुसऱ्या महायुद्धात श्रॅपनेलबरोबरचं स्नायपर म्हणजे शत्रूचे छुपे नेमबाज धोकादायक ठरू नयेत म्हणून ती वापरण्यात आली. चिलखताची जागा फ्लॅक जॅकेटनी घेतली. नायलॉनच्या वस्त्रात गुंफलेल्या धातूच्या- विशेषकरून अॅल्युमिनियमच्या तुकड्यांच्या ह्या जाकिटांमुळे श्रॅपनेलपासून संरक्षण मिळालं तरी बंदुकीच्या गोळ्यांपुढे ही जाकीटं टिकाव धरू शकत नसत.

१९६० नंतरच्या काळात चिलखतासाठी धातू वापरणं कालबाह्य ठरवणारा शोध म्हणजे जाड नायलॉनचे थर गोळीचा जोर शोषून घेतात; हा होय. ह्यामुळे वजनानं हलकी अशी बुलेट प्रुफ म्हणजे बंदुकीच्या गोळीस दाद न देणारी जाकिटं सर्रास वापरण्यात येऊ लागली. आता त्यांची जागा केव्हलार ह्या नव्या धाग्यानं आणि काचतंतूंनी घेतली असून ही जाकिटं वजनानं हलकी, धातूविरहित पण भक्कम असतात.

बाँब, हातगोळे आणि क्षेपणास्त्रे

दुरून शत्रूवर हल्ला करणारी शस्त्रे शोधण्यात आपले पूर्वज मागे नव्हते. धनुष्य, बाण आणि त्याही आधी भाले ही एक प्रकारची क्षेपणास्त्रेच होती. मात्र त्यांचा पल्ला मर्यादित होता. धनुष्य-बाणाचं तत्त्व वापरून म्हणजे प्रत्यंचा ताणायची आणि एकदम बाण ताण मुक्त करायचा ह्या तत्त्वाचा वापर करून बरीच वर्षे माणूस लढला. धनुष्य-बाणात प्रत्यंचेला यांत्रिक ताण मिळवून देणाऱ्या ताण धनुष्यांनी (क्रॉस बो) पल्ला वाढवण्यास मदत केली पण एक बाण एका वेळी एकच शत्रू मारू शकतो. त्या ऐवजी अधिक नुकसान अपेक्षित असलेल्या संशोधकांनी काही काळ बरेच बाण सोडणारे धनुष्य निर्माण करायचा प्रयत्न केला. पुढं त्यांनी हे ताणाचं तत्त्व वेगवेगळ्या हत्यारांमध्ये वापरलं.

शत्रूच्या ठाण्याला वेढा घातला तरी किल्ल्यात बसलेल्या शत्रूजवळ अन्नपाण्याचा भरपूर साठा असेल तर

हा वेढा दीर्घ काळ चालायचा. त्यामुळं वेढा घालणारे सैनिक कंटाळून जात असत. बरेचदा ह्याचा फायदा घेऊन शत्रूचे प्रमुख नेते वेढ्यातून सुटून पळून जात. ह्यामुळं ताण सोडण्याच्या तत्त्वावरची बरीच युद्धक्षम यंत्रे अस्तित्वात आली. दोराला पीळ देऊन तो एकदम सोडणे ह्या तत्त्वावरती ती कार्य करीत. ह्यांना आपल्याकडे उल्हाट यंत्रे असं नाव आहे. ह्यातली मोठी यंत्रे २५ ते ३० किलो वजनाचा दगड शत्रूच्या किल्ल्याच्या तटावरून आत फेकू शकत असत.

ग्रीकांनी त्यांच्या पूर्व भागात त्या काळी असलेलं बायझँटियम इ. स. ७१७ मध्ये मुस्लीम आक्रमणापासून वाचविण्यासाठी 'ग्रीक आगी'चा वापर केला होता. गंधक, डांबर आणि चुनकळीच्या मिश्रणाचा वापर वेढा घालणाऱ्या मुसलमानांवर हे मिश्रण ओतून किंवा फेकून करण्यात येत असे. पत्र्याच्या बादल्यांत हे मिश्रण भरून उल्हाट यंत्रांच्या

ख्रिश्चन आणि मुस्लीम यांच्या धर्मयुद्धात, युद्धात वापरायची अनेक यंत्रे निर्माण करण्यात आली. १२० व्या शतकातील एक उल्हाट यंत्र.

साहाय्यानं ते शत्रूवर फेकण्यात येत असे; किंवा नळकांड्यांत भरून त्या मिश्रणाला पेटविण्यात यायचं आणि त्या नळकांड्यांतून पडणाऱ्या ज्वालांनी शत्रू सैन्य जाळलं जायचं.

चिनी प्राकरसायनशास्त्रानं (अल् केमी) काळी भुकटी म्हणजे बंदुकीची दारू सर्वप्रथम तयार केली. ह्या स्फोटक भुकटीस ते 'हुओ फाओ' असं म्हणत. चावनैआन ह्यांनी ही भुकटी तयार करण्याच्या सूचना इ. स. ८०८ मध्ये प्रथम

लिखित स्वरूपात सांगितल्या आहेत. ही भुकटी त्या आधी बरीच शतके चीनमध्ये वापरात होती. गंधक, पोटॅशियम नायट्रेट (सॉल्ट पीटर) आणि मा तु लिंग नावाच्या वनस्पतीचं वाळलेलं लाकूड आणि पानं ह्यांचं मिश्रण करून ही बंदुकीची दारू तयार करण्यात येत होती. (मा तु लिंग-ऑरिस्टोलोकिया-पोपटवेल.)

चिन्यांनीच पहिले लष्करी अग्रिबाण निर्माण केले. ह्यांना ते 'हुओ चिएन' असं म्हणत. हे अग्रिबाण 'काळी भुकटी' इंधन म्हणून वापरून उडवण्यात येत असत. ह्या मिश्रणातील सॉल्ट-पीटरचं प्रमाण हळूहळू वाढवत १०४४ मध्ये योग्य ते प्रक्षेपण इंधन हाती आलं. 'वु चांग झुंग याव' (सर्वात महत्त्वाची लष्करी साधने) हा ग्रंथ ह्याच वर्षी प्रसिद्ध झाला. हा एक लष्करी तंत्रज्ञान-विषयक लेखसंग्रह असून तो झिंगकुंग-लिआंग ह्यांनं संपादित केलेला आहे.

वेढ्यासाठी 'बॉबार्ड' नावाच्या तोफा युरोपमध्ये शंभर वर्षांच्या इंग्लंड आणि फ्रान्समधील युद्धात १३४६ साली प्रथम वापरल्या गेल्या. फ्रान्समधील कॅलेच्या वेढ्यात त्या प्रथम वापरण्यात आल्या. पुढं ह्या तोफांचा व्यास ६० सें.मी. (जवळ जवळ दोन फूट) एवढा वाढविण्यात आला. ह्यातून लोखंडी काटेरी तारांनी वेढलेले दगडी गोळे वेढलेल्या शत्रूच्या किल्ल्यात टाकण्यात येत.

इ. स. १५८५ मध्ये प्रथम फ्रेंचांनी हातगोळे वापरले. हे पहिले हातगोळे म्हणजे पोकळ लोखंडी गोळे असत. त्यात ठासून बंदुकीची दारू भरलेली असे. त्या गोळ्यातून बाहेर डोकावणारी वात चकमकीच्या साहाय्यानं पेटवून ते गोळे शत्रूवर टाकले जात असत. आगकाडीच्या निर्मितीपूर्वी एक सैनिक पेटलेला सुंभ हातात घेऊन हे गोळे पेटवायचे काम करी. बरेचदा ठिणगी उडून त्याच्याजवळची बंदुकीची दारू पेटून त्याचाच जीव धोक्यात येत असे.

विल्यम बिक्फोर्ड ह्या इंग्रजानं सुरक्षित वात तयार केली. खाणीतले सुरुंग पेटवून पळ काढून सुरक्षित जागी पोहोचणं, यासाठी ही वात उपयुक्त ठरत असे. इ. स. १८३१ मध्ये त्यानं सुतळीमध्ये बंदुकीची दारू लिंपून ही वात वापरायला सुरूवात केली. त्या आधी अवेळी सुरुंग उडाल्यामुळं अनेक व्यक्ती मृत्युमुखी पडत. ह्या वातीमुळं ती

भीती नाहीशी झाली. ही वात लगेचच लष्करी उपयोगात आणण्यात येऊ लागली.

कोल्ट पिस्तुलांमुळे जगप्रसिद्ध झालेल्या सॅम्युएल कोल्ट ह्याने विद्युत घटाच्या साहाय्यानं सुरूंग उडवायचं तंत्र १८४२ मध्ये अमेरिकेत निर्माण केलं. न्यूयॉर्क बंदरातील एक ५०० टनी जहाज तसंच वॉशिंग्टन (डी. सी.) ह्या अमेरिकन राजधानीतून वाहणाऱ्या पोटोमॅक नदीतील एक जहाज त्यानं ८ कि. मी. दूरवरून ह्या तंत्रानं उद्ध्वस्त करून दाखवलं. इ. स. १८४६ मध्ये ख्रिस्तियन शकोनबीन ह्या जर्मननं 'गनकॉटन' चा शोध लावला. कापसावर नायट्रिक आम्ल टाकून हे स्फोटक बनविण्यात येत होतं. पुढं ह्यात सुधारणा करून सेल्युलोज नायट्रेट स्फोटकांमध्ये वापरलं जाऊ लागलं. ॲस्कानो सोब्रेरोनं इटलीमध्ये प्रथम नायट्रो-ग्लिसरीनचा शोध लावला. ही घटना इ.स.१८४७ मध्ये टुरीनमध्ये घडली. ट्रायनायट्रो-टोल्यून (टी-एनटी) हे इ. स. १८६३ मध्ये जर्मनीत पिवळ्या स्फटिकांच्या स्वरूपात जे. विल्ब्रॉडनं तयार केलं. मात्र इ. स. १९०४ पर्यंत त्याचा वापर लष्करात होत नव्हता.

इ. स. १८६४ मध्ये जे. एफ. ई. शुल्झ ह्या जर्मननं धूरविरहित भुकटी शोधली. ही हातगोळ्यांमध्ये उपयुक्त ठरली. ती शॉटगनमध्येही वापरण्यात येऊ लागली. ह्या भुकटीचा एक फायदा म्हणजे पूर्वी धुरामुळं बंदुका आणि तोफा झाडणारे कुठं आहेत, ते लगेच लक्षात येत असे, ह्या पावडरीच्या वापरामुळं त्यांना दडून तोफा, बंदुका झाडणं शक्य होऊ लागलं. स्विडीश शास्त्रज्ञ आल्फ्रेड बर्नहार्ड नोबेल ह्यानं नायट्रोग्लिसरीन वापरण्याची सुरक्षित पद्धत शोधून काढली. १८६६ मध्ये त्यानं डायनामाईट हा नायट्रोग्लिसरीनचा सुरक्षित प्रकार तयार केला. इ. स. १८७५ मध्ये त्यानं जेलिग्नाईट तयार केलं. हे नायट्रो-सेल्युलोज आणि नायट्रोग्लिसरीनचं जेलीसारखं मिश्रण होतं. त्यात लाकडाचा भुस्साही मिसळलेला असे. ह्या पुढची पायरी म्हणजे नायट्रोग्लिसरीन आणि नायट्रोसेल्युलोज ह्यांचं पेट्रोलियम जेलीतलं मिश्रण. ह्याचे दोर काढता येत. त्यामुळं त्याची निश्चित मोजमापं सांगणं शक्य होऊ लागलं.

पहिल्या महायुद्धात हातगोळ्यांचा मोठ्या प्रमाणात वापर झाला. खंदकात लपून बसलेल्या शत्रू सैनिकांना मारताना स्वतः आडोशाआड दडून शत्रूच्या खंदकात हातगोळा फेकणं शक्य होतं. हेलचा आपटबार (हेलस् पर्कशन ग्रेनेड) हा दांडूच्या आकाराचा होता. त्याचं डोकं आपटलं की त्याचा खटका दाबला जाऊन आत ठिणगी उडत असे, त्यामुळं त्याचा स्फोट होत असे. तो डोक्यावर आपटावा, ह्यासाठी ती बाजू फुगीर आणि जड केली जात होती. शिवाय तो फेकताच त्याच्या मागच्या बाजूनं एक छोटी हवाई छत्रीही उलगडत असे.

दुसऱ्या महायुद्धकाळात भूमिगत गनिमांनी 'मोलोटोव्ह कॉकटेल' वापरून जर्मनांना फार सतावलं. प्रत्यक्षात स्पेनमधील यादवी युद्धात फ्रँकोच्या सैन्याविरूद्ध गनिमी काव्यानं लढणाऱ्या सैनिकांनी लष्करी रणगाड्यांविरूद्ध ह्या शस्त्राचा वापर केला. एखाद्या बाटलीत पेट्रोल भरून त्यावर चिंध्यांची वात बसवून, हे 'मोलोटोव्ह कॉकटेल' तयार होत असे. १९३८ मध्ये ह्या शस्त्राचा वापर झाला. तेव्हा ह्याला 'पेट्रोल बॉंब' हे नाव मिळालं. नंतर रशियनांविरूद्ध लढणाऱ्या फिनलंडच्या सैनिकांनी १९४० मध्ये कारेलियात हे बॉंब रशियनांविरूद्ध वापरले. त्यावेळी रशियाचा परराष्ट्रमंत्री व्हॅशेस्लाव्ह मोलोटोव्ह ह्याचं नाव वक्रोक्तीनं फिनलंडच्या सैनिकांनी ह्या पेट्रोल बॉंबला ठेवलं. दुसऱ्या महायुद्धात शत्रूच्या शहरांवर ज्वालाग्राही स्फोटकांचा वर्षाव मोठ्या प्रमाणात केला गेला.

दुसऱ्या महायुद्धात वापरलेली बॉंब फेकी विमानं.

रणगाड्यांविरूद्ध हीट हाय (H) एक्स्प्लोझिव्ह (E) अँटीटँक (AT) क्षेपणास्त्रं रणगाडा रोधक प्रतिघात विरहित तोफांमधून (अँटीटँक बझुका-रिकॉईललेसगन) वापरण्यात आली.

१९९१ मधील आखाती युद्धात 'ऑपरेशन डेझर्ट स्टॉर्म' मध्ये अमेरिकन बॉम्बफेकी विमानांनी लेझर निर्देशित लक्ष्यवेधी बॉम्ब (लेझर-गायडेड प्रिसीजन बॉम्ब) वापरले. हे अतिशय अचूक म्हणजे नियोजित लक्ष्यापासून काही सें. मी. परिसरात जाऊन फुटत, असा दावा अमेरिकन लष्करानं केला होता. त्याचबरोबर ह्या युद्धात चलाख क्षेपणास्त्रे-स्मार्ट मिसाईल्स वापरण्यात आली. ही क्षेपणास्त्रे पूर्वनियोजित लक्ष्यापर्यंत संगणकाच्या साहाय्यानं वेडीवाकडी वळणे घेऊन पोहोचू शकतात. स्टिंगर क्षेपणास्त्रात पोस्ट (पॅसिव्ह (पी) ऑप्टीकल (ओ) सीकर (एस) टेक्नॉलॉजी (टी) वापरण्यात येते. ह्या क्षेपणास्त्रात सूक्ष्म प्रक्रियक क्षेपणा- स्त्राला लक्ष्यवेध करण्यास मदत करतात. उडतं लक्ष्य जशी वळणं घेईल त्याप्रमाणेच हे क्षेपणास्त्रही वळत वळत लक्ष्यवेध करते.

हवेतून हवेत मारगिरी करणारी पहिली क्षेपणास्त्रे इ. स. १९१५ मध्ये वाय. पी. जी लप्रीअर ह्यांनं तयार केली. ती फ्रेंच विमानांमध्ये बसविण्यात आली होती. पहिल्या महायुद्धात ती मंद गतीनं फिरणाऱ्या निरीक्षक बलूनच्या विरोधात वापरली गेली. तसंच हायड्रोजनचे फुगे लावलेल्या झेपेलिन विमानांविरूद्ध त्यांचा उपयोग केला गेला. आधुनिक क्षेपणास्त्रांप्रमाणे ती अचूक नसली तरी त्यांची लक्ष्ये इतकी मोठी आणि इतकी नाजूक होती की त्यांना नष्ट करायला ह्या प्राथमिक स्वरूपातील अस्त्रांचा स्पर्श पुरा पडत असे. अलीकडच्या आधुनिक क्षेपणास्त्रांमध्ये साईडवाईंडर (१९५६) क्षेपणास्त्र ८ कि. मी. दूरवरून लक्ष्यवेध करते. तर अमोस (१९६९) हे १०० कि. मी. दूरवरचा लक्ष्यवेध करू शकतं.

जमिनीवरून जमिनीवर मारगिरी करणाऱ्या क्षेपणास्त्रांना युद्धक्षेत्रीय क्षेपणास्त्रे म्हणण्यात येतं. रशियन स्कड क्षेपणास्त्राचा पल्ला २८० कि. मी. होता. हे प्रथम १९५७ मध्ये लष्करात दाखल झालं होतं. ह्या क्षेपणास्त्राचं स्फोट-शीर्ष (वॉरहेड) १ टन वजनाचं असतं, १९७३च्या

अरब इस्त्रायली युद्धात ते अरबांनी वापरलं होतं. तर १९८०-८१ मध्ये अफगाणिस्तानात ते रशियानं अफगाण गनिमांविरूद्ध वापरलं होतं. १९९१ मध्ये इराकनं इस्त्रायल आणि सौदी अरेबियावर काही क्षेपणास्त्रे सोडली होती.

जमिनीवरून हवेत मारगिरी करणाऱ्या क्षेपणास्त्रांमध्ये ब्रिटिश सी-वुल्फ क्षेपणास्त्र हे वेगवान मानलं जातं. ते ध्वनीच्या दुप्पट वेगानं उडतं. आणि ६।। कि. मी. परिसरातील हवाई लक्ष्यावर मारगिरी करू शकतं. अमेरिकेच्या पॅट्रियट ह्या क्षेपणास्त्रविरोधी

१९९०-९१ च्या आखाती युद्धात अमेरिकन युद्धनौकेवरून सोडण्यात आलेले टोमॉहॉक क्षेपणास्त्र.

अस्त्रानं इराकची काही स्कड क्षेपणास्त्रे हवेतच नष्ट केली. १९९१च्या इराक विरूद्धच्या लढ्यात पॅट्रियट प्रत्यास्त्रे प्रथम वापरण्यात आली. लढाऊ जहाजांविरूद्ध वापरायच्या गाजलेल्या क्षेपणास्त्रांमध्ये फ्रेंच बनावटीच्या 'एक्झोसेट' ह्या जहाजावर मारगिरी करणाऱ्या क्षेपणास्त्राचा समावेश होतो. मे १९८२ मध्ये ह्या अस्त्राचा वापर करून अर्जेंटिनी नौदलाच्या विमानांनी एच. एम. एस. शेफील्ड ही ब्रिटिश युद्ध नौका बुडवली. पाणबुड्यांविरूद्ध वापरल्या जाणाऱ्या अमेरिकन सबरॉक ह्या क्षेपणास्त्रावर ५ किलोटन स्फोट शीर्ष असतं आणि ते ५६ कि. मी. दूरवरचा लक्ष्यवेध करू शकतं.

रणगाडारोधक क्षेपणास्त्रांनी रणगाड्यांच्या प्रगतीस चांगलीच खीळ घातली. ह्यात अमेरिकेचे 'टो' क्षेपणास्त्र १९७० मध्ये वापरात येऊ लागलं. ह्याचं स्फोटशीर्ष १२ किलो वजनाचं असतं आणि ते ९० सें. मी. जाड पोलादी आवरण भेदू शकतं. ते बहुतेक वेळा हेलिकॉप्टरमधून सोडण्यात येतं.

पिस्तुलं आणि बंदुका

चिन्यांनी स्फोटक काळ्या भुकटीचा शोध इ. स. ८०८

मध्ये लावल्याचे लेखी पुरावे आहेत. ह्या भुकटीचा वापर करायला सुरूवात केल्याबरोबरच त्यांनी बंदुकाही निर्माण केल्या. १४ व्या शतकात अरबांनी बंदुकीची दारू पश्चिमेकडं आणली. ह्यानंतर बंदुका आणि पिस्तुलांची प्रगती फारच झपाट्यांं होऊ लागली. सुरूवातीच्या बंदुका म्हणजे काशाच्या नळ्या असत. त्यांची एक बाजू बंद असे. त्यांच्यात उघड्या बाजूनं दारू ठासून भरली जायची. त्यावर नळीच्या व्यासाची एक धातूची गोळी ठासून बसवण्यात येत असे. नळीच्या मागच्या बाजूस एका बाजूला असलेल्या छोट्या भोकातून निखारा आत सरकवला की दारू पेट घेत असे. १४९५ च्या सुमारास स्पॅनिश सैन्यातली अशी बंदूक १.२ मीटर (४ फूट) लांब असून तिचं रिकामी असतानाचं वजन ४ किलो होतं. २८ ग्रॅम वजनाची शिशाची गोळी ह्या बंदुकीतून झाडली जात असे. ह्यानंतरची बंदूक म्हणजे मस्केट. ही १६ व्या शतकाच्या पूर्वार्धात निर्माण झाली. तीही ठासणीची बंदूकच होती. साधारणपणे तिची लांबी १.८ मीटर (६ फूट) असून वजन ९ किलो असे. ह्या बंदुकीतून ५५ ते ६० ग्रॅम वजनाची शिशाची गोळी झाडली जात असे. मात्र ही बंदूक ठासून भरणे, त्यात गोळी ठेवणे अशा क्रियांना दोन माणसं लागत असत. मात्र ह्या दोन्ही बंदुकांना भरायला लागणारा वेळ आणि त्यांचा बहुतांश चुकणारा नेम ह्यांची जागा त्यांचा आवाज भरून काढायचा. शिवाय त्या काळी सैनिकांच्या भाऊगर्दीत

आद्य गॅटलिंग गन

ह्यातील गोळी कुणाला तरी लागत असे. पुढं कुलुपी चक्र (व्हील लॉक) अस्तित्वात आल्यानंतर ह्या ठासणीच्या बंदुकातील दारू पेटवण्यासाठी पेटलेला निखारा किंवा धग असलेला सुंभ बाळगण्याची आवश्यकता संपली. कुलुपी चक्राचा शोध योहान कीफुसनं लावला असं म्हटलं जातं.

न्यूरेंबर्गचा रहिवासी असलेल्या कीफुसनं १५१७ च्या आसपास कधीतरी हा शोध लावला. ह्या बंदुकीत खटक्यांनं नियंत्रित एक पोलादी चक्र फिरायचं ते पायराईटच्या स्फटिकावर (पायराईट हे लोहाचं खनिज असून ते सोन्यासारखं भासतं म्हणून त्याला फूल्स गोल्ड असंही म्हणतात.) आपटून ठिणगी पाडत असे. हे चक्र नळीच्या मागच्या बाजूला बसवलेलं असे. आजकालच्या सिग्रेट लायटरप्रमाणेच ते काम करी पण सिग्रेट लायटरच्या खटक्याची सुबकता त्यात नव्हती.

इ. स. १५२० मध्ये जर्मनीतील ऑगस्ट कॉटरनं बंदुकीच्या नळीस आतल्या बाजूनं आटे पाडायची कल्पना अंमलात आणली. ह्याला 'रायफलींग' असं म्हणता येतं. ज्या बंदुकीच्या नळीच्या आतल्या बाजूनं असे आटे असतात, तिला रायफल असं म्हटलं जातं. ह्यामुळं गोळी ह्या नळीतून फिरत फिरत बाहेर येई. ह्या फिरतीमुळं तिचा वेग, पल्ला आणि अचूकता वाढीस लागली. त्या काळात नळीस आतील बाजूनं व्यवस्थित आटे पाडणं हे फार खर्चिक काम होतं. त्यामुळं जनसामान्यांच्या हाती रायफल पडायला आणखी २०० वर्षे जावी लागली.

दरम्यान व्हील लॉकची जागा फ्लिंटलॉक-कुलुपी चकमकींनी घेतली. ह्यातनं फिरतं चक्र जाऊन त्या जागी गारेचा तुकडा पुढं मागं फिरत असे आणि तो पोलादी पट्टीवर आदळून त्याची ठिणगी ठासून भरलेल्या दारूवर पडत असे. मारीन द बुर्जवाइडांं ही यंत्रणा इ. स. १६१० मध्ये सिद्ध केली. ह्यानंतर लगेचच कागदी पुंगळ्यांत भरलेल्या दारूची काडतुसं–हा कार्ट्रीज शब्दाचा अपभ्रंश आहे– निर्माण झाली. ही काडतुसं १६३० मध्ये गुस्ताव्हस ऑडॉल्फसनं निर्माण केली. हा नवा दारूगोळा फारच सुटसुटीत होता. ह्यात दारूची भुकटी आणि शिशाची गोळी एकत्रितच असत. ह्यापूर्वी दरवेळी दारू मोजून घेऊन

<table>
<tr><th colspan="4" align="center">काही शस्त्रे आणि त्यांचे निर्माते</th></tr>
<tr><th>नाव</th><th>निर्माता</th><th>शस्त्राचा प्रकार</th><th>प्रथम निर्मितीची तारीख</th></tr>
<tr><td>ब्राउनिंग (यूएस)</td><td>जॉन मोझेस (१८५५-१९२६)</td><td>वायूच्या दाबावर चालणारे स्वयंचलित पिस्तुल तसेच मशिनगन (१९१७)</td><td>१९११</td></tr>
<tr><td>कोल्ट (यूएस)</td><td>सॅम्युएल कोल्ट (१८१४-६२)</td><td>रिव्हॉल्वर (सिक्स शूटर)</td><td>१८३५</td></tr>
<tr><td>डेरिंजर (यूएस)</td><td>हेन्री डेरिंजर (१७८६-१८६८)</td><td>डेरिंजर (पिस्तुल)</td><td>१८५२</td></tr>
<tr><td>गॅटलिंग (यूएस)</td><td>रिचर्ड जॉर्डन गॅटलिंग (१८१८-१९०३)</td><td>मिनिटास १२०० गोळ्या झाडणारी मशीनगन. हिला १० समांतर नळ्या होत्या. सैनिकी भाषेत हिला 'गॅट' म्हणत.</td><td>१८६१-६२</td></tr>
<tr><td>हॉचकिस (यूएस)</td><td>बेंजामिन बर्कली (१८२५-१८८५)</td><td>फिरत्या नळ्यांची मशिनगन</td><td>१८९३</td></tr>
<tr><td>कलाश्रिकोव्ह (रशियन)</td><td>मिखाईल तिमोलेव्हीश कलाश्रिकोव्ह (जन्म१९१९)</td><td>७.६२ मि.मी. (अर्धा इंच) हल्लाबोल रायफल</td><td>१९५१</td></tr>
<tr><td>लुईस (यूएस)</td><td>कर्नल आयझॅक नॉर्टन लुईस (१८५८-१९३१)</td><td>लाइट मशीनगन</td><td>१९१०चा सुमार</td></tr>
<tr><td>लूगर (जर्मन)</td><td>जॉर्ज लूगर (१८४९-१९२३)</td><td>आखूड नळीच्या पॅराबेलमचे पूर्वज</td><td>१८९७</td></tr>
<tr><td>मॉझर (जर्मन)</td><td>पीटर पॉल फॉन मॉझर</td><td>पाच गोळ्यांची मॅगेझीन बसवलेली रायफल</td><td>१८८९</td></tr>
<tr><td>मॅक्झिम (अमेरिका/ब्रिटन)</td><td>सर हिराम मॅक्झीम (१८४०-१९१६)</td><td>गोळ्यांचा पट्टा आपोआप पुढे सरकणारी मशीनगन</td><td>१८८४</td></tr>
<tr><td>मिल्स (इंग्लंड)</td><td>सर विल्यम मिल्स (१८५६-१९३२)</td><td>हातगोळा, ह्याला मिल्स बॉंब म्हणत.</td><td>१९१५</td></tr>
<tr><td>मिनी (फ्रान्स)</td><td>कर्नल क्लॉद-ओनिअेन मिनी (१८०४-७९)</td><td>पुढे शंकूसारखं टोक असलेली जगभर वापरली जाणारी बंदुकीची गोळी</td><td>१८४९</td></tr>
</table>

नाव	निर्माता	शस्त्राचा प्रकार	प्रथम निर्मितीची तारीख
मोलोटोव्ह सोव्हिएत (रशियन)	व्याचेस्लाव मिखायलोव्हिच मोलोटोव्ह (श्क्रियाबिन) (१८९०-१९८६)	खरं तर हे नाव फिन सैनिकांनी वापरलेल्या शस्त्राचं आहे. मोलोटोव्ह ह्या रशियन परराष्ट्रमंत्र्याच्या आज्ञेत रशियन रणगाडे फिनलंडमध्ये शिरले, तेव्हा पेट्रोलच्या बाटल्यांना चिंध्यांची बुचं बसवून ती पेटवून त्यांच्या साहाय्यानं रणगाडे उद्ध्वस्त करण्यात आले. मोलोटोव्ह कॉकटेल असंही ह्या घरगुती बॉंबना म्हणत.	१९३८
पर्डी (इंग्लंड) इंग्लिश	जेम्स पर्डी (१७८४-१८६३)	शिकारीच्या उच्च प्रतीच्या बंदुका.	१८३०
श्रॅपनेल (इंग्लंड) इंग्लिश	जनरल हेन्री श्रॅपनेल (१७६१-१८४२)	तोफगोळ्यात छोटे छोटे लोखंडी गोळे भरण्याची कल्पना लढवली. यामुळे गोळा फुटताच हे गोळे बाहेर पडून सैनिक जखमी होत. प्रथम सुरिनाममध्ये वापरले.	१८०४
स्मिथ (अमेरिकन)	होरेसस्मिथ (१८०८-९३)	स्मिथ अँड वेसन बंदुका. स्प्रिंगफील्ड मॅसाच्युसेटस् इथे निर्मिती.	१८५७
थॉम्सन (अमेरिकन) (युएस)	जन. जॉन टोलिफेरो थॉम्सन (१८६०-१९४०)	०.४५ सब-मशीनगन (टॉमी) अमेरिकन लष्कर आणि माफिया-कडून वापर.	१९२०
व्हिकरस (इंग्लंड)	थॉमस एडवर्ड व्हिकरस (१८३३-१९१५)	विमानातील मशीनगन	१९१७
वेसन (अमेरिकन) (युएस)	डॅनिएल बर्ड वेसन (१८२५-१९०६)	गोळ्या एका मागोमाग झाडणारी यंत्रणा (स्मिथ अँडवेसन)	१८५४
विंचेस्टर (अमेरिकन)	ऑलिव्हर फिशर विंचेस्टर (१८१०-१८८०)	रिपिटिंग रायफल	१८६२

काळजी-पूर्वक बंदुकीत भरावी लागत असे, ह्यात थोडी सुद्धा चूक होऊन चालत नसे. नव्या काडतुसामुळं हे कष्ट आणि त्यात खर्च होणारा वेळ ह्यांच्यात खूप बचत झाली.

इ. स. १७१८ मध्ये जेम्स पकल्नं एका फिरत्या घराच्या बंदुकीचा शोध लावला. ह्या सहा घरांच्या बंदुकीला 'मित्रालूज' असं म्हणत असत. 'फिरतं गोळीघर' ही (रिव्हॉल्विंग चेंबर्स) कल्पना १७१८ मध्ये मांडली गेली तरी अशी पहिली बंदूक १७२१ मध्ये बनविण्यात आली. ही गोळीघरं एका दांड्याच्या साहाय्यानं हातानं फिरवावी लागत. त्यामुळं त्यावेळी ह्या कल्पनेस फारसा प्रतिसाद मिळाला नव्हता. जेम्स पकल्ला ह्या शोधाचं पेटंट मिळालं एवढंच. मात्र पुढं पिस्तुलांचा वापर वाढल्यावर ह्या कल्पनेस नव्यानं चालना मिळाली. इ. स. १८१४ मध्ये जेम्स थॉम्सन ह्या इंग्रजानं कुलुपी चकमकीच्या पिस्तुलाला अशी फिरती नऊ गोळीघरं बसवली. त्याचे एकाधिकारही त्यांनं मिळवले. तिकडे अमेरिकेत १८३५ मध्ये सॅम्युंएल कॉल्टने 'सिक्सशूटर' म्हणून गाजलेलं रिव्हॉल्वर बाजारात आणलं.

इ. स. १८९५ मध्ये जी. व्ही. फॉसबरीनं रिव्हॉल्वरला स्वयंचलित बनवलं. तोपर्यंत त्याची गोळीघरं हातानं फिरवावी लागत असत. एक गोळी झाडली की जी प्रत्याघाताची (रिकॉईल) क्रिया घडते तिचा फायदा घेऊन रिव्हॉल्व्हरचं चाक फिरेल आणि पुढची गोळी नळीच्या रेषेत येईल, त्याचबरोबर चापही खेचला जाईल, अशी कल्पना लढवून त्यांनं हे रिव्हॉल्वर बनवलं.

पहिल्या महायुद्धात सैनिकांच्या हाती खटका खेचून गोळी मारण्याच्या बंदुका होत्या. त्या ९०० मीटरवरचं लक्ष्य टिपू शकत असत. मॅक्झीम गन (हिराम मॅक्झीमचा शोध) त्यावेळी मिनिटास ४०० गोळ्या झाडू शकत असे पण ती बरीच अवजड होती. हिराम स्टीव्हन्स मॅक्झीमच्या ह्या शोधाबरोबरच जॉर्ज ल्यूगर ह्या जर्मनानं बनवलेलं स्वयंचलित पिस्तुल पहिल्या महायुद्धातील सैनिक वापरत होते. पुढं पहिल्या महायुद्धानंतरच्या विविध शोधांमुळं आणि नव्या युद्धसाहित्यामुळं युद्ध अधिकाधिक गतिमान बनत गेलं. रणगाडे, विनाशिका आणि विमानं युद्धक्षम बनवली गेली. त्यांना त्यांच्या कामात मदत करणाऱ्या बंदुका, स्वयंचलित बंदुका आणि तोफा बसविण्यात येऊ लागल्या. ह्या काळात 'ॲसॉल्ट रायफल' जन्माला आली. ह्या मारगिरी बंदुकी-मध्ये रायफलची अचूकता आणि मशीनगनची मारगिरीक्षमता होती. हवा किंवा मुद्दाम भरलेल्या वायूच्या दाबाचा ह्या मारगिरी-बंदुकांमध्ये वापर केला जातो. सध्या रशियन कलाश्नि-कोव्ह एके-४७, अमेरिकन-ए आर-१५ आणि एम-१६ ए २ ह्या अशा बंदुका वापरल्या जातात. ह्यातली ए आर-१५ व्हिएतनाममध्ये वापरली गेली. एम-१६ ए २ ही १९८५ मध्ये अमेरिकन सैन्यात दाखल झाली तर एके-४७ ही दहशतवाद्यांचं शस्त्र म्हणून गाजते आहे. ह्या शिवाय इस्त्रायली गॅलील आणि उझी ह्या स्वयंचलित शस्त्रांना सध्या सर्वत्र मागणी असते. भारतानं एके-४७ प्रमाणं असलेली इशापूर रायफल भारतीय सैनिकांना पुरवली आहे.'

इ. स. १९९६ मध्ये अमेरिकन लष्करानं 'लँड वॉरियर' नावाची अत्याधुनिक बंदूक तयार केली. ह्या बंदुकीवर उपारूण लक्ष्य शोधक आणि तापग्राहक कॅमेरा असल्यामुळं अंधारात सुद्धा शत्रूचा अंदाज घेणं शक्य होतं.

लष्करी डावपेच

रामायण, महाभारतातील लष्करी डावपेच हे काव्यात असल्यामुळं, तसंच रामायण आणि महाभारत ह्यांचे काळ

कॅलास्निकोव्ह (एके-४७ रायफल) जगात सर्वत्र वापरली जाते.

संदिग्ध आणि मतभेदयुक्त असल्यानं त्यातील लष्करी डावपेच कितपत खरे मानायचे हे स्पष्ट होत नाही. त्यातल्या विविध अस्त्रांबद्दल ठोस पुरावे नाहीत किंवा उत्खननातही फारसं काही हाती लागत नाही म्हणून त्यातील पुराव्यांचा इथं विचार केलेला नाही.

ज्याचे ठोस, विश्वसनीय लेखी पुरावे उपलब्ध आहेत अशी लढाई इ. स. पू. १२७५ मध्ये झाली. ही कादेशची लढाई सिरियातील ओरोंटेस नदीच्या काठी इजिप्ती आणि हिट्टाईटांच्या सैन्यांमध्ये झाली. दुसऱ्या रॉमसेसेनं (इ. स.पू. १२९५-१२१३) सिरियावर आक्रमण केलं होतं. त्याच्याजवळ २० हजार सैन्य होतं. त्याच्या पायदळाचे धनुर्धारी आणि भालेकरी असे दोन भाग होते. ह्या शिवाय ह्या दोन्ही प्रकारच्या सैन्यांच्या मदतीला 'रथी' होते. त्याच्या सैन्याच्या एकूण चार तुकड्या होत्या. हिट्टाईटांकडं २५०० रथ होते. प्रत्येक रथावर तीन सैनिक असत. ह्या सैनिकांकडं भाला असे. ही लढाई रॉमसेसेच्या सैन्यांनं जिंकली. त्या स्मरणार्थ ह्या लढाईची दृश्ये रॉम-सेसेनं दगडी शिल्पात बद्ध केली. इ. स. पू. १२०० मध्ये लोहयुग सुरू झालं. ह्या आधी-च्या काशाच्या मऊ हत्यारांपेक्षा लोखंडी हत्यारं जास्त कठीण आणि त्यामुळं घातक होती. लोहयुगीन ह-त्यारं सर्वांत आधी हिट्टाईटांनी वापरली असावीत, असं उप-लब्ध पुराव्यांवरून

इ.स. पूर्व १००० मध्ये अॅसिरिअन सेना वेढा फोडताना.

मानावं लागतं. पर-शूंच्या जागी त्यांनी लांब पात्याच्या तल-वारीही वापरायला सुरूवात केली. इ.स.पू. १००० च्या सुमारास मध्यपूर्वेत अॅसिरिअन साम्राज्य पसरलं होतं. ह्या साम्राज्याची राजधानी निनेवेह इथं होती. हे निनेवेह (आजच्या इराकमध्ये) तैग्रीस नदीच्या पूर्वेस होतं. अॅसिरिअन लष्करानं सर्वप्रथम युद्धात घोड्यांचा वापर केला. घोडे आणि लोखंडाच्या तलवारी ह्यांच्या साहाय्यानं त्यांचं साम्राज्य खूप दूरवर पसरवण्यात त्यांना यश आलं होतं.

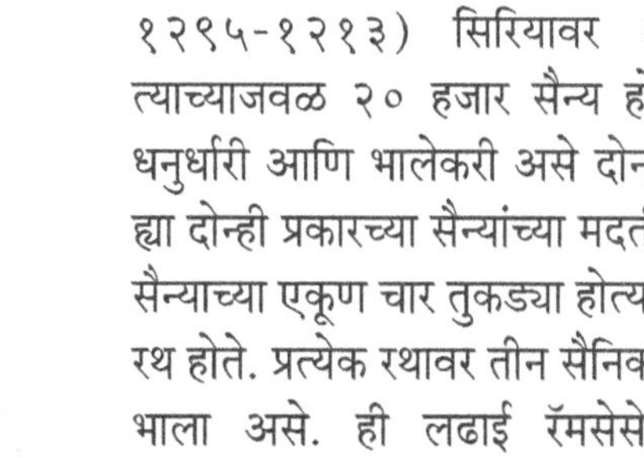

युद्धक्षम जहाजांची निर्मिती फिनिशियात झाली तशी ती इजिप्त-मध्येही झाली पण इ. स. पू. १००० पर्यंत ही जहाजं मानवी शक्तीवर म्हणजे वल्ह्यांवरच चालत असत. त्या काळात एकमेकां-वर बाणांचा वर्षाव करणे, जहाजाला भिडवून दुसऱ्या जहाजात उतरून तलवारीनं लढणे, असंच हे युद्ध असे. त्या काळची ही लढाई इ. स. पू. ५०० मध्ये थोडी वेगळ्या पद्धतीनं लढली जाऊ लागली. अथेन्सच्या आरमारातील जहाजांना ह्या काळात पुढच्या बाजूस लोखंडी टोकदार खांब आडवे बसविण्यात येऊ लागले. हे शत्रूच्या जहाजावर आपटून शत्रूचे जहाज निकामी करणं, हे तंत्र त्या काळात क्रांतिकारक ठरलं.

चीनमध्ये लोहयुग इतर जगाच्या मानानं थोडं उशिराच सुरू झालं. इ. स. पू. ६०० पर्यंत चिनी लष्कर बराच काळ काशाची हत्यारंच वापरीत होतं. 'युद्धकला' ह्या विषयावरचा आद्यग्रंथ सनझूनं इ. स. पू. ५०० मध्ये लिहिला. ह्या ग्रंथात लष्कराला रसदपुरवठा कसा करावा, आणि लष्करानं आवश्यक शिधा ते ज्या भागात असेल तिथल्या परिसरातून कसा मिळवावा ह्याचीही माहिती आहे. इ. स. पू. ५०० ते ३०० दरम्यान ग्रीक नगर राज्यात वयात आलेल्या प्रत्येक पुरूषाला सक्तीनं लष्करात भरती व्हावं लागत असे. स्पार्टात तर मुलगा ७ वर्षांचा झाला की त्याच्या लष्करी प्रशिक्षणाला सुरूवात होत असे.

युद्धक्षेत्राची निवड युद्धाच्या निकालावर परिणाम करू शकते, हे पूर्वापारचं सत्य इ. स. पू. पाचव्या शतकातील दोन लढायांनी सिद्ध केलं आहे. पर्शियन युद्धात इ. स. पू. ४९० मध्ये मॅरेथॉन इथं केवळ १० हजार ग्रीक सैनिकांनी खूप मोठ्या पर्शियन सैन्यास धूळ चारली. ह्याचं कारण पर्शियन सैन्य सागरकिनारी होतं. डंकर्कचीच परिस्थिती होती. मात्र इतं ग्रीकांनी झपाट्यांनं पर्शियन सैन्यावर तुफानी हल्ले चढविले. त्यामुळं पर्शियन सैन्यास जहाज गाठून पळ काढण्यास वेळ मिळाला नव्हता. ह्यानंतर दहा वर्षांनी

झेर्झेसच्या नेतृत्वाखाली २००००० सैनिकांसह पर्शियानं पुन्हा आक्रमण केलं. ह्यावेळी ग्रीक नगरराज्यांनी एकत्रित फळी उभारली. तरीही त्यांचं सैन्यबळ पर्शियनांच्या मानानं कमीच होतं. मात्र त्यांचे डावपेच ह्या युद्धातही यशस्वी होतील असं वाटत असतानाच ग्रीकांचा पराभव झाला.

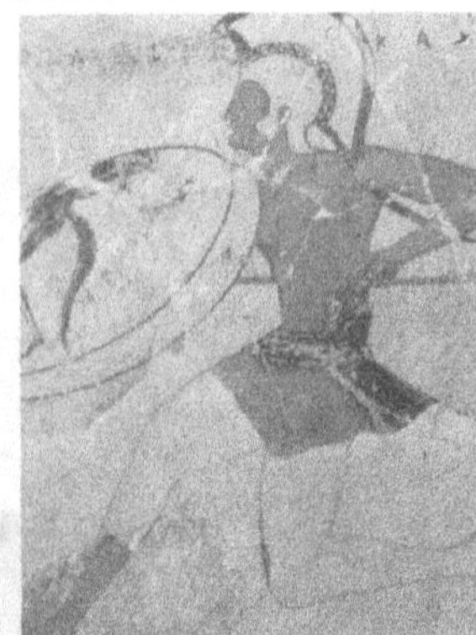

ग्रीक लोक युद्धात
ढालीचा वापर करत होते.

अथेन्सच्या उत्तरेस १२९ कि. मी. वर थर्मोपायली इथं ग्रीकांनी पर्शियाच्या सैन्या- ला खरोखरच खिंडीत गाठलं होतं. तीन दिवस ग्रीक सैन्यानं पर्शियन सैन्याला थोपवून धरलं. ग्रीकांकडं केवळ ७ हजार सैनिक होते. दरम्यानच्या काळात पर्शियाच्या सैन्याला ह्या थर्मोपायलीच्या खिंडीला पर्यायी मार्ग मिळाला. ह्यामुळं पर्शियन सैन्याच्या काही तुकड्या ग्रीकांच्या पिछाडीस पोहोचू शकल्या आणि मग ग्रीकांचा पराभव झाला.

ह्या काळात शत्रूच्या मुलखात लुटालूट करणं, हा सैन्याचा अन्न मिळविण्याचा प्रमुख मार्ग असे. पुढं सैन्याबरोबर गाढवं, खेचरं आणि उंटांचे काफिले अन्नधान्य घेऊन हिंडू लागले. प्राणी प्रदेशानुसार बदलत. अशा तऱ्हेच्या काफिल्यांतून त्या काळात पाणी वाहून नेता येत नसे त्यामुळं विहिरीत विष किंवा मेलेला प्राणी टाकून शत्रूला पाणीपुरवठा मिळू न देणे हा एक शत्रूस नामोहरम करण्याचा पुरातन मार्ग होऊन बसला. फिलिप ह्या मॅसिडोनियन सम्राटानं आणि त्याचा मुलगा अलेक्झांडर (सिकंदर) ह्यांनं ह्या काफिल्यांमुळं सैन्याच्या हालचालींवर मर्यादा पडतात हे ओळखलं. सर्व सैनिकांनी आपापली शस्त्रं ज्याच्या त्याच्या जवळ बाळगावीत आणि दर पन्नास सैनिकांमागं एकच ओझेवाहू खेचर असावं, असा नियम त्यांनी प्रसृत केला. प्रत्येक सैनिकानं स्वतःचा शिधा व पाणी स्वतःच वाहून न्यावं असंही सिकंदरनं सक्तीचं केलं होतं. ह्यामुळं

सिकंदरच्या सैन्याच्या हालचालींचा वेग वाढला आणि तो सिंधूपर्यंत जग जिंकू शकला. सिकंदरच्या सैन्यात सैनिकांना दाढी वाढविण्यासही बंदी होती; कारण लढतांना शत्रू सैनिक तुमची दाढी खेचून डोकं उडवू शकतो, असं त्यांचं म्हणणं होतं.

रोमच्या सैन्यात ज्या अनेक सुधारणा झाल्या त्यामुळं युद्ध-विज्ञानात क्रांती घडून आली, असं म्हटलं जातं. सुरूवातीच्या काळात रोमन सैन्याची रचना ग्रीक धर्तीची होती. इ. स. पू. ३२६ ते ३०४ दरम्यान झालेल्या सॅम्नाईट महायुद्धात ह्या सैन्याच्या रचनेत बदल घडवला गेला. मध्य इटलीमध्ये घडलेल्या ह्या दीर्घ-कालीन युद्धात प्रत्येक लीजनची संख्या (म्हणजे आताची डिव्ही-जन) ६००० च्या आसपास करण्यात आली. ह्यातले ४२०० सैनिक पदाती असत. प्रत्येक लीजनमध्ये १२० माणसांची एक अशा मॅनिपल्स (तुकड्या) असत. प्रत्यक्ष युद्धात ह्या मॅनिपल्च्या सैनिकांच्या तीन रांगा बनवल्या जात. हॅस्टाटी, प्रिन्सीपे आणि ट्रायआर्टी अशा ह्या तीन रांगात सैनिक उभे राहात असत. त्यांच्यामध्ये मोकळी जागा असे. अशा मॅनिपल्सची रचना करून संपूर्ण सैन्य एका चौकोनी आकारात उभं राहून मग शत्रूवर चाल करित असे. सैन्याच्या छोट्या तुकड्या, तुकड्यांच्या रांगा अशी एकेकं पाडणं आणि त्यावर त्यांचे नेते नेमणं ही पद्धत आजही बहुतेक सैन्यात या ना त्या प्रकारात पाहावयास मिळते. ज्यावेळी शत्रूचं सैन्य जास्त आक्रमक बनतं तेव्हा पुढच्या रांगा मागच्या रांगांच्या मधल्या मोकळ्या जागेमध्ये माघार घेत असत. ह्या उलट शत्रू फारसा बलवान नसे तेव्हा मागच्या रांगा ह्या मोकळ्या जागेतून पुढं सरकत, ह्यामुळं सर्व सैनिकांना सारखी विश्रांती मिळे, सतत ताज्या दमाचे सैनिक शत्रूशी लढत असत. त्या काळात हे सैन्य अजिंक्य समजलं जात असे.

युद्धात घोड्यांचा प्रवेश

जरी माणूस घोडे पाळत असला आणि घोड्यावर बसत असला तरी इ. स. पू. २०० पर्यंत घोडे प्रत्यक्ष युद्धात भाग घेत नव्हते. ह्याचं कारण घोड्यांना रिकीब बसवायची कला तोपर्यंत अस्तित्वात नव्हती. घोड्यावर

बसणे आणि उतरणे हा समारंभपूर्वक करायचा एक विधी होता. युरोपमध्ये घोड्यांचा उपयोग मुख्यत: नांगराला जुंपण्यासाठी केला जात होता. खोगीर, जीन आणि रिकीब ह्यांचं सुसूत्रिकरण झाल्यानंतरच लगामाच्या साहाय्यांं घोड्यांचं नियंत्रण करित शस्त्र चालवणं शक्य होऊ लागलं. पूर्वेकडून ह्या गोष्टी हळूहळू युरोपात पोहोचल्या आणि इसवीसनाच्या सहाव्या शतकापर्यंत त्या सर्वत्र वापरता आल्या. सेल्ट जमातींनी चौथ्या शतकात घोड्याला नाल मारायची कला निर्माण केली. ह्यानंतर मात्र युरोपीय रानवट जमातींनी रोमच्या सैन्याला धूळ चारायला सुरूवात केली आणि रोमच्या साम्राज्याचा ऱ्हास सुरू झाला.

त्या काळात युरोपमध्ये सरंजामशाही होती. प्रत्येक जहागीरदारांचं स्वत:चं सैन्य असे. राजाच्या गरजेनुसार हे जहागीरदार त्याला सैन्य उसनं देत. घोड्यावर बसलेला चिलखतधारी सैनिक हा सैन्याचा कणा होता. गाजलेला सम्राट चार्लमान हा तीस ते पस्तीस हजार सैन्य गरजेनुसार गोळा करू शकत होता. इ. स. एक हजारनंतर क्रुसेडना - जिहादना सुरूवात झाली. ख्रिश्चनांच्या दृष्टीनं पवित्र असं जेरूसलेम ताब्यात ठेवण्यासाठी हा लढा ख्रिश्चन लढत होते तर मुसलमानांच्या दृष्टीनं जेरूसलेमची पवित्र भूमी ख्रिश्चनांच्या ताब्यात राहणं हे पाप होतं. इ. स. १०९५ ते १२७० अशी पावणे दोनशे वर्षे ख्रिश्चन विरूद्ध मुसलमान असा हा लढा लढला गेला. ख्रिश्चन सरदारांची अवजड युद्धसामुग्री विरूद्ध चपळ अरब घोडदळ असंही ह्या लढ्याचं वर्णन केलं जातं. घोड्यावर अवजड चिलखत घालून बसलेल्या सरदारांना धनुष्य, बाण आणि तलवारींनी घोड्यावर बसून चपल्यानं हालचाली करणारे वाळवंटी मुसलमान सतावून पराभूत करित. इंग्लंडचा राजा पहिला रिचर्ड (११५७-९९) ह्यानं युरोपाय रणनीतीतील दोष हेरले. त्यानं सैन्याला अवजड चिलखताचा त्याग करायला लावला. त्यांना पायी लढायचं शिक्षण दिलं. चांगल्या नेमबाज धनुर्धरींच्या तुकड्या निर्माण करून त्या आघाडीस ठेवल्या. मगच युरोपीय ख्रिश्चन ह्या लढायात विजयी ठरू लागले.

फ्रान्स आणि इंग्लंडमधील १०० वर्षांच्या युद्धात ताण

धनुष्याला फार महत्त्व आलं. ह्याच युद्धात प्रथमच दारू गोळा वापरणाऱ्या तोफाही कॅलेच्या वेढ्यात (१३४६-४७) वापरल्या गेल्या. तोफखान्याच्या वापरामुळं युद्धाचा चेहरा मोहराच बदलून गेला. फ्रान्सच्या आठव्या चार्लस्नं (१४७०-९८) मैदानी तोफांच्या निर्मितीत प्रगती केली. घोड्यांनी ओढायच्या तोफांमुळं आता युद्ध गतिमान बनायला सुरूवात झाली. पंधराव्या शतकाच्या मध्यास बंदुका आणि तोफांचा सर्रास वापर युद्ध- भूमीवर होऊ लागला. इझाबेल आणि फर्डिनांडच्या स्पॅनिश लष्करात आर्कबिझियर्स आणि मस्केटीअर्सच्या तुकड्या असत.

ही दारूगोळा वापरणारी आद्य शस्त्रे वेळखाऊ होतीच पण त्यांच्या अचूकतेची शाश्वती नसे; पण शत्रूच्या गर्दीवर एकाच वेळी अनेक बंदुका डागून झाडल्या तर आक्रमणाची धार कमी होत असे. स्वीडनच्या गुस्ताव्स ॲडॉल्फसनं (१५९४-१६३२) त्याच्या सैनिकांना कागदाची काडतुसं देऊन ह्या अग्निज मारगिरीचा वेग आणि शिस्त वाढवली; कारण ह्या सुधारणेमुळं एकाच वेळी अनेक बंदुकींचे बार काढता येणं शक्य झालं. पहिल्या रांगेतले पाच पन्नास बारगीर त्यांच्या मस्केटचे बार टाकून झाले की मागं हटत आणि मस्केटमधे काडतूस भरू लागत. ह्यावेळी त्यांची जागा दुसऱ्या रांगेतले बारगीर पुढं सरकून घेत असत. ह्याच काळात छोट्या ४ पौंडी (१.८ किलो सुमारे) गोळे फेकणाऱ्या तोफाही युद्धक्षेत्रात वापरल्या जाऊ लागल्या होत्या.

नौदलाची युद्धनीति बदलायला मात्र बराच काळ

लागला. १६व्या शतकातल्या आणि पहिल्या शतकातल्या नाविक युद्धाच्या डावपेचांमध्ये फारसा फरक नव्हता. जहाजाला जहाज भिडवणे, त्यावर उड्या मारून ते पक्कं बांधणे आणि मग तलवारीनं युद्ध करणे, किंवा शत्रूच्या जहाजाला धडक मारणे; ह्या युद्ध तंत्रात तोफा आल्यावर थोडा बदल झाला. आहेत त्या जहाजांवरच थोडी जागा करून तिथं तोफा बांधून ठेवण्यात येऊ लागल्या. पुढं इंग्लंडमध्ये पहिल्या एलिझाबेथच्या काळात (१५५८-१६०३) तोफा जहाजांच्या बाजूनं बाहेर डोकावतील अशा तऱ्हेची वैशिष्ट्यपूर्ण रचना असलेली जहाजं बांधली जाऊ लागली. शत्रूचं जहाज दृष्टिपथात येताच त्या जहाजाच्या लांबीस समांतर अशा तऱ्हेनं वळवून ह्या जहाजांवरच्या तोफा झाडाव्या लागत असत.

सतराव्या शतकात ज्यांना तरता तोफखाना म्हणता येईल अशी 'शिप ऑफ द लाईन' नावाची जहाजं बांधली जाऊ लागली. ह्यांना दोन तीन मजले असत. प्रत्येक मजल्यावर दोन्ही बाजूस डोकावणाऱ्या तोफा असत. ह्या छोट्या मोठ्या तोफांची संख्या ८० च्या आसपास असे. त्यामुळं ह्या अवजड बनत. त्यांना त्यांचं चापल्य आणि गतिमानता गमावून त्याऐवजी जबरदस्त एकवटलेल्या मार-गिरीवर विजयासाठी विसंबून राहावं लागत असे. १७ व्या शतकाच्या मध्यास ब्रिटिशांनी 'लाईन अहेड' नावाचं तंत्र अवलंबायला सुरूवात केली. अनेक जहाजं एका सरळ रांगेत समांतर येत असत. मग त्यातलं एक एक जहाज थोडं थोडं पुढे सरकत असे. दोन जहाजांत २७०-२८० मीटर (९०० ते १००० फूट) अंतर असे. क्रिकेटमध्ये यष्टिरक्षक आणि स्लिपमधले क्षेत्ररक्षक उभे राहतात तशी ही रचना असे. शत्रूच्या जहाजांच्याकडे ह्या जहाजांकडून वारं वाहील अशा वाऱ्याची दिशा ह्या जहाजांच्या दृष्टीनं महत्त्वाची

फ्रेडरिक द ग्रेट या प्रशियन सेनानीने सैनिकांच्या आरोग्यावर भर दिला.

ठरत असे.

१८ व्या शतकामध्ये लष्कराचा प्रमुख भर मस्केट (ठासणीच्या बंदुका) आणि बायोनेटवर असे. ज्याच्याकडं बंदुका जास्त तो लढाईत विजयी होण्याची शक्यता असे. प्रशियाच्या फ्रेडरिक द ग्रेटनं १ लक्ष ८६ हजार सैनिकांसह ऑस्ट्रिया, फ्रान्स आणि रशियाच्या एकत्रित बलाशी झुंज दिली. हे युद्ध १७५६-६३ अशी सात वर्षे चाललं. ते युरोपच्या इतिहासात 'सेव्हन इयर्स वॉर' म्हणून प्रसिद्ध आहे. फ्रेडरिकच्या बरकंदाजांना लोखंडी ठासण्या देण्यात आल्या होत्या तर शत्रूच्या सैन्यात दारू ठासण्यासाठी लाकडी दांडू वापरले जात होते. फ्रेडरिकच्या सैन्यातल्या मस्केटना ठिणगी लावायच्या जागी नरसाळ्याचा आकार होता. त्यामुळं दारू लौकर पेट घेत असे. ह्यामुळं फ्रेडरिकच्या सैन्याच्या मारगिरीचा वेग शत्रूच्या दुप्पट बनला होता. शत्रूच्या दोन गोळ्यांना फ्रेडरिकचे सैनिक ३ ते ४ गोळ्यांनी प्रत्युत्तर देत असत. ह्याच वेळी फ्रेडरिकचं सैन्य भराभरा चालायचं ('क्विक् स्टेप') म्हणजे मिनिटास १२० पावलं टाकायचं तंत्र वापरू लागलं.

नेपोलिअनच्या युद्धामध्ये (१७९२-१८१५) दोन्ही बाजूंनी वेगवेगळी तंत्रे अवलंबिली होती. नेपोलियनच्या अधिकाऱ्यांना दूरवर पसरलेली सैन्याची एकच एक गोळीबार करणारी रांग मान्य नव्हती. ह्या प्रकारची रांग शत्रूवर एकदम बऱ्याच गोळ्यांचा वर्षाव करू शकत असे. मात्र ह्या रांगेचे शिस्तबद्ध हालचाल घडवून आणणं आणि ह्या रांगेवर नियंत्रण ठेवणं ही एक अवघड कसरत असे. कर्नल जाक्स द जुबे ह्यानं सैनिकांचे स्तंभ करून त्यांना शत्रूला सामोरं जायला लावायचं आणि योग्य अंतर गाठताच त्यांची आडवी ओळ तयार करायची असं एक नवं तंत्र तयार केलं.

वेलिंग्टनने बारीक आडवी ओळ सोडली नाही मात्र भूप्रदेशाचा जास्तीत जास्त फायदा कसा घ्यायचा, हे तंत्र त्यानं अवगत केलं. एखाद्या टेकडीच्या आड दडून शिखरावरून शत्रूवर मारा करण्याचं त्याचं तंत्र अजूनही वापरलं जातं. वाटर्लूच्या लढाईनंतर (१८१५) सुमारे ४० वर्षे युरोपात तशी शांतताच होती. बहुतेक सर्व लष्करातील

बाजारबुणग्यांना फाटा देण्यात आला होता. लष्करात पेशा म्हणून सैनिकी स्वीकारलेल्या लढाऊ योद्ध्यांच्या निवडक तुकड्या शिल्लक राहिल्या होत्या. प्रुशियात लष्करानं एक वेगळाच पवित्रा घेतला होता. प्रुशियन लष्करात प्रशिक्षण आणि युद्ध योजनेची आखणी करणारा 'जनरल स्टाफ' टिकून होता. इ. स. १८५७ ते ८८ पर्यंत हेल्मुथ फॉन मोल्टके हा चीफ ऑफ द जनरल स्टाफ म्हणून कार्यरत होता. ह्या काळातच प्रशिया एक लढाऊ लष्करी देश हे बिरूद मिरवू लागला होता. प्रत्येक वयात आलेल्या तरुणास ३ वर्षे लष्करी शिक्षण घ्यावं लागत होतं. समोरासमोर लढण्याचे दिवस संपले हे लक्षात घेऊन मोल्टकेनं वेढ्याचं तंत्र अधिक प्रगत करण्याकडं लक्ष केंद्रित केलं. ह्याला तो केसेलक्लाख्ट असं म्हणत असे. इ. स. १८७०-७१ च्या फ्रँको प्रशियन युद्धात प्रशियानं ह्या तंत्राचा वापर करून फ्रेंच सैन्याला हूल देत झपाट्यानं हालचाली करून पॅरिसला वेढा घातला. विसाव्या शतकाच्या सुरूवातीस फ्रान्स, इटली आणि रशियानंही 'युद्ध सज्ज देश' अशी भूमिका घेतली. इ. स. १९१४ साली महायुद्ध सुरू झालं तेव्हा ह्यामुळंच जर्मनी १८ लक्ष तर फ्रान्स १६ लक्ष सैनिकांना रणांगणावर धाडू शकले.

ह्या एवढ्या सैन्याला रसद पुरवठा, सर्व सैन्याशी संपर्क आणि सैन्याची हालचाल करण्यासाठी दळणवळण ह्यात मात्र ह्या काळात खूप त्रुटी होत्या. रेल्वेतून एखाद्या ठिकाणी अन्नधान्य, शस्त्रास्त्रं आणि दारूगोळा पोहोचल्यानंतर मग तो घोड्यांच्या साहाय्यानं ओढल्या जाणाऱ्या गाड्यांवरून जागोजाग पोहोचविला जात होता. शत्रूच्या गुप्तचरांचं आणि कमांडोंचं महत्त्वाचं काम म्हणजे संदेशवहन यंत्रणेच्या तारा तोडणे, हेच असे. पहिल्या महायुद्धात खऱ्या अर्थानं कमांडो नव्हते पण रात्रीच्या अंधाराचा फायदा घेऊन दोन्ही पक्षांचे सैनिक तारा तोडणे, पाण्याच्या साठ्यास भोक पाडणे किंवा तो खराब करणे, जमलंच तर शत्रू सैनिक पळवून आणून त्याच्याकडून माहिती मिळवणे, अशी कामं चोरून करीत असत.

पहिल्या महायुद्धानंतर व्हर्सायच्या तहामुळं जर्मनीच्या शस्त्रास्त्र निर्मितीवर अनेक बंधनं घालण्यात आली होती;

पण नाझी पक्षाच्या उदयानंतर जर्मनीनं ही सर्व बंधनं हळूहळू झुगारून देत लष्करी सामर्थ्य वाढवायला सुरूवात केली. दुसऱ्या महा-युद्धाच्या पूर्वींच इतर देशांना गाफील ठेवून जर्मन लष्कर हे अत्यंत सुसज्ज आणि युयुत्सु वृत्तीचं लष्कर बनलेलं होतं. त्याच काळात पूर्वेकडे जपानी लष्कराचंही आधुनिकीकरण सुरू झालेलं होतं. पूर्वेकडे दुसऱ्या महायुद्धाची सुरूवात जपाननं मांचुरियात १९३१ साली सैन्य घुसवलं तेव्हाच झाली होती, असं बरेच इतिहासकार मानतात.

दुसऱ्या महायुद्धात सैन्यांच्या हालचाली फारच जलद बनल्या. पहिल्या महायुद्धाची सुरूवात आणि दुसऱ्या महायुद्धाची सुरूवात ह्या दरम्यानच्या पंचवीस वर्षांमध्ये युद्धातील गतिमानता इतकी वाढली होती की पहिल्या महायुद्धातला अनुभव आणि त्यावरून शत्रूच्या हालचालींविषयी बांधलेल्या सर्व अटकळी दुसऱ्या महायुद्धात फोल ठरल्या होत्या. पहिल्या महायुद्धात अखेरचा काही काळ सोडला तर विमानं ही केवळ निरीक्षणाचं काम करीत असत. दुसऱ्या महायुद्धात बॉंबफेकी विमानांनी शत्रूचे कारखाने उद्ध्वस्त करून युद्ध प्रयत्नांना खीळ घातलीच पण शत्रूच्या सैनिकी तळांवरही हल्ले चढवले; शहरं उद्ध्वस्त केली. लढाऊ विमानांनी आगेकूच करणाऱ्या किंवा माघार घेणाऱ्या सैन्यावर हल्ले चढवून शत्रूला नामोहरम करण्यात भूदलास मदत केली. लढाऊ जहाजं बॉंबफेक करून बुडवली. पाणबुड्यांवर नजर ठेवायचं कामही केलं, प्रसंगी त्या बुडवल्या. जर्मन रणगाडा दलाला संरक्षण देण्याचं महत्त्वाचं कार्य जर्मन विमान दलानं केलं होतं.

हिटलरच्या (१८८९-१९४५) जर्मनीचा पराभव झाला ह्याचं एक महत्त्वाचं कारण म्हणजे तो एकाच वेळी अनेक आघाड्यांवर लढला आणि त्याचं सैन्य खूप दूरवर पसरलं होतं. एकाच वेळी आफ्रिकेत आणि रशियन आघाडीवर हिटलर लढत असतानाच जपान्यांच्या साहसामुळं अमेरिका युद्धात उतरली. रशियन हिवाळ्यात जर्मन सैन्य अडकून पडलं. त्यामुळं रसद पुरवठा हा प्रश्न अधिक तीव्र बनला होता. त्यांच्या तोफा ओढायला घोडे

नेपोलियनच्या सैन्याची अति थंडीमुळे रशियातून माघार.

अपुरे पडले. हिवाळ्यात इंधन गोठून रणगाडे थिजले. शत्रूने जेवढे सैनिक मारले तेवढेच हिमचाव्यांनी जखमी होऊन अकार्यक्षम बनले आणि तितकेच थंडीला बळी पडले.

१९४५ मध्ये अण्वस्त्रांचं युग सुरू झालं. ह्यामुळे पुन्हा युद्धक्षेत्र आणि युद्ध तंत्र ह्यांच्यात बदल घडून आला. सैन्यांनी आमनेसामने वर्षानुवर्षे लढायचे दिवस संपत आले. ह्या अस्त्रांमुळं युद्धशास्त्रात 'फर्स्ट स्ट्राईक कॅपेबिलीटी' (प्रथम आक्रमणाची शक्ती) डिटेरन्स (रोधकता) मॅड (म्युच्युअल ॲशुअर्ड डिस्ट्रक्शन) म्हणजे दोहोंचाही खात्रीशीर सर्वनाश असे शब्द वापरले जाऊ लागले. एकाच अत्यंत गतिमान हल्ल्यात शत्रूच्या सर्व लष्करी सामर्थ्याचा नाश करणे, आपल्या आण्विक सामर्थ्याचा धाक दाखवून शत्रूला थोपविणे अशा गोष्टी १९४५ पूर्वी कुणाच्या कल्पनेतही आलेल्या नव्हत्या.

१९४९ मध्ये रशियानं अणुस्फोट केल्यानंतर अमेरिकेची आण्विक टांगती तलवार बोथट ठरली. ह्या सुमारे २० किलोटन प्लुटोनियम बॉंबच्या स्फोटानं अण्व- स्त्रांची शर्यत सुरू झाली. ह्यासाठी प्रचंड पैसा खर्च करण्यात येऊ लागला. तेव्हा निःशस्त्री-करणाची बोलणी सुरू झाली. हे निःशस्त्रीकरण तेव्हा अर्था-तच अण्वस्त्रांपुरतं मर्यादित होतं. अणुचाचण्या आणि अण्वस्त्र-क्षमतेची

मर्यादा हे ह्या निःशस्त्रीकरण परिषदांमधील महत्त्वाचे मुद्दे होते. रोनाल्ड रीगन हे अमेरिकेचे राष्ट्राध्यक्ष बन- ल्यानंतर ह्या निःशस्त्री- करणातली हवाच काढली गेली कारण त्यांनी अव- काशात अण्वस्त्रयुक्त क्षेप- णास्त्रे ठेवून संरक्षणाची योजना निर्माण करायला गती दिली. रशियावर कृत्रिम उपग्रहांद्वारे लक्ष

अलीकडच्या युद्धात हवाई चित्रांचा वापर केला जातो.

ठेवून रशियन अण्व-स्त्रवाहक क्षेपणास्त्रं त्यांच्या क्षेप- कांवरून उड्डाण कर-ताच ती नष्ट करायची ही योजना होती. ती 'स्टार वॉर्स' ह्या नावाने गाजली.

रशियाचे राष्ट्राध्यक्ष मिखाईल गोर्बाचेव्ह १९८५-९१ दरम्यान सत्तेवर होते. त्यांनी मध्यम शक्तीच्या अण्वस्त्रांचा नाश करण्याच्या आंतरराष्ट्रीय करारावर १९८७ मध्ये सह्या केल्या. १९९१ मध्ये सोव्हिएत रशियाचा लष्करी आणि राजकीय प्रभाव संपुष्टात आला. युरोपातील साम्यवादी देश लोकशाही देश बनले, काहींचे तुकडे झाले तर जर्मनीचं एकीकरण झालं. रशियन संघराज्यातले देश स्वतंत्र बनले. आताची बरीच युद्धे अण्व-स्त्ररहित देशात होतात.

दुसऱ्या महायुद्धानंतर १९४८, १९६५ आणि १९७१ मध्ये भारत-पाकिस्तान दरम्यान युद्धे झाली. १९६२ मध्ये भारत-चीन युद्ध झालं. १९४८, १९६७ आणि १९७३ मध्ये अरब-इझ्रेली युद्धे झाली. १९८०चं दशक इराक-इराण युद्धामुळं गाजलं. १९५२-५३ मध्ये कोरियन युद्ध, १९६२ ते ७३ व्हिएतनाम युद्ध अशीही युद्धे झाली. ह्याशिवाय आफ्रिकेत अनेक लढे, क्रांत्या आणि युद्धे होत होती पण ह्यात अण्वस्त्रांचा धोका नव्हता. १९९१ मध्ये कुवेत-इराक-आंतरराष्ट्रीय सैन्य असं एक युद्ध झालं. आता मात्र इस्रायल, भारत, पाकिस्तान आणि इराक हे अण्वस्त्र सज्ज देश आहेत. चीन हा सामर्थ्यशाली अण्वस्त्र सज्ज देश आहे. उत्तर कोरियाकडं अण्वस्त्रं आहेत. कारगिल

<table>
<tr><th colspan="5" align="center">माणसानं माणसं मारण्याची प्रगती</th></tr>
<tr><th>काळ</th><th>एकावेळी माणसं मारण्याच्या क्षमतेची संख्या</th><th>माणूस मारण्यासाठी आवश्यक असलेले अंतर</th><th>शस्त्रे</th><th>घटनास्थळ</th></tr>
<tr><td>सुमारे २७ लक्ष वर्षांपूर्वी</td><td>१</td><td>हातघाईची मारामारी</td><td>हात</td><td>पूर्व आफ्रिकेतील ग्रेटरिफ्ट व्हॅली</td></tr>
<tr><td>सुमारे ५ लक्ष वर्षांपूर्वी</td><td>१</td><td>भाल्याची लांबी</td><td>लाकडी दांड्याचे पाषाण हत्यार</td><td>आफ्रिका आणि युरोप</td></tr>
<tr><td>सुमारे ६० हजार वर्षांपूर्वी</td><td>२ किंवा अधिक</td><td>१२० फूट (४० मीटर)</td><td>लाकडी टोकदार भाले</td><td>वायव्य युरोप</td></tr>
<tr><td>सुमारे ४५ हजार वर्षांपूर्वी</td><td>२ किंवा अधिक</td><td>३३० फूट (१०० मीटर)</td><td>धनुष्य बाण</td><td>वायव्य आफ्रिका</td></tr>
<tr><td>सुमारे २५ हजार वर्षांपूर्वी</td><td>एकावेळी एक</td><td>१८० फूट (६० मीटर)</td><td>गोफण</td><td>स्पेन</td></tr>
<tr><td>सुमारे २१ हजार वर्षांपूर्वी</td><td>एकावेळी एक</td><td>३३० फूट (१०० मीटर)</td><td>बूमरँग</td><td>दक्षिण पोलंड (ओब्लाझौ)</td></tr>
<tr><td>२० हजार वर्षांपूर्वी</td><td>एकावेळी एक</td><td>हातघाईची मारामारी</td><td>पाषाण परशू</td><td>उत्तर ऑस्ट्रेलिया</td></tr>
<tr><td>सुमारे १५ हजार वर्षांपूर्वी इ.स.पू.</td><td>दोन किंवा अधिक</td><td>हातघाईची मारामारी</td><td>झाकलेले खड्डे</td><td>स्पेन फ्रँको-आयबेरिया</td></tr>
<tr><td>सुमारे ३५०० वर्षांपूर्वी इ.स.पू.</td><td>एकावेळी दोन</td><td>१०० फूट (३० मीटर)</td><td>दोराचे फास आणि टोकाला वजन बांधलेले दोर</td><td>पृथ्वीवर सर्वत्र</td></tr>
<tr><td>सुमारे तीन हजार वर्षांपूर्वी इ.स.पू.</td><td>एकावेळी एक</td><td>समोरासमोर मारामारी</td><td>तलवारी</td><td>मध्यपूर्व</td></tr>
<tr><td>सुमारे दोन हजार वर्षांपूर्वी इ.स.पू.</td><td>एकावेळी एक</td><td>१६५ फूट (५० मीटर)</td><td>फुंकून मारायचे विषारी बाण</td><td>अॅमेझॉनचे खोरे</td></tr>
<tr><td>इ.स.पू. १८५०</td><td>१० च्या आसपास</td><td>जवळून</td><td>रथांच्या चाकाला बांधलेल्या तलवारी</td><td>तुर्कस्तान अँटोलिया</td></tr>
<tr><td>इ.स.पू. ७५०</td><td>२</td><td>जवळून मारामारी</td><td>काटाना (सामुराई तलवार)</td><td>जपान</td></tr>
</table>

काळ	एकावेळी माणसं मारण्याच्या क्षमतेची संख्या	माणूस मारण्यासाठी आवश्यक असलेले अंतर	शस्त्रे	घटनास्थळ
इ.स.पू.३९९	योगायोग	१५०० फूट (४५० मीटर)	बाण फेकणारी यंत्रे डायोनिसस	सिर्कूस, सिसिली
इ.स.पू. ३४०	सुमारे ४	३५० मीटर (११५० फूट)	पॉलीडियसची उल्हाट यंत्रे	ग्रीस
इ.स.६७४	संपूर्ण जहाज	१०० मीटर (३३० फूट)	ग्रीक फायर कॅलिनिकसचा शोध, डांबर ज्वलनशील पदार्थांचे पेटते मिश्रण गोफण किंवा उल्हाट यंत्राने जहाजावर फेकणे	बायझंटियम (इस्तंबूल)
१२६५च्या सुमारास	२ किंवा अधिक	१० मीटर (३३ फूट)	हुओथुंग (आद्य पिस्तुल)	तात्सु इझ्झेचुआन चीन
१२४५	अज्ञात	अज्ञात	हुओचिएन (लष्करी अग्निबाण) दोन टप्प्यांचा अग्निबाण १३३०च्या आसपास तयार झाला.	हांगझुलावळ चीन
१३२४	सुमारे ४	१००मीटर (३३० फूट)	तोफा, दगडी तोफ गोळे (१८ किलो.)	मेट्झ जर्मनी
१३७६	खूप नुकसान-कारक	३०० मीटर (९९० फूट)	६०० किलोंचे क्षेपणास्त्र, ट्रेबुचेट १४८० मध्ये वापर थांबला.	सायप्रस
इ.स.१२०० चा सुमार	२	२५० मीटर (८२५फूट)	ताणधनुष्य विक्रमी पल्ला १०२० फूट ३०८ मी. तुर्क ह्या काळात ७६६ मीटर (२५१३फूट) लांब बाण फेकणारे धनुष्य वापरीत असत.	वेल्स
१५२०	अज्ञात	अज्ञात	आतून आटे असलेली बंदुकीची नळी (रायफल्ड बॅरल) ऑगस्ट कॉटरची निर्मिती	जर्मनी

काळ	एकावेळी माणसं मारण्याच्या क्षमतेची संख्या	माणूस मारण्यासाठी आवश्यक असलेले अंतर	शस्त्रे	घटनास्थल
१५८५	अज्ञात	अज्ञात	डचांनी बांधलेले फायरशिप	अँटवर्प
१५८६	भारी क्षमता	बदलता	तोफ, सर्वांत मोठी ३५ किंवा (८९० मि.मी.) ची नळी	क्रेमलीन मॉस्को
१७९२	अंदाज नाही	२२५८ मी. (७५००फूट)	टिपू सुलतान (१७४९-९२) १३.६ किलोचे अग्निबाण. ह्या घन इंधनी अग्निबाणांचा वापर १८८१ मध्ये थांबला.	श्रीरंगपट्टणम्, भारत
१८८४	भारी क्षमता	२०० मीटर (६४५ फूट)	बोळ्यांचा पट्टा वापरणारी एका नळीची मशीनगन, संशोधक हिराम मॅक्झील	लंडन
३१ जाने, १९१५	१७,७०० माणसे युद्धात मेली.	तोफगोळ्याचा पल्ला	जर्मनांनी सर्वप्रथम विषारी वायू रशियनांविरुद्ध वापरला. ह्यामुळे ५,३१,००० सैनिक जायबंदी झाले.	बोल्हिमोव्ह
१ जुलै १९१६	६० हजार	३०० मीटर (९८५ फूट)	जर्मन मशीनगन, बॅटल ऑफ सोम	उत्तर फ्रान्स
९ नोव्हेंबर, १९१८	सुमारे ५	४०० मीटर (१३००फूट)	बझुका द्रव इंधनी अग्निबाण, निर्माता रॉबर्ट गोडार्ड, अमेरिकन लष्करी चाचणी	व्हर्जिनीया अमेरिका
२९ मार्च १९१८	११	१२२ कि.मी. (७६ मैल)	जर्मन २०० मि.मी, (८.६६ इंची) तोफ कैसर विल्हेम गेशुट्झ	सेंट जर्विस चर्च पॅरिस

काळ	एकावेळी माणसं मारण्याच्या क्षमतेची संख्या	माणूस मारण्यासाठी आवश्यक असलेले अंतर	शस्त्रे	घटनास्थळ
१९४२	-	४७ कि.मी. (२९ मैल)	जर्मन ८०० मिमी, सी- गन्स, डोरा आणि गस्ताव्ह, ह्या तोफा २८॥ मीटर (९५ फूट) लांबीच्या नळीतून ७ टन वजनाचे गोळे झाडत असत.	सेव्हास्टोपोल
१९४४-४५	एकावेळी ४७६	२६० कि.मी. (१६० मैल)	व्ही २ व्हर्गेल टुंगेनस्वाफेझेइ (व्हेंजन्सवेपन नं.२) पूर्वींचं A-४ (ॲग्रेगाट-फोर)	रेक्स सिनेमा अँटवर्प बेल्जियम
१९४४-४५	५५००	२६० कि.मी. (१६३ मैल)	व्ही १ व्हर्गेल टुंगेनस्वाफे आइन (व्हेंजन्सवेपन नं.१) इंग्लंडवर ६७२५ सोडण्यात आली. पुढे यांचा पल्ला ४०० किमीपर्यंत वाढला.	युरोप
६ ऑगस्ट १९४५	१५५०००	१७०२ मैल २७४० कि.मी.	४.४ टन वजनाच्या (युरेनियम) अणुबॉंब ओनोलागे ह्या B-२९ बॉंबरनं टाकला.	हिरोशिमा
१९५४	प्रचंड संहारक	क्षेपणास्त्राचा पल्ला	लिथियम ड्यूटेराइड १८० ते २२ मेगॅटन बैलानूर हायड्रोजन बॉंब आंतरखंडीय प्रक्षेपणास्त्रावर बसवून सोडला.	पॅसिफिक
२७ जाने.१९६७	प्रचंड संहारक	१२००० कि.मी (७४५० मैल)	पहिले रशियन SS-९ प्रक्षेपणास्त्र	सोव्हिएत रशिया

मृतांची संख्या	घटना	काळ
२ कोटी ६३ लक्ष	माओ त्सेतुंगच्या आज्ञेनं झालेली चिनी सांस्कृतिक क्रांती	१९४९ ते १९६९
म.२० कोटी	तै-पिंग तिएन कुओ (महाशांतीचं स्वर्गीय साम्राज्य) हुंग झिउ चु आननं स्वत:ला येशू ख्रिस्ताचा धाकटा भाऊ म्हणून घोषित करून मांचू शासनाविरूद्ध चीनमध्ये केलेला उठाव. ह्यात १९-२१ जुलै १८६४ दरम्यान एकट्या नानकिंग शहरात १ लक्ष लोकांना मृत्युदंड दिला गेला.	१८५१-६४
१ कोटी ९० लक्ष	रशियातील छळ छावण्यातील सोव्हिएत विरोधकांची हत्या लेनिनच्या काळापासून क्रूश्चेव्हच्या काळापर्यंत ह्या हत्या घडत होत्या.	१९२१-६०
म.८० लक्ष	स्टॅलिनची शुद्धीकरण मोहीम	१९३६-१९३८
७० लक्ष	स्टॅलिनच्या पहिल्या पंचवार्षिक योजनेत सर्व शेती शासकीय मालकीची करण्यास झालेला विरोध मोडून काढण्यासाठी काढलेली मोहीम.	१९३१-३२
६३ लक्ष	झारची राजवट उलथवून टाकण्यासाठी झालेल्या साम्यवादी क्रांतीतील बळी.	१९१७-२१
५७ लक्ष	नाझी जर्मनी अंतर्गत भूप्रदेशातील ज्यूंचे शिरकाण	एप्रिल १९४१-मे ४५
सुमारे ४० लाख	जर्मनी, पोलंड आणि जर्मनांनी जिंकलेल्या रशियन भूप्रदेशात नाझींनी मारलेले रशियन सैनिक व नागरिक.	१९४१-४५

देशाचं नाव	पहिला अणुबाँब (विघटन बाँब)	चाचणी स्थळ	पहिला हायड्रोजन बाँब (संगठन बाँब)	चाचणी स्थळ
अमेरिका	१६-७-१९४५	अलामोगोर्डो न्यू मेक्सिको	१ नोव्हेंबर, १९५२	एनिवेटॉक प्रवाळ द्वीप, मार्शल द्वीपसमूह
साम्यवादी रशिया	२९-८-१९४९	सेमी पालाटिन्स्क कझाकस्तान	१२ ऑगस्ट, १९५३	पॅसिफिक
युनायटेड किंगडम	३-१०-१९५२	माँटेबेलो बेट प. ऑस्ट्रेलिया	१५ मे १९५७	ख्रिसमस बेटे
फ्रान्स	१३-२-१९६०	रेग्गान, अल्जेरिया	२४ ऑगस्ट १९६८	रेग्गान अल्जेरिया
चीन	१५-१०-१९६४	लॉप नोरसिकिअँग	१७ जून १९६७	लॉपनोर, सिंकियांग
भारत	१८-५-१९७४	थर चागनी - पोखरण		
पाकिस्तान	२८-५-१९९८	बलुचिस्तान		

> ह्याशिवाय उत्तर कोरियाकडे अणुबाँब असावा, असे म्हणतात. तसेच सोव्हिएत रशियाच्या विघटनानंतर निर्माण झालेल्या देशांकडे विशेषत: युक्रेन, ताजिकीस्तान, कझाकस्तान यांच्याकडे अणवस्त्रे आहेत. इस्रायलकडेही अणुबाँब असण्याची शक्यता आहे.

तारीख	कराराचे नाव	परिणाम	भाग घेणारे देश
५-८-१९६३	मर्यादित चाचणीबंदी	पाण्याखाली, जमिनीवर आणि आकाशात चाचणीस बंदी घातली.	अमेरिका, सोव्हिएत रशिया व युनायटेड किंगडम
२७-१-१९६७	अवकाशासंबंधी करार	चंद्र, पृथ्वीच्या वातावरणाबाहेर चाचणी बंदी	-
१-७-१९६८	अणवस्त्र प्रसारावर रोख	अणवस्त्रविरहित देशांना मदत करण्यावर बंदी	अमेरिका, सोव्हिएत रशिया व युनायटेड किंगडम
२६-५-१९७२	सामरिक व्यूह क्षेपणास्त्र मर्यादा करार (सॉल्ट-वन)	आंतरखंडीय व पाणबुड्यातून सोडण्यात येणाऱ्या प्रक्षेपणास्त्रांच्या निर्मितीवर रोख	सोव्हिएत रशिया व अमेरिका
३-७-१९७४	प्रक्षेपणास्त्रांच्या क्षमतावाढी विरोधी करार (एबीएम)	प्रक्षेपणास्त्र स्थळ एकच ठेवणे आणि १५० किलो टनपेक्षा जास्त क्षमतेच्या चाचणीवर बंदी	सोव्हिएत रशिया व अमेरिका
८-१२-१९८९	मध्यम पल्ल्याच्या अणवस्त्रबंदीचा करार (आयएनएफ)	युरोप आणि आशियातील मध्यम पल्ल्याची अस्त्रे हलवली.	सोव्हिएत रशिया व अमेरिका
३१-७-१९९१	अणवस्त्र नष्ट करण्याचा करार (स्टार्ट्)	३०% सामरिक व्यूहरचनेतील अणवस्त्रे नष्ट करणे.	पूर्वीचा सोव्हिएत रशिया व अमेरिका
२४-९-१९९६	सर्व अणवस्त्र चाचण्यांवर बंदी (सीटीबीटी)	सर्व अणवस्त्र चाचण्या आणि स्फोटांवर बंदी.	महासत्तांसह १४४ देश (भारत, पाकिस्तान ह्यात नाही.)

युद्धात दोन्ही बाजू अण्वस्त्र सज्ज होत्या; हे लक्षात ठेवायला हवं. नव्यानं स्वतंत्र झालेल्या देशांमधे युद्ध सुरू झालं तर बरेचदा संयुक्त राष्ट्र संघाची शांतता रक्षण फौज अशा देशात जाते हे खरं पण दहशतवादाचाही आता अस्त्र म्हणून उपयोग केला जातो आणि त्यांच्या हाती अण्वस्त्रे पडण्याच्या धोक्याकडं दुर्लक्ष करता येत नाही.

मानवी हत्याक्षमतेतील वाढ

माणसानं जेवढी माणसं मारली तेवढी कुठल्याही रोगानंही मेली नसतील, हे वाक्य बऱ्याच युद्धविषयक ग्रंथांच्या सुरूवातीला आढळतं. तंत्रज्ञानाच्या प्रगतीबरोबर मानवी हननक्षमता वाढत गेली आहे. सुरूवातीला हातानं मग दगडाकाठ्यांनी माणूस माणसाला मारत असे. मध्य अश्मयुगीन काळात अणकुचीदार दगडी हत्यारांबरोबर वनस्पतींच्या विषाद्वारे माणूस मरू शकतो हे काही चतुर माणसांच्या लक्षात आले. साधारणपणे २॥ लक्ष ते ४५ हजार वर्षांपूर्वीचा काळ म्हणजे अश्मयुगाचा मध्य मानला जातो. हळूहळू लाकडाला तीक्ष्ण दगडी पाती बसवलेले भाले आणि मग धनुष्य-बाण वापरले जाऊ लागले. उत्तर आफ्रिकेत ट्युनि-शियात अशी बाणांची दगडी टोकं सापडली आहेत. ती ४५ ते २५ हजार वर्षांपूर्वीची असावीत. सुरूवातीच्या प्राणघातक माराामाऱ्या किंवा दोन मानवी टोळ्यांमधील लढाया ह्या अन्न मिळविण्यासाठी किंवा चांगल्या अन्नाच्या क्षेत्रातील अन्न वेचण्याच्या किंवा शिकारीच्या हक्कासाठी होत असाव्यात. पुढं कधीतरी ह्यात वंशवाद आला. दोन जमातीतील असं पहिलं युद्ध इ. स. पू. ४००० च्या आसपास लढलं गेलं असावं. ह्यातूनच मानवी टोळ्यांनी लष्करी तुकड्या निर्माण करायची प्रथा सुरू झाली. इ. स. पू. २३०० मध्ये पहिलं ज्ञान आक्रमण घडल्याचे पुरावे आढळतात. इजिप्ती सैन्य ह्यावेळी पॅलेस्टीनवर चाल करून गेलं. त्याचवेळी इजिप्तमध्ये पहिली सक्तीची लष्करभरती करण्यात आली. ह्या लष्कर भरतीत हजारो इजिप्ती तरूणांना घरातून बाहेर काढून लष्करात दाखल व्हायला लावण्यात आलं होतं. प्राचीन काळातील शस्त्रं आज सामान्य वाटत असली तरी त्या शस्त्रांच्या साहाय्यानं वेळोवेळी प्रचंड नरसंहार घडवून आणण्यात आल्याची उदाहरणं आहेत. महाभारतात युद्धाच्या अखेरीस केवळ अश्वत्थामा आणि पाच पांडव व श्रीकृष्ण शिल्लक राहिले. हा काळ नक्की कोणता ते स्पष्ट नसले तरी त्या काळात धनुष्य बाण आणि खड्ग तसंच गदा वगैरे शस्त्रं होती हे पाहता हा नाश मानवी रक्तपिपासू वृत्तीचं उदाहरण मानायला हरकत नाही.

हॅनिबाल ह्या कार्थेजच्या सेनानीनं इ. स. पू. २१६ मध्ये रोमच्या सैन्याला कॅने इथं वेढलं. ह्या वेढ्यातून एकही रोमन सैनिक वाचला नव्हता. केवळ काही तासात कार्थेजच्या सैन्यानं ८० हजार रोमच्या सैन्याची संपूर्ण धूळदाण उडवली होती. माणूस मारायच्या मानवी तंत्रात पिस्तुलं आणि बंदुकांनी फारच मोठी भर घातली. तलवार आणि धनुष्य बाणाच्या काळात ही शस्त्रं कुणीही वापरू शकत नसे कारण त्यासाठी शारीरिक बळ आणि खूप सराव ह्यांची आवश्यकता असे. ह्या उलट अगदी किरकोळ माणूस काही तासांच्या सरावानं पिस्तुल किंवा बंदूक झाडू शकतो. बंदूक आणि पिस्तुलं तैमूरलंग किंवा चेंगीजखाना-सारख्यांच्या हाती असती तर त्यांनी केलेली मानवी हत्या किमान पाचपट जास्त झाली असती, असं म्हटलं जातं.

विसाव्या शतकात माणसं मारायच्या तंत्रामध्ये प्रचंड प्रगती झाली. दारूगोळा, स्फोटकं अशा पारंपरिक तंत्रांमध्ये रासायनिक आणि जैवअस्त्रांची भर ह्याच शतकामध्ये पडली. यप्रेसच्या लढाईत २२ एप्रिल १९१५ ह्या दिवशी जर्मनांनी प्रथम युद्धात क्लोरीन वायू वापरला. ह्या वेळी ५००० सैनिक मेले तर १५ हजार सैनिक ह्या वायूच्या प्रभावामुळं जखमी झाले. जर्मनांनी ह्या वायूची चाचणी ३ जानेवारी १९१५ ह्या दिवशी पोलंडमधील बालीमोव्ह ह्या ठिकाणी केलेली होती. त्यावेळी त्यांनी रशियन सैन्याविरुद्ध हा वायू वापरला होता. मात्र त्यावेळी त्याचा परिणाम एवढ्या मोठ्या प्रमाणात जाणवला नव्हता. १२ जुलै १९१७ ह्या दिवशी जर्मनांनी 'मस्टर्ड गॅस' चा उपयोग केला. ह्यामुळं त्वचेवर भाजल्यासारखे फोड येतात. श्वासावाटे हा शरीरात गेला की श्वासनलिका कायमची क्षीण होत असे. जेव्हा जास्त प्रमाणात हा वायू श्वासातून जाई तेव्हा फुफ्फुसं निकामी होऊन माणूस मरत असे. इ. स. १९३७ मध्ये आय. जी. फार्बेन ह्या जर्मन

रासायनिक कंपनीनं 'नर्व्ह गॉस' शोधला. इराण-इराक युद्धात इराकनं तो वापरला होता. त्यावेळी ५००० कुर्दी त्यास बळी पडले. ह्यात बायका, मुलांचाही समावेश होता. २१ वर्षांच्या प्रदीर्घ चर्चेनंतर १५ जानेवारी १९९९ ह्या दिवशी अशा वायूंच्या वापरावर बंदी घालणारा आंतरराष्ट्रीय करार अंमलात आला.   तरीही अमेरिका आणि रशिया ह्या दोघांकडेही अशा वायूचे भरपूर साठे आहेत.

आधी वर्णन केल्याप्रमाणे १९४५ मध्ये अण्वस्त्रांनी युद्धातील हानीस एक नवे परिमाण मिळवून दिले. केवळ एका बॉंबनं हिरोशिमातील दीड पावणे दोन लाख व्यक्ती कायमच्या नाहीशा झाल्या. १९५४ मध्ये मानवविरहित क्षेपणास्त्रांच्या साहाय्यानं हजारो मैल दूरवरचं एखादं शहर सहज नष्ट करता येईल अशी परिस्थिती निर्माण झाली. केवळ ह्या भीतीपोटीच तिसरे महायुद्ध घडू शकलेले नाही.

एकावेळी जास्तीतजास्त बळी मिळविण्याचे काही दुर्दैवी पराक्रम.

आजची परिस्थिती

गेल्या पाचहजार वर्षांमध्ये मानवाची परिस्थिती आणि जीवन व्यवहार यांच्यामध्ये खूपच बदल घडून आलेले आहेत. आजची जगण्याची धडपड ही अर्थकारणाशी संबंधित आहे. आपलं अन्न दूरवरून आपल्या गावी येत असतं. आपले कपडे आयते मिळतात, कारण ते कारखान्यात तयार झालेले असतात. असं असलं तरी आजही जगाच्या काही भागातले आदिवासी शिकार करून आणि अन्न वेचून जगतात असं दिसून येतं. आफ्रिकेतील बुशमेन आणि पिग्मी, ॲमेझॉनमधले काही रेड इंडियन आणि ऑस्ट्रेलियातील मूळ रहिवासी-ह्यांना ॲबॉरिजिन्स असं म्हणतात. ह्यांच्या जीवन-शैली अजूनही पूर्वापार जशा चालत आल्या तशाच आहेत. गेली काही सहस्र वर्षे त्यात बदल झालेला नाही. ह्या जमाती फार काळ टिकतील असं नाही. ह्यांचं कारण अशा जीवनपद्धतीसाठी दर माणशी खूप जागा लागते. जगाच्या वाढत्या लोकसंख्येमुळं अशा मोकळ्या जागा आणि नैसर्गिक आश्रयस्थाने नष्ट होत चालली आहेत.

आज पृथ्वीवरची वाढती लोकसंख्या हा फार गंभीर प्रश्न बनलेला आहे. इ. स. १००० मध्ये पृथ्वीवर जेवढी माणसं होती त्याच्या १६ पटीहून अधिक माणसं आज पृथ्वीवर अस्तित्वात आहेत. वाढत्या लोकसंख्येचा आलेख चढत्या प्रमाणात आहे. १९८७ मध्ये पृथ्वीची लोकसंख्या ५ अब्ज होती. ती इ. स. २०५० मध्ये दुप्पट होईल असा अंदाज आहे. विसाव्या शतकातील मानवी आक्रमक वृत्तीचा ह्या लोकसंख्यावाढीशी थेट संबंध जोडण्यात येतो. जगातल्या बऱ्याच भागात वांशिक मतभेदांवरून युद्धं लढली जात आहेत. केवळ दुसऱ्या जमातीवर वर्चस्व गाजवण्याऐवजी दुसऱ्या जमातींचा समूळ नाश करण्याचे प्रयत्न चालू आहेत. १९८० नंतरच्या काळात इराकमध्ये हजारो कुर्द मारले गेले आणि तेवढेच बेघर झाले. आफ्रिकेतील रवांडा हुतू जमातीनं तुत्सी जमातीच्या लोकांचा वंशविच्छेद करायचा प्रयत्न केला.

मात्र दुसऱ्या महायुद्धानंतर पृथ्वीवरील महत्त्वाच्या मानलेल्या महासत्तांमध्ये थेट आमने सामने युद्ध मात्र झालेलं नाही. विसाव्या शतकात सर्व देशांनी एकत्र येऊन शांततेनं नांदावं म्हणून आधी 'लीग ऑफ नेशन्स' आणि दुसऱ्या महायुद्धानंतर युनायटेड नेशन्स म्हणजे संयुक्त राष्ट्रसंघाची स्थापना झाली. सध्या १८५ देश ह्या संघटनेचे सदस्य आहेत. संघटनेचं शांतता-रक्षक सैन्य असून त्यात भारतीय सैनिक मोठा वाटा उचलतात. कुठल्याही देशातील मानवनिर्मित किंवा नैसर्गिक आपत्तीचे वेळी तसंच विकास कार्यासाठी ही संस्था मदत करते. आफ्रिकन देशांची ओ.ए.यू. (ऑर्गनायझेशन ऑफ आफ्रिकन युनिटी) नावाची संस्था आहे. ती आफ्रिकन देशांचे प्रश्न आणि आपापसातील मतभेद मिटविण्याचा प्रयत्न करते.

विकसनशील देशात लोकसंख्येचा प्रश्न फारच तीव्र बनतो आहे. तिथं बालमृत्यूंचं प्रमाण अधिक असूनही तिथली लोक-संख्या वाढतेच आहे. त्यामुळं तिथं लोकसंख्येचं आयुर्मान कमी आहे आणि ह्या लोकसंख्येत तरुणांची संख्या जास्त आहे. ह्या उलट विकसित देशांमध्ये जन्माचं प्रमाण कमी असून वृद्धांची संख्या जास्त आहे. चांगलं अन्न आणि उत्तम वैद्यकीय सेवा ह्यामुळं इथली प्रजा

लोकसंख्यावाढ (आकडे दशलक्षात)

देश	१९९८	२०२५	२०५०
ऑस्ट्रेलिया	१८.६	२२.२	२२.८
कॅनडा	३०.७	३८.०	४०.५
चीन	१२३८.९	१४०७.७	१३२२.४
फ्रान्स	५८.८	५७.८	४८.२
जर्मनी	८२.१	७५.४	५७.४
भारत	९८४.०	१४१५.३	१७०७.०
जपान	१२५.९	११९.९	१०१.३
न्यूझीलंड	३.६	४.४	४.६
पाकिस्तान	१३५.१	२११.७	२६०.२
रशिया	१४६.९	१३८.८	१२१.८
युनायटेड किंगडम	५९.०	६०.०	५४.१
अमेरिका	२७०.३	३३५.४	३९४.२
जग	**५९२६.५**	**७९२२.३**	**९३४६.४**

सरासरीनं वृद्धत्वाकडं झुकणारी आहे. आज पृथ्वीवर सर्व देशांमध्ये कुटुंबनियोजनाच्या सोयी उपलब्ध आहेत. सर्व-साधारणपणे ५०% जोडपी ह्या साधनांचा वापर करतात. स्त्री स्वातंत्र्य ह्याला जबाबदार आहे, असं म्हटलं जातं. बहुतेक देशात स्त्रियांना पुरूषांच्या बरोबरीनं शिक्षणाच्या आणि नोकरीच्या संधी उपलब्ध आहेत. त्या राजकारणातही भाग घेऊ शकतात.

ह्यामुळं पारंपरिक कुटुंब व्यवस्था आणि कौटुंबिकसंबंध विकसित देशात आणि इतरत्र शहरी नागरिकांत पूर्णपणे बदलून गेलेले आहेत. घटस्फोटांचं प्रमाण वाढलं आहे. मिळवत्या पालकांची मुलं तिऱ्हाइतांकडे पाळणाघरात वाढत आहेत. आपल्या पूर्वजांनी कधीही कल्पना केली नसेल असा एक उद्योग म्हणजे करमणुकीचा व्यवसाय. पूर्वीच्या काळी 'केल्याने देशाटन' मनुजा शहाणपण येते म्हणून सधन घराण्यातील मुलं प्रवास करित होती. नशीब काढण्याच्या इच्छेनं काहीजण नव्या भूभागात जात असत. आता ९ ते ५ नोकरी आणि ठरावीक दिवस सुट्टी ह्यामुळं करमणुकीची अनेक साधनं, तसंच करमणुकीसाठी प्रवास हा फार मोठा व्यवसाय होऊन बसला आहे.

विसाव्या शतकातील उत्तरार्धाच्या अखेरच्या दीड दशकात माहिती तंत्रज्ञान हा क्रांतिकारक विषय जोमानं पुढं आला आहे. संगणकाचे संच दूरचित्रवाणीसंचांपेक्षाही जलद गतीनं विकले जात आहेत. ई-मेलची सुविधा आणि इंटरनेटमुळं जगभर कुठंही माहिती प्रसारण आणि संदेश प्रक्षेपण शक्य झालं आहे. उपग्रहांमुळं कुठल्याही दूरचित्रवाणी वाहिनीचे कार्यक्रम कुठेही दिसू शकतात. तर मुठीत लपू शकणारे दूरध्वनीसंच जागोजाग दिसू लागले आहेत. इ. स. २००० च्या सुरूवातीस त्यांची संख्या ५० कोटींच्या घरात होती.

पुढं काय ?

जागतिक व्यवस्थेवर परिणाम घडवणारे दोन घटक पुढील हजार वर्षांत तरी बदलणं शक्य नाही. हे घटक म्हणजे पृथ्वीचं सूर्यापासूनचं सरासरी अंतर आणि पृथ्वीचा स्वांग परिभ्रमणाचा वेग. हे दोन्हीही घटक इतके हळूहळू बदलत असतात की, नजीकच्या भविष्यकाळात तरी आपल्या जीवनावर ह्या बदलांचा काहीही परिणाम होणार नाही. मानवी घडामोडींचा प्रदूषण रूपानं पृथ्वीच्या वातावरणावर होणारा परिणाम मात्र जाणवण्यासारखा आहे. पृथ्वीच्या वातावरणात वाढणाऱ्या कार्बनडायऑक्साईडचे प्रमाण हरितगृह परिणामास जबाबदार ठरले आहे. कार्बन-डाय-ऑक्साईड वायूचे रेणू सूर्याची उष्णता वातावरणात अडवून ठेवण्यास जबाबदार ठरतात. ह्यामुळे वातावरणाचे सरासरी तापमान वाढून ध्रुव प्रदेशातील हिमटोप वितळण्याची शक्यता आहे. तसं झालं तर सागरांची पातळी वाढून सागर किनारी असलेला फार मोठा भूप्रदेश पाण्याखाली जाईलच, पण ह्याचा जागतिक हवामानावरही परिणाम होऊन फार मोठी आपत्ती ओढवेल. अंटार्क्टिक भूप्रदेशात ओझोन विवरात होणारी वाढही चिंतनीय आहे. १९८२-८४ च्या दरम्यान ओझोन थरातील ओझोन मोठ्या प्रमाणावर कमी होतो, असं अंटार्क्टिकावरील वातावरणाचा अभ्यास करणाऱ्या शास्त्रज्ञांच्या लक्षात आलं. ह्याचं मूळ कारण प्रदूषणात असावं, हेही सिद्ध झालं. हे ओझोन

स्तरातील विवर पृथ्वीवरील जीवसृष्टीच्या दृष्टीनं घातक ठरू शकेल. त्याचे परिणाम हळूहळू जाणवू लागतील.

श्रीमंत देश आणि गरीब देश ह्यांच्यातील तसंच सर्वत्रच श्रीमंत आणि गरीब ह्यांच्यामधील आर्थिक दरी वाढत चालली आहे. ह्यामुळं प्रदूषण आणि ऊर्जाभक्षण ह्या दोन्हींवर परिणाम होतो. ह्याचं एक उदाहरण म्हणजे चीनमध्ये एकट्या बीजिंग इथं ८० लाख सायकली आहेत. ह्या सर्वांनी स्कूटर चालवायला सुरूवात केली तर प्रदूषणात लक्षणीय वाढ होईल आणि पेट्रोलच्या टंचाईतही वाढ होईल. चिनी तरूणांनी सायकली चालवत राहावं, असं सांगणारे पाश्चात्त्य देश मात्र स्वतःचा ऊर्जेचा खर्च वाढत चाललाय तिकडं दुर्लक्ष करतात. अमेरिकेत काही ठिकाणी दर माणशी ६० कोटी कॅलरी ऊर्जा खर्च होते. असा खर्चिक हिशोब जगाला फार काळ परवडणार नाही, ह्याचं कारण ऊर्जादायी इंधनांचे साठे मर्यादित आहेत.

विसाव्या शतकाच्या उत्तरार्धात १९७० नंतर हळूहळू पर्यावरणविषयक जागृती व्हायला सुरूवात झाली. प्रदूषण कमी करण्याचे प्रयत्नही सुरू झाले. ह्याचबरोबर नैसर्गिक कार्बनी इंधनसाठे कमी होऊ लागल्याचीही जाणीव तीव्रतेनं लक्षात येऊ लागली. एकविसाव्या शतकाच्या अखेरीस प्रदूषण आजच्या सारखं असणार नाही; ते वेगळ्या प्रकारचं असेल. ह्याचं कारण आज इंधन म्हणून जे पदार्थ वापरले जातात, ते मुळात संपलेलेच असतील. पर्यायी ऊर्जासाधनं उपलब्ध असली तरी त्यामुळं आजच्या गतीनं इंधन वापरणं शक्य होणार नाही.

पेट्रोलियम संपलं की इतरही अनेक संकटं ओढवतील. प्लॅस्टिक आणि कृत्रिम धागे ह्यांची निर्मिती बंद होईल. संगणक आणि आजच्या युगाचं वेड म्हणजे वेगवेगळी स्मार्ट कार्डस्, क्रेडिट कार्डस् हे सगळं बऱ्याच अंशी प्लॅस्टिक पदार्थांवर अवलंबून असतं. संगणकाची दृक्पटलाची चौकट, कीला फलक हे प्लॅस्टिकचे असतात. वीजवाहक तारांची आवरणं प्लॅस्टिक पदार्थांची असतात. आज मानवी जीवन फार मोठ्या प्रमाणावर पेट्रोलियमजन्य

पदार्थांवर अवलंबून आहे. त्या पदार्थांचं मूळ म्हणजे खनिजतेलच जर संपलं तर मानवी संस्कृतीच काय पण काही अंशी मानवी अस्तित्वच धोक्यात येईल, इतके आपण खनिजतेलावर अवलंबून आहोत.

बऱ्याच तज्ज्ञांच्या मते आधुनिक जगापुढचे बहुतेक सर्व प्रश्न हे वाढत्या लोकसंख्येमुळं निर्माण झालेले आहेत. इ. स. पू. ७५०० पासून पृथ्वीवर माणसांची संख्या वाढू लागली. ती सुरूवातीस कमी प्रमाणात वाढत होती. पुढं पुढं हे प्रमाण जास्त झालं. आता ती घातक प्रमाणात (एक्स्पोनेन्शियल) वाढत आहे. १९९८ मध्ये ती ६ अब्ज झाली. इ. स. २०२५ मध्ये ती ८ अब्ज होईल तर २०५० पर्यंत कुटुंबनियोजनाचं महत्त्व पटल्यानं ती ९ अब्ज होईल असा संयुक्त राष्ट्रसंघाचा अंदाज आहे. साधारणपणे २१५० पर्यंत ती साडेअकरा अब्जांवर स्थिर होईल असंही म्हटलं जातं. ह्याचा अर्थ आज जेवढ्या भूभागात १०० व्यक्ती राहतात तेवढ्या भूभागात १७० माणसं तिथं असतील. लोकसंख्या अशीच वाढत राहिली तर लौकरच एक दिवस असा येईल की, पृथ्वीवर अन्न उगविण्यासाठीही जागा शिल्लक उरणार नाही.

आरोग्य आणि विज्ञानाच्या क्षेत्रात क्रांती घडून येते आहे. मानवी जिनोम प्रकल्प पूर्ण झाला आहे. ह्यामुळं आनुवंशिक वैगुण्ये आणि रोग ह्यांच्यावर मात करणे शक्य होईल, शल्य शस्त्रक्रियेनं आजकाल अनेक अवयव बदलणं शक्य झालं आहे. काही कृत्रिम अवयवही यशस्वीरित्या मानवी शरीरात बसवता येतात. जैविक अभियांत्रिकीमुळं डुकरांसारख्या प्राण्यांचे अवयव मानवी शरीरात बसवणं शक्य होईल. त्यामुळं अवयवांचा तुटवडा भासणार नाही. ह्या सर्व उपचार पद्धतींचे फायदे फक्त श्रीमंतांनाच मिळतील. प्रजननप्रक्रियेतील दोषांवर मात करून आता वंध्यत्व असलेल्या स्त्रिया व नपुंसक पुरूषांना प्रजोत्पादनाची संधी मिळते. ह्यापुढं जाऊन मानवी क्लोनिंगची शक्यता दृष्टिपथात आली आहे. त्यातून अनेक नैतिक प्रश्न निर्माण होणार आहेत. मात्र अशा प्रकारे मानवी

अवयव मिळवणंही शक्य होईल. एखाद्या व्यक्तीचा एखादा अवयव खराब झाल्यास त्या व्यक्तीला तिच्या क्लोनचा अवयव वापरता येईल.

कुठल्याही भविष्यवाणीत अनेक अज्ञात घटकांचा विचार करणं शक्य नसतं. एखाद्या नव्या असाध्य रोगाची साथ, एखादं जबरदस्त नैसर्गिक संकट किंवा मोठं युद्ध ह्याचा ह्या प्रकारच्या अंदाजांवर परिणाम होऊ शकतो. युद्धाचा लोकसंख्येवर फारसा परिणाम होत नाही. दुसऱ्या महायुद्धात ६ कोटी मृत्यू झाले. दहा महिन्यात मानवी लोकसंख्या ह्यापेक्षा थोडी जास्तच वाढली.

जागतिकीकरण, जाहिरातींचा मारा ह्यामुळं सांस्कृतिक फरक हळूहळू कमी कमी होत जाणार ह्यात शंका नाही. दिवसेंदिवस जास्तीतजास्त लोकसंख्या शहरांकडं वळते आहे. लोकांना सर्वत्र शहरीकरणामध्ये सारखेच फायदे तोटे सहन करावे लागतात. ह्यामुळंही सांस्कृतिक वैशिष्ट्ये पुसली जाऊन शहरी लोक सर्वत्र एकाच छापाचे बनतात. इ. स. २००० च्या सुमारास एक नवा पंथ अस्तित्वात आला आहे. सत्याभास तंत्रानं भारावून गेलेले लोक संगणकाच्या साहाय्यानं काल्पनिक विश्वात रमून वास्तव जगाकडं पाठ फिरवू लागले आहेत. वास्तव जगातील गर्दी आणि मानसिक ताण ह्यांना टाळण्याचा त्यांचा हा मार्ग त्यांना समाजपराङ्मुख करणारा आहे. ह्याच वाढत्या ताणतणाव आणि गर्दीमुळे अन्न, पाणी आणि मूलभूत सुविधा यांच्या गरजा भागविण्यासाठी युद्धे सुरू होण्याची शक्यता दृष्टिआड करता येत नाही. विसाव्या शतकातील शीतयुद्धाच्या काळात अण्वस्त्रांच्या युद्धातील वापरानं मानव जात नष्ट होण्याची जी टांगती तलवार होती ती आता काहीशी दूर झाली आहे. सोवियत रशियाच्या विघटनामुळं ही भीती थोडीशी दुरावली असली तरी त्यामुळं अण्वस्त्र-निर्मितीक्षमता नष्ट झालेली नाही. अणुतंत्रज्ञानाचा वापरही थांबलेला नाही. अनेक नवनवे छोटे-मोठे देश अण्वस्त्रधारी बनत आहेत. आपला सूर्य जोपर्यंत तळपतो आहे तोपर्यंत पृथ्वीला सर्वात मोठा धोका मानवाचा आणि मानवी वाढत्या लोकसंख्येचाच आहे. आणखी ४-५ अब्ज वर्षे तरी सूर्य विझत नाही. त्यामुळं पृथ्वीजवळच्या ग्रहांवर वसाहती करायला आपल्याला भरपूर वेळ उपलब्ध आहे.

चित्रपट हे परस्परसंपर्काचे माध्यम मूलत: २० व्या शतकातील आहे. आता व्हिडिओ कॅमेऱ्यामुळे कोणीही चित्रपट बनवू शकतो. या उलट लेखन माध्यम इसवीसनपूर्व ४००० एवढे जुने आहे. लाकडी ठोकळ्यांचा वापर करून छपाईचे तंत्र ७ व्या-८ व्या शतकातील आहे. विसाव्या शतकात परस्परसंपर्काच्या साधनांमधील प्रगतीमुळे जग हे एक वैश्विक खेडे बनले आहे.

संभाषण आणि माध्यम

इसवीसन १ पूर्वी : व्यापाराचे साधन

लेखनकलेचा शोध हा संस्कृतीचा पाया असतो. माहितीची नोंद करणे आणि ती एकाकडून दुसऱ्याकडे जाणे यावर परस्परसंबंध, इतिहास, आणि प्रगत व्यापारी व्यवस्था या गोष्टी अवलंबून असतात. सुरुवातीच्या काळातील व्यापाराचे स्वरूप 'मालमत्तेचे' किंवा संपत्तीचे हस्तांतरण असे असल्याने संख्यांची नोंद हे सुरुवातीच्या काळातील लेखनाचे मुख्य वैशिष्ट्य होते.

लेखनाचा सर्वात प्राचीन पुरावा इसपूर्व ४००० मध्ये अस्तित्वात असलेल्या मृद्भांड्यांच्या स्वरूपात आहे. चीनमध्ये १९२१ पासून सर्वप्रथम यांगशाओ संस्कृती प्रकाशात आली. चीनमधील झिआन या शहराजवळ बानपो (Bannpo) येथे १९५४-५७ दरम्यान केलेल्या उत्खननात मृद्भांड्यांचे काही अवशेष मिळाले. या तुकड्यांवर काही विशिष्ट अशा खुणा आहेत आणि त्या संख्या असाव्यात असे दिसते.

लेखन कलेमधील प्रगतीचा पुढला टप्पा हा चित्रलिपी (Pictogram) होता. वस्तूंची अत्यंत सोपी चित्रे म्हणजे चित्र-लिपी होय. ही प्रगती इसवीसनपूर्व ३३०० मध्ये झाली. इजिप्त-मधील हायरोग्लिफीक भाषा (Hieroglyphic language) आणि चीनमधील इडिओग्राम लिपी (ideogram script), दोन्ही चित्रलिपीवरच आधारित होत्या. इडिओग्राम लिपीमध्ये प्रत्येक गोष्टीसाठी निराळे चिन्ह असते. साहजिकच या पद्धतीमध्ये हजारो चिन्हे तयार होतात. मेसोपोटामियातील उर्क या ठिकाणी जगातील सर्वात प्राचीन चित्रलिपी आढळली आहे. एका काडीने किंवा कोरणीने ते मऊ मातीवर उमटवले जात असत. ह्या चित्रलिपीमध्ये संख्या असाव्यात असे वाटते. या भागातील प्राचीन अशा नगरराज्यांची अर्थव्यवस्था अधिक गुंतागुंतीची होती हे यावरून दिसून येते. आकडे आणि बार्लीसाठी असणारे चिन्ह यांचा अर्थ लावण्यात आला आहे. हे चिन्ह बार्लीच्या कणसा-सारखे दाण्यांच्या सहा रांगा दाखवणारे आहे.

इसवीसनपूर्व ३३०० पासून ते इसवीसन ७५ पर्यंत लिहिण्याची वेगळी पद्धत अस्तित्वात होती. या पद्धतीला क्यूनी-फॉर्म असे म्हणतात. हा शब्द मूळ लॅटिन 'cuneus' म्हणजे 'धारदार कड' आणि 'forma' म्हणजे आकार यापासून बनलेला आहे. या प्रकारच्या लेखनाची सुरुवात मेसोपोटामियातील सुमेरियन संस्कृतीने केली आणि मध्यपूर्वेतील इतर अनेक संस्कृतींनी त्याचा वापर केलेला दिसतो. त्यामध्ये हिट्टाईट आणि पर्शियन लोकांचा समावेश होतो. धारदार कड असणारी कोरणी वापरून ही चिन्हे मातीमध्ये कोरण्यात येत असत. या लिपीमध्ये चित्रलिपी प्रमाणेच स्वरांवर आधारित अक्षरांचा (Phonetic symbols) वापर केलेला आहे.

क्रीटमध्ये इसवीसनपूर्व २००० ते १५०० दरम्यान अस्तित्वात असलेल्या मिनोअन संस्कृतीचे लोक दोन लिप्यांचा वापर करत होते. त्यामधील एका लिपीला 'लिनियर-ए' (Linear-A) असे नाव देण्यात आले आहे. आधुनिक जपानी भाषेप्रमाणे बोलीभाषेतील अक्षरांसाठी त्यामध्ये चिन्हे असावीत. परंतु ह्या भाषेचा अर्थ लावण्यात अद्याप यश आलेले नाही. पण ही भाषा ग्रीक नाही हे नक्की. लिनियर-बी (Linear-B) ही लिपी नंतर उदयास आली. इंग्लिश विद्वान मायकेल व्हेन्ट्रिस (१९२२-१९५६) याने या लिपीचा अर्थ उलगडला असून त्यामध्ये ग्रीक भाषेचे अगदी सुरुवातीचे स्वरूप आहे असे दिसते.

तुर्कस्थानामधील अनाटोलिया भागात असणाऱ्या बोगझ-क्वाई या पुरातत्त्वीय स्थळाच्या उत्खननात १०००० क्यूनीफॉर्म लेखन असणाऱ्या मातीच्या टॅबलेटस् मिळाल्या आहेत. हा एक प्रकारे शासकीय अभिलेखगार (archives) निर्मितीचा भाग असावा. त्याचा कालखंड इसपूर्व १३५० ते १३०० असा आहे. याच ठिकाणी हिट्टाईट संस्कृतीच्या लोकांची हट्टूसास (Hattusas) ही राजधानी होती हे सिद्ध झाले आहे. सन १९३३ च्या सुमारास हिट्टाईट लोकांना सुमेरियन-बॅबिलोनियन लोकांकडून घेतलेल्या अक्षरांचा अर्थ लावण्यात यश आले होते.

इसवीसनपूर्व १०५० च्या सुमारास फिनिशियन संस्कृतीमध्ये मुळाक्षरांची संकल्पना विकसित झाली. त्यांनी २२ अक्षरे तयार केली होती. यामधील पहिली तीन चिन्हे

'aleph' (बैल), 'beth' (घर) आणि 'gimel' (फेकून मारण्याचे दांडके) यांच्यासाठी होती. ही लिपी इसपूर्व ८०० च्या सुमारास परिपक्व झाली आणि त्यानंतर सुस्थिर अवस्थेत भूमध्य समुद्राच्या पूर्व बाजूला किमान १००० वर्षापिक्षा जास्त टिकली. सुरुवातीस ती उजवीकडून डावीकडे अशी वाचली जात असे.

आधुनिक युरोपीय मुळाक्षरे २६ असून त्यांचा उगम युबोइयन (Euboean) ग्रीक मुळाक्षरांपासून झालेला आहे. या मुळाक्षरांचा वापर इसवीसन पूर्व ७५० मध्ये इट्रूस्कन लोकांनी इटलीमध्ये सुरू केला. ही मुळाक्षरे रोमन लोकांनी घेतली आणि ती सगळ्या रोमन साम्राज्यात पसरली. त्यालाच अभिजात लॅटिन (Classical Latin) लिपी असे म्हणतात. 'G' या रोमन लिपीतील अक्षराची सुरुवात रोमन लोकांनी केली. 'J' आणि 'V' ही अक्षरे तर सर्वसामान्य

वापरात इसवीसन १६३० नंतर आली.

मौर्य सम्राट अशोक याच्या काळात (इसवीसनपूर्व २७२-२३१) भारतातील पहिली लिपी प्रत्यक्ष प्रस्तरा लेखांच्या (Stone inscriptions) स्वरूपात दिसते. या ब्राम्ही लिपीमध्ये स्वर आणि व्यंजन दोन्हीसाठी चिन्हे होती. लिपीमधूनच देवनागरीचा जन्म झाला आणि ही लिपी अगोदर संस्कृत आणि मग हिंदी भाषेने स्वीकारली. ब्राम्ही लिपीचा उगम फिनिशियन लिपीमधून झाला असे मानले जाते.

अगदी सुरुवातीच्या काळातील चिनी लिपीला शँग (Shang) लिपी म्हणतात. यामध्ये ४५०० चिन्हे होती. चिनी राजा क्विन हुआंग दी (राज्यकाळ २२१-२१०) याच्या काळामध्ये एकसंध साम्राज्य असताना ही लिपी मागे पडून त्या जागी छोट्या अक्षरांची नवी लिपी वापरात आली.

विरामचिन्हे आणि स्वरोच्चार

अर्धविराम इसवीसनपूर्व ४००	:	प्लेटो (इसपूर्व ४२८-३४८) याने एकावर एक दोन टिंबे देण्याची सुरुवात केली. एखाद्या भागाचा शेवट झाला आहे हे दर्शवण्यासाठी हे चिन्ह होते. इसवीसन १४८० पासून एखादे सर्वसामान्य विधान आणि स्पष्टीकरण यांच्यात फरक करण्यासाठी या चिन्हाचा वापर सुरू झाला. गणितात गुणोत्तर दर्शवण्यासाठी वापरतात.
परिच्छेद c.३६०बी.सी.	¶	ऑरिस्टॉटलने (इसपूर्व ३८४-३२२) इसपूर्व ३६० नवीन भाग सुरू झाला आहे हे दर्शविण्यासाठी नवीन वाक्याच्या सुरुवातीला शब्दाखाली आडवी रेघ ओढण्याची सुरुवात केली. आता आपण ज्या प्रमाणे पहिला शब्द थोडा आत लिहितो (indenting) त्याचा प्रारंभ १७ व्या शतकात झाला. इंग्रजीमधील "Paragraph" हा शब्द मूळ ग्रीक "Paragraphos" (बाजूला लिहिणे) यापासून बनला आहे.
स्वराचा आघात इसवीसनपूर्व १९५	' '	बायझंटियमच्या ऑरिस्टोफानेस (इसपूर्व २५७-१८०) याने अभिजात ग्रीक भाषेच्या उच्चाराची पद्धत दर्शवताना प्रथम वापर केला. इंग्रजीतील 'accent' शब्द 'ac' (तीव्रता) आणि cantus (गीत) या दोन लॅटीन शब्दांपासून बनला आहे.
तारा इसवीसनपूर्व १९५	*	ऑलेक्झांड्रियाच्या ग्रंथालयात अनिश्चितपणा/धूसरपणा दर्शवण्यासाठी हे चिन्ह ऑरिस्टोफानेसने वापरले. सर फिलिप सिडनी (१५५४-१५८६) याने इंग्लिश वाङ्मयात पुन्हा १५८७ मध्ये वापरले. इंग्रजी शब्द asterisk हा ग्रीक शब्द asteriskos (छोटा तारा) यापासून आला आहे.

सर्कम फ्लेक्स (Circumflex) इसवीसनपूर्व १९५	ꞈ	पद्य म्हणताना स्वर उंच वा खाली जातो हे दाखवण्यासाठी हे चिन्ह ऑरिस्टोफानेसने वापरले. नंतरच्या काळात फ्रेंचांनी छापील शब्दांमध्ये एखादा उच्चार कुठे खाली जातो हे दाखवण्यासाठी वापर केला.
पूर्णविराम इसवीसन ७६५	.	युरोपियन विद्वान अल्कुईन (७३५-८०४) याने लांबलचक लेखनाचा एक भाग संपला हे दाखवण्यासाठी वापरले. यालाच नंतर इंग्रजीत 'Period' म्हणू लागले. त्याचा उगम ग्रीक शब्द Periodos पासून झाला आहे.
अपोस्ट्रॉफी इसवीसन १५१०	'	इंग्रजीत सुरुवातीला शब्दामधील अक्षरे गाळली आहेत हे दाखवण्यासाठी होता. उदाहरणार्थ, 'cannot' ऐवजी can't असे लिहितात. १७२० पासून हे चिन्ह इंग्रजीतील सर्व possessives साठी वापरले जाऊ लागले. ग्रीक शब्द apo (दूर) आणि strepho (वळणे) यापासून इंग्रजीतील apostrophe हा शब्द तयार झाला.
स्वल्पविराम इसवीसन १५३४	,	याचा पहिला वापर इंग्रजीमधील A Devout Treatyse called the Tree and XII Fruties of the Holy Goost यात आहे. ग्रीक शब्द Komma पासून बनला. याचा अर्थ दूर केलेला तुकडा असा आहे.
उद्गारचिन्ह इसवीसन १५५३	!	लॅटिन io (आनंदाचा उद्गार) यापासून पुनरूज्जीवन काळात अक्षरे तयार करणाऱ्यांनी बनवले. सुरुवातीच्या काळात हे चिन्ह रोमन अक्षर i ns o या अक्षराच्या डोक्यावर लिहिले जाई. या चिन्हाचा पहिला वापर इंग्रजी पुस्तक Catechism of Edward VI (१५५३) यात केलेला दिसतो.
प्रश्नचिन्ह इसवीसन १५८७	?	मूळचा लॅटिन शब्द quaesto याचा अर्थ मिळवणे. वाक्यामध्ये प्रश्नार्थक भाव असल्यास शेवटी Qo ही अक्षरे सुरुवातीस लिहिली जात. नंतर त्या जागी फक्त ˆ अक्षर आले. त्याच्या डोक्यावर छोटा गोल (o) लिहिला जाई. त्यातूनच आजच्या प्रश्नचिन्हाचा जन्म झाला. त्याचा सर्वप्रथम वापर सर फिलिप सिडनी (१५५४-१५८६) च्या 'Arcadia' पुस्तकात करण्यात आलेला दिसतो.
अक्यूट आणि ग्रेव्ह इसवीसन १६१०	é è	वर जाणारा स्वर या अर्थी 'अक्यूट' आणि खाली येणारा स्वर या अर्थी 'ग्रेव्ह' या चिन्हांचा वापर सर्वप्रथम ऑरिस्टोफानेस याने इसवीसनपूर्व १९५ मध्ये केला होता. फ्रेंच भाषेमध्ये स्वरांची लांबी दर्शविण्यासाठी ती चिन्हे पुन्हा वापरली जाऊ लागली. अक्यूट शब्द मूळ लॅटिन शब्द acutus (धारदार) पासून तर ग्रेव्ह शब्द मूळ लॅटिन शब्द graves (वजनदार) पासून तयार झाला आहे.
सेडील्ला इसवीसन १५९९	ç	सुरुवातीला हे चिन्ह छोटे 'Z' अक्षर या स्वरूपात होते आणि ते मृदू उच्चार दाखवण्यासाठी 'C' या अक्षराखाली काढले जाई. त्याचा वापर आधी स्पॅनिश आणि नंतर फ्रेंच व पोर्तुगीज भाषेत केला जाऊ लागला. स्पॅनिशमधील Cedilla शब्द मूळ ग्रीक अक्षर झेटा (Z) या पासून बनला आहे.

<table>
<tr><td>चौकोनी कंस
इसवीसन १७५०</td><td>[ ]</td><td>आता मुख्यत: गणितातील चिन्ह म्हणून वापर.</td></tr>
<tr><td>आणि</td><td>&</td><td>इंग्रजीतील 'ampersand' हे अपभ्रष्ट रूप मूळ शब्द 'and per se-and याचे आहे.
त्याचा वापर प्रथम व्हिक्टोरियन कालखंडाच्या सुरुवातीला झालेला आढळतो.</td></tr>
<tr><td>कंस</td><td>( )</td><td>इंग्रजीतील 'parentheses' हा शब्द मूळ लॅटिन शब्द 'parenthesis' पासून बनला आहे.
त्याचे मूळ ग्रीक शब्दात असून त्याचा अर्थ 'बाजूला आतमध्ये स्थान देणे' असा आहे.</td></tr>
</table>

तरीही अक्षरांची संख्या मात्र कमी न होता उलट आता ती ९५०० एवढी प्रचंड झाली.

इजिप्तमध्ये रोझेट्टो येथे ऑगस्ट १७९९ मध्ये एक दगड मिळाला. इजिप्शियन हायरोग्लिफीक भाषा समजण्यात या दगडाचा फार मोठा हातभार लागला. इसवी-सनपूर्व ३५०० पासून ते इसवीसनानंतर तिसऱ्या शतकापर्यंत इजिप्तमध्ये हायरोग्लिफचा वापर केला जात होता. रोझेट्टो येथील दगडाचा कालखंड इसपूर्व १९९७ असा आहे. या दगडावर तीन लिपींमध्ये एकच लेख कोरलेला आहे. हायरोग्लिफ, ग्रीक आणि डेमॉटिक (हायरोग्लिफचा सोपा प्रकार) या तीन लिप्यांमधील या लेखांमुळे हायरोग्लिफीक लिपीचा अर्थ लावता आला.

इसवीसन १ : उत्तरेकडील लिपी

इसवीसन १०० पासून २४ अक्षरे असणारी नॉर्डिक लिपी- 'रूनिक लिपी' (Runic Script) सर्वत्र वापरली जात होती. 'रून' म्हणजे सरळ रेषा विशिष्ट प्रकारे कोरणे. कदाचित व्यापाऱ्यांनी काठ्यांवर अशा रेषा कोरून 'रून' लिपीची सुरुवात केली असावी. रूनिक लिपीमधील अक्षरांना 'फूथार्क (futhark) असे म्हणतात. या लिपीमधील पहिली सहा अक्षरे f, u, th, a, r, आणि k अशी असल्याने हे नाव पडले.

कागदाचा शोध चीनमध्ये इसवीसन १०५ च्या सुमारास लागला. कै लून (त्सिया लून) हा त्याचा शोधकर्ता असावा असे मानले जाते. त्याचा कालखंड अंदाजे इसवीसन ५७ ते १२१ असा आहे. कागद बनवण्याची कला सन ७५० पर्यंत इस्लामी जगताला अज्ञात होती.

पहिला शब्दकोश (डिक्शनरी) चीनमध्ये इसवीसन १५० मध्ये तयार झाला. त्याच्यामध्ये अर्थनुसार ९३५३ चिनी अक्षरे ५४० गटांमध्ये नोंदवण्यात आली होती.

अरेबिक लिपीदेखील हिब्रूप्रमाणे फिनिशियन अक्षरांपासून तयार झाली. अरेबिकमधील पहिला लेख इसवीसन ५१२ मधील आहे.

इसवीसन १००० : स्लाव लोकांसाठी नवीन अक्षरे

पूर्वेकडील कर्मठ पंथीय ख्रिश्चन लोकांनी (Eastern Orthodox Faith) इसवीसन ८६३-६९ दरम्यान एक ४३ अक्षरे असणारी लिपी वापरायला सुरुवात केली. स्लाव्हिक भाषा बोलणाऱ्या या लोकांनी त्यात ग्रीक आणि हिब्रू अक्षरांचा वापर केला होता. या लिपीला 'सिरिलिक' (Cyrillic) असे म्हणतात. सेंट सिरिल (८२७-८६९) आणि त्याचा भाऊ सेंट मेथोडियस (८२५-८८४) यांनी जुन्या भाषेतून बायबलचे 'ओल्ड चर्च स्लाव्होनिक' भाषेत भाषांतर केले. ही भाषा आधुनिक बल्गेरियन भाषेला जवळची आहे. सेंट सिरिल याच्या स्मरणार्थ लिपीला सिरिलिक म्हणू लागले. ही लिपी बल्गेरिया, रशिया, सैबेरिया आणि युक्रेनमध्ये वापरली जाते.

स्पॅनिश लोकांनी सन १५३२ मध्ये जिंकून घेतलेल्या दक्षिण अमेरिकेतील (पेरू) इंका संस्कृतीमध्ये स्वत:ची लिपीच नव्हती.

क्विपुकामेयॉक्स (Quipucamayocs) म्हणजे 'गाठी मारणारे' लोक व्यापारी सौदे आणि प्रशासकीय कामकाजाच्या नोंदी ठेवत असत. ही क्विपु (Quipu) पद्धत

दशमान असून गाठ बसणे म्हणजे शून्य असा संकेत होता. काही ठिकाणी गाठी मारलेले ७५ धागे एकत्र सापडले आहेत. मध्य अमेरिकेतील युकाटन प्रदेशातील माया संस्कृतीत स्वत:ची लिपी होती आणि ती अक्षरांमध्ये

जेरूसलेममधील एका भिंतीवर हिब्रू, अरेबिक आणि रोमन अशा तीन लिपींमधील लेखन दिसत आहे. सांस्कृतिक एकता होण्याच्या कालखंडांतील फरकांचा, वेगवेगळ्या लिप्या हा निर्विवाद पुरावा आहे. लोकांना आपल्या भाषेबद्दल जाज्वल्य अभिमान आणि प्रेम वाटते. त्यामुळेच जगातल्या सर्वांसाठी एकच भाषा (उदाहरणार्थ, १८८७ मध्ये तयार झालेली एस्परांतो भाषा) असावी यासाठी केलेले सारे प्रयत्न विफल झालेले दिसतात.

विभागलेली होती. सन १५७० च्या सुमारास स्पॅनिशमध्ये फ्रे डिएगोडी लांडू (१५२४-१५७९) याने 'Relación de las Cosas de Yucatàn' हे पुस्तक लिहिले. माया लिपीचा अर्थ लावण्याचा हा पहिलाच प्रयत्न होता.

थॉमस शेल्टन (१६०१-१६५०) याने भराभरा लिहिण्या-साठी लघुलिपीचा (शॉर्टहँड) शोध लावला. त्याने आपली ही लिपी १६३८ मध्ये 'Tachygraphy' या पुस्तकात प्रसिद्ध केली. सॅम्युअल पेपीस (१६३३-१७०३) याने तिचा प्रथम वापर केला.

सर आयझॅक पिटमन (१८१३-१८९७) या ब्रिटिश माणसाने १८३७ मध्ये जगात सर्वांत जास्त पसरलेल्या इंग्लिश भाषेसाठी ४०० पेक्षा जास्त प्रकार असणारी लघुलेखनाची पद्धत तयार केली. ही स्वरांवर आधारित पद्धत सुरुवातीस स्टेनो- ग्राफिक साऊंडहँड म्हणून ओळखली जात होती. त्यात ४९ व्यंजने आणि १६ स्वर अशी ६५ अक्षरे होती.

सन १८४७ मध्ये सर हेन्री रॉलिन्सन याने (१८१०-१८९५) एका 'रानटी कुर्दिश पोरांच्या' मदतीने तीन भाषांमध्ये (जुनी पर्शियन, इलामाईट आणि बॅबिलोनियन) असलेल्या प्रसिद्ध बेहिस्तान लेखाची प्रत तयार केली. हा लेख पश्चिम इराणमध्ये झाग्रोस पर्वतरांगांमध्ये एका टेकडीजवळ आहे. त्याने कागदावर घेतलेल्या ठशांचा वापर करून भाषाशास्त्रज्ञांनी गूढ अशा क्यूनीफॉर्म लिपीमधील अक्षरांचा अर्थ लावला.

इसवीसन २०००: लिपी, राजकारण आणि व्यापाराचा पराभव

विसाव्या शतकामध्ये लिपी हे एक राजकीय साधन बनले आहे, कारण सत्ताधारी कोणत्या ना कोणत्या तरी राजकीय तत्त्वप्रणालीशी आपला संदर्भ जोडण्याचा सतत प्रयत्न करत असतात. सन १९२८ मध्ये तुर्कस्थानचा सत्ताधीश कमाल अतातुर्क (१८८१-१९३८) याने असा हुकूम जारी केला की तुर्की लोकांनी आपल्या अरेबिक लिपीचा त्याग करून रोमन लिपी स्वीकारावी. १९४० मध्ये अडॉल्फ हिटलर (१८८९-१९४५) याने जर्मनीमध्ये गॉथिक लिपी (black letter script) वापरायला बंदी केली, कारण त्याचा असा समज होता की ह्या लिपीचा उगम ज्यू लोकांपासून झालेला आहे.

जुन्या करारामधील (Old Testament) हिब्रू भाषा आणि तिची लिपी या दोन्ही इस्रायलने १९४८ मध्ये अधिकृतरित्या राजभाषा व राजलिपी म्हणून स्वीकारल्या.

प्रतीक चिन्हात्मक लिपी असणाऱ्या भाषांवर अगोदर टाईप-रायटर आणि नंतर वर्ड प्रोसेसरमुळे फार मोठा परिणाम झाला. चीनमये माओ त्से तुंगने (१८९३-१९७६) १९५८ मध्ये पाश्चिमात्य पद्धतीची नवीन चिनी लिपी - पिनयिन प्रचलित केली. पिनयिनचा अर्थ उच्चारणाप्रमाणे शब्द लिहिणे असा होता. या लिपीचा फायदा झाला आणि लवकरच चिनी भाषा संगणक आणि वर्ड प्रोसेसरमध्ये वापरता येऊ लागली.

सन १९८१ मध्ये जाहिरातींच्या माध्यमातून रोमन अक्षरे जपानमध्ये पोहोचली आणि ती 'रोमनजी' या नावाने कांजी व काना लिपींबरोबरीने तिसरी लिपी म्हणून प्रचलित झाली.

आंतरराष्ट्रीय व्यापारामुळे अनेक चिन्हे, उदाहरणार्थ,

रस्त्यावरच्या आणि रिमोट कंट्रोलवरच्या खुणा आंतरराष्ट्रीय बनल्या आहेत. १९९० नंतर ई-मेल व्दारा संदेशाची देवाणघेवाण सुरू झाल्यावर नवीन चिन्हे तयार झाली आहेत. उदाहरणार्थ, स्माईली' (Smiley) हे चिन्ह J-अशी चिन्हे आता संगणकाचा वापर करून सहज बनवता येतात.

टपालसेवा

इसवीसन १ पूर्वी : राजदूत

आपल्याला ज्याबद्दल निश्चित माहिती आहे अशी टपालसेवा सर्वांत अगोदर प्राचीन इजिप्तमध्ये सुरू झाली. इजिप्तचे सम्राट फारोह यांच्याकडे स्वत:ची खास राजकीय कामासाठीची कुरियर पद्धत होती. इसवीसनपूर्व २८५० पासून इजिप्तमध्ये सर्व भागात हे निरोप पोहोचवण्याची व्यवस्था होती. या पत्रांवर 'राजाच्या नावाने तातडीने देणे' अशा अर्थाचा मजकूर असे.

ठरावीक ठिकाणी ये जा करू शकणाऱ्या कबुतरांचा वापर प्राचीन ग्रीसमध्ये, इसवीसनपूर्व ४५० मध्ये ऑलिम्पिकचे निकाल कळवण्यासाठी होत असे. ग्रीकांनी लष्करी उपयोगासाठी संदेश देण्यासाठी विशिष्ट पद्धत विकसित केली होती. या पद्धतीला 'सेमाफोर' (Semaphore) म्हणतात. हा शब्द 'sema' (चिन्ह) आणि 'phores' (धारक) अशा दोन शब्दांचा बनलेला आहे. ही पद्धत इसवीसनपूर्व १४० मध्ये सुरू झाली.

इसवीसन १: राजाज्ञा

रोमन सम्राट ऑगस्टस (राज्यकाल, इसवीसन १४) याने अगोदर अस्तित्वात असणारी घोडेस्वारांची टपाल यंत्रणा जरा अधिक सुधारून घेतली. या यंत्रणेला 'cursus publicus' म्हणत. नवीन पद्धतीमुळे एका दिवसात २७० किलोमीटरपर्यंत संदेश पाठवणे शक्य झाले. पूर्वेकडे रोमन साम्राज्याची टपाल यंत्रणा अरबी पद्धतीत विलीन झाली आणि मग टपाल यंत्रणेचे प्रमुख केंद्र इस्तंबूलहून हलून ते बगदादला गेले.

माया संस्कृतीसारख्या अमेरिकन संस्कृतीत, (इसवीसन २५०-९००) दक्षिण मेक्सिकोमध्ये, आणि अँडीज पर्वतरांगांच्या कडेने पसरलेल्या इंका संस्कृतीत (इसवीसन १३००-१५५०) ठरावीक मार्गाने धावणाऱ्या लोकांची 'रिले रनर्स' (relay runners) पद्धत होती.

इसवीसन १००० : पहिली खासगी टपालसेवा

मध्ययुगाच्या सुरुवातीला युरोपात खासगी टपाल सेवा उदयास आल्या. इसवीसन ११५० पासून चर्च आणि व्यापाऱ्यांचे गट यांच्या आपापल्या खासगी टपालयंत्रणा होत्या. पाठोपाठ विद्यापीठांनीही ह्या पद्धतीचा वापर सुरू केला.

सन १४४७ नंतर जर्मनीतील थूर्न आणि टाक्सिस या परगण्यांच्या उमरावांनी अत्यंत फायदेशीर टपालसेवेचे जाळेच उभारले होते. त्यामध्ये पोलंडपासून स्पेनपर्यंतचा भाग होता आणि १५००० पेक्षा जास्त संदेशवाहक (कुरियर) त्यामध्ये काम करत होते.

सरकारने चालवलेली टपाल यंत्रणा युरोपमध्ये सर्वप्रथम १४७७ मध्ये काम करू लागली. सोळाव्या लुईच्या काळात सुरू झालेल्या या टपाल खात्याला 'Ecurie du Roi' म्हणत असत. लंडनमध्ये सर ब्रायन टूक (मृत्यू १५४५) ह्या गृहस्थांना १५१६ मध्ये पोस्टमास्टर म्हणून नेमण्यात आले. पॅरिसमध्ये सर्वप्रथम १४६३ मध्ये पाँट नॉत्र-दाम भागामध्ये घरांना क्रमांक देण्यात आले. त्यामुळे टपाल वाटप अधिक सुकर झाले.

अशासकीय कामांसाठी टपालखर्च घेण्याची पद्धत फ्रान्स-मध्ये प्रथम १६२७ मध्ये अंमलात आली. पॅरिस आणि फ्रान्स-मधील इतर मोठ्या शहरांच्या दरम्यान ठरावीक रक्कम भरून खासगी टपाल पाठवणे शक्य झाले. पॅरिसमध्येच जगातल्या पहिल्या टपालपेट्या सन १६५३ मध्ये बसवण्यात आल्या. पण त्यांची लुटालूट सुरू झाल्याने त्या काढून टाकण्यात आल्या. सन १६७२ मध्ये फ्रेंच सरकारने टपालसेवा पुरवणे ही सरकारची मक्तेदारी असल्याचे जाहीर केले आणि सर्व प्रकारच्या खासगी टपालसेवांना बंदी घालण्यात आली.

अमेरिकेतील सार्वजनिक टपालसेवा बोस्टनमध्ये ५ नोव्हेंबर १६३९ रोजी सुरू झाली. त्या दिवशी मॅसॅच्युसेट्स्

जगातला पहिला चिकटवता येणारा पोस्ट स्टॅम्प इंग्लंडमध्ये १ मे १८४० रोजी वापरात आला. हा काळ्या रंगाचा स्टॅम्प एक पेनी एवढ्या किंमतीचा होता. त्यानंतर पुढच्याच आठवड्यात निळ्या रंगाचा २ पेन्स किंमतीचा स्टॅम्प वापरात आला.

बे कॉलनीचा पोस्टमास्टर म्हणून रिचर्ड फेअरबँक्स याने सूत्रे हाती घेतली.

एकोणिसाव्या शतकाच्या सुरुवातीला इंग्लंडमध्ये रस्ते बांधणी मोठ्या प्रमाणात झाल्यानंतर वाहतुकीसाठी 'स्टेज कोच' सुरू झाले. या दळणवळण पद्धतीचा उपयोग टपाल सेवेसाठी झाल्यामुळे एका दिवसात अथवा १२ तासात १९५ किलोमीटर-पेक्षा जास्त अंतरावर टपाल पाठवणे शक्य झाले.

टपालसेवेसाठी रेल्वेचा वापर करण्याची सुरुवात इंग्लंडमध्ये झाली. मँचेस्टर आणि लिव्हरपूल दरम्यान ११ नोव्हेंबर १८३० रोजी टपाल वाहून नेण्यात आले. अटलांटिक महासागर ओलांडून टपाल पाठवण्यासाठी सुरुवातीला वाफेच्या इंजिनांवर चालणारे 'एसएस रॉयल विल्यम' हे जहाज वापरले जाई. या जहाजाचा पहिला प्रवास क्यूबेक ते कॉवेस, आयसल ऑफ विट् असा ४ ते २९ ऑगस्ट १८३३ दरम्यान झाला.

इंजिन असणाऱ्या विमानातून टपाल पाठवून 'एअर मेल' सेवेचा प्रारंभ भारतात अलाहाबाद ते नैनी या शहरांच्या दरम्यान १८ फेब्रुवारी १९११ रोजी झाला.

इसवीसन २००० : अंकांचा उपयोग पत्ता म्हणून करणे

टपालाचा बटवडा व्यवस्थित व्हावा म्हणून वापरले जाणारे पोस्ट कोड यांची सुरुवात जर्मन सरकारने १९४२ मध्ये केली. दुसऱ्या महायुद्धानंतर इतर देशांनी या पद्धतीचे अनुकरण केले. त्यामध्ये ब्रिटनने प्रथम १९५९ मध्ये अक्षरे व अंक एकत्रित वापरून पोस्ट कोड तयार केले.

दुसऱ्या सहस्रकाच्या अखेरीस ई-मेल आणि फॅक्स (फॅसिमिली) यंत्रांमुळे टपाल सेवेला अधिक वेगवान आणि जास्त भरवशाचा पर्याय उपलब्ध झाला आहे. या पर्यायांमुळे पोस्ट खात्यांना धोका निर्माण झाला असे चित्र असले तरी प्रत्यक्षात पोस्ट खातेही उत्तम कामगिरी करत आहे. १९९८ मध्ये अमेरिकेच्या पोस्ट खात्यामध्ये ८५८,०६६ कर्मचारी काम करत होते. जगातले सर्वात जास्त संगणक जाळे असणाऱ्या देशात पोस्ट खात्याचा हा आकार लक्षणीय आहे. इतकेच नव्हे तर अमेरिकेत कोणत्याही स्वतंत्र खात्यापेक्षा पोस्टामधील कर्मचाऱ्यांची संख्या जास्त आहे.

अमेरिकेच्या पश्चिम भागात सेंट लुई, मिसौरी ते कॅलिफोर्निया अशी 'पोनी एक्सप्रेस' टपालसेवा सन १८६० मध्ये सुरू झाली. घोडेस्वार रिले पद्धतीने हे अंतर अवघ्या १० दिवसात पार करत असत. तथापि ही पद्धत फार काळ चालली नाही, कारण १८६१ मध्ये टेलिग्राफचे आगमन झाले. या फोटोत दिसणारा घोडेस्वार १९८८ मध्ये ह्या मार्गाचा पुनर्शोध घेताना दिसत आहे.

मुद्रण आणि प्रकाशन

इसवीसन १ पूर्वी : वेताचा कागद

प्राचीन इजिप्शियन लोकांनी इसवीसनपूर्व ३००० च्या आसपास लेखन साहित्य म्हणून वेत (Reed - Cyperus papyrus) या वनस्पतीचा वापर केला होता. चिनी लोकांकडे इसवीसनपूर्व १३०० पासून पुस्तके होती, पण ती लाकडाच्या पट्ट्या किंवा बांबूच्या पट्ट्या दोरीने बांधून बनवलेली असत.

इजिप्तमध्ये अलेक्झांड्रियाचे ग्रंथालय दुसरा टॉलेमी (इसवीसनपूर्व ३०८-२४६) या राजाने स्थापन केले होते. त्याने इसवीसनपूर्व २८७ ते २४६ असे दीर्घ काळ राज्य केले. हे ग्रंथालय प्राचीन काळात शिक्षणाचे एक महत्त्वाचे केंद्र म्हणून प्रसिद्ध होते.

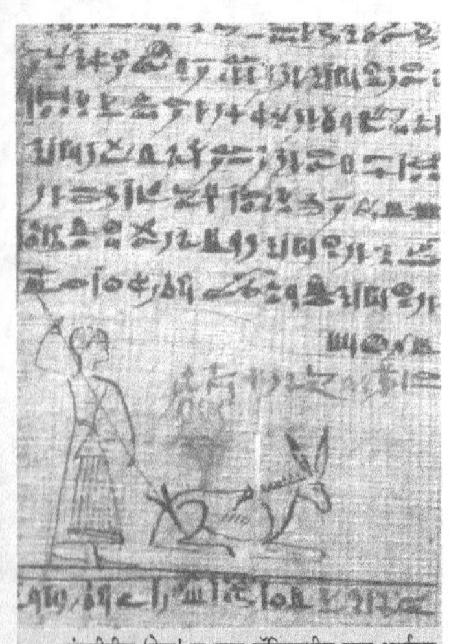

इंग्रजीतील 'पेपर' हा शब्द लॅटिनमधील तशा अर्थाच्या शब्दापासून तयार झाला आहे. त्याचा मूळ अर्थ वेत (reed) वनस्पती असा होता. प्राचीन काळात इजिप्तमध्ये लेखनसाहित्य बनवण्यासाठी या वनस्पतीचा वापर केला जाई. पॅपिरस (वेत) याच्या खोडांचे सारख्या लांबीचे तुकडे केले जात आणि हे तुकडे एकत्र ठेऊन चोपून काढले की सपाट पृष्ठभाग तयार होत असे. या गुळगुळीत पृष्ठभागालाच पॅपिरस म्हणतात. हा फोटोमधील पॅपिरस 'द बुक ऑफ डेड' मधील आहे. अशी पॅपिरसची पुस्तके मृत माणसाच्या थडग्यात पुरण्याची प्रथा इजिप्तमध्ये होती.

या ग्रंथालयात ३०.५ मीटर लांब अशा २००,००० ते ७००,००० गुंडाळ्या (पुस्तके) होत्या. प्राचीन ग्रीक लोकांची पुस्तकेही गुंडाळ्यांच्या स्वरूपात असत. पण त्यांच्या गुंडाळ्यांची लांबी कमी म्हणजे १०.५ मीटरपर्यंत असे. गुंडाळ्या उभ्या केल्या की त्यांची उंची २३ सेंटीमीटर भरे आणि गुंडाळीचा व्यास २.५-३.८ सेंटीमीटर भरत असे.

आशिया मायनर (आधुनिक तुर्कस्थान) मध्ये लिहिण्यासाठी चामड्याचा वापर केला जात होता. त्याला चर्मपत्र (पार्चमेंट) म्हणतात. इंग्रजीतील हा शब्द मूळ शब्द 'Pergamum' पासून बनलेला आहे. वासरे, शेळ्या-मेंढ्या, गझेल आणि काही वेळा तर शहामृगाच्या कातड्या-पासून ही चर्मपत्रे बनवत असत. त्यामुळे लिहिण्यासाठी केवळ पॅपिरसचा उपयोग करण्यामागील इजिप्शियन लोकांची मक्तेदारी इसवीसन १५० च्या सुमारास संपुष्टात आली. वासरांपासून काढलेल्या कातडीला 'व्हेलम' (Vellum) म्हणत. हा शब्द मूळ फ्रेंचमधील 'Velin' म्हणजे वासरू यापासून बनला आहे. हंस/ बदकांच्या पिसांना टोकदार करून त्यांचा लेखणी म्हणून उपयोग होई. रोमन लोकांनी मोठ्या प्रमाणावर व्यापारी पद्धतीने पुस्तके तयार करायला सुरुवात केली. त्यासाठी खास बनवलेल्या खोल्यांना लेखन-कक्ष किंवा स्क्रिप्टोरिया म्हणत. एकजण वाचन करी. त्याला लेक्टर (lector) म्हणत, आणि अनेक लेखनिक एकाच वेळी त्याचे लेखन करत असत.

इसवीसन १ : हस्तलिखित पुस्तके

इसवीसन १०० ते १५० दरम्यान पुस्तके बांधण्याची पद्धत सुरू झाली. त्यांना कोडेक्स (codex) असे म्हणतात. व्हेलम (चर्मपत्रे) एकत्र ठेऊन त्यांचा गठ्ठा बांधला जात असे आणि मग ती कडांवर कापली जात. गुंडाळी ठेवण्यापेक्षा पुस्तक तयार करण्याचा हा वेगळा प्रकार होता.

इसवीसनानंतरच्या काळात पवित्र धर्मग्रंथांच्या प्रती बनवण्यासाठी लेखकांना (scribes) कामावर ठेवले जात असे. मठांमध्ये अथवा त्याला जोडून असणाऱ्या प्रार्थनाकक्षांमध्ये (abbey) बसून लेखक पुस्तकाच्या प्रती बनवत असत. तसेच ते पुस्तकांमध्ये चित्रे काढत आणि पुस्तकांची बांधणीही करत असत.

'द बुक ऑफ केल्स' हे असेच एक प्रसिद्ध पुस्तक आहे. ते केल्स (कोमिथ, आयर्लंड) या मठामध्ये इसवीसनानंतर ८ व्या शतकात तयार करण्यात आले होते. हे पुस्तक व्हेलम वापरूनच लिहिलेले आहे. अरबांनी युरोपात कागद आणला असूनही त्यानंतर कित्येक शतके लिहिण्यासाठी कातड्यांचा वापर केला जात होता.

इसवीसन १००० : छापील बायबल

युरोपमध्ये तयार झालेल्या कागदाचा वापर केलेले पहिले पुस्तक सायलोसचे प्रार्थनेचे पुस्तक (missal) असून ते स्पेन-मधील बुर्गोस येथील आणि इसवीसन १०१० च्या सुमारासचे आहे.

इसवीसन १४५५ मध्ये योहानेस गटेनबर्ग (१४००-१४६८) या जर्मन माणसाने हलणाऱ्या भागांचा समावेश असलेल्या यंत्रावर पहिले पुस्तक छापले. लॅटिन भाषेतील या पहिल्या छापील बायबलच्या फक्त ३१ उत्तम आणि

जर्मनीतील मेन्झ शहरात हलत्या यंत्रावर योहानेस गटेनबर्गने छपाईच्या तंत्राचा विकास केला. सन १४६० मध्ये त्याला आपला छापखाना दुसऱ्याच्या हवाली करावा लागला. त्याने आपला भागीदार योहान फूस्ट याच्याकडून धंद्यासाठी कर्ज घेतले होते. ते फेडता न आल्याने फूस्टने छापखाना जप्त केला होता.

१८ सदोष अशा प्रती उपलब्ध आहेत. त्यातल्या एका प्रतीचा १९८७ मध्ये लिलाव झाला आणि ती प्रत ५३ लाख ९० हजार डॉलर्सना विकली गेली.

विल्यम काक्सटन (१४२२-१४९१) या इंग्लिश गृहस्थाने छपाईचे तंत्र इंग्लंडमध्ये आणले. त्याने हे तंत्र जर्मनीत आत्मसात केले होते. त्याने आपला पहिला छापखाना बेल्जियममध्ये सुरू केला होता. तेथे त्याने इंग्लिशमधील 'Recuyell of the Historyes of Troye' हे पुस्तक १४७४ मध्ये छापले. त्याने इंग्लंडमध्ये छापलेले पहिले पुस्तक 'Dictes or Sayengis of the Philosophres' (१४७७) हे होते. काक्सटनने साधारणत: १०० पुस्तके छापली आणि त्यामध्ये फ्रेंच इंग्लीश डिक्शनरीचाही समावेश होता.

सन १६०५ मध्ये ॲन्टवर्प येथे अब्राहम वेरहोवेन याने पहिले नियमित वर्तमानपत्र काढले. त्याचे नाव 'Nieuwe Tijdinghen' असे होते. दैनिक स्वरूपाचे वर्तमानपत्र १६५० मध्ये टिमोथियस रिट्झ याने सुरू केले.

पुस्तकांची बांधणी करण्यासाठी महाग अशा कातडीपेक्षा स्वस्त पर्याय म्हणून कापडी बांधणीचा प्रारंभ १८२० मध्ये झाला. अशा प्रकारे स्वस्त पर्याय उपलब्ध झाल्याने प्रकाशकांनी स्वत:च पुस्तक बांधणी करायला सुरुवात केली. त्यापूर्वी पुस्तक विक्रेते कातडी बांधणी करून देत असत किंवा पुस्तक घेणारेच बांधणी करून घेत.

पुस्तक निर्मिती स्वस्त झाल्याने आणि मध्यम वर्गाचा उदय झाल्याने पुस्तकांना मागणी वाढत गेली. उदाहरणार्थ, सन १८२५ मध्ये ब्रिटनमध्ये ६०० नवी पुस्तके तयार झाली.याउलट त्या अगोदरच्या शतकात दरवर्षी जेमतेम १०० पुस्तके तयार होत असत. अमेरिकेत प्रकाशक जहाजांद्वारे युरोपातून आलेल्या पुस्तकांची आतुरतेने वाट पाहत बंदरावर जाऊन थांबत असत.

या काळात पुस्तकाच्या प्रती काढण्यावर कोणतीही बंदी नसल्याने लेखकांना काहीच संरक्षण मिळत नसे. पुस्तक बाजारात आले रे आले की तत्काळ त्याच्या चोरट्या प्रती (pirated books) तयार होत. आंतरराष्ट्रीय कॉपीराईट कायद्याचा पहिला वापर डेन्मार्कने १८२८ मध्ये सुरू केला.

इसवीसन १८५० पासून प्रकाशकांनी स्वस्त दरामध्ये 'पुन-मुद्रित' (reprint) पु-स्तके काढायला प्रारंभ केला. जॉर्ज राऊट-लेजचे (१८१२-१८८८) 'रेल्वे' 'लायब्ररी' हे केंद्र फार मोठे होते. रेल्वे स्टेशनवर १ शिलिंग किंवा ५ पेन्सना पुस्तके विकत मिळू लागली.

सन १८८५ मध्ये बर्न येथे झालेल्या परिषदेत जगभरात सर्वत्र एकसमान कॉपीराईट पद्धती ठरवण्यात आली. या परिषदेत ठरलेल्या नियमांनुसार लेखकांना अथवा त्यांच्या वारसाला त्यांच्या मृत्यूपर्यंत अथवा मृत्यूनंतर ५० वर्षांपर्यंत त्या लेखनावर हक्क मिळाला. लेखकाच्या

अमेरिकेला १८४२ मध्ये भेट देण्यासाठी गेलेला असताना विख्यात इंग्लिश लेखक चार्लस् २ डिकन्स याने आंतरराष्ट्रीय कॉपीराईट कायदा असावा असे मत मांडले. त्याच वेळी त्याने अमेरिकन लोकांनी गुलामगिरी नष्ट करावी असे आवाहन केले. त्याने आपली लेखनाची कारकीर्द संसदीय वार्ताहर म्हणून सुरू केली. पण वयाच्या २४ व्या वर्षीच 'पिकविक पेपर्स' यामुळे तो लेखक म्हणून प्रसिद्ध झाला. ९ जून १८७० मध्ये तो मरण पावला तेंव्हा तो 'द मिस्टरी ऑफ एडविन ड्रूड' या कादंबरीचे लेखन करत होता.

मृत्यूनंतर पन्नास वर्षांनी मालकी हक्क संपुष्टात येण्याची त्यात व्यवस्था होती.

सन १८८७ मध्ये जर्मनी-मध्ये पहिल्या प्रथम प्रकाशक आणि पुस्तक विक्रेते यांच्या-मधील किंमत विषयक करारला औपचारिक स्वरूप प्राप्त झाले. यामागे राईश या प्रकाशनसंस्थेचे प्रयत्न कारणी-भूत होते. प्रकाशकांनी पुस्तक विक्रेत्यांना ठरावीक डिस्काऊंट देण्याचे मान्य केले. पण त्याच वेळी पुस्तक विक्रेत्यांनी किंमत कमी करता कामा नये अशी अट घालण्यात आली होती.

ब्रिटनमध्ये अशा प्रकारचे पुस्तकविषयक धोरण १९०१ मध्ये ठरले. त्याला नेट बुक ॲग्रीमेंट म्हणतात. तथापि अमेरिकेने मात्र अशा व्यवहाराची पद्धत स्वीकारताना ती मर्यादित प्रमाणावर राहण्याची खबरदारी घेतली.

मोठ्या प्रमाणावर 'पेपरबॅक' पुस्तके सर ॲलन लेन (१९०२-१९७०) याने काढण्यास सुरुवात केली. पेंग्वीन या सुप्रसिद्ध प्रकाशन संस्थेची १९३५ मधील पेपरबॅक

आवृत्ती अडीच पेन्सना मिळू लागली होती.

पेंग्वीन प्रकाशनाने अशा प्रकारे काढलेल्या खास आवृत्तीं-मध्ये 'लेडी चॅटर्लीज लव्हर' या डी. एच. लॉरेन्सच्या (१८८५-१९३०) पुस्तकाने विक्रम केला होता. या पुस्तकाच्या ३५ लक्ष प्रती खपल्या होत्या. हे पुस्तक गाजण्याचे कारण म्हणजे हे पुस्तक अश्लील आहे असा त्यावर आरोप ठेवण्यात आला होता. पुढे २ नोव्हेंबर १९६० रोजी लंडनमध्ये एका ज्युरी मंडळाने हे पुस्तक अश्लील नसल्याचा निवाडा दिला.

इसवीसन २००० : इलेक्ट्रॉनिक युग

प्रकाशकांनी १९९४ पासून पुस्तके CD-ROM या स्वरूपात काढण्यास सुरुवात केली. १९९५ पर्यंत बरेचसे शब्दकोश (एनसायक्लोपिडिया) या स्वरूपात वाचकांना उपलब्ध झाले होते.

युनायटेड किंगडम (यूके) मध्ये प्रचलित असणारी 'नेट बुक ॲग्रीमेंटची' पद्धत १९९७ मध्ये पूर्णपणे कोलमडली. या करारा-नुसार पुस्तक विक्रेत्यांना ठरावीक किंमतीपेक्षा कमी किंमतीत पुस्तक विकता येत नव्हते. पण ही पद्धत कोलमडल्याचा परिणाम असा झाला की, पुस्तक विक्रेते आता त्यांच्या मर्जीनुसार डिस्काऊंट देऊ शकत होते आणि कमी किंमतीच्या पुस्तकांच्या खूप मोठ्या प्रमाणातील प्रती विकणे त्यांना फायदेशीर ठरू लागले. १९९०-२००० या दशकाच्या अखेरीस अमेरिकेतल्या बर्नीज आणि नोबल्स् यांच्या न्यूयॉर्कमधील प्रशस्त पुस्तक दुकानांप्रमाणे (६०००मीं क्षेत्रफळ) मोठमोठी पुस्तक दुकाने इंग्लंडमध्येही सुरू झाली.

प्रकाशन व्यवसाय अधिकाधिक स्पर्धात्मिक बनला. संगीताच्या क्षेत्रात जसे 'पॉप' अल्बम येतात आणि लवकरच विस्मृतीत जातात, त्याप्रमाणे बेस्टसेलर पुस्तकांच्या यादीमधील नावे भराभरा चमकून दिसेनाशी होऊ लागली. लेखकांना पुस्तक लिहिण्याचे मानधन म्हणून मिळणाऱ्या 'ॲडव्हान्स' रकमेत प्रचंड वाढ झालेली दिसते. जेफ्री आर्चर (जन्म १९४०) या इंग्लिश लेखकाला हार्परकॉलिन्स या प्रकाशन संस्थेने १९९५ मध्ये तीन पुस्तकांसाठी २ कोटी १० लाख डॉलर दिले होते. तर टॉम वूल्फ या अमेरिकन लेखकाला (जन्म १९३१) 'A Man

in Full' नावाच्या नियतकालिकातील लेखमालेबद्दल सहा लाख डॉलर मानधन १९९८ मध्ये देण्यात आले होते.

इसवीसन ६००

छपाईसाठी चीनमध्ये लाकडी ठोकळ्यांचा वापर

इसवीसन १०४०-४८

चिनी लोकांनी मातीच्या वस्तू बनवून एक हलते छपाईचे उपकरण तयार केले होते. ह्यासाठी एका लोखंडी चौकटीचा उपयोग केला जात असे. याचा शोध पी शेंग याने (इसवीसन ९९०-१०५१) लावला असे मानले जाते.

इसवीसन १४३०-४०

योहानेस गटेनबर्गने धातू वापरून हलत्या छपाई तंत्राचा विकास सुरू केला. चिनी लोकांच्या लाकडी ठोकळ्यावरूनच त्याला ही कल्पना सुचली होती.

इसवीसन १७९८

अलॉयस सेनेफेल्डर (१७७१-१८३४) या जर्मन संशोधकाने लिथोग्राफी तंत्र शोधून काढले. एखादा मजकुराचा भाग किंवा चित्र, शोषून घेणाऱ्या दगडी पृष्ठभागावर तेलकट खडूंनी काढले जाई. हा दगड ओला करून त्याला शाई लावली जाई. ओला दगडी पृष्ठभाग शाई शोषून घेत नसे. पण तेलकट भाग शाई शोषून घेत असल्याने त्या भागाची नेमकी छपाई होत असे.

इसवीसन १८१२

जर्मन संशोधक एफ. क्योनिग याने वाफेवर चालणारे पहिले सपाट पृष्ठभागाचे छपाई यंत्र तयार केले. या यंत्राचा वापर करून १८१४ मध्ये लंडनचे 'द टाईम्स' हे वर्तमानपत्र ताशी १००० कागदांची छपाई करू शकत होते. पहिल्या रोटरी छपाई यंत्राचे पेटंट रिचर्ड हो (१८१२-१८८६) या अमेरिकन माणसाने १८४५ मध्ये मिळवले. या यंत्रामध्ये प्लेटन (कागद असणारा भाग) आणि खिळे असणारा भाग (टाईपफेस) हे दोन्ही दंड-गोलाकार होते.

इसवीसन १८२२

निसेफोअर निप्से (१७६५-१८३३) या फ्रेंच संशोधकाने 'फोटोग्राव्ह्यूर' या तंत्राचा शोध लावला. या तंत्रामध्ये पानाची प्रतिमा फोटोच्या स्वरूपात तबकडीवर रूपांतरित होत असे. ह्या तबकडीवर कोरीव पद्धतीने काम होऊन छपाईसाठी सज्ज तबकडी तयार होत असे.

इसवीसन १८८६

ओटोमार मार्गेनथालर (१८५४-१८९९) या जर्मन/अमेरिकन संशोधकाने 'लाईनोटाईप' या तंत्राचा शोध लावला. त्याला हे नाव देण्यात आले कारण एकाच तप्त, धातूच्या तुकड्यावर प्रत्येक ओळ स्वतंत्रपणे तयार होत असे. छपाईचे हे तंत्र १९८० पर्यंत मोठ्या प्रमाणात वापरले जात होते.

इसवीसन १८८९

अमेरिकन संशोधक टॉलबर्ट लांस्टन (१८४४-१९१३) याने 'मोनोटाईप' तंत्राचा विकास केला. या तंत्रामध्ये प्रत्येक अक्षर वेगवेगळे हलवता येत होते.

१९६०-७०

या काळात ऑफसेट प्रिंटिंगचा शोध लागला. कठीण रबरी तबकडीवर फोटोग्राफी पद्धतीने छपाईचा मजकूर उमटवला जाई. मग ही तबकडी लिथोग्राफी तंत्राच्या पद्धतीने पुढे वापरली जाई. डब्ल्यू. रूबेल (अमेरिकन) याने १९०४ मध्ये अशा प्रकारच्या जस्ताच्या पृष्ठभागांचा वापर करण्याचे तंत्र शोधून काढले होते.

१९६०-७०

इलेक्ट्रॉनिक टाईपसेटिंगमुळे छपाईमधील कंपोझिटरचे काम संपुष्टात आले. पूर्वी हाताने कंपोझिटर ही व्यक्ती टाईपसेट करत असे.

१९९०-२०००

संगणकाचा वापर करून टाईपसेटिंग करणे आणि संगणका-वरच चालणाऱ्या डिजिटल प्रिंटरचा वापर करणे ही नित्याची बाब झाली.

छायाचित्रण

छायाचित्रणामध्ये दोन प्रकारच्या तंत्रज्ञानांचा मिलाफ झालेला असतो. प्रतिमा तयार करून ती भिंगाद्वारे कॅमेऱ्यामध्ये आणण्यासाठी प्रकाशकी (optics) तंत्रज्ञान वापरले जाते. तर प्रकाशाला संवेदनशील असलेल्या माध्यमाचा वापर करून प्रतिमा कायमस्वरूपी नोंदणे यामध्ये प्रकाशरसायनशास्त्राचा (Photochemistry) उपयोग केला जातो. या दोन्ही तंत्रज्ञानांचा स्वतंत्र विकास होत गेला आणि या दोन गोष्टींचे एकत्रिकरण झाल्यानंतरच छायाचित्रण कलेचा जन्म होऊ शकला.

'कॅमेरा ऑब्स्क्युरा' म्हणजे लॅटिन भाषेतील 'अंधार खोली' याची सुरुवात ११ व्या शतकातील अरबी विचारवंत अल् - हाझेन (९६५-१०३९) याने केली असे मानले जाते. बाहेर ज्याच्यावर भरपूर प्रकाश पडला आहे अशा वस्तूची प्रतिमा अंधाऱ्या खोक्यात घेण्याचे तत्त्व कॅमेरा ऑब्स्क्युरामध्ये वापरतात. खोक्याला एका बाजूला पाडलेल्या छोट्या छिद्रातून येणारे किरण मागच्या पांढऱ्या केलेल्या बाजूवर वस्तूची खाली डोके-वर पाय अशी प्रतिमा तयार करतात. या प्रकारे आपल्या डोळ्याला नुकसान न होता सूर्यग्रहण किंवा सूर्यवरचे डाग पाहता येतात.

वस्तूकडे निरनिराळ्या कोनांतून पाहण्याच्या तंत्रामध्ये इटालियन लोकांना पुनरूज्जीवन काळात विशेष रस निर्माण

'चेअरमन माओ यांची वचने' या पुस्तकाला चीनमध्ये 'छोटे लाल पुस्तक' म्हणतात. १९६६-१९७१ या दरम्यान हे पुस्तक जवळ असणे जवळपास सक्तीचे होते.या पुस्तकाच्या ८० कोटी प्रती काढण्यात आल्या होत्या.

झाला होता. त्यांनी कॅमेरा ऑबस्क्युरा वापरून अनेक प्रयोग केले होते. लिओनार्दो दा विंची (१४५२-१५१९) या सुप्रसिद्ध इटालियन कलाकाराने आपल्या 'कोडेक्स अटलांटिकस' या पुस्तकात अशा उपकरणाची माहिती दिलेली आहे.

डॅनियेल बार्बारो (१५१३-१५७०) या इटालियन माणसाने वस्तूची अधिक चांगली प्रतिमा मिळवण्यासाठी कॅमेरा ऑबस्क्युरामध्ये सर्वप्रथम भिंग वापरले. अशा प्रकारच्या 'पिनहोल कॅमेऱ्याचा' कलाकारांना उपयोग होतो असे वर्णन जिओव्हान्नी बाप्टिस्टा डेल्ला पोर्टा (१५४३-१६१५) या इटालियन माणसाने आपल्या १५५३ मधील 'मॅजिए नॅटुरॅलिस' या पुस्तकात केलेले आहे. अशा प्रकारच्या दोन्ही बाजूंना बाहेर फुगीर असलेल्या भिंगांमुळे वस्तूची प्रतिमा काहीशी बेडौल होत असे. उदाहरणार्थ, सरळ रेषा वक्राकार दिसत असत.

इंग्रजीतील फोटोग्राफी म्हणजे छायाचित्रण हा शब्द 'फोटोस' (प्रकाश) आणि 'ग्राफिया' (लेखन) या दोन ग्रीक शब्दांपासून बनलेला आहे. त्याचा शब्दश: अर्थ 'प्रकाश वापरून लेखन' असा होतो. या तंत्राचा शोध जर्मन वैज्ञानिक योहान हाईनरिच शूल्टझ् (१६८७-१७४४) याने न्यूरेंबर्गजवळील आल्टडॉर्फ विद्यापीठात १७२७ मध्ये लावला. प्रकाश पडला तर सिल्व्हर नायट्रेट हा चांदीचा क्षार काळा पडतो हे त्याने नमूद केले. चांदीचे क्षार प्रकाशाला संवेदनशील असतात असा हा महत्त्वाचा शोध होता.

शूल्टझ्ने चांदीच्या क्षारांच्या थरांमध्ये काही अक्षरे कोरली. ही अक्षरे प्रकाश पडल्यावर, गडद लाल होती ती निळसर जांभळी झाली असे त्याने नमूद केले आहे. चांदीच्या क्षारांचा वापर केलेल्या या प्रकाशाला संवेदनशील मिश्रणांना संबोधण्यासाठी शूल्टझ्ने 'scotophorus' हा लॅटिन (जर्मन शब्द dunkelheitsträger) शब्द वापरला. त्याचा अर्थ 'गडदपणा वाहणारा' असा आहे.

सन १७९० मध्ये विख्यात इंग्लिश कुंभार जोसिहा याचा मुलगा थॉमस वेजवूड (१७७१-१८०५) याने सिल्व्हर नायट्रेट किंवा सिल्व्हर क्लोराईडचा थर दिलेला कागद वापरून प्रयोग सुरू केले. चित्रे काचेवर उमटवण्यासाठी त्याने हे प्रयोग केले होते. त्याच्या चरित्रकाराने वेजवूडचा उल्लेख जगातला पहिला छाया-चित्रकार असा केला आहे. पण त्याने निर्माण केलेल्या प्रतिमा कायमस्वरूपी करण्यात त्याला यश आले नाही. प्रकाश पडल्यावर त्या नष्ट होत असत. त्याचे हे संशोधन काही वर्षें अज्ञात होते. पण १८३९ मध्ये या संशोधनाची माहिती समजली.

कॅमेरा वापरून छायाचित्रण करण्याच्या तंत्राचा शोध फ्रेंच रसायनशास्त्रज्ञ जोसेफ निप्से (१७६५-१८३३) याने लावला. तो १८०१ मध्ये मध्य फ्रान्समधील आपल्या घराण्याच्या गावाकडील घरात ग्रास या ठिकाणी काम करत होता. मे १८१६ मध्ये त्याने सिल्व्हर क्लोराईडचा लेप दिलेला प्रकाश-संवेदनशील कागद वापरला. पण त्याच्याही प्रतिमा स्थिर (fix) होत नव्हत्या. त्याने त्यासाठी सौम्य नायट्रिक आम्ल वापरले होते.

पुढील काळात छायाचित्रकारांनी प्रकाश-संवेदनशील रेणू कायमस्वरूपी करून, मग उरलेले रसायन धुवून टाकण्याचे तंत्र शोधले. त्यामुळे प्रतिमा स्थिर होऊ शकली होती.

निप्सेने अनेक पद्धती वापरून पाहिल्या होत्या. पण १८२२ मध्ये त्याला अचानक 'पिच' याचा शोध लागला. प्रकाश पडला की पिच पांढरे पडते आणि ते घट्टही होते. त्याचा वापर एक प्रकारे निगेटिव्हप्रमाणे करता येत होता. सन १८२६ मध्ये त्याने कॅमेरा ऑबस्क्युरामध्ये पॉझिटिव्ह प्रतिमा तयार करण्यात यश मिळवले.

त्या कामासाठी निप्सेला त्याची निगेटिव्ह आठ तास 'एक्सपोज' करावी लागली होती.

ग्रास येथील घराच्या वरच्या मजल्यावरील खोलीच्या खिडकी-तून निसर्गाचा पहिला फोटो काढण्यात आला होता. निप्सेच्या कॅमेऱ्याला जाक लुई विंसेंट शेवलिए (१७७०-१८४१) आणि त्याचा मुलगा चार्ल्स् लुई (१८०४-१८५९) या दोघांनी एक वेगळ्या प्रकारचे भिंग बसवले. त्याला त्यांनी 'prisme ménisque' असे नाव दिले होते. हे भिंग एका बाजूला अंतर्गोल, तर दुसऱ्या

अठराव्या शतकाच्या अखेरीला फ्रेंच वैज्ञानिक जोसेफ निप्से निसमधील सरकारात महत्त्वाची भूमिका बजावत होता. पण १८०१ मध्ये त्याने ते पद सोडून संशोधनाला वाहून घेतले. त्याच्या जवळ-जवळ पाव शतकांच्या संशोधनातून सन १८२६ मध्ये पहिला फोटो निघाला.

बाजूला बहिर्गोल होते. एक्सपोजर नंतर प्रतिमा 'व्हाईट स्पिरिट' (पेट्रो-लियमजन्य) आणि लखें-डरच्या तेलाच्या मिश्रणाने धुण्यात आली होती. बिटुमेनचे घट्ट न झालेले भाग या मिश्रणामुळे धुवून निघाले आणि अशा प्रकारे वस्तूची कायमस्वरूपी प्र-तिमा तयार झाली.

निप्सेने घेतलेला ऐति-हासिक फोटो २० x १६ सेंटीमीटर आकाराचा होता आणि तो त्याने ब्रिटिश निसर्ग वैज्ञानिक फ्रान्सिस बॉयर याला दिला होता. लंडनमधील कू भागात १८२७ मध्ये आपल्या मृत्युशय्येवरील भावाला भेटण्यासाठी निप्से लंडनला आला होता. हा फोटो १८९८ मध्ये हरवला होता. पण १९५२ मध्ये इंग्लंड-मधील एका खेडेगावात एका ट्रंकेत तो पुन्हा सापडला. १९६४ मध्ये हा ऐतिहासिक फोटो ऑस्टिनच्या टेक्सास विद्यापीठाला भेट मिळाला. हा फोटो आता हेलियम वायूने भरलेल्या कपाटात सुरक्षित ठेवलेला आहे. सन १८२६-२७ दरम्यान घेतलेला हा जगातला सर्वात जुना फोटो आहे.

निप्सेने लुई जाक मांडे दागुयेरे (१७८७-१८५१) या फ्रेंच माणसाला भागीदार म्हणून निमंत्रण दिले. दागुयेरे ऑपेरांसाठी पडदे रंगवत असे. १८३५ मध्ये त्याने प्रतिमा सुस्थिर करण्या-साठी वेगळी रासायनिक पद्धत शोधून काढली. त्यामध्ये त्याने चांदी व आयोडीन यांचा क्षार वापरून तांब्याच्या तबकडीवर लेप दिला होता. या तबकड्यांना 'दागुयेरोटाईप्स' म्हणतात. त्या डावी-कडून उजवीकडे उलट असत. पण त्या खूपच लोकप्रिय झाल्या होत्या.

छायाचित्रण तंत्रामधील प्रगतीचा पुढचा टप्पा इंग्लिश भौतिकशास्त्रज्ञ विल्यम हेनरी फॉक्स टालबोट (१८००-१८७७) याने गाठला. फॉक्स टालबोटला गणित, संसदीय कामकाज आणि अनेक वैज्ञानिक गोष्टींमध्ये रस होता आणि छायाचित्रणाचा अभ्यास हा त्यामधला केवळ एक छंदाचा भाग होता. त्याने हे शोधून काढले की सिल्व्हर आयोडाईज्ड कागद प्रकाश संवेदन-शील बनतो हे खरे, पण त्यावर जर ट्रायहायड्रॉक्सी बेंझोईक आम्लाची क्रिया केली तर तो अधिक संवेदनशील बनतो. एक ते पाच मिनिटे एक्सपोज केलेल्या प्रतिमा स्थिर करण्यासाठी त्याने पोटॅशियम ब्रोमाईडचा वापर केला.

टालबोटने काढलेल्या फोटोंपैकी सर्वात जुना उपलब्ध फोटो एका २०० तावदाने बसवलेल्या खिडकीचा असून

छायाचित्रणाचे संशोधन करणारा इंग्लिश भौतिकशास्त्रज्ञ विल्यम हेनरी फॉक्स टालबोट याने १८४३ मध्ये काढलेल्या या फोटोला 'द ओपन डोअर' असे शीर्षक दिले होते. त्यानेच सर्वप्रथम निगेटिव्ह आणि पॉझिटिव्ह यांचे तंत्र वापरले होते. त्याने आपल्या निगेटिव्हना 'कॅलोटाईप' असे संबोधले होते. फॉक्स टालबोटने हा शब्द 'सुंदर छाप' अशा अर्थाच्या ग्रीक शब्दापासून बनवला होता.

त्याची निगेटिव्ह आज टिकून आहे. हा फोटो त्याने विल्टशायर परगाण्यातील त्यांच्या घराण्याच्या ॲबेच्या दक्षिणेकडील गॅलरीच्या आतून ऑगस्ट १८३५ रोजी घेतला होता. टालबोटनेच सोडियम थायोसल्फेटचा पुन्हा वापर सुरु केला. फिक्सिंग एजंट म्हणून उपयोगी पडणारे हे रसायन 'हायपो' म्हणून ओळखले जाते.

चांदीच्या क्षारांना विरघळवण्याची या रसायनाची क्षमता १८१९ मध्ये जॉन हर्शेल (१७९२-१८७१) या इंग्लिश

शास्त्रज्ञाने शोधून काढली होती. जोसेफ ब्रँक्रॉफ्ट रीड (१८०१-१८७०) या इंग्लिश शास्त्रज्ञाने याचा पुन्हा शोध लावला. जॉन हर्शेल हा 'हर्षल' या ग्रहाचा शोध लावणाऱ्या विल्यम हर्शेलचा मुलगा होय. त्यानेच छायाचित्रणाच्या क्षेत्रात पॉझिटिव्ह आणि निगेटिव्ह या संज्ञा सर्वप्रथम १८४० मध्ये प्रोसिडिंग्ज ऑफ रॉयल सोसायटी यामध्ये वापरल्या.

दरम्यान कॅमेऱ्याच्या भिंगांमध्ये अनेक बदल घडून आले होते. व्हिएन्नामध्ये जोसेफ मॅक्स पेट्झ्वल (१८०७-१८९१) या झेक शास्त्रज्ञाने 'पोर्ट्रेट लेन्स' हे वेगळ्या प्रकारचे भिंग शोधून काढले. या भिंगासाठी असणारे छिद्र शेवलिएने ठरवलेल्या छिद्राच्या १६ पटीत होते. मे १८४० पासून ही भिंगे पीटर विल्ह्येम फ्रेडरिक वॉईटलेंडर (१८१२-१८७८) या ऑस्ट्रियन माणसाने बनवण्यास सुरुवात केली. या भिंगांमुळे कॅमेऱ्याचा एक्सपोज करण्याचा कालावधी ४५-७५ सेकंद एवढा कमी झाला.

योहान बॅप्टिस्ट आयसेनरिंग (१७९६-१८६०) याने स्वित्झर्लंडमधील सेंट गालेन येथे फोटोला रंगीत करण्याचे तंत्र नोव्हेंबर १८४० मध्ये विकसित करण्याचा प्रयत्न केला होता. दागुयेरो-टाईप प्रकारचे चंद्राचे यशस्वी फोटो २३ मार्च १८४० मध्ये जॉन विल्यम ड्रेपर (१८११-१८८२) या ब्रिटिश वैज्ञानिकाने घेतले. त्यासाठी त्याने १.५ सेंटीमीटरचा परावर्तक वापरला होता. त्याने फोटो

स्टिरियोग्राफ : दोन भिंगे असणाऱ्या कॅमेऱ्याने हे फोटो घेतले जातात आणि विशिष्ट रचनेच्या दर्शकातून पाहिल्यास वस्तूची त्रिमिती प्रतिमा दिसते. १९ व्या शतकाच्या मध्यापासून हे फोटो लोकप्रिय होते. या विशेष दर्शकाचा शोध डेव्हिड ब्रूस्टर (१७८१-१८६८) या स्कॉटिश माणसाने लावला. ह्या दर्शकांचे पहिले प्रदर्शन लंडनमध्ये १८५१ मध्ये करण्यात आले होते.

२० मिनिटे एक्सपोज करून काढला होता. पण दागुयेरो-टाईपचे तंत्रज्ञान मरणपंथाला लागणे स्वाभाविक होते. त्या तंत्रामध्ये एकमेव पॉझिटिव्ह असे. आणि या तंत्राने लोकांना मोहित केले होते. पण तरीही कोणत्याही उपयुक्त मार्गाने या पॉझिटिव्हची प्रत काढता येत नव्हती आणि ती काचेखाली ठेवावी लागे.

लाँगमन, ब्राऊन, ग्रीन आणि या लंडनमधील प्रकाशकांनी १८४४-४६ दरम्यान फोटो असलेल्या पुस्तकाचे खंड प्रकाशित केले. फॉक्स टालबोटच्या या पुस्तकाचे नाव होते 'द पेन्सिल ऑफ नेचर'. त्यात त्याने नमूद केले आहे, की तो १८३३ मध्ये हनीमूनसाठी इटलीत लेक कोमो येथे गेला असताना त्याला सर्वप्रथम ही कल्पना सुचली की 'निसर्गाची ती अप्रतिम दृश्ये कागदावर कायमची साठवता आली तर काय बहार येईल.'

छायाचित्रण तंत्रामध्ये १८५१ मध्ये आणखी सफाईदारपणा आला. वेट-कोलोडियन प्रक्रियेचा विकास झाला होता. त्याचा शोध फ्रेडरिक स्कॉट आर्चर (१८१३-१८५७) या इंग्लिश वैज्ञानिकाने लावला. त्याने फोटोची तबकडी संवेदनशील बनवण्यासाठी गन-कॉटन किंवा नायट्रोसेल्युलोज इथरमध्ये विरघळवून त्याचा लेप दिला होता. आर्चरच्या या प्रक्रियेमुळे अधिक चांगली प्रतिमा तयार झाली.

पहिले हवाई छायाचित्रण १८५८ मध्ये एका बलूनमधून करण्यात आले होते. फ्रेंच चित्रकार आणि पत्रकार असलेल्या 'नदर' याने १८५९ मध्ये पेटिट बिसेंट्रे या ठिकाणी फोटो घेतले. त्याचे खरे नाव गास्पार फेलिक्स टुर्नाक्रॉन होते. नदरने (१८२०-१९१०) जमिनीखालीही आर्कलाईट वापरून फोटो घेतले होते. जगातली पहिली फोटो असणारी मुलाखत याच अग्रणी पत्रकाराच्या नावावर आहे.

कोलेडियन प्रक्रिया उपयुक्त असल्याचे जुलै १८६० मध्ये सिद्ध झाले. इंग्लिश छायाचित्रकार वॉरेन डी ला रू (१८१५-१८८९) याने खग्रास सूर्यग्रहणाच्या वेळी सूर्याचे फोटो घेतले. स्पेनमधून घेतलेल्या त्याच्या फोटोमध्ये हे स्पष्ट दिसून आले की, चंद्राच्या कडांवरील चमक ही त्याची

स्वत:ची नसून ती सूर्य-किरणांमुळे तयार होणारी असते.

आधुनिक रंगीत छायाचित्रणाचा प्रारंभ दोन फ्रेंच संशोधकांनी स्वतंत्रपणे केलेल्या कामामुळे झाला. सन १८६९ या वर्षी चार्ल्स् क्रॉस (१८४२-१८८८) याने 'सबट्रॅक्टिव्ह तत्त्व' शोधून काढले. या तंत्रामध्ये निरनिराळ्या गाळण्या असून त्या निरनिराळ्या रंगांच्या तरंगलांबींचा प्रकाश शोषून घेत असत. पांढऱ्या रंगामधून विशिष्ट रंग 'वजा' करून निराळा रंग मिळतो. लुई ड्युको दू हौरॉन (१८३७-१९२०) याने १८६९ मध्येच याच तत्त्वाचा स्वतंत्रपणे शोध लावला. त्याच्या १८६९ मध्ये प्रकाशित झालेल्या 'Les couleurs en photographie, solution du probléme या पुस्तकात या तत्त्वाची माहिती दिलेली आहे.

इंग्लिश डॉक्टर रिचर्ड लीच मॅडॉक्स (१८१६-१९०२) याने १८७१ मध्ये असे सुचवले की वेट-कोलोडियन प्रक्रियेला पर्याय म्हणून जिलेटिन-सिल्व्हर ब्रोमाईड मिश्रणाचा वापर करता येईल. वेट-कोलोडियन पद्धतीने बनलेल्या प्रतिमा साठवण्यात अडचण येत होती. १८७८ मध्ये छायाचित्रणाची 'कोरडी' तबकडी तयार झाली आणि त्यामुळे फोटो काढण्याच्या तंत्रात क्रांती घडून आली.

मॅडॉक्सची जिलेटन असणारी तबकडी कोलोडियन तबकडीपेक्षा ६० पट अधिक संवेदनशील होती. याचा अर्थ असा की फोटो एक्सपोज करण्याचा कालावधी आणखी कमी होणे. यामधूनच पुढील काळातील 'इंस्टंट' कॅमेरे तयार झाले.

मॅग्नेशियम धातू जळून पांढरा प्रकाश मिळतो हे बराच काळ माहिती होते. १८८७ मध्ये जर्मन संशोधक अडॉल्फ माईटके आणि योहानेस गेडिके यांनी फ्लॅशसाठी लागणारे मिश्रण तयार केले. या मिश्रणामध्ये मॅग्नेशियम, पोटॅशियम क्लोरेट आणि अँटीमनी सल्फेट हे घटक होते. घराच्या आतमध्ये पुरेसा प्रकाश मिळण्यासाठी फोटोग्राफर या मिश्रणाचा वापर करू लागले.

सन १८८८ मध्ये जॉर्ज ईस्टमन (१८५४-१९३२) या अमेरिकन वैज्ञानिकाने 'बॉक्स कॅमेरा' तयार केला. त्याच्या ७०८ ग्रॅम वजनाच्या कोडॅक फिल्मरोल कॅमेऱ्यामुळे छायाचित्रण लोकांना आवडू लागले. हा कॅमेरा फक्त १६.५ × ९.५ × ८.२ सेंटीमीटर होता आणि त्याची किंमत २५ डॉलर होती. न्यूयॉर्क-मधील रोचेस्टर येथे असलेल्या ईस्ट-मन ड्रायप्लेट अँड फिल्म कंपनीने कॅमेऱ्यांचे मोठ्या प्रमाणावरील उत्पादन सुरू केले. कोडॅकचे

अन्सेल अॅडम्स या अमेरिकन माणसाची अशी इच्छा होती की छायाचित्र ही चित्रकलेप्रमाणे सन्माननीय कला बनावी. त्याने सर्वप्रथम न्यूयॉर्कच्या म्युझियम ऑफ मॉडर्न आर्टमध्ये १९३७ मध्ये फोटोंचे प्रदर्शन भरवले. अमेरिकेतील रानमुलूख टिकवण्याच्या चळवळीत अग्रेसर असणाऱ्या अॅडम्सने कॅलिफोर्नियातील योजमाईट नॅशनल पार्कमधील निसर्गाचे थक्क करणारे फोटो काढले आहेत. तो सुरुवातीला तेथे १९१६ मध्ये गेला होता, आणि त्यानंतर सतत ६७ वर्षे तो त्या ठिकाणी जात होता.

घोषवाक्य असे होते- "तुम्ही फक्त बटण दाबा, बाकी सारे आम्ही करू." ह्या कॅमेऱ्यामध्ये १०० फोटो काढता येत असत, पण हा सगळा कॅमेराच पुढील प्रक्रियेसाठी कंपनीकडे पाठवावा लागत असे.

थॉमस रूडाल्फस् डायमेयर (१८५९-१९०६) या जर्मन-इंग्लिश संशोधकाने मोठ्या फोटोंसाठी टेलिफोटो लेन्स वापरायला सुरुवात केली. त्याने त्याच्या शोधाचे १८९१ मध्ये पेटंट घेतले होते.

सन १८९३ मध्ये बेल्जियममध्ये जन्मलेला अमेरिकन रसायनशास्त्रज्ञ लिओ बेकलँड (१८६३-१९४४) याने पहिल्या व्यापारी उपयोगाच्या प्लॅस्टिकचा म्हणजे

बेकेलाईटचा शोध लावला. या शोधाने छायाचित्रणात क्रांती घडून आली. त्याच्या शोधाचा उपयोग करून बनवलेल्या वेलोक्स फोटोग्राफिक पेपरमुळे फोटो प्रिंट करणे सोपे झाले, कारण हा फोटो कृत्रिम प्रकाशात प्रिंट करणे शक्य झाले होते.

ऑस्कर बारनॅक (१८७९-१९३६) या जर्मन संशोधकाने १९१४ मध्ये ३५ मिलीमीटर फिल्म वापरणारा कॅमेरा तयार केला. हे काम त्याने जर्मनीमधील अर्नेस्ट लाईटझ् या कंपनीसाठी केले होते. पहिले महायुद्ध सुरू झाल्याने 'लायका' कॅमेरा बाजारात येणे १९२४ पर्यंत लांबले. हा पहिला सुटसुटीत आकाराचा आणि उत्तम फोटो काढणारा कॅमेरा होता. आणि त्याच्या या गुणांमुळे तो पत्रकारांमध्ये फार लोकप्रिय झाला.

अमेरिकन संशोधक एडविन लँड ह्याच्या १९४८ मध्ये तयार केलेल्या पोलरॉईड कॅमेऱ्यामध्ये मिळालेला इंस्टंट फोटो दाखवत आहे. सव्वादोन किलोग्रॅम वजनाच्या या कॅमेऱ्याची किंमत ९५ डॉलर होती आणि हा कॅमेरा फोटो घेतल्यावर एका मिनिटात प्रिंट करत असे.

पॉल व्हिएरकॉटर याच्या संशोधनामुळे फ्लॅश वापरून फोटो घेणे अधिक विश्वासार्ह झाले. त्याने १९२५ मध्ये झगझगीत प्रकाश देऊ शकणाऱ्या मिश्रणाचा वापर इलेक्ट्रिक बल्बमध्ये करण्याच्या तंत्राचे पेटंट घेतले. या प्रकाशाचा क्षणभर झोत टाकणाऱ्या बल्बमध्ये जर्मन संशोधक ओस्टरमायर याने अधिक सुधारणा केल्या. त्याने १९२९ मध्ये पहिला आवाज न करणारा आणि धूरविरहित फ्लॅशबल्ब तयार केला. या बल्बचे नाव व्हॅक्युब्लिटझ् असे होते.

सन १९२८ मध्ये फ्रॅन्के आणि हाईडके या जर्मन कंपनीने रोलि-फ्लेक्स कॅमेरा बाजारात आणला. या कॅमेऱ्यामध्ये दोन भिंगे होती. एक भिंग वस्तूची प्रतिमा फिल्मवर पाडत असे, तर दुसरे भिंग त्यातून पाहून वस्तू फोकसमध्ये आणण्याचे कार्य करत असे.

कोडॅक कंपनीने १९३५ मध्ये कोडॅक्रोम ट्रान्सपरन्सी फिल्म तयार केली. तीन रंगांच्या इमल्शनचे थर देण्याची पद्धत हेर साईग्रीस्ट (मृत्यू १९१४) आणि रूडाल्फ फिशर (१८८१-१९५७) या दोघा जर्मन संशोधकांनी १९१२ मध्ये विकसित केली होती. ऑग्फाकलर ही पॉझिटिव्ह/निगेटिव्ह फिल्म १९३९ मध्ये, तर कोडॅकलर निगेटिव्ह फिल्म १९४२ मध्ये तयार झाली.

सन १९४० मध्ये एडविन हर्बर्ट लँड (१९०९-१९९१) या अमेरिकन संशोधकाने अशी फिल्म तयार केली की त्यावर लेप दिलेल्या रसायनांमुळे कॅमेऱ्याच्या आतमध्येच कोरड्या प्रक्रियेने फिल्म डेव्हलप होऊ शकत होती. सन १९४८ मध्ये त्याने आपला 'लँड पोलरॉईड मॉडेल ९५' हा कॅमेरा बाजारात आणला.

तत्काळ रंगीत प्रिंट मिळू शकतील अशा फिल्मचा शोध १९६३ मध्ये एल्कन ब्लाऊट (जन्म १९१९) आणि हॉवर्ड रॉजर्स (जन्म १९१५) या दोन अमेरिकन संशोधकांनी लावला. सन १९७२ मध्ये बाजारात आलेल्या पोलरॉईड एस. एक्स.-७० या कॅमेऱ्यामध्ये ६० सेकंदांच्या आत कोरडा फोटो प्रिंट होऊन बाहेर पडत असे.

एस. एक्स.- ७० हा कॅमेरा 'सिंगल-लेन्स रिफ्लेक्स' प्रकारचा होता. या कॅमेऱ्यांना एस. एल. आर. (SLR) म्हणत. या कॅमेऱ्यामध्ये वस्तू नीट फोकसमध्ये आली आहे की नाही हे पाहण्यासाठी आरशाची रचना होती.

वापरायला सुटसुटीत असा पहिला 'ऑटो फोकस' कॅमेरा कोनिका हा जपानी कॅमेरा असून तो १९७६ मध्ये तयार झाला. ऑटो फोकस याचा अर्थ प्रकाशाच्या तीव्रतेनुसार कॅमेरा आपल्या आपण फोकस ठरवतो.

सन १९८९ मध्ये कॅनन कंपनीने 'आयन मॅग्नेटिक कॅमेरा' बाजारात आणला. या कॅमेऱ्यामध्ये प्रतिमा फ्लॉपी डिस्कवर साठवल्या जातात आणि त्यामुळे रसायने व फिल्म यांना

विसाव्या शतकाच्या अखेरीस 'बॉक्स ब्राऊनी' कॅमेऱ्यासारखा कॅमेरा जपानी कंपनी फुजीने १९८६ मध्ये बाजारात आणला. वापरून टाकून देण्याच्या (डिस्पोजेबल) कॅमेऱ्यात साधारणत: २४ फोटो घेता येतात आणि फोटो प्रिंट करण्यासाठी ह्या प्रकारचे कॅमेरे प्रक्रियेसाठी पाठवावे लागतात.

फाटा मिळाला. सोनी कंपनीने १९८१ मध्ये पहिला व्हिडिओ कॅमेरा तयार केला.

कोडॅक कंपनीने १९९० मध्ये फोटो- सी. डी. हा कॅमेऱ्याचा नवीन प्रकार बाजारात आणला. ३५ मिलीमीटर फिल्मवर घेतले जाणारे फोटो या पद्धतीत डिजिटल प्रकारे रूपांतरित करून सी.डी. वर साठवण्यात येतात. हे फोटो मग टेलिव्हिजनवर पाहता येतात.

जगामध्ये छायाचित्रण व्यवसायाची उलाढाल १९९६ मध्ये २७०० कोटी पौंड एवढी प्रचंड होती. या व्यवसायामध्ये कोडॅक-ईस्टमन कंपनीचा वाटा ४५%, फुजीचा २५%, ॲग्फा-गेव्हर्टचा १५% आणि इतर कंपन्यांचा १५% होता.

सन १९९६ मध्ये कोडॅक, फुजी, कॅनन, निकॉन आणि मिनोल्टा या कंपन्यांनी संयुक्तपणे एका नवीन पद्धतीच्या फिल्म कॅसेटची निर्मिती केली. या पद्धतीला 'ॲडव्हान्सड् फोटो सिस्टिम' (APS) म्हणतात. यामध्ये २४ मिलीमीटरची फिल्म, कॅमेरा आणि फोटो पूर्ण करण्याच्या प्रक्रियेचे एकत्रिकरण केलेले असते. ह्या फिल्मचा आकार ३५ मिलीमीटर फिल्मच्या कॅसेटपेक्षा लहान असतो आणि त्यामुळे हा कॅमेरा छोटा बनतो. तसेच फिल्मला हात न लावता ती कॅमेऱ्यात भरता येते. या फिल्मचा वापर करून नेहमीच्या आकाराचे, वाईड-अँगल आणि पॅनोरमा प्रकारचे फोटो घेता येतात.

संगणकाच्या परिभाषेतील द्विअंकी संकेतांच्या स्वरूपात वस्तूची प्रतिमा साठवणारे डिजिटल कॅमेरे १९९६-९७ दरम्यान मोठ्या प्रमाणात उपलब्ध झाले. १५०,००० पिक्सेल क्षमता असणाऱ्या डिजिटल कॅमेऱ्यांची किंमत कमी असल्याने ते लोकप्रिय झाले आहेत. तर व्यावसायिक गरजेच्या अशा कॅमेऱ्यांची क्षमता कित्येक लक्ष पिक्सेल असते आणि ते महागही असतात.

सिनेमॅटोग्राफी

सिनेमाची फिल्म तयार करताना एक प्रकाशाला संवेदनशील सलग पट्टी वापरली जाते आणि सिनेमा दाखवताना विशिष्ट वेळेमध्ये ही फिल्म वेगाने दाखवली जाते. प्रत्यक्ष प्रतिमा समोरून गेली तरी ती काही काळ दृष्टिपटलावर तशीच राहते. याचा उपयोग चित्रपट निर्मितीसाठी केला जातो. ही गोष्ट सर्वप्रथम इजिप्शियन खगोलशास्त्रज्ञ टॉलेमी (इसवीसन ८२-१५०) याने इसवीसन १३० मध्ये नोंदवून ठेवली होती.

प्रत्यक्ष फिल्म तयार होण्याआधी काही प्रयोग झालेले होते. उदाहरणार्थ, सावल्यांचा वापर करून पपेट शो करण्यासाठी पडद्यांचा वापर केला गेला होता. आशियामध्ये कित्येक शतके असे खेळ चालत असत.

नेदरलँडमध्ये इसवीसन १६५० च्या सुमारास भिंगांचा शोध अधिक विकसित झाल्यानंतर चित्रपट दाखवण्यासाठी 'मॅजिक लॅन्टर्न' हे उपकरण वापरले जात होते. मॅजिक लॅन्टर्नमध्ये एका खोक्यात प्रकाशाचा तीव्र स्रोत असे आणि त्यामध्ये काही भिंगांची रचना केलेली असायची. बेल्जियन एटनी गास्पार रॉबर्ट (१७६३-१८३७) हा मॅजिक लॅन्टर्न वापरून एक शो करत असे. त्याला 'Fantasmagorie' असे शीर्षक होते. पॅरिसमध्ये त्याचा प्रिमियर १७९८ मध्ये झाला आणि हा शो नंतर युरोपच्या अनेक देशांत दाखवला गेला.

डोळ्याच्या दृष्टिसातत्य या गुणधर्माचा वापर १९ व्या शतकातील अनेक खेळण्यांमध्ये केला जात होता. त्यामुळे पाहणाऱ्याला आपण सातत्याने होणारी हालचाल पाहत असल्याचा आभास होई. त्या काळात थाऊमॅट्रोप (१८२६), फेनाकिस्टोस्कोप (१८३०) आणि झेट्रोप (१८६०-७०) या नावाची अनेक उपकरणे प्रचलित होती. सध्याच्या काळात आपण ॲनिमेशन फिल्म बनवण्यासाठी जशा सलग फ्रेमच्या पट्ट्या वापरतो तशाच प्रकारची सलग रेखाटने

मॅजिक लॅन्टर्न हे उपकरण स्लाईड प्रोजेक्टरसारखे असे. अनेक फिरते शोमन त्यांचा हलती चित्रे दाखवण्यासाठी वापर करत असत. रुंद अशी स्लाईड एका खाचेसमोरून हळूहळू सरकत गेली की हलती प्रतिमा तयार होई. ही प्रतिमा सध्याच्या 'पॅन' प्रतिमेसारखी होती.

या उपकरणांमध्ये वापरली होती. ही रेखाटने फिरवून एका खिडकीतून पाहिली जात असत.

एमिल रेनॉ (१८४४-१९१८) या फ्रेंच संशोधकाने १८७० नंतर अशाच एका खेळण्याचा शोध लावला होता. त्याचे नाव प्राक्सिनोस्कोप असे होते. यामध्ये मॅजिक लॅंटर्न आणि हलणाऱ्या चित्रांच्या पट्टीच्या तत्त्वांचा मिलाफ साधलेला होता. त्याचे 'थिएटर ऑप्टिक' पॅरिसमध्ये १८९२ मध्ये सुरू झाले. त्याने जवळजवळ ७०० निरनिराळी रेखाटने केलेली सलग पट्टी एका उपकरणाद्वारा दाखवली जात होती. हा शो साधारण १५ मिनिटांचा असायचा.

रेनॉने लावलेला शोध म्हणजे आजच्या काळातील ॲनिमेशन तंत्राची सुरुवात होती. पण जेव्हा छायाचित्रण तंत्र बाल्यावस्थेत होते, तेव्हा त्याचा उपयोग करून चित्रपटांचा जन्म झाला. स्थिर छायाचित्रणाचा शोध १८३०-४० दरम्यानच लागला होता. पण चित्रपटासाठी पुरेशा वेगाने छायाचित्रण करण्याचे तंत्र विकसित होणे गरजेचे होते. तसे केल्यानेच सलगपणाचा आभास निर्माण होणार होता.

इंग्लिश फोटोग्राफर एडविअर्ड मुईब्रिज (१८३०-१९०४) याने ही समस्या सोडवण्याचा प्रयत्न केला. त्याने १२ स्वतंत्र कॅमेरे वापरून घोड्याच्या दौडीचे फोटो काढले. प्रत्येक कॅमेरा एकच फोटो घेत होता, पण हे फोटो घेण्यासाठी, कॅमेरा सुरू होण्यासाठी विशिष्ट योजना होती. घोड्याच्या पायाने दोरा तुटला की त्याच क्षणी तो कॅमेरा फोटो घेत होता.

फ्रेंच शास्त्रज्ञ एटिन ज्यूल्स मरे (१८३०-१९०३) याने मुईब्रिजच्या तंत्राचा आणखी विकास केला. त्याने छोटे प्राणी, पक्षी आणि कीटकांच्या हालचालींचे रेकॉर्डींग केले. अनेक कॅमेरे वापरण्याऐवजी त्याने एक फिरणारी फोटोग्राफिक तबकडी तयार केली. ही तबकडी सलग १२ प्रतिमा घेऊ शकत असे. त्याने कॅमेऱ्याच्या शटरमध्ये आणखी सुधारणा केल्या आणि अखेर शटरचा वेग १/२५००० सेकंद एवढा कमी करण्यात यश मिळवले.

फ्रेंच चित्रपटांचा अग्रणी एटिन ज्यूल्स मरे याने पॅरिसच्या ॲकॅडेमी ऑफ सायन्सच्या लोकांना 'पडणाऱ्या मांजराचा' चित्रपट दाखवून त्यांचे २२ ऑक्टोबर १८९४ रोजी मनोरंजन केले. त्याने प्रोजेक्टरसंबंधी संशोधन केले आणि फिल्म दाखवण्यासाठी वापरल्या जाणाऱ्या उपकरणाचे एकाधिकार मे १८९९ मध्ये घेतले.

जॉर्ज ईस्टमन (१८५४-१९३२) या अमेरिकन शास्त्रज्ञाने प्रकाशाला संवेदनशील असणारी कागदी फिल्म १८८५ मध्ये शोधून काढली. मरेने अशी फिल्म अनेक फोटोंची मालिका होण्यासाठी यशस्वीपणे वापरली.

पहिल्या हलत्या चित्रपटाचे चित्रीकरण २४ ऑक्टोबर १८८८ च्या आसपास थोडे अगोदर झाले. जन्माने फ्रेंच असलेल्या ऑगस्टन ले प्रिन्स (१८४२-१८९०) याने हा पहिला हलता चित्रपट तयार केला. त्याने दर सेकंदाला १०-१२ फोटो या वेगाने चित्रीकरण केले होते. आणि त्यासाठी त्याने ५३.९ सेंटीमीटर रूंदीच्या कागदी फिल्मरिळाचा वापर केला होता. त्याने हे चित्रीकरण आपला सासरा जोसेफ व्हिटली (१८१८-१८९१) याच्या लिडस येथील बागेमध्ये केले होते. या चित्रपटाचा काही भाग अजून टिकून आहे. ले प्रिन्सने नंतर ऑक्टोबर १८८८ मध्ये लीडसच्या पुलावरील रहदारीचे चित्रण दर सेकंदाला ३० फ्रेम या वेगाने केले होते. त्याचेही काही भाग आज आपल्याला उपलब्ध आहेत.

१६ सप्टेंबर १८९० रोजी ले प्रिन्स डिजॉं स्टेशनवर पॅरिसला जाणाऱ्या गाडीत बसला. त्यानंतर तो स्वत: आणि त्याच्या उपकरणांचे काय झाले ते कधीच कळले नाही. बहुधा हे औद्योगिक हेरगिरीचे सर्वांत पहिले उदाहरण आहे,

तसेच त्याचा खूनही झाला असण्याची शक्यता आहे.

अमेरिकन संशोधक थॉमस अल्वा एडिसन (१८४७-१९४१) सन १८८९ मध्ये पॅरिसला गेला असताना मरे याला भेटला होता. या भेटीमुळे तो चांगलाच प्रभावित झाला होता. त्याने परत आल्यावर आपल्या प्रयोगशाळेत चित्रपट तंत्राविषयी प्रयोग करायला सुरुवात केली. सन १८९१ मध्ये एडिसनच्या प्रयोग-शाळेत काम करणाऱ्या विल्यम डिक्सन (१८६०-१९३५) याने कायनेटोग्राफ ह्या कॅमेऱ्याची निर्मिती केली. त्यामध्ये बाजूला भोके पाडलेल्या फिल्मचा उपयोग केलेला होता. तसेच फिल्म पाहण्यासाठी त्याने कायनेटोस्कोप हे उपकरण बनवले होते.

एडिसनने त्याच्या प्रयोगशाळेत सर्वप्रथम ३५ मिलीमीटर रुंदीची फिल्म वापरली आणि हे नंतरच्या काळात प्रमाण होऊन बसले. तसेच याच प्रयोगशाळेत सर्वप्रथम फिल्म आणि आवाज यांचा संगम झाला. त्यासाठी एडिसनच्या आणखी एका संशोध-नाचा उपयोग झाला होता. त्याने पहिला ध्वनिचित्रण करणारा कॅमेरा तयार केला.

संशोधनाचे केंद्र आता पुन्हा फ्रान्सकडे आले होते. लुई लुमेरे (१८६४-१९४८) आणि ऑगस्टे लुमेरे (१८६२-१९५४) हे दोघे बंधू लिऑंमध्ये फोटोग्राफीचा व्यवसाय करत असत. त्यांनी १८९५ मध्ये 'सिनेमॅटोग्राफी' या तंत्राचा शोध लावला. या कॅमेऱ्यामध्ये चित्रण करता येई आणि फिल्म पडद्यावरही दाखवता येत असे.

लुमेरे बंधूंनी लोकांना दाखवण्यासाठी अनेक चित्रपट बनवले. त्यात एका चित्रपटाचे नाव 'L' Arrivée d'un train en gaare de la Ciotot' म्हणजे सिओटाट स्टेशनात येणारी आगगाडी असे होते. पडद्यावर समोरून येणारे रेल्वे इंजिन पाहून प्रेक्षकांमध्ये भीतीची भावना पसरली होती असे म्हणतात.

चार्ल्स् पार्थे (१८६७-१९५७) या फ्रेंच संशोधकाने लुमेरे बंधूच्या कॅमेऱ्याचे दोन भाग केले. त्यातला चित्रण करणारा भाग आणि फिल्म दाखवण्याचा प्रोजेक्टर वेगळे बनवण्यात आले. त्याने आपला भाऊ एमिल पार्थे याच्याबरोबर पार्थे फ्रेरेस ही फर्म स्थापन केली. या दोघांनी अनेक लोकप्रिय चित्रपट बनवले. त्यांच्या रोमांचकारी चित्रपटांमध्ये 'द पेरील्स् ऑफ पॉलिन' (१९१४) हा चित्रपट विशेष गाजला होता. पार्थेने सन १९०० मध्ये फिल्मवर रंग लावण्याचे तंत्र विकसित केले.

पार्थे फ्रेरेस या फर्मनेच १९०७ मध्ये त्यांनी बनवलेले चित्रपट विकत देण्याऐवजी ते थिएटरना फक्त भाड्याने दाखवण्यासाठी देण्याची सुरुवात केली. त्यामुळे त्यांना आपल्या चित्रपटांचे प्रदर्शन एकाच वेळी अनेक ठिकाणी करणे शक्य झाले. त्यानंतर इतर चित्रपट कंपन्यांनीही ह्याच पद्धतीचा वापर सुरू केला.

एकोणिसाव्या शतकात रंगीत चित्रांच्या गुंडाळ्या बनवून जी अनेक प्रकारची खेळणी तयार करण्यात आली होती ती कार्टून फिल्मची सुरुवात होती. इतर संशोधक वास्तव चित्रणाकडे लक्ष पुरवत असताना काहीजण कार्टून तयार करण्याच्या अॅनिमेशन तंत्रावर संशोधन करत होते.

मॅक्स फ्लायश्चर (१८८३-१९७२) या ऑस्ट्रियन/ अमेरिकन शास्त्रज्ञाने रोटो-स्कोप हे यंत्र बनवले. तो आणि त्याचा भाऊ डेव्ह (१८९४-१९७९) यांनी प्रत्यक्ष काम करणाऱ्या अभिनेत्याचे चित्रण करून त्यातील फोटोफ्रेम काचेवर घेण्याचे तंत्र विकसित केले. अभिनेत्याच्या हालचाली मग अॅनिमेशन करणारा कलाकार रेखांकित करत असे. या पद्धतीमुळे कार्टूनमधील हालचाली जास्त सहज वाटू लागल्या. 'बेटी बूप' आणि 'पॉपे, द सेलर' हे या बंधूंचे अॅनिमेशन चित्रपट विशेष गाजले होते.

१९२० नंतर केल्या गेलेल्या प्रयोगांना यश मिळाल्याने अखेर मूकपटांचा जमाना संपून बोलपटांना सुरुवात झाली. अमेरिकन कंपनी वेस्टर्न इलेक्ट्रिकने कॅमेऱ्याला जोडलेल्या डिस्क रेकॉर्डर या उपकरणाची निर्मिती केली. चित्रपटगृहात चित्रपटाची फिल्म पुढे जात

आर. के. ओ. या फिल्म कंपनीने १९३३ मधील आपल्या किंग काँग या चित्रपटासाठी ६७ लक्ष डॉलर खर्च केले होते. या चित्रपटातील स्पेशल इफेक्ट तंत्रामुळे प्रेक्षक स्तिमित झाले होते. अॅनिमेशन करणाऱ्या विलीस ओब्रायन याने त्यामधील गोरिलाची ४५ सेंटीमीटर उंचीची प्रत्येकी सहा मॉडेलस् तयार केली होती. क्लोज-अप घेण्यासाठी त्याने एक प्रचंड आकाराचे मॉडेल बनवून घेतले होते. या चित्रपटाने पहिल्या चार दिवसात १०००० डॉलर्स एवढा धंदा केला होता आणि तो एक विक्रम होता.

वॉर्नर ब्रदर्स कंपनीच्या 'द जाझ सिंगर' (१९२७) या चित्रपटात पहिला संवाद होता. त्यामध्ये स्वत:ला जगातला सर्वोत्तम मनोरंजक म्हणवणाऱ्या अल जोल्सन उर्फ आसा योल्सन (१८८६-१९५०) या रशियन कलाकाराने काम केले होते. त्याला त्याच्या या कामासाठी ७५००० डॉलर्स देण्यात आले होते. 'एक मिनिट. एक मिनिट थांबा. तुम्ही अजून काहीच ऐकलेले नाही' ही वाक्ये ऐकताच लोक थिएटर डोक्यावर घेत असत. हे वाक्य तो नाटकामध्ये वापरत असे.

असताना त्याला जोडलेल्या या डिस्कमधून आवाज येत असे. हॉलिवूडची चित्रपट कंपनी वॉर्नर ब्रदर्स आणि वेस्टर्न इलेक्ट्रिक यांनी मिळून व्हिटाफोन कॉर्पोरेशनची स्थापना केली. या नवीन कंपनीने १९२६ मध्ये आपला पहिला संगीत-चित्रपट प्रदर्शित केला. सन १९२७ मध्ये प्रदर्शित झालेला 'द जाझ सिंगर' हा पहिला व्यावसायिक बोलपट मानला जातो.

दरम्यान चित्रपटाच्या फिल्मवरच आवाजाचे ध्वनिमुद्रण करण्याच्या दिशेने ली डी फॉरेस्ट (१८७४-१९६१) आणि थिओडोर केस (१८८८-१९४४) हे दोघे प्रयत्न करत होते. त्यांनी ध्वनि-तरंगांचे रूपांतर विद्युत लहरींमध्ये करून त्यांची नोंद फिल्मवर करण्याचे तंत्र शोधून काढले. फॉक्स फिल्म कॉर्पोरेशनने १९२६ मध्ये या तंत्राचे हक्क विकत घेतले आणि त्यांनी त्याला 'मुव्ही टोन' असे नाव दिले.

त्या काळी आवाज नोंदलेल्या डिस्क व्हिनिलच्या बनलेल्या नसल्याने त्यांच्या वापरावर खूपच मर्यादा येत असत. त्यामुळे वॉर्नर ब्रदर्स कंपनीनेही ध्वनिचित्रण एकत्रित करण्याच्या तंत्राकडे लक्ष वळवले. १९३० नंतरच्या काही वर्षात हॉलिवूडच्या फॉक्स, वॉर्नर ब्रदर्स, मेट्रो-गोल्डविन मेयर आणि पॅरामाऊंट या सर्व मोठ्या चित्रपट कंपन्यांनी

बोलपट काढण्यास प्रारंभ केला होता.

रंगीत चित्रपटांसाठीचे संशोधन समांतर चालू होतेच. सुरुवातीला फिल्म हाताने रंगवल्या जात असत. नंतर कॅमेऱ्यावर लाल आणि हिरवे फिल्टर्स बसवण्याचे तंत्र विकसित झाले. असेच फिल्टर्स प्रोजेक्टरच्या भिंगासमोर लावले जात असत. त्यानंतर १९१७ मध्ये हर्बर्ट थॉमस काल्मस (१८८१-१९६३) या अमेरिकन संशोधकाने आपल्या 'द गल्फ बिटवीन' या चित्रपटाने सर्वांना स्तिमित केले. हा पहिला संपूर्ण रंगीत 'टेक्निकलर' चित्रपट होता.

टेक्निकलर चित्रपटांमध्ये सुरुवातीला वेगवेगळ्या रंगाच्या फिल्म एकमेकींवर चिकटवून रंगीत चित्रपट दाखवले जात असत. साधारण १९३५ च्या सुमारास तीनरंगी टेक्निकलर चित्रपटांचे तंत्र प्रगत झाले. त्यावेळी वेगवेगळ्या रंगांच्या निगेटिव्हचा वापर एकाच पॉझिटिव्ह फिल्मवर करण्याचे तंत्र विकसित झाले होते.

१९३० नंतर आणखी एका दिशेने चालू असलेल्या संशोधनाला यश आले. १९ व्या शतकापासून मॅजिक लँटर्न वापरुन त्रिमिती चित्र तयार करण्याचे प्रयत्न केले गेले होते. फिल्म बनवताना पोलरायझेशन तत्त्वाचा वापर केल्यामुळे आता त्रिमिती परिणाम चित्रपटामध्येही आणणे शक्य झाले.

संपूर्ण लांबीचा पहिला त्रिमिती चित्रपट १९३७ मध्ये जर्मनीत प्रदर्शित झाला. पण १९५० नंतर या प्रकारच्या चित्रपटांची निर्मिती मोठ्या प्रमाणावर होऊ लागली. आर्च ओबोलर याचा 'ब्वॉना डेव्हिल' (१९५२) आणि आन्द्रे डी टोथ याचा 'हाऊस ऑफ वॅक्स' (१९५३) असे एकामागोमाग एक असे अनेक त्रिमिती चित्रपट प्रदर्शित झाले.

१९७० नंतर कॅनेडियन संशोधक ग्रामी फर्ग्युसन याने ५० मिलीमीटर रूंदीची फिल्म तयार केली. ही फिल्म दाखवण्यासाठी विशेष प्रकारचा अंतर्वक्र पडदा लागत असे. त्यानेच पुढे जास्त रूंदीच्या पडद्याचा वापर करणाऱ्या IMAX तंत्रज्ञानाचा विकास केला.

सुरुवातीला स्पेशल इफेक्टस्साठी छोट्या प्रतिकृती तयार कराव्या लागत असत. परंतु १९९० नंतर

संगणकामुळे आता ती गरज उरली नाही. संगणकाचा वापर करून स्टीव्हन स्पीलबर्ग (जन्म १९४७) याने त्याच्या 'ज्युरॅसिक पार्क' मध्ये बनवलेले डायनोसॉर प्रेक्षकांना खरेखुरे वाटले होते. हा विलक्षण चित्रपट १९९३ मध्ये प्रदर्शित झाला होता. डिस्ने आणि पिक्सर या अमेरिकन ॲनिमेशन कंपन्यांनी १९९६ मध्ये तयार केलेला 'टॉय स्टोरी' हा चित्रपट १००% संगणक वापरून बनवलेला पहिला ॲनिमेशन चित्रपट होता.

दिग्दर्शक आणि चित्रपट तारे

बोलपट सुरू होण्याअगोदर इंग्लिश निर्माता चार्ली चॅप्लिन (१८८९-१९७७) आणि अमेरिकन निर्माता बस्टर कीटन (१८९५-१९६६) या दोघांनी संपूर्ण शतकातील लोकांना ताजेतवाने वाटणारे सिनेमे काढले होते. त्यामध्ये चॅप्लिनचा 'द किड' (१९२१) आणि कीटनचा 'द नॅव्हिगेटर' (१९२४) हे गाजलेले मूकपट होते.

सेसील डी मिल (१८८१-१९५९) या अमेरिकन दिग्दर्शकाने आपली वेगळी शैली बनवली होती. हजारो लोकांचा समावेश असलेले पौराणिक (epics) मूकपट त्याने बनवले होते. १९२३ मधला 'द टेन कमांडमेंट्स' हा अत्यंत गाजलेला मूकपट असाच भव्य होता.

सुरुवातीचे सिनेमे विनोदी संगीत नाटकांची नक्कल करणारे असत. त्यामध्ये अनेकदा अतिशयोक्त कथानके आणि अत्यंत धाडसी नायक असत. रूडाल्फ व्हॅलेंटिनो (१८९५-१९२६) आणि डग्लस फेअरबँक्स (१८८३-१९३९) हे सुरुवातीच्या काळातले स्टार होते. व्हॅलेंटिनोचा १९२१ मधील 'द शेख' आणि फेअरबँक्सचा सन १९२४ मधील 'द थीफ ऑफ बगदाद' हे मूकपट तुफान लोकप्रिय होते.

सुरुवातीच्या काळातील रशियन सिनेमे म्हणजे प्रगतीची दृश्ये दाखवणारी न्यूज रीळे किंवा प्रचारकी थाटाचे उपदेशपर असत. त्यांचा उद्देश सरकारच्या कामांचा प्रचार करणे हा होता. सर्गेई आयसेनस्टाईनने (१८९८-१९४८) तसल्या राजकीय शिक्षेसारख्या कामामधूनही उत्तम कथानक असणारे चांगले सिनेमे काढण्यात यश मिळवले. त्यामध्ये त्याच्या 'द बॅटलशिप पोटेम्किन' (१९२५) आणि 'अलेक्झांडर नेव्स्की' (१९३८) या दोन अजरामर कलाकृतींचा समावेश केला जातो.

जर्मनीत वायमार प्रजासत्ताकाच्या काळात अडॉल्फ हिटलरने लेनी रायफेनस्टाल हिला नाझी पक्षाच्या न्यूरेंबर्ग येथील पक्षमेळाव्याचे चित्रण करण्याच्या कामी नेमले होते. तिने काढलेल्या त्या चित्रपटाचे नाव होते 'ट्रंफ ऑफ द विल'(१९३६) म्हणजे इच्छाशक्तीचा विजय. तसेच तिच्या

इटलीत जन्मलेला रूडाल्फ व्हॅलेंटिनो १९२१ मधील 'द शेख' या गाजलेल्या सिनेमात अग्नेस आयर्स बरोबर दिसत आहे. व्हॅलेंटिनो हा मूकपटांमधला सर्वांत मोठा स्टार होता २३ ऑगस्ट १९२६ रोजी तो पेरिटोनयटिसने मेला, तेंव्हा त्याच्या १२ स्त्री चाहत्यांनी आत्महत्या केली असे म्हणतात. त्याच्या न्यूयॉर्कमधील दफनविधीला त्याचे ४०००० शोकमग्न चाहते उपस्थित होते.

'ऑलिम्पिक'   (१९३८) या चित्रपटात जर्मनीने बर्लिनमध्ये भरवलेल्या (१९३६) ऑलिम्पिया खेळाचे चित्रण होते. या दोन्ही चित्रपटांमध्ये निर्विवादपणे नाझी पक्षाचा प्रचार करणे हा हेतू होता. तरीही काही चित्रण फारच उत्कृष्ट होते. उदाहरणार्थ, खेळांमधील पुरुषांच्या डायव्हिंग स्पर्धेचे चित्रण फारच अप्रतिम होते.

दरम्यान १९३७ मध्ये वॉल्ट डिस्ने (१९०१-१९६६) याने पूर्ण लांबीचा रंगीत कार्टून चित्रपट तयार केला होता. त्याचे नाव होते 'स्नो व्हाईट अँड द सेव्हन डॉर्फस्.' डिस्नेने आपला हॉलिवूडमधील स्टुडिओ १९२३ मध्ये सुरू केला होता. मिकी माऊस हे सुप्रसिद्ध कार्टून पात्र

प्रथम १९२८ मध्ये अवतरले. त्या वर्षींच्या 'स्टीमबोट' या नावाच्या छोट्या चित्रपटात मिकी माऊसला सिंक्रोनाईज्ड् आवाज देण्यात आला होता.

१९३० नंतरचे फ्रेंच चित्रपट तत्कालीन सर्वसामान्य हॉलिवूड चित्रपटांपेक्षा अधिक प्रयोगशील आणि कलात्मकतेच्या दृष्टीने खूपच महत्त्वाकांक्षी होते. जीन व्हिगो (१९०५-१९३४) याने १९३३ मध्ये 'Zéro de Conduite' नावाचा चित्रपट तयार केला होता. त्यामध्ये स्वातंत्र्याची कालविसंगत दृष्टी दाखवण्यात आली होती. त्यानेच १९३४ मध्ये 'L' Atalante' नावाचा चित्रपट बनवला होता. जीन रेनॉ (१८९४-१९७९) याने आपल्या चित्रपटांमध्ये निश्चित स्वरूपाची सामाजिक टीका टिप्पणी आणि प्रायोगिक चित्रपट तंत्राचा मिलाफ केलेला होता. त्या दृष्टीने त्याचे 'Le crime de M Lange' (१९३५) आणि १९३९ मधील 'La Règle du Jeu' हे चित्रपट महत्त्वाचे मानले जातात.

अमेरिकेच्या चित्रपट निर्मितीशी स्पर्धा करू शकेल असा एकच देश १९३० नंतर होता. तो म्हणजे जपान. दर वर्षी सरासरी ५०० चित्रपट तयार होत असत, पण ते सर्व देशामधल्याच बाजारपेठेत दाखवले जात. केन्जी मिझोगुची (१८९८-१९५६) आणि यासुजिरो ओझू (१९०३-१९६३) या दोन प्रमुख दिग्दर्शकांचे चित्रपट प्रामु-ख्याने जपानमधल्या अस-मान सामाजिक प्रगतीचे चित्रण करणारे असत. त्यामध्ये स्त्रियांची सामाजिक स्थिती आणि वर्गांमधील सामाजिक फरक हे विषय मुख्य होते.

दुसऱ्या-महायुद्धानंतर (१९३९-१९४५) जपान-मध्ये जबरदस्त प्रतिभेच्या चित्रपट दिग्दर्शकांचा उदय झाला. या चित्रपटांनी जगभर रसिकांची मने जिंकून घेतली. अकिरा कुरो-सावाच्या १९५० मधील 'राशोमान' चित्रपटाने जपा-नी चित्रपटसृष्टीत प्रचंड बदल घडवून आणला. या चित्रपटाला व्हेनिसच्या चित्र-पट महोत्सवात (१९५१) ग्रँड प्राईझ् मिळाले. कुरासावाने (जन्म १९१०) पारंपरिक जपानी नोह रंग-भूमीवरची तंत्रे आणि जपानच्या सरंजामशाही इतिहासातून घेतलेली कथानके वापरून 'द सेव्हन सामुराई' (१९५४) सारखे उत्कृष्ट चित्रपट बनवले.

१९५०-६० या दशकाच्या अखेरीपासून टेलिव्हिजन आल्यामुळे चित्रपटांना जाणाऱ्यांची संख्या घटली. या स्पर्धेत टिकण्यासाठी काही स्टुडिओंनी भव्यपणावर भर असलेले बिग बजेट चित्रपट बनवायला सुरुवात केली. ट्वेंटिएथ सेंचुरी फॉक्स या कंपनीच्या १९६५ मधील 'साऊंड ऑफ म्युझिक' या चित्रपटाने अभूतपूर्व यश मिळवले. पण त्याच कंपनीचा १९६३ मधील 'क्लिओपात्रा' हा भव्य चित्रपट फारसा न चालल्याने कंपनीला १ कोटी डॉलर्सचा तोटा आला होता.

फ्रान्समध्ये चित्रपटक्षेत्रामध्ये १९५९ मध्ये 'नवीन लाट' (Nouvelle Vague) आली. हॉलिवूडमधल्या चित्रपटांची पक्की जाण असणाऱ्या तरुण दिग्दर्श-कांनी कथानक मांडणी आणि चित्रपट शैली-मधील प्रस्थापित कल्पनांना आव्हान देण्यास सुरुवात केली. जीन लुक गोदार्द (जन्म १९३०) याचा 'ब्रेथलेस' आणि फ्रान्सचा टूफॉ (१९३२-१९८४) याचा 'फोर हंड्रेड ब्लोज' हा चित्रपट हे दोन चित्रपट 'न्यू वेव्ह' सिनेमांमध्ये महत्त्वाचे टप्पे मानले जातात. या चित्रपटांनी पुढील काळातील हॉलिवूडच्या अनेक दिग्दर्शकांवर विलक्षण प्रभाव पाडला.

जपानी दिग्दर्शक अकिरा कुरोसावा याचा १९५४ मधील 'द सेव्हन सामुराई' हा चित्रपट अत्यंत गाजला. त्यामुळे हॉलिवूडमधील प्रसिद्ध 'वेस्टर्न' कथानकांची जागा १७ व्या शतकातील जपानमधल्या कथांनी घेतली. अमेरिकन दिग्दर्शक जॉन स्टर्जेस (१९११-१९९२) याने आपला १९६० मधला हिट चित्रपट 'द मॅग्निफिसंट सेव्हन' कुरोसावाच्या खळबळ माजवलेल्या चित्रपटावर आधारित काढला होता.

रिचर्ड बर्टन (१९२५-१९८४) आणि एलिझाबेथ टेलर (जन्म १९३२) हे चित्रपटसृष्टीच्या इतिहासातले बहुधा सर्वांत प्रसिद्ध दांपत्य होते. १९६३ साली 'क्लिओपात्रा' चित्रपटादरम्यान त्यांचे प्रेमसंबंध जुळले. त्यांनी १९६४ मध्ये केलेले लग्न १९७४ पर्यंत टिकले. नंतर त्यांनी पुन्हा १९७५ मध्ये लग्न केले, पण ते १९७६ मध्येच मोडले. एका चित्रपटासाठी १० लाख डॉलर्स घेणारी एलिझाबेथ टेलर ही पहिली अभिनेत्री ठरली. तिने क्लिओपात्राच्या भूमिकेसाठी ही प्रचंड रक्कम घेतली होती.

१९६०-७० या दशकाच्या अखेरीस अमेरिकन चित्रपट-सृष्टीत हिंसाचाराचे प्रमाण वाढीस लागले होते. त्या वेळच्या चित्रपटांमधील काही दृश्ये एवढी क्रौर्य दाखवणारी असत की ते चित्रपट टी. व्ही. वर दाखवणे शक्यच होत नसे. आर्थर पेन याचा १९६७ मधील 'बोनी अँड क्लाईड' हा चित्रपट गाजला होता. त्यामध्ये हिंसाचाराला रोमँटिक स्वरूप दिले आहे आणि एकांगीपणाला चांगले दाखवले आहे अशी त्यावर टीका झाली होती. सॅम पेकिन्पा याच्या 'द वाईल्ड बंच' (१९६९) या चित्रपटात टेक्सास-मेक्सिको सरहद्दीवरच्या लढाईच्या पार्श्वभूमीवर प्रचंड हिंसाचार दाखवलेला होता.

विज्ञान काल्पनिकांवर आधारित चित्रपटांमध्येही अशी दृश्ये सहज येऊ शकत होती की, ती दाखवण्याची क्षमता टी. व्ही. या माध्यमाकडे नव्हती. स्टॅन्ले कुब्रिक (१९२८-१९९९) या दिग्दर्शकाचा '२००१: ए स्पेस ओडिसी' हा १९६८ मधील चित्रपट भव्य होता. १ कोटी दहा लाख डॉलर्स खर्चून काढलेला हा चित्रपट विज्ञानावर आधारित चित्रपटांमध्ये अत्युत्कृष्ट मानला जातो.

अमेरिकेत जन्मलेला ब्रिटिश चित्रपट दिग्दर्शक स्टॅन्ले कुब्रिक आपल्या डॉ. स्ट्रेंजलव्ह' (१९६४) या युद्धविरोधी विनोदी चित्रपटाचे शूटिंग करताना दिसत आहे. त्याचे अनेक प्रकारच्या चित्रपट शैलीवर प्रभुत्व होते. त्याने 'स्पार्टकिस' (१९६०) हा पौराणिक, युद्धपट 'फुल मेटल जॅकेट' (१९८७) आणि अनेक स्पेशल इफेक्टस्ची रेलचेल असणारा '२००१: ए स्पेस ओडिसी (१९६८) असे अनेक प्रकारचे चित्रपट तयार केले होते. शृंगारिक विषयावरचा 'आईज वाईड शट' हा थ्रिलर चित्रपट पूर्ण केल्यावर त्याचे १९९९ मध्ये निधन झाले.

१९७०-८० च्या दशकात हॉलिवूडपेक्षा युरोपियन

चित्रपट अधिक सूचक आणि मार्मिक होते. त्यामधे लुई ब्युन्युएल (१९००-१९८३) या स्पॅनिश दिग्दर्शकाचा 'द डिस्क्रीट चार्म ऑफ द बुर्ज्वा' (१९७२) ठळक होता. त्याचप्रमाणे इटालियन दिग्दर्शक बर्नार्डी बर्टोलुची (जन्म १९४०) याचा इटालियन इतिहासाचा आढावा घेणारा 'नोव्हेसेंटो' (१९७६) म्हणजे सन १९०० हा चित्रपट फार महत्त्वाचा मानला जातो.

'यंग जर्मन फिल्म' या नावाने उदयास आलेल्या गटामुळे जर्मन चित्रपटांना नवीन धुमारा फुटला. रायनर वेर्नेर फासबिंडर (१९४६-१९८२) हा त्यांचा मुख्य स्टार होता. त्याने बनवलेल्या अनेक चित्रपटांची कथा प्रामुख्याने लैंगिक वासना आणि त्या शमवण्यासाठीची मानवी धडपड या भोवती फिरत असे. 'द मॅरेज ऑफ मारिया ब्रून' (१९७८) आणि अशा अनेक चित्रपटांमधून फासबिंडरने दुसऱ्या महायुद्धानंतरच्या जर्मनीतील स्त्रियांच्या जीवनाचा वेध घेतलेला दिसतो.

हॉलिवूडचा प्रभाव युरोपियन दिग्दर्शकांवरही झालेला होताच. त्यातले, जर्मन दिग्दर्शक विम वेंडर्स (जन्म १९४५) सारखे काहीजण तर कामासाठी हॉलिवूडला गेले होते. तथापि वेंडर्सचे 'ऑलिस इन द सिटीज' (१९७३) सारखे चित्रपट जर्मनीतच बनवले गेले होते. त्यांच्यामध्ये जर्मन आणि अमेरिकन संस्कृतींचा एकमेकींशी होणारा संगम आणि त्यातील संघर्ष यांचे चित्रण करण्याचा प्रयत्न होता.

१९८० नंतर चित्रपट उद्योगाला आणखी एका धोक्याला सामोरे जावे लागले. व्हिडियो रेकॉर्डर (व्ही. सी. आर.) आल्यामुळे लोक आता टी. व्ही. च्या असंख्य चॅनेलवर दाखवले जाणारे चित्रपट रेकॉर्ड करू शकत होते. तसेच बाहेरून चित्रपटाच्या कॅसेटस् भाड्याने आणण्याचीही सोय झाली होती. यावर मात करण्यासाठी मुख्य प्रवाहातील चित्रपटांनी आता 'ब्लॉकबस्टर' ही स्थिती गाठली. या चित्रपटांचे बजेट अतिप्रचंड झाले होते आणि त्याची जाहिरातही विलक्षण भपकेबाज आणि मनाची पकड घेणारी केली जाऊ लागली. तसेच्या चित्रपटांबरोबर लायसेन्सखाली अनेक वस्तू बाजारात आणून त्यांची

जाहिरात करण्याचे तंत्र वापरले जाऊ लागले.

या नवीन ब्लॉकबस्टर चित्रपटांचा प्रारंभ स्टीव्हन स्पील-बर्गच्या 'जॉज' (१९७५) या चित्रपटाने केला. त्यानंतर १९७७ मध्ये आलेला जॉर्ज ल्युकासचा 'स्टार वॉर्स' हा चित्रपट तर तुफान लोकप्रिय झाला. स्पीलबर्गने मग अगोदर १९८२ मध्ये 'ई. टी.' हा परग्रहवासी लोकांवरचा चित्रपट काढला आणि नंतर १९९३ मध्ये त्याचाच 'ज्युरॅसिक पार्क' हा चित्रपट आला. या चित्रपटांनी यशाची नवीन व्याख्या प्रस्थापित केली होती. त्यानंतर मात्र स्पीलबर्गने आपण अधिक गंभीर चित्रपट काढू शकतो हे १९९३ मधील 'शिंडलर्स लिस्ट' या चित्रपटाद्वारे दाखवून दिले.

तथापि लोकांना आकर्षित करण्यासाठी मालमसाला भरलेले ब्लॉकबस्टर चित्रपटच काढले पाहिजेत असे नाही हे मानणारे काही दिग्दर्शक होतेच. स्पाईक ली (जन्म १९५७) याचा 'डू द राईट थिंग' (१९८९) आणि 'जंगल फिव्हर' या चित्रपटांमध्ये न्यूयॉर्कच्या काळ्या आणि इटालियन समाजां-मधील वांशिक संघर्षाची कथानके होती.

न्यूयॉर्कमधल्या इटालियन लोकांमधील एक दिग्दर्शक मार्टिन स्कोर्सेसे (जन्म १९४२) याने 'मीन स्ट्रीटस्' (१९७३) या चित्रपटामुळे नाव मिळवले होते. त्याने नंतर अनेकविध विषय हाताळणारे 'टॅक्सी ड्रायव्हर' (१९७६) आणि 'रेजिंग बुल' (१९८०) सारखे उत्तम चित्रपट काढले.

हॉलिवूडमध्ये अनेक चित्रपट अत्यंत सफाईदार आणि पुष्कळ हिंसाचार असणारे असतात आणि त्यांच्यामध्ये प्रत्यक्ष लोकव्यवहारांचे स्पष्ट उल्लेख दिसतात. याच मालिकेमधला 'रिझर्व्हॉयर डॉग्ज' (१९९३) हा क्वेंटिन टारांटिनो (जन्म १९६३) याचा चित्रपट गॅंगस्टर लोकांच्या जीवनाभोवती फिरणारा होता.

चिनी चित्रपट दिग्दर्शकांनी त्यांच्यावर असणारी बंधने १९८०-१९९० नंतर थोड्याफार प्रमाणात झुगारून देण्यास सुरुवात केली. तरुण दिग्दर्शकांचे काही चित्रपट धक्कादायक होते. त्यांच्यामधील तरुण दिग्दर्शक झांग यिमाऊ याचे 'रेड सोहर्गम' (१९८७) आणि 'रेज द रेड लॅंटर्न' (१९९१) हे चित्रपट पाश्चात्त्य जगातही चांगलेच यशस्वी ठरले.

मात्र झांग युआन यांच्यासारख्या स्वतंत्र चिनी दिग्दर्शकाला अनेक अडथळ्यांना सामोरे जावे लागले. त्याच्या चित्रपटांवर बंदी घालण्यात आली आणि त्याचा पासपोर्ट जप्त करण्यात आला. त्याचे चित्रपट अधिक स्पष्टवक्ते असल्याने त्याला ही कारवाई सहन करावी लागली. 'ईस्ट पॅलेस, वेस्ट पॅलेस' (१९९८) या त्याच्या चित्रपटामध्ये प्रथमच समलिंगी संबंधांचा विषय हाताळण्यात आला होता.

आवाजाचे परिणाम प्रथम १९ व्या शतकात नोंदवण्याचे काम थॉमस 'फिनॉमिनल' यंग (१७७३-१८२९) या इंग्लिश वैज्ञानिकाने केले. ट्यूनिंग फोर्कमधून निघणाऱ्या ध्वनि-लहरींचे फिरणाऱ्या दंडगोलांवर आलेख करण्याचे महत्त्वाचे काम यंगने केले.

एदुआर्द-लेऑन स्कॉट डी मार्टिनव्हिले (१८१७-१८७९) या जन्माने फ्रेंच असलेल्या स्कॉटिश वैज्ञानिकाने पॅरिसमध्ये 'फोनोऑटोग्राफी'चा शोध लावला. त्यामध्ये एक शिंग असून त्याच्या अरुंद बाजूवर एक पातळ पटल ताणून बसवलेले होते. या पटलाला जोडणाऱ्या हातासारख्या भागाला डुकराच्या केसांचा वापर केलेले ब्रिसल लावलेले होते. या ब्रिसलमुळे काजळी लावलेल्या दंडगोलाकार खाचा तयार होत असत.

अंकल सॅमदेखील थॉमस एडिसनच्या 'ट्रंफ फोनोग्राफ' मुळे चकित झालेला आहे अशी ही जाहिरात आहे. एडिसनने २४ डिसेंबर १८७७ रोजी फोनोग्राफच्या पेटंटसाठी अर्ज केला होता. त्याला या यंत्राचा उपयोग करमणुकीपेक्षा व्यवसायात होईल असे वाटत होते. एप्रिल १८७८ मध्ये १९वे अमेरिकन राष्ट्राध्यक्ष रुदरफोर्ड हेज (१८२२-१८९३) यांचा आवाज मुद्रित करण्यात आला.

सन १८६३ मध्ये एफ. बी. फेनबी या इंग्लिश संशोधकाने आपल्या अद्याप तयार न केलेल्या आवाज नोंदणाऱ्या यंत्रासाठी 'फोनोग्राफ' हा शब्द वापरला.

त्यानंतर थॉमस अल्वा एडिसन (१८४७-१९३१) या अमेरिकन संशोधकाने ऑगस्ट १८७७ मध्ये हे नाव पुन्हा वापरले. प्रत्यक्षपणे नोंद केलेला आवाज पुन्हा तयार होण्याची घटना ६ डिसेंबर १८७७ रोजी घडली. त्यावेळी अस्पष्ट असा 'हॅलो' आवाज आला होता. एडिसनकडे काम करणारा जॉन क्रयूसी (१८४३-१८९९) या स्वित्झर्लंडमध्ये जन्मलेल्या तंत्रज्ञाने हाताने फिरवण्याजोगा दंडगोल तयार केला. या दंडगोलावर पॅरॉफिनमध्ये भिजवलेला कागद गुंडाळलेला होता. त्यावर लोखंडी पटलाला (डायफ्रॅम) जोडलेली हातासारखी रचना असलेली सुई (stylus) फिरत असे. ऐकण्यासाठी वापरल्या जाणाऱ्या शिंगातून बोलल्यास किंवा ओरखडल्यास त्या आवाजामुळे पटलाची होणारी थरथर त्या दंडगोलावर नोंदली जात होती. एडिसनने आवाज नोंद करण्याच्या तंत्राची उलटी रचना करून आवाज निर्माण करण्याची कल्पना केली होती. त्याच्या रचनेमुळे प्रथम एडिसनने म्हटलेला 'हॅलो' हा शब्द आणि नंतर 'मेरी हॅड ए लिटिल लॅम्ब...' ही कविता ऐकू आली.

सन १८८१ मध्ये अलेक्झांडर ग्रॅहॅम बेल (१८४७-१९२२) या स्कॉटिश, चिसेस्टर बेल या अमेरिकन आणि चार्ल्स समनर टेंटर या अमेरिकन अशा तिघा संशोधकांनी एडिसनच्या दंड-गोलाऐवजी मेणाचा थर दिलेला दंडगोल तयार केला. या संशोधनाला अमेरिकेत ४ मे १८८६ मध्ये पेटंट मिळाले.

विमानांच्या क्षेत्रामध्ये संशोधन करणाऱ्या क्लेमंट आडेर (१८४१-१९२६) या फ्रेंच शास्त्रज्ञाने पॅरिसमधील इलेक्ट्रिकल प्रदर्शनात सर्वप्रथम 'स्टिरिओ' ध्वनी निर्माण करून दाखवला.

बेल टेलिफोन कंपनीत काम करणाऱ्या एमिल बर्लिनर (१८५१-१९२९) याने १६ मे १८८८ रोजी सर्वप्रथम ग्रामोफोन रेकॉर्ड दाखवली. या तबकड्या आडव्या असून त्या गोल फिरत असत. सन १८९५ मध्ये बर्लिनरने असा शोध लावला की लाखे-मध्ये आवाज कोरता येईल. त्यामुळे ग्रामोफोन रेकॉर्ड्स मोठ्या प्रमाणावर विकल्या जाऊ लागल्या. अशा रेकॉर्ड्स विकण्याचे पहिले दुकान फिलाडेल्फियामध्ये चेस्टनट स्ट्रीटवर १८९७ मध्ये सुरू झाले.

लुई ग्लास या अमेरिकन माणसाने सानफ्रान्सिस्कोमध्ये २३ नोव्हेंबर १८८९ रोजी चार रेकॉर्ड्स बसवण्याच्या तंत्राचा शोध प्रदर्शित केला. त्या यंत्रामध्ये दोन 'डाईम' (२० सेंट) नाणी टाकून ग्राहकाला मनपसंत गाणे ऐकता येत होते. पहिली ज्यूक बॉक्स यंत्रे १९०६ मध्ये गॅबेल कंपनीने बाजारात आणली. त्यांना 'ऑटोमॅटिक एंटरटेनर' म्हणत असत. ही यंत्रे अनेक कॅफेंमध्ये बसवण्यात आली होती.

सर्वप्रथम कोणा प्रसिद्ध व्यक्तीचा आवाज रेकॉर्ड करण्याचा प्रसंग २० सप्टेंबर १८९० मध्ये घडला. त्या दिवशी लायोस कॉसुथ (१८०२-१८९४) या हंगेरियन क्रांतिकारकाचा आवाज इटलीतील ट्युरीन येथे मुद्रित केला गेला. ब्रिटिश पंतप्रधान विल्यम ग्लॅडस्टोन (१८०९-१८९८) याचा आवाज मुद्रित केलेली मेणाचा थर असणारी तबकडी नॉटिंगहॅममध्ये १९८५ मध्ये सापडली. ती ऐकल्यावर हे लक्षात आले की या पंतप्रधानांची बोलण्याची ढब खास लान्कास्ट्रियन स्थानिक ढंगाची होती.

डॅनिश इंजिनियर वाल्देमार पोल्सन (१८६९-१९४२) याने आपल्या मोठ्या आकाराच्या 'टेलेग्राफोन' या यंत्राच्या पेटंटसाठी १८९८ मध्ये अर्ज केला. या यंत्रामध्ये सर्वप्रथम तार वापरून आवाजाचे मुद्रण करण्याची सोय केली गेली होती. चुंबकत्वाचा प्रभाव बदलता असणाऱ्या पियानोच्या तारेचे दर सेकंदाला २.१५ मीटर स्पंदन होत होते. पण या यंत्रात मुद्रित आवाज फारसा चांगला नव्हता.

सन १८९८ मध्ये होरास शॉर्ट (१८७२-१९१७) या इंग्लिश संशोधकाने त्याच्या 'ऑक्सेटोफोन' या यंत्राचे पेटंट मिळवले. त्यामध्ये दाबाखाली असणाऱ्या हवेचा उपयोग केलेला होता. १९०० मध्ये पॅरिसमधील एका प्रदर्शनात ते यंत्र आयफेल टॉवरवर बसवण्यात आले होते. त्यातून बाहेर पडणारा आवाज 'सगळ्या पॅरिसभर' ऐकू येत होता अशी नोंद आहे.

नोव्हेंबर १९०२ मध्ये एन्रिको करूसो (१८७३-१९२१) या इटालियन माणसाने लक्षावधी खपाच्या

पहिल्या रेकॉर्डचे ध्वनिमुद्रण केले. या रेकॉर्डचे नाव 'वेस्टी लागुईबा' होते. त्यावर रुग्गिएरो लिओनकाव्हाल्लो याचे 'ल पाग्लिआच्ची' हे गीत होते.

जस्टस सीबर्ग (१८७१-१९५८) या स्विडीश-अमेरिकन शास्त्रज्ञाने विजेवर चालणाऱ्या 'ऑडियोफोन' यंत्राची निर्मिती १९२८ मध्ये केली. त्यामध्ये आठ रेकॉर्ड्समधून कोणतीही निवडता येत असे. यानंतर १९४८ मध्ये त्यात सुधारणा होऊन ४५ रेकॉर्ड्समधून एक निवडणे शक्य झाले होते. तसेच रेकॉर्ड थांबवण्यासाठी नाणे टाकण्याचीही सोय होती.

अगदी सुरुवातीच्या 'लाँग प्लेइंग'- म्हणजे एल. पी. रेकॉर्ड्स् एडिसन कंपनीने १९२६ मध्ये बाजारात आणल्या. 'कारमेन' आणि 'ईडा' या ऑपेऱ्यांचे ध्वनिमुद्रण दोन १२ मिनिटांच्या तबकड्यांवर करण्यात आले होते. १९२९ मध्ये आर. सी. ए. व्हिक्टर याने दर मिनिटाला ३३ १/₃ गिरक्या घेणाऱ्या रेकॉर्ड तबकड्या बाजारात आणल्या. ७८ आर. पी. एम. तबकड्यांपेक्षा यांच्यावर दुप्पट खाचा होत्या. एका बाजूवर प्रत्येकी १४ मिनिटांचे ध्वनिमुद्रण करता येई. पण पुन्हा ऐकू येणाऱ्या आवाजाची प्रत फारशी चांगली नव्हती.

ब्रिटिश इंजिनियर ॲलन ब्ल्यूमलेन (१९०३-१९४२) याने स्टिरिओफोनिक ध्वनिमुद्रणाचे पेटंट १९३१ मध्ये मिळवले. महायुद्धाच्या दरम्यान एका रडारची चाचणी घेत असताना झालेल्या विमान अपघातात तो मरण पावला.

इलेक्ट्रिकल उद्योगामधील जर्मन कंपनी ए. ई. जी. टेली-फुंकेन, या कंपनीने पहिला टेपरेकॉर्डर तयार केला. १९३५ मध्ये कंपनीने प्रदर्शित केलेल्या या यंत्राला मॅग्नेटोफोन असे नाव दिले होते. हा पहिला टेपरेकॉर्डर लोकांना बर्लिनमधील 'रेडिओ शो' या प्रदर्शनात पाहायला मिळाला. त्यामध्ये विशिष्ट पावडरचा लेप चढवलेली पट्टी (टेप) होती. ह्या पावडरवर चुंबकाचा प्रभाव पडत होता. बी. ए. एस. एफ. या कंपनीने जर्मनीत लुडविगशाफेन या ठिकाणी सर्वप्रथम ऑर्केस्ट्राचे ध्वनिमुद्रण केले. ह्या ऑर्केस्ट्राचे संयोजन सर थॉमस बीचम (१८७९-१९६१)

या इंग्लिश संगीत-काराने केले होते.

डेक्का या इंग्लिश कंपनीने सर्वप्रथम १९४४ मध्ये हाय-फाय (हाय फिडेलिटी-उच्च अचूकपणा) ध्वनिमुद्रण करून दाखवले. या तंत्राचा शोध इंग्लिश इलेक्ट्रिक कंपनीच्या हॅरोल्ड हार्टली याने १९२६ मध्ये लावला होता.

कोलंबिया ब्रॉडकास्टिंग सिस्टिमच्या डॉ. पीटर गोल्डमार्क (१९०६-१९७७) या हंगेरियन/ अमेरिकन संशोधकाने १९४८ मध्ये पहिली यशस्वी एल. पी. (३३ १/₃ आर. पी. एम.) रेकॉर्ड तयार केली. व्हिनिलाईटपासून बनवलेल्या या तबकडीवर सूक्ष्म खाचा होत्या. ही रेकॉर्ड प्रथम २६ जून १९४८ मध्ये न्यूयॉर्कच्या

रील-टू-रील टेपरेकॉर्डरमुळे घरगुती वापराच्या टेपरेकॉर्डरचा जमाना सुरू झाला. त्यामध्ये उच्च प्रतीचे ध्वनिमुद्रण करणे आणि ते पुन्हा ऐकणे याची सोय होती. लुई ब्लाटनर (१८८४-१९३५) या जर्मन शास्त्रज्ञाने बनवलेला 'ब्लाटनरफोन' हा टेपरेकॉर्डर १९३० नंतर मार्कोनी कंपनीने बाजारात आणला. त्यामध्ये सर्वप्रथम चुंबकीय पट्टी वापरलेली होती. ए. ई. जी. कंपनीचा 'मॅग्नेटोफोन' हा टेपरेकॉर्डर १९३७ मध्ये उपलब्ध झाला. तथापि १९६० नंतर छोट्या कॅसेट रेकॉर्डरचा शोध लागेपर्यंत हे टेपरेकॉर्डर आकाराने मोठे आणि अवजड होते.

वॉल्डोर्फ-अस्टोरिया हॉटेलमध्ये प्रदर्शित करण्यात आली. कोलंबियानेच त्या रेकॉर्डला एल. पी. असे नाव दिले. कारण प्रत्येक बाजूला २३ मिनिटांचे ध्वनिमुद्रण करता येत होते.

दोन ठिकाणांहून आवाज निर्माण करून त्याला खोली आणण्याचे स्टिरिओ तंत्र सर्वप्रथम १९५० नंतर टेपरेकॉर्डरमध्ये उपलब्ध झाले. दोन ट्रॅक्स् असणाऱ्या चुंबकीय पट्टीची निर्मिती झाल्यानंतर असा आवाज टेपरेकॉर्डरवर उपलब्ध झाला. अमेरिकन रेकॉर्ड कंपनी आर.

सी. ए. ने १९५० नंतर लगेच स्टिरिओ टेप बनवले होते. पण स्टिरिओ तबकड्या तयार व्हायला मात्र १९५८ साल उजाडावे लागले.

कॉम्पॅक्ट कॅसेटचा शोध इलेक्ट्रिकल कंपनी फिलिप्सने लावला. हा शोध १९६३ मध्ये लागला. या कॅसेटचे नाव C६० असे होते आणि त्यात प्रत्येकी ३० मिनिटे ध्वनिमुद्रण करणाऱ्या दोन बाजू होत्या. फिलिप्सने १९६४ मध्ये बॅटरीवर चालणारा पहिला पोर्टेबल कॅसेट रेकॉर्डर बाजारात आणला.

मिल्टन डॉल्बी (जन्म १९३३) याने १९६८ मध्ये वेगळ्या पद्धतीच्या ध्वनिमुद्रण तंत्राचा शोध लावला. त्यामध्ये आवाजा-तील हिस्स हिस्स असा भाग काढून टाकला जात असल्याने आवाजाच्या गुणवत्तेत प्रचंड फरक पडला. या पद्धतीला डॉल्बी सिस्टिम म्हणतात.

वॉकमन ही कल्पना जपानी कंपनी सोनीचा मुख्य कार्यकारी अधिकारी अकिओ मोरिताची होती. त्याला गोल्फ खेळता खेळता संगीत ऐकायची इच्छा झाली. त्यातूनच 'चालता चालता' ऐक-ण्याचा म्हणजेच वॉक-मनचा जन्म झाला. १९७९ मध्ये सोनीने छोटा स्टिरिओ रेकॉर्ड-प्लेअर आणि हेडफोन बाजारात आणला.

जपानमधील 'ऑडि-यो' फेअर या प्रदर्शनामध्ये १९८० मध्ये सोनी आणि फिलिप्स या कंपन्यांनी सी. डी. (कॉम्पॅक्ट डिस्क) बनवल्याची घोषणा केली. १२० मिलीमिटर व्यासा-ची तबकडी ७५ मिनि-टांचे ध्वनिमुद्रण साठवू शकत होती. ही डिस्क १९८२ मध्ये जपानमध्ये, तर १९८३ मध्ये युरोप-च्या बाजारपेठेत आली.

कॉम्पॅक्ट डिस्क (सीडी) आल्यामुळे हाय-फाय तंत्रज्ञानाचे रूपांतर हाय-टेक म्हणजे उच्च तंत्रज्ञानात झाले. १९८०-९० च्या दशकाच्या अखेरीस बाजारात आलेल्या सी. डी. वर आवाज वेगळ्या पद्धतीने नोंदला जातो. आवाजाचे तरंग संगणकाद्वारा सी. डी. वर अंकांच्या स्वरूपात साठवले जातात. रेकॉर्डवर खाचा असतात, त्या ऐवजी सी. डी. वर लक्षावधी सूक्ष्म खळगे (स्मिद्जे) असतात. लेसरद्वारा हे अंक वाचले जातात आणि पुन्हा आवाजाची निर्मिती होते.

सर्वप्रथम १९८७ मध्ये व्हिनिल एल. पी. पेक्षा सी. डी. ची विक्री जास्त झाली. पण दरम्यान सी. डी. तंत्रज्ञानाचा विकास होतच होता. जपानी कंपनी जे. व्ही. सी. ने सी. डी. एम. (CD-M) ही तबकडी तयार केली. त्यामध्ये सी. डी. तंत्रज्ञान आणि एम. आय. डी. आय. (MIDI) या तंत्रज्ञानाचा मिलाफ झालेला होता. एम. आय. डी. आय. हे 'म्युझिकल इंटरफेस फॉर डिजिटल इन्स्ट्रूमेंटस्' याचे लघुरूप आहे. या तंत्रज्ञानामुळे सिंथेसायझरसारखी संगीत उपकरणे वापरता आली. सी. डी. एम. मुळे ऐकणाऱ्याला निर्माण होणाऱ्या आवाजाचे नियंत्रण करता येते.

लवकरच ध्वनिमुद्रणासाठी डिजिटल तंत्रज्ञान वापरले जाऊ लागले. आयवा या जपानी कंपनीने १९८७ मध्ये प्रथम DAT म्हणजे डिजिटल ऑडिओ टेप तयार केल्या.

लोकप्रिय संगीत

एके काळी परिस्थिती अशी होती की ज्याला चांगल्या प्रकारे ऐकता येते तो कोणीही माणूस निव्वळ ऐकून गाणे म्हणू शकत असे. तसेच लेखी नोटेशनच्या स्वरूपात देखील संगीत कोणालाही उपलब्ध होते. कॉपीराईट कायदे अंमलात येण्यापूर्वी संगीत असे सर्वांसाठी होते. ब्रिटनमध्ये १७०९ मध्ये कॉपीराईट कायदा अंमलात आला. पण हा कायदा फारसा प्रभावी नव्हता. सन १९११ मध्ये कॉपीराईट कायद्यामध्ये एखादी कला सादर करण्याचा अधिकार समाविष्ट झाला.

कॉपीराईट कायद्यांचा प्रारंभ १७८३ मध्ये अमेरिकेत कनेक्टिकट आणि मॅसॅच्युसेट्समध्ये झाला. पण त्यानंतर १०८ वर्षे अमेरिकन काँग्रेसचा तशा प्रकारचा कोणताही कायदा नव्हता. तसा कायदा प्रथम १८९१ मध्ये तयार झाला आणि १९०९ मध्ये त्याच्यामध्ये सुधारणा करण्यात आल्या. सुरुवातीच्या काळात ललित कला सादर करणाऱ्यांची संस्था फ्रान्समध्ये उदयास आली. १८५१ मध्ये स्थापन झालेल्या या संस्थेचे नाव 'Societé des auteurs, compositeurs ef éditeurs de musique' (SACEM) असे होते. त्यामध्ये संगीत क्षेत्रातील गीतलेखक, संयोजक आणि संगीतकारांचा समावेश होता.

कॉपीराईट कायद्यामध्ये न बसणाऱ्या संगीत क्षेत्रातील तीन कलाकृतींची विक्री २ कोटींपेक्षा जास्त झाल्याचे दिसते. यांत्रिक पद्धतीने गाणी रेकॉर्ड करण्याच्या तंत्राचा वापर होण्याअगोदरच्या या तीन कलाकृतीत 'ओल्ड फोक्स अॅट होम' (१८५१) हे स्टीफन कॉलिन्स फॉस्टर (१८२६-१८६४) याचे गीत होते. तसेच त्यात एडविन ख्रिस्ती (१८१५-१८६२) याचे नाव होते. हे गाणे त्याच्या नावे प्रसिद्ध झाले होते. दुसरे गाणे सेप्टिमस विनर (१८२७-१९०२) याचे 'लिसन टू द मॉकिंग बर्ड' (१८५४) होते. या गाण्याचे लेखन अॅलिस हॉथॉर्न या नावाने केलेले होते. तिसरी वॉल्ट्झ कलाकृती 'ब्ल्यू डॅन्यूब' (१८६७) ही ऑस्ट्रियन गीतकार योहान स्ट्रॉस (१८२५-१८९९) याची होती. ही कलाकृती १५ फेब्रुवारी १८६७ मध्ये संगीतासह जोसेफ वेईल याने व्हिएन्नात सादर केली. जर्मन भाषेत या गीताचे नाव 'आन डेर श्योनेन ब्लाऊयेन डोनाऊ' (निळ्या डॅन्यूब नदीच्या सुंदर तीरावर) असे होते.

पुढील काळात कॉपीराईट कायद्या-खाली असणाऱ्या अनेक कलाकृतींची विक्री ६० लाखांपर्यंत झाली होती. त्यामधील एक व्हिटसन आणि फ्राईडमानची १९१० मधील 'लेट मी कॉल यू स्वीटहार्ट' ही होती. तर दुसरी कलाकृती रिचर्ड व्हाईटिंग (१८९१-१९३८) आणि रे इगन यांची 'टिल वुई मीट अगेन' (१९१८) ही होती.

ध्वनिमुद्रित झालेली पहिली जाझ गीते 'इंडियाना' आणि 'द डार्क टाऊन स्ट्रटर्स बॉल' (१९१७) ही होती. न्यूयॉर्कमधील कोलंबिया कंपनीसाठी शिकागोच्या डिक्सीलॅन्ड जॉस बॅन्डने ती वाजवली होती. त्यावेळी त्या बॅन्डचे नेतृत्व कॉर्नेट वाजवणारा डॉमिनिक जेम्स 'निक' ला रोक्का

एनिको कारूसो (१८७३-१९२१) हा जगातला पहिला रेकॉर्डिंग स्टार होता. वयाच्या अवघ्या २१ व्या वर्षी नेपल्समध्ये तो प्रथम रंगमंचावर आला. प्रतिभावान कलाकारांच्या शोधात असणाऱ्या फ्रेड गाऊसबर्ग याने कारूसोला १९०२ मध्ये रेकॉर्ड काढण्यासाठी प्रोत्साहित केले. मिलानच्या ला स्काला ऑपेरा हाऊसमध्ये कारूसो गात असताना ते ऐकून गाऊसबर्ग प्रभावित झाला होता. कारूसोला गाण्यासाठी १०० पौंड फी देण्यात आली होती तर त्याच्या गाण्याच्या रेकॉर्डची विक्री १५००० पौंडांची होती.

अमेरिकन गायक बिंग क्रॉसबीने सर्वप्रथम 'हॉलिडे इन' (१९४२) या चित्रपटात 'व्हाईट ख्रिसमस' हे गाणे म्हटले. त्याने पुन्हा १९५४ मधील 'व्हाईट ख्रिसमस' चित्रपटात काम केले. त्यासाठी पॅरामाऊंट कंपनीच्या रुंद आकाराच्या विस्टाव्हिजन प्रकारच्या फिल्मचा सर्वप्रथम वापर करण्यात आला होता. या फोटोमध्ये क्रॉसबीबरोबर (डावीकडून) रोझमेरी क्लूनी, व्हेरा एलन आणि डॅनी के दिसत आहेत.

(१८८९-१९६१) हा कलाकार करत होता. या बॅन्डची पहिली रेकॉर्ड व्हिक्टर कंपनीसाठी मार्च १९१७ मध्ये तयार झाली होती. तर न्यूयॉर्कच्या व्हिक्टर स्टुडियोत २६ फेब्रुवारी १९१७ मध्ये 'लाईव्हरी स्टेबल ब्ल्यूज' आणि 'ओरिजिनल डिक्सीलँड वन-स्टेप' ही गाणी ध्वनिमुद्रित करण्यात आली.

मोठ्या बॅन्डचे पहिले रेकॉर्डिंग आर्ट हिकमनच्या ऑर्केस्ट्राचे झाले होते. सान फ्रान्सिस्कोच्या सेन्ट फ्रान्सिस हॉटेलमधे कोलंबिया कंपनीने सप्टेंबर १९१९ मध्ये हे ध्वनिमुद्रण केले होते.

डान्स बॅन्डच्या ज्या रेकॉर्डसचा खप दहा लाखांवर झाला त्यामधील पहिली रेकॉर्ड सान फ्रान्सिस्कोच्या पॉल व्हाईटमनची (१८९०-१९६७) होती. त्यामध्ये 'जॅपनीज सँडमन' आणि 'विस्परिंग' ही गाणी होती. ही रेकॉर्ड व्हिक्टर कंपनीने १९२० मध्ये बाजारात आणली. १९२५ पर्यंत एकट्या अमेरिकेत गाण्यांच्या रेकॉर्डसचा खप दर वर्षी एक कोटी तीस लक्ष एवढा प्रचंड झालेला होता.

१८ ऑक्टोबर १९२६ रोजी हॅरी लिलीस 'बिंग' क्रॉसबी (१९०३-१९७७) याची पहिली रेकॉर्ड तयार

झाली. त्या रेकॉर्डचे नाव 'आय हॅव गॉट द गर्ल' होते आणि ती कोलंबिया कंपनीने काढली होती. त्याने एकूण २७२५ रेकॉर्डिंग्ज् केली. त्याची सर्वाधिक खपाची रेकॉर्ड 'व्हाईट ख्रिसमस' होती. त्याचे लेखन आयर्विंग बर्लिन (१८८८-१९१९) या रशियन/अमेरिकन गीतकाराने केले होते. क्रॉसबीने २९ मे १९४२ रोजी या रेकॉर्डचे ध्वनिमुद्रण केले. कोणाही एका गायकाच्या खपलेल्या रेकॉर्डस्मधे या रेकॉर्डची विक्री सर्वात जास्त होती. त्याच्या ५ कोटी रेकॉर्डस् खपल्या होत्या.

बिलबोर्ड या नियतकालिकाने २० जुलै १९४० रोजी सर्वप्रथम गाण्यांची यादी प्रसिद्ध करायला सुरुवात केली. या नियतकालिकाने १५ मार्च १९४५ रोजी प्रथम अल्बमची यादी प्रसिद्ध केली.

फिल्मला संगीत देणाऱ्या बर्नार्ड हेरमन (१९११-१९७५) याने सर्वप्रथम 'ओव्हरडब' तंत्राचा वापर केला. त्याने आवाजाचे अनेक ट्रॅक तयार करण्याचे तंत्र सर्वप्रथम १९४१ मधील 'ऑल दॅट मनी कॅन बाय' या चित्रपटासाठी वापरले.

सर्वप्रथम १९४२ मध्ये आर. सी. ए. व्हिक्टर कंपनीने अमेरिकन बॅण्डप्रमुख अल्टन 'ग्लेन' मिलर (१९०४-१९४४) याला 'गोल्डन डिस्क' प्रदान केली. ही डिस्क 'छट्टानूगा चू चू' या गाण्यासाठी देण्यात आली होती.

लता मंगेशकर (जन्म १९२८) यांनी आपली कारकीर्द १९४८ मध्ये सुरू केली. १९७५ पर्यंत लता मंगेशकर यांनी सुमारे २५००० गाणी म्हटली होती. त्यामध्ये कोरस, ड्युएट, सोलो गाण्यांचा समावेश होता आणि १८०० चित्रपटांसाठी पार्श्वगायन केले होते. लता मंगेशकरांची गाणी एकूण २० भाषांमध्ये आहेत.

आर. सी. ए. कंपनीच्या

नॅशव्हिले-मधील स्टुडियोत १० जानेवारी १९५६ मध्ये एल्विस अॅरॉन प्रेसले (१९३५-१९७७) याने आपले 'हार्टब्रेक हॉटेल' हे गीत रेकॉर्ड केले. आठ आठवडे ते अमेरिकेत पहिल्या क्रमांकावर होते. या गाण्याने प्रेसलेला प्रसिद्धीच्या शिखरावर नेले. त्याच्या एकट्याच्या गाण्यांचा खप १०० कोटींपेक्षा जास्त होता. ९ सप्टेंबर १९५६ रोजी त्याने 'द एड सुलीव्हान शो' या टी. व्ही. वरच्या कार्यक्रमात भाग घेतला. त्याच्या या कार्यक्रमाला ५ कोटी प्रेक्षक होते असा अंदाज व्यक्त करण्यात आला आहे. हा एक विक्रम होता.

रॉक अँड रोल संगीताच्या इतिहासात 'बीटल्स्' ह्या नावाने ओळखले जाणारे कलाकार सर्वात यशस्वी मानले जातात. बीटल्स्मध्ये जॉर्ज हॅरिसन (जन्म १९४३), जॉन लेनॉन (१९४०-१९८०), पॉल मॅकार्टनी (जन्म १९४२) आणि रिंगो स्टार उर्फ रिचर्ड स्टार्कली (जन्म १९४०) हे चार गायक होते. १९५६ ते १९७० दरम्यान यांनी गायलेल्या गाण्यांच्या रेकॉर्डस् आणि कॅसटस्चा खप जगभरात १ अब्जापेक्षा जास्त होता.

स्वित्झर्लंडमधील लुगानो येथे २४ मे १९५६ रोजी बी. बी. सी. टेलिव्हिजन कंपनीने 'युरोव्हिजन साँग काँटेस्ट' ही संगीताची भव्य स्पर्धा सुरू केली. १९९९ पर्यंत रिपब्लिक ऑफ आयर्लंड हा देश सर्वात यशस्वी होता. या देशाने १९७०, १९८०, १९८७, १९९२, १९९३, १९९४ आणि १९९६ अशा सात वेळा ही स्पर्धा जिंकली. या स्पर्धेतील सर्वाधिक गुणांचा विक्रम २२७ गुणांचा असून ब्रिटिश गायिका कॅट्रीना आणि व्हेवज्‌च्या 'लव्ह शाईन, अ लाईट' या गाण्याने १९९७ मध्ये हा विक्रम नोंदवला होता.

२९ जुलै १९८१ रोजी न्यूझीलंडमधील गायिका किरी टे कनावा (जन्म १९४४) एका दिवसात जगप्रसिद्ध गायिका बनली. लेडी डायना स्पेन्सर आणि प्रिन्स ऑफ वेल्स यांच्या विवाह सोहळ्यात तिने गाणी म्हटली होती. त्यावेळी जगभरात अंदाजे ६० कोटी लोकांनी हा कार्यक्रम टी. व्ही. वर बघितला होता.

मायकेल जोसेफ जॅक्सन (जन्म १९५८) या अमेरिकन गायकाचा पहिला अल्बम १९८२ मध्ये प्रकाशित झाला.

रॉक अँड रोल संगीताचा बादशहा एल्विस प्रेसले याची १९२ गाणी लोकप्रिय गाण्यांच्या यादीत होती. हा कोणाही एका गायकासाठी विक्रम होता. त्यामध्ये १८ प्रथम क्रमांकाची गाणी आणि नऊ प्रथम क्रमांकाचे अल्बम होते.मिसिसिपी राज्यात टुपेलो येथे जन्मलेल्या प्रेसलेला दक्षिण अमेरिकेत प्रचंड लोकप्रियता मिळाली. नंतर १९५६ मध्ये त्याच्या 'हाऊंड डॉग' आणि 'हार्टब्रेक हॉटेल' या गाण्यांनी तो अमेरिकेतला सर्वात प्रसिद्ध गायक बनला.

त्याचे नाव 'थ्रिलर' असे होते. १९९९ पर्यंत या अल्बमच्या खपाने जागतिक विक्रम नोंदवला आहे. त्याच्या या अल्बमचा खप ४.६ कोटी एवढा झाला होता. सन १९८४ मध्ये त्याने आठ ग्रॅमी अॅवार्ड मिळवण्याचा विक्रम केला. त्याची १३ गाणी आणि ४ अल्बमस् पहिल्या क्रमांकावर होते.

लिओनेल रिची (जन्म १९४९) या संगीतकाराने १९८७ मध्ये अनोखा विक्रम केला. सतत दहा वर्षे त्याचे गाणे अमेरिकेत पहिल्या क्रमांकाचे होते.

पोलिश संगीतकार हेनिक गोरेकी (जन्म १९३३) याच्या 'सिंफनी नंबर श्री' या गाण्याने इंग्लंडमधील पॉप गाण्यांच्या यादीत १९९३ मध्ये सहावा क्रमांक पटकावला. त्याच्या जगभरात ६ लाखापेक्षा जास्त प्रती खपल्या होत्या.

अमेरिकन संगीत उद्योगाने १९९६ मध्ये खपाचा उच्चांक गाठला. सीडीज्, एल. पीज्, कॅसेटस् वगैरे मिळून खपाचा आकडा ११३.७ कोटी होता. या विक्रीमधून १२५३.३८ कोटी डॉलर्सचे उत्पन्न मिळाले होते. एल्टन जॉन ऊर्फ रेगिनाल्ड केनेथ व्हाईट (जन्म १९४७) आणि बर्नी टॉपिन यांनी १९७३ मध्ये अमेरिकन नटी मर्लिन मन्रो (१९२६-१९६२) हिच्यावर लिहिलेले व संगीत-बद्ध केलेले गीत पुन्हा एल्टन जॉनने १९९७ मध्ये रेकॉर्ड करून डायना, प्रिन्सेस ऑफ वेल्स (१९६१-१९९७) हिच्या स्मृतीस अर्पण केले. १९ डिसेंबर १९९७ पर्यंत त्याच्या ३.३ कोटी प्रती खपल्या होत्या, आणि त्याला १४० प्लॅटिनम डिस्कस् मिळाल्या.

प्लॅसिडो डॉमिंगो (स्पॅनिश, जन्म १९४१), जोस कॅरेरास (स्पॅनिश, जन्म १९४७) आणि ल्युसिआनो पावरट्टी (इटालियन, जन्म १९३५) यांनी ध्वनिमुद्रित केलेल्या 'द थ्री टेनॉर्स इन कॉन्सर्ट' च्या जगभरात १९९८ मध्ये १.३ कोटी प्रती खपल्या होत्या.

रेडिओ

ध्वनिलहरींचे विद्युतचुंबकीय लहरींमध्ये रूपांतर करून त्या लहरी हवेत पाठवणे आणि ऐकण्यासाठी पुन्हा त्या लहरींचे ध्वनीत रूपांतर करणे हे तंत्रज्ञान रेडिओच्या मुळाशी असते. ध्वनीचे विद्युतचुंबकीय लहरींमध्ये रूपांतर करण्यासाठी मायक्रोफोन वापरला जातो. या लहरी मग रेडिओ केंद्रावरून ट्रान्समीटर वापरून प्रक्षेपित केल्या जातात. या लहरी रेडिओसेटमधील ग्राहकाद्वारा (रिसिव्हर) गोळा केल्या जातात आणि मग त्यांचे पुन्हा आवाजात रूपांतर होऊन लाऊड-स्पीकरद्वारे आपल्या कानांवर पडते.

रेडिओला सैद्धांतिक आधार पुरवण्याचे काम जेम्स क्लार्क मॅक्सवेल (१८३१-१८७४) या ब्रिटिश वैज्ञानिकाने केले. त्याच्या हे लक्षात आले की प्रकाश तरंग, ध्वनिलहरी, चुंबकत्व आणि वीज या सर्व गोष्टी एकाच गणिती वर्णनात बसवता येतात. मॅक्सवेलने १८६४ मध्ये 'A Dynamical Theory of Electro-magnetic Field' हे पुस्तक प्रसिद्ध केले. या पुस्तकात मॅक्सवेलने असे मत मांडले होते की, विद्युतचुंबकीय लहरी प्रकाशाच्या वेगाने (अंदाजे दर सेकंदास ३ लाख किलोमीटर) जातात. तसेच या लहरी प्रयोगशाळेत तयार करता येतील असे मॅक्सवेलचे मत होते.

विद्युतचुंबकीय लहरींची निर्मिती सर्वप्रथम जर्मन भौतिक-शास्त्रज्ञ हाईनरिच रूडाल्फ हर्ट्झ (१८५७-१८९४) याने केली. त्याने एक ट्रान्समीटर तयार केला होता. हर्ट्झने त्याला रेझोनेटर (resonator) असे नाव दिले होते. या उपकरणातून तयार झालेल्या विद्युतचुंबकीय लहरी काही अंतरावर पकडून घेता येत आणि तेथे त्यांचे अस्तित्व सिद्ध करणे शक्य होते. १९२४ मध्ये लहरीच्या वारंवारितेच्या (frequency) एककाला हर्ट्झचे नाव देऊन त्याच्या कार्याचा गौरव करण्यात आला. दर सेकंदाला तरंगामधे किती पुनरावृत्ती होते हे हर्ट्झ या एककावरून समजते.

सन १८९४ मध्ये इंग्लिश भौतिकशास्त्रज्ञ ऑलिव्हर लॉज (१८५१-१९४०) याने ऑक्सफर्ड येथे ब्रिटिश असोसिएशनच्या बैठकीत रेडिओ संदेश ५५ मीटर अंतरापर्यंत पाठवण्यात यश मिळवले. रेडिओ संदेश ग्रहण करणारे उपकरण आणि

रेडिओचा जनक इटालियन ज्युग्लिल्मो मार्कोनीचा हा फोटो २१ डिसेंबर १९० रोजी घेतलेला आहे. त्याच्या काहीच दिवस अगोदर मार्कोनीने अटलांटिक महासागर ओलांडणारा रेडिओ संदेश पाठवण्यात यश मिळवले होते.

त्या मुळात प्रक्षेपित करणारे उपकरण यांच्यामध्ये समन्वय असणे जरूर आहे हे सर्वप्रथम लॉजच्या लक्षात आले होते. दोन्ही उपकरणे एकाच तरंग लांबी (wave length) नुसार काम करण्याच्या प्रक्रियेला लॉजने 'syntony of circuits' असे नाव दिले होते.

रेडिओ दळणवळणामध्ये क्रांती करण्याचे काम इटलीत जन्म झालेल्या ब्रिटिश वैज्ञानिक ज्युग्लिल्मो मार्कोनी (१८७४-१९३७) याने केले. सन १८९५ मध्ये त्याच्या वडिलांच्या इटलीतील बोल्योनाजवळील व्हिला ग्रिफोने या इस्टेटीवर मार्कोनीला रेडिओ संदेश २.४ किलोमीटर अंतरावर पाठवण्यात यश मिळाले. मार्कोनी जरी स्वतः संशोधक नसला तरी तो व्यापारउदीमाला लागणाऱ्या व्यवहारात हुशार होता. जुलै १८९७ मध्ये, अजून वयाची २१ वर्षे पूर्ण न केलेल्या मार्कोनीने ब्रिटनमध्ये 'वायरलेस, टेलिग्राफ अँड सिग्नल कंपनी लिमिटेड' ही कंपनी स्थापन केली. त्याच वर्षी नोव्हेंबरमध्ये त्याने आयसल ऑफ विटस् येथील 'नीडल' नावाच्या समुद्रात शिरलेल्या निमुळत्या भागात जगातले पहिले कायमस्वरूपी रेडिओ केंद्र स्थापन केले.

ऑगस्ट १८९८ मध्ये मार्कोनीने लंडनच्या लॉईडस् या कंपनीला जहाजावरून किनाऱ्यावर संदेश पाठवण्यासाठी पहिले व्यावसायिक रेडिओ केंद्र उभारून दिले. हे केंद्र उत्तर आयर्लंडच्या किनाऱ्याजवळ राथलिन नावाच्या बेटावर उभारण्यात आले होते. २७ मार्च १८९९ रोजी मार्कोनीने पहिला आंतरराष्ट्रीय रेडिओ संदेश केंटमधील ट्रान्समीटरमधून पाठवला आणि तो ५१.५ किलोमीटर अंतरावर फ्रान्समध्ये शार्ल डी-अर्टीय येथे ग्रहण करण्यात आला.

मार्कोनीने १२ डिसेंबर १९०१ मध्ये अटलांटिक महासागर ओलांडून जाणारा संदेश पाठवला. हा मार्कोनीच्या कार्याचा कळस म्हणावा लागेल. पोल्डू, कॉर्नवॉल येथून पाठवलेला रेडिओ संदेश मार्कोनीने न्यू फाऊंडलंड येथील सेंट जॉन्स या ठिकाणी ग्रहण केला. त्याने ग्रहण केलेले पहिले अक्षर मोर्स कोडमधील 'S' हे होते. दहा किलोवॉट क्षमतेच्या ट्रान्समीटरमधून पाठवलेला रेडिओ संदेश ३५०० कि.मीटर अंतर पार करून

महासागरापलीकडे जाऊन पोहोचला होता. पण हा संदेश मार्कोनीने रेकॉर्ड न केल्यामुळे कोणीही त्यावर विश्वास ठेवला नाही. मार्कोनीच्या या पहिल्या प्रयोगाच्या वेळी त्याला जॉर्ज स्टीफन केम्प (१८५७-१९३३) आणि पर्सी राईट पेगेट (१८७१-१९४५) या दोघांनी मदत केली होती.

तथापि २५ फेब्रुवारी १९०२ रोजी मार्कोनीने आपला दावा खरा असल्याचे सिद्ध करून दाखवले. त्या दिवशी पोल्डू येथून पाठवलेला संदेश अमेरिकन जहाज एस. एस. फिलाडेल्फियावर ग्रहण केला गेला आणि त्याचे रेकॉर्डिंगही झाले. हे जहाज रात्रीच्यावेळी पोल्डूपासून २४९६ किलोमीटर अंतरावर होते. दुसऱ्या दिवशी संदेश ३३७८ किलोमीटर अंतरापर्यंत पोहोचत असल्याचे सिद्ध झाले.

सन १९०४ मध्ये सर ॲम्ब्रोज फ्लेमिंग (१८४९-१९४५) या इलेक्ट्रिक इंजिनियरिंग विषयाच्या प्राध्यापकाने डायोड व्हॉल्वचा (अमेरिकेत याला ट्यूब म्हणतात) शोध लावला आणि त्याचे पेटंट घेतले. फ्लेमिंगने पूर्वी मार्कोनीबरोबर काम केले होते. ए.सी.प्रकारचे रेडिओ संदेश डी.सी.प्रकारात रूपांतर करण्याचे काम रेडिओ ग्राहकात करण्यासाठी या व्हॉल्वचा वापर होतो. व्हॉल्वमध्ये विद्युतप्रवाह एकाच दिशेने जाऊ दिला की हे रूपांतर होते.

मार्कोनीच्या कर्मचाऱ्यांपैकी एकजण-चार्ल्स् सॅम्युअल फ्रँकलीन शोधकामात हुशार होता. फ्रँकलीनने (१८७९-१९६४) डायरेक्शनल एरियलचे १९०५ मध्ये पेटंट घेतले. यानंतर मार्कोनी-फ्रँकलीन शॉर्टवेव्ह बीम प्रणाली आल्यावर ही पद्धत मागे पडली.

संदेश ग्रहण करण्याचा पहिला रेडिओ संच 'टेलमिको किट' या नावाने इलेक्ट्रो इंपोर्टिंग कंपनीने बाजारात आणला. १९०६ च्या सायंटिफिक अमेरिकन या वैज्ञानिक नियतकालिकात त्याची जाहिरात प्रसिद्ध झाली होती. साडेसात डॉलर किंमतीच्या या किटमध्ये एक २.५ सेंटीमीटरची स्पार्क कॉईल, एक 'कोहेरर' (coherer)' ५० ओहम क्षमतेचे बॅटरी रिले युनिट आणि इतर काही भाग होते. विकत घेणाऱ्याला या सर्वांची स्वतःच जुळणी करून घ्यावी लागे. यातील कोहेरर हे उपकरण रेडिओ लहरींचे

विद्युत प्रवाहात रूपांतर करण्याचे काम करत असे.

नोव्हेंबर १९०६ मध्ये रेगिनाल्ड फेसेनडेन (१८६८-१९३२) या कॅनेडियन प्राध्यापकांनी पहिले रेडिओ प्रसारण केले. अमेरिकेच्या मॅसेच्युसेटस् राज्यातील ब्रँटरॉक येथील नॅशनल इलेक्ट्रिक सिग्नलिंग कंपनीसाठी हे प्रसारण करण्यात आले होते, आणि त्यासाठी एका १३१ मीटर उंच खांबाचा वापर करण्यात आला होता. या प्रसारणामध्ये बोस्टनच्या मासळी बाजारात असलेले बाजारभाव, मॅसेच्युसेटस् बे भागात मासेमारी करणाऱ्या छोट्या पडावांना कळवावेत हा हेतू होता.

न्यूयॉर्कमधील ली डी फॉरेस्ट (१८७३-१९६१) या गृहस्थांना अमेरिकेतील रेडिओ तंत्रज्ञानाचे जनक मानले

अमेरिकन इलेक्ट्रिकल इंजिनियर ली डी फॉरेस्ट आपले थर्मियॉनिक ॲम्प्लिफायर हे उपकरण दाखवताना दिसत आहे. डी फॉरेस्टने शोधलेली व्हॅक्यूम ट्यूब अथवा व्हाल्व्ह यामुळे पुढील काळात रेडिओ आणि टी.व्ही. या तंत्रज्ञानाचा विकास झाला.

जाते. या इलेक्ट्रिकल इंजिनियरने फ्लेमिंगने बनवलेल्या डायोड व्हॉल्व्ह-पासून ट्रायोड व्हाल्व्ह तयार केला. डिसेंबर १९०६ मध्ये तिसरा इलेक्ट्रोड टाकून डायोडचे ट्रायोडमध्ये रूपांतर करण्यात डी फॉरेस्टला यश आले. त्याने आपल्या उपकरणाला 'ऑडिअन' (Audion) असे नाव दिले होते. या उपकरणामुळे इलेक्ट्रॉनचा प्रवाह जास्त अचूकपणे नियंत्रित करता येत होता. त्यामुळे रेडिओवर निव्वळ संदेश न पाठवता प्रत्यक्ष आवाज किंवा संगीत यांचे

प्रक्षेपण करणे शक्य झाले.

सन १९१० मध्ये जहाजावरून किनाऱ्याकडे संदेश पाठवणे नित्याचे झाले होते. त्याच वर्षा एका विमानामधून जमिनीकडे रेडिओ संदेश पाठवण्यात आला. वेळ सांगणारे रेडिओ संदेश नियमितपणे पॅरिसच्या आयफेल टॉवर वरून १९१३ मध्ये सुरू झाले.

पहिल्या महायुद्धामुळे रेडिओ विषयातल्या खासगी संशोधनाला आळा बसला. पण याच काळात लष्करी उपयोगां-साठी रेडिओची भरपूर प्रगती होण्यास सुरुवात झाली. १९११ मध्ये मार्कोनी कंपनीने ब्रिटीश लष्करासाठी कमी क्षमतेचे उचलून नेता येण्याजोगे रेडिओसंच बनवून दिले.

अटलांटिक महासागर ओलांडून एखादे भाषण पाठवण्याचा पहिला प्रयोग ऑक्टोबर १९१५ मध्ये झाला. फ्रेंच गुस्ताव्ह ऑगस्ट फेरे (१८६८-१९३२) आणि हर्बर्ट एडवर्ड श्रीव्ह (१८७३-१९४२) या अमेरिकन माणसांनी बी.बी. वेब याचा अमेरिकेतील व्हर्जिनिया प्रांतातील अर्लिंग्टन येथून पाठवलेला आवाज आयफेल टॉवरवर ग्रहण करून ऐकला. लेफ्टनंट कर्नल फेरे आणि श्रीव्ह हे दोघे अमेरिकेतील टेलिफोन आणि टेलिग्राफ कंपनीचे कर्मचारी होते.

१९१६ ते १९२० दरम्यान सी.एस. फ्रँकलीन याने पहिली बीम्ड शॉर्टवेव्ह प्रणाली विकसित केली. स्कॉटलंडमधील इंचकीथ या ठिकाणी असणाऱ्या रेडिओ स्टेशनमध्ये त्याने त्याचा ट्रान्समीटर (स्पार्क) अतिदाबाच्या हवेमध्ये चालवला होता. त्याला एक पॅराबोलिक आकाराचा गोल फिरणारा परावर्तक बसवलेला होता. फ्रँकलीनने सहा मीटर रेडिओ तरंगलांबीचा वापर केला होता. नौकानयनामध्ये ही प्रणाली प्रत्यक्षात उपयोगात आली.

एकच बटण फिरवून रेडिओ 'ट्यून' करण्याची पद्धत १९१७ मध्ये विकसित झाली. त्यापूर्वी त्यासाठी अनेक बटणे दाबावी लागत असत. अशा प्रकारे एकच बटण असणारे ग्राहक उपकरण 'व्हेरिएबल फ्रिक्वेन्सी सुपरहेटेरोडाईन रिसिव्हर' याचे ल्यूसिन लेव्ही (१८९२-१९६५) याने पेटंट मिळवले.

मॅसॅच्युसेट्समध्ये ईस्ट स्प्रिंगफील्ड येथे सप्टेंबर १९२० मध्ये वेस्टिंगहाऊस कंपनीने तयार रेडिओ रिसिव्हर बाजारात आणले. याच कंपनीने १९२१ मध्ये पहिला लोकप्रिय रेडिओ संच बाजारात आणला. २५ डॉलर्स किंमतीच्या या रेडिओचे नाव 'एरिओला ज्युनिअर' असे होते. त्याचा आकार १५ ×१५ × १७.८ सेंटीमीटर होता आणि त्याचे क्षेत्र १९-२४ किलोमीटर होते. मार्कोनी कंपनीचे पहिले तयार रेडिओसंच ब्रिटनमध्ये १९२२ मध्ये बाजारात उपलब्ध झाले.

सन १९२७ मध्ये अमेरिकन संशोधक एच.एस. ब्लॉक (१८९८-१९८३) याच्या लक्षात आले की ॲम्प्लीफायरमधून बाहेर पडणाऱ्या सिग्नलचा काही भाग पुन्हा ॲम्प्लीफायरला पुरवला, तर सिग्नलमध्ये निर्माण होणारे अडथळे कमी होतात. या प्रक्रियेला नकारात्मक पश्चभरण (negative feedback) असे म्हणतात आणि यावरच १९२८ मध्ये तयार झालेल्या पेन्टोड व्हॉल्वचे कार्य अवलंबून असते. आईंडहोवेने येथील फिलिप्स कंपनीचे संशोधक डॉ. गाईल्स होस्ट (१८८६-१९६८) आणि बर्नार्ड टेलेग्रेन (१९००-१९९०) या दोघांनी पेन्टोड व्हॉल्वचा शोध लावला. पाच इलेक्ट्रोड असणाऱ्या

लंडनमधील मार्कोनी हाऊसमध्ये १९१३ मध्ये एक विद्यार्थी वायरलेस टेलिग्राफ यंत्राच्या कामाचे प्रशिक्षण घेताना दिसत आहे. सुरुवातीच्या काळातील रेडिओ गुंतागुंतीचे संदेश पाठवू शकत नसत. आवाज पाठवता येत नसल्याने फक्त मोर्स कोडसारखे संदेश पाठवले जात.हे रेडिओ वापरण्यासाठी कित्येक तासांचे प्रशिक्षण घ्यावे लागत असे.

पेन्टोड व्हॉल्वमुळे आवाजाची प्रत आणखी सुधारली. जून

१९३० मध्ये अमेरिकन क्लाईड डी. वॅगनर (११८९-१९६३) याने न्यूयॉर्कमधील W2XAD या ठिकाणच्या रेडिओ केंद्रावरून संपूर्ण जगाचा प्रवास करणारे रेडिओ संदेश पाठवले. हॉलंड, जावा आणि ऑस्ट्रेलिया येथील संदेशवर्धक रेडिओ केंद्रावरून न्यूयॉर्कमधून पाठवलेले संदेश पूर्वेकडे गेले आणि १/८ सेकंदात परत न्यूयॉर्कला ग्रहण करण्यात आले.

१९३३ मध्ये अमेरिकन संशोधक एडविन एच. आर्मस्ट्रॉंग याने फ्रिक्वेन्सी मॉड्युलेटर-एफ.एम या तंत्राचा शोध लावला. आवाजातील वारंवारितेला अनुरूप, वारंवारितेत फेरबदल करणाऱ्या या उपकरणामुळे प्रसारणाची गुणवत्ता वाढली. न्यूयॉर्कमधील शेनेक्टाडी येथे एफ.एम. प्रसारणाला १९३८ मध्ये सुरुवात झाली. अमेरिकन पोलीस दलाने १९३९ मध्ये ही यंत्रणा त्यांच्या कामासाठी वापरायला सुरुवात केली.

१९८८ मधील या फोटोत ट्रकच्या केबिनमधे बसवलेला सी.बी. रेडिओ दिसत आहे. या रेडिओचा वापर ट्रक ड्रायव्हर लांबच्या प्रवासात एकमेकांशी गप्पा मारण्यासाठी, माहिती एकमेकांना देण्यासाठी अथवा रस्त्यात कुठे काही अडचण आहे का ते कळवण्यासाठी करू शकतात.

सी.बी. रेडिओ (CB -Citizen's Band) या प्रकारच्या रेडियोमध्ये दोन खासगी व्यक्तींमध्ये शॉर्टवेव्ह बँड वापरून संभाषण होऊ शकते. यासाठी अमेरिकेत वेगळा शॉर्टवेव्ह बँड राखून ठेवण्याचे काम १९४८ मध्ये झाले. पण इतर देशांमध्ये तेवढ्या वेगाने हे घडलेले नाही.

अमेरिकेचा बेल प्रयोगशाळेतील संशोधक जॉन बार्डीन, वॉल्टर ब्रेटन आणि विल्यम शॉकली यांनी १९४८ मध्ये

ट्रान्झिस्टरचा शोध लावला.

नाजूक अशा व्हॉल्व्ह किंवा ट्यूबची जागा ट्रान्झिस्टरने घेतली. त्यामुळे रेडिओ ग्राहक संच अधिक सुटसुटीत आणि कुठेही उचलून नेता येण्यासारखे झाले. ट्रान्झिस्टरचा वापर केलेला पहिला रेडिओ सोनी कंपनीने १९५२ मध्ये जपानी बाजारात आणला.

आर्थर सी. क्लार्क (जन्म १९१७) या ब्रिटिश विज्ञानकथा लेखकाने १९४५ मध्ये भूस्थिर उपग्रहांची (geo-stationery satellite) कल्पना मांडली. पृथ्वीवर सर्वत्र रेडिओ संदेश रिले करण्यासाठी पृथ्वीभोवती विशिष्ट कक्षेत, ३५७८६ किलोमीटर उंचीवर उपग्रह फिरते ठेवण्याची ही कल्पना होती. पण १९५८ पर्यंत ही कल्पना प्रत्यक्षात येऊ शकली नव्हती. त्या वर्षी अमेरिकेच्या 'ॲटलास-स्कोअर' या दळणवळण उपग्रहाने अमेरिकन अध्यक्ष आयसेनटॉवर यांनी दिलेल्या नाताळच्या शुभेच्छा जगभर प्रसारित केल्या.

सुरुवातीपासून रेडिओवरच्या कार्यक्रमांनी निरनिराळ्या देशांमध्ये निरनिराळे मार्ग चोखाळलेले दिसतात. अमेरिका हा देश खूप मोठा असल्याने तेथे अनेक स्थानिक रेडिओ केंद्रे उदयास आली. ही केंद्रे जाहिराती मिळवून स्वत:चा खर्च भागवतात आणि स्थानिक उद्योगधंद्यांकडून प्रायोजित केलेले कार्यक्रम करतात.

छोट्या देशांमध्ये अनेक ठिकाणी अशी परिस्थिती होती की, एकच केंद्र संपूर्ण देशामध्ये संदेश देऊ शकत होते. काही ठिकाणी अशी केंद्रे सरकारी मालकीची किंवा काही ठिकाणी ती सरकारी परवाना घेऊन चालू करण्यात आली. ब्रिटनमध्ये प्रसारण करण्याचा परवाना आणि रेडिओ घेणाऱ्यांना तो वापरण्याचा परवाना देण्याचा अधिकार पोस्ट ऑफिसकडे देण्यात आला होता. ब्रिटनमध्ये पहिले अधिकृत रेडिओ केंद्र चेम्सफर्डजवळ रिटल येथे सुरू झाले. या केंद्रावरून दर आठवड्याला मार्कोनी कंपनीला १५ मिनिटे प्रसारण करण्याची परवानगी देण्यात आली होती. या केंद्राचे प्रसारण १४ फेब्रुवारी १९२२ रोजी सुरू झाले. या केंद्राचे संकेत-शब्द '२ शऊ' 'किंवा टू एम्मा टॉक' असे होते.

सुरुवातीच्या काळातील प्रसारणे मुख्यत: उत्साही आणि हौशी लोकांमुळे होत असत. १९०६ साली ख्रिसमस ईव्हला प्राध्यापक रेगिनाल्ड फेसेनडेन यांनी भाषण, गाणे, वचने आणि स्वत:चे व्हायोलिन वादन हे सारे ०.५ किलोवॉटचा प्रक्षेपक वापरून प्रसारित केले. त्यासाठी ७५००० सायकल्स तरंगांचा वापर करण्यात आला होता. हे प्रसारण सुमारे ८ किलोमीटर अंतरापर्यंत ऐकता आले होते. त्याच वर्षी ३१ डिसेंबरला मॅसॅच्यु-सेट्स्मधून झालेले दुसरे प्रसारण वेस्ट इंडिजमध्येही ऐकू आले होते.

जानेवारी १९०९ मध्ये चार्ल्स् डेव्हिड हॅरोल्ड (१८७६-१९४८) या अमेरिकन माणसाने पहिले रेडिओ शिक्षण केंद्र काढले. हे केंद्र सान जोस, कॅलिफोर्निया येथून दररोज १९१० पासून प्रसारण करत असे. १९४९ मध्ये ते KCBS बनले, तर आता हे केंद्र CBS म्हणून ओळखले जाते.

जुलै १९०९ मध्ये सर्वप्रथम रेडियोवरून हवामानाचा वृत्तांत देण्यात आला. इंग्लंडमधील डोव्हर येथून प्रसारित केलेला हा वृत्तांत कॅले या फ्रान्समधील ठिकाणापर्यंत गेला होता.

'बाहेरचे' पहिले प्रसारण जानेवारी १९१० मध्ये सुरू झाले. ते डी फॉरेस्ट रेडिओ टेलिफोन कंपनीने केले होते. या प्रसारणा-मध्ये इटालियन गायक एन्रिको कारूसो (१८७३-१९२१) याची गाणी होती. ब्रिटनमधील पहिल्या जाहिरातयुक्त प्रसारणामध्ये ऑपेरामधील भागांचा समावेश होता. डेम नेल्ली मेल्वा हिची गाणी १९२० मधील चेम्सफर्ड येथील मार्कोनी कंपनीच्या १५ किलोवॉट क्षमतेच्या प्रक्षेपकावरून प्रसारित करण्यात आली होती. व्यावसायिक रेडियोची सुरुवात अमेरिकेत ऑगस्ट १९२० मध्ये झाली. डेट्रॉईटमधील ८NK नावाच्या (आता WWJ) केंद्रावरून 'डेट्रॉईट न्यूज' पेपरकडून आलेली बातमी प्रसारित करण्यात आली. १९२२ मध्ये अमेरिकेतील अशा प्रसारण केंद्रांची संख्या ५६४ झाली होती.

खेळासंबंधी पहिला कार्यक्रम ६ सप्टेंबर १९२० रोजी प्रसारित झाला. जॅक डेम्से आणि बिली मिस्क यांच्यामध्ये बेन्टन हार्बर, मिशिगन येथे झालेल्या लढतीचे वर्णन

प्रसारित झाले होते.

ब्रिटनमध्ये 2LO नावाचे केंद्र लंडनमधील मार्कोनी हाऊस-मधून मे १९२२ मध्ये सुरू झाले. आर्थर बरोज याने जागतिक लाईट-हेवीवेट बॉक्सिंग अजिंक्यपदासाठी, टेड 'किड' लेवीस (१८९४-१९७०) आणि जॉर्जेस कारपेंटर (१८९४-१९७५) यांच्यामधल्या लढतीचे प्रत्यक्ष वर्णन केले होते. ही लढत लंडनमधील ऑलिम्पिया या ठिकाणी झाली होती.

१८ ऑक्टोबर १९२२ रोजी बी.बी.सी म्हणजेच ब्रिटीश ब्रॉडकास्टिंग कॉर्पोरेशनची, 'एक खासगी कंपनी' म्हणून स्थापना झाली. परवाने आणि रेडिओ ग्राहक संचांवरील रॉयल्टी हे या कंपनीचे मुख्य उत्पन्न होते. १९२७ मध्ये या कंपनीचे सार्वजनिक मालकीच्या कंपनीत रूपांतर झाल्याने खासगी प्रसारणांवर बंदी आली. त्यावेळी बी. बी. सी. चा संचालक जॉन रीथ (नंतरच्या काळातील लॉर्ड रीथ) हा होता. जॉन रीथ (१८८९-१९७१) त्या पदावर १९३८ मध्ये होता. त्याच्याच आदर्शवादी भूमिकेमुळे बी.बी.सी. हे सांस्कृतिक आणि शैक्षणिक उपयोगाचे अत्यंत शक्तिशाली माध्यम बनले.

बी. बी. सी.च्या मक्तेदारीला अजिबात आव्हान मिळाले नव्हते असे मात्र नाही. कॅप्टन एल.एफ. प्लग याने १९२५ मध्ये लंडनच्या सेल्फ्रिज या दुकानासाठी एक 'फॅशन टॉक' आयफेल टॉवरवरून प्रसारित केला होता. युरोपच्या मुख्य भूमीवरून इतर व्यावसायिक केंद्रांनी त्याचा कित्ता गिरवला. या केंद्रांनी ब्रिटनच्या दिशेने प्रसारणांचा मारा सुरू केला होता. यामधील सर्वात लोकप्रिय केंद्र 'रेडिओ लक्झेंबर्ग' होते. १९३० मध्ये सुरू झालेल्या केंद्रावरून हलकेफुलके संगीत प्रसारित होत असे. दुसऱ्या महायुद्धाच्या काळात हे केंद्र बंद पडले आणि महायुद्धानंतर ते पुन्हा सुरू झाले.

अमेरिकेत आता जाहिरातींच्या उत्पन्नावर चालणारी अनेक रेडिओ केंद्रे हलकीफुलकी मनोरंजनाची साधने बनली होती. प्रायोजकाच्या नावाने ओळखला जाणारा पहिला कार्यक्रम १९२३ मध्ये सुरू झाला आणि त्याचे नाव 'एव्हरेडी अवर' असे होते. 'ग्रँड ओले ऑप्रे' नावाचा एक अत्यंत लोकप्रिय कार्यक्रम जॉर्ज डेव्ही हे याने १९२५ मध्ये टेनेसीमधील नॅशव्हिले येथे सुरू केला होता. या 'कंट्री' संगीताच्या कार्यक्रमामध्ये उडत्या चालीची, काऊबॉय गाणी आणि शेतीवाडीवरची नृत्यगीते असत.

अमेरिकेत वेगाने वाढणाऱ्या रेडिओ केंद्रांच्या कार्यावर अखेर नियंत्रण आणण्यासाठी १९३४ मध्ये अमेरिकन सरकारने 'फेडरल कम्युनिकेशन्स् कमिशन' (FCC) स्थापन केले. या कमिशनने कोणी कोणत्या तरंगांचा वापर करावा हे ठरवले आणि प्रसारणाचे परवाने देण्याचे काम सुरू केले.

अमेरिकेत १९३० नंतर अगदी वेगळ्या प्रकारचे कार्यक्रम सुरू झाले. त्यांना 'डिस्क जॉकी' म्हणतात. त्याचे लघुरूप डी.जे. (DJ) असे केले जाते. सरकारच्या इण्ण या आयोगामुळे या कार्यक्रमांवर थोडा परिणाम झाला. एखादा संगीताचा भाग प्रसारित केला की त्याचे श्रेय योग्य त्या प्रकारे दिले पाहिजे असे बंधन या आयोगाने घातले होते. पण १९४० मध्ये हे बंधन शिथिल करण्यात आले. मार्टिन ब्लॉक याचा 'make believe ballroom' हा कार्यक्रम असा होता की त्यामध्ये कमीतकमी बोलणे होते आणि संगीताच्या रेकॉर्ड्स् एकामागोमाग एक अशा प्रसारित केल्या जात असत.

अशा प्रकारच्या कार्यक्रमांमधूनच 'पेओला स्कँडल' नावाचे एक प्रकरण १९५० नंतर उद्भवले. हे प्रकरण इतके गाजले की त्याची सार्वजनिक चौकशी झाली. रेकॉर्ड वाजवण्यासाठी काही डी.जे. रेकॉर्ड कंपन्यांकडून लाच घेत असल्याचे दिसून आले होते.

बी. बी. सी ची ब्रिटनमधील प्रसारणाची मक्तेदारी १९५४ मध्ये संपुष्टात आली. १९७२ मध्ये ब्रिटनमध्ये 'इंडिपेंडंट ब्रॉड-कास्टिंग ऑथॉरिटी' (IBA) या संस्थेची स्थापना झाली. त्यापूर्वीची संस्था १९५४ मध्ये स्थापन झाली होती.

दरम्यान ब्रिटनमध्ये एका अत्यंत रंगतदार प्रकरणाला सुरुवात झाली होती. १९६४ या वर्षीच्या ईस्टर संडेला 'पायरेट रेडिओ स्टेशन' सुरू झाले. या केंद्राचे नाव रेडिओ कॅरालिन असे होते, आणि हे केंद्र हारविचपासून आठ

रेडिओ कॅरोलिन या 'चोरट्या' रेडिओ केंद्रावरचा डी.जे. रॉबी डेल १९६७ मध्ये किनाऱ्याजवळ उभ्या असणाऱ्या एका जहाजावरून प्रक्षेपण करत असताना दिसत आहे. ब्रिटिश सरकारच्या कडक बंधनातून मार्ग काढण्यासाठी ही व्यवस्था होती. अधिकृत नियंत्रणाबाहेर असणाऱ्या या रेडिओ केंद्रांनी प्रसारणाच्या अनेक नावीन्यपूर्ण क्लृप्त्या वापरणे सुरू केले आणि त्यातल्या काही आजही वापरल्या जातात.

किलो-मीटर अंतरावर उभ्या असणाऱ्या एका जहाजावर होते. हे जहाज ब्रिटिश मालकी हक्क असणाऱ्या प्रदेशाच्या आणि बी.बी. सी.ची मक्तेदारी न चालणाऱ्या ठिकाणी उभे होते. हलक्याफुलक्या गप्पा आणि पॉप संगीताचे मिश्रण असलेले कार्यक्रम प्रसारित करणारी अशी अनेक केंद्रे सुरू झाली. या 'चोरट्या' रेडिओ केंद्रांवर बंदी आणण्यासाठी एका-पाठोपाठ एक असे अनेक कायदे करण्यात आले. पण अखेर लोकांना पॉप संगीत हवे आहे हे बी.बी.सी. ला मान्य करावेच लागले आणि मग त्यातूनच १९६७ मध्ये रेडिओ वन'चा जन्म झाला.

१९७०मध्ये अमेरि-कन सरकारने 'नॅशनल पब्लिक रेडिओ' ही स्वतंत्र संस्था सुरू केली. ही संस्था निरनिराळ्या प्रतिष्ठानां-कडून मिळणाऱ्या देणग्यांवर चालत असे आणि ती इतर रेडिओ नेटवर्कसाठी मुख्यत: शैक्षणिक आणि सांस्कृतिक कार्यक्रम पुरवत असे. पण बऱ्याचशा नेटवर्कचे जाहिरातींमधून मिळणारे उत्पन्न सतत वाढत होते. १९९७ मध्ये हे उत्पन्न ३० कोटी डॉलर्सपेक्षा जास्त झाले होते. सन १९९८ मध्ये अमेरिकेत १०३८० एवढी व्यावसायिक रेडिओ केंद्रे होती.

इंटरनेट सुरू झाल्यानंतर रेडिओचा एक नवीन प्रकार वापरात आला. छोट्या रेडिओ केंद्रांना 'वर्ल्ड वाईड वेब' (WWW) वापरून प्रसारण करण्याची परवानगी देण्यात आली. 'बिटकास्टर' (bitcaster) या नावाने ओळखली जाणारी अशी शेकडो केंद्रे १९९०-२००० या दशकाच्या अखेरीस अस्तित्वात आली.

२०व्या शतकाच्या अखेरीस रेडिओ प्रसारणामध्ये 'डिजिटल' तंत्रज्ञान आले. L-बँड या नवीन प्रकारच्या पद्धतीने रेडिओ प्रसारण संगणक संकेताच्या स्वरूपात प्रक्षेपित व्हायला सुरुवात झाली आहे.

टेलिव्हिजन

टेलिव्हिजन याचा अर्थ रेडिओ तरंगांचे इलेक्ट्रो-मॅग्नेटिक प्रकारे प्रक्षेपण करून पडद्यावर तत्काळ दूर अंतरावर असणाऱ्या वस्तू पाहणे. प्रतिमा 'स्कॅन' करणे आणि मग ही प्रतिमा तरंगांच्या स्वरूपात हवेत प्रसारित करणे हा या तंत्रज्ञानाचा मुख्य गाभा आहे. प्रतिमा जिथे पाहायची आहे त्या ठिकाणी तरंगांचे पुन्हा चित्रामध्ये रूपांतर केले जाते.

जॉन्स जेकब बर्झेलियस (१७७९-१८४८) या स्विडीश रसायनशास्त्रज्ञाने १८१७ मध्ये करड्या रंगाच्या सेलेनियम मूल-द्रव्याचा शोध लावला आणि त्याच्या नकळत भविष्यकाळातील टेलिव्हिजनचा पाया घातला. टेलिव्हिजनच्या संदर्भातील आणखी महत्त्वाचा शोध हा 'प्रकाशविद्युत परिणाम' (photovoltaic effect) होता. काही पदार्थ प्रकाशाचे विद्युत आवेगात किंवा उलट्या दिशेने रूपांतर करू शकतात. यालाच प्रकाशविद्युत परिणाम असे म्हणतात. फ्रेंच डॉक्टर अंतोनी बेक्वेरेल (१७८८-१८७८) याने १८३९ मध्ये असा परिणाम पाहिला असल्याची घोषणा पॅरिसमध्ये केली.

अलेक्झांडर बेन (१८१०-१८७७) या स्कॉटिश घड्याळ बनवणाऱ्याने घड्याळामध्ये सर्वप्रथम विजेचा वापर केला होता. सन १८४३ मध्ये लंबकांनी एकमेकांवर नियंत्रण करण्याच्या प्रयोगामध्ये त्याने सिंक्रोनाईज्ड सिक्वेंशियल स्कॅनिंग या तंत्रामधील तत्त्वांचा प्रारंभ केला होता.

सन १८५७ मध्ये जर्मन शास्त्रज्ञ ज्युलियस प्ल्यूकर (१८०१-१८६८) याने कॅथोड किरणांचे वर्णन प्रथम प्रकाशित केले. एका इलेक्ट्रोडपासून दुसऱ्या भारित इलेक्ट्रोडकडे जाणाऱ्या इलेक्ट्रॉनच्या प्रवाहाला कॅथोड किरण म्हणतात. सेलेनियम मूल-द्रव्यामध्ये प्रकाशाचे विद्युत प्रवाहात रूपांतर होते. ह्याचा शोध सन १८७३ मध्ये

विलोबी स्मिथ (१८२८-१८९१) या ब्रिटिश वैज्ञानिकाने लावला. रॉयल सोसायटीचा फेलो असणाऱ्या डॉ. शेलफर्ड बिडवेल (१८४८-१९०९) यांनी १८८१ मध्ये सेलेनियम वापरून पहिला विद्युत घट (cell) तयार केला.

सन १८८२ मध्ये विल्यम ल्यूकास (१८६३-१९४५) या ब्रिटीश वैज्ञानिकाने 'Telectroscope: or Seeing by Electri-city' हा आपला शोधनिबंध प्रसिद्ध केला. या शोधनिबंधात सर्वप्रथम आडव्या आणि उभ्या स्क्रॅनिंग पद्धतीची तत्त्वे मांडण्यात आली होती. या तत्त्वांचा प्रत्यक्ष उपयोग जर्मन वैज्ञानिक पॉल निपकॉव्ह (१८६०-१९४०) याने केला. त्याने बनवलेल्या उपकरणाचे नाव 'Electrisches Teleskop' असे होते. यामध्ये एक सर्पिलाकारात छिद्रे असणारी चकती फिरत होती आणि त्यामुळे एकापाठोपाठ एक अशा पद्धतीने (सिक्वेंशियल) स्क्रॅनिंग होत होते.

रशियन वैज्ञानिक प्राध्यापक बोरिस रोझिंग (१८६९ - १९३३) याने १९०७ मध्ये चित्रग्रहण करण्यासाठी कॅथोड किरणांची नळी वापरण्याच्या पेटंटसाठी सेंट पीटर्सबर्ग येथे अर्ज केला. ९ मे १९११ रोजी त्याने कॅथोड किरण नळी वापरून चार चकाकत्या पट्ट्यांची प्रतिमा निर्माण करण्यात यश मिळवले.

१४ जून १९२३ रोजी अमेरिकन वैज्ञानिक चार्ल्स् फ्रान्सिस जेंकिन (१८६७-१९३४) याने लोलकयुक्त आरशांची एक कडी वापरून बाह्याकृतीचे प्रक्षेपण करण्यात यश मिळवले. वॉशिंग्टन डी. सी. मधील जेंकिनच्या प्रयोगशाळेत हे प्रयोग त्याने केले होते. जेंकिनच्या प्रतिमा खऱ्या टेलिव्हिजन प्रतिमा नव्हत्या. पण २० ऑक्टोबर १९२५ रोजी स्कॉटिश वैज्ञानिक जॉन लोगी बेअर्ड (१८८८-१९४६) याला खऱ्या टेलिव्हिजन प्रतिमा तयार करण्यात यश मिळाले. लंडनमधील सोहो या भागात आपल्या जुन्यापुराण्या घरातील छोट्या प्रयोगशाळेत बेअर्ड काम करत असे.

बेअर्डने जपानी संशोधक केंजिरो टाकायानागी (१८९९-१९९०) याच्या १४ महिने अगोदर आपला शोध लावला होता. जपानमध्ये हामामात्सू येथे टाकायानागी

याने २५ डिसेंबर १९२६ रोजी जपानी लिपीतील एका अक्षराचे अर्ध-इलेक्ट्रॉनिक चित्र प्रक्षेपित केले. त्याच्यानंतर १७ महिन्यांनी अमेरिकन वैज्ञानिक हर्बर्ट आयव्हीस (१८८२-१९५३) याने ए.टी.अँड.टी. कंपनीमधून बेल टेलिफोन्स कंपनीच्या न्यूयॉर्कमधील प्रयोग-शाळेत बेअर्डची पद्धत वापरून १८ ओळींचे प्रक्षेपक केले.

जून ते ऑगस्ट १९२६ दरम्यान बी. बी. सी. ची यंत्रणा वापरून बेअर्ड रात्री गुप्तपणे टी.व्ही. कार्यक्रम प्रक्षेपित करत असे. हे जगातले पहिले टी. व्ही. प्रसारण होते. १९२७ मध्ये बेअर्डने मध्य लंडनमधील स्टुडिओमधून ग्लासगो येथील हॉटेलकडे प्रक्षेपण करण्यात यश मिळवले. हे अंतर ६४३ किलोमीटर आहे. तसेच बेअर्डने सरेमधील काऊल्सडन येथून अटलांटिक महा-सागरापलीकडे न्यूयॉर्कला ३० ओळींची प्रतिमा पाठवली.

डॉ. अर्नेस्ट अलेक्झांडरसन (१८७८-१९७५) यांनी १९२८ मध्ये न्यूयॉर्कच्या शेनेक्रेडी येथे जगातली पहिली अधिकृत टी. व्ही. सेवा सुरू केली. यासाठी यांत्रिक पद्धतीने स्क्रॅनिंग करून कमी क्षमतेची चित्रे दर आठवड्याला प्रत्येकी अर्धा तास अशी तीन वेळा पाठवण्यात येत असत.

३ जुलै १९२८ रोजी बेअर्डला त्याच्या लंडनमधील नवीन स्टुडिओमधून पहिल्या रंगीत प्रतिमा पाठवण्यात यश आले. त्याच वर्षी जुलैमध्ये अमेरिकेतील नेवार्क भागातील डेव्हन कॉर्पोरेशन या कंपनीने जगातले पहिले टी. व्ही. संच बाजारात आणले. त्यांची किंमत ७५ डॉलर्स होती आणि

अमेरिकन टेलिव्हिजनमधील अग्रणी फिलो टेलर फार्नस्वर्थ १ सप्टेंबर १९२८ रोजी सान फ्रान्सिस्कोमध्ये आपला टी. व्ही. संच दाखवत आहे. त्याच्या चाचणी प्रक्षेपणामध्ये त्याचा मेहुणा सिगरेट ओढत आहे असे दृश्य होते.

त्यांच्यावर २४, ३६ किंवा ४८ ओळींची प्रतिमा घेण्याची सोय होती. १० ऑगस्ट १९२८ रोजी बेअर्डने त्याच्या लाँगएकर भागातील स्टुडिओमध्ये पहिल्या स्टिरि-ओस्कोपिक प्रतिमा तयार करून दाखवल्या.

क्लोज सर्किट टी. व्ही. (CCTV) ही यंत्रणा सर्वप्रथम १९३१मध्ये अमेरिकेच्या इलिनॉय राज्यातील शिकागोच्या स्टॉक एक्सचेंजमध्ये शेअर किंमती कळवण्यासाठी सुरू झाली. त्याच-वर्षी ८ मे या दिवशी बेअर्डने सर्वप्रथम बाहेरची दृश्ये प्रक्षेपित करून दाखवली. लंडनच्या कॉव्हेन्ट गार्डन भागातील रस्त्या-वरची चित्रे यामध्ये पाठवण्यात आली होती. ऑक्टोबर १९३१ मध्ये रशियन वैज्ञानिक व्लादिमिर झ्वोरिकिन (१८८९-१९८२) याने आपले इलेक्ट्रॉनिक आयकोनोस्कोप ट्रान्समीटर हे नवीन उपकरण तयार केले. पुढील काळात प्रत्येक टी. व्ही. संचात असणाऱ्या कॅथोड किरण नळीचा हा पहिला अवतार होता. झ्वोरिकिन १९२७ पासून या प्रकारच्या नळीविषयी संशोधन करत असे.

बी.बी.सी. ने २२ ऑगस्ट १९३२ रोजी दर आठवड्याला चार वेळा कार्यक्रम प्रक्षेपित करण्यास सुरुवात केली. लंडनच्या ब्रॉडकास्टिंग हाउस-मधून अर्ध्या तासाचा कार्यक्रम प्रसारित होई. या प्रक्षेपणामध्ये ३० ओळींची प्रतिमा होती. १९३२ ते १९३५ दरम्यान ४००० टी. व्ही. संच विकले गेले होते.

जर्मनीमध्ये टी. व्ही. चे कार्यक्रम १९३५ मध्ये सुरू झाले. राईश रूडफूंकगेसे-ल्शाफ्ट म्हणजे सरकारी प्रक्षेपण कंपनीने १८० ओळींची प्रतिमा पाठवणे सुरू केले. यांत्रिक पद्धतीने स्कॅन केलेल्या प्रतिमा बर्लिन आणि पोटस्डॅममध्ये १३ ठिकाणच्या संचांकडे प्रक्षेपित झाल्या होत्या.

सरकारी टेलिव्हिजन कंपनीने १९३६ मध्ये बर्लिन ऑलिम्पिक खेळांचे यशस्वी प्रक्षेपक केले. त्यासाठी व्लादिमिर झ्वोरिकिनच्या आय-कोनोस्कोप 'कॅमेऱ्यांचा' वापर पाच जर्मन शहरात २९ ठिकाणी करून लोकांना खेळ बघण्याची सोय केली होती. जगातले पहिले उच्च प्रतीचे (४०५ ओळी, २५ फ्रेम/सेकंदांत) प्रक्षेपण बी.बी.-सी. ने घरगुती वापरातल्या टी. व्ही. संचांसाठी २ नोव्हेंबर १९३६ रोजी सुरू केले. नॉर्थ लंडनच्या हेरिंगे भागात त्यासाठी स्टुडिओ-ए हा नवीन स्टुडिओ उभारण्यात आला होता.

१३ फेब्रुवारी १९३७ रोजी बी.बी.सी. ने मार्कोनी-इ. एम. आय. ची इलेक्ट्रॉनिक प्रणाली वापरण्याचे ठरवले. त्याअगोदर १०४ दिवस ही पद्धत आणि बेअर्डची यांत्रिक 'टेलिसिने' प्रणाली बी. बी.सी. ने आलटून पालटून वापरली होती. पण १ सप्टेंबर १९३९ रोजी दुसरे महायुद्ध सुरू झाल्यावर ही सेवा बंद पडली.

अमेरिकेमधील पहिली सार्वज-निक टी. व्ही. सेवा 'नॅशनल ब्रॉडकास्टिंग कंपनी'ने (NBC) एप्रिल १९३९ रोजी सुरू केली. न्यूयॉर्कचा वर्ल्ड फेअरचे ५२५ ओळींचे प्रक्षेपण करण्यात आले. हे प्रक्षेपण ५००० लोकांनी पाहिले.

१ जून १९३९ रोजी सी. बी. एस. कंपनीच्या न्यूयॉर्क सिटी केंद्राने (WNBT) जगातली पहिली रंगीत सेवा सुरू केली. तथापि ३७५ ओळींचे हे प्रक्षेपण पूर्णपणे इलेक्ट्रॉनिक नसून त्यात काही भाग यांत्रिक होता. यानंतर एक महिन्याने WNBT हे पहिले व्यावसायिक टी. व्ही. केंद्र झाले. बोलुवा वॉचेस ही कंपनी पहिली जाहिरातदार कंपनी ठरली. २० सेकंदांच्या जाहिरातीसाठी ह्या कंपनीने ९

जन्माने रशियन असणारा अमेरिकन भौतिकशास्त्रज्ञ व्लादिमिर झ्वोरिकिन आपली १९२९ मध्ये विकसित केलेली कॅथोड किरण नळी दाखवत आहे. झ्वोरिकिन अमेरिकेतील रेडिओ कंपनीमध्ये काम करत होता.नंतर त्याने रंगीत टी. व्ही. चा शोध लावला

१९३० नंतर श्रीमंत घरांमध्ये टी. व्ही. संच दिसू लागले होते. तारांचे जाळे आणि व्हॉल्व हे सारे बाहेरच्या उत्तम सजावटीच्या फर्निचरमध्ये दडवण्यात आले होते. बऱ्याचदा आवाजाचे प्रक्षेपक रेडिओद्वारा स्वतंत्रपणे केले जाई. म्हणूनच टी. व्ही. संचाच्या वर तसे उपकरण दिसत आहे.

डॉलर्स दिले होते आणि त्यातून त्यांना ४७०० प्रेक्षकांपर्यंत पोहोचता आले.

ब्रिटनमध्ये प्रसारण व्यावसायिक झाले नव्हते आणि प्रक्षेपणाला लागणारी सारी रक्कम परवान्यांच्या फीमधून येत असे. ही परिस्थिती १९५४ पर्यंत तशीच राहिली. १९४६ मध्ये रेडिओ आणि टी. व्ही. साठी एकत्रित परवान्याची पद्धत सुरू झाली आणि हा परवाना २ पौंडांना मिळत असे. त्यावेळी टी. व्ही.संचांची संख्या ७५०० होती आणि ती १९५१ मध्ये दहा लाख, तर १९५९ मध्ये १ कोटी झाली होती.

जगातली पहिली 'पे टी. व्ही.' पद्धत १ जानेवारी १९५१ रोजी शिकागोच्या झेनिथ रेडिओ कॉर्पोरेशनने, KS2KBS या केंद्रावर सुरू केली. 'एप्रिल शॉवर्स' नावाचा चित्रपट सुमारे ३०० निवडक घरांमध्ये प्रक्षेपित करण्यात आला होता, आणि ज्यांनी चित्र पाहण्याचा संकेत मिळण्यासाठी पैसे भरले होते त्यांनाच तो पाहता आला.

१९५१ मध्येच सी. बी. एस. कंपनीने न्यूयॉर्कमधून 'नॅशनल टेलिव्हिजन सिस्टिम कमिटीच्या' (NTSC)) पद्धतीचा वापर करून पहिले रंगीत प्रक्षेपण केले. त्यामध्ये ५२५ ओळी आणि दर सेकंदाला तीस फ्रेम्स् होत्या. संपूर्ण अमेरिकेत १९५० मध्ये १५ लाख टी. व्ही. संच होते. पुढील वर्षी ती संख्या १.५ कोटी झाली होती आणि १९९८ मध्ये अमेरिकेत १४ कोटी टी. व्ही. संच होते.

कॅलिफोर्नियाच्या रेडवूड सिटीमधील अम्पेक्स कॉर्पोरेशन या कंपनीने १४ एप्रिल १९५६ रोजी व्यावसायिक तत्त्वावर प्रथम व्हिडिओ टेप रेकॉर्ड करण्याचे प्रात्यक्षिक दाखवले.

१९५९ मध्ये जपानी लोकांनी ट्रान्झिस्टर असणारा पहिला टी. व्ही. संच बाजारात आणला. वीस सेंटीमीटरचा पडदा असणाऱ्या सोनी कंपनीच्या या टी. व्ही. संचाच्या

बी.बी.सी. चे लंडनमधील ग्रेट पोर्टलंड स्ट्रीटवरील कार्यालय असणारी 'ब्रॉडकास्टिंग हाऊस' ही भव्य इमारत. बी.बी.सी. ही जगातली पहिली नियमित टी.व्ही. प्रक्षेपक संस्था होती.

मॉडेलचा नंबर ऊन-८-३०१ असा होता. पाठोपाठ सोनीने ५V-२०१ हे व्हिडिओ रेकॉर्डरचे मॉडेल २१ जानेवारी १९६१ रोजी बाजारात आणले. ट्रान्झिस्टरचा समावेश असणारा छोटा टी. व्ही. संच जपानी बाजारपेठेत १९६५ मध्ये उपलब्ध झाला. सपाट पडदा असणारा पहिला पॉकेट टी. व्ही. जपानी कंपनी मात्सुशिता इलेक्ट्रिक कंपनीने १९७९ मध्ये बनवला.

१० जुलै १९६२ रोजी जगातला पहिला दळणवळण उपग्रह टेलस्टार-१ अवकाशात सोडण्यात आला. उपग्रहांमुळे अवकाशात खूप उंचीवर संदेश प्रसारित करणे शक्य झाले.

नोलन बुशेल (जन्म १९४३) या अमेरिकन माणसाने कॅलिफोर्नियातील सनव्हिले येथील एका बारमध्ये पहिली टी. व्ही. गेम 'टेलेटेनिस' १९७२ मध्ये बसवली. १९७४ मध्ये सॅम्युअल फेडिडा या इजिप्तमधे जन्मलेल्या (जन्म १९१८) ब्रिटिश वैज्ञानिकाने संगणक, टेलिफोन, टी. व्ही. आणि की पॅड यांच्या मिश्रणातून प्रेस्टेल नावाची टेलिटेक्स्टची पहिली प्रणाली बनवली. फेडिडा युनायटेड किंगडमच्या पोस्ट ऑफिस रिसर्च सेंटरमध्ये संशोधन करत असे. यानंतर २३ सप्टेंबर १९७४ रोजी ब्रिटनमध्ये सीफॅक्स सेवा सुरू झाली.

९ सप्टेंबर १९७६ रोजी 'व्हिडिओ कंपनी ऑफ

११ जुलै १९६२ रोजी अमेरिकन उपाध्यक्ष लिंडन जॉन्सन (१९०८-१९७३) उपग्रहाने पाठवलेली पहिली टी. व्ही. प्रतिमा पाहत असताना दिसत आहेत. त्याच्या आदल्या दिवशी टेलस्टार हा उपग्रह अवकाशात सोडण्यात आला होता आणि त्याचा वापर करून फ्रान्समधून गायक-नट वेस मोण्टाण्ड याच्या कार्यक्रमाचे प्रक्षेपण करण्यात आले होते.

जपान' (JVC) या जपानी कंपनीने व्हिडिओ होम सिस्टिम व्ही. एच. एस. (VHS) प्रथम टोकियोच्या ओकुरा हॉटेलमध्ये बसवली. व्हिडिओ कॅसेट वापरून रेकॉर्ड करण्याच्या पद्धतीचा शोध जपानी वैज्ञानिक युमा शिरायिशी (जन्म १९२९) आणि शिझूओ टाकानो (१९२३-१९९२) यांनी लावला.

कॉम्पॅक्ट डिस्क व्हिडीओ (CDV) चा विकास १९८९ मध्ये डिजिटल व्हिडीयो इंटरऑक्टिव्ह (DVI) या तंत्राच्या बरोबरीने झाला. या पद्धतीत संगणक प्रत्येक फ्रेमचे २५०,००० पिक्सेल-मध्ये (पिक्सेल म्हणजे पिक्चर एलिमेंटचे एकक) भाग पाडतो.

डिसेंबर १९८९ मध्ये जपानच्या शार्प कंपनीने कॅथोड किरण नळ्या असणाऱ्या पडद्यांच्या जागी एल. सी. डी. (लिक्विड क्रिस्टल डिसप्ले) पॅनेलचा विकास सुरू केला. जपानमध्येच अत्यंत उच्च प्रतीच्या प्रक्षेपणाला सुरुवात झाली.

ऑनलॉग प्रक्षेपणाऐवजी डिजिटल तंत्रज्ञानावर आधारित टी. व्ही. प्रक्षेपण युनायटेड किंगडममध्ये ऑक्टोबर १९९८ मध्ये सुरू झाले. त्यासाठी संदेशाचे रूपांतर करण्यासाठी टी. व्ही. संचावर बसणारे विशिष्ट उपकरण जरूरी असते.

इसवीसन १००० पूर्वीं : मणी वापरून मोजणे

बॅबिलोनियन संस्कृतीत इसवीसनापूर्वी १८५० मध्ये आकडे मोड करण्यासाठी अबॅकस वापरला जाई. कदाचित त्यापूर्वी १००० वर्षे अगोदरपासून वापरात असण्याची शक्यता आहे. सुरुवातीच्या काळात चिनी लोक आकडेमोडीसाठी 'श्यूआन पॅन' किंवा 'गणन चौकट' वापरत असत. नंतर मण्यांच्या जागी बांबू उपयोगात आणले गेले. रोमन लोकांनी गोट्या किंवा छोटे गुळगुळीत गोटे (जंत) बसवण्यासाठी खाचा पाडल्या. लॅटिन भाषेत गोट्याला 'calculus' असा शब्द आहे. त्यापासूनच इंग्रजीत आकडेमोड या अर्थाचा calculation हा शब्द आला.

कॅलेंडर तयार करण्यासाठी प्राचीन ग्रीकांनी गुंतागुंतीची यांत्रिक उपकरणे तयार केली होती. गोलाकार चकत्या वापरून तयार केलेले एक उपकरण अँटीकायथेरा बेटावर इसवीसन १९०० मध्ये आढळले. त्याचा काळ अंदाजे इसपूर्व ८० असा आहे. हे उपकरण कॅलेंडरसाठी लागणारी आकडेमोड करण्या-साठी वापरले जात होते.

इसवीसन १००० : अबॅकसचा सुवर्णदिन

अबॅकस हे उपकरण युरोपात मध्ययुगात सर्वत्र वापरले जात होते. त्याच्या रचनेत दोऱ्यांचा वापर केलेला होता. युरोपात सन १५५० च्या सुमारास त्याचा उत्कर्ष झाला. हे उपकरण आकडे-मोडीसाठी अजूनही मध्यपूर्वेत वापरले जाते. तसेच हे उपकरण अद्यापही जपानमध्ये 'सोरोबान' या नावाने उपयोगात आहे. त्याचा उदय सोळाव्या शतकात झाला. १२ नोव्हेंबर १९४६ रोजी एक अनोखी स्पर्धा झाली. अमेरिकन टी.एन. वूड याने एका यांत्रिक उपकरणावर आकडेमोड करून दाखवली. त्याला 'कॉम्पटोमीटर' असे नाव होते. अशीच आकडेमोड टोकियोमधील कियोशी मात्सुझाकी या माणसाने जपानी अबॅकस वापरून केली. या दोन उपकरणांची स्पर्धा अबॅकसने ४-१ अशा फरकाने जिंकली.

जॉन नेपियर (१५५०-१६१७) या स्कॉटिश माणसाने लॉगरिथमचे तंत्र शोधून काढल्याचे सन १६१४ मध्ये जाहीर केले. एखादी संख्या ही विशिष्ट पायाभूत संख्येचा घातांक या पद्धतीने मांडणे याला लॉगरिथम म्हणतात. यामुळे आकडेमोड करण्यात खूपच सोपेपणा

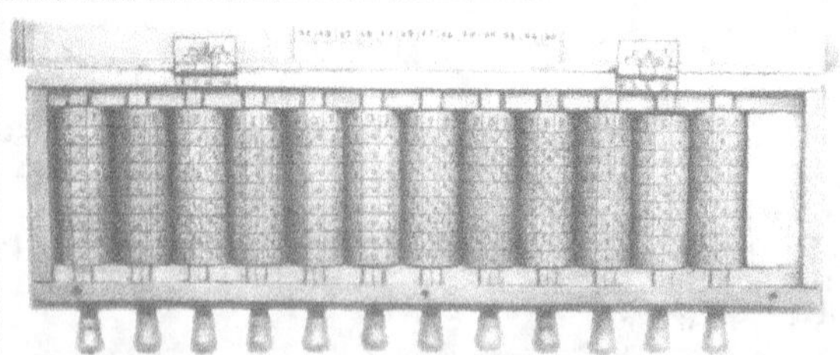

जॉन नेपियरने आकडेमोड करण्यासाठी एक यंत्र बनवले. त्यामध्ये काही उभे दंडगोल होते. पुढे हे दंडगोल 'नेपियर्स बोन्स' म्हणून प्रसिद्ध झाले. त्याने १६१७मध्ये प्रसिद्ध केलेल्या 'Rabdologiae' या पुस्तकात हे यंत्र वापरण्याची पद्धत दिली आहे

आला. नेपियरने लॉगरिथमना 'प्रमाणशीर क्रमांक' (Proportionate numbers) असे म्हटले होते. हेन्री बिग्ज् (१५८१-१६३०) या इंग्लिश गणितीने सन १६१७ मध्ये १ ते १००० या आकड्यांचे लॉगरिथम तयार केले. सन १६२४ पर्यंत त्याने २००० ते २९००० आणि ९००००-१००००० या सर्व संख्यांचे लॉगरिथम तयार केले होते.

विल्यम ऑगट्रेड (१५७४-१६६०) या इंग्लिश संशोधकाने 'स्लाईड रूल' (Slide Rule) हे उपकरण तयार केले. हा शोध १६२२ मधील आहे. त्यानेच गुणाकारासाठी '×' ह्या चिन्हाचा वापर करावा असे सन १६३१ मध्ये सुचवले. त्यानेच सर्वप्रथम चौरसरेषीय स्लाईड रूल बनवला. १६३३ मध्ये बनवलेल्या या उपकरणामध्ये एक हलणारा भाग असून तो दोन फलकांमध्ये हलत असे.

विल्यम शिकहार्ड (१५९२-१६३५) या जर्मन संशोधकाने १६२३ मध्ये एक आकडेमोड करणारे यंत्र बनवले. त्याला सहा डायल्स होत्या. पास्कलच्या १६४२ मध्ये बनवलेल्या सहा डायल्सवाल्या आणि यंत्रसामुग्रीने ठासून भरलेल्या गणक-यंत्रांच्या अगोदर १९ वर्षे शिकहार्डचे यंत्र तयार झाले होते. ब्लेझ पास्कल (१६२३-१६६२) या फ्रेंच संशोधकाने आपल्या वडिलांसाठी बेरीज-वजाबाकी करणारे यंत्र तयार केले होते. त्याचे वडील ईटाईन पास्कल (१५८८-१६५१) हे टॅक्स गोळा करण्याचे काम करत असल्याने त्यांना हिशेबाची फार

फ्रेंच संशोधक ब्लेझ पास्कलचे गणकयंत्र १६४० नंतर तयार झाले. त्यानेच बॅरोमीटर असणारे उंचीमापक यंत्र आणि सिरिंजचा शोध लावला. तसेच त्याने संभाव्यतेच्या गणिती सिद्धांताविषयी अत्यंत मोलाचे संशोधन केले.

गुंतागुंतीची आकडेमोड करावी लागत असे.

सॅम्युअल मोरलँड (१६२५-१६९५) या ब्रिटिश संशोधकाने पास्कलच्या गणकयंत्रामध्ये सुधारणा घडवून १६६२ मध्ये आपले यंत्र तयार केले. त्याचे नाव 'आकडेमोडीचे उपकरण' (Arithmatick Instr-ument) असे होते. या यंत्रामध्ये बेरीज-वजाबाकी प्रमाणे गुणाकार-भागाकारही करता येत असे. सन १६७२-७४ मध्ये गॉटफ्राईड विल्येम फॉन लिबनित्झ (१६४६-१७१६) या जर्मन संशोधकाने 'स्टेपड् रेकनर' बनवला. त्याचा वापर वर्गमूळ काढण्यासाठीही करता येत होता. त्यानेच सन १६७९ मध्ये द्विपदी संख्या लिहिण्याची (binary numbers) पद्धत पूर्णत्वास नेली. या पद्धतीत कोणतीही संख्या फक्त १ आणि ० वापरून लिहिली जाते.

चार्लस् बॅबेज (१७९२-१८७१) या ब्रिटिश संशोधकाने एका अचूक उत्तरे देऊ शकणाऱ्या गणकयंत्राचा आराखडा बनवला. तो केंब्रिज विद्यापीठात पदवी घेणारा विद्यार्थी असताना १८१२ मध्ये त्याने हा आराखडा तयार केला होता. सन १८२२ मध्ये एक 'डिफरन्स इंजिन' तयार करण्यासाठी बॅबेजला सरकारकडून निधी मिळाला. तथापि वीस वर्षे काम करूनही हे यंत्र तयार झाले नाही. कारण दरम्यान तो 'ॲनलिटिकल इंजिनच्या' संकल्पनेकडे वळला होता. त्याचे काही आराखडे १८३६ मध्ये तयारही झाले होते. पण हे कामदेखील बॅबेजकडून पूर्ण झाले नाही.

प्रख्यात इंग्लिश कवी लॉर्ड बायरन याची एकुलती एक मुलगी ऑगस्टा इडा (१८१५-१८५२) ही लव्हलासची काउंटेस होती. बॅबेज आणि तिची भेट १८३३ मध्ये झाली. ती नंतर बॅबेजची सहाय्यक बनली. सन १८४२ मध्ये तिने आपले 'Ob-servations on Mr. Babbage's Analytical Engine' हे बॅबेजच्या संकल्पित यंत्राविषयीचे पुस्तक प्रसिद्ध केले. आयुष्याच्या अखेरची १५ वर्षे बॅबेज पुन्हा त्याच्या ॲनलिटिकल इंजिन याविषयीच्या संशोधनाकडे वळला होता. त्याने या दरम्यान ३०० आराखडे आणि ६५०० पानांच्या नोटस् काढल्या होत्या.

दरम्यान आकडेमोड करू शकणारी यंत्रे साऱ्या युरोपभर पसरत होती. सन १८२०-२२ मध्ये चार्लस्

झेवियर थॉमस डी कोलमान (१७८५-१८७०) या आल्सेस प्रांताचा रहिवासी असणाऱ्या फ्रेंच संशोधकाने पॅरिसमधे एक गणकयंत्र बनवले होते. स्प्रिंगवर चालणाऱ्या या यंत्राला त्याने 'ऑरिथ्मो-मीटर' (Arith-mometer) असे नाव दिले होते. या यंत्राची त्याने १५०० मॉडेलस् बनवून विकण्यात यश मिळवले होते. सन १८५५ मध्ये पेहेर जॉर्ज शूटझ् (१७८५-१८७३) आणि त्याचा मुलगा एडवर्ड (१८२१-१८८१) या दोघा स्विडीश संशोधकांनी एक 'टॅब्युलेटिंग मशीन' तयार केले होते. हे यंत्र ८० तासात १०००० लॉगरिथम काढून देत होते.

१९ व्या शतकातील ब्रिटिश गणिती चार्ल्स् बॅबेज याचे एका गणकयंत्राचे काम अर्धवट राहिले. त्याने अॅनॅलिटिकल इंजिन या नावाने तयार होणाऱ्या यंत्राचा आराखडा बनवला होता. एखादा आज्ञावलीचा (programme) वापर करून यंत्र आकडेमोड करू शकेल ही त्याची संकल्पना आधुनिक संगणकाच्या संकल्पनेशी मिळतीजुळती आहे या. 'इंजिनची' निर्मिती अखेर १९८८-९१ मध्ये लंडन सायन्स म्युझियममध्ये पुरी झाली.

इलेक्ट्रॉनिक संगणकाविषयी लागणाऱ्या गणिती पार्श्वभूमीसंबंधी अत्यंत महत्त्वाचे संशोधन जॉर्ज बूल (१८१५-१८६४) या ब्रिटिश वैज्ञानिकाने केले. त्याचे 'An Investigation of the Laws of Thought' सन १८५४ मध्ये प्रसिद्ध झाले. या पुस्तकात तार्किक मांडणीसाठी चिन्हांचा वापर केलेला आहे. या पद्धतीला 'बूलियन अलजिब्रा' म्हणतात. पुढील काळात द्विपदी संगणकांच्या (binary computers) रचनेमध्ये या पद्धतीचा फार मोठा उपयोग झाला.

इलेक्ट्रिकल आणि यांत्रिकीचा संगम असणारे गणकयंत्र तयार करण्याचा पहिला यशस्वी प्रयोग १९०६ मध्ये ली डी फॉरेस्ट (१८७३-१९६१) या अमेरिकन वैज्ञानिकाने केला. त्याने 'ऑडिऑन' (Audion) अथवा ट्रायोड व्हॅक्यूम व्हॉल्वचे न्यूयॉर्क-मध्ये पेटंट घेतले. यामुळे द्विपदी तार्किक रचना करण्याचा मार्ग मोकळा झाला. सन १९१९ मध्ये विल्यम हेन्री एक्लेस (१८७५-१९६६)

आणि एफ. डब्ल्यू. जॉर्डन या दोघा ब्रिटिश संशोधकांनी 'फ्लिप फ्लॉप' म्हणजे उघडझाप करणाऱ्या इलेक्ट्रिकल सर्किटची रचना केली. त्यामुळे इलेक्ट्रॉनिक गणन अत्यंत वेगाने करणे शक्य झाले.

व्हानेवार बुश (१८९०-१९७४) या अमेरिकन संशोधकाने अमेरिकेतील सुप्रसिद्ध मॅसॅच्युसेटस् इन्स्टिट्यूट ऑफ टेक्नॉ-लॉजीमध्ये १९२५ या वर्षी पहिले अर्धस्वयंचलित 'ऑनलॉग' गणकयंत्र (Analogue calculater) बनवले. संख्येचा निर्देश करण्यासाठी अशा यंत्रांमध्ये वेगवेगळ्या व्होल्टेजचा किंवा निरनिराळ्या लॉबीच्या सळ्यांचा वापर केला होता. ऑनलॉग हा शब्द मूळ ग्रीक शब्द Analogos पासून बनलेला आहे. त्याचा अर्थ प्रमाणशीर (proportionate) असा आहे.

ब्रिटिश वैज्ञानिक चार्ल्स् एरिल वेन-विल्यम्स् (१९०३ - १९७९) याने केंब्रिज विद्यापीठामध्ये सर्वप्रथम १९३१ मध्ये इलेक्ट्रॉनिक हायस्पीड काउंटर हे उपकरण तयार केले. त्यामध्ये वायूने भरलेल्या इलेक्ट्रॉनिक व्हॉल्वचा (थायरॅट्रॉन) वापर केला होता. १९३६-३८ दरम्यान कोनराड झूस (१९१०-१९९५) या जर्मन संशोधकाने द्विपदी तत्त्वावरील पहिला यांत्रिक संगणक तयार केला. यालाच पुढे Z1 असे नाव देण्यात आले. या संगणकाला 'स्मृती' (memory) होती.

जगातला पहिला इलेक्ट्रॉनिक संगणक १९३९ मध्ये ऑक्टोबर-नोव्हेंबर महिन्यात कोणत्यातरी नोंद न झालेल्या दिवशी सुरू झाला. तो अमेरिकेतील आयोवा प्रांतामध्ये आयोवा स्टेट कॉलेजमध्ये (अमिस शहर) जॉन व्हिंसेंट अटनसॉफ (१९०४-१९९५) आणि त्याचा सहाय्यक क्लिफोर्ड एडवर्ड बेरी (१९१८-१९६३) या दोघांनी बनवला होता. ह्या संगणकाला एकसामायिक समीकरणे (Simultaneous Equations) सोडवता येत होती. त्याच्या काम करण्याचे तंत्र दर सेकंदाला ६० पल्स होते. म्हणजेच त्याला ५० अंकी दोन संख्यांची बेरीज करायला पूर्ण एक सेकंद लागत होता.

जून १९४१ मध्ये BOMBE नावाचे इलेक्ट्रोमॅग्नेटिक रिले मशीन बर्मिंगहॅमशायरमधील ब्लिचली पार्क येथे

असणाऱ्या ब्रिटीश सायफर ब्रेकिंग मुख्यालयात सुरू झाले. शत्रूच्या संदेशांची गुप्त लिपी उलगडणे हे काम हे केंद्र करत असे. हे यंत्र अॅलन ट्यूरिंग (१९१२-१९५४) आणि गॉर्डन वेल्चमन (१९०६ १९८५) या दोघांनी बनवले होते. या यंत्राची क्षमता $९×१०^{२०}$ एवढे प्रचंड चय (combination) एका वेळी हाताळता येतील इतकी प्रचंड होती. आर्थर शेरबियस याने १९२०-३० दरम्यान ENIGMA ही सांकेतिक संदेशाची पद्धत बनवली होती. दुसऱ्या महायुद्धाच्या काळात जर्मन लष्कर परस्पर दळणवळणासाठी या गुप्त संकेतांचा वापर करत होते. या गुप्त संदेशांचा अर्थ उलगडण्यासाठी या यंत्राकडे इतकी मोठी क्षमता असणे अत्यावश्यक होते.

अगोदर दोन नमुने तयार केल्यानंतर जर्मन संशोधक कोनराड झूस याने डिसेंबर १९४१ मध्ये जगातला पहिला सर्वसामान्य कामांसाठी उपयुक्त असणारा आणि आज्ञावलीने नियंत्रित झालेला (Programme controlled) संगणक तयार केला. त्याला Z3 असे नाव देण्यात आले. हा संगणक आपल्या स्मृतीमध्ये ६४ बावीस अंकी संख्या साठवून ठेवू शकत होता. त्याला एक मध्यवर्ती पल्स क्लॉक आणि २६०० रिले अशी सोय होती. दोस्त राष्ट्रांनी बर्लिनवर बॉम्बफेक करून ते शहर उद्ध्वस्त करेपर्यंत म्हणजे एप्रिल १९४५ पर्यंत झूसचा संगणक एरोडायनॅमिक विंड टनेल (विमान निर्मितीमध्ये लागणारे उपकरण) वापरण्यासाठी लागणारी गणिते करत असे. हा संगणक बॉम्बफेकीत नष्ट झाला. महायुद्धानंतर झूसच्या संगणकाचे चौथे मॉडेल (Z4) स्वित्झर्लंडमधील झुरिख येथे १९५० मध्ये कार्य करू लागले.

गुप्त संकेतांचे विश्लेषण करण्यासाठी थॉमस हेरॉल्ड फ्लॉवर्स (१९०५-१९९८) आणि अॅलन डब्ल्यू. एम. कूम्बेज (१९११-१९९५) या दोघा ब्रिटिश वैज्ञानिकांनी १९४३ मध्ये ब्लिचली पार्क, इंग्लंड येथे COLOSSUS नावाचा संगणक सुरू केला. त्या संगणकाला माहिती पुरवण्यासाठी पंच केलेली कार्डे वाचण्यासाठी पाच ऑप्टिकल कार्ड रिडर डिव्हाईस होते. २४०० व्हॉल्व्ज् असणारा COLOSSUS Mark II संगणक जून १९४४

पेनिसिल्व्हानिया विद्यापीठात १९४३-४५ दरम्यान बनवलेल्या ॐ या संगणकामध्ये १७४६८ व्हॅक्यूम ट्यूबज् होत्या आणि त्याला १७४ किलोवॉट एवढी वीज लागत असे. आकाराएवढीच मोठी त्याची क्षमता होती. हा संगणक दर सेकंदाला ५००० आकडेमोडी करू शकत होता.

मध्ये सुरू झाला. एका चाचणीमध्ये या संगणकाचा प्रिंटर बंद पडण्यापूर्वी दर सेकंदाला ९७०० अक्षरे प्रिंट करण्याएवढा प्रगत झाला होता.

कोनराड झूस यानेच १९४४ मध्ये 'आज्ञावलीची भाषा' (progaramming language) तयार केली. त्या भाषेचे नाव प्लानकाक - I असे होते. हे काम त्याने बव्हेरिया (जर्मनी) मधील हिंटरस्टाईन येथे केले होते. कारण युद्धाच्या धामधुमीत त्याचा संगणक सुरक्षित रहावा म्हणून तेथे हलवण्यात आला होता. हे सारे दीर्घ काळ अज्ञात होते, कारण झूसचे हे संशोधन प्रसिद्ध व्हायला काही काळ गेला. १९७२ मध्ये झूसची कामगिरी जगाला प्रथम कळली.

नोव्हेंबर १९४५ मध्ये अवाढव्य आकाराचा, १७४६८ व्हॉल्व्ह असणारा ENIAC हा संगणक अमेरिकेतील अॅबरडीन प्रूव्हिंग ग्राउंडस्, मेरीलँड येथे पूर्ण झाला. ENIAC ही आद्याक्षरे Electronic Numerator Integrator and Computer यापासून बनवली होती. त्याची सुरुवात जून १९४३ मध्ये क्षेपणास्त्राच्या कामाला लागणारी आकडेमोड करण्यासाठी झाली होती. जॉन मॉचली (१९०७-१९८०) आणि जॉन प्रेस्पर एकर्ट ज्युनियर (१९१९-१९९५) ह्या दोघा अमेरिकन वैज्ञानिकांनी ENIAC ची निर्मिती केली होती. या ३० टनी

प्रचंड यंत्राच्या उभारणीसाठी ५ लाख डॉलर्स खर्च आला होता.

जॉन अटनसॉफ याने १९३९ मध्ये बनवलेला ऐतिहासिक संगणक पूर्णपणे सुटा करण्यात आला होता. आता फक्त त्याचे दोन ड्रम आणि काही फोटोग्राफ एवढेच अवशेष उरले आहेत. अटनसॉफला स्वतःला त्याने बजावलेल्या कामगिरीचे महत्त्व समजलेले नव्हते. तथापि त्याच्या ऐतिहासिक कामाची नोंद १९७३ मध्ये घेतली गेली. न्यायाधीश अर्ल. आर. लार्सन यांनी १९ ऑक्टोबर १९७३ मध्ये दिलेल्या निकालात स्पष्ट म्हटले आहे की ENIAC बनवणाऱ्या एकर्ट आणि मॉचली यांनी स्वयंचलित इलेक्ट्रॉनिक डिजिटल कॉम्प्युटरचा शोध लावला नाही. हा विषय त्यांनी एक व्यक्ती डॉ. जॉन अटनसॉफ यांच्याकडून घेतला होता.

अटनसॉफचा संगणक अर्धस्वयंचलित होता. ENIAC मध्ये मात्र स्मृती असल्याने तो संगणक युगातला एक महत्त्वाचा टप्पा ठरला. कारण त्याची क्षमता प्रचंड होती आणि त्याने स्वयं-चलितपणाकडे एक महत्त्वाचे पाऊल टाकले होते.

सन १९४७ मध्ये अमेरिकन वैज्ञानिक जॉन डब्ल्यू. टकी (जन्म १९१५) याने संगणक परिभाषेतील 'बिट' (Bit) ही संज्ञा बनवली. बिट याचा अर्थ एक द्विपदी अंक असा आहे. त्यानंतर १९५६ मध्ये आय. बी. एम. कंपनीच्या एका मॅन्युअलमध्ये सर्व-प्रथम बाईट (Byte) म्हणजे आठ बिट ही संज्ञा वापरलेली आढळते.

जॉन बार्डीन (१९०८-१९९१) आणि वॉल्टर एच. ब्रेटन (१९०२-१९८७) या दोघा अमेरिकन वैज्ञानिकांनी डिसेंबर १९४७ मध्ये 'पॉईंट काँटॅक्ट ट्रान्झिस्टरचा' शोध लावला. हे काम न्यू जर्सीमधील सुप्रसिद्ध बेल प्रयोगशाळेत करण्यात आले होते. जर्मेनियम या मूलद्रव्यापासून बनवलेले हे अत्यंत छोटे उपकरण विद्युत संदेश १०० पटीने मोठा करू शकत होते. काचेच्या व्हॅक्यूम ट्यूबज् सहज फुटत असत आणि त्यांचा आकारही मोठा असे. लवकरच त्यांच्या जागी हे छोटे ट्रान्झिस्टर वापरले जाऊ लागले. विद्युत सर्किटमध्ये त्यांचा वापर सुरू झाल्यावर

सर्किटचा आकारही कमी होत गेला. साहजिकच त्यांच्यावर चालणाऱ्या संगणकांचा आकार कमी झाला.

जून १९४८ मध्ये मँचेस्टर विद्यापीठातील टॉम किलबर्न (जन्म १९२१) यांनी जगातल्या पहिल्या इलेक्ट्रॉनिक आणि आज्ञावलीवर चालणाऱ्या संगणकासाठी जगातली पहिली संगणक आज्ञावली (Computer programme) लिहिली. या संगणकाचे नाव होते 'बेबी मार्क I'. एकूण सतरा पायऱ्या असणारी ही आज्ञावली पूर्ण होण्यासाठी ५२ मिनिटे लागत होती.

फ्लॉपी डिस्कचा शोध टोकियोच्या इंपिरियल विद्यापीठातील योशिरो नाकामाटस् या जपानी संशोधकाने १९५०मध्ये लावला.

जगातील पहिला व्यापारी तत्त्वावरचा संगणक फेब्रुवारी १९५१ मध्ये मँचेस्टर विद्यापीठाच्या इलेक्ट्रोकेमिकल प्रयोग-शाळेने फेरांटी लिमिटेड या कंपनीसाठी तयार केला. त्याचे नाव 'फेरांटी मार्क- I' असे होते. या अगोदर आपला संगणक सुरू झाला असा दावा फिलाडेल्फियाच्या रेमिंग्टन रँड या कंपनीने केला आहे. त्यांचे म्हणणे असे आहे की त्यांनी जवळच्या यु. एस. ब्युरो ऑफ सेन्सस मध्ये बसवलेला 'युनिव्हॅक - I' (युनिव्हर्सल ऑटोमॅटिक कंप्युटर) १४ जून १९५१ रोजी प्रत्यक्ष काम करू लागला होता, तर या कंपनीच्या मते 'फेरांटी मार्क - I' नंतर म्हणजे ९ जुलै १९५१ रोजी प्रत्यक्ष काम करू लागला.

जिओफ्रे अर्नॉल्ड डमर (जन्म १९०९) या ब्रिटिश संशोधकाने आपली 'इंटिग्रेटेड चिप' (integrated chip) ही कल्पना १९५२ मध्ये प्रसिद्ध केली. यानंतर अवघ्या ७० तासांच्या अवधीत सिडनी डार्लिंगटन (जन्म १९०६) या अमेरिकन संशोधकाने सेमीकंडक्टर सिग्नलिंग डिव्हाईस या उपकरणासाठी अमेरिकन पेटंट मिळावे म्हणून अर्ज केला. तो अमेरिकेतील विख्यात बेल प्रयोगशाळेत काम करत होता. त्याच दिवशी बर्नार्ड 'बर्नी' एम. ऑलिव्हर (जन्म १९१६) या त्याच बेल प्रयोगशाळेतील संशोधकाने जर्मेनियम किंवा सिलिकॉनच्या एकाच चिपवर अनेक ट्रान्झिस्टर बसवण्याच्या तंत्राचे पेटंट मिळवले.

आता आपल्या टेबलावर सर्वत्र आढळणाऱ्या पी. सी. (पर्सनल कंप्युटर) पेक्षा सुरुवातीच्या काळातील संगणक राक्षसी आकाराचे होते. काहींना तर वेगळ्या खोल्या लागत. सुरुवातीच्या काळातील संगणक चालवण्यासाठी विशेष तंत्रज्ञ लागत असत आणि बऱ्याच ठिकाणी इतर लोक त्यांच्याकडे आश्चर्यचकित होऊन पाहत असत.

सॉफ्टवेअर क्षेत्रामधील जगातली पहिली कंपनी कंप्युटर युसेज कंपनी (CUC) १९५५ मध्ये अमेरिकेत स्थापन झाली होती. जॉन शेल्डन (जन्म १९२३) आणि एल्मर कूबी (१९२६) हे दोन अमेरिकन तिचे संस्थापक होते. या कंपनीचे १९८६ मध्ये दिवाळे निघाले. सॉफ्टवेअर हा शब्द सर्वप्रथम जून १९६० मध्ये अमेरिकेत, तर पूर्वीच्या सोव्हिएत महासंघात १९६३ मध्ये वापरात आला.

जगातली पहिली संगणक भाषा (computer language) फोर्ट्रान (Fortran) १९५७ मध्ये प्रचलित झाली. फोर्ट्रान हा शब्द 'फॉर्म्युला ट्रान्सलेशन' या शब्दांमधून बनवला होता. जॉन बाकस (जन्म १९२४) आणि आयर्विंग झीलर या दोघा अमेरिकन संशोधकांनी संगणक-भाषा तयार केली होती. यानंतर २८ मे १९५९ रोजी कोबॉल (COBOL-Common Business Oriented Language) ही दुसरी संगणक भाषा प्रचलित झाली. यानंतर ११ जानेवारी १९६० रोजी अलगॉल (ALGOL Algorithmic Language), आणि १ मे १९६४ रोजी बेसिक (BASIC - Beginner's All-Purpose Symbolic Instruction Code) या भाषा वापरात आल्या.

इव्हान एडवर्ड सूथरलँड (जन्म १९३८) या अमेरिकन संशोधकाने १९६०-६८ दरम्यान आपल्या 'स्केचपॅड' प्रकल्पावर काम करत असताना कंप्युटर ग्राफीक्स या तंत्राचा विकास केला. त्यानेच नंतर १९६३ मध्ये लाईट पेन आणि रंगीत चित्रप्रणाली (कलर ग्राफीक्स) यांचा विकास केला.

व्हिजुएल डिस्प्ले युनिट (VDU) अथवा संगणकाच्या पडद्यावरील हालचालींचे नियंत्रण हाताने करण्यासाठी लागणाऱ्या 'माऊस' (Mouse) या उपकरणाचा शोध 'डग्लस एंगलबार्ड' या अमेरिकन संशोधकाने १९६५ मध्ये लावला.

आय. बी. एम. कंपनीने १९६७ मध्ये मॅग्नेटिक-टेप इलेक्ट्रिक टाईप-रायटर तयार केला. त्यासाठी त्यांनी सर्वप्रथम वर्ड प्रोसेसर (Word Processor) हा शब्द वापरला. यासाठी लागणाऱ्या प्रक्रियांचा शोध कंपनीतील जन्माने जर्मन असणाऱ्या उर्लीच स्टाईन-हिल्पर (जन्म १९१८) या संशोधकाने लावला होता. नोव्हेंबर १९७० मध्ये इंटेल कंपनीने आपला वर्ड प्रोसेसर संगणक बाजारात आणला. यामध्ये प्रत्यक्ष प्रिंटिंग करण्यापूर्वी मजकुरामध्ये फेरबदल करण्यासाठी मजकूर पडद्यावर दिसण्याची सोय होती.

इंटरनेट ही कल्पना १९६९ पासून उदयास आली. अमेरिकन संरक्षण-खात्याच्या ॲडव्हान्स्ड रिसर्च प्रोजेक्टस् एजन्सीने (ARPA) प्रायोगिक तत्त्वावर चार संगणकांना जोडून एक जाळे तयार केले. १९७१ पर्यंत वीस ठिकाणचे संगणक जोडण्याचे काम पूर्ण झाले होते. त्यामध्ये हार्वर्ड विद्यापीठ आणि मॅसेच्युसेटस् इन्स्टिटट्यूट ऑफ टेक्नॉलॉजी यांचा समावेश होता. १९७४ पर्यंत १९९ एवढ्या ठिकाणांची संगणक जोडणी पूर्ण झाली होती.

स्टीव्ह वॉझनियाक ॲपल II या पर्सनल कंप्युटरवर हात ठेवून बसलेला दिसत आहे. त्याने त्याची रचना १९७७ मध्ये केली. हा खऱ्या अर्थाने यशस्वी पी. सी. होता. या संगणकाने वॉझनियाक आणि त्याचा सहकारी स्टीव्ह जॉब्ज यांना कोट्याधीश केले.

झेरॉक्स कंपनीच्या पालो अल्टो रिसर्च स्टेशन (PARC) मध्ये ॲलन के (जन्म १९४०) या अमेरिकन संशोधकाने १९७० मध्ये 'अल्टो' या नावाने वर्क स्टेशन ही कल्पना

प्रत्यक्षात आणली. या ठिकाणी कंप्युटर ग्राफीक्सचा आणखी विकास घडून आला. झेरॉक्स कंपनीच्या पालो अल्टोमधील या संशोधक केंद्राने आणखी दोन अत्यंत महत्त्वाच्या तंत्रज्ञानांचा विकास केला. त्यातील एका तंत्रज्ञानाला WYSIWYG (What You See Is What You Get) असे नाव होते. दुसरा शोध हा लेसर प्रिंटरचा होता. या दोन्हींमुळे डेस्क टॉप पब्लिशिंग (DTP) ही गोष्ट प्रत्यक्षात आली.

टेक्सास इंस्टूमेंटस् या कंपनीने १९७१ मध्ये ११३० ग्रॅम वजनाचा पहिला पॉकेट कॅल्क्युलेटर बाजारात आणला. त्याचे नाव 'पॉकेट्रॉनिक' असे होते आणि किंमत होती १५० डॉलर्स. पॉकेट कॅल्क्युलेटर १९७२ मध्ये १० डॉलर्स किंमतीला मिळू लागले.

इसवीसन २०००: छोटा पण ताकदवान

जगातला पहिला व्यक्तिगत वापराचा संगणक- पी. सी. १९७१ मध्ये बाजारात आला. त्याचे नाव 'केनबॅक- १' असे होते. अवघी २५६ बाईट स्मृती असणाऱ्या या संगणकाची किंमत ७५० डॉलर होती. १९७२ मध्ये पहिली इलेक्ट्रॉनिक गेम (अर्केड गेम) पॉंग (PONG) बाजारात आली. ती नोलन के. बुशनेल (जन्म १९४३) या अमेरिकन संशोधकाने तयार केली होती.

१९७५ मध्ये विल्यम हेन्री (बिल) गेटस् (जन्म १९५५) या आता विख्यात झालेल्या माणसाने हार्वर्ड विद्यापीठ सोडले. तो संगणक आज्ञावली लिहिण्यासाठी बाहेर पडला होता. त्यामधील पहिली आज्ञावली बेसिक भाषेच्या कंपायलर (Compiler) यासाठी होती. १९७७ मध्ये त्याने इतरांबरोबर DOS (Disk Operated systems) तयार करण्यासाठी मायक्रोसॉफ्ट ही कंपनी स्थापन केली. सर्वप्रथम आय. बी. एम. कंपनीने १९८१ मध्ये त्यांच्या पी.सी.साठी 'डॉस' प्रणालीचा वापर केला. त्यानंतर सुमारे १०० इतर कंपन्यांनी मायक्रोसॉफ्टकडून परवाने मिळवून या प्रणालीचा वापर सुरू केला. बिल

गेटस्ची सन २००० मधील संपत्ती १०००० कोटी डॉलर्स असावी असा अंदाज आहे. सन १९९८ मध्ये तो आजवर होऊन गेलेल्या माणसांमध्ये सर्वांत श्रीमंत माणूस बनला होता.

जून १९७७ मध्ये स्टीव्ह जॉब्ज (जन्म १९५५) आणि स्टीफन वॉझनियाक (जन्म १९५०) या दोघांनी ॲपल- II हा पी. सी. बाजारात आणला. त्याची किंमत ११९५ डॉलर होती. ३ जानेवारी १९७७ रोजी स्थापन झालेल्या ॲपल कंप्युटर्स कंपनीची वाढ एवढ्या विलक्षण वेगाने झाली की तो अमेरिकेतील एक विक्रम होता. अवघ्या तीन वर्षांत कंपनीचे वार्षिक उत्पन्न १० कोटी डॉलर्सवर गेले होते. या कंपनीमध्ये काम करणाऱ्या डन ब्रिकलीन आणि बॉब फ्रँकस्टॉन यांनी व्ह्यएर्घ्ळँथ्य या नावाने हिशेब ठेवण्यासाठी एक संगणक आज्ञावली तयार केली. तसेच त्यांनी त्यासाठी पहिली 'स्प्रेडशीटस्' बनवली होती.

जगातला पहिला पूर्णपणे पोर्टेबल पी. सी. १९८१ च्या एप्रिलमध्ये बाजारात आला. त्याचे नाव ऑसबोर्न- I असे होते. १०.९ किलोग्रॅम वजन असलेल्या या पी. सी. मधे एक १२.७ सेंटीमीटरचा पडदा, दोन डिस्क ड्राईव्ह आणि ६४ किलोबाईटची स्मृती होती. इप्सन HX - २० हा जगातला पहिला लॅपटॉप (मांडीवर मावणारा) संगणक १९८२ मध्ये बाजारात आला.

अवघ्या ५० नॅनोमीटर जागेत सर्किटचे पाच घटक बसवता येणारी "Very Large Scale Integrated Chip (VLSI)" चिप तयार असल्याची घोषणा १९८३ मध्ये करण्यात आली. एक नॅनोमीटर म्हणजे एका मिलीमीटरचा १ दशलक्षांश भाग. १९८६ मध्ये सेमूर क्रे (१९२५- १९९१) या अमेरिकन संशोधकाने क्रे-२ (Cray-2) हा संगणक तयार केला. त्याची मध्यवर्ती स्मृती दोन गिगाबाईट एवढी होती. एक गिगाबाईट म्हणजे अंदाजे १०० कोटी बाईटस्. १९८९ मध्ये इंटेल कंपनीने आपली चिप- 'न्यूरोचिप' बाजारात आणली. ही चिप दर सेकंदाला २

अब्ज आकडेमोडी करू शकत होती.

स्कॉट फिशर (जन्म १९६२) याने १९८९ मध्ये 'आभासी सत्य' (Virtual Reality-VR) या तंत्राचा शोध लावला. तो नासामध्ये व्हर्चुअल एन्व्हॉरॉनमेंट वर्क स्टेशन (VIEW) प्रकल्पामध्ये संचालक होता. हा प्रकल्प आयोवामध्ये अमीस रिसर्च सेंटरमध्ये चालू होता. आता आधुनिक अशा संगणक प्रणालींमध्ये एक सायबरनॉट (Cybernaut) असतो. त्याला दृश्य आणि आवाजाची जोड देणारी यंत्रणा असते आणि माहिती मिळवण्यासाठी हातमोज्यांची (Data Glove) रचना असते. यामध्ये आपण प्रत्यक्ष एखाद्या जहाजात, विमानात किंवा तशाच खरोखर अस्तित्वात नसणाऱ्या वाहनात बसल्याचा अगर एखाद्या इमारतीत फिरण्याचा किंवा शरीरात मेंदूमध्ये हिंडत असण्याचा अनुभव घेऊ शकतो. दिसणाऱ्या गोष्टी जवळपास सत्य भासतात म्हणून त्याला आभासी सत्य असे नाव देण्यात आले आहे.

थॉमस बैन (जन्म १९५४) या अमेरिकन आणि चून गे वू (जन्म १९६१) या तैवानी/अमेरिकन संशोधकांनी न्यू मेक्सिको विद्यापीठामध्ये घोषणा केली की सिलीकॉन चिप्सच्या जागी पॉलिपायरोल, पॉलिऑनिलिन किंवा पॉलिथायोफिन या रेणूंच्या 'वायर' बसवणे शक्य आहे. १९८९ मधील या संशोधनामुळे संगणकाचे भाग अत्यंत सूक्ष्म करणे शक्य झाले.

जेफ हॉकिन्स या अमेरिकन संशोधकाने १९९० मध्ये ग्रिडपॅड (Gridpad) नावाचा संगणक बाजारात आणला. हा पोर्टेबल संगणक हाताने लिहिलेल्या आज्ञा पाळू शकत होता.

वर्ल्ड वाईड वेब (WWW) ही संकल्पना १९९२ मध्ये उदयास आली. जिनिव्हामधील युरोपियन ऑर्गनायझेशन फॉर न्युक्लिअर रिसर्च या अणुविज्ञानामध्ये काम करणाऱ्या संस्थेतील संशोधकांनी ही कल्पना पुढे आणली. याच प्रणालीचा विकास होऊन आजचे जागतिक

स्तरावरचे माहिती तंत्रज्ञान तयार झाले आहे. त्यामध्ये टीम बर्नर्स-ली या ब्रिटिश संशोधकाचा मोलाचा वाटा आहे.

आवाजाचा वापर करून चालवल्या जाणाऱ्या पहिल्या संगणकांची सुरुवात आय.बी.एम. कंपनीने १९९३ मध्ये केली. या कंपनीने ड्रॅगनडिक्टेट (DragonDictate) नावाची संगणक प्रणाली बाजारात आणली. विशिष्ट व्यक्तीच्या शब्दांशी हे संगणक आवाजाच्या स्वरूपातील आज्ञा पडताळून पाहत असत.

गेल्या शतकाच्या अखेरीस पी. सी. या संगणकांची क्षमता एवढी वाढली होती की आता त्यांनी मोठमोठ्या

जगातल्या श्रीमंत देशांमध्येही माहिती मिळू शकणाऱ्या आणि ती न मिळू शकणाऱ्या लोकांमध्ये प्रचंड विषमता आहे. १९९७ मध्ये ६३.२% अमेरिकन घरातील व्यक्ती पदवीधर होती आणि त्यांच्याकडे संगणक होता. या उलट फक्त प्राथमिक शिक्षण पूर्ण केलेल्या घरांपैकी फक्त ६.८% घरांमध्ये संगणक होता. 'माहिती-श्रीमंत' आणि 'माहिती-गरीब' यांच्यातील ही दरी फार मोठी आहे. इंटरनेट सर्वांना उपलब्ध आहे, आणि घरांखेरीज ते कामाच्या जागी आणि अशा इंटरनेट कॅफेमध्ये सर्वांना मिळू शकते.

औद्योगिक स्तरावरच्या महासंगणकांशी (Super-computer) स्पर्धा सुरू केली होती. १९९६ मध्ये पी. सी. मधील मायक्रोप्रोसेसर २००-२२५ मेगाहर्टझ् एवढा वाढला होता. हा वेग आदल्या वर्षीच्या मायक्रोप्रोसेसरच्या वेगापेक्षा जवळपास दुप्पट झाला होता. एक मेगाहर्टझ् म्हणजे दर सेकंदाला १० लक्ष चक्रे (cycles) होतात.

सन १९९८ मध्ये असा अंदाज व्यक्त करण्यात आला होता की, जगातल्या निम्म्या कंपन्या २००० या वर्षाला तोंड देण्या-साठी सज्ज नसतील. या समस्येला 'मिलेनियम बग'

म्हणतात. ही समस्या उद्भवली कारण १९७० पासून संगणकासाठी आज्ञावली तयार करणारे लोक वर्ष दाखवण्यासाठी शेवटच्या अवघ्या दोनच अंकी संख्येचा वापर करत असत. उदाहरणार्थ, १९९२ ऐवजी फक्त '९२' हेच वर्ष धरले जाई.

जर संगणक प्रणालींमध्ये दुरूस्ती केली नाही तर २००० हे वर्ष संगणक '००' असे वाचणार होता.

त्यामुळे बँका, विमानसेवा, कल्याणकारी सेवा वगैरेवर विपरीत परिणाम होईल अशी भीती होती. परंतु अपेक्षेएवढे नुकसान या मिलेनियम बगने केले नाही. मात्र त्यावर उपाय करण्यासाठी जगभरात कोट्यावधींची उलाढाल झाली.